अकबर ते औरंगजेब

(From Akbar to Aurangzeb)

लेखक
श्री. डब्ल्यू. एच. मूरलँड
अनुवादक
श्री. राजेंद्र बनहट्टी

डायमंड पब्लिकेशन्स

अकबर ते औरंगजेब

From Akbar to Aurangzeb

लेखक : श्री. डब्ल्यू. एच. मूरलँड, अनुवादक : श्री. राजेंद्र बनहट्टी

© भारतीय इतिहास अनुसंधान परिषद, दिल्ली

© Indian Council of Historical Research, Delhi

ISBN : 81-89724-02-9

मराठी प्रथम आवृत्ती : २००६

प्रकाशक :
डायमंड पब्लिकेशन्स
२६४/३ शनिवार पेठ, ३०२ अनुग्रह अपार्टमेंट
ओंकारेश्वर मंदिराजवळ, पुणे–४११ ०३०
☎ ०२०-२४४५२३८७, २४४६६६४२

info@diamondbookspune.com
www.diamondbookspune.com

अक्षरजुळणी :
ट्रिनिटी ॲडव्हर्टायझिंग
शॉप नं. २, १६८२, सदाशिव पेठ, खजिनाविहीर चौक,
पुणे–४११०३०

या पुस्तकाचे प्रकाशन भारतीय इतिहास अनुसंधान परिषद, नवी दिल्ली, या संस्थेच्या इतिहासविषयक प्रसिद्ध इंग्रजी ग्रंथाच्या भारतीय योजनेअंतर्गत पुरस्कृत. या पुस्तकात व्यक्त झालेली मते सर्वस्वी लेखकांची आहेत. त्यांच्याशी संपादक अथवा प्रकाशक सहमत असतीलच असे नाही.

This book has been sponsored by Indian Council of Historical Research, New Delhi, Under its Project Translation of well-known English History book's in the Indian Languages.

Preface

The Council with the view to providing adequate historical meterial in different Indian languages for students, teachers, research scholars, etc., had initiated a programme of translating core books of History into regional languages. The basic idea was to reach out to scholars in their mother tongue. The selection of the titles was made after applying two principles, namely (i) to what extent the historian has used the modern historical and scientific methodology; and (ii) to what extent the work was an authentic piece of research.

We are really proud to present the work of professor W.H. Moorland entitled From 'Akbar to Aurangzeb'.

We are extreme grateful to Professor. A. R. Kulkarni who has made this publication possible. I also would like to extent my thanks to the publisher, Shri Dattatreya G. Pashte for making an attempt to puublish this importnt work into Marathi.

D.N. Tripathi
(Chairman)
Indian Council of Historical Research
New Delhi

प्रकाशकीय निवेदन

सदर ग्रंथ वाचकांच्या हाती देत असताना 'डायमंड प्रकाशन'ला विशेष आनंद होत आहे. इंडियन कौन्सिल ऑफ हिस्टॉरिकल रिसर्च आणि डायमंड प्रकाशन यांच्या संयुक्त विद्यमाने मराठीत प्रथमच एवढ्या मोठ्या प्रमाणावर हा प्रकल्प अस्तित्वात येऊ शकला. अत्यंत चांगले संदर्भग्रंथ अभ्यासकांच्या हाती उपलब्ध करून देण्याची संधी आम्हाला मिळाली, याबद्दल कृतज्ञता आणि आनंदसुद्धा!

इतिहास विषयाचे प्रमाणभूत संदर्भग्रंथ मराठीत आणणे हे एक आव्हानच होते. परंतु सर्वांच्या सहकार्याने आम्ही हा ११ पुस्तकांचा प्रकल्प पूर्णत्वास नेतो आहोत, ही गोष्ट मराठी सारस्वताला ललामभूत आहे. 'याचसाठी केला होता अट्टाहास....' अशीच आमची याविषयी भावना आहे.

या निमित्ताने अधिकाधिक अनुवाद मराठीत आणण्याचा प्रयत्न आम्ही करीत आहोत.

सदर प्रकल्प भारतीय इतिहास अनुसंधान परिषदेच्या प्रकाशन विभागाचे अध्यक्ष श्री. डी.एन. त्रिपाठी, सेक्रेटरी डॉ. प्रभातकुमार शुक्ला, डेप्युटी डायरेक्टर इंदिरा गुप्ता यांच्या सहकार्याने अस्तित्वात येऊ शकला. या कामी इतिहासतज्ज्ञ प्रा. अ. रा. कुलकर्णी (माजी कुलगुरू टि. म. वि. सुप्रतिष्ठ प्राध्यापक इतिहास विभाग, पुणे विद्यापीठ) यांचे मार्गदर्शन मोलाचे ठरले व त्यांच्याच पुढाकाराने हे काम घडून आले. डॉ. राजा दीक्षित यांचीही मदत मोलाची ठरली. त्यांचेही विशेषत्वाने आभार. आमचे समन्वयक श्री. अनिल किणीकर व या संपूर्ण प्रकल्पाचे संपादक प्रा. गणेश द. राऊत यांनी आपलेपणाने अतिशय परिश्रमपूर्वक जबाबदारी सांभाळली. या प्रकल्पासाठी त्यांनी बहुमोल वेळ दिला. तसेच प्रेसोग्राफचे श्रीयुत प्रवीण जोशी यांनी सर्व ग्रंथांचे कार्य अतिशय तत्परतेने व वेळेत पूर्ण करून दिले त्याबद्दल सर्वांचे मन:पूर्वक आभार.

–डायमंड पब्लिकेशन्स

भाषांतर योजनेविषयी थोडेसे

'भारताचा इतिहास' या विषयाच्या, संशोधन, अध्ययन आणि अध्यापन यांना उत्तेजन देण्याच्या उद्देशाने तत्कालीन शिक्षणमंत्री प्रा. नुरूल हसन यांच्या प्रयत्नामुळे 'भारतीय इतिहास अनुसंधान परिषदेची' स्थापना २७ मार्च १९७२ रोजी झाली. या परिषदेने आपल्या कार्यक्रमपत्रिकेत, भारतातील ज्येष्ठ इतिहासकारांनी इंग्रजीत लिहिलेल्या इतिहासावरील काही मूलभूत ग्रंथांचा परिचय प्रादेशिक भाषांतून इतिहासाच्या अभ्यासकांना प्रादेशिक भाषांत होणे आवश्यक आहे, असा विचार करून भारताच्या इतिहासावर विविध कालखंडातील राजवटींवर लिहिलेल्या ग्रंथांचे भाषांतर करण्याचा धोरणात्मक निर्णय घेतला. त्यानुसार काही प्रसिद्ध निवडक इतिहासग्रंथांची एक प्राथमिक यादी तयार केली. त्यात प्रामुख्याने डी.डी. कोसंबी, सुभोभन सरकार, रजनी पाम दत्त, जदुनाथ सरकार, रामशरण शर्मा, एस्. गोपाल, एच्. सी. रायचौधरी, डब्ल्यू. एच. मूरलँड, डी.सी. सरकार, रोमिला थापर, एन. ए. सिद्दिकी इत्यादी सिद्धहस्त इतिहासकारांच्या ग्रंथांची निवड करून, भारतातील प्रमुख विद्यापीठांच्या सहकार्याने ही योजना कार्यान्वित करण्याचे ठरविले. या योजनेनुसार पहिले अध्यक्ष प्रा. रामशरण शर्मा आणि मानद सचिव श्रीमती दोरायस्वामी यांनी मराठी भाषांतराचे काम पुणे विद्यापीठाकडे सोपविले. भारतीय इतिहास अनुसंधान परिषदेचा महाराष्ट्राचा प्रतिनिधी, सदस्य आणि पुणे विद्यापीठाचा इतिहास विभागप्रमुख या दुहेरी नात्याने ही कामगिरी माझ्याकडे आली. तज्ज्ञांच्या सहकार्याने ग्रंथाची आणि अनुवादकांची निवड करण्यात आली आणि तीनचार वर्षांच्या कालावधीत काही भाषांतरे मान्यवर व्यक्तींकडून तयार करून घेण्यात आली.

परंतु या कामास मराठी प्रकाशकांकडून योग्य तो प्रतिसाद न मिळाल्याने ज्या हेतूने हे अत्यंत जिकिरीचे आणि कष्टाचे काम करून घेण्यात आले होते, तो हेतू सफल झाला नाही.

तथापि, भारतीय इतिहास अनुसंधान परिषदेचे सचिव डॉ. प्रभातकुमार शुक्ला आणि प्रकाशन विभागप्रमुख श्रीमती इंदिरा गुप्ता यांनी रेंगाळत पडलेल्या या योजनेचे

पुनरुज्जीवन करण्याचे ठरविले. पुण्यातील **डायमंड पब्लिकेशन्स** या प्रकाशनसंस्थेच्या **श्री. दत्तात्रेय गं. पाष्टे** यांनी विशेष पुढाकार घेऊन आम्हाला मदत करण्याचे ठरविले आणि पुस्तकांच्या प्रकाशनाची मोठी जबाबदारी स्वीकारली पुण्यातील इतर मान्यवर प्रकाशकांनीही मदतीचा हात पुढे केला आणि या सर्वांच्या सहकार्यामुळे पंधरा महत्त्वाचे इंग्रजी भाषेतील ग्रंथ मराठीत लवकरच उपलब्ध होणार आहेत आणि मराठी माध्यमातून अध्ययन, अध्यापन करणाऱ्या महाविद्यालयीन विद्यार्थी, प्राध्यापक यांची एक महत्त्वाची गरज पूर्ण होईल अशी उमेद आहे.

पुणे
२६ जानेवारी, २००६

अ. रा. कुलकर्णी
सुप्रतिष्ठ प्राध्यापक
पुणे विद्यापीठ

प्रस्तावना

हिंदुस्थानच्या आर्थिक इतिहासाचा पहिला भाग 'इंडिया ॲट दि डेथ ऑफ अकबर' या पुस्तकात मी वाचकांना सादर केला होता. प्रस्तुत पुस्तकात त्यानंतरच्या भागाचे विवेचन मी केलेले आहे. पहिल्या पुस्तकात १७ व्या शतकाच्या आरंभीच्या आर्थिक परिस्थितीचे चित्रण मी केले होते. आता या पुस्तकात त्यानंतरच्या ५०-६० वर्षांच्या काळात त्या परिस्थितीत झालेल्या परिवर्तनाचा शोध मी घेतला आहे. हा काळ म्हणजे जहांगीर आणि शहाजहान या मोगल बादशहांच्या कारकिर्दीचा काळ होय. या काळात कालक्रम आणि राजघराणे याबाबतीत सुसूत्रता होती. पण त्याशिवाय या काळाची म्हणून स्वत:ची एक सुसूत्रता आढळून येते. अधिक विस्तृत आर्थिक क्षेत्राचा विचार करता अकबराने स्थापन केलेल्या शासनसंस्थांचा ऱ्हास करणाऱ्या अनेक महत्त्वाच्या गोष्टी या काळात घडून आल्या. या सर्व घडामोडी तपशीलवार अभ्यास करण्यालायक आहेत. व्यापाराच्या क्षेत्रातून पोर्तुगिजांचे जवळजवळ झालेले उच्चाटन, डच व इंग्रज व्यापाऱ्यांचे या देशात झालेले आगमन आणि या नवीन व्यापाऱ्यांच्या प्रायोगिक अवस्थेतील पहिल्या हालचाली, या महत्त्वाच्या घटना याच काळात घडल्या. औरंगजेबाच्या कारकिर्दीत नवीन परिस्थिती निर्माण झाली. शासनयंत्रणेत आणखी बदल झाले; मराठ्यांच्या सत्तेचा उदय झाला. डचांच्या मलबार येथे, इंग्रजांच्या मुंबई येथे व फ्रेंचांच्या पाँडेचरी येथे वसाहती स्थापन झाल्या आणि या परदेशी व्यापाऱ्यांचे प्रादेशिक सत्तेबद्दलचे आकर्षण वाढले. पण या नवीन परिस्थितीपर्यंत आपल्या अभ्यासाचे क्षेत्र न वाढविता आपल्या विचाराधीन काळातील वर उल्लेखिलेल्या घटनांचा स्वतंत्रपणे विचार करणे सोयीस्कर ठरणार आहे.

उपलब्ध असलेल्या पुराव्यांच्या स्वरूपानुसार या विवेचनाची पद्धती ठरविण्यात आलेली आहे. डच आणि इंग्रज यांची तत्कालीन दप्तरे अपूर्ण आहेत. पण त्यांच्या व्यापारासंबंधीची माहिती या दप्तरांमध्ये प्रामुख्याने आढळून येते आणि त्यांच्या व्यापारविषयक उद्योगांचा नेमका विचार करण्यासाठी पुरेशी माहिती ही दप्तरे उपलब्ध करून देतात. या उद्देशाने या दप्तरांची तपासणी करताना त्यात मोठ्या

संख्येने प्रासंगिक निरीक्षणे आढळून येतात. एकंदर देशाच्या आर्थिक जीवनासंबंधी आणि निरनिराळ्या शासनांचा या जीवनावर पडलेल्या प्रभावासंबंधी हिंदुस्थानी कागदपत्रातून मिळणाऱ्या तुटक माहितीचा अर्थ या निरीक्षणांच्या मदतीने आपल्याला काहीशा आत्मविश्वासाने लावता येतो. म्हणून बाहेरील व्यापाराच्या विषयापासून सुरुवात करून त्या विषयात मिळविलेल्या ज्ञानाचा देशातील महत्त्वाच्या अंतर्गत घटनांवर प्रकाश टाकण्यासाठी उपयोग करणे मला सोयीस्कर आढळून आले आहे. डचांचे व्यापारी कर्तृत्व इंग्रजांच्या अगोदरचे अधिक विस्तृत आणि अधिक फायदेशीर होते. परंतु हिंदुस्थानच्या इतिहासावरील काही प्रचलित पाठ्यपुस्तकांमध्ये डचांच्या या व्यापारी कर्तृत्वाकडे संपूर्ण दुर्लक्ष करण्यात आलेले आहे. पण हिंदुस्थानातील आरंभीच्या इंग्रज व्यापाऱ्यांच्या हालचालींचे डचांच्या या व्यापारी उद्योगाच्या वास्तव संदर्भात चित्रण करण्याचा मी पहिल्यापासून प्रयत्न केलेला आहे. आशियातील समुद्रावर पोर्तुगिजांची सत्ता होती आणि पोर्तुगिजांनंतर ती सत्ता डचांनी मिळविली, इंग्रजांनी नव्हे. या शतकाच्या बहुतांश कालखंडात हिंदुस्थानच्या परराष्ट्रीय व्यापाराचा सर्वांत मोठा भाग डचांच्या हातात होता. फार थोड्या अभ्यासकांनी डचांच्या या महत्त्वपूर्ण स्थानाकडे आत्तापर्यंत लक्ष दिलेले आहे, ही गोष्ट माझ्या मते दुर्दैवाची आहे. परंतु यासंबंधीची माहिती देणारी साधने उपलब्ध नव्हती, ही वस्तुस्थिती या दुर्लक्षाचे स्पष्टीकरण देण्यास पुरेशी आहे. पहिली गोष्ट म्हणजे ज्या देशाशी त्यांच्या राष्ट्राने दूर संबंध प्रस्थापित केलेला नव्हता, त्या देशातील घटनांसंबंधी लिहिण्यापेक्षा डच विद्वानांनी आपली शक्ती साहजिकच बेटावरील त्यांच्या थोर साम्राज्याचा इतिहास लिहिण्यात खर्च केली होती आणि मी वारंवार उद्धृत केलेले डॉ. टर्पस्ट्राचे दोन खंड सोडले तर कुठल्याही खास हिंदुस्थानी प्रश्नाचा विचार करण्यासाठी डच विद्वानांनी त्यांच्याजवळ असलेल्या माहितीचा उपयोग केल्याचे माझ्या आढळात नाही. दुसरी गोष्ट म्हणजे भाषेच्या अज्ञानामुळे बहुतेक इंग्रजांना आणि जवळ जवळ सर्व हिंदुस्थानी लेखकांना डचमध्ये प्रसिद्ध झालेल्या उपलब्ध माहितीचा उपयोग करून घेता आलेला नाही. याचा परिणाम निरनिराळ्या लोकप्रिय ग्रंथांवर झालेला आपल्याला आढळून येतो. या ग्रंथांमध्ये आरंभीच्या इंग्रज व्यापाऱ्यांची त्यांच्या धाडसी पुढाकाराबद्दल स्तुती केलेली आढळते. आणि त्यांच्या पाशवी वर्तनाबद्दल त्यांची निंदा केलेली आढळते. पण प्रत्यक्षात हे इंग्रज व्यापारी त्यांच्या पूर्वजांच्या म्हणजे डचांच्या पावलावर पावले

टाकून जात होते. या काळातील डच साधनांकडे झालेले दुर्लक्ष हे अधिकच शोचनीय आहे. कारण काही बाबतीत ही साधने इंग्रज ग्रंथापेक्षा निश्चितच श्रेष्ठ आहेत. इंग्रज व्यापारी ज्या गोष्टी गृहीत धरण्यावर समाधान मानीत होते, त्या गोष्टींची नोंद डच व्यापाऱ्यांनी कटाक्षाने कागदोपत्री केलेली होती. त्यांच्या व्यापाराचे क्षेत्र अधिक विस्तृत असल्याने त्यांचा दृष्टिकोन अधिक विशाल झाला होता. बटाव्हिया इथल्या अधिकाऱ्यांनी घालून दिलेल्या शिस्तीमुळे दूरदूरच्या ठिकाणी केलेल्या व्यवहारांच्या नेमक्या आणि तपशीलवार नोंदी डच व्यापाऱ्यांनी ठेवलेल्या होत्या. इंग्लिश जाणणारे अभ्यासक साहजिकच इंग्रजांच्या साधनांवर यापुढेही अवलंबून राहतील. पण डच साधनांमधून मिळणाऱ्या माहितीचा जर त्यांनी विचार केला नाही तर अनेक महत्त्वाच्या प्रश्नासंबंधीची त्यांची मते चुकीची आणि विपर्यस्त ठरण्याची शक्यता आहे.

या काळातील माहितीच्या अप्रकाशित साधनांपैकी फारच थोडी साधने इंडिया ऑफिसच्या दप्तरात आढळून येतात. श्री. विल्यम फोस्टर यांनी तयार केलेली किंवा त्यांच्या देखरेखीखाली प्रस्तुत झालेली कॅलेंडर्स सर्वसामान्य विद्यार्थ्यांची गरज भागविण्याइतपत पुरेशी तपशीलवार आहेत. मूळ कागदपत्रे मी चाळून पाहिली आहेत. पण अगोदर न छापलेले फारच थोडे मला त्यात आढळून आले. उदा. व्यापारी दस्तऐवजातील काही आकडे आणि एखाद्या सूक्ष्म मुद्द्यावर प्रकाश टाकणारे काही शब्दप्रयोग या पलीकडे मला त्यात फारसे आढळले नाही. म्हणून छापील कॅलेंडर्स जवळ जवळ सर्व हकीकत सांगतात असा विश्वास इंग्लंडला भेट देऊ न शकलेल्या हिंदुस्थानी अभ्यासकांना बाळगायला हरकत नाही. डचांच्या प्रचंड दप्तराकरिता अशा प्रकारची कॅलेंडर्स उपलब्ध नाहीत. त्यामुळे डच दप्तरात असलेल्या माहितीसंबंधी निश्चितपणे काही सांगता येणे शक्य नाही. त्यांची पद्धतशीर तपासणी करण्याचे काम मी करू शकलो नाही. पण माझ्या माहितीप्रमाणे हिंदुस्थानच्या दृष्टिकोनातून केलेल्या त्यांच्या अभ्यासाची एकमेव सामग्री उपलब्ध आहे आणि ती म्हणजे हेग येथील दप्तरावरून तयार केलेल्या नकला ही होय. या नकला इंडिया ऑफिसमध्ये उपलब्ध आहेत. इंग्लंडमध्ये काम करणाऱ्या अभ्यासकांच्या दृष्टीने ही सामग्री फार मूल्यवान आहे. पण आर्थिक बाजूचा विचार करता त्यात खूपच अपूर्णता आहे. जेव्हा जेव्हा मी डचांच्या सार्वजनिक दप्तर खात्यातून काही विशिष्ट मुद्द्यांवर माहिती मागवली तेव्हा नकलांमध्ये समाविष्ट

नसलेली आणि आतापर्यंत इंग्रजीत उद्धृत न केलेली अशी महत्त्वाच्या दस्तऐवजांची छायाचित्रे मला पाठवण्यात आली. यावरून असंशोधित सामग्रीचे प्रचंड भांडार डच दप्तरात आहे हे दिसते. ही गोष्ट या काळाचा अभ्यास करणाऱ्या सर्व अभ्यासकांनी लक्षात ठेवली पाहिजे. या सामग्रीचे संपूर्ण संशोधन करणे हा कुठल्याही एका व्यक्तीच्या दृष्टीने फारच मोठा उद्योग होईल. पण हिंदुस्थानच्या ऐतिहासिक संशोधनासंबंधी आस्था असणाऱ्या संस्थांनी किंवा संघटनांनी हे काम हाती घेण्यासारखे आहे.

हिंदुस्थानी साधनांपैकी या देशात उपलब्ध असलेली हस्तलिखिते सोडली तर इतर समकालीन हस्तलिखितांचा अभ्यास करण्याची संधी मला लाभली नाही आणि हिंदी ग्रंथालयांमध्ये असलेल्या हस्तलिखित संग्रहांचा अभ्यास केल्यास या ग्रंथांच्या नंतरच्या प्रकरणात आलेल्या विषयांसंबंधी खूप जास्तीची माहिती मिळू शकेल, याबद्दल मला शंका नाही. म्हणून पूर्वीच्या ग्रंथाप्रमाणे हा ग्रंथदेखील निर्णायक प्रबंध नसून एक आराखडा आहे. या ग्रंथात असंख्य पुस्तकांमध्ये विखुरलेल्या आणि आता मुद्रित स्वरूपात असलेल्या किंवा जवळ जवळ सर्व पुराव्यांचा आढावा घेतलेला आहे. यापैकी बरीचशी सामग्री हिंदुस्थानातील अभ्यासकांना सहजासहजी मिळण्यासारखी नाही. काही अप्रकाशित साधनांचादेखील या ग्रंथात विचार केलेला आहे. पण अशा सर्व साधनांचे संशोधन या ग्रंथात केलेले आहे असा दावा करता येणार नाही. या काळाच्या इतिहासाचे संशोधन करण्यास अजून खूप मोठा वाव आहे. केवळ डच दप्तरांचेच संशोधन करता येईल असे नव्हे तर हिंदुस्थानी अभ्यासकांच्या आटोक्यात असलेल्या आणि ज्याचा अर्थ उत्तम रीतीने त्यांना लावता येणे शक्य आहे, अशा साहित्याचेही संशोधन करता येण्यासारखे आहे.

सर्वसामान्य वाचकांना मनोरंजक वाटेल आणि त्याचबरोबर या विषयाच्या गंभीर अभ्यासकांना मूळ साधनग्रंथांची ओळख करून देईल, अशा पद्धतीनेच या पुस्तकाची मांडणी मी केलेली आहे. वस्तुस्थितीसंबंधी निश्चितपणे केलेल्या प्रत्येक विधानाला आधार दिला असल्याचे प्रत्येक प्रकरणाच्या शेवटी दिलेल्या टिपांवरून आढळून येईल अशी मला आशा आहे, तसेच परिशिष्टांमध्ये बराच मोठा तपशील मी एकत्र केलेला आहे. त्यापैकी आशियातील व्यापारासंबंधीचा काही तपशील सहजासहजी मिळणार नाही. अनुभवाने तत्कालीन साहित्याच्या तांत्रिक

भाषेशी परिचय होण्यापूर्वी वाचनाच्या सुरुवातीच्या अवस्थेमध्ये अभ्यासकांना या तपशीलवार माहितीची मदत होईल. जुने लेखक आणि कागदपत्रे यांच्यातील अवतरणे देताना मी सामान्यत: वर्णविन्यास आणि वाक्यरचना यांचे आधुनिकीकरण केले आहे. हिंदुस्थानी शब्दांच्या बाबतीत इंपिरियल गॅझेटियरमध्ये वापरलेल्या लिप्यंतराच्या पद्धतीचे मी अनुसरण केले आहे. पण हिंदुस्थानी कापसाच्या मालाचे वर्णन करताना या पद्धतीला अपवाद करावा लागला आहे. या वर्णनातील परिभाषेसंबंधी अभ्यास करण्यास खूपच जागा आहे. कित्येक व्यापारी संज्ञांच्या व्युत्पत्ती अजूनही संशयास्पद आहेत आणि जोपर्यंत व्युत्पतींची निश्चिती होत नाही, तोपर्यंत नेमके लिप्यन्तर करणे अशक्य आहे. अशा शब्दांच्या बाबतीत सर्वसाधारणपणे प्रचारात असलेली नावे वापरणे हाच मार्ग मी स्वीकारला आहे आणि भाषिक प्रश्नावर बोलण्याचा माझा अधिकार नसल्यामुळे त्या प्रश्नांची उत्तरे देण्याचा आव मी आणलेला नाही.

या देशातील आणि हिंदुस्थानातील विद्वानांकडून मला जे विपुल सहकार्य मिळाले आहे त्याचा उल्लेख करणे आवश्यक आहे. काही विशिष्ट बाबतीतील माहिती किंवा मदत याबद्दल कुमारी एल्. एम. अॅनस्टे, डॉ. डब्ल्यू. आर. बिसचॉप, श्री. आर. बर्न, श्री. सी.ई. कॅरिंग्टन, सर रॉबर्ट गिलन, सर वुल्सस्ले हेग, प्रा. जदुनाथ सरकार, प्रा. शफत अहमद खान, प्रा.जी. डब्ल्यू. डॅनियल्स आणि काइन्स आणि मिडिल्स खात्याचे आणि ओरिएंटल मॅन्युस्क्रिप्टस् विभागाचे ब्रिटिश म्युझियम येथील अधिकारी यांचे मला आभार मानले पाहिजेत. डच दप्तरातील काही कागदपत्रांचा अर्थ पूर्णपणे समजावून घेण्यासाठी लंडन विद्यापीठाचे प्रा. पी. गेईल यांची मला बहुमूल्य मदत झाली आहे. जक्सरचीफचे डॉ. जे.डी हुल्लू यांनी त्यांच्या ताब्यातील कागदपत्रांचे संशोधन करण्याच्या बाबतीत आणि त्यातील माहिती पुरविण्याच्या बाबतीत अत्यंत उत्साहाने सहकार्य केले आहे आणि अखेरीला इंडिया ऑफिसमधील श्री. डब्ल्यू. फोस्टर यांच्या या काळासंबंधीच्या अद्वितीय ज्ञानाचा लाभ मला सातत्याने मिळाला आहे. या सर्वांचा मी आभारी आहे.

एप्रिल १९२३

अनुक्रमणिका

परिशिष्टे

प्रकरण : एक
आशियातील वातावरण

१. राजकीय परिस्थिती

सतराव्या शतकाच्या पूर्वार्धात हिंदुस्थानावर ज्या आर्थिक घडामोडींचा परिणाम झाला त्यांचा अभ्यास करणे हा या पुस्तकाचा विषय आहे. परंतु त्यापूर्वी प्रत्यक्ष हिंदुस्थानातील व हिंदुस्थानचा ज्या देशांशी व्यापार होता, त्या देशांमधील राजकीय परिस्थितीसंबंधी चार शब्द प्रस्तावनेदाखल लिहिणे इष्ट ठरेल. 'इंडिया अॅट दी डेथ ऑफ अकबर' या ग्रंथातल्याप्रमाणे प्रस्तुत ग्रंथातील हिंदुस्थानचा अर्थ 'भारतीय साम्राज्याने आणि भारतीय संस्थानांनी व्यापलेला प्रदेश' इतकाच मला अभिप्रेत आहे. त्यात ब्रह्मदेशाचा अंतर्भाव मी केलेला नाही, कारण ब्रह्मदेश पुष्कळ नंतरच्या काळात भारतीय साम्राज्यामध्ये राजकीय दृष्ट्या सामाविष्ट झाला.

हिंदुस्थानच्या बहुतांश प्रदेशाचे तीन प्रमुख विभाग पडतात. उत्तरेकडील मोगल साम्राज्य, मध्य विभागातील दक्षिणी राज्ये आणि हिंदू सरदारांच्या अधिकारातील दक्षिणेतील प्रदेश. यापैकी मोगल साम्राज्याशी संबंधित जो काळ मी या पुस्तकातील विवेचनासाठी निवडलेला आहे, तो काळ जहांगीर व शहाजहान यांच्या राजवटीशी जुळणारा आहे आणि त्यांच्या कारकिर्दीत मोगल साम्राज्याच्या राजकीय इतिहासात अर्थशास्त्राचे लक्ष वेधून घेईल असे फारच थोडे घडले आहे. राज्यात वेळोवेळी उपटणारी बंडे, गादीच्या वारसाहक्कासाठी चालणारे झगडे आणि राजदरबारात सतत चालणाऱ्या असंख्य कारवाया या गोष्टी आपल्या दृष्टीने विशेष महत्त्वाच्या नाहीत. परंतु एक उघड वस्तुस्थिती नजरेआड करता येणार नाही आणि ती म्हणजे वारंवार उद्‌भवणाऱ्या दंगलींनी केवळ तात्कालिक नुकसान झालेले नाही, तर भविष्यकाळासाठी उभारलेल्या उद्योगधंद्यांनाही त्या हानिकारक ठरल्या. तसेच सार्वजनिक खर्चातील वाढीमुळे शासनाचे उत्पादकांवर उत्तरोत्तर अधिक दडपण आले. सरहद्दींचा विचार करता, या काळात उत्तरेकडे महत्त्वाच्या काहीच घटना घडल्या नाहीत. तर पश्चिम सरहद्दीवर फक्त कंदाहारच्या ताब्यासाठी पर्शियाशी झालेल्या युद्धाचा उल्लेख केल्यास तो पुरेसा होईल. या युद्धामुळे हिंदुस्थान व पर्शिया या दोन देशातील केवळ खुष्कीच्याच नव्हे, तर खंबायतच्या आखातातून

होणाऱ्या व्यापारावरही परिणाम झाला. पूर्वेकडे मोगलांची प्रत्यक्ष सत्ता मेघना नदीच्या मुखाशी जाऊन थबकली होती आणि पूर्व बंगालचे मधलेच काही भाग अराकान या राजाच्या अधिपत्याखाली इ.स.१६६६ पर्यंत होते. परंतु याच साली चितगाव काबीज करण्यात आले आणि मधल्या फुटकळ प्रदेशांसह पूर्व बंगाल मोगल साम्राज्याच्या शासनाखाली आणण्यात आला. दक्षिण सरहद्दीवर जास्त महत्त्वाचे बदल घडून आले. दक्षिणेकडील राज्ये ताब्यात घेण्यास या पूर्वीच सुरुवात झालेली होती. दक्षिणेकडील राज्यांमध्ये सामान्यत: पाच राजवटींचा समावेश होतो. त्यापैकी बिदरचे राज्य शेजारपाजारच्या राज्यांनी गिळंकृत केले आणि ते इतिहासातून नामशेष झाले. खानदेश हा पूर्वीचा मोगलांचा प्रांत होता. अहमदनगर जिंकण्याचा अकबराने पूर्वी प्रयत्न केला होता. इ.स. १६३५ साली अखेर हा प्रयत्न यशस्वी होऊन अहमदनगरचा बहुतेक प्रदेश मोगल साम्राज्यात विलीन करण्यात आला. याच सुमाराला विजापूर व गोवळकोंडा या उरलेल्या दोन राज्यांना मोगल साम्राज्याचे मांडलिक करण्यात आले. मात्र त्यांची अंतर्गत राज्यव्यवस्था कायम राहिली.

दक्षिणेकडील हिंदूंच्या सत्तेखालील प्रदेशांचा तपशीलवार इतिहास देण्याची जरूर नाही. इ.स. १५६५ मध्ये विजयनगरच्या साम्राज्याचा विनाश झाल्यानंतर हा सर्व प्रदेश निरनिराळ्या सरदारांच्या हाती गेला. हे सरदार नायक म्हणून ओळखले जात. आणि यांनी तत्त्वत: आणि कधी कधी प्रत्यक्षातदेखील चंद्रगिरीचा राजा हे बिरुद मिळवण्याचा आणि कर्नाटकचा राजा म्हणून प्रसिद्ध असलेल्या विजयनगरच्या राजघराण्याच्या प्रतिनिधीचे प्रभुत्व मान्य केले होते. डचांनी आणि इंग्रजांनी केलेल्या नोंदीवरून यासंबंधी माहिती मिळते ती अशी की, हे नायक किंवा सरदार आपापसात सतत झगडत असत आणि त्यांच्या लढायांमध्ये राजा हा कधी कधी नुसता बाहुल्यासारखा निष्क्रिय असायचा तर कधी कधी त्यात भागही घ्यायचा. परंतु या दुहीमुळे या प्रदेशात शांतता कधी नांदली नाही आणि जरी थोडा काळ मध्यंतरी स्थैर्य आले तरी ते टिकण्याची आशा नव्हती, याबद्दल इतके सांगितले तरी पुरेसे होईल. या सुमारासच गोवळकोंडा व विजापूर येथील राजसत्ता या ना त्या नायकाशी संगनमत करून या प्रदेशात शिरकाव करीत होत्या. युद्धाचे न्याय्य कारण असे ज्याला आजकाल म्हणता येईल तसे काही मला या लढणाऱ्यांमध्ये आढळत नाही. पण या काळामध्ये सामान्यपणे महसूल, खंडणी किंवा खजिना मिळविण्याची शक्यता शत्रुत्वासाठी पुरेशी ठरत असे. हिंदुस्थानातील

लहान प्रादेशिक घटकांपैकी पोर्तुगिजांच्या स्थानाचा विचार त्यानंतरच्या भागात करण्यात येईल. उरलेली लहानसहान राज्ये ही आर्थिकदृष्ट्या महत्त्वाची नाहीत. उल्लेख करण्याच्या योग्यतेचे एकच आणि ते म्हणजे कालिकतचे चिमुकले राज्य होय. अजूनपर्यंत जवळ जवळ हे राज्य स्वतंत्र होते आणि मलबारच्या मिरीचे उत्पादन करणाऱ्या किनाऱ्यावर ते वसलेले असल्याने त्यावेळच्या औद्योगिक राजकारणात कालिकतला काहीसे महत्त्वाचे स्थान आहे.

दक्षिण हिंदुस्थानचे जे वर्णन आतापर्यंत केले ते आशियातील बहुतेक प्रदेशाला लागू होण्यासारखे आहे. हिंदुस्थानचे ज्या देशांशी व्यापारी संबंध होते त्या देशांमध्ये युद्ध ही बाब नव्हती. परंतु निदान युद्धाची शक्यता आहे असे वाटण्याइतपत त्याचा पगडा व्यापारी आणि उत्पादक यांच्यावर होता. इतक्या क्षुल्लक कारणांमुळे युद्ध पुकारले जात असे की, त्यांचा काही आगाऊ सुसंगत अंदाज करणे अशक्य होते. म्हणून युद्धजन्य परिस्थिती जशी उद्भवेल तसे तिच्याशी जुळवून घेण्याखेरीज दुसरे काहीही करणे शक्य नव्हते. हिंदुस्थानच्या पश्चिमेकडील सर्वांत महत्त्वाचे देश म्हणजे तुर्कस्थान आणि पर्शिया. या दोन्ही देशात नेहमी युद्ध भडकलेले असे आणि त्यांच्यातील वैराचा व्यापाराच्या सुरळीतपणावर ठळकपणे परिणाम होत असे. शिवाय तुर्कस्थानचे तांबड्या समुद्राच्या किनाऱ्यावरील अरब टोळीवाल्यांशीदेखील प्रासंगिक झगडे चालू असत. हिंदुस्थानच्या पूर्वेला अराकान, पेगू, अवा आणि सयाम या देशांचा एक गट होता. या गटातील देशांमध्ये कुठल्याही क्षणी युद्धाचा भडका उडू शकला असता, एवढेच म्हणता येईल. ज्याला सध्या 'इंडोचायना' म्हणतात, त्या प्रदेशातील नेहमी चालू असलेल्या अंतर्गत यादवीत सयामतर्फे हस्तक्षेप होण्याची सतत शक्यता असे. याच काळामध्ये आक्रमक चीन पादाक्रांत करीत होते, तर जपानने नुकताच कोरिया बळकावण्याचा प्रयत्न केला होता आणि खुद्द जपानमध्ये प्रदीर्घ यादवी युद्ध माजले होते.

दक्षिणेकडील बेटातील परिस्थिती बहुधा आशिया खंडातल्या अवस्थेपेक्षाही वाईट होती. कारण येथील राज्ये ही अधिक लहान होती आणि त्यांच्यातील वितुष्टाची कारणेदेखील संख्येने अधिक होती. सुमात्रामधील मुख्य सत्ता अचिनच्या हुकूमशाहीकडे होती. ही राजसत्ता काही जुन्या राजवटीच्या किनाऱ्यांवर १६ व्या शतकात उदयास आली होती. सुमात्राच्या पश्चिम किनाऱ्यावरील मिरीचे उत्पादन करणारा बहुतेक प्रदेश अचिनच्या ताब्यात होता आणि वेळोवेळी त्याने पूर्वेकडील लहानसहान राजांच्या प्रदेशांवर आपली सत्ता वाढविण्याचा प्रयत्न केला होता. परंतु

मुख्यत्वेकरून मलाक्का येथील पोर्तुगिजांशी त्यांचे अधिक वैर होते. मलाक्कावर त्यांचा विशेष हक्क तसा पोहोचत नव्हता; पण तेथील व्यापारविषयक सोयी आणि फायद्यामुळे मलाक्कावर त्यांचा डोळा होता. पश्चिम जावातील बॅन्टम व जाकार्ता ही सागरी राज्ये कोणत्याही क्षणी एकमेकांना किंवा शेजाऱ्यांना युद्धाच्या खाईत ओढत असत. बटालिया येथे डचांची सत्ता असली तरी तेथे सुरुवातीला शांतता प्रस्थापित होऊ शकली नाही. सेलेबिस बेटावरील मकास्सार या प्रमुख ठिकाणच्या राजाला सर्व पूर्ण जावा काबीज करण्याची महत्त्वाकांक्षा होती. आणि त्याच्या व्यापारविषयक धोरणामुळे डचांशी अधूनमधून त्याचे वितुष्ट येत असे. मसाल्याच्या बेटांमधील[१] परिस्थिती सोळाव्या शतकाच्या अखेरीला जवळजवळ स्फोटक होती. तेव्हा वांदा बेटाच्या रहिवाशांनी पोर्तुगिजांना पळवून लावले होते. आणि ही बेटे त्यावेळी काहीशा अस्थिर स्वातंत्र्याचा लाभ घेत होती. त्यांच्या स्थानिक शत्रूमधील यादवींमुळे अंबोइनामध्ये पोर्तुगीज अद्याप टिकाव धरून होते. खुद्द मोलुक्स बेटांमध्ये जितकी बेटे होती तितकेच जवळ जवळ पक्ष होते. पूर्वेकडील व्यापार निर्वेधपणे चालविण्याकरिता या बेटांतून होणाऱ्या निर्यातीवर ताबा असणे आवश्यक होते. म्हणून डच आणि इंग्रज यांच्या आगमनामुळे या बेटांमधील एकंदर गोंधळात भरच पडली. अखेरीला डचांनी या बेटांवर सत्ता प्रस्थापित केली. शांतता निर्माण करण्यासाठी त्यांनी कडक उपाय योजले. परंतु तरीदेखील या बेटांत शांतता नांदण्यास बराच काळ जावा लागला.

अर्थशास्त्र अशा झगड्यांकडे सहजपणे दुर्लक्ष करून पुढे जाऊ शकते. परंतु एक गोष्ट त्याने लक्षात घेणे महत्त्वाचे आहे. ती म्हणजे चीनचा अपवाद वगळला तर, आशियातील राष्ट्रांपैकी कोणीही ज्याला खरोखर आरमार म्हणता येईल अशी नाविक शक्ती वाढविली नव्हती. पेगू किंवा अचिन किंवा मकास्सार यांनी 'लढाऊ गलबते' पाठविली असे आपण वाचतो; परंतु त्यांच्या हालचालीवरून ती लढाऊ जहाजांपेक्षा वाहतुकीचीच जहाजे होती, असे मानले पाहिजे. उदाहरणार्थ, अचिनने

---

१. या काळातील साहित्यामध्ये या बेटांचे नामकरण वेगवेगळ्या रीतीने केलेले आढळते. या बेटात मोलुक्स, सेरम, अंबोइना आणि वांदा यांचा समावेश होईल इतक्या व्यापक अर्थाने मसाल्याची बेटे ही संज्ञा मी वापरली आहे. गिलोलोच्या पश्चिमेकडील लहान लहान बेटांचा अंतर्भाव मोलुक्स या संज्ञेतच करणे सोयीचे ठरते. मोलुक्स व अंबोइना या बेटात लवंग पिके तर जायपत्री व जायफळ बांदा बेटांमध्येच व्हायचे. सेरममध्येही लवंग होत असे. परंतु आपण ज्या काळाचा विचार करीत आहोत त्या काळाच्या संदर्भात हे बेट महत्त्वाचे नाही. या बेटांची नेमकी ठिकाणे पानांवरील नकाशांत दाखविली आहेत.

जेव्हा मलाक्कावर स्वारी केली तेव्हा विविध प्रकारच्या शेकडो गलबतांवर सैन्य चढविण्यात आले आणि मध्ये असलेल्या समुद्रातून नेऊन शत्रूच्या किनाऱ्यावर उतरविण्यात आले, इतकाच त्याचा अर्थ. अशा प्रकारच्या स्वारीत जर पोर्तुगिजांच्या आरमाराची खऱ्या अर्थाने गाठ पडली तर ही वाहतुकीची गलबते समुद्रात कुठल्याकुठे फेकली जात. मोगल साम्राज्यापाशी आरमार नव्हते आणि सुरतेतील मोगल अधिकाऱ्यांनी त्यांच्या बंदरांचे हल्ल्यांपासून संरक्षण करण्यासाठी एखाद दुसऱ्या डच किंवा इंग्लिश जहाजाची मागणी केल्याचे आपण वाचतो ते दयनीय वाटते.[१] डचांच्या काही युद्धनौकाच गोवळकोंड्याच्या राजसत्तेला तहाची याचना करण्यास भाग पाडण्यासाठी पुरेशा ठरल्या. एका प्रसंगी पर्शियाच्या सम्राटाचा कारभारी जाहीरपणे म्हणाला की, 'माझा राजा हा जमिनीवरचा राजा आहे, समुद्रावरचा नाही' आणि त्याचे विधान संपूर्णपणे सत्य होते. पोर्तुगिजांनी 'मोचा' येथे ठेवलेल्या 'आरमाराबद्दल' पुढे उल्लेख येईलच. पण इथे इतकेच सांगितले म्हणजे पुरे की, सोळाव्या शतकाच्या अखेरच्या वर्षांमध्ये पोर्तुगिजांचे हिंदी महासागरावर निर्विवाद प्रभुत्व होते. पोर्तुगिजांची ही सागरी सत्ता वास्तविक त्यांच्या स्वतःच्या नाविक बळावर आधारलेली नसून ती आशियातील राष्ट्रांनी सागरी सत्तेचे स्वरूप न ओळखल्यामुळे निर्माण झाली होती. आपण विचारासाठी जो काळ घेतला आहे, त्या काळातील हिंदुस्थानच्या व्यापाराचा इतिहास हा मोझांबिक ते मोलुक्स या प्रदेशातील सागरी सत्तेचे पोर्तुगिजांकडून डचांकडे हस्तांतर झाले त्याच्याशी अपरिहार्यपणे निगडित आहे. म्हणून या सत्तांतराचे वर्णन थोड्याफार तपशिलाने देणे आवश्यक आहे.

२. पोर्तुगिजांचे सागरी साम्राज्य

पोतगिजांची पहिली जहाजे हिंदी महासागरात १५ व्या शतकाच्या शेवटी आली आणि नजीकच्या भूतकाळात आशियाने न अनुभवलेल्या अशा एका साम्राज्यप्रकाराची कल्पना उदयास आली. समुद्रावर सत्ता प्रस्थापित करणे आणि

---

१. उदाहरणार्थ पाहा : इंग्लिश फॅक्टरी खंड ५ पृष्ठ ३१० मेथवोल्डच्या रोजनिशीतील नोंदी. मलबारच्या चाच्यांचा सुरतेच्या बंदरावर हल्ला होण्याची धास्ती होती आणि बंदराच्या रक्षणाची तरतूद करण्याचे इंग्रजांच्या मनात नव्हते, तेव्हा मोगल राज्यपालाने तीन लढाऊ जहाजे सज्ज केली आणि ज्यांनी कधीही समुद्र पाहिला नाही अशा निरुपयोगी, गरीब, अननुभवी पिंजारी लोकांना खलाशी म्हणून भरती केले; पण तरीदेखील कधी कधी हे खलाशी नदीतून वल्हवीत बाहेर समुद्रावर जात आणि नंतर आमच्या जहाजांच्या रक्षणाखाली किंवा खरे म्हणजे या जहाजातून ते रात्री पुनः नदीत परत येत असत.

सत्ताधारी राष्ट्रांच्या हितासाठी सागरी व्यापारनियंत्रण ठेवणे, अशी ही कल्पना होती. हजारो मैल दूर वसलेल्या एका लहान राष्ट्राच्या दृष्टीने हे भव्य साहस होते आणि आशियातील राष्ट्रांच्या उपरिनिर्दिष्ट वृत्तीमुळे ते साहस प्रत्यक्षात येणे शक्य झाले. यशासाठी दोन गोष्टी आवश्यक होत्या. समुद्रावरील प्रतिकार मोडून काढण्यासाठी पुरेसे सामर्थ्यशाली आरमार ही एक. दुसरी म्हणजे युद्धनौकांना आश्रय देण्यासाठी आणि कायम पुरवठा करण्यासाठी, तसेच कालांतराने नाविक दलाची आणि खलाशांची कुमक मिळविण्यासाठी व जमिनीवरून आणि समुद्रावरून बचाव करण्यासाठी असलेले   नाविक तळ. कुठल्याही कडव्या प्रतीकाराच्या अभावी माफक शक्तीच्या आरमारी गलबतांच्या योगाने समुद्राचा ताबा मिळविणे पोर्तुगिजांना शक्य झाले. म्हणून सुरुवातीला नाविक ठाणी प्रस्थापित करून त्यांची मजबुती करणे हाच पोर्तुगिजांपुढील खरा प्रश्न होता. पहिल्यांदा नाविक तळ तीन ठिकाणी होते. हिंदुस्थानच्या पश्चिम किनाऱ्यावर गोव्याला, अतिपूर्वेच्या प्रवेशद्वारापाशी मलाक्का येथे आणि पर्शियन आखाताच्या मुखाशी ओर्मझ येथे. तांबड्या समुद्रातील व्यापार नियंत्रित करण्यासाठी एडनच्या बंदरातही नाविक तळ स्थापण्याचे मूळ योजनेत होते. परंतु अरेबियन किनाऱ्यावरील तुर्की सत्तेच्या वाढत्या प्रभावामुळे एडनचे बंदर ताब्यात घेणे शक्य झाले नाही. तरीदेखील वर उल्लेखलेली तीन ठाणी जवळ जवळ शंभर वर्षे पुरेशी ठरली. वरील तळांखेरीज पोर्तुगिजांनी काही विशिष्ट उद्देशांनी बांधलेले निरनिराळे किल्ले ताब्यात ठेवले होते. मोझांबिक, दीव, दमण, कोचीन आणि कोलंबो येथील किल्ले त्यातील प्रमुख होते. आफ्रिकेच्या पूर्व किनाऱ्यावरील मोझांबिकचा उपयोग दरसाल येणाऱ्या युरोपातील गलबतांना थांबण्याचे ठिकाण आणि व्यापाराचे   केंद्र म्हणून झाला. दीव व दमण येथून खंबायतच्या आखातावर नजर ठेवता आली. हे आखात हिंदुस्थानच्या व्यापाराच्या अनेक निर्यातकेंद्रात सर्वात महत्त्वाचे होते. मलबारच्या मिरीच्या निर्यातीसाठी कोचीन हे मुख्य बंदर होते आणि युरोपला जहाजाने जाणाऱ्या मालाची मिरी हा एकमेव सर्वात मोठा भाग होता. त्याचप्रमाणे विक्रीयोग्य दालचिनीच्या प्रमुख उत्पादनकेंद्रावर कोलंबोचे नियंत्रण होते. आणखी काही लहानसहान किल्ले पोर्तुगिजांच्या ताब्यात होते. त्यापैकी काही मसाल्याच्या बेटांमधील प्रतिकूल वस्त्यांत विखुरलेले होते; पण त्यांचा उपयोग लवंग, जायपत्री, जायफळ यांचा व्यापार संपादन करण्यासाठी होत होता. आणखी काही किल्ले पूर्व आफ्रिकेच्या किनाऱ्यावर, विचारपूर्वक निवडलेल्या काही ठिकाणी होते. काही नाविक तळांच्या ठिकाणी किंवा जवळपासच्या, विशेषत: हिंदुस्थानच्या पश्चिम किनाऱ्यावरील प्रदेशाचे छोटे भूभाग वेळोवेळी पोर्तुगिजांच्या सत्तेखाली आले.

जसजसे हे शतक लोटत गेले तशा काहीशा वेगळ्या प्रकारच्या पोर्तुगीज जमाती अस्तित्वात आल्या. काही ठिकाणी किल्ले बांधण्यात आले आणि त्यांच्यावर गोव्याहून किल्लेदार नेमण्यात आले. तर इतर काही ठिकाणचे नाविक तळ म्हणजे परकीय प्रदेशांतील केवळ वसाहतीच राहिल्या. पण ही सर्व ठाणी विशेषकरून मूलतः सत्तेची केंद्रे म्हणून नव्हे तर व्यापाराची ठिकाणे म्हणून ओळखली जात होती. हिंदुस्थानच्या पूर्व बाजूला अशा वसाहती एस्.थोम आणि नागापटणम् आणि बंगालमध्ये हुगळी आणि चितगाव येथे अस्तित्वात होत्या. पूर्वेला आणखी पलीकडे कंटन बंदराच्या मुखाशी मकाव होते. मकाव येथून, अतिशय कडक निर्बंधाखाली, व्यापाऱ्यांना चीनच्या मुख्य भूमीशी होणाऱ्या व्यापारात भाग घेण्यास परवानगी देण्यात येत होती. तिमोर या दूरस्थ बेटावर एक छोटीशी वसाहत होती. ही वसाहत त्या भागात मिळणाऱ्या पांढऱ्या चंदनाचा व्यापार करण्यात मग्न होती. नंतरच्या काळात मकाव येथे एक मोठी वसाहत अस्तित्वात आली. या आणि इतर लहानसहान वसाहतींचा पोर्तुगीज समाजाची संपत्ती वाढविण्यात महत्त्वाचा भाग होता. परंतु या वसाहतींमुळे पोर्तुगीज सत्ता मात्र बळकट झाली नाही. गोवा हेच पोर्तुगीज सत्तेचे मुख्य केंद्र होते. तेथे पोर्तुगिजांच्या मुख्य आरमाराचा तळ होता आणि तेथून पूर्वेकडे आणि पश्चिमेकडे आवश्यकतेप्रमाणे कुमक पाठविण्यात येत होती. काही मोठी आणि बहुतेक सर्व लहान जहाजे हिंदुस्थानात खुद्द गोव्यात किंवा वसई येथे बांधण्यात आली. त्यावेळी गोव्यातील जहाजे बांधण्याची गोदी हा देशातल्या सर्वात उत्कृष्ट असा संघटित औद्योगिक प्रकल्प होता.

सागरी व्यापाराचे नियंत्रण करण्याच्या पोर्तुगिजांच्या पद्धती थोडक्यात खालीलप्रमाणे होत्या. सर्वप्रथम, समुद्रावरील काही विशिष्ट व्यापारी मार्ग, हे पोर्तुगालच्या राजाची मक्तेदारी असल्याचे जाहीर करण्यात आले आणि या मार्गांवर इतर कोणत्याही राष्ट्राच्या जहाजांना जाण्यास बंदी करण्यात आली. हे राखीव मार्ग वेळोवेळी बदलत असत. परंतु सोळाव्या शतकाच्या अखेरीला, हिंदुस्थानचे कुठलेही जहाज, पूर्व आफ्रिका, चीन, जपान किंवा मसाल्याची बेटे या देशांकडे पोर्तुगिजांच्या तावडीत सापडण्याचा किंवा त्यांच्याकडून विनाश पावण्याचा धोका पत्करल्याखेरीज जाऊ शकत नव्हते, असे म्हणता येईल. वरील देशांशी चालणारा व्यापार हा एकतर राज्यपातळीवरील व्यवहार म्हणून चालविण्यात येत होता किंवा राज्याचा खजिना भरण्यासाठी मक्त्याने देण्यात येत होता किंवा काही व्यक्तींना

बक्षिसादाखल प्रदान करण्यात येत होता. दुसरे म्हणजे, काही विशिष्ट माल, विशेषत: युद्धसाहित्य किंवा मिरी यांची वाहतूक करण्याची सर्व परकीय जहाजांना बंदी होती. हा नियम मोडणारे जहाज एकतर जप्त केले जात असे किंवा नष्ट केले जात असे. तिसरे म्हणजे आशियाचे कुठलेही जहाज फी (शुल्क) भरून परवाना (कार्टझ्) काढल्याशिवाय कुठल्याही बंदराकडे जाऊ शकत नव्हते किंवा कुठलीही माल वाहतूक करू शकत नव्हते. परवाना शुल्काशिवाय ओर्मझ किंवा मलाक्का बंदरात जकातही आकारली जात होती. अशा प्रकारे, तत्त्वत: सागरी व्यापारावर पोतुगिजांचे अधिकृतरीत्या संपूर्ण प्रभुत्व होते. परंतु प्रत्यक्षात असलेली परिस्थिती समजावून घेण्यासाठी एक वस्तुस्थिती लक्षात घेतली पाहिजे आणि ती म्हणजे पोर्तुगीज प्रशासन हे अतिशय भ्रष्ट झाले होते. निरनिराळ्या ठाण्यांवर नेमलेल्या सेनापतींचे किंवा तळाच्या अधिकाऱ्यांचे उत्पन्न केवळ त्यांच्या अधिकृत पगाराच्या संख्येत मोजले जात नव्हते. बेकायदेशीर मिळकतीतून त्यांच्या उत्पन्नाची गणना लोक करीत आणि पायरार्डने ओर्मझसंबंधी म्हटल्याप्रमाणे, 'अधिकारी पैशासाठी सर्व काही (बंदरातून) जाऊ देत होते.' हाच लेखक आपल्याला सांगतो की, पोर्तुगीज व्यापारी नेहमीच भागीदार म्हणून हिंदी लोकांच्या उद्योगात सामील होत असत. निर्बंध टाळण्यासाठी ही उघड सोयीस्कर योजना होती. राजकीय कारणांसाठी विविध हिंदी राज्यकर्त्यांना दिलेले मोफत परवाने याच हेतूने वापरले जात होते. या भ्रष्टाचाराचा अखेर परिणाम असा झाला की, संपूर्ण हिंदी महासागरातील व्यापार जरी भरभराटीला आला आणि पोर्तुगिजांच्या हातात फायद्याचा बराचसा भाग पडला तरी व्यापारावरील कायदेशीर आणि इतर करांच्या उत्पन्नाची संपूर्ण गोळाबेरीज शेवटी 'वाहतुकीला काय परवडेल' या तत्त्वाशी जवळजवळ येऊन ठेपली, आपल्या बंदराशी होणाऱ्या व्यापाराला उत्तेजन न देणे हे तेथील अधिकाऱ्याला फायद्याचे नव्हते; पण त्याच्या लुटारू वृत्तीला दुसरी काहीच मर्यादा नव्हती.

हिंदी महासागरावर सर्वंकष सत्ता गाजविण्याचा पोर्तुगिजांना काय अधिकार होता, असा प्रश्न कदाचित विचारला जाईल. या प्रश्नाची दोन उत्तरे देता येणे शक्य आहे आणि ती दोन्हीही उत्तरे त्यांच्या मर्यादित अर्थाने खरी आहे. पोर्तुगिजांच्या सागरावरील साम्राज्याला पोपची मान्यता आणि आशीर्वाद होता, हे पोर्तुगिजांना पुरेसे होते, वाचकांना हे आठवत असेल की, त्यावेळी ऐहिक व्यवहारांच्या बाबतीत पोपचे स्थान हे सर्व राष्ट्रांच्या वर होते आणि त्याच्या 'आज्ञा' (असा शब्द ज्याला

आपण आज वापरू शकतो) सर्व ख्रिस्ती राष्ट्रांमध्ये कायदेशीर म्हणून मानल्या जात असत. म्हणून ज्या राष्ट्रांना पोपच्या अधिकाराचे हे स्वरूप मान्य होते. त्यांच्या मते, पोर्तुगिजांचा सागरी हक्क निर्विवाद होता. दुसऱ्या बाजूला डच आणि इंग्लिश राष्ट्राच्या दृष्टीने पोपच्या मंजुरीला किंवा संमतीला कुठल्याही प्रकारचा कायदेशीरपणा नव्हता आणि या राष्ट्रांनी सोळाव्या शतकाच्या अखेरीला पोपचे स्थानमहात्म्य निश्चितपणे नाकारले होते. अर्थात आशियातील राष्ट्राच्या संबंधात तर पोपच्या मान्यतेचा प्रश्न अजिबात लागूच नव्हता. परंतु तरीदेखील आशियायी राष्ट्रांच्या मते, पोर्तुगिजांचे सागरी साम्राज्य तितकेच वादातीत होते. कारण हे साम्राज्य सामर्थ्याच्या किंवा मनगटाच्या जोरावर उभारलेले होते आणि त्या काळात 'बळी तो कान पिळी' हेच तत्त्व सार्वजनिक हक्काचे मूळ म्हणून व्यवहारात या खंडामध्ये सर्वत्र प्रचलित होते. पोर्तुगालचा राजा हा हिंदी महासागराचा सम्राट होता. कारण हिंदी महासागर ताब्यात ठेवण्याइतपत तो सामर्थ्यशाली होता आणि दुसरे कोणतेही राष्ट्र सागरावरील त्याची सत्ता हिरावून घेण्याइतके प्रबळ नव्हते. बरोबर याच कारणांसाठी अकबर हिंदुस्थानच्या पठारांचा सम्राट होता. नियम किंवा व्यतीत झालेला काल आशिया मानत असता तर पोर्तुगीज व मोगल सत्ता या दोन्हींपैकी पोर्तुगीज साम्राज्य त्याने जास्त कायदेशीर मानले असते. कारण ज्यावेळी बाबरने त्याच्या मोठ्या मोहिमेला सुरुवात केली, त्यापूर्वी पोर्तुगिजांनी हिंदुस्थानात स्थिरपणे आणि दृढपणे स्वत:चे पाय रोवलेले होते. परंतु वहिवाटीचा काल ही इतर हक्क मिळविण्याच्या मार्गातील अडचण म्हणून प्रत्यक्षात मानली जात नसे.

समुद्रावरील पोर्तुगिजांची हुकूमत अकबराने मूकपणे मान्य केली होती. कारण तांबड्या समुद्राकडे जाणाऱ्या त्याच्या जहाजांकरिता त्याने पोर्तुगिजांचे परवाने घेतले होते. समुद्र पोर्तुगिजांच्या तावडीतून मुक्त करण्याचा अथवा समुद्रावर सत्ता गाजविण्याचा मोगलांनी काहीही प्रयत्न केला नाही. विजापूरच्या आदिलशाहीने अनेक वेळा गोव्यावर हल्ला केला आणि १५७१ सालच्या सुमारास निरनिराळ्या मुस्लिम राजांनी संयुक्तपणे केलेली कारवाई हे पोर्तुगीज साम्राज्याला दिलेले एक आव्हान होते, असे मानता येईल. परंतु वस्तुत: हे आव्हान फुसके ठरले. याच शतकात पूर्वी हिंदी महासागराचा स्वत:साठी कबजा घेण्याचे प्रयत्न तुर्कांनी केले होते, तशी खटपट काही वर्षांनंतर तुर्कांनी परत नव्याने केली. अरेबियातील तुर्कांच्या प्रदेशात जहाज बांधणीसाठी लागणाऱ्या इमारती लाकडाचा तुटवडा होता. त्या जाणिवेने तुर्कांनी पूर्व आफ्रिकेच्या जंगलमय किनाऱ्यावर आपली ठाणी प्रस्थापित

केली. परंतु तुर्कांचे 'आरमार' त्यांचा हेतू पूर्ण करण्यासाठी सर्वस्वी अपुरे होते. या आरमारात फक्त दोन गलबते होती. त्यांपैकी एक तर सागरी युद्धासाठी निकामीच होते. या आरमाराला युद्धाच्या दृष्टीने अत्यंत कुचकामी असलेल्या लहान नौकांची साथ होती. तेव्हा गेलेला प्रदेश परत मिळविण्यासाठी पोर्तुगिजांना फारशी तसदी पडली नाही. याशिवाय, पोर्तुगीज साम्राज्याला आव्हान देणारा मलबारच्या चाच्यांचा म्होरक्या 'कुणाले'[१] हाच फक्त एकटा होता. हा सत्तेवर चढला कसा याची कथा जितकी महत्त्वाची त्यापेक्षा ती अधिक कुतूहलाची आहे. याला कालिकतच्या सत्तेचे छुपे संरक्षण होते. त्यामुळे तो हळूहळू प्रबळ होऊन, पोर्तुगीज जहाजांना त्याचा गंभीर धोका निर्माण झाला. सोळाव्या शतकाच्या शेवटी शेवटी त्याने 'हिंदीमहासागराचा सम्राट' ही पदवी घेतली. त्याच्या शत्रूंनी अंगीकारलेल्या पद्धतीचा अवलंब करून तो जहाजांना परवाने देऊ लागला. पोर्तुगिजांनी त्याच्यावर एक स्वारी केली. तेव्हा त्याने पोर्तुगिजांचा पाडाव केला. त्यानंतर त्याने 'इस्लामचा संरक्षक आणि पोतुगिजांचा कर्दनकाळ' असा किताब धारण केला. परंतु हा किताब मिरविण्याचा त्याचा आनंद अल्पकाळ टिकला. कारण पोर्तुगिजांनी त्याच्या विरुद्ध केलेली दुसरी मोहीम संपूर्णपणे यशस्वी झाली आणि या 'हिंदीमहासागराच्या सम्राटाला' गोवा येथे देहान्त शासन देण्यात आले. याप्रमाणे केवळ अस्तित्व टिकविण्याखेरीज दुसरे काही करू शकणारी राष्ट्रे त्यावेळी आशियात नव्हती आणि या शतकाच्या अखेरपर्यंत सर्व विरोधकांवर मात करून पोर्तुगिजांनी आपली सागरी सत्ता अबाधित ठेवली.

पोर्तुगिजांचे साम्राज्य बाह्यात्कारी दृढपणे उभे होते. परंतु त्याचा पाया ठिसूळ झाला होता. निकराच्या हल्ल्याचा प्रतिकार करण्याच्या स्थितीत ते नव्हते. या साम्राज्याच्या ऱ्हासाची कथा सांगणे हे राजकीय इतिहासकाराच्या कक्षेत होते. धोरणात व राज्यकारभारात तर पोर्तुगिजांनी अनेक घोडचुका केल्या होत्याच. परंतु मुख्य गोष्ट ही होती की, आशिया, आफ्रिका आणि ब्राझील यांमध्ये अनेक साहसी योजना त्यांनी एक-समयावच्छेदेकरून तडीस नेल्या, त्यामुळे पोर्तुगालच्या सामर्थ्यावर प्रमाणाबाहेर ताण पडला. सोळाव्या शतकात पोर्तुगालची लोकसंख्या

१. या चाच्यांच्या राजाचे नाव विविध प्रकारे उल्लेखलेले आढळते आणि त्या नावाच्या बिनचूक लिप्यंतराविषयी मला खात्री नाही. परंतु बहुधा ते कुन्ही अली असे असावे. डचांनी केलेल्या वर्णनावरून त्याला फासावर लटकवण्यात आले (रेनेव्हील खंड ३ पृष्ठ ४५१) त्याला ठार मारण्यात आले, असे विधान पोर्तुगीजांनी केले आहे. (कॅलेंडर एस.पी. १५१३-१६१६ नं. २८०)

फारच रोडावत गेली. शतकाच्या अखेरीला ती बहुधा ती कलकत्ता या आधुनिक शहराइतकीच होती. अशी वेळ आली की, मोहिमांकरिता लागणारे मनुष्यबळ दरसाल बाहेर पाठविणे अशक्य होऊन बसले. या माणसांपैकी फारच थोडी माणसे परत येत असत. गलबतावरील माणसांची भरती करणे, याबरोबरच आशियातील मालमत्तेचे संरक्षण करणे हे कामही अधिकाधिक निरनिराळ्या वसाहतीमध्ये वाढलेल्या मिश्र जमातींकडे सोपविण्यात येऊ लागले. मिश्र वंशातील ही माणसे त्यांच्या पूर्वजांच्या तोडीची नव्हती, हा काही त्यांचा दोष नव्हता. वेळप्रसंगी ही माणसे उत्कृष्ट लढतही असत. परंतु ज्या लोकोत्तर गुणांमुळे आशिया खंडात पोर्तुगीज भूमीवर आणि समुद्रावर अजिंक्य म्हणून प्रख्यात झाले, त्या गुणांमध्ये ही माणसे कमी ठरली. मिश्र जमातीचे हे लोक अजिंक्य नव्हतेच शिवाय चढाई आणि बचाव यासाठी सतत चालणाऱ्या युद्धांकरिता त्यांची संख्यादेखील अपुरी होती. गोव्यामध्ये अजून जहाजबांधणीचे काम चालू होते. परंतु त्या जहाजांकरिता आवश्यक खलाशी आणि सैनिकांचा पुरवठा करण्यात गोवा असमर्थ ठरला.[१] आणि त्यानंतर स्पेनच्या गरजा भागविण्यासाठी पोर्तुगालचे सामर्थ्य खर्ची पडू लागले तेव्हा मनुष्यबळाची ही मूलभूत उणीव तर पोर्तुगालला फारच भासू लागली. १५८० सालच्या शेवटी स्पेन आणि पोर्तुगाल या दोन्ही साम्राज्यांची युती झाली होती. ही युती शुद्ध वैयक्तिक स्वरूपाची होती. पोर्तुगाल हे वेगळे राष्ट्र म्हणून कायम राहिले. परंतु साठ वर्षांपर्यंत त्या देशाचे धोरण स्पेनच्या राजाच्या आदेशाने ठरविण्यात येत होते. परिणामत: या लहान देशाची जेवढी काही अजून शक्ती होती ती स्पेनचे युरोपात वर्चस्व प्रस्थापित करण्याकरिता उधळण्यात आली. जेव्हा १६४१ साली पोर्तुगिजांनी पुन्हा स्वातंत्र्य मिळविले तेव्हा आशियातील परिस्थिती अगोदरच निकराला आली होती. स्पेनशी झालेल्या युतीला पोर्तुगीज देशभक्त 'गुलामगिरीचे जोखड' मानत होते. स्पेनच्या विनियोगासाठी पोर्तुगालची साधनसंपत्ती राबविली गेली, एवढा एकच परिणाम या युतीच्या काळाचा झाला

---

१. या काळातील पोर्तुगालच्या लोकसंख्येबद्दल अचूकपणे काही सांगणे अशक्य आहे. पोर्तुगीजांची संख्या इ.स. १५०० मध्ये २० लाख होती तर ती शतकानंतर अर्ध्यावर घसरली, हे एक निदान मी पाहिले आहे; पण या गणनेचा आधार मला माहीत नाही. या काळातील 'मनुष्यबळाचा' अपुरेपणा हा पुष्कळ प्रासंगिक उल्लेखांवरून स्पष्ट होतो. उदा. लिस्बन ट्रान्स्क्रीप्टस् १-१२६, हेग ट्रान्स्क्रीप्ट्स १-३१८, कॅलेंडर एस्.पी. १५१३-१६ नं, ४०८, ४३२. डाग रजिस्टर जून २०, १६३३. *Linschoten (C.93)* याने टिपून ठेवले आहे की, १५९० च्या सुमारास दरसाल १५०० किंवा अधिक सैनिक गोव्याला जात होते. मात्र परत येणाऱ्यांची संख्या क्वचितच शंभर इतकी मोठी होती.

असे नाही तर आशियातील मोहिमांना इतक्या मोठ्या प्रमाणात कारणीभूत असलेली पोर्तुगालची राष्ट्रीय अस्मिताच मुळी चिरडली गेली. दुर्दम्य महत्त्वाकांक्षेच्या ऐवजी दैववादी उदासीनतेचा सूर त्या काळच्या साहित्यात उमटू लागला. आशियातील पोर्तुगिजांच्या तत्काळ लक्षात आले की, शेजाऱ्यांशी चाललेल्या त्यांच्या झटापटीत युरोपातून फारच थोडी मदत मिळण्याची शक्यता आहे. इतकेच नव्हे तर त्यांना याचीही जाणीव झाली की स्पेनशी असलेल्या संबंधामुळे त्यांना नवे शत्रू निर्माण झाले आहेत आणि त्यांचे सागरावरील प्रभुत्व, स्पॅनिश सत्तेचे हाडवैरी जे डच त्यांच्याकडून यशस्वीपणे धुडकावले जाणार आहे.

३. डच आणि इंग्रज यांचे आगमन

स्पेन आणि हॉलंड यांच्यातील शत्रुत्व हे सोळाव्या शतकाच्या उत्तरार्धातील युरोपच्या राजकारणाचे एक वेगळे वैशिष्ट्यपूर्ण अंग आहे. ज्या देशाला आपण हॉलंड म्हणून ओळखतो, तो देश नेदरलँडच्या ज्या संयुक्त प्रांतांनी स्पेनच्या सत्तेविरुद्ध बंड पुकारून राष्ट्रीय झगडा केला, त्या प्रांतांमधून निर्माण झालेले राष्ट्र होय. अंतर्गत साधनसंपत्ती तोकडी असलेला हा एक छोटा देश होता. राष्ट्रीय उत्पन्न मोठ्या प्रमाणात मच्छीमारी आणि सागरी वाहतुकीच्या व्यापारापासून मिळत होते. पश्चिम युरोपच्या समुद्रातून डच जहाजे मोठ्या संख्येने सर्वदूर फिरत होती. या नाविक उद्योगाला केवळ उत्पन्नाच्या साधनापेक्षा जास्त महत्त्व होते. कारण या उद्योगाची जपणूक राष्ट्राच्या सुरक्षिततेसाठी आवश्यक होती. सागरी सामर्थ्याच्या मदतीने स्पेनला तोंड देण्याची हॉलंडला आशा होती. त्याच्या प्रयत्नाचे यश नाविक सामर्थ्यावर अवलंबून होते आणि हे नाविकदल म्हणजे पूर्णार्थाने आरमार होते. केवळ समुद्रावरील गलबतांचा तो तांडा नव्हता तर त्यात सर्व प्रकारची जहाजे पुरेशा संख्येने होती, जहाजबांधणी आणि दुरुस्ती यांच्याकरिता सुसज्ज अशा गोद्या होत्या, तज्ज्ञ खलाशी आणि नाविक यांचा सतत पुरवठा होता आणि ही सर्व साधने जास्तीत जास्त फायद्यासाठी वापरण्याकरिता ह्यामागे पुरेशी संपत्ती होती. कारण व्यापारी नाविक दलाची कार्यक्षमता ही राष्ट्राच्या प्राथमिक हिताची गोष्ट होती.

स्पेनचा राजा पोर्तुगालच्या गादीवर आल्यावर या राष्ट्रीय हितसंबंधाला धोका निर्माण झाला. कारण या काळात लिस्बन आणि शेजारची बंदरे म्हणजे डचांच्या दक्षिणेकडे जाणाऱ्या मालाची प्रमुख बाजारपेठ होती. या ठिकाणीच डच त्यांचे बहुतांश धान्य, लाकूड आणि बाल्टिकमधून आणलेली जहाजबांधणीची आणि

जहाजे सुसज्ज करण्याची सामुग्री विकत होते. त्याचप्रमाणे त्यांच्या देशात निर्माण होणारे खारे मासे आणि इतर मालही विकत होते आणि याच बंदरामध्ये परतीच्या प्रवासाकरिता त्यांना उत्तरेकडे नेण्यासाठी वाहतुकीचा माल मिळत होता. विशेषत: मासे खारविण्यासाठी लागणारे मीठ व मसाले आणि पूर्वेकडील माल त्यांना मिळत होता. या मालाची अँटवर्प आणि नंतर ॲमस्टरडॅम ही प्रमुख वितरणकेंद्रे होती. म्हणून पोर्तुगीज बंदरांच्या परिणामकारक टाळेबंदीमुळे मच्छीमारी आणि सागरी वाहतुकीचा डचांचा उद्योग संपूर्णपणे विस्कळीत झाला होता. या दोन उद्योगांवरच तर हॉलंडचे अस्तित्व अवलंबून होते आणि त्या काळच्या परिस्थितीप्रमाणे युरोपच्या समुद्रातील इतर ठिकाणच्या बंदरात त्यांच्या जहाजांना पुरेसे काम मिळाले असते की नाही याची शंका आहे. पण वास्तविक डचांचा पोर्तुगिजांशी व्यापार बंद झाला, हे सर्वमान्य विधान इतक्या मर्यादित अर्थाने खरे आहे की, वेळोवेळी तशा प्रकारचे हुकूम काढले जात होते. परंतु स्पॅनिश धोरणाबद्दल पोर्तुगीज हे फारसे उत्साही नव्हते आणि निर्बंध असतानादेखील त्यांचा डचांशी व्यापार चालूच होता. डचांच्या दृष्टीने व्यापार करणे हे धोरण फायद्याचे होते, कारण शत्रूशी लढण्यासाठी लागणारा पैसा त्यांना या व्यापाराद्वारे शत्रूच्या देशाकडूनच मिळत होता. हा व्यापार जरी चालू राहिला तरी त्यात सतत अडथळे आले. डच नौका पोर्तुगीज समुद्रात पकडण्यात आल्या व नाविक कार्यासाठी राबवण्यात आल्या. व्यापारी व खलाशी यांना कैद करण्यात येऊन चौकशीसाठी पाठविण्यात आले. माल जप्त करण्यात आला आणि जसा काळ जात होता तसा या व्यापाराला धोका सतत वाढत होता. या प्रमाणे पोर्तुगालशी होणारा व्यापार अजिबात थांबण्याच्या शक्यतेला तोंड देणे डचांना भाग पडले. इतर जे काही पर्याय होते, यांपैकी सर्वात आशादायक मार्ग एकच होता. तो म्हणजे त्याच्या व्यापाराचे क्षेत्र विस्तृत करणे आणि ज्या देशांमध्ये अजून स्पेन आणि पोर्तुगाल यांची प्रत्यक्ष मक्तेदारी होती, त्या देशांशी परस्पर प्रत्यक्ष व्यापारी संबंध प्रस्थापित करणे. अशा प्रकारची योजना हॉलंडमध्ये झपाट्याने पसरत असलेल्या नवीन कल्पनांशी सुसंवादी होती. अँटवर्पहून ॲमस्टरडॅम येथे व्यापाराचे स्थलांतर झाल्यामुळे देशाची साधनसंपत्ती फार मोठ्या प्रमाणावर वाढली होती. राष्ट्रीय वृत्ती देशात विकास पावत होती आणि जे प्रकल्प किंवा साहसी योजना दहा वर्षांपूर्वी अशक्य व अव्यवहार्य वाटल्या असत्या, त्यांना चटकन वाजवी व्यापारी योजना म्हणून मान्यता मिळाली.

याच सुमारास इंग्लिश व्यापारी पूर्वेकडील व्यापारात हिस्सा प्राप्त करण्यासाठी उत्सुक झालेले होते आणि विशेषत: भूमध्य समुद्रातून सागरी मार्गाच्या शक्यतेचा ते विचार करीत होते. केप ऑफ गुड होपला वळसा घालून जाण्याची त्यांना बंदी होती. कारण त्या मार्गाने जाण्याच्या मक्तेदारीवर स्पॅनिश किंवा पोर्तुगीज हे हक्क सांगत होते. परंतु इंग्लिश व्यापाऱ्यांच्या प्रयत्नाचा मुख्य परिणाम यावेळी त्यांच्या ज्ञानात भर पडण्यात झाला आणि ही भर जॉन न्यू बेरी याने दिलेल्या माहितीमुळे पडली. जॉन न्यू बेरी हा राल्फ फिंचबरोबर खुष्कीच्या मार्गाने हिंदुस्थानला पोचला होता. भूमध्य समुद्रातून मार्ग काढण्याची कल्पना विशेष आकर्षक नाही असे आढळून आले; पण स्पॅनिश आरमाराचा १५८८ साली पराभव झाल्यावर केपवरून प्रवास करणे शक्य झाले. स्पॅनिश आरमाराच्या पराभवामुळे इंग्रजांइतकेच डचांनाही हायसे वाटले आणि त्यांच्या निकडीच्या राजकीय समस्येतून त्यांची सुटका झाली. तीन वर्षांनंतर जॉर्ज रेमांड याच्या नेतृत्वाखाली इंग्रजांनी पूर्वेकडे एक मोहीम केली; परंतु ही मोहीम कुठेच पोहोचू शकली नाही. डच हे मात्र बहुधा शहाणे ठरले. कारण पूर्वेकडील मोहिमांच्या परिस्थितीची अधिक तपशीलवार माहिती हाती येईपर्यंत ते थांबले. ज्या माहितीवरून डचांनी कारवाई केली, ती मुख्यतर दोन ठिकाणांहून आली होती. एक म्हणजे लिंकोटनने गोव्याहून आणलेली माहिती आणि दुसरी हाऊटमनने लिस्बनहून आणलेली. गोव्यामध्ये पाच वर्षे मुक्काम केल्यानंतर १५९२ साली लिंकोटन हॉलंडमध्ये येऊन पोहोचला. याच वेळेला कॉर्नेलिस हाऊटमन याला गुप्त माहिती गोळा करण्यासाठी एका व्यापारी गटाने लिस्बन येथे पाठविले होते आणि दोन वर्षांनी तो परत आल्यावर पूर्वेच्या व्यापारात प्रवेश करण्याचा निश्चित प्रयत्न करण्याइतपत स्थिती डचांना प्राप्त झाली.[१] डचांचे सुरुवातीचे प्रवास हे केवळ शुद्ध व्यापारासाठी होते. सुमारे १६०३ च्यानंतर डच गलबते व्यापारा-

---

१. व्हॅन लिंकोटनचे काही निष्कर्ष वास्तविक १५९६ पर्यंत प्रसिद्ध झाले नव्हते. परंतु त्याने आणलेली माहिती भोवतीच्या पहिल्या प्रवासाच्या वेळी हाउटमनला उपलब्ध होती, ही गोष्ट स्पष्ट आहे. (पहा, हाउटमन i,xxxii६२आणि इतरत्र) १५९४ आणि १५९५ मधील उत्तरेकडील मोहिमेत तो सहभागी असल्याने त्याची माहिती उघडच त्याच्या पुरस्कर्त्यांच्या हवाली होती. हाउटमनच्या लिस्बनमधील हकिकतीचा तपशील गूढ आहे. (van der chips, 29) पण हे अपेक्षित होते कारण ज्या माहितीचा तो शोध घेत होता, ती गुप्त ठेवण्याचा पोर्तुगिजांचा प्रयत्न होता, पण त्याने लिस्बनला भेट दिली ही गोष्ट स्पष्ट आहे. (Hontum i, xxi,n)

प्रमाणेच लढाईच्या तयारीने बाहेर पडू लागली. परंतु यापूर्वी जवळजवळ दहा वर्षे त्यांचे निर्णायक धोरण हे होते की, स्पॅनिश किंवा पोर्तुगीज यांच्याशी सामना न करता पूर्वेला पोहोचायचे आणि आशियातील जे देश पोर्तुगिजांच्या प्रत्यक्ष प्रभावाखाली अथवा नियंत्रणाखाली नव्हते, त्यांच्याशी व्यापारी संबंध प्रस्थापित करायचे. तत्त्वत: पूर्वेचे तीन मार्ग उपलब्ध होते. आशियाच्या उत्तरेकडून, अमेरिकेच्या दक्षिणेला वळसा घालून व केप ऑप गुड होपवरून या पैकी पहिल्या मार्गाचा डचांना असाधारण मोह पडला. याचे मुख्य कारण म्हणजे स्पेन किंवा पोर्तुगाल उत्तरेकडील समुद्रामध्ये स्थायिक झालेले नव्हते. म्हणून १५९४ व १५९५ मध्ये उत्तरेकडे जहाजे पाठविण्यात आली. परंतु या समुद्रातून जहाजे नेण्यात आलेल्या अडचणी दुस्तर ठरल्या. अमेरिकेच्या दक्षिणेकडून जाणारा मार्गही अवलंबिण्यात आला आणि १६०० मध्ये या मार्गाने डच जहाजे त्यांच्या नियोजित बाजारपेठांना पोहोचण्यात यशस्वी झाली. पण व्यापारासाठी हा मार्ग योग्य नव्हता. याचे मुख्य कारण म्हणजे दक्षिण अमेरिकेच्या पश्चिम किनाऱ्यावर स्पॅनिश लोक ठामपणे प्रस्थापित झालेले होते. फिलिपाइन्समध्ये देखील स्पॅनिश ठाणी होती आणि तेथे तर पॅसिफिक समुद्र पार केल्यावर जहाजांना तेलपाणी घेण्यासाठी थांबणे आवश्यक होते. आता फक्त आफ्रिकेला वळसा घालून जाणारा मार्ग शिल्लक राहिला आणि या मार्गाने जाण्याचा पहिला प्रयत्न १५९५ साली करण्यात आला. त्यावेळी पूर्वेकडे उपलब्ध असलेले मसाले, औषधे आणि इतर माल पश्चिम युरोपात पुरवठ्यासाठी आणण्याकरिता चार गलबते प्रथम रवाना करण्यात आली. या लहानशा आरंभामुळे जे प्रचंड राजकीय परिवर्तन शेवटी घडून आले ते लक्षात घेता असे आग्रहाने प्रतिपादन करणे जरूर आहे, की सुरुवातीला कुठलाही प्रदेश संपादन करण्याचा किंवा ज्याला आता 'वसाहती' म्हणतात, त्या स्थापन करण्याचा डचांचा उद्देश असल्याचा सुगावा लागत नाही. या पहिल्या प्रवासाच्या प्रवर्तकांनी पूर्वेकडील बाजारपेठांत 'फॅक्टजरीज' किंवा दलालांची योजनादेखील केलेली नव्हती. त्यांचा हेतू केवळ इतकाच होता की, त्यांच्या जहाजांनी पूर्वेच्या बंदरांना भेटी द्याव्या, त्यांचा माल विकावा आणि योग्य तो माल परत वाहतुकीसाठी मिळताच लगेच परत यावे. परंतु व्यापारासाठी प्रवासापासून तर कारखाने उभारण्यापर्यंत आणि कारखान्यापासून तर किल्ले बांधण्यापर्यंत आणि किल्ल्यांपासून प्रादेशिक सत्ता मिळविण्यापर्यंत हळूहळू डचांच्या धोरणात (संघटनेत) बदल होत गेला. हा

बदल पौर्वात्य बाजारपेठेत प्रचलित असलेल्या परिस्थितीचा परिपाक होता आणि ही परिस्थिती पहिले डच प्रवर्तक पूर्णपणे जाणू शकले नाहीत, हे पुढील प्रसंगांनी सिद्ध झाले.

आफ्रिकेद्वारा येणाऱ्या मार्गातील अडचणी या दुर्लंघ्य नाहीत, हे अनुभवाने लगेच कळून आले. जलप्रवासाच्या पहिल्या भागात शत्रूची जहाजे भेटण्याचा खरोखरी धोका होता. पण अशा प्रासंगिक सामन्यांसाठी डचांची गलबते सुसज्ज केलेली होती आणि एकदा केप ऑफ गुड होप ओलांडून गेल्यावर पोहोचण्याचे ठिकाण बरोबर निवडले नसेल तर सुरक्षित मार्ग सापडण्याची शक्यता होती. ज्या मालाला फार मागणी होती, त्या मालापैकी हिंदुस्थान फक्त मिरीशिवाय काही पुरवू शकत नव्हता आणि मलबारच्या किनाऱ्यावर मिरीसाठी समुद्रमार्गे जाणे म्हणजे पोतुगिजांना त्यांच्या सत्तेच्या मुख्य केंद्रस्थानी आव्हान देण्यासारखे झाले असते. सुरुवातीला उपलब्ध असलेल्या माहितीनुसार पश्चिम जावा आणि सुमात्रातील अचिन ही सर्वात सोयीस्कर उद्दिष्टे किंवा ठिकाणे होती आणि साहसी डचांना या प्रदेशांचे मोठे आकर्षण वाटते.[१] सुमात्राच्या पश्चिम किनाऱ्यावरील मिरीचा फार मोठा पुरवठा अचिनच्या ताब्यात होता. सिलोनच्या पूर्व किनाऱ्यापासून हा प्रदेश आटोक्यात येण्यासारखा होता. सिलोनमधून दालचिनीचा पुरवठा अपेक्षित होता आणि हा प्रदेश म्हणजे पूर्वेकडील विविध तऱ्हेचा माल येथे मिळविता येईल, असे एक व्यापाराचे प्रमुख केंद्र होते. अचिनचा राजा विश्वासघातकी म्हणून कुप्रसिद्ध होता. परंतु पोर्तुगिजांशी उघड शत्रुत्व हे त्याच्या धोरणाचे ठळक (dominent) वैशिष्ट्य होते. म्हणून पोतुगिजांच्या उघड शत्रूचे तो स्वागत करील अशा आशेला जागा होती. ही आशा अर्थातच सफल झाली नाही. फक्त काही थोडे व्यापारी हेच पोतुगिजांचे तेथील वकील प्रतिनिधी होते. मिरी आणि इतर पूर्वेकडचा माल तेथे उपलब्ध होता; आणि या बंदरापैकी एखाद्या ठिकाणी व्यापारी संपर्क साधला गेला तर मसाल्याच्या बेटाकडे जाण्याचा रस्ता मग मोकळाच होता. मलाक्काच्या सामुद्रधुनीतून बॅन्टमकडे जाणारा मार्ग टाळणे अर्थातच आवश्यक होते, कारण हा अरुंद अडथळा सुमात्राच्या बाहेरून जाऊन सुंदाच्या सामुद्रधुनीतून बाहेर पडून टाळण्यासारखा होता. सुंदाची सामुद्रधुनी

१. या उद्दिष्टांचे फायदे लिंकोटनने स्पष्टपणे मांडलेले होते. ९.१९ मध्ये त्याने दर्शविले आहे की, सुमात्रामध्ये पोर्तुगीजांच्या वसाहती नव्हत्या आणि अचिनचा राजा हा त्यांचा मोठा शत्रू होता तर ९.२० मध्ये पश्चिम जावातील मिरीच्या व्यापाराचा तपशील देऊन, हा व्यापार पोर्तुगिजांच्या अडथळ्याशिवाय काबीज करणे शक्य होते, असे त्याने दाखविले आहे.

जहाजांना जाता येण्यासारखी होती, हे या वेळेपर्यंत माहीत झाले होते. अगदी सुरुवातीच्या प्रवासाकरिता आखलेला मार्ग केपला वळसा घातल्यानंतर मोझंबिक टाळायचे, मादागास्करच्या दक्षिण टोकाला किंवा त्यापेक्षाही सोयीस्कर म्हणजे मॉरिशसला[1] विश्रांती घेऊन ताजेतवाने व्हायचे आणि नंतर मोकळ्या समुद्रात सुमात्राकडे तडक निघायचे याप्रमाणे होता. या मार्गाने केलेले सुरुवातीचे प्रवास एकंदर फायदेशीर ठरले. काही विशिष्ट दौऱ्यांचा शेवट भयानक झाला. पण इतर दौरे, विशेषत: व्हॅन नेक याच्या नेतृत्वाखालील १५९८ मधील प्रवास, अतिशय यशस्वी झाले. या साहसी प्रवासामधून फार मोठ्या फायद्याची शक्यता आहे हे साधारणत: सर्वत्र कळून चुकले आणि १६०२ सालापर्यंत डच व्यापारी हे केवळ बॅन्टम आणि अचिन येथेच नव्हे तर सिलोनच्या पूर्व किनाऱ्यावर मसाल्याच्या बेटांमध्ये परानी या महत्त्वाच्या सयामी बाजारपेठेत प्रसिद्धीस आले. मात्र यशाबरोबर नवीन चिंताही उपस्थित झाल्या. हॉलंडच्या जवळजवळ प्रत्येक बंदरातून अनेक जहाजे स्वतंत्रपणे प्रवासाला (expedition) निघू लागली आणि पूर्वेकडील देशांत त्यांची स्पर्धा निर्माण होऊन पटापट एकेका मालाचे भाव वाढविण्यात त्याची परिणती झाली आणि परत येताना याच गलबतांनी मोठ्या प्रमाणात आणलेल्या मसाल्यांच्या पदार्थांचा युरोपातील ग्राहक बाजारात सुकाळ होऊन बसला. पूर्वेकडील हा नवा व्यापार राष्ट्राच्या दृष्टीने फार महत्त्वाचा होता आणि अशी आत्मघातकी स्पर्धा चालू ठेवणे हे हिताचे नव्हते. म्हणून स्टेटस् जनरल या हॉलंडमधील सर्वोच्च राजकीय अधिकाऱ्याने मध्यस्थी करून या सर्व स्पर्धक व्यापाऱ्यांना एकत्र आणून त्यांची एकच मजबूत संघटना किंवा कंपनी स्थापन केली. अतिशय मोकळी विस्तृत सनद देण्यात आली आणि 'राष्ट्रीय' असे जिचे बहुतांश वर्णन करता येईल अशी या कंपनीची घटना तयार करण्यात आली. या नव्या सनदी (अधिकृत) कंपनीच्या गलबतांचा पहिला जथ्था १६०२ च्या जून महिन्यात पर्यटनास निघाला. या जथ्थ्यात १५ गलबते होती आणि एकूण ७,००० टन माल[2] या

---

१. केप ऑफ गुड होप येथे थांबून ताजेतवाने व्हायची कल्पना यावेळी सुचलेली दिसत नाही. तेथे वसाहत करण्यापूर्वी डचांचे जावामध्ये चांगले बस्तान प्रस्थापित झाले होते.

२. 'इंडिया ॲट दि डेथ ऑफ अकबर' या ग्रंथात (पृष्ठ २३० आणि परिशिष्ट ड) दिलेल्या कारणांसाठी मी 'टन' या शब्दाचा वर्णविन्यास Tun असा केला आहे. कारण जहाजातील मालाचे या कालातील हे मोजमाप आधुनिक अधिकृत Ton पेक्षा वस्तुत: वेगळे होते हे मला दर्शवायचे आहे. Tun म्हणजे अंदाजे ६० घनफूट मालाला लागणारी जागा.

गलबतामध्ये होता. १५९५ साली[१] जहाजांचा जो गट गेला होता त्यात चार जहाजे आणि सुमारे १००० टन एकूण माल होता, त्याच्याशी तुलना करता डचांनी किती झपाट्याने प्रगती केली होती, हे लक्षात येईल.

अंतर्गत स्पर्धा हा डच व्यापाराला केवळ एकमेव धोका नव्हता. कारण इतर युरोपीय देश हेदेखील पूर्वेकडील व्यापाराची संभाव्यता पारखू पाहत होते आणि त्यांनी प्रथम आकारलेल्या भरमसाठ किमतीमुळे प्रभावित होऊन ते डचांचा कित्ता गिरवून त्यांना लागणारे मसाल्याचे पदार्थ स्वत:च जाऊन आणण्याची तयारी करीत होते. इंग्लंडने पूर्वेला पोचण्याचा दुसरा प्रयत्न १५९६ साली केला, परंतु ती गलबते समुद्रात संपूर्णपणे लुप्त झाली, तीन वर्षांनी पुन्हा या प्रयत्नाला चालना मिळाली आणि "डच राष्ट्राने केलेल्या प्रवासाच्या यशाने प्रभावित होऊन पाणबुडे व्यापारी स्वत:च्या मायदेशाचा व्यापार वाढविण्यासाठी डचांइतकेच प्रेमाने उत्तेजित झाले." याचा परिणाम इंग्लिश कंपनीची प्रस्थापना होण्यात झाला.

इसवी सन १६०० मध्ये लंडनचे व्यापारी एकत्र आले. जहाजे आणि व्यापारी माल घेऊन पूर्व हिंदुस्थानी व्यापार संपादित करण्याकरिता आणि मसाल्याचे पदार्थ आणि इतर वस्तू आणण्यासाठी त्यांनी ७२,००० पौंडाचा साठा जमा केला. या प्रवासात वापरण्यासाठी त्यांनी चार जहाजे विकत घेतली. माणसे, अन्नाचा साठा आणि दारूगोळा यांनी ही जहाजे २० महिनेपर्यंत त्यांनी सुसज्ज केली आणि या जहाजातून त्यांनी सात हजार दोनशे पौंड किंमतीच्या व्यापारी वस्तू आणि स्पॅनिश पैसा पाठविला. त्यांचा उरलेला सर्व साठा हा जहाजावर आणि जहाजासंबंधी आवश्यक गोष्टींवर खर्च झाला."[२]

---

१) डच आणि इंग्लिश कंपन्यांची घटना आणि कार्यवाही यासंबंधीचा तपशील परिशिष्ट 'अ' मध्ये आढळून येईल.

२) या 'केविलवाण्या विध्वसंक यशा'संबंधी जी काही थोडी माहिती उपलब्ध आहे ती Purchas I IV 110 ff मध्ये सापडते. पहिले अवतरण प्रवाश्यांनी ईस्ट इंडिजच्या प्रवासासाठी सप्टेंबर १५९९ मध्ये सादर केलेल्या अर्जातले आहे. (Calender S.P.1513-1616 No. 258) ज्या डच प्रवासाचा उल्लेख केला आहे तो प्रवास बहुधा व्हॅननेकचा असावा. व्हॅननेक हा आदल्याच जूनमध्ये हॉलंडला परतला होता आणि ॲमस्टरडॅम पुर्चाने (Purchas) दिलेल्या लँकास्टरच्या प्रवासवृत्ताच्या (I.iii.14) सुरुवातीच्या परिच्छेदातला आहे; भांडवलाचे जे आकडे दिले आहेत ते अतिशयोक्त आहेत असे म्हटले जाते. पण फरक हा फारसा महत्त्वाचा नाही.

ही गलबते १६०१ च्या फेब्रुवारीत जेम्स लॅन्कास्टरच्या नेतृत्वाखाली जलपर्यटनास निघाली आणि पुढील वर्षी अचिन येथे पोचली आणि यशस्वी प्रवासाच्या फेरीनंतर १६०३ च्या ऑगस्टमध्ये इंग्लंडला परतली. परंतु डच कंपनीशी तुलना करता तर इंग्लिशांची ही मोहीम फारच लहान होती. त्यांच्या जहाजांची माल ठेवण्याची जागा मुळी एकूण १५,०० टनांपेक्षा कमी होती आणि जो माल भरून नेला होता तो परत येतानाचा माल मिळविण्यासाठी अपुऱ्या किंमतीचा ठरला. म्हणून पैसा मिळविण्यासाठी लॅन्कास्टरला पोर्तुगीज मालाची वाहतूक करणे भाग पडले. या वेळेपासून इंग्लिश कंपनीने नियमितपणे आपली जहाजे पूर्वेकडे पाठविली, पण त्यांची साधनसामग्री मर्यादित होती. त्यामुळे या सुरुवातीच्या वर्षामध्ये पूर्वेकडील व्यापाराचे नेतृत्व निर्विवादपणे डचांकडेच राहिले.

डच कंपनीची स्थापना आणि धोरणातील मूलभूत फरक ह्या गोष्टी एकाच वेळी घडल्या. आपण हे पाहिले की, सुरुवातीच्या सफरी या पोर्तुगिजांना टाळून आखण्यात आल्या होत्या. या सफरींच्या अनुभवांवरून दोन धडे मिळाले. एक म्हणजे त्या देशाला सर्वत्र आढळणारे शत्रुत्व आणि त्या देशाची सागरावरील दुर्बलता. पोर्तुगीज मिशनरी व व्यापारी हे प्रत्येक बंदरात आढळत असत आणि डच लोकांना बाजारपेठांत आणि राजदरबारात स्थान मिळू नये यासाठी ते आपले मुत्सद्देगिरीतील कौशल्य पणाला लावत असत. म्हणून पोतगिजांचा जेथे प्रभाव नाही अशा ठिकाणी व्यापार करण्याची कल्पना डचांना सोडून द्यावी लागली. पण याचवेळी पोर्तुगीज गलबतांशी झालेल्या अनेक सामन्यांवरून त्यांची लढाईतील दुर्बलता प्रत्ययास आली होती. म्हणून आपल्याला आता असे आढळले की, ज्या डचांना सागरी व्यापारात फक्त पोतगिजांबरोबर भागीदारीची आकांक्षा होती, त्यांनी पोर्तुगिजांना समुद्रातून अजिबात हाकलून देण्याचा निर्धार केला आणि १६०३ नंतर काही वर्षे पाठविलेल्या प्रत्येक गलबतांच्या तांड्याने पोर्तुगिजांविरुद्ध निश्चितपणे आक्रमण करण्याचा प्रयत्न केला. जमिनीवर डचांना जलद यश मिळाले नाही. मसाल्याच्या बेटांतील काही छोटे किल्ले त्यांनी काबीज केले. पण मोझांबिक, मलाक्का

आणि मकाव येथे त्यांचा हल्ला रोखण्यात आला[१] आणि डचांना हे लवकर कळून चुकले की, त्यांच्या व्यापारी मोहिमा इच्छित शेवटापर्यंत नेण्यासाठी पूर्वेकडील समुद्रात नाविक तळ प्रस्थापित करणे आवश्यक आहे. केवळ आरमारी लढायांमध्ये डच हे फार मोठ्या प्रमाणात यशस्वी झाले; पोर्तुगीज आरमाराचा त्यांनी पराजय केला आणि त्यांची व्यापारी जहाजे मोठ्या प्रमाणात काबीज केली; शत्रूला त्यांनी तडकाफडकी बचावाचे धोरण स्वीकारण्यास (काढता पाय घेण्यास) भाग पाडले. सागरावरील पोर्तुगिजांचा सर्वाधिकार अगोदरच लयाला गेला होता.

डचांनी जो अधिकार मिळविला होता, त्यानुरूप व्यापारी धोरण आखण्यास त्यांनी विलंब लावला नाही. या धोरणाचा पहिला आराखडा, जो मला सापडला आहे तो एका निवेदनात समाविष्ट आहे. हे निवेदन उघड उघड, १६०५[१] साली डच आरमाराचे नेतृत्व करणाऱ्या ॲडमिरल मॅटेलिव्हच्या हुकुमावरून लिहिण्यात आले आहे. पूर्वेकडील समुद्रात नाविक तळाची आवश्यकता आग्रहपूर्वक प्रतिपादन करून, निवेदनाच्या लेखकाने आशियातील व्यापाराचा सर्वसाधारण आढावा घेतला आहे. आशियातील व्यापाराचे त्याने पाच प्रमुख भाग पाडले आहेत, (१) मिरी, (२) इतर मसाले, (३) गुजरात, (४) कोरोमांडेल, (५) चीन आणि जपान. त्याच्या धोरणाचा पाया या प्रस्तावात आढळतो. लवंग, जायपत्री व जायफळ यांच्या व्यापाराची मक्तेदारी मिळविली पाहिजे. कारण या व्यापारातील स्पर्धा ही सर्व स्पर्धकांचा खात्रीने नाश करेल आणि म्हणून कुठल्याही उपायाने

---

१. Vander chijs (p.84) मधील टीप अशी आहे की व्हॅन (der) हॅगेन १५९९ मध्ये सफरीवर गेला आणि अंबाईना काबीज करण्याचा हुकूम त्याच्याजवळ होता. हे जर बरोबर असेल तर डचांचे आक्रमक धोरण, मजकुरात लिहिले आहे. त्यापेक्षाही थोडे पूर्वी सुरू झाले. वास्तविक अंबोईनातील किल्ला जिंकण्याचा प्रयत्न डचांनी १६०० मध्ये केला. पण Begin ende voortgangh (p.11 बर्ग गेनच्या प्रवासाचे वर्णन) मधील वृत्तान्त असे दर्शवितो की, त्याप्रसंगी पुढाकार तेथील एतद्देशीय रहिवाशांनी घेतला होता, त्यांनी पुन्हा पुन्हा मदतीकरिता केलेल्या विनंतीला डचांनी नकार दिला पण अखेरीला तेथील स्थानिक नेत्यांच्या आग्रहीपणाला त्यांनी मान तुकवली. कसेही असले तरी, ज्या ठिकाणी पोर्तुगीजांचे स्थान डळमळीत आहे अशा दूरच्या ठाण्यावरील हल्ला करणे आणि मोझांबिक किंवा मलाक्का येथील दणकट किल्ले जिंकणे या दोन्ही गोष्टी सारख्या नाहीत.

हे निवेदन मॅटेलिव्हच्या प्रवासवृत्तात (p.p.72ff) वर Begin ende voortgangh मध्ये दिलेले आहे. याचे फ्रेंच भाषांतर (Renneville vi 35-4) मध्ये आढळले. रोजनिशीतील त्याचे स्थान पाहाता, ते १६०७ सालापासूनचे असावे असा बहुधा निष्कर्ष काढता येईल.

इंग्लिशांना मसाल्याच्या बेटांपासून दूर ठेवले पाहिजे. मिरीच्या व्यापारातून इंग्रजांना संपूर्णपणे वगळणे ताबडतोब शक्य नव्हते. कारण जावा सुमात्रातील बाजारपेठांत इंग्रजांनी अगोदरच पाय रोवलेले होते. पण या अडचणींवर मात करण्याचा उपाय त्याने सुचविला होता. डच कंपनीने काही वर्षे मसाल्यांच्या इतर पदार्थांत मिळणाऱ्या नफ्यात समाधान मानावे आणि मिरी इतक्या स्वस्त दराने युरोपात विकावी की, इंग्रजांची आशियातील व्यापारातून हकालपट्टी होईल आणि हे एकदा साध्य केल्यावर पोर्तुगिजांवर विजय मिळविला की, सर्व मसाल्यांच्या पदार्थांची मक्तेदारी खात्रीने पदरात पडेल, तसेच चीन व जपानशी व्यापाराचाही हक्क प्रस्थापित होईल. हिंदुस्थानचा व्यापार त्याने केवळ उपकारक किंवा साहाय्यभूत असा मानला आहे. गुजरातशी व्यापार वाढविणे जरूर होते, कारण तेथील कापसाचा माल हा अतिपूर्वेतील बाजारपेठांशी व्यापार करण्याचे प्रमुख माध्यम होते. जावाच्या पूर्वेकडे व जमल्यास खुद्द जावा आणि सुमात्रात मक्तेदारी प्रस्थापित करणे आणि हिंदुस्थानचा व्यापार कंपनीच्या मुख्य धंद्याला उपकारक म्हणून विकसित करणे, अशा प्रकारची सुरुवातीची योजना होती. या काळाचा इतिहास या रूपरेषेप्रमाणे अतिशय सोयिस्कर सांगता येईल आणि मी प्रथम अतिपूर्वेतील घटनांचे चित्र थोडक्यात रेखाटणार आहे. कारण तीच डचांच्या कर्तृत्वाची प्रमुख रंगभूमी आहे. त्यानंतर हिंदुस्थानच्या व्यापाराच्या विकासाबरोबरच पर्शिया आणि अरेबिया या देशांतील डचांच्या उद्योगांचाही आलेख काढता येईल. डचांच्या अगदी पहिल्या योजना या दोन देशांशी संबंधित नव्हत्या.

मसाल्यांच्या व्यापाराला दिलेले प्राधान्य हे या धोरणाचे एक आश्चर्यकारक वैशिष्ट्य आहे, असे आधुनिक वाचकांना वाटेल. कारण आज या व्यापारासंबंधी आशियात फारच थोडे ऐकिवात येते. पण त्या काळामध्ये मात्र मसाले हा आशिया आणि युरोप यांमधील व्यापाराचा प्रमुख भाग होता. मिरी, लवंग, जायपत्री, जायफळ, दालचिनी यांची आग्रहाची ही मागणी काही अंशी हिवाळ्यात खाण्यासाठी, मांस जपून सुरक्षित ठेवण्याकरिता होत असलेल्या या पदार्थांच्या उपयोगामुळे आणि काही अंशी त्या काळच्या लोकांच्या चवीमुळे निर्माण झालेली होती. पुढे ही मागणी हळूहळू घटली. कारण एका बाजूला पाश्चिमात्य शेतीतील बदलामुळे हिवाळाभर ताजे मांस मिळण्याची शाश्वती झाली. दुसऱ्या बाजूला स्वयंपाकाच्या कलेतही अनेक बदल झाले. विशेषत: मसाल्यांच्या पदार्थांची जागा गोड पदार्थांनी घेतली. अठराव्या शतकातील लेखकांनी नेहमी डच कंपनीच्या

घटत्या नफ्याकरिता जीवनपद्धतीतील हा बदल कारणीभूत मानला आहे. या खाण्यापिण्याच्या बदलत्या चालीरीतीमुळे डचांच्या मसाल्याच्या मक्तेदारीची किंमत हळूहळू घसरत गेली. पण आपण ज्या काळांचा विचार करीत आहोत, त्या काळात साद्यंत आणि त्यानंतरही काही काळ ही मक्तेदारी म्हणजे जगातील वाणिज्याची एक अतिशय महत्त्वाची बाब होती. म्हणून ही मक्तेदारी मिळविण्यासाठी जो प्रचंड खर्च पडला, तो अतिशय सुरक्षित गुंतवणूक होती असे मानता येईल. आशियाच्या व्यापाराच्या ज्या शाखांमध्ये डचांनी इतक्या मोठ्या प्रमाणात भाग घेतला, त्या शाखांकरिताही मसाले बहुतांश सारख्याच महत्त्वाचे होते, हे पुढील प्रकरणांमध्ये आपण पाहू. व्यापारी परिस्थितीकडे साकल्याने पाहता, वरील टाचणात (निवेदनपत्रात) आखलेले धोरण वाजवी ठरेल, यात शंका नाही.

४. डचांची प्रगती आणि पोतुगिजांचा ऱ्हास

अतिपूर्वेतील व्यापाराची मक्तेदारी मिळविणे, हे डचांचे पहिले उद्दिष्ट प्रामुख्याने साध्य झाले. १६१० साली मसाल्याच्या व्यापारात डचांच्या हितसंबंधाचे अगोदरच प्राबल्य होते आणि हिंदुस्थान कोरोमांडेलच्या किनाऱ्यावर त्यांचे अडत्ये प्रस्थापित झाले होते. परंतु त्यांचे आशियातील स्थान सुरक्षित व अढळ होते असे म्हणता येणार नाही. कारण पोर्तुगीज हे त्यांचे उघड शत्रू होते तर इंग्रज हे दगलबाज व्यापारी प्रतिस्पर्धी होते. पोर्तुगीज राष्ट्राचे सागरी साम्राज्य खिळखिळे झाले होते, तरी त्याचा सांगाडा अजून शाबूत होता. मसाल्याच्या बेटांतील जे लहान किल्ले हातातून गेले होते, ते येन केन प्रकारे कोणाच्याही सामर्थ्यशाली आरमाराचे सहज भक्ष्य बनणारच होते. परंतु जोपर्यंत गोवा आणि मलाक्का खंबीरपणे उभे होते, तोपर्यंत जादा कुमक मागविण्याखेरीज, गेल्या शतकातील हे सागरी साम्राज्य पुन्हा प्रस्थापित करण्याकरिता, इतर कशाचीही जरुर नव्हती. इंग्रजांची स्पर्धा जोरदार होती आणि जर साधनसामग्री त्यांना मोठ्या प्रमाणात उपलब्ध असती तर इंग्रजी आरमार अखेरीला विजयी झाले असते. पण पोर्तुगालला जादा कुमक मिळाली नाही आणि इंग्रजांचे प्रयत्न काही अंशी भांडवलाच्या कमतरतेमुळे तर काही अंशी त्यांच्या देशातील सरकारच्या वृत्तीमुळे ढिले पडले आणि या प्रकारे एकंदर परिस्थितीने डचांना अनुकूल असे वळण घेतले.

युरोपातील विविध राष्ट्रांचे परस्परांशी असलेले अधिकृत संबंध आशियाच्या

समुद्रातील त्यांच्या आरमारांच्या परस्पर संबंधाशी सुसंगत व जुळणारे नव्हते. या गोष्टीमुळे या आणीबाणीच्या वर्षांची कहाणीही गुंतागुंतीची झाली आहे. इंग्लंडचे युरोपात पोर्तुगालशी काहीच भांडण नव्हते आणि १६०४ नंतर स्पेनशीदेखील त्याचे शांततेचे संबंध होते. पण सुरतेजवळ पोर्तुगीज आरमाराने इंग्लिश जहाजांवर ओळीने अनेक वर्षे हल्ले केले आणि १६१४ मध्ये स्पेनच्या राजाने इंग्रजांना हिंदी सागरातून बळाने हाकून लावण्याचा हुकूम गोव्याच्या व्हाईसरॉयला दिला. नंतर हिंदी महासागरात प्रासंगिक नाविक कारवाया झाल्या. १६२२ मध्ये ओर्मझ काबीज करण्यासाठी इंग्रजांनी पार्शियाशी हातमिळवणी केल्याचे आपणाला आढळते आणि प्रत्यक्षात १६३५ पर्यंत गोव्यातील पोर्तुगीज सत्ताधाऱ्यांशी त्यांचे मित्रत्वाचे संबंध प्रस्थापित झाले नव्हते. हे संबंध विल्यम मेथने गोवा येथे वाटाघाटी करून जो करार केला, तेव्हा अस्तित्वात आले. इंग्लंडने हॉलंडशीदेखील १६५२ सालापर्यंत उघडपणे युद्ध पुकारले नव्हते. पण १६१७ च्या सुमारास बॅन्टमच्या पूर्वेकडील समुद्रात डच आणि इंग्रज कंपन्यांची गलबते एकमेकांशी लढत होती. १६०९ साली १२ वर्षांचा तहनामा करून स्पेन आणि हॉलंड यांच्यामधील युद्ध थांबविण्यात आले आणि तत्त्वत: हा तहाचा करारनामा पुढील वर्षी पूर्वेकडेही लागू झाला. पण आशियातील डच आणि पोर्तुगीज यांच्यामधील शत्रुत्व थांबविण्यात आले नाही. याप्रमाणे आपल्याला असे आढळते की, मसाल्याचा व्यापार काबीज करण्यात गुंतलेल्या तिन्ही राष्ट्रांपैकी प्रत्येक राष्ट्र कोणत्याही वेळेला त्याच्या उरलेल्या दोन्हीपैकी एका कोणत्यातरी प्रतिस्पर्ध्याशी युद्ध करण्यास उद्युक्त होते. फक्त हिंदुस्थानच्या पश्चिम किनाऱ्यावरील पोतुगिजांच्या कारवाया तुलनेने कमी महत्वाच्या होत्या आणि खरी झुंज इंग्रज आणि डच यांच्यामध्येच होती. त्यातील घटनांचे वर्णन करणे हे आपल्या सध्याच्या प्रतिपादनाच्या दृष्टीने अनावश्यक आहे. या दोन्ही कंपन्यांचे दलाल मसाल्यांची बेटे आणि अतिपूर्वेतील व्यापार संपादन करण्यासाठी प्रयत्नांची पराकाष्ठा करीत होते. सयाम, इंडोचायना आणि जपान येथील बाजारपेठांचा निकराच्या शर्थीने, तत्परतेने शोध घेण्यात आला आणि वर सांगितल्याप्रमाणे, या स्पर्धेची परिणती युद्धात झाली. १६१९ मध्ये युरोपमध्ये झालेल्या करारानुसार शत्रुत्व संपुष्टात आले. या कराराच्या कलमांप्रमाणे वादग्रस्त व्यापार दोन्ही कंपन्यात विभागून द्यावा, कंपन्यांच्या व्यापाऱ्यांनी एकीने राहावे आणि दोघांच्याही मनात हितासाठी धंदा करावा, असे ठरले हेते. पण हे संबंध मायदेशीच्या मुत्सद्द्यांना इतके योग्य आणि इष्ट वाटत असले तरी पूर्वेतील प्रदेशात ते प्रत्यक्षात प्रस्थापित होणे अशक्य ठरले. आणि पुढील काही थोड्या वर्षांतच दोघांच्या

उद्दिष्टांतील मूलभूत भेद अधिकच ठळकपणे प्रकट झाला. ज्या व्यापारात डचांना मक्तेदारी पाहिजे होती त्यामध्ये इंग्रजांना हिस्सा हवा होता. इंग्लिश कंपनीने आपला व्यवहार अगोदरच आखडता घेतला होता. त्यावेळी अं इना येथे १६२३ मध्ये घडलेल्या दु:खद घटनेमुळे एकंदर प्रकरण निकराला गेले.[१] कंपनीने नंतर मसाल्याची बेटे आणि अतिपूर्वेकडील व्यापारातील हिस्सा यावरील आपला हक्क बजावण्याचा प्रयत्न सोडून दिला आणि मकास्सारच्या पूर्वेकडील सर्व अडत पेढ्या बंद करण्यात आल्या. मध्यंतरी पूर्वेच्या समुद्रात कायमचा तळ प्रस्थापित करण्याची योजना डचांनी प्रत्यक्षात आणली होती. जावामधील जकार्ता हे बंदर त्यांच्या ताब्यात आले होते आणि १६१९ मध्ये त्यांनी बटाव्हिया या नव्या शहराची स्थापना केली. हे शहर त्यांच्या आशियातील प्रदेशाची राजधानी आहे.

ज्या व्यापाराला ते सर्वात जास्त महत्त्व देत होते, त्या व्यापारातील इंग्रजांची स्पर्धा दूर करण्यात डच आता यशस्वी झाले होते. त्यानंतर लगेचच चीनशी व्यापार करण्यासाठी तळ म्हणून फोर्मोसाच्या किनाऱ्यावर तैवान येथे वसाहत स्थापन करुन डचांनी अतिपूर्वेला त्यांच्या संघटनेची बांधणी पूर्ण केली.[२]

---

१. 'अं इनाचे हत्याकांड' ही उक्ती इंग्लंडमध्ये प्रमाणभूत होऊन त्यामुळे प्रस्तुत प्रकरणासंबंधी चुकीची कल्पना प्रसृत झाली. १६१९ च्या कराराप्रमाणे इंग्रज व्यापारी हे डच बंदरात रहिवासी होते. या व्यापाऱ्यांवर बंदर बळकवण्याचा कट केल्याचा आरोप ठेवण्यात आला. त्यांचा छळ करून त्यांच्याकडून गुन्हाची कबुली मिळविण्यात आली आणि त्यांना दोषी ठरविण्यात येऊन त्यांच्यापैकी बहुतेकांना देहान्त शासन करण्यात आले. काही बाबातीत ही कारवाई नियमबाह्य होती, हे डचांनी मान्य केले. हे 'हत्याकांड' म्हणजे एकतर न्यायालयीन खून किंवा कायद्याची दु:खद दिवाळखोरी होती, असे न्यायधीशांच्या हेतूंचा विचार करता म्हणता येईल. या प्रकरणाशी संबंधित साहित्य विपुल आहे. महत्त्वाचे समकालीन कागदपत्र Calender S.P. १६२२-२४ मध्ये आढळतील.

२. इतर बहुतेक राष्ट्रांप्रमाणे डचांना देखील चीनशी व्यापार करण्याच्या शक्यतेचे प्रबळ आकर्षण होते. १६०१ साला इतक्या पूर्वीच्या काळी त्या दिशेने जावाहून गलबते पाठविण्यात आली होती. तीन वर्षांनंतर एक डच नाविक अधिकारी चीनच्या किनाऱ्यावरील बंदरात प्रवेश मिळविण्यासाठी वाटाघाटी करीत होता. चीनच्या ताब्यात नसलेल्या पण चीनशी नियमित व्यापार करण्यासाठी सोईचे होईल अशा पुरेशा जवळच्या एखाद्या बेटावर वास्तव्य करण्यात त्याला अनधिकृतपणे सांगण्यात आले. या सल्ल्याप्रमाणे तात्काळ कारवाई झाली नाही. पण काही वर्षांनंतर डचांनी कंटन आणि फोर्मोसा यांच्यामध्ये असलेल्या पेस्काडोरस बेटांपैकी एकावर आपले ठाणे स्थापन केले. चिन्यांचे सागरी सामर्थ्य डचांचे मन विळविण्यास पुरेसे होते. म्हणून चिन्यांच्या सूचनेप्रमाणे बदल ताबडतोब करण्यात आला. पहा: व्हॅन नेक, डी व्हीन, स्पिलबर्ग वारवि आणि मॅटेलिक यांची प्रवासवृत्ते आणि Begin ende voortgangh (Renn iii, 229, 480; iv 146,381: vi. 48; ix 199) मधील Account of chine.

पोतुगिजांची उरलेली सत्ता नष्ट करणे आणि स्वत:ची त्या प्रदेशातील मक्तेदारी बळकट करणे, हे त्यांचे नंतरचे काम होते. हे उद्दिष्ट साध्य करण्यासाठी काही वर्षे त्यांनी प्रामुख्याने इतरांची नाकेबंदी करण्याच्या धोरणाचा अवलंब केला. पण अखेरीला १६४१ मध्ये ते मलाक्काचे स्वामी झाले आणि या नाविक तळाची मालकी आल्याने पूर्वेकडील सर्व देशांशी होणाऱ्या व्यापारावर त्यांची अनिर्बंध सत्ता प्रस्थापित झाली. मकाव आणि तिमूटर येथे पोर्तुगालने वसाहती टिकविल्या होत्या, पण मलाक्काशिवाय इतरत्र त्यांचा उपयोग फारच थोडा होता. त्यांची मकास्सार येथील व्यापारी वसाहत डचांना जाचक वाटत होती. पण तीदेखील अखेरीला १६६१ मध्ये संपुष्टात आली.

जावा आणि सुमात्रा येथील मिरीच्या बाजारातून इंग्रजांची स्पर्धा नष्ट करणे हे डचांचे दुसरे उद्दिष्ट होते. परंतु ते सफल होणे त्यांच्या नशिबात नव्हते. सलोख्याने राहण्याच्या प्रयत्नात अपयश आल्यानंतर इंग्लिश कंपनीने बॅन्टम येथे त्यांचे पूर्वेकडील मुख्य ठाणे प्रस्थापित केले; सुमात्राच्या किनाऱ्यावर जांबी येथे त्यांनी वखार ठेवली, तर कंपनीचे दलाल वेळोवेळी दोन्ही बेटांच्या इतर भागाशी व्यापार करीत होते. इंग्लंड आणि हॉलंडमध्ये जेव्हा १६५२ मध्ये युद्ध भडकले तेव्हा डचांचे पूर्वेतील सामर्थ्य फार मोठे दांडगे होते; इंग्रज व्यापारी बॅन्टम सोडून मद्रासला गेले; पुष्कळ इंग्रजी गलबते काबीज करण्यात आली; आणि मिरीची मक्तेदारी तसे हिंदुस्थानच्या व्यापाराची किल्ली हातात आली, असे डचांना वाटले असले पाहिजे. परंतु या प्रश्नाचा निर्णय हा हिंदी महासागरात न लागता तो उत्तरेकडील समुद्रात करण्यात आला आणि तेथील इंग्रजांच्या यशामागोमाग त्यांचा पूर्वेकडील व्यापार परत प्रस्थापित झाला. तथापि, या वेळेपर्यंत या बेटामधील त्यांचे स्थान इतर काही कारणांमुळे डळमळीत झाले होते. डच हे अचिन मध्ये राजकीय वर्चस्व प्रस्थापित करीत होते; तर पश्चिम जावामध्ये मिरीच्या व्यापाराची जागा ऊस घेत होता. मिरीशिवाय या बेटांमधील वखारींचा धंदा किफायतशीर झाला नसता. म्हणून आपल्या या विवेचनाच्या काळाच्या अखेरीला इंग्लिश लोक या वखारी बरखास्त (बंद) करणार ही चिन्हे अगोदरच दिसत होती.[१]

इंग्लंडशी झालेले युद्ध सोडले तर १६२४ ते १६६० हा डचांच्या व्यापारी आणि शासकीय यशाचा काळ होता. बटाविया या त्यांच्या राजधानीवर

१. बँटम येथील वखार १६८३ साली ते शहर डचांच्या मालकीचे झाले त्यावेळी बंद करण्यात आली; परंतु सुमात्राच्या पश्चिम किनाऱ्यावर बेनकुलन (Bencoolen) येथे संरक्षित तटबंदीत ठाणे प्रस्थापित केल्याने इंग्रजांना मिरीच्या व्यापारात शिरकाव करण्यास तरी जागा राहिली.

अधूनमधून स्थानिक शत्रूंचे हल्ले होत होते, पण त्या शहराची भरभराट होऊन, संथपणे त्याचा विस्तार वाढत गेला. मसाल्याच्या बेटातील जनता ही क्रमाक्रमाने त्यांच्यावर लादलेल्या कठोर शिस्तीला शरण आली आणि कडक मक्तेदारीच्या पद्धतीप्रमाणे उत्पादन नियमित करणे शक्य झाले. जपानमधील राजकीय अडचणींवर मात करण्यात आली आणि मुख्य वाणिज्य योजनेची फायदेशीर शाखा म्हणून त्या देशांशी व्यापार विकसित करण्यात आला. डचांच्या सर्व वसाहतींपैकी तैवान ही बहुधा सर्वात लाभदायक वसाहत होती. चीनच्या मुख्य भूमीशी तिच्या होणाऱ्या विस्तृत व्यापारासंबंधीच नव्हे तर व्यापाऱ्यांच्या मार्गदर्शनाखाली तेथे करण्यात आलेल्या शेतीच्या महत्त्वपूर्ण विकासासंबंधीही आपण वाचतो, ही वसाहत १६६१ साली डचांनी गमावली. हा त्यांच्या व्यापाराच्या प्रगतीला बसलेला पहिला गंभीर धक्का होता. परंतु या घटनेचे परिणाम ज्या काळासंबंधी मी लिहितो आहे, त्या कालाबाहेरचे आहेत. मी लिहितो आहे तो काळ डचांच्या पूर्वेतील समुद्रातील आगमनापासून सुरू होतो आणि पूर्वेकडील व्यापारात त्यांचे प्रभुत्व प्रस्थापित झाल्याबरोबर समाप्त होतो. या काळात मकास्सारने मिळविलेल्या स्थानाबद्दल चार शब्द लिहिले पाहिजेत. हे बंदर सोळाव्या शतकात अतिशय कमी महत्त्वाचे होते; पण मसाल्याच्या बेटांवरील पोतुगिजांचा ताबा जसा कमकुवत होऊ लागला तसे लवंग, जायपत्री व जायफळ यांची बाजापेठ म्हणून मकास्सारला महत्त्व चढले. मसाल्याच्या बेटापर्यंत प्रवास करणे तेथील स्थानिक बोटींच्या आटोक्यात होते आणि प्रत्येक मोसमात मोठ्या संख्येने बोटी जे काही मसाल्याचे पदार्थ मिळतील ते मिळविण्यासाठी प्रवास करीत असत; राजाची व्यापाराला सक्रिय मदत होती. बेटातून हुसकावून लावलेल्यापैकी काही पोर्तुगीज राजाच्या व्यापाराचा काही थोडासा अंश तरी त्यांनी राखून ठेवला. डच या व्यापाराविषयी अत्यंत नाराज होते कारण जी मक्तेदारी ते करू पाहत होते, तिचे यामुळे उल्लंघन होत होते. मकास्सार येथील पोर्तुगीज पूर्वेकडील बाजारपेठेत मसाल्याच्या पदार्थांचे वितरण करीत होते. युरोपमध्ये पुरवठा करण्यासाठी माल मिळविण्याकरिता इंग्रजांनी तेथे आपली वखार ठेवली होती; (Tranquebar) ट्रान्क्यूबार येथील डॅनिश लोकांनी येथील व्यापार ही खास बाब मानली होती. म्हणून मकास्सार येथे पोचणारा मालाचा पुरवठा बंद करण्यासाठी अनेकविध उपाय योजण्यात आले. सर्वात महत्त्वाच्या उत्पादन केंद्रावर किल्ल्यातील पलटणींच्याद्वारा सतत गस्त ठेवण्यात

आली आणि दूरस्थ बेटांवरील मसाल्याची झाडे पद्धतशीरपणे नष्ट करण्यात आली. मकास्सार येथून जाणाऱ्या बोटींना रोखण्यासाठी मसाल्याच्या बेटांपासून दूर गलबते ठेवण्यात आली. मसाल्याचे पदार्थ मूळ किंमतीपेक्षाही कमी दरात देऊन डॅनिश लोकांना हिंदी बाजारपेठांतून हुसकावून लावण्यात आले. अखेरीला मकास्सारच्या राजाशी मित्रवाचे संबंध जोडण्यात आले आणि त्याने त्याच्या राज्यातील वसाहत केलेल्या पोर्तुगिजांना बाहेर घालविले. व्यापार अगदी तोकड्या प्रमाणापर्यंत कमी करण्यात आला, परंतु अगदी लहान प्रमाणात मसाल्याचे पदार्थ बाजारपेठेत जाणे त्या काळात सुरूच राहिले. [१]

वर डॅनिश लोकांचा उल्लेख झाला आहे. त्यावरून एका वस्तुस्थितीचे स्मरण होते, ती म्हणजे पूर्वीच्या बाजारपेठा काबीज करण्यासाठी झगडणारे इंग्रज आणि डच हे केवळ एकटेच राहिले नव्हते. इतर प्रतिस्पर्धी अर्थातच महत्त्वाचे नव्हते, हे सिद्ध झाले. या काळात डॅनिश लोकांनी फारच थोडी हालचाल केली, आणि मकास्सारशी असलेला त्यांचा संबंध सोडला तर त्यांची सर्व शक्ती बंगालच्या उपसागरात मर्यादित कामगिरी करण्यात मुख्यत्वेकरून खर्च झाली; मधून मधून फ्रेंच गलबते जावा व सुमात्राच्या बाहेरील समुद्रात येत असत. अगदी क्वचित पूर्वेकडील समुद्राच्या इतर भागातही फिरकत असत. पण पूर्वेकडील व्यापारात त्यांचा भाग फार लहान होता आणि हिंदुस्थानातील त्यांच्या कर्तृत्वाची कथाही आपण ज्या काळासंबंधी लिहितो आहोत, त्यांच्या कक्षेबाहेरची आहे. या शतकाच्या सुरुवातीची काही थोडी वर्षे असे वाटत होते की, फिलिपाईन्स-मधील त्यांच्या वसाहतीमुळे स्पॅनिश लोक मसाल्याच्या व्यापारात महत्त्वाची भूमिका बजावतील, परंतु त्यांनी केलेले प्रयत्न हे कायम टिकले नाहीत. [२]

---

१. हे मित्रत्वाचे संबंध फार काळ टिकले नाही १६६८ च्या सुमारास मकास्सारमध्ये डच सर्व सत्ताधीश झाले.

२. १५८० मधील युतीमुळे पोर्तुगालचे वेगळे अस्तित्व नष्ट झाले नाही हे स्मरणात असेल, आणि पूर्वेला तर दोन्ही साम्राज्यातील भेद काटेकोरपणे पाळला जात होता. फिलीपाईन्समध्ये तळ ठोकून असलेल्या स्पॅनिश लोकांनी मोलुक्कापैकी टर्नटि या एका बेटामध्ये एक किल्ला ताब्यात घेतला होता. तेथून त्यांनी पोर्तुगीजांना डचांच्या दबावामुळे सोडलेले किल्ले ताब्यात घेतले. परंतु हे सर्व किल्ले कब्जात ठेवण्यात ते असमर्थ ठरले. या बेटामध्ये त्यांनी आपला तळ अनेक वर्षापर्यंत ठेवला होता. तसेच फोर्मासामध्येही त्यांचा एक किल्ला होता, पण या सर्व संधीचा त्यांनी फारच थोडा उपयोग करून घेतला. (Rennevillve. २३५, VI-5 424, vii 114, 308 etc. Dagh Registar ११,१६४५)

या काळाच्या इतिहासाची रूपरेषा पूर्ण करण्यासाठी आता फक्त पोर्तुगिजांनी गमावलेल्या प्रदेशाची नोंद करणे शिल्लक राहिले आहे. आपण पूर्वी पाहिल्याप्रमाणे मसाल्यातील बेटांतील त्यांचा प्रदेश प्रथम त्यांच्या हातातून गेला. त्यानंतर त्यांनी ओर्मझ गमावले. १६२२ मध्ये त्यांनी पर्शियन आणि इंग्लिश यांच्या संयुक्त फौजांकडे ओर्मझ सुपूर्द केले. शेजारील मस्कत येथील तळ त्यांनी पाव शतकापर्यंत शाबूत ठेवला होता, परंतु पार्शियन आखातात पोतुगिजांची सत्ता टिकवून धरण्यास तो पुरेसा नव्हता आणि तो जेव्हा अरबांनी काबीज केला तेव्हा त्या समुद्रातील पोर्तुगीज सत्तेची कथा समाप्त झाली. त्यानंतर हुबळी येथील त्यांची व्यापारी वसाहत गेली. शहाजहानाच्या फौजांनी ती १६३२ मध्ये नष्ट केली आणि जरी काही पोर्तुगिजांना परत जवळपासच्या प्रदेशात येण्यास परवानगी मिळाली, तरी त्यांचे व्यापारातील वरचढ स्थान त्यांना परत मिळवता आले नाही. चितगाववरील त्यांचा कब्जा जास्त काळ टिकला. परंतु या आपल्या काळाच्या अखेरीनंतर लगेचच हे बंदर निश्चितपणे मोगलांच्या सत्तेखाली गेले. हुबळीच्या पाडावानंतर ९ वर्षांनी मलाक्का डचांच्या ताब्यात गेले. तह झाला तरी ५ व्या दशकात पोतुगिजांची हळूहळू सिलोनमधून हकालपट्टी झाली त्याचवेळी डचांनी हिंदुस्थानच्या पूर्व किनाऱ्यावर नागापट्टणम् नंतर कोचीन आणि मलबारमधील लहान-सहान किल्ले ताब्यात घेतले. म्हणून जेव्हा नंतर स्थिर स्वरूपाची शांतता निर्माण झाली त्यावेळी पूर्वेतील पोतुगिजांच्या ताब्यातील प्रदेश आज आहे तेवढा शिल्लक राहिला होता.[१] त्यांची सागरी सत्ता अस्तंगत झाली होती आणि त्यांचा व्यापार जवळ जवळ उपेक्षणीय होता. अतिपूर्वेत फक्त मकाव आणि तिमोरचा काही भाग, हिंदुस्थानात गोवा हे प्रमुख केंद्र आणि दमण व दीव ही बंदरे पोतुगिजांकडे राहिली. दमण व दीव येथून गुजरातच्या सागरी व्यापारावर त्यांना नजर ठेवता येत होती, पण त्यात ढवळाढवळ करण्याचे सामर्थ्य त्यांनी गमावले होते.

प्रकरण एक : आधारग्रंथ

या टिपांमध्ये संदर्भग्रंथांचा उल्लेख ग्रंथांची नावे संक्षिप्त स्वरूपात देऊन किंवा ग्रंथाच्या नावातील आद्याक्षरे देऊन केलेला आहे. ही नावे तिरक्या टाइपात छापलेली असून त्यांचे स्पष्टीकरण परिशिष्ट 'ई' मध्ये अकारविल्हे केलेले आहे.

---

१. दुसरा चार्लस् आणि पोर्तुगालची राजकन्या यांच्या लग्नाच्या कराराच्या कलमाप्रमाणे मुंबई बेट आणि बंदर इंग्लडला आंदण देण्यात आले होते. परंतु १८ व्या शतकात मराठ्यांकडे जिंकला जाईपर्यंत वसईचा प्रदेश पोर्तुगीजांच्या हातात राहिला.

विभाग १ : हिंदुस्थानातील राजकीय परिस्थितीचे समोलोचन Elliot आणि Tuzuk यांच्यासारख्या प्रमाणभूत ग्रंथावर आधारलेले आहे. आधारग्रंथांचा तपशीलवार उल्लेख अनावश्यक होईल. दक्षिणेतील परिस्थिती *Dagh Registar* मधील डचांच्या वृत्तांताचा अभ्यास केल्यास पडताळून पाहता येईल. आशियातील इतर राष्ट्रांतील परिस्थितीचे निष्कर्ष व्यापक क्षेत्रांतील अनेक वेगवेगळ्या ग्रंथावर आधारित आहेत. तुर्कस्थान आणि पर्शिया संबंधाचे वर्णन *Dagh Registar* आणि *English factories* यात बरेच वेळा आलेले आहे. तसेच हे कागदपत्र अधून मधून हिंदुस्थानच्या पूर्वेकडील प्रदेशांवरही प्रकाश टाकतात. पेगू. इ. संबंधी अधिक माहिती या *Faria Y Sousa, Begin ende voortgangh* या ग्रंथात आढळेल. बेटांमधील परिस्थिती उपरिनिर्दिष्ट डच संदर्भग्रंथांत उत्कृष्टपणे दिलेली आढळून येईल.

मोगलांच्या सागरी सत्तेविषयीचे धोरण *Terpestra's Surat* मधील विशेषत: परिशिष्ट ५,६,८,१३ मध्ये चित्रित केलेले आहे. परंतु इंग्रजांच्या पत्रव्यवहारांत (Letters Received and English Factories) मध्ये अथपासून इतिपर्यंत मोगलांच्या प्रवृत्तीचे उघड दर्शन होते. याच संदर्भात *Jourdain 223* पाहावे. *Manucci (ii,45)* ने यावर प्रकाश टाकणारी व बहुधा विश्वसनीय अशी औरंगजेबाच्या निर्णयाची गोष्ट सांगितली आहे. औरंगजेबाने असा निर्णय घेतला होता की, आरमारी युद्ध हे युरोपीयांनी करावे. पर्शियाच्या दृष्टिकोनासाठी *English Factories ix 226* पाहावे.

विभाग २ : पोतुगिजांच्या सागरी साम्राज्याचा अभ्यास *White way* आणि *Damas* यांच्या ग्रंथांमधून करता येईल. जास्त सर्वांगीण माहितीसाठी *Barros, Couto, Coslarhida, Correa and Alboquerque* यांचे विस्तृत ग्रंथ पाहावे. त्यांच्या व्यापाराच्या युरोपातील अवस्थेकरिता *Cambridge Modern History* (विरचित Ii, III, XV) वाचणे बहुधा पुरेसे होईल. त्यामध्ये संदर्भग्रंथांच्या संपूर्ण याद्या आढळतील. पोतुगिजांच्या सागरी सत्तेच्या यंत्रणेचे स्पष्ट चित्र पायरार्ड देतो. साम्राज्यातील प्रचलित असलेल्या भ्रष्टाचाराचा उल्लेख त्याने ii 240 मध्ये केलेला आहे. त्यांच्या साम्राज्याला अकबराने मान्यता दिली. त्याच्या तपशिलासाठी *Couto ix, 246* आणि *x 441* आणि *Elliot* आणि *k 403* पाहावे. हिंदी महासागर पादाक्रांत करण्याचे तुर्कस्थानच्या प्रयत्नाचे वर्णन मरहूम लाँगवर्थ डेम्स यांनी *Journal R.A.S.* च्या जानेवारी १९२१ च्या लिहिलेल्या एका लेखात केलेले आहे. तुर्कांचे पूर्व आफ्रिकेतील मोहिमेचे चित्रण *Couto x* मध्ये केलेले आहे. 'कुणाले'च्या पराक्रमांच्या वर्णनासाठी पहा. *Faria Y. Sousaiii, 99ff. Hay 831 ff*

Rennevilla iii453 Calender S.P. 1513-1616 No.280 इसवी सनाच्या १६२५ इतक्या उशिरापर्यंत पोर्तुगीज सैन्याने दाखविलेल्या धैर्याची साक्ष *Della valle (ii 290)* मध्ये त्याचप्रमाणे आरमारी युद्धांच्या विविध वृत्तांतामध्ये आढळते.

विभाग ३ : या काळातील हॉलंडच्या युरोपातील स्थानाचे विवेचन *Cambridge Modern History (vols I-IV)* मध्ये केलेले आहे. *Edm ndson* नेही सर्व वस्तुस्थिती सुलभ स्वरूपात दिलेली आहेत. पूर्वेकडील उद्योगासंबंधी डचांचे साहित्य (कागदपत्रे) प्रचंड प्रमाणात उपलब्ध आहे. माझे लिखाण *Vander chijs Dejouga, Elias, Linschoten Hontmah* आणि *Begin ende Voortgangh (Renevilla i. I-4)* मध्ये दिलेले पहिल्या प्रवासाचे वृत्तान्त यावर आधारित आहे. इंग्रजांच्या पहिल्या सफरीसाठी पहा: *Early Travels iff Letters Received (Introduction to Vol. I). Purchas Book I and Calender S.P. 1513-16 (Nos.258, 268, 281 etc.)*

लिस्बनशी डचांचा व्यापार कायम राखण्यासंबंधी विवेचन *Vander chijs C.1* मध्ये केलेले आहे. त्यात निर्माण झालेल्या अडचणी *Hontuman i. xxx i* मध्ये दिलेल्या आहेत. जहाजातील माल जप्त झाल्याचे प्रसंग *Linschote (c.99)* देतो.

पोर्तुगिजांना बगल देण्याच्या मूळ धोरणाचा उल्लेख विविध ग्रंथांमधून आढळतो. उदा. *Houtman i.xxxii Cambridge Modern History (iv.729)* मधील एका उताऱ्यावरून असे दिसते की, डच कंपनीचे आक्रमक धोरण फक्त १६०८ पासून सुरू झाले. परंतु *Begin ende voortgangh* मधील वर्णन दर्शविते की, १६०३ च्या डच गलबतांनी मोझंबिक व गोवा यावर स्वारीची धमकी दिली होती. तर १६०५ साली गेलेल्या जहाजांना मलाक्का बळकावण्याचा प्रयत्न करण्यासाठी गुप्त सूचना दिलेल्या होत्या. *(Rennevilla vi ff 264 ff)* मसाल्याच्या बेटांची मक्तेदारी मिळविण्यासाठी आवश्यकता ही साधारणत: मान्य झालेली होती, हे डचांच्या कारवाईचा संपूर्ण रोख पाहता लक्षात येते. या विषयासंबंधात मी पाहिलेला प्रत्यक्ष आदेश १६०९ साली पहिल्या गव्हर्नर जनरलला दिलेल्या सूचनांमध्ये आढळतो. (de Jorge III 133) या गव्हर्नर जनरलने केलेले पहिले काम म्हणजे मसाल्याच्या बेटांचे संपूर्ण उत्पादन कंपनीसाठी मिळविण्याकरिता त्याने तटबंदी मजबूत केली. (Van Dijk 10....) मसाल्याच्या पदार्थांच्या युरोपातील महत्त्वाची चर्चा *India At the Death of Akbar 221* मध्ये आधिक विस्ताराने केली आहे.

विभाग ४ : अतिपूर्वेकडील झगड्यातील इंग्रजांच्या बाजूचा अभ्यास पुढील ग्रंथांतून करता येईल. *Letters Received, English Factories i.ii. Calender S.P. From 1611 onwards, Purchas, Book 1 and Jourdian (especially 378)* हेग ट्रान्स्क्रीप्टस् डचांच्या धोरणावर प्रकाश टाकतात, तर *Lisbon Transcription* ची पोतुगिजांची परिस्थिती समजावून घेण्यास मदत होते. आवश्यक (गोष्टी) तत्त्वांवरील डचांची एकाग्रता हेग ट्रान्सस्क्रिप्ट्स *Series II Nos 1, 2, 5, 9, 12, 26* वगैरे आणि *Series III B and T3* मध्ये उत्कृष्टपणे वर्णन केलेली आहे. *Lisbon Transcripts* मधील *126* (मनुष्यबळ, जहाजे आणि पैसा यांचा तुटवडा) 371 (लाकडाची उणीव) (बंदुकीची गरज) 931 (सोन्याचा अभाव) यासारख्या नोंदीवरून पोतुगिजांच्या अडचणी लक्षात येतात. सुरतेमधून इंग्रजांना हाकलून लावण्याचा आदेश *idem* 44r मध्ये आहे. इंग्रज आणि पोर्तुगीज याच्यामध्ये सलोखा प्रस्थापित झाला. त्याचे विवेचन *English Factories V.P. ix* आणि बारा वर्षांच्या युद्धतहकुबीच्या काळातील पोर्तुगीज आणि डच यांच्यामधील लढाईच्या प्रसंगाचे अनेक उल्लेख *Hague Transcripts 169* आणि *Rennevilla vii 256* मध्ये आहेत. *Calender S.P. 1617-21 (e.g. Nos. 115, 351, 425, 666* वगैरे) चा बराच मोठा भाग इंग्रज आणि डच यांच्यात झालेल्या निष्फळ कराराने मोठ्या प्रमाणात व्यापलेला आहे. *English Factories i. and ii.* मधील विविध तपशिलांवरून या करारांची जडणघडण समजावून घेणे शक्य आहे. त्यानंतर डचांनी पोतुगिजांविरुद्ध केलेली कारवाई १६२४ नंतरच्या *Dagh Registar* मध्ये सापडू शकेल. पूर्वेतील डच-इंग्लिश युद्धातील घटना *English Factories ix* मध्ये तपशीलवार दिलेल्या आहेत. *Dagh Registar* चा संबंधित खंड हा अतिशय संक्षिप्त असल्याने विशेष उपयुक्त नाही. युरोपियन समुद्रातील युद्धाकरिता पहा : *Cambridge Modern History IV. xvi and* जावा व सुमात्रातील ब्रिटिश व्यापाराच्या हा साठी पहा. *English Factories x 255 and Elias ii 46* मधल्या वर्षातील डचांच्या प्रगतीकरिता *Dagh Registar* हा सर्वात महत्त्वाचा संदर्भग्रंथ आहे, पण *English Factories* मध्ये विखुरलेल्या मत्सरग्रस्त शेरेबाजीवरूनही डचांची भरभराट कळून येते. मकास्सार येथील घटनांचा अभ्यास *Dagh Registar* वरून उत्तम प्रकारे करता येईल. त्यांचा अधून मधून उल्लेख *Hague Transcripts (e.g. I 233, 264, II 94, 100; III Rs.)* मध्ये आढळतो. १९१२ च्या सुमारास घडलेल्या महत्त्वपूर्ण घटनांसाठी पहा. *Jourdain 294.*

डॅनिश मोहिमेसंबंधी कुठल्याही डॅनिश साधनाची किंवा कागदपत्राची मला

माहिती नाही. त्यांच्या हालचालींसंबंधी *Dagh Registar* आणि *English Factories* मध्ये इतस्ततः उल्लेख सापडतात. ओर्मझच्या कब्जासाठी पहा : *English Factories ii* (प्रस्तावना); इंग्लिश कंपनीच्या कारभारावरील त्याचा परिणाम *Calendar S.P. 1622-24 Nos. 418,448* इ. मध्ये नोंदलेला आहे. मस्कतच्या पाडावासाठी पहा. *English Factories viii 311:* हुगळीच्या पराभवासाठी *Elliot vii. 31, 211;* चितगांवसाठी *Sarkar's Studies 131;* सिलोन आणि कोचीनसाठी पहा. *The Dat'ch in Malabar (Introduction 7 ff.)*

◆◆◆

प्रकरण : दोन

हिंदुस्थानातील डच आणि इंग्लिश व्यापाराचा विकास

१. पहिले प्रयत्न आणि कोरोमांडेल किनाऱ्यावरील वखारी

डच आणि इंग्लिश कंपन्यांचे हिंदुस्थानशी आणि त्याच्या पश्चिमेकडील देशांशी संबंध कसे विकसित झाले, याकडे आपल्याला आता वळले पाहिजे. अगदी सुरुवातीच्या (पहिल्या) सफरींची योजना हिंदुस्थानशी संबंधित नव्हती हे आपण पाहिले आहे. परंतु पूर्वेकडे आल्यानंतर लवकरच डच व्यापाऱ्यांची अनुभवांवरून अशी खात्री पटली की, फायदेशीरपणे व्यापार करण्यासाठी, हिंदुस्थानचा अंतर्भाव त्याच्या व्यापारविषयक योजनेत केला पाहिजे. ही आवश्यकता एका गोष्टीमुळे निर्माण झाली. ती म्हणजे मिरी आणि इतर मसाल्याचे जे पदार्थ त्यांना पाहिजे होते ते उत्पादकांकडून हिंदुस्थानात तयार झालेल्या कापडाच्या मोबदल्यात नेहमी मिळत होते. पोतुगिजांच्या व्यापाराच्या पद्धतींची जी माहिती गोळा करण्यात आली होती तिच्या आधारावर डचांच्या पहिल्या मोहिमा आखण्यात आल्या होत्या. व्यापारासाठी चांदी (रुपे) बाहेर पाठविण्याची लिस्बनची रीत होती. त्यानुसार डच आपले भांडवल मुख्यत: पैशाच्या रूपाने नेत होते. त्याबरोबर ते संकीर्ण निवडक मालही नेत होते. परंतु पोतुगिजांचे उदाहरण हे प्रत्यक्षात डचांना लागू पडण्यासारखे नव्हते. कारण लिस्बनचे रुपे सरळ हिंदुस्थानला जात होते तर डच हे जावाला त्यांचे रुपे नेत होते आणि जरी या प्रकारे मिरीचा माल मिळविणे त्यांना शक्य झाले, तरी हा व्यवहार व्यापाराच्या दृष्टीने किफायदशीर नसल्याचे लवकरच अनुभवास आले. बॅन्टम येथील व्यापार चिनी व्यापाऱ्यांच्या हातात होता. कापणीच्या हंगामाच्या वेळी ते उत्पादकांकडून मिरी विकत घेत असत आणि चीनकडे तो माल वाहून नेण्यासाठी जहाजे येईपर्यंत त्याचा साठा करून ठेवीत. जुन्या प्रस्थापित बाजारपेठांमध्ये विक्रीची खात्री असल्याने ते हा माल इतरत्र विकण्यासाठी विशेष उत्सुक नव्हते. परिणाम असा झाला की, डचांना मागेल ती किंमत मिरीसाठी द्यावी लागत होती किंवा याला पर्याय म्हणून पुढील पीक निघेपर्यंत बंदरात वाट पाहात बसावे लागत होते. परंतु यामध्ये त्यांच्या सफरीचे यश धोक्यात येण्याची शक्यता होती. हा धोका फार मोठा होता. जहाजांच्या निर्वाहाचा चालू खर्च हा कुठल्याही दृष्टीने क्षुल्लक नव्हता आणि त्यापेक्षाही कितीतरी जास्त महत्त्वाची

गोष्ट म्हणजे बंदरांमध्ये बुजबुजलेल्या किड्यांमुळे होणारी जहाजांची हानी आणि सर्वात जास्त म्हणजे खलाशांच्या मृत्यूचे भयंकर प्रमाण. या मृत्युसंख्येत बंदरातील अनियमित जीवनक्रमामुळे भर पडत होती. बंदरामध्ये स्वच्छंद जीवनाच्या सर्व सोयी हात जोडून उभ्या होत्या. बंदरातील प्रदीर्घ मुक्कामांमुळे जहाज युरोपला परत जाण्यासाठी निरुपयोगी होण्याची शक्यता होती किंवा मायभूमीला परत जात असताना मनुष्यबळाच्या कमतरतेमुळे प्रवासात नष्ट होण्याची शक्यता होती. डचांच्या ताबडतोब लक्षात आले की, फायदेशीर धंदा प्रस्थापित करण्यासाठी त्या देशाच्या पद्धतीशी त्यांना जुळवून घेतले पाहिजे. म्हणजे हंगामाच्या वेळी उत्पादकांकडून माल खरेदी करण्यासाठी त्या ठिकाणावर दलाल किंवा अडते ठेवले पाहिजेत. या अडत्यांना त्यांच्या देवघेवीसाठी आवश्यक असे कापड आगाऊच पुरविले पाहिजे. अशा पद्धतीचा अवलंब केल्यास फक्त घेतलेला माल भरण्यासाठी जितका वेळ लागेल तितकाच वेळ फक्त जहाजे बंदरात उभी राहिली असती. अचिनमधील परिस्थिती साधारणपणे बॅन्टमसारखीच होती. फक्त येथे लोकांमध्ये उद्भवणारे दंगे किंवा तेथील राजाचा लोभीपणा आणि जुलूम या गोष्टींचा अतिरिक्त धोका होता. मसाल्याच्या बेटांमधील परिस्थिती तर आणखी बिकट होती. कारण ज्या काही रहिवाशांना पैशाचा उपयोग माहीत होता ते त्याचा मोबदल्यात स्वीकार करण्यास तयार असले तरी पैशाचे चलन अजून सर्वसामान्यपणे रुळलेले नव्हते आणि तेथेदेखील यशस्वीपणे धंदा करण्यासाठी हिंदी कापडाचा साठा घेऊन बाजारात हंगामाच्यावेळी हजर असणे आवश्यक होते. हे कापड अचिन आणि बॅन्टममध्ये मध्यस्थांकडून बेसुमार किंमतीत खरेदी करता येणे शक्य होते आणि डचांसारख्या हुशार व्यापाऱ्यांनी अगदी थोड्या अनुभवांवरून हे कापड मध्यस्थांकडून घेण्याऐवजी सरळ हिंदुस्थानातून खरेदी करण्याचे ठरविले आणि मध्यस्थाला मिळणारा प्रचंड नफा वाचविला.

त्यानंतरच्या काही वर्षांत काय घडले याची नोंद कुठे उपलब्ध नाही. परंतु डचांनी दुसरे दलाल गुजरातला पाठविले होते, हे उघड दिसते. १६०६ मध्ये डचांची पेढी सुरतला अस्तित्वात होती हे स्पष्ट आहे. ही पेढी पुढल्याच वर्षी बंद झाली. डच लोकांपैकी व्हॅन डेअनसेन हा एकमेव मनुष्य शिल्लक राहिला होता. पण तोदेखील पोतुगिजांच्या डावपेचांमुळे व छळवादामुळे शेवटी आत्महत्या करण्यास प्रवृत्त झाला. हे घडल्यानंतर काही वर्षे डच गुजरातच्या वाटेला गेले नाहीत. तेथील व्यापाराचे संभाव्य महत्त्व त्यांनी जाणले होते. परंतु डच अधिकारी आता मसाल्याच्या बेटांतील झगड्यावर त्यांचे सामर्थ्य केंद्रित करण्यात मशगुल होते आणि या वेळेपुरता गुजरातचा माल अचिनच्या बाजारात त्यांनी विकत घेतला.

मसाल्याच्या बेटांकडे कापसाचा माल पुरविण्याचा दृष्टीने वास्तविक गुजरात, कोरोमांडेलच्या किनाऱ्यापेक्षा कमी महत्त्वाचे होते आणि या वेळेपर्यंत डचांनी मच्छलीपट्टम येथे आपले पाय रोवले होते. १६०५ सालीच खालच्या दर्जाचा एक डच व्यापारी येथे अगोदरच स्थायिक झाला होता. परंतु येथील वखारीची रीतसर स्थापना ही पुढच्या वर्षी झाली. त्या वर्षी गोवळकोंड्याच्या राजाशी करार करण्यात आला आणि डच व्यापारी खुद्द मच्छलीपट्टम येथे आणि पेटापोली या नावाने सर्वत्र माहिती असलेल्या शेजारच्या निझामपटम या शहरात उद्योगास लागले. येथे त्यांच्या लगेच लक्षात आले की, त्यांच्या व्यापाराची सर्व गरज भागविण्यासाठी कृष्णा नदीचा त्रिभुज प्रदेश हा काही सर्वोत्तम नाही. येथील स्थानिक माल म्हणजे मुख्यत्वेकरून साधे किंवा पांढरे सुती कापड हाच होता. हे कापड पांढरे स्वच्छ केलेले किंवा रंगविलेले असे. पण काही बाजारपेठांमध्ये, विशेषत: मोलुक्का बेटांमध्ये, ज्याला समकालीन कागदपत्रांमध्ये पिंटाडोस किंवा 'रंगीत छापील' माल म्हटले आहे. त्या कापडाची मागणी होती. आणि या प्रकारचा माल तयार करणाऱ्या खास उद्योगांचे मुख्य केंद्र आणखी दक्षिणेकडे पुलिकत आणि एस्. थोमच्या परिसरात होते.[१] म्हणून व्यापाराचा विस्तार दक्षिणेकडे करणे हे अधिक इष्ट आहे असे दिसून आले आणि पुढील दोन तीन वर्षांतच तेगनापटमच्या जवळ वखारी निघाल्याचे आपण ऐकतो. हे शहर म्हणजे आधुनिक नकाशामध्ये आढळून येणारे फोर्ट सेंट डेविड हे होय. पण सर्वात महत्त्वाची घटना म्हणजे चन्द्रगिरीच्या राजाने खुद्द पुलिकतमध्येच जागा बहाल केली ही होय. या ठिकाणी १६१० मध्ये डच दृढमूल झाले आणि येथील वखार किनाऱ्यावरील त्यांच्या सर्व व्यापारउदिमाचे प्रमुख केंद्र बनली. १६१२ मध्ये एस् थोममधील पोर्तुगिजांनी हे ठाणे ताब्यात घेतले परंतु त्यानंतर लवकरच ते पोतुगिजांकडून परत मिळविण्यात आले

---

१. कृष्णेच्या त्रिभुज प्रदेशात कापडाच्या रंगाचा पुरवठा भरपूर होता. शेजारच्या प्रदेशात नीळ उत्पन्न होत होती आणि पेटापोली उत्कृष्ट प्रतीच्या हिंदुस्थानी लाल मंजिष्ठासाठी प्रसिद्ध होते. याकरिता व्हॅन डेन ब्रोइकच्या *Begin ende voortgangh* मधील रोजनिशीतील गोवळकोंड्याची माहिती पहा. रेनेव्हील (vii, ५१२ (f) *'Saye or Zaaie'* हा शब्द डचमधील *'Chay'* चे रूप आहे पण त्याने त्याचा अर्थ 'Serge' असा करून या उताऱ्याचे महत्त्व कमी करून टाकले *'Pintado'* (रंगवलेला) हा पोर्तुगीज शब्द. ज्या मालाला तो मुळात लावण्यात आला, त्या मालाचे नाव म्हणून रास्तपणे अचूक आहे. या मालाच्या उत्पादनासाठी पहा ."Frist *Letter Book* ५९ n' हा शब्द इंग्रजांनी जशाच्या तसा स्वीकारला तर डचांनी त्याचे *'geschildered'* असे भाषांतर केले. छापील माल म्हणून त्याचा अर्थ करण्यात येऊ लागला. छापील कापडावर नक्षीकाम ब्रशने न करता ठोकळ्यांनी केले जाते. सुरतेहून पाठविण्यात आलेल्या इंग्रजांच्या पत्रांमध्ये *'Pintado'* चा उल्लेख पुष्कळ वेळा बहुधा रंगीत छापील कापड किंवा चिटाचे कापड याचा माल म्हणूनच केलेला होता. आग्रा येथून पाठविलेल्या एका सुरुवातीच्या पत्रामध्ये हे दोन्ही शब्द समानार्थी म्हणून वापरले आहेत. *(English Factories i 46)*

आणि जमिनीवरून होणाऱ्या हल्ल्याला तोंड देण्याइतपत या ठाण्याची पुरेशी मजबुती करण्यात आली.[१] या वेळेपासून किनाऱ्यावरील व्यापार संथपणे वाढत गेला. पूर्वेकडील व्यापाराच्या गरजा भागविण्यात आल्या, ज्या पदार्थांची विक्री होईल ते पदार्थ आयात करण्यात आले; आणि काही काळानंतर युरोप आणि पार्शियाशी परस्पर व्यापार सुरू करण्यात आला.

इंग्रज १६११ मध्ये मच्छलीपट्टम आणि पेटापोली येथे स्थायिक झाले. परंतु डचांचा व्यापार जितका वाढला होता, तितका त्यांच्या व्यापाराचा विस्तार झाला नाही. याचे कारण बहुधा हे असावे की, अतिपूर्वेत त्यांना हवे तितके विस्तृत व्यापाराचे क्षेत्र होते. कोरोमांडेल येथे मिळणारा माल ते मिरीच्या बदल्यात जावा आणि सुमात्रात पुरवीत होते किंवा मकास्सार येथे ते विकू शकत होते. आणि कालांतराने यामुळे त्यांच्या युरोप आणि पर्शियाशी होणाऱ्या व्यापारात भर पडली. परंतु या संपूर्ण काळामध्ये धंद्याच्या मोठ्या उलाढालीमुळे डचांचे बाजारपेठांत निश्चित वर्चस्व प्रस्थापित झाले होते आणि नेहमी इंग्रजी व्यापाऱ्यांना डचांचे अनुकरण करण्यावरच समाधान मानावे लागत होते. मच्छलीपट्टम हे त्यांचे उत्तरेकडील मुख्य ठाणे म्हणून कायम राहिले. युरोपात झालेल्या कंपन्यांमधील करारान्वये १६२१ साली पुलिकत येथील वसाहतीत त्यांना प्रवेश मिळाला. पण इतर ठिकाणांप्रमाणेच या ठिकाणीही डचांच्या किल्ल्यामध्ये राहण्याच्या शर्ती असह्य ठरल्या आणि १६२६ मध्ये पुलिकतच्या खाडीच्या उत्तरेच्या टोकाला अर्मागॉन येथे त्यांनी वास्तव्य हलविले. येथील सरदाराने किंवा नायकाने त्यांना सोयिस्कर अटींवर मुक्काम करण्यास परवानगी दिली. काही काळ अर्मागॉन हे वास्तव्याचे ठिकाण म्हणून ठीक होते. परंतु व्यापाराचे केंद्र म्हणून त्या ठिकाणी अनेक गैरसोयी होत्या. १६४० मध्ये हे दलाल जे आता मद्रास म्हणून ओळखले जाते, त्या ठिकाणी स्थायिक झाले. किनाऱ्याचा भाग एका नायकाच्या ताब्यात होता. त्याच्याशी करार करून त्या ठिकाणी एक किल्ला बांधण्यात आला. डचांचे मुख्य ठाणे पुलिकत येथे आणि इंग्रजांचे मद्रास येथे होते. दोन्ही कंपन्यांच्या वखारी मच्छलीपट्टम येथे आणि जवळपासच्या ठिकाणी कायम होत्या आणि किनाऱ्यावरच्या विविध बाजारपेठांत दोन्ही कंपन्या व्यापार करीत होत्या. ही व्यवस्था, आपण ज्या काळाचा विचार करीत आहोत, त्या काळाच्या अखेरीपर्यंत चालू होती.

---

१. पुलिकतच्या बंदोबस्ताची चर्चा प्रकरण ८ मध्ये केली आहे.

२. पश्चिम हिंदुस्थानातील वखारी

पश्चिम किनाऱ्यावर बस्तान ठोकण्याचे डचांचे सुरुवातीचे प्रयत्न व्हॅन डेअनसेनच्या मृत्यूबरोबर १६०७ मध्ये संपुष्टात आले, हे आपण पाहिले. एका वर्षानंतर एक इंग्लिश जहाज सुरतेजवळ समुद्रात आले आणि प्राथमिक वाटाघाटी पूर्ण झाल्यानंतर गुजरातशी व्यापार वाढविण्यास जोरात सुरुवात झाली. या ठिकाणी आपल्याला एक नवीन उद्देश आढळतो. डचांप्रमाणे पूर्वेकडील व्यापारात उपयोग करण्यासाठी गुजरातच्या कापसाचा माल मिळविणे, हा इंग्रजांचाही हेतू होता. परंतु त्याबरोबरच हिंदुस्थान आणि इंग्लंड त्यांच्यामध्ये सरळ प्रत्यक्ष व्यापार प्रस्थापित करून कंपनीच्या धंद्याचा आवाका वाढविण्याचीही त्यांची आकांक्षा होती. व्यापाराचा विस्तार करण्याची गरज १६०३ सालाइतक्या पूर्वीपासून भासत होती. युरोपातील मिरीची मागणी ही तातडीची असली तरी अनिवार नव्हती आणि जेव्हा डच आणि इंग्रज या दोघांकडूनही मोठ्या प्रमाणात पुरवठा झाला तेव्हा तेथे एक प्रकारे मिरीचा सुकाळच झाला. काही वर्षांनंतर मिरीच्या ऐवजी दुसरा कोणताही माल पाठविण्याची सूचना बॅन्टम येथील इंग्रज व्यापाऱ्यांना देण्यात आली. अर्थात रिकामे जहाज पाठविण्यापेक्षा त्यात मिरी पाठविली तर चालले असते. इंग्लंडमध्ये तयार होणारे पदार्थ जेथे विकता येतील आणि इंग्लंडसाठी योग्य तो माल खरेदी करता येईल, अशा आशियातील नवीन बाजारपेठांचा शोध घेणे कंपनीच्या हिताचे होते, ही गोष्ट उघड होती. त्यावेळी हिंदुस्थानातील व्यापाराच्या संभाव्यतेबद्दल किती थोडी माहिती होती, याची कल्पना ज्या सूचना या संबंधी १६०७ या वर्षातील तिसऱ्या सफरीच्या कप्तानाला दिल्या होत्या त्यावरून येते. लालसमुद्रातील व्यापार हिंदुस्थानापेक्षा जास्त आशादायक असावा असे वाटत होते, म्हणून जर मोसम योग्य असला तर गलबतांनी एडन येथे धंदा करण्याचा यत्न करावा आणि तेथून बॅन्टमच्या मार्गावर खंबायतच्या आखाताविषयी चौकशी करावी, अशा सूचना दिलेल्या होत्या. मात्र जर व्यापाराच्या मोसमात एडनला पोहोचणे अशक्य झाले तर गुजरातकडे जाऊन, शक्य झाले तर तेथे व्यापाराची सुरुवात करावी, असा गलबतांना हुकूम होता. म्हणजे वास्तविक हिंदुस्थानला दुय्यम महत्त्वाचे मानले होते. लाल समुद्रातील व्यापाराचा प्रयत्न करण्यासाठी गलबतांना फारच उशीर झाला आणि या गोष्टीमुळेच केवळ हॉकिन्स या हेक्टर नामक जहाजांच्या कप्तानाने सुरतेजवळील समुद्रात १६०८ च्या ऑगस्टमध्ये नांगर टाकला.

स्थानिक अधिकाऱ्यांनी हॉकिन्सचे स्वागत कसे काय केले हे समजावून घेण्यासाठी सुरतेतील पोतुगिजांचे वजन लक्षात घेणे आवश्यक आहे. सुरत शहरात पोतुगिजांची प्रादेशिक वसाहत नव्हती. पण जवळ जवळ एक शतकापर्यंत सुरतेहून चालणाऱ्या सागरी व्यापारावर त्यांचे वर्चस्व होते. दीव आणि दमण येथे ते प्रबल सामर्थ्यानिशी स्थायिक झालेले होते. त्या ठिकाणांहून गुजरातेतील सर्व बंदरातून फिरणारा त्यांच्या गलबतांचा काफिला प्रांतातून निर्यात झालेल्या मालाची बऱ्याच मोठ्या प्रमाणात वाहतूक करीत होता आणि त्यांच्या लढाऊ नौका किनाऱ्यावरील समुद्रावर पहारा करीत होत्या. या किनाऱ्याचे मोगलांकडून संरक्षण केले जात नव्हते. पोर्तुगीज कप्तान बंदरात अधून मधून येत असत आणि स्थानिक अधिकारी त्यांना वचकून असत. पोतुगिजांच्या मागण्यांकडे दुर्लक्ष झाले तर जहाजे भस्मसात करण्याची ते धमकी देत असत. डचांचा सुरतेतील आसरा नुकताच हिरावून घेण्यात आला होता आणि जेव्हा हॉकिन्स सुरतेला दाखल झाला तेव्हा पोतुगिजांचा तेथील दरारा शिगेला पोहोचला होता. तसेच स्वत:चे वर्चस्व शाबूत राखण्याचा त्यांचा निश्चय खंबीर होता. परंतु त्यांना आलेल्या प्रतिकूल अनुभवांमुळे इंग्रज कुठल्याही प्रकारे डगमगले नाहीत. वखारीची स्थापना करण्यासाठी बादशहाची मंजुरी लागेल, असे स्थानिक अधिकाऱ्यांनी जाहीर केल्याबरोबर हॉकिन्स ताबडतोब आग्रा येथे जहांगीरच्या दरबारात जाण्यासाठी निघाला. तेथे जाऊन रीतसर व्यापाराचा करार करण्यासाठी तो वाटाघाटी करणार होता. आग्रा येथे त्याचे स्वागत उत्साहजनक झाले. परंतु त्याची काहीशी धांदरट मुत्सद्देगिरी पोतुगिजांच्या कारस्थानांपुढे विफल ठरली आणि प्रदीर्घ वाटाघाटीनंतर त्याचा उद्देश साध्य न करताच त्याने आग्रा सोडले.

हॉकिन्सच्या वाटाघाटींचा काय परिणाम झाला याची वार्ता कळण्याची वाट पाहत असताना इंग्लिश कंपनीने सुरतेला जहाजे पाठविणे चालूच ठेवले. १६०९ मध्ये असेन्शन (Ascension) हे जहाज किनाऱ्याजवळ पोहोचले. परंतु पाण्यात बुडालेल्या वाळवंटावर हे जहाज फुटले. हे नुकसान शिवाय जहाजातील वाचलेल्या लोकांनी किनाऱ्यावर केलेले दुर्वर्तन देशात अगोदरच वास्तव्यास असलेल्या इंग्रजांच्या भवितव्याला बहुधा घातक ठरले. १६११ मध्ये सर हेन्री मिडलटन सुरतेला पोहोचला. परंतु पोतुगिजांचा वचक अतिशय प्रबल असल्याचे त्याला आढळले. पुढल्याच वर्षी बेस्ट याला अधिक अनुकूल अनुभव आला आणि करार करण्यात तो यशस्वी झाला. करारान्वये गुजरातेत वखारी स्थापन करण्यास इंग्रजांना परवानगी देण्यात आली.

कोणत्या कारणांमुळे मोगलांनी असा मोहरा बदलला याची नोंद कुठेच सापडत नाही आणि पौर्वात्य राजनीतीची पावले कशी पडतील हे ओळखणे धोक्याचेही आहे. परंतु धोरणातील बदलाचे एक सबळ कारण उघड होते ते म्हणजे बेस्टच्या जहाजांवर केलेल्या हल्ल्यात अपयश आल्याने पोतुगिजांच्या इभ्रतीला तडा गेला होता. मोगलांना स्वत:चे नाविक सामर्थ्य काहीच नव्हते. त्यामुळे पोतुगिजांची नौसेना ते अजिंक्य मानत आलेले होते. अतिशय बलाढ्य अशा पोर्तुगीज आरमाराशी इंग्रजांनी यशस्वीपणे टक्कर दिली होती. या लढाईतील काही प्रसंग किनाऱ्यावरून प्रत्यक्ष पाहता आले. या युद्धप्रसंगामुळे एका राष्ट्राला दुसऱ्या राष्ट्राविरुद्ध भडकावून देण्याचा डावपेच खेळून, देशाच्या व्यापारावरील पोतुगिजांची पकड सैल करावी अशी कल्पना बहुधा मोगलांना सुचली असावी. मिडलटनने लाल समुद्रातील त्याच्या हालचालींमुळे गुजरातच्या जहाजांना अडथळे निर्माण केले होते. त्यामुळे हे इंग्रजांचे सागरावरील सामर्थ्य भयंकर होते हे अगोदरच निदर्शनास आले होते. पूर्वेकडील समुद्रातील डचांच्या विजयामुळेही बहुधा मोगल अधिकाऱ्यांना कळून चुकले होते, की पोतुगिजांचे वर्चस्व आता अबाधित राहिले नव्हते. कोणती कारणे घडली असतील ती असोत, परंतु बेस्टने पोतुगिजांचा हल्ला परतवून स्वत:चे संरक्षण केल्यानंतर लगेच बादशाही फर्मान म्हणून मानला जाणारा हुकूम त्याच्या हाती रीतसर देण्यात आला. या हुकुमान्वये ज्या पूर्वी गुजरातेतील मोगल अधिकाऱ्यांशी तात्पुरत्या ठरविण्यात आलेल्या कराराच्या अटींवर शिक्कामोर्तब करण्यात आले.

हा बादशाही हुकूमनामा निघाल्यामुळे गुजरातेत वखारी स्थापन करण्यास हरकत नाही, असे इंग्रजांना वाटले आणि त्याप्रमाणे त्यांनी कार्यवाही केली. परंतु मोगल मुत्सद्यांना वाटाघाटींचा जास्त फायदा मिळाला होता, हे उघड आहे. त्यांना बहुधा इंग्रजांचा व्यापार पाहिजे होता पण भविष्यकाळासाठी स्वत:ला करारात अडकवून घ्यायचे नव्हते. कारण फर्मान म्हणून मानलेला हुकूम काडीमोडाचा कागद ठरला. पण त्या घटकेला मात्र त्याचा उपयोग झाला आणि १६१३ या वर्षाच्या आरंभापासून

इंग्रजांचा नियमित व्यापार सुरतेला सुरू झाला असे म्हणता येईल. [१]

पण डचांनी त्याचा अर्थ शब्दश: घेतला आणि पुढल्या वर्षी व्हॅन रावेनस्टेईन नामक दलाल लहानशा टोळीबरोबर खुष्कीच्या मार्गाने सुरतेला आला. अपेक्षेनुसार फारच थोडी मालमत्ता त्याला परत मिळाली. परंतु तेथील राजकारण आणि व्यापार यासंबंधी विशेषत: पोतुगिजांच्या नाविक सामर्थ्याविषयी मोगलांना वाटणारा धाक, याची माहिती त्याला मिळाली. जमिनीवरून हल्ला करून दमण काबीज करण्याची आशा मोगल करू शकत होते. परंतु फार काळापर्यंत किल्ल्यातील पोर्तुगीज सैन्याची ते उपासमार करू शकत नव्हते, कारण सुमद्रावरून त्यांना पुरवठा होत होता आणि त्या दरम्यान मोगलाची स्वत:ची बंदरे उघडी असुरक्षित राहत होती. रावेनस्टेईनला कळले की, मोगल समुद्रावर लढाई करीत नसत. बादशाही दरबाराला नाविक युद्धनीतीची काहीच माहिती नव्हती आणि ज्या अर्थी नुकताच पोर्तुगालशी तह झाला होता, त्या अर्थी धर्मगुरू दरबारातील त्यांचा पूर्वीचा प्रभाव परत मिळविणार होते. गुजरातच्या व्यापारात फार मोठ्या लाभाची शक्यता आहे हे रावेनस्टेईनच्या लक्षात आले. परंतु त्याबरोबर त्यातील अडचणीही त्याने ओळखल्या. म्हणून तेथे व्यापार सुरू करण्यापूर्वी सर्वसमावेशक असा करार करणे आवश्यक आहे, याचा त्याने आग्रह धरला. असा करार झाला तरच डचांना तेथील व्यापारात यशाची काही आशा होती.

---

१. फर्मानातील उणिवा स्पष्टपणे (Letters Received ii xxix 103, 180; iv xxix 311) मध्ये दिग्दर्शित केल्या आहेत. सुरतेला वखार स्थापन करण्याचे श्रेय नेहमी बेस्टला दिले जाते. पण बहुतांशी थॉमस अल्डवर्थ नामक व्यापाऱ्याच्या खंबीर धोरणाचा तो परिणाम आहे. असे समकालीन कागदपत्रांवरून दिसते, हे श्री. फोस्टर यांनी दर्शविले आहे. (Letters Received ii 137,157) गुजरातेत याप्रमाणे इंग्रजांना डळमळीत स्वरूपाचे स्थान मिळाले होते. परंतु पोर्तुगीज आणि मोगल यांच्यामध्ये युद्ध भडकल्याने त्यांचे स्थान, तात्पुरते का होईना बळकट झाले. हे युद्ध दोन वर्षे चालू होते. मोगलांनी जमिनीवरून दमणला वेढा घातला तर पोर्तुगीजांनी गुजरातेतील जहाजांचे खूप नुकसान केले. अखेरीला अनिश्चित स्वरूपाचा तह करण्यात आला आणि हीच गोष्ट पोर्तुगिजांच्या प्रतिष्ठेला झपाट्याने उतरती कळा लागल्याचे विशेषकरून स्पष्ट करते. त्यावेळेपेक्षा हे युद्ध चालू होते त्या काळात, युरोपातील इतर देशांच्या व्यापाऱ्यांचे हिंदुस्थानात स्वागत होण्याची शक्यता अधिक होती, हे उघडच आहे. बहुधा याच कारणामुळे सुरतेला झालेल्या डचांच्या पुनरागमनाचे स्पष्टीकरण होऊ शकते. १६१४ सालामध्ये त्या बंदरातील स्थानिक अधिकाऱ्यांनी मच्छलीपट्टम येथील डच वखारीला असे लिहून कळविले की, व्हॅन डेअनसेनने ठेवलेला माल अजून त्यांच्या ताब्यात आहे. त्यांनी असे सुचविले की, तो माल डचांनी परत ताब्यात घ्यावा आणि त्याचवेळी त्यांनी असा इशारा दिला की, दमण आणि दीव आवश्यक असल्यास पोर्तुगीजांकडून त्यांनी घ्यावे, हे पत्र म्हणजे पोर्तुगिजांविरुद्ध डचांनी आरमार पाठवावे ह्याकरिता त्यांना दिलेले निमसरकारी आमंत्रण होते यात मला शंका नाही. सोडलेला माल देऊ करण्याचा प्रस्ताव म्हणजे निव्वळ उपचार होता.१ मोगल अधिकाऱ्यांच्या खऱ्या हेतूसंबंधीच्या ह्या निदानाला निकोलस डाउनटन याने सुरतेहून नोव्हेंबर १६१४ मध्ये लिहिलेल्या पत्रात आधार सापडतो. त्या पत्रात तो म्हणतो की, (गुजरातच्या) राज्यपालाने मच्छलीपट्टम येथे निरोप पाठवून हॉलंडमधल्या लोकांना इकडे बोलावले आणि पोर्तुगिजांकडून दमण जेव्हा घेतले जाईल तेव्हा ते त्यांना देण्याचे वचन दिले. (Letters Received ii 171)

१६१५ च्या नंतरच्या महिन्यांमध्ये इंग्रजांना आलेला अनुभव अगदी निराशाजनक होता आणि तो अनुभव लक्षात घेऊनच व्हॅन रावेनस्टेईनने तपशीलवार विस्तृत युक्तिवाद केला. इंग्रजांची परिस्थिती थॉमस रो च्या रोजनिशीत संपूर्णपणे वर्णन केलेली आहे. व्हॅन रावेनस्टेईन सुरतेला होता त्या काळातच थॉमस रो सुरतेला आला. स्थानिक अधिकाऱ्यांची वागणूक जवळ जवळ असह्य होती आणि त्यांच्या प्रवृत्तीत बदल झाल्याशिवाय नियमित व्यापार प्रस्थापित करण्याची काहीच आशा नव्हती. जहांगीरच्या दरबारात रो ची मुत्सद्देगिरी संपूर्णपणे यशस्वी झाली नाही. परंतु त्याच्या प्रयत्नांमुळे एक निश्चित सुधारणा घडवून आणली. इंग्रज अडते खरेदी विक्रीचा व्यवहार करण्यासाठी तेथे स्थायिक झाले. काही वाईट अनुभव आले तरी त्यांची उद्दिष्टे पूर्ण झाली. बॅन्टम येथे आवश्यक त्या मालाचा पुरवठा करता येऊ लागला. तसेच सुरत व लंडन यांच्यामधील परस्पर व्यापाराचे महत्त्व त्वरेने वाढले.

व्हॅन रावेनस्टेईनच्या भेटीनंतर डच तडफेने गुजरातला आले. गुजरातचा माल अचिन येथे खरेदी करण्याची त्यांची योजना १९१६ मध्ये कोडमडली. कारण त्यांची तेथील वखार बंद झाली, गावातील गव्हर्नर जनरलने कोरोमांडेल किनाऱ्यावरील डच दलालांच्या सल्ल्याविरुद्ध असे ठरविले की, सुरतशी प्रत्यक्ष व्यापार स्थापन केला पाहिजे. या उद्देशाने आवश्यक वाटाघाटी करण्यासाठी त्याने पिटर व्हॅन, डेन ब्रोईक याला पाठविले. पूर्वेच्या समुद्रातील डचांच्या वाढत्या वर्चस्वामुळे ब्रोईकचे प्रयत्न सुकर झाले. गुजरात येथील अधिकाऱ्यांशी ठरविलेल्या वाजवी अटी योग्य त्या अवधीत दरबाराकडून मंजूर करण्यात आल्या आणि १६१७ मध्ये डचांच्या वखारी उघडण्यात आल्या. सुरुवातीला भांडवल फारच थोडके होते. १६२१ मध्ये व्हॅन डेन ब्रोईक निवासी संचालक (Resident Director) म्हणून परत आला. त्याने डचांचा व्यापार वाढविण्याचे जोराचे आणि यशस्वी प्रयत्न केले. तेव्हापासून या वखारीला डच व्यापाऱ्यांच्या दृष्टीने महत्त्व प्राप्त झाले. आपण ज्या कालखंडाचा विचार करीत आहोत त्यातील उरलेल्या काळात इंग्रज आणि डच सुरतेत आणि गुजरातभर सर्व शहरांमध्ये शेजारी शेजारी व्यापार करीत होते. या प्रदेशात कोरोमांडेल किनाऱ्यावरील किल्ल्यांप्रमाणे कुठल्याच कंपनीची मालमत्ता नव्हती. (बादशहा दरबारातून ठरवून दिलेल्या अटींच्या आधारावर) अडते हे निव्वळ परदेशी व्यापारी म्हणून राहत होते.

गुजरातच्या बाजारपेठांशी निकटपणे संबंधित असलेल्या पर्शिया आणि लाल समुद्राचा प्रदेश यांच्याशी व्यापार करणे, व्हॅन डेन ब्रोईकच्या अधिकारात होते. या

काळात लाल समुद्रातील व्यापार मोचा या बंदरात एकवटला होता. इजिप्त आणि भूमध्य समुद्राच्या बाजारपेठेत पाठविण्यासाठी हिंदुस्थान आणि इतर पूर्वेच्या देशांतील माल येथे विकला जात होता. तेथे विकल्या जाणाऱ्या बहुतेक मालाची किंमत सोने आणि चांदी यांच्या स्वरूपात मिळत असे. आणि या दोन पदार्थांना हिंदुस्थानात सर्वात जास्त मागणी असे. या गोष्टींमुळे मोचा येथील व्यापारात हिस्सा मिळविण्याचा मोह डच आणि इंग्रज या दोघांनाही झाला, परंतु त्यांना त्यांच्या अपेक्षेप्रमाणे फळ मिळाले नाही, असे म्हणता येणार नाही. मोचा येथे अधूनमधून राजकीय आणि शासकीय अडचणी उत्पन्न होत असत. तेथील बाजारभाव हे अतिशय अस्थिर स्वरूपाचे होते. मधले काही अडथळे सोडले तर या कालखंडाच्या बऱ्याच मोठ्या कालावधीत दोन्ही कंपन्यांनी मोचा येथील व्यापार कायम राखला होता, परंतु तो दोन्ही कंपन्यांच्या फायदेशीर व्यवहारांमध्ये गणला जाणार नाही.

पर्शियन आखातातील त्यांच्या व्यापारी कर्तृत्वाची कथा निराळी आहे. या शतकाच्या सुरुवातीला आखातातून हिंदुस्थानशी होणारा व्यापार पोर्तुगिजांनी घट्टपणे आपल्या जाळ्यात ठेवला होता, कारण तो सर्वात अधिक फायद्याचा होता असे त्यांना वाटत होते. घोडे, वाळलेली फळे, गुलाबपाणी आणि चैनीच्या विविध वस्तू रशिया निर्यात करीत होता, तर आयात मुख्यत्वेकरून मसाल्याचे पदार्थ आणि कापड यांचीच होत होती. व्यापारांची बाकी रक्कम हिंदुस्थानाला चांदी पाठवून पूर्ण करण्यात येत होती. रेशीम हा पर्शियात निर्माण होणारा खास माल होता, परंतु या व्यवहारात रेशमाचा व्यापार क्वचितच करण्यात आला. कारण जातीचे उत्पन्न होणारे संपूर्ण रेशीम जमिनीवरून भूमध्य समुद्राकडे नेले जात होते आणि खुष्कीच्या मार्गाने होणारा व्यापार समुद्राने होऊ लागला. या बदलामुळे मुख्यत्वेकरून या घडामोडी घडल्या. शाहाबादचे तुर्कांशी वैर होते. तुर्कस्थानात त्यांचे रेशीम पाठवावे लागल्याने तुर्कांचा फायदा होत आहे. यावर त्यांनी आक्षेप घेतला आणि आखातात जहाजे पाठविण्यासाठी युरोपियन राष्ट्रांना उद्युक्त करण्यासाठी त्याने बरेच प्रयत्न केले. इंग्रजांनी अखेर त्याचे म्हणणे ऐकले आणि रेशमाचा पहिला माल जास्क येथून १६१८ च्या शेवटी जहाजाने पाठविण्यात आला. पर्शियन आखात हे पोतुगिजांचे खास क्षेत्र होते, त्यामुळे तेथे इंग्रजांचा प्रवेश झाला. याचा त्यांना साहजिकच राग आला, म्हणून आपला हक्क गाजविण्यासाठी त्यांनी लढाऊ गलबते पाठविली. परंतु ते यशस्वी झाले नाहीत, इतकेच नव्हे तर १६२२ मध्ये इंग्रजांनी पर्शियन सैन्यांबरोबर

ओर्मझ या पोर्तुगीज ठाण्यावर यशस्वी हल्ला केला. या लढाईचा परिणाम म्हणजेच ओर्मझचे अस्तित्व, बाजारपेठ किंवा बंदर म्हणून संपुष्टात आले आणि तेथील व्यापार पर्शियाच्या मुख्य भूमीवरील गांबरून (Gombroon) या बंदरात हलविण्यात आला. हे ठिकाण बंदर अब्बास म्हणूनही प्रसिद्ध होते. ओर्मझवरील हल्ल्यात भाग घेण्यास डचांनी नकार दिला होता, पण जेव्हा तेथील किल्ल्याचा पाडाव झाला तेव्हा ते ताबडतोब रेशमाच्या व्यापारात हिस्सा मागण्यासाठी पुढे आले आणि १६२३ पासून पुढे इंग्रज व डच ही दोन्ही राष्ट्रे रेशीम युरोपला निर्यात करण्याच्या उद्योगात तडफेने गुंतलेली होती. एका दृष्टीने हा व्यापार सोपा होता, कारण रेशीम ही राजेरजवाडे यांची मक्तेदारी होती आणि दरबारातील त्यांचे वजन कायम होते, तोपर्यंत व्यापाऱ्यांना तेथे चांगली वागणूक मिळत होती. मला वाटते की, डचांचे दरबारातील हे प्रतिनिधी अधिक चांगले काम करीत होते आणि त्यामुळे रेशमाच्या व्यापारात डचांचा अधिक फायदा झाला; परंतु कुठल्याही परिस्थितीत डचांचे इंग्रजांपेक्षा या व्यापारात वर्चस्व फार मोठे होते. कारण पर्शियातील बाजारपेठेत सर्वांत अधिक मागणी असलेला माल म्हणजे मसाल्याचे पदार्थ हा होता आणि हा माल पुरविण्याचे डचांचे सामर्थ्य इंग्रजांपेक्षा अधिक होते. इंग्रज मसाल्यांचे पदार्थ पुरविण्यात असमर्थ होते, म्हणून पर्शियातील बाजारात विक्रीला योग्य असा माल पुरेशा प्रमाणात पुरविण्याची त्यांना नेहमी अडचण भासत होती. त्यामुळे डचांनी रेशमाच्या व्यापाराचा मोठा भाग निश्चितपणे ताब्यात घेतला. काही काळापर्यंत हा उद्योग अतिशय फायद्याचा होता, परंतु या काळाच्या अखेरीला युरोपातील रेशमाची मागणी कमी होऊ लागली आणि बंगालचा माल बाजारात स्पर्धा करू लागला होता. १६५५ सालच्या सुमारास पर्शियातील रेशीम खरेदी करण्याचे इंग्लिश कंपनीने बंद केले.

हिंदुस्थानच्या मोठ्या भागात, तसेच पश्चिमेकडील देशांत व्यापाराचा विस्तार करण्यासाठी सुरत हे केंद्र होते. खुद्द शहरात उत्पन्न होणारा माल हा फार महत्त्वाचा नव्हता आणि व्यापारी तेथे स्थायिक झाले तशा त्यांनी गुजरातभर वखारी स्थापन केल्या. कापसाचा माल आणि नीळ यांच्या उत्पादकांशी निकट संपर्क ठेवण्याच्या दृष्टीने अहमदाबाद, भडोच, बडोदा आणि अधूममधून इतरत्रही वखारी उघडल्या. प्रथम नीळ हा युरोपच्या व्यापारातील मुख्य जिन्नस मानला जात होता आणि बीआनाच्या (Biana) आसपासच्या प्रदेशातून हा माल मिळविण्यासाठी इंग्रज ग्राहकांना उत्तरेकडे आग्रा येथे ताबडतोब पाठविण्यात आले. कारण बीआना

येथील नीळ ही दूरच्या बाजारपेठांमध्ये प्रसिद्ध होती आणि शुद्धतेच्या बाबतीत गुजरातेतील निळीपेक्षा ती वरचढ होती. सुरतेतील त्यांची यंत्रणा कार्यवाहीत येताच डचांनीदेखील त्यांच्या बाजूला आग्र्याला बस्तान ठोकले आणि ताबडतोब त्यांनी निळीच्या व्यापारात अग्रस्थान मिळविले. मात्र खरेदी करणाऱ्यांनी आपले लक्ष केवळ एकाच विशिष्ट मालापुरते मर्यादित ठेवले नाही. युरोपात कापडाची मागणी आहे असे जेव्हा आढळून आले तेव्हा त्यांनी उत्तर हिंदुस्थानात कापड मिळण्याची शक्यता आहे काय, याचा शोध घेतला. म्हणून १६२० सालाइतक्या पूर्वीच्या काळी इंग्रज दलाल समाना (आता पतियाळा संस्थानात असलेले) येथे व बिहारमधील पाटणा येथे होते, हे ऐकतो. या विशिष्ट वखारी फार काळापर्यंत कायम राखण्यात आल्या नव्हत्या. कारण युरोपातील सर्व मागणी गुजरात पूर्ण करू शकतो, असा अनुभव आला. पण १६३० च्या दुष्काळामध्ये गुजरातेतील उत्पादनाची ठिकाणे नष्ट झाली. (याचे वर्णन पुढील प्रकरणात करण्यात येईल) अशावेळी उत्तरेकडे व्यापाराचा विस्तार करणे आवश्यक झाले आणि आग्र्याच्या शेजारच्या प्रदेशातून कापडाची खरेदी मोठ्या प्रमाणात करण्यात आली. अयोध्या (Oudh) येथील माल जमा करण्याचे गोदाम म्हणून लखनौ येथे इंग्रजांची वखार स्थापन करण्यात आली. सुरत आणि आग्रा यांमधील प्रदेश अर्थातच दलालांच्या चांगला परिचयाचा होता. कारण नेहमी पाठवायचा माल घेऊन त्यांनी हा प्रदेश संपूर्णपणे पार केला होता. या मधल्या प्रदेशात त्यांनी अजिबात काही धंदा केला नाही, ही वस्तुस्थिती होती. याचा अर्थ असाच घेतला पाहिजे की, ह्या प्रदेशात व्यवहार करण्याच्या दृष्टीने त्यांना काहीच आकर्षण नव्हते. मध्ये फक्त बऱ्हाणपूर येथे वखार होती. अहमदनगरचे राज्य जिंकण्यासाठी तेथे मोगल सेनेचा प्रचंड तळ पडला होता. या सेनादलाला आयात केलेला परदेशी माल विकण्यासाठी बऱ्हाणपूरची वखार काही काळपर्यंत स्थापन करण्यात आली होती. पण वखारीचे कायमचे बस्तान ठोकण्याइतपत मोठा धंदा तेथे नव्हता.

सिंधमधील व्यापारात सहभागी होणे हे इंग्रज व्यापाऱ्यांच्या अगदी पहिल्या उद्दिष्टांपैकी एक उद्दिष्ट होते. सिंधचा व्यापार टाटा (Tatta) या शहरात आणि त्याच्या लहारी बंदरात केंद्रित झाला होता. या ठिकाणाहून मुख्यत्वेकरून पर्शियन आखाताकडे मालाची निर्यात होत होती किंवा किनाऱ्या किनाऱ्याने दक्षिणेकडे गुजरात आणि गोवा येथे माल पाठविला जात होता. कापडाची निर्यात फार मोठ्या

प्रमाणात केली जात होती आणि त्यासाठी बसरा ही मुख्य परदेशी बाजारपेठ होती. लहारी बंदर हे आता अस्तित्वात नाही. परंतु त्या काळात उथळ खाडीमुळे मोठी जहाजे या बंदरात उभी राहू शकत नव्हती. स्थानिक लोकांची जहाजे फार थोडी होती आणि बहुतांश व्यापारी माल हा पोतुगिजांच्या किनाऱ्याने फिरणाऱ्या लढाऊ नौकांमधून वाहून नेला जात होता. या काळाच्या सुरुवातीला या प्रदेशातील व्यापारावर पोतुगिजांचे वर्चस्व होते आणि मोगल अधिकाऱ्यांपाशी असलेले त्यांचे वजन बंदरात पाय ठेवण्याचा १६१३ साली इंग्रजांनी केलेला प्रयत्न असफल करण्यास पुरेसे ठरले. यावेळी पोतुगिजांचा युक्तिवाद त्यांच्या लष्करी अथवा आरमारी सामर्थ्यावर आधारलेला नव्हता. इंग्रजांना प्रवेश दिल्यास बंदर सोडून जाण्याची त्यांनी यावेळी धमकी दिली. तेथील गव्हर्नरकडे जकातीचा मक्ता होता आणि पोर्तुगीज सोडून गेल्यावर होणाऱ्या नुकसानीचा धोका पत्करण्यास तो तयार नव्हता. या वेळी तेथे होणाऱ्या व्यापाराच्या विस्ताराचे उघडउघड अतिशयोक्त वर्णन करण्यात आलेले आहे. सर थॉमस रो याने १६१८ मध्ये कळविले की, व्यापार दाखविला जातो तितका मोठा नाही. तसेच फायद्याचा दहावा हिस्सादेखील पोर्तुगालला दिला जात नाही. "पोर्तुगालच्या प्रमाणाबाहेर जाचक मागणीमुळे धंद्याचे फार मोठे नुकसान झालेले होते, " अशीही पुस्ती त्याने जोडली. पुढील पत्रात त्याने सांगितले की, हस्तिदंताशिवाय येथील बाजारपेठ कुठलाही माल घ्यायला तयार नाही आणि 'चांगले कापड आणि पुष्कळ खेळणी' याशिवाय काही पुरवू शकत नाही. म्हणून परदेशी व्यापाऱ्यांना येथील व्यापाराचे काहीच आकर्षण नव्हते.

१६३१ सालात डचांनी येथे व्यापार करण्याचा प्रयत्न केला. पण तो त्यांनी पुढे चालू ठेवला नाही आणि वस्तुत: पोतुगिजांची मक्तेदारी १६३५ पर्यंत टिकून राहिली. इंग्रज आणि पोर्तुगीज यांच्यामध्ये हिंदुस्थानात तह प्रस्थापित करण्याची ही योजना मेथवोल्डने तयार केली, तिचा परिणाम म्हणून ही मक्तेदारी संपुष्टात आली. १६३५ च्या नोव्हेंबरमध्ये इंग्रज जहाजाने लहारी बंदरात नांगर टाकला. अधिकाऱ्यांनी व्यापाऱ्यांचे अनुकूल स्वागत केले. वखार स्थापन करण्यात आली आणि या कालखंडाच्या उरलेल्या सर्व भागात इंग्रजांचा तेथील व्यापार चालू राहिला. काही वर्षांनंतर डच सिंधला परत आले. आणि तेथे १६५२ च्या सुमारास त्यांनी नियमित व्यापारास सुरुवात केली. परंतु मला मिळालेल्या माहितीप्रमाणे,

त्यांचा धंदा विचार करण्याइतका मोठा नव्हता. वास्तविक सिंधचा व्यापार हा डचांपेक्षा इंग्रजांकरिता जास्त महत्वाचा होता. कारण सिंधच्या पर्शियन आखाताशी होणाऱ्या व्यापारात पर्शियात माल उतरविण्याची सोय होती आणि त्यामुळे रेशमाच्या निर्यातीसाठी पैसा उभा करण्यास मदत होत होती. आपण पाहिले की , मसाल्याचे पदार्थ विकून पर्शियात माल खरेदी करण्याची ताकद डच मिळवू शकत होते. परंतु इंग्रजांना मसाल्याच्या प्रमुख बाजारपेठांमध्ये प्रवेश नव्हता म्हणून व्यापाराचे इतर मार्ग चोखाळणे त्यांना भाग पडले आणि यामध्ये सिंधच्या सफेद सुती कापडाची विक्री करणे हा मार्ग त्यांच्या व्यापारात महत्त्वाचा ठरला. मग हे कापड ते पर्शियाच्या बाजारात ठेवोत किंवा बसरा येथे रोखीने विकोत. याच वेळी सिंधचा माल लंडनच्या बाजारात ठेवण्यासाठी इंग्रजांनी पुष्कळ शक्ती खर्च केली. आताच सांगितल्याप्रमाणे या मालाचा पुरवठा गुजरातेतून १६३० नंतर पूर्णपणे होऊ शकत नव्हता आणि सिंधचे सुती कापड लंडनमध्ये भरपूर प्रमाणात विकण्यात आले. परंतु एकंदरीत विचार केला तर या प्रदेशातील व्यापाराने खरोखरी महत्त्वाचे स्वरूप धारण केले, असे म्हणता येणार नाही. हा देश दरिद्री होता, जुलमी शासनाच्या वरवंट्याखाली भरडला जात होता; जलप्रवासाच्या अडचणी काळाबरोबर वाढत गेल्या. म्हणून सुरतेतील मुख्य व्यापारी केंद्राला उपयुक्त साहाय्यकारी स्थान सिंधने मिळविले, इतकेच जास्तीत जास्त सिंधसंबंधी म्हणता येईल.

कोकणच्या किनाऱ्या किनाऱ्याने दक्षिणेकडे व्यापाराचा विस्तार करण्याचे प्रयत्न तर पश्चिमेकडे सिंधमधील व्यापारापेक्षा आणखी कमी यशस्वी झाले. किनाऱ्यावरील व्यापाराच्या शक्यतेसंबंधी संपूर्ण चाचणी करण्यात आली होती आणि इंग्लिश कंपनीचे दलाल निरनिराळ्या काळात दंडा, राजपुरी, दाभोळ आणि राजापूर या बंदरात राहत असल्याचे आपण ऐकतो. तर आणखी दक्षिणेला भटकळ येथे कोर्टीन असोसिएशन या प्रतिस्पर्धी इंग्लिश कंपनीची हिंदुस्थानातील मुख्य कचेरी होती.[१]

---

१. कोर्टीन यांच्या संस्थेच्या सुमारे १६३६ ते १६४६ मधील कार्याचे वर्णन इंग्लिश पत्रव्यवहारात मोठ्या प्रमाणात आढळते. पण हिंदुस्थानातील व्यापारात त्यांच्यामुळे विशेष बदल घडून आला नाही. फक्त त्यांच्या स्पर्धेमुळे, धंद्याच्या फायदेशीर मार्गाने विकास करण्यासाठी आवश्यक भांडवल पुरविण्यापासून जुन्या कंपनीचे सभासद परावृत्त झाले. या असोसिएशनचा इतिहास English Factories (v.xxx ffi. vi. xxi; ff: viii, xff) मध्ये वाचता येईल आणि Court Minutes मधील प्रासंगिक उल्लेखावरून लक्षात येईल.

डचांनी वेंगुर्ला येथे वखार स्थापन केली. गोव्याच्या हंगामी नाकेबंदीच्या काळात जहाजांना साधनसामग्री मिळविण्यासाठी मुख्यत: ही वखार उघडली होती आणि वेळप्रसंगी या वखारीतून बराचसा व्यापार करण्यात येत होता. पण खरी गोष्ट ही की, या कालखंडातील बहुतांश काळात, या सर्व बंदरांशी संबंधित असलेले विजापूरचे राज्य हे व्यापाराचे समाधानकारक क्षेत्र नव्हते. मूल्यवान धातूखेरीज इतर कशाची येथे मागणी नव्हती आणि मोबदल्यात देण्यासाठी येथे फार थोडा माल उपलब्ध होता. किनारपट्टीचा हा भाग १६५९ सालाच्या सुमारास पुन्हा व्यापाऱ्यांच्या नजरेत आला. त्यावेळी इंग्रज कंपनीने व्यापार वाढविण्याचे जोरदार प्रयत्न केले. पण त्या प्रयत्नांचे फलित काय झाले हा भाग आपल्या काळाच्या कक्षेबाहेरचा आहे. मिरीचा पुरवठा हे मुख्य व्यापारी आकर्षण होते, यावेळी तर, बॅन्टम किंवा अचिन येथील मिरीच्या पुरवठ्यात अडचणी उत्पन्न झाल्यामुळे मिरी संपादन करणे महत्त्वपूर्ण झाले. पण हिंदुस्थानी मिरी जेव्हा पाहिजे असेल तेव्हा व्यापारी साहजिकच आणखी दक्षिणेकडे कोचीन आणि कालिकतच्या आसपास तिची खरेदी करीत. पोतुगिजांशी सामना देण्याचे ठरविल्यावर दुसरे ठिकाण तर डचांच्या पहिल्या उद्दिष्टांपैकी एक होते. १६०४ मध्ये डचांनी हिंदुस्थानातून पोतुगिजांचे उच्चाटन करण्यासाठी झामोरीनशी सख्य प्रस्थापित केले. नंतर लगेच पुढील करार करण्यात आले, परंतु नियमित व्यापार त्यातून यावेळी सुरू झाला नाही. १६२० च्या सुमारास इंग्रजांना आलेला अनुभव लक्षात घेऊन आणखी धंद्यासाठी प्रयत्न करायचा नाही, असा निर्णय डचांनी घेतला. मात्र काही वर्षांनंतर दोन्ही राष्ट्रांच्या व्यापाऱ्यांनी या किनाऱ्यावर व्यापारासाठी प्रवेश मिळविला. याचे स्पष्टीकरण तिसऱ्या प्रकरणात करण्यात येईल.

३. बंगालकडे व्यापाराचा विस्तार

आता आपल्याला पुन्हा पूर्व किनाऱ्याकडे वळले पाहिजे. आपण पाहिले, की पूर्व किनाऱ्यावर मूळ वसाहती मच्छलीपट्टमपासून तर तेगनापटमच्या निकटपर्यंत पसरलेल्या होत्या. इंग्रजांच्या आगमनानंतर काही वर्षांनी, आणखी एक राष्ट्र, डॅनिश लोक, या किनाऱ्यावर आले आणि त्यांनी ट्रान्केबारचे बंदर इनाम मिळविले. आपल्या कालखंडाच्या अखेरपर्यंत हे बंदर त्याचे मुख्य ठाणे होते. त्यांच्या व्यापारी उद्योगांच्या रीतसर नोंदी मला कुठे आढळलेल्या नाहीत. परंतु डच आणि इंग्रज व्यापाऱ्यांच्या वृत्तांतांमध्ये जे वाचण्यात येते त्यावरून हे स्पष्ट आहे की, भांडवलाची

चणचण त्यांना वारंवार भासत होती आणि हिंदुस्थानच्या व्यापारी उलाढालीत त्यांचा भाग लहान होता. डच आणि इंग्रज यांचे कार्य पूर्वोक्त वखारीपुरतेच मर्यादित नव्हते. योग्य अटींवर जेथे माल मिळू शकेल अशा किनारपट्टीवरील कुठल्याही शहरापर्यंत त्यांचे हात पोहचत होते. आतमध्ये गोवळकोंड्याच्या आसपासच्या प्रदेशातही डचांनी माल खरेदी केला आणि इंग्रजांनी त्यांचे अनुकरण केले. आणखी दक्षिणेत सतत चालू असणाऱ्या दंग्याधोप्यामुळे आतील प्रदेशांत व्यापाराचा प्रयत्न करण्यात काही हशील नव्हते. किनाऱ्यावरदेखील युद्ध किंवा बंडाळी उद्‌भवल्यामुळे व्यापारी कंत्राटात विघ्न येण्याची शक्यता होती. आपल्या कालखंडातील बहुतांश काळापर्यंत अगदी दक्षिणेकडील प्रदेश दुर्लक्षित राहिला होता. परंतु १६४५ मध्ये तुतीकोरीनच्या दक्षिणेला कायल येथे डचांनी वखार स्थापन केली आणि याच सुमाराला आसपासच्या प्रदेशात इंग्रज कापड आणि मिरी खरेदी करीत होते. नंतर पुढे उघड उघड डचांशी स्पर्धा करण्याच्या हेतूने इंग्रजांनी कायल येथे वखार स्थापन केली. थोड्या काळानंतर नागापट्टणम् हे अधिक महत्त्वाचे शहर डचांनी पोतुगिजांकडून काबीज केले.

याप्रमाणे किनाऱ्यावरील व्यापार दक्षिणेकडे उत्तम प्रकारे विकसित झाला होता. परंतु किनाऱ्यावरील व्यापाराच्या या कथेचे प्रमुख आकर्षण वर उत्तरेकडे होते. अगदी सुरुवातीपासून पेगू, आराकान आणि बंगाल यांच्याशी फायद्याचे संबंध ठेवण्याची डचांनी आशा केली होती. पेगू येथे त्यांची निराशा झाली असे तत्काळ म्हणता येईल. शासनाची आणि व्यापाराची येथील अवस्था असह्य होती. डच काय किंवा इंग्रज काय, तेथे विस्तृत व्यापार प्रस्थापित करण्यात यशस्वी झाले नाहीत. तेथील इंग्लिश वखारींकडून वेळोवेळी कमीजास्त प्रमाणात उत्साहजनक अहवाल पाठविण्यात येत होता. पण १६५५ मध्ये त्या वखारीचे 'अनावश्यक' असे वर्णन करण्यात आले आणि त्यानंतरच्या वर्षी ती बरखास्त करण्यात आली. याच सुमारास तेथील व्यापार 'मृत' असल्याचे वर्णन डचांच्या वृत्तान्तात केले होते.

आपल्या कालखंडातील बहुतेक काळात अराकानशी डचांनी संबंध कायम ठेवले होते. परंतु प्रासंगिक युद्धांमुळे त्यांचा तेथील व्यापार विस्कळीत झाला होता. तेथील व्यापार फारसा महत्त्वाचा नव्हता. परंतु विशेषकरून दोन जिन्नस त्या व्यापारात उपलब्ध झाले. तांदूळ आणि गुलाम. या दोन गोष्टी बटाव्हियामध्ये तातडीने हव्या होत्या, हे आपण नंतर पाहणार आहोत. या

व्यापाराचे आपल्या दृष्टीने महत्त्व आहे ते एका गोष्टीमुळे आणि ती म्हणजे या दोन वस्तू मोठ्या प्रमाणात चितगावहून मिळविण्यात आल्या.

बंगालचे व्यापाऱ्यांना आकर्षण इतके स्पष्ट होते की, किनाऱ्यावर आल्यानंतर इतकी वर्षेपर्यंत डच आणि इंग्रज या दोघांनीही त्याच्याकडे दुर्लक्ष कसे केले हे समजणे सकृद्दर्शनी अवघड आहे. याचे स्पष्टीकरण तेथे असलेल्या स्थानिक परिस्थितीत सापडते. सुरळीत व्यापारासाठी तो प्रदेश फार अस्थिर होता. समुद्रावरील बंदराचे मार्ग अवघड होते आणि ही सर्व बंदरे पोतुगिजांच्या वर्चस्वाखाली होती. जहांगीर कारकिर्दीतील बंगालच्या अंतर्गत परिस्थितीसंबंधी हिंदुस्थानी बखरकार आपल्याला काहीच सांगत नाहीत आणि इंग्रज पत्रव्यवहार कार्यवाहीत न आणलेल्या काही योजना केवळ उजेडात आणतो. परंतु डचांचे कागदपत्र दर्शवितात की, मच्छलीपट्टनम आणि पुलिकत येथील व्यापाऱ्यांना बंगालमधील व्यापाराच्या शक्यतेची जाणीव होती, पण त्यांना मिळालेल्या एका बातमीमुळे त्यांनी त्या दृष्टीने कुठलेही पाऊल टाकले नाही. ही बातमी, १६२७ साली बटाव्हियाच्या गव्हर्नर जनरलने दिलेल्या निर्णयातच सारांशरूपाने आढळते. तो निर्णय असा की, बंगालमध्ये सतत चाललेल्या युद्धांमुळे आणि बंडाळीमुळे व अस्थिर शासनामुळे फायदेशीर व्यापाराची तिळमात्र आशा नव्हती. या काळामध्ये बंगालमधील व्यापारी जगतात वस्तुत: मंदी होती, हे कोरोमांडेल किनाऱ्यावरील हिंदी व्यापाऱ्यांच्या वृत्तीवरून सिद्ध होण्यासारखे आहे. वेळोवेळी बंगालचा माल मच्छलीपटनम येथे आणण्यासाठी डच त्यांच्यावर अवलंबून राहिले, असे आपण वाचतो. परंतु डचांच्या अपेक्षा पूर्ण झाल्या नव्हत्या. त्यामुळे हा उद्योग म्हणजे वेळेचा अपव्यय असे हिंदी व्यापारी समजत असावे, असे अनुमान काढले तर ते योग्य ठरेल.

बंगालमध्ये जाण्यास व्यापारी कांकू करीत होते, याचे पुरेसे स्पष्टीकरण तेथील प्रमुख बंदरांतील परिस्थितीत आढळून येते. बंगालमध्ये मेघना आणि हुगळी दोन नद्यांच्या खाड्या आहेत.[१] यांपैकी मेघनेची खाडी चितगावच्या चाचे लोकांच्या जरबेत होती. यांपैकी काही चाचे हे तद्देशीय तर काही पोर्तुगीज वसाहतीतले होते. खाडीतून चालणाऱ्या व्यापाराची लूटमार करून हे लोक जगत होते. तात्पुरते मतभेद जमेस धरता त्यांना आराकानच्या सत्ताधीश

राजाचे संरक्षण होते. त्यांच्या चाचेगिरीतील ठोक मिळकतीवर काही टक्के ते राजाला देत होते. असे म्हटले जाते.[२]

या चाचेगिरीमुळे कायदेशीर (न्याय्य) व्यापाराचे नुकसान झाले असणार हे उघड आहे. मालाप्रमाणे माणसेदेखील लूट म्हणून पळवून नेली जात होती आणि हे कैदी गुलाम म्हणून विकण्यात येत होते, त्यामुळे होणारी हानी अधिक होती. या काळात मेघनेचा परदेशांशी विचारात घेण्याजोगा कुठलाही प्रत्यक्ष व्यापार होत असल्याचा पुरावा मला आढळला नाही. दुसरे म्हणजे हुगळीच्या खाडीला देखील कमी प्रमाणात असले तरी चाच्यांचे भय होतेच, आणखी भर म्हणजे या खाडीतून वाट काढण्यात जहाजांना असलेला धोका कुप्रसिद्ध होता.[१] आणि ज्या बंदरातील सर्व धंदा सर्वस्वी पोतुगिजांच्या हातात होता. त्या बंदरात पोहोचण्यासाठी हा धोका पत्करण्याचा मोह होणे अशक्य होते. पोतुगिजांच्या

---

१. 'इंडिया अॅट दी डेथ ऑफ अकबर' या ग्रंथातल्या 'क' परिशिष्टात, सोळाव्या शतकातील बंगालबद्दल लिहिताना, पोर्टो (Porto) हा पोर्तुगीज शब्द, बंदर म्हणून न वापरता खाडी किंवा नदीचे मुख या अर्थाने मी वापरला त्याची काही कारणे दिलेली आहेत. या शब्दाचा असा उपयोग केल्याचे चांगले उदाहरण १६०८ साली लिहिलेल्या एका डच वृत्तांतावर आढळते. हा वृत्तांत एका डच दलालाने लिहिला असून त्याने अराकानला भेट दिली होती. चितगावचा उल्लेख Portogrande चे hoof stadt किंवा मुख्य शहर म्हणून करतो. या त्याच्या शब्दयोजनेवरून Portogrande म्हणजे मेघना नदीचे मुख किंवा खाडी हा अर्थ त्याला अभिप्रेत आहे, असे दिसते. (de Jonge III 287) आणखी हे सांगायला हवे की, कधी कधी डच चितगावचा निर्देश 'छोटा बंगाल' (Little Bengala) असा करतात. यावरून ते चितगावला निदान 'बंगालमधील मोठे शहर' (Great City of Bengala) मानत नव्हते, हे उघड आहे. (Dagh Registar (Coromondel) March 19, 1644 and January 6, 1645)

२. मि. कॅम्पॉस यांनी लिहिलेल्या बंगालमधील पोर्तुगीजांच्या चित्तवेधक हकिकतीत १६०७ या वर्षापासून पोर्तुगीजांच्या चाचेगिरीची सुरुवात झाली, असे मानले आहे. मला असे वाटते की, यापूर्वीदेखील वैयक्तिक चाचे अस्तित्वात होते. परंतु सतराव्या शतकाच्या सुरुवातीच्या वर्षांमध्ये व्यापाराचा धोका मोठ्या प्रमाणात वाढला आणि मोगल फौजा चितगाव काबीज करेपर्यंत तो टिकला यात शंका नाही. (Campos 81-87 आणि 155-167) चाचे लोक त्यांच्या लुटीचा हिस्सा आराकानच्या राजाला देत होते. हे विधान Sarkar's Studies (128) मध्ये भाषांतरित केलेल्या शाहबुद्दीनच्या हकिकतीमधून घेतले आहे.

वर्चस्वाचे प्रमाण इंग्रजांना संपूर्णपणे कळले होते. सर थॉमस रो याने ''हिंदुस्थानच्या सर्व रहस्याची गुरुकिल्ली शोधल्यावर'' लेखन केले आहे. १६१८ मध्ये त्याने जाहीर केले की लहान जहाजांना उपयुक्त अशा पोतुगिजांच्या ताब्यातील बंदराशिवाय बंगालमध्ये बंदरे नाहीत. दोन वर्षांनंतर आग्र्याहून पाटण्याला शिरकाव केलेल्या इंग्रज दलालांनी कळविले की, ''अलीकडील वर्षांमध्ये पोर्तुगिजांनी पाटण्यात व्यवहार केलेला आहे. बंगालच्या तळच्या टोकापासून ते लहान बोटीतून आले. तेथे तळाशी त्यांची दोन बंदरे आहेत. त्यापैकी एकाचे नाव गोलयी (हुगळी)[२] आणि दुसऱ्याचे पिपली आहे. या ठिकाणी राहण्याचा या राजाने त्यांना परवाना दिला आहे. गोलयी हे त्यांचे मुख्य बंदर आहे. तेथे ते मोठ्या संख्येने आहेत.''

आपल्या संपूर्ण कालखंडात मेघनेच्या व्यापारातील विघ्ने कायम राहिली. आराकानहून कधी कधी डच व्यापारी चितगावला भेट देत होते. त्यांनी सहज केलेले उल्लेख दर्शवितात की, तेथील रहिवाशांचा मुख्य उद्योग व्यापार हा नसून चाचेगिरी हा होता आणि त्यांना मिळालेल्या मालांवरून तरी व्यापारी प्रगतीच्या खुणा तेथे आढळून येत नव्हत्या. १६३२ मध्ये पोतुगिजांच्या वसाहतीचा विनाश झाल्यावर हुबळीवरील परिस्थितीत एकदम बदल घडून आला. पोतुगिजांच्या भयापासून मुक्तता होताच कोरोमांडेल किनाऱ्यावरील हिंदुस्थानी व्यापारी धंदा पुन्हा सुरू करण्यासाठी बाहेर पडले तर डच आणि इंग्रज नौकाही उत्तरेकडे निघाल्या.

व्यापाराचा विस्तार पायरी पायरीने झाला. पहिली पायरी म्हणजे जहाजे कटकच्या शेजारच्या चिखली बंदरात (जहाजांच्या नगर वाड्यात) गेली. नंतर आणखी उत्तरेकडे पिपली आणि बालासोर या बंदरांमध्ये जहाजे नेण्यात आली. आणि १६३४ साली, प्रत्यक्ष हुगळीशी व्यापाराचा प्रयत्न करण्याच्या सूचना बटाव्हिया येथून आल्या. या बंदरातील डचांचे सुरुवातीचे अनुभव मात्र

---

१. १६३० च्या आसपासच्या वर्षासंबंधी लिहिताना मेथवोल्ड म्हणतो की बंगालमध्ये 'आम्ही केवळ नवखे आहोत. किनारा अतिशय धोकादायक आहे आणि अनेक खडकांच्या कडांमध्ये आणि वाळूच्या फाटीमध्ये जाण्याची जोखीम घेणे अशक्य आहे. इतकी आमची जहाजे मोठी आहेत. (Methowold 1004)

२. समकालीन साहित्यात हुगळीचे नाव विविध स्वरूपात आढळते. त्याच्या व्युत्पत्ती संबंधीच्या चर्चेची हकीकत कम्पॉसने दिली आहे. Campos (63-69)

उत्साहजनक नव्हते. सर्व व्यापाराची मक्तेदारी दोन स्थानिक व्यापाऱ्यांना दिलेली होती. अधिकारी मित्रत्वाने वागत नव्हते. बंगालच्या व्हाइसरॉयशी बराचसा अनुकूल करार ढाक्का येथे करण्यात आला. परंतु त्यामुळे स्थानिक अडचणी दूर झाल्या नाहीत आणि १६३६ मध्ये डच दलालांनी (अडते) खाली पिपलीला जाण्याचा निर्णय घेतला. बंगालचा माल येथे मिळत होता आणि तो घेण्यासाठी हुगळी येथल्याप्रमाणे पिळवणूक सहन करावी लागत नव्हती व भरमसाट किंमती द्याव्या लागत नव्हत्या. काही वर्षे डच आणि इंग्रज या दोघांनीही हे धोरण अवलंबले. नदीच्या मुखापासून दूर पिपली आणि बालासोर येथे ते राहिले. या तळांपासून त्यांनी वर देशामध्ये खरेदीसाठी माणसे पाठवली. इंग्रजांच्या उद्योगांविषयी माहिती तोकडी आहे. परंतु इतके सांगितले तर पुरेसे होईल की व्यापारी कंपनीच्या हितापेक्षा स्वत:चे हित अधिक पाहत होते. डचांचे अडते पटणा आणि कासिमबझार येथे पुढील तपाच्या आरंभीच होते आणि या प्रदेशात व्यापाराचा मार्ग शोधण्याचे मूळ काम मुख्यत्वेकरून डचांनी केले. डच हुगळीला परतले त्याची नक्की तारीख मी शोधून निश्चित केलेली नाही, परंतु ती १६४५ ते १६५० मधील आहे.[१] अलीकडच्या वर्षी त्यांच्या धंद्याचा व्यवहार पिपली येथेच होता. पण डिसेंबर १६५० मध्ये हुगळी येथे वसाहत करण्यासाठी इंग्रजांचे अडते गेले. त्यांना डचांचे उदाहरणाप्रमाणे वागण्याची आणि डचांच्या वसाहतीला लागून जमीन मिळविण्याची सूचना देण्यात आली. ही इंग्लिश वखार १६५१ च्या सुरुवातीला स्थापन झाली आणि दोन्ही कंपन्या शेजारी शेजारी व्यापार करू लागल्या. परंतु आपल्या कालखंडाच्या उरलेल्या काळात डचांनी बाजारापेठ काबीज केली होती. त्यांनी कासीम बझार येथे कच्च्या रेशमाचे सूत खरेदी केले आणि पाटणा येथे सोरामीठ खरेदी केले. परंतु पहिल्या वस्तूच्या व्यापारात त्यांनी जो विकास केला तो त्यांचा सर्वात मुख्य विक्रम होता. तुलनेने अधिक तलम पोताचा कापसाचा मालदेखील त्यांनी लहान प्रमाणात निर्यात केला. परंतु बंगालच्या मलमलीची कीर्ती अद्याप पाश्चात्त्य बाजारपेठांमध्ये प्रस्थापित झालेली नव्हती. हुगळीतील जहाजांच्या प्रवासाच्या अडचणीचा उल्लेख यापूर्वीच केलेला आहे. आपल्या कालखंडाच्या अखेरपर्यंत, माल लहान नौकांतून खाली आणला जात

१. Dagh Registar ची मालिका दुर्दैवाने अपूर्ण आहे. १६४५ ते १६५३ मधील एकमेव खंड उपलब्ध आहे. त्यामध्ये हिंदुस्थानातून येणाऱ्या बातम्यांचा गोषवारा समाविष्ट नाही. ही त्रुटी माझ्या पाहण्यात आलेल्या इतर कोणत्याही कागदपत्राने भरून निघत नाही.

होता आणि पिपली किंवा बालासोर येथे तो मोठ्या जहाजांवर चढविण्यात येत होता. ही पद्धत मात्र अतिशय खर्चाची होती. १६६० साली प्रयोगाखातर समुद्रगामी जहाजे नदीतून वर पाठविण्यास इंग्लिश कंपनीने परवानगी दिली. परंतु या घटनेची हकीकत आपल्या कालखंडात येत नाही.

बंगालच्या उपसागरात डॅनिश लोकांच्या हालचाली चालू होत्या, असे मागील प्रकरणात म्हटले होते. त्यांच्या कार्याचा कुठलाही समकालीन वृत्तान्त मला आढळलेला नाही. थॉमस बॉवरे हा या समुद्रात १६६९ नंतर होता. त्याच्या म्हणण्याप्रमाणे डॅनिश लोकांनी बंगालशी ३० वर्षांपर्यंत युद्ध पुकारलेले होते. म्हणून बंगालच्या व्यापाराच्या प्रगतीत त्यांनी अडथळे निर्माण केले असेच मानले पाहिजे. बॉवरे जी कथा सांगतो ती अशी की, डॅनिश लोकांनी बालासोर येथे वसाहत केली होती. परंतु डेन्मार्ककडून त्यांची जहाजे येऊ शकली नाहीत. तेव्हा १६४२ सालच्या सुमारास स्थानिक गव्हर्नरने वसाहतीतील रहिवाशांवर विषप्रयोग केला, त्यांचा माल जप्त केला आणि त्यांची वखार नष्ट केली. नंतर आलेल्या डॅनिश गलबतांनी वसाहत उद्ध्वस्त झालेली पाहिली, म्हणून गलबतांच्या कप्तानाला न्याय्य कारणासाठी युद्ध पुकारणे भाग पडले. परंतु युद्धाचे डावपेच आणि हालचाली परिणामकारकपणे करण्यात आल्या नाहीत. नाहीतर बंगालच्या सागरी व्यापाराचा या युद्धामुळे नाश झाला असता. तहाच्या वाटाघाटी १६७४ सालात चालू होत्या आणि त्यानंतर लवकरच हुगळीच्या किनाऱ्यावर सेरामपूर येथील वसाहतीत डॅनिश लोकांना प्रवेश देण्यात आला. युद्धाचे मूळ काय होते यासंबंधी आणखी कुठलीही माहिती मला सापडलेली नाही. विषप्रयोगाची कथा ही मुळातच असंभाव्य वाटते. परंतु वस्तुस्थिती काहीही असली तरी युद्धजन्य परिस्थिती अस्तित्वात होती, हे डॅनिश लोकांनी बंगालच्या जहाजांवर केलेल्या हल्ल्यांच्या निरनिराळ्या ओझरत्या उल्लेखांवरून सिद्ध होते. पोतुगिजांचे वर्चस्व नष्ट झाल्यावर व्यापाराचे पुनरुज्जीवन झाले होते. पण या पुनरुज्जीवनाचा पूर्ण फायदा स्थानिक जहाजमालकांना युद्धविषयक परिस्थितीमुळे घेता आला नाही, हा निष्कर्ष योग्य वाटतो.

या प्रकरणात जी वस्तुस्थिती थोडक्यात दिलेली आहे, त्यावरून असे दिसते की आपल्या कालखंडाच्या अखेरीस युरोपातील व्यापाऱ्यांचा प्रभाव हिंदुस्थानातील बऱ्याच मोठ्या प्रदेशावर प्रस्थापित झाला होता. सिंधपासून ते बंगालपर्यंतच्या किनाऱ्यावर जेथे जेथे डच आणि इंग्रज व्यापारी आढळून येत होते. उत्तरेमध्येही आता बिहार आणि संयुक्त प्रांत म्हणून ओळखल्या जाणाऱ्या

प्रदेशांच्या विस्तृत भागात ते उद्योगशील होते. आग्रा येथून समुद्रावरील बंदरांकडे जाणाऱ्या रस्त्यांवर त्यांची उपस्थिती परिचयाची झालेली होती. दक्षिणेमध्ये आतील प्रदेशात त्यांनी फार मोठा शिरकाव केलेला नव्हता. परंतु समुद्रपट्टीवर होणाऱ्या व्यापाराचा प्रभाव पडू शकणार नाही इतकी या प्रदेशातील व्यापारी केंद्रे दूर नव्हती व्यापारामुळे निर्माण झालेल्या नवीन परिस्थितीचा, पंजाबचा अपवाद झालेला होता, असे सामान्यपणे म्हणता येईल. यातून उद्भवलेल्या व्यापारी क्रांतीची प्रकृती व परिणाम ठरविण्याचा प्रयत्न करणे ही आपल्या विवेचनाची पुढची पायरी आहे.

प्रकरण दोन : आधार ग्रंथ

विभाग : १ मसाल्याच्या निरनिराळ्या बाजारपेठांतील उलाढाली आणि त्याचा हिंदुस्थानात तयार झालेल्या कापडाच्या मालावरील अवलंबन यांचा अभ्यास मुख्यत्वेकरून सुरुवातीला डच आणि इंग्रजांनी दिलेल्या भेटीच्या वर्णनावरून केला पाहिजे. पहिल्या एक दोन प्रवासानंतर अशा गोष्टी वर्णन करणाऱ्यांनी नेहमी गृहीत धरलेल्या आहेत. खालील उताऱ्यांचा उल्लेख करता येईल. Houtman i. 72-122. Renneville i.3, 369 ff (Bantam) i 1(Java), ii 220 ff (Moluccas) ii 158 ff (Achin) ii 317 ff (Ambaina); de Jorge ii 448, III 149,Terpstra's Konomandel,I ff; Terptra's Surat, 3,35, Purchas, I iii 153 ff (Achin), 161 ff (Bantam),194 ff (Priaman); Frist Letter Book 73, 74; 77, 84, 131, 148, 427, Letters Recevied i, 18,68 ff; ii 275, 314, 336;iii 139. पूर्वेकडील बंदरात जहाजांना असलेल्या धोक्याचा विषय सर्वत्र आलेला आहे. पहा e.g.Purchas I,iii 179, 180; iv 522, Letters Received iii 22; Jourdain234,236,303, 311 आणि दंगलीमुळे किंवा रोगांमुळे झालेल्या नुकसानीकरिता पहा. Renneville i, 101; Soctt's Discourse Purchas I, iii and indem I, iii 186, Middleton 19 ff.

सुरतेला डचांनी दिलेल्या पहिल्या भेटीचे वर्णन *Terpstra's Surat 17 ff;* मध्ये दिलेले आहे. काही संबंधित कागदपत्रे *de Jorge II 491 ff* मध्येही आहेत.आवश्यक गोष्टींवर डचांची एकाग्रता आणि परिणामत: गुजरातच्या व्यापाराकडे तात्पुरते दुर्लक्ष हे पुढील ग्रंथातील पुष्कळ उताऱ्यांमध्ये स्पष्टपणे आढळते. पहा. *Hague Transcripts e.g.II 1,5;* आणखी पहा *Van Dijk ,29.* पूर्व किनाऱ्यावरील आरंभीच्या वसाहतींच्या वर्णनासाठी पहा : *Terpstra's Coromandel 34 ff.* पोर्तुगिजांनी पुलिकतच्या घेतलेल्या कब्जासाठी पहा .

Hague Transcripts I, 69; Lisbon Transcripts I, 424 आणि *Van Dijk, 29* पूर्व किनाऱ्यावरील इंग्रजांच्या आगमनासाठी पहा. *Purchas I, iii 315, 320 ff* पुलिकत येथील इंग्रजांच्या माहितीसाठी पहा . *English Factories i.p. xliii,* अर्मागान येथील इंग्रजांसाठी *Idem iii p xlii ff and Passim;* मद्रास येथील इंग्रजांसाठी *idem vi pp xxxvii, 153 ff.*

विभाग २ : इंग्रजांनी सुरतेकडे केलेल्या पहिल्या सफरीची उद्दिष्टे *Frist Letter Book,38, 114 ff,291;* मध्ये आढळतील मिरीचा सुकाळ डचांच्या अनुभवास आला हे. *de Jorge iii 120* वरून दिसते. इतर युरोपियन राष्ट्रांना सुरतेपासून दूर ठेवण्याचा पोतुगिजांचा निर्धार *LisbonTranscripts I, 58, 144* मध्ये उत्कृष्ट रीतीने दाखविला आहे. हॉकिन्सचा वृत्तान्त *Purchas I iii 206* ff आणि *Early Travels 70 ff* मध्येदेखील अहे. Ascension जहाज फुटले त्याच्या हकीकतीसाठी पहा. *Purchas I iii 230* आणि *Jourdain 124 ff.* मिडलटनच्या भेटीच्या माहितीसाठी पहा : *Purchas I iii 267 ff* आणि बेस्टच्या भेटीसाठी *idem I iv 458 ff.* मोगल पोर्तुगीज युद्धांचे उल्लेख इंग्लिश कागदपत्रांत वारंवार आलेले आहेत. उदा. *Letters Received iii p. xxxvii;* पोतुगिजांची बाजू *Faria y so sa iii 195 ff* मध्ये मांडलेली आढळते. डचांच्या गुजरातेत पुनरागमनासाठी पहा: *Terpstra's Surat,* विशेषत: परिशिष्ट ५ आणि ६ या काळातील इंग्रजांच्या परिस्थितीसंबंधी सांगणारी रो ही मुख्य अधिकारी व्यक्ती आहे. *Van de Broeckr* च्या हकिकतीसाठी पहा. *Begi ende Vootrgangh (Renneville vii 380 ff)*

लाल समुद्राच्या व्यापारी परिस्थितीचे स्पष्टीकरण *Jourdain, 77 103* मध्ये आणि मिडलटन व डाउनटन यांच्या *Purchas I, iii* मधील हकिकतीत आढळते. इंग्रजांच्या कार्याचा मागोवा घेण्यासाठी पहा: *English Factories* सुरुवात *i.P. xiff.* डचांच्या कारभारासाठी पहा : *Terpstra's Surat 106 ff* आणि १६२४ च्या पुढील काळासाठी पहा: *Dagh Registar.* व्यापाराच्या असमाधानकारक स्वरूपासाठी पहा: *English factories vi 59.* रेशमाचा व्यापार दुसरीकडे वळविण्यासाठी पर्शियाने केलेल्या प्रयत्नांचा उल्लेख मधूनमधून *Calender S.P.* मध्ये आढळतो. उदा पहा : *No 486 of 1513-1616* आणि *16,210 of 1617-21.* पर्शियातील इंग्लिश व्यापाराच्या सुरुवातीसाठी पहा.*Roe passim, English Factories i.p.xxv.* आणि *ii pp vii ff.* डचांकरिता पहा:

Terpstra's Surat 137 ff. इंग्रजांचा रेशमाचा व्यापार स्थगित झाल्याची नोंद *English Factories x 24, 46, 119* मध्ये आढळते.

उत्तर हिंदुस्थानातील व्यापाराच्या विस्तारासाठी पहा *Letter Received. English Factories* आणि *Dagh Registar, Passim* आणि शिवाय *Terpstra's Surat 74;75* वगैरे. सिंधमधील इंग्रजांच्या पहिल्या प्रयत्नासाठी पहा: *Purchas I iv 497 ff;* व्यापाराच्या विस्ताराच्या चर्चेसाठी पहा *English factories i, 12, 14; 1631* मधील डच प्रवासाच्या उल्लेखासाठी पहा. *idem iv 207 and Hauge Transcripts I, 318, 1635* मधील इंग्लिश वखारीच्या स्थापनेसाठी पहा : *English Factories v 117 ff.* देशाच्या परिस्थितीतील उणिवा *English factories* च्या पुढील खंडात वारंवार स्पष्ट केलेल्या आहेत.डचांच्या वसाहतींचे उल्लेख *idem ix 116* आणि *Tavernicr i. 313g Manucci.i.57* मध्ये आढळतात. सिंधच्या मालाच्या लंडनमधील विक्रीसाठी पहा : *Court Minutes passim e.g. May 19, 1643* आणि *Jun 8, 1658.* पश्चिम किनाऱ्यावरील इंग्लिश कंपनीच्या व्यापाराची माहिती *English Foctories* मध्ये पहिल्या खंडापासून पुढे आढळून येईल. तर कोर्टीन असोशिएनच्या संबंधी माहिती खंड पासून सुरू होते. वेंगुर्ल्यातील डचांच्या माहितीसाठी पहा : १६३७ च्या पुढील *Dagh Registar.* इंग्रजांनी पुन्हा नव्याने केलेल्या प्रयत्नाची दखल *English Factories x 233 ff, 352 ff* मध्ये घेतलेली आहे. कालिकतशी झालेल्या डचांच्या प्रारंभीच्या वाटाघाटी हकीकत *Begin ende Voortgaagh (Rennille v. 20; vii 57 ff)* मध्ये आहे. करारनाम्यांसाठी पहा : *de Jorge III 204, 278* पूर्व किनाऱ्यावरून नंतर आलेल्या संबंधासाठी पहा : *Terpstra's Koromandel, 146.* कालिकतमधील इंग्रजांच्या माहितीसाठी पहा : *Letters Recevied Vols iv. vi* आणि *English Factories i, 76.*

विभाग ३ : डॅनिश लोकांच्या हालचालीची नोंद मधून मधून *English Factories* आणि *Dagh Registar* मध्ये आढळते. विशेषकरून पहा : *English Factories i.pp.xlivff.* कायल आणि तुतीकोरीन साठी पहा : *Dagh Registar(Coromandel) September 17, 1645* आणि *English Factories vii 252, viii 15* आणि x २१८ वगैरे. पेगूचा उल्लेख डच आणि इंग्रज कागदपत्रांत नेहमी आढळतो. विशेषकरून पहा : *English Factories ix 19, x 40* आणि *Dagh Registar May 16, 1661.* आराकानमधील डचांची पहिली हकीकत *de Jorge III, 187* मध्ये दिलेली आहे. नंतरचे वृत्तान्त *Dagh Registar* मध्ये वारंवार आढळतात.

डचांनी केलेल्या बंगालच्या आरंभीच्या तपासणीसाठी पहा : *Hague Transcripts 4I, 63, 139, 246, 270 आणि III L3, p4* इंग्रजांच्या योजनांसाठी पहा : *Letters Received iv-vi* आणि *English Factories i, 116.* चितगावचे चाचे हा सर्वसामान्य विषय आहे. त्यांची मनोरंजक हकीकत *Sarkar's Studies* मध्ये दिलेली आहे. पृ. ११८-१५२ तर *Dagh Registar* मध्ये काही प्रासंगिक उल्लेख आहेत.पोतुगिजांच्या हुगळीवरील वर्चस्वासाठी पहा : *English Factories i, 14, 213.* हुगळीच्या पाडावानंतरच्या हिंदी लोकांच्या व्यापाराची नोंद *Hague Transcripts I, 318* मध्ये आहे. इंग्रजांच्या पहिल्या हालचालींसाठी पहा *English Factories iv p xxx* आणि *Passim V.P. xxxvi, p xliv;* डचांच्या पहिल्या कारवाईसाठी पहा : *Dagh Registar १६१४ पासून पुढे.* (विशेष करून फेब्रुवारी ८ आणि जुलै १२, १६३६ आणि मार्च १४, १६३७) हुगळी येथील इंग्रजांच्या वसाहतीची माहिती पहा *English Factories Viii 334 आणि ix.p.xxvi* नदीतील समुद्रगामी जहाजांच्या करिता पहा: *idem x 408*

डॅनिश आणि बंगाल यांच्यामधील युद्धासाठी पहा : *Bowrey 181 ff* शिवाय *Master i,* ३१८. युद्धाचे उल्लेख *English Factories vii, 158* आणि *Viii* 134, *a Dagh Registar (Coromandel)* मे ६ आणि डिसेंबर २९, १६४५ यातही आढळतील.

◆◆◆

प्रकरण : तीन
हिंदुस्थानच्या परदेशी व्यापारातील बदल

१.सतराव्या शतकाच्या सुरुवातीची हिंदुस्थानची व्यापारी परिस्थिती

डच आणि इंग्रज यांनी क्रमाक्रमाने हिंदुस्थानात त्यांचा व्यापार कसा वाढविला याची हकीकत गेल्या प्रकरणात सांगितली.परंतु त्यांचा वाणिज्य व्यवहार समजून घेण्यासाठी व्यापाराच्या ज्या क्षेत्रात ते प्रवेश करू पाहत होते, तेथील मुख्य प्रवृत्तींची सर्वसाधारण कल्पना असणे आवश्यक आहे. आपल्या सुरुवातीला हिंदुस्थानी मालाला पश्चिम युरोपात फार मोठी मागणी नव्हती. प्रत्यक्ष व्यापाराचा मुख्य पदार्थ म्हणजे 'मलबारची मिरी' हा होता. देशाच्या अगदी लहानशा भागात याचे उत्पादन होत होते. या भागातून होणारी विस्तृत निर्यात ही हिंदुस्थानी उत्पादकांना मिळणाऱ्या थोड्याशा फायद्यांपेक्षा पोतुगिजांच्या संघटनेवरच अधिक अवलंबून होती.१ निळीचा उपयोग भूमध्य समुद्राच्या प्रदेशात होत होता. परंतु पश्चिम युरोपात त्याला फार कमी मागणी होती. कापडाचा व्यापार जास्तीत जास्त किरकोळ (फुटकळ) होता आणि पश्चिमेकडे जो काही इतर माल नेण्यात येत होता त्याबद्दलही असेच म्हणता येईल. युरोपातील मालाला हिंदुस्थानात आणखी कमी मागणी होती आणि पश्चिम युरोप व हिंदुस्थान यांच्यामध्ये एकमेकांच्या गरजा भागविण्याचा उद्योग फार मोठ्या प्रमाणावर चालू नव्हता असे सामान्यत: म्हणता येईल.

आशियातील परिस्थिती मात्र फार वेगळी होती. कारण तेथे हिंदुस्थानचा कापडाचा माल अत्यावश्यक होता. दक्षिण आशियातील कापडाची मागणी इतकी

---

१. लंडनमधील विक्रीच्या नोंदीवरून असे दिसते की, सुमात्रात उत्पन्न होणाऱ्या मालापेक्षा मलबारच्या मिरीचा भाव १ पेनी किंवा २ पेन्स दर पौंडाला जास्त येत असे. (Vide court minutes,December 18, 1646; Sept, 20, 1648 and passim मिरीची पोर्तुगालला वाहतूक करण्याची मक्तेदारी राजाची होती. सोळाव्या शतकाच्या अखेरीला ती शेतकऱ्यांना देण्यात आली. शेतकऱ्यांचे दलाल गोव्यात होते.जावा आणि सुमात्रा येथील मिरी गोव्याला न्यावी लागत होती आणि या दलालांना त्यांच्या मक्तेदारीच्या किमतीत विकावी लागत होती. या जादा खर्चामुळे धंदा फायदेशीर नव्हता. (हा जादा खर्च धंद्याचे नुकसान करण्यास पुरेसा होता.) (Hountman i, 105)

मोठी होती की ती पुरविण्यासाठी पूर्व किनारा आणि गुजरात येथील विणकर कार्यमग्न राहत होते. पूर्वेकडील समुद्रात किफायतशीर व्यापार करण्यासाठी हिंदुस्थानशी संबंध असणे आवश्यक होते. हिंदुस्थानच्या परदेशी व्यापाराचे सर्वात मोठे वैशिष्ट्य म्हणजे त्यातील मूल्यवान धातूंचे शोषण (absorption) हे होय. ही काही क्षणिक तात्पुरती स्थिती नव्हती. या गोष्टीने आज काही भागांत जी चिंता उत्पन्न झालेली आहे तितकीच अस्वस्थता रोमन साम्राज्याच्या सावकारांच्या (Financiers) मनात निर्माण झाली होती. ‘‘आशियातील श्रीमंतीसाठी युरोपचे रक्तशोषण’’ ही सर थॉमस रोची उक्ती समकालीन पाश्चिमात्य दृष्टिकोन नि:संशय व्यक्त करते. सोने आणि चांदीच्या शोषणासाठी हिंदुस्थानात अस्तित्वात असलेले कायदे अनुकूल होते. पण कसेही असले तरी देशातील आर्थिक परिस्थितींचा तो परिणाम होता. हिंदी उत्पादक त्यांचा माल विकायला उत्सुक होते आणि जर काही विशिष्ट खास गोष्टी सोडल्या, तर निर्यातीवर कुठलीही अधिकृत बंधने नव्हती. दुसऱ्या बाजूला बहुसंख्य हिंदी ग्राहक अतिशय दरिद्री होते. आयात केलेला माल घेण्याची शक्ती त्यांच्यापाशी नव्हती. म्हणून त्या मालाची विक्री, संख्येने कमी असलेल्या, श्रीमंत वरच्या वर्गापुरतीच मर्यादित होती. परदेशी जिनसांची मागणी अगदी उपेक्षणीय नव्हती, तरी निर्यात होणाऱ्या मालाच्या तुलनेने खूपच कमी होती. विल्यम हॉकिन्सच्या शब्दांमध्ये ‘‘हिंदुस्थानात चांदीची विपुलता होती, कारण सर्व राष्ट्रे येथे नाणी आणतात आणि ती देऊन त्या बदल्यात इतर माल घेऊन जातात. ही नाणी हिंदुस्थानातून बाहेर जात नाहीत. ती येथेच पुरली जातात’’ अशी हिंदुस्थानची प्रसिद्धी झाली होती.

हिंदुस्थानातील बाजारपेठ ही किती संकुचित होती हे दर्शविण्यासाठी प्रमुख आयात होणाऱ्या मालाची यादी पुरेशी आहे. मसाले आणि रंगीत लाकूड, हत्ती-घोडे, कच्चे रेशीम, हस्तिदंत, पोवळे आणि काही थोडे पदार्थ, तांबे, शिसे, कथिल, जस्त आणि पारा हे पदार्थ इतक्या लहान प्रमाणात होते की, आज ते प्रमाण अगदीच क्षुल्लक वाटेल. या सोबत चैनीच्या आणि इतर किरकोळ वस्तू ज्यांना त्यांच्या नावीन्यामुळे किंमत येई. हे मुख्यत्वेकरून मागणी असलेले व्यापाराचे जिन्नस होते आणि ज्या व्यापाऱ्यांना हे जिन्नस पुरविणे शक्य नव्हते, त्यांना हिंदुस्थानी माल विकत घ्यावयाचा असल्यास सोने किंवा चांदी द्यावी लागत होती. आपल्या सध्याच्या विवेचनासाठी हे लक्षात घेणे महत्त्वाचे आहे की, या सर्व पदार्थांपैकी फार थोड्या मालाचा पुरवठा युरोपातून होत होता. पाऱ्याचा पुरवठा चीन करीत असला

तरी काही पारा लिस्बनहून लाल समुद्राद्वारे हिंदुस्थानला पोचत होता. शिसे युरोपातून येत होते. तसेच पोवळे, उत्कृष्ट गरम कापड, रेशीम, मखमल आणि इतर कपडे, दारू आणि स्पिरिट्स, काच आणि आरसे या पोर्तुगीज रहिवाशांच्या चैनीच्या वस्तू आणि विविध प्रकारचा संकीर्ण माल युरोपातून येत होता. परंतु आयातीचा मोठा भाग आशियातून येत होता. म्हणून हिंदुस्थानशी व्यापार करण्याची इच्छा असणाऱ्या युरोपियन व्यापाऱ्यांना सुरुवातीलाच बाहेर नेण्यासाठी माल जमा करण्याच्या अडचणीला तोंड द्यावे लागत होते.

आता निर्यातीसंबंधी विचार करू. जरी काही विशिष्ट बंदरे काही अंशी एखाद्या दुसऱ्या मालावर अवलंबून असली तरी, एकंदरीत संपूर्ण हिंदुस्थान आपण लक्षात घेतले तर कापडाच्या निर्यातीचे प्रमाण हे व्यापाराचे सर्वात ठळक वैशिष्ट्य होते असे आढळून येते. उदा. मलबारची बंदरे मिरी मोठ्या प्रमाणात निर्यात करीत होती. इतर पदार्थ फार थोडे तेथून पाठविले जात खंबायत[१] आणि त्या शेजारची बंदरे नीळ आणि इतर बराचसा माल जहाजाने पाठवीत होती. बंगालमधून साखर आणि तांदूळ पाठविला जात होता. कोरोमांडेलहून भरपूर रंगीत कापड पेगू घेत होता आणि इतर निर्यात होणाऱ्या पदार्थांमध्ये आले, वेलदोडा, हळद हे मसाल्यांचे लहानसहान पदार्थ, निरनिराळी औषधी द्रव्ये, लाख, मोती आणि हिरे यांचा उल्लेख करता येईल. मलबार व बंगाल हे सोडले तर इतर निर्यात करणाऱ्या सर्व प्रदेशांच्या बाबतीत कापसाचा माल हा व्यापाराचा पाया होता. हा व्यवहार कुठल्या परिस्थितीत करण्यात येत होता हे समजावून घेण्यासाठी थोडा तपशील आवश्यक आहे. हा माल घेणाऱ्या बहुतेक बाजारपेठा या जुनाट व रूढीप्रिय होत्या. प्रस्थापित मालाची तेथे मागणी होती. नवा अनोळखी माल घेण्यास नकार दिला जात होता. या बाजारपेठांशी हिंदुस्थानातील उत्पादक प्रदेशांचा संपर्क होता. त्यामुळे या बाजारांच्या गरजा भागविण्यासाठी लागणारा विशिष्ट तऱ्हेचा माल उत्पादक प्रदेशात तयार होत होता. म्हणून निर्यात करण्यात येणाऱ्या मालात अतिशय विविधता होती आणि त्यावेळचे मालाचे वर्णन हे अनेक भाषांतून तयार झालेले असल्याने व्यापारात उपयोगात आणलेले नामकरण आधुनिक वाचकांना विलक्षण गोंधळात टाकणारे आहे. मात्र, त्यातील बहुसंख्य नावांचे अगदी सोपे वर्गीकरण करणे शक्य आहे आणि त्यानुसार निर्यातीच्या मालाचा मी छापील सुती कापड, तलम मलमल आणि पोशाख किंवा चित्रविचित्र माल असे म्हणेन.

---

१. वास्तविकदृष्ट्या खंबायत हे काही बंदर नव्हते. कारण समुद्रगामी जहाजे येथे जाऊ शकत नव्हती. तेथील निर्यातीचा माल हा एकतर किनाऱ्यावरील बोटींनी गोव्याला नेण्यात येई किंवा बंदरातील तरफ्यावरून गोघ्या किंवा दीवला नेण्यात येई आणि तेथे जहाजावर चढविण्यात येत होता.

देशाच्या बहुतेक सर्व भागांत सुती कापड निर्माण होत होते. मुळात ते हिंदुस्थानात वापरण्यासाठी तयार केले जात होते. परंतु बऱ्याच मोठ्या प्रमाणात त्याची निर्यातही केली जात होती. या कापडात साधे सुती कापड होते आणि रासायनिक द्रव्यांनी सफेद केलेले, न केलेले किंवा निरनिराळे रंगकाम असलेले कापडही मिळू शकत होते. या कापडाचे सर्वसाधारणपणे १२ ते १५ यार्ड लांब आणि पाऊण यार्ड रुंद असे तुकडे तयार होत. गुजरातच्या बाजारात हे तुकडे डुट्टीज[१] किंवा बफ्ता (Baftas) म्हणून ओळखले जात होते. परंतु यापेक्षा रुंद तुकडे देखील इतर काही उद्योगकेंद्रात मिळत होते. त्यांना व्यापारी रुंद बफ्ता म्हणत असत. सामान्यत: कापडाचे हे तुकडेच विकले जात किंवा अशा वीस तुकड्यांचा 'कॉर्ज'(Corge) विकला जाई. पण काही ठिकाणी सुती कापडाचे बरेच लांब तुकडे विणले जात आणि लांबीच्या मापात ते विकण्यात येत होते. कोरोमांडेल किनाऱ्यावरचे उंची सुती कापड (Long cloth) सुप्रसिद्ध होते, पण लांब तुकडे उत्तर हिंदुस्थानातही निर्माण होत होते. व्यापाऱ्यांना तेथे गझीज (Guzzee) (निश्चितपणे गझ(Gaz) या शब्दापासून तयार झालेला शब्द. गझ म्हणजे हिंदुस्थानी यार्ड) या नावाने माहीत होते. आशियाच्या विविध भागांना सुती कापडाची निर्यात जुन्या काळापासून होत होती. परंतु सोळाव्या शतकात पोर्तुगिजांनी पश्चिम आफ्रिका आणि ब्राझीलमधील त्यांच्या ताब्यात असलेल्या प्रदेशात या व्यापाराचा विस्तार वाढविला. या दोन ठिकाणच्या बाजारातील मागणी जवळ जवळ एकसारखी होती. कारण ब्राझीलच्या किनाऱ्यावरील वसाहती मोठ्या प्रमाणात आफ्रिकन गुलामांनी व्यापलेल्या होत्या. त्यांनी निर्यात केलेल्या सुती कापडाचे वर्णन सामान्यत: 'गिनिया कापड' असे करण्यात येई. परंतु काही भपकेबाज, चित्रविचित्र कापडेही ते खरेदी करीत असत. व्यापारी पत्रव्यवहारांत या मालाचा उल्लेख 'गिनीया माल', गुलामांचे कापड किंवा निग्रो कापड या नावांनी आढळतो.

सुती कापड (Calico) आणि मलमल यांतील भेद हा कापसाच्या कमीजास्त प्रमाणाचा आहे आणि काही बाबतीत एखादे विशिष्ट कापडाचे वर्गीकरण तलम सुती कापड म्हणून करावे की, जाडीभरडी मलमल म्हणून करावे याबद्दल संशय

---

१. 'Dutties' निश्चितपणे 'धोती' हे कमरेला घालायच्या कपड्याचे हिंदी नाव आहे Bafta हा पर्शियन शब्द असून त्याचा अर्थ 'विणलेले' असा आहे. पण गुजरातच्या बाजारात धोतीपेक्षा थोडे चांगले पोत असलेले सुती कापड म्हणून त्याला विशिष्ट महत्त्व प्राप्त झाले होते.

निर्माण होतो. सर्वसाधारणपणे कॅलिकोपेक्षा (सुती कापडापेक्षा) मलमलीचे पोत पातळ असते आणि ती वजनाने हलकी असते. उष्ण देशांमध्ये वापरण्यासाठी मलमल योग्य होती. पर्शिया, अरेबिया आणि इजिप्त येथे मलमलीच्या कापडाची निर्यात प्रामुख्याने झालेली आढळते. या मालाचा व्यापार पोर्तुगिजांनी उत्तर पश्चिम आफ्रिकेत वाढविला. तेथे या कापडाला कंबरपट्टा आणि फेटा म्हणून वापरण्यासाठी मागणी होती परंतु व्यापाराची ही वाढ हिंदुस्थानचा नवीन धंदा म्हणून कितपत होती आणि केवळ जुन्या मार्गांपासून वळवून व्यापार इजिप्तच्या मार्गाने कितपत करण्यात येत होते, ही गोष्ट मला स्पष्ट झालेली नाही. जरी इतर काही प्रदेशांत पातळ कापड मिळू शकत होते तरी काही प्रमाणात मलमलीची निर्मिती ही विशेषकरून बंगाल व दक्षिणेतील काही ठिकाणीच एकवटलेली होती.

कपडे आणि छापील कापड, खडी काढलेले चीट, हातरुमाल, सुती कापडाचे (Calico) रंगीत लहान तुकडे, नक्षीचे विणकाम केलेले कापड आणि रेशमाचे मिश्रण असलेले कापड इत्यादी छानछोकीच्या मालाला पूर्वेकडील बाजारपेठांत मोठी मागणी होती. यांपैकी प्रत्येक बाजारपेठेतील ग्राहकांची आवडनिवड त्यांच्यापुरती विशिष्ट अशी होती. सुरतहून इंग्लंडला पाठविलेल्या पहिल्या व्यापारी अहवालात विल्यम फिंचने म्हटल्याप्रमाणे[१] 'प्रियामन (सुमात्रा) बॅन्टम, मोलुकास येथील कपड्यांबद्दल लिहायचे तर ते इतक्या विविध प्रकारचे आणि इतक्या वेगवेगळ्या किंमतीचे होते की, त्यासंबंधी अपरंपार लिहावे (Infinite) लागेल.' कोरोमांडेल किनाऱ्यावरील त्यांच्या सुरुवातीच्या वर्षांत डचांनी हाताळलेल्या मालाच्या ४२ प्रकारांची यादी डॉ. टर्पस्ट्रा यांनी दिलेली आहे. १६१९ साली सुरतेहून जावाला गेलेल्या इंग्लिश जहाजातून पाठविलेल्या मालाच्या बिलामध्ये ३० नोंदी आढळतात आणि कापसाच्या मालांच्या सुमारे १५० नावांची सूची (English Factories) च्या पहिल्या दहा खंडांत दिलेली आहे. आपल्या सध्याच्या विवेचनाच्या दृष्टीने मात्र या सर्व मालांची ओळख पटवून घेण्याची आवश्यकता नाही. विविध बाजारांतील निरनिराळ्या आवडी-निवडीनुसार माल काही गुजरातमधून, दुसरा काही कोरोमांडेल येथून तर काही हिंदुस्थानच्या दोन्ही बाजूंकडून पुरविला जात होता. इतकेच माहिती असणे, पुरेसे

---

१. Letters Received i. २८ मध्ये दिलेल्या या अहवालावर सही नाही पण श्री. डब्ल्यू. Foster यांनी हा अहवाल फिंचचा आहे असे सांगितले आहे ते बरोबर आहे, यात शंका नाही. (Early Travels १२३ r)

आहे. तसेच विवक्षित प्रकारच्या मालाची मागणी लहान असली तरी कपडे आणि छानछोकीचा माल यांचा एकूण व्यापार हा देशाच्या दृष्टीने फार महत्त्वाचा होता.

निर्यातीच्या व्यापाराचे अंशत: विशेषीकरण झाले होते. ते कोष्टकरूपाने उत्तमरीतीने दर्शविता येईल. खालील तक्त्यामध्ये निर्यातीसाठी ओळखले जाणारे किनाऱ्यावरील प्रदेश, त्या प्रदेशातील प्रमुख बंदरांची नावे त्यातून निर्यात होणारा प्रमुख माल आणि निर्यात मालाची वाहतूक ज्या दिशांना होत होती, त्या दिशा ही सर्व माहिती मी मांडलेली आहे. या तक्त्यात दिलेली माहिती, अर्थातच बरीचशी अपूर्ण आहे. जवळ जवळ प्रत्येक जहाज मी दिलेल्या तपशिलाशिवाय इतर विविध प्रकारचा माल नेत होते, असा संभव आहे आणि पुष्कळशी बंदरे अधून मधून दुसऱ्या दिशांना जहाजे रवाना करीत होती, पण सर्वसामान्यपणे नेहमीच्या व्यापाराची पद्धत मी दिल्याप्रमाणे होती. डच आणि इंग्रज व्यापाऱ्यांच्या व्यापारामुळे बदल घडून येईपर्यंत ही पद्धत कायम होती.

सतराव्या शतकाच्या आरंभीच्या हिंदुस्थानच्या निर्यात व्यापाराचे दर्शन

किनाऱ्यावरील प्रदेश आणि मुख्य बंदरे	प्रमुख नियात	निर्यातीचे नियुक्त स्थान
सिंध लाहरी बंदर	सुती कापड (Calico)	पर्शियन आखात किनाऱ्याने गोव्याला
गुजरात खंबायत, गोध्रा, दीव आणि सुरत	कापसाचा माल, सुताचा धागा, नीळ, (शिवाय यात्रेकरूंची वाहतूक)	लाल समुद्र, पर्शियन आखात अचिन किनाऱ्याने गोव्याकडे
कोकण चौल, दाभोळ, राजापूर	मुख्यत्वेकरून सुती कापड आणि चैनीच्या वस्तू काही प्रमाणात मिरी (शिवाय यात्रेकरूंची वाहतूक)	लाल समुद्र, पर्शियन आखात किनाऱ्याने गोव्याकडे
गोवा भटकळ (हे नष्ट झाले)	जहाजावरील मालाची अदलाबदल, थोडी स्थानिक निर्यात	पर्शियन आखात, पूर्व आफ्रिका लिस्बन, मलाक्का आणि सिलोन त्यापुढे

<u>मलबार</u> कालिकत कोचीन आणि पुष्कळ किरकोळ बंदरे	मिरी	कोचीनपासून लिस्बनकडे सिलोनपासून मलाक्काकडे कालिकत आणि इतर लहानसहान बंदरांपासून लालसमुद्राकडे
<u>दक्षिण किनारा</u> क्विलान, तुतीकोरीन नागापट्टम	सुती कापड, मिरी	प्रामुख्याने किनारपट्टीवर, नागापट्टम पासून मलाक्का आणि त्यापुढे
<u>कोरोमांडेल किनारा</u> <u>दक्षिण</u> एस. थोम्, पुलिकत	चैनीच्या वस्तू, सुती कापड, मलमल, सुताचा धागा आणि मलबार	मलाक्का आणि त्यापुढे, अचिन, पेगू, तेनासरीम, किनाऱ्याने गोव्याकडे
<u>उत्तर</u> मच्छलीपट्टम	चैनीच्या वस्तू, सुती कापड, मलमल, सुताचा धागा	मलाक्का व त्याच्या पलीकडे अचिन, पेगू, तेनासरीम, पर्शियन आखात,किनाऱ्यावर उत्तरेकडे व दक्षिणेकडे
<u>जिंगेली किनारा</u> विजगापटम बिनलीपटम	खाद्य वस्तू (तांदूळ, तेलाची बियाणे)	मुख्यत्वेकरून किनाऱ्यावर
<u>बंगाल</u> हुगळी, पिपली, बलारेर, चितगाव	खाद्य वस्तू (तांदूळ साखर) मलमल	पेगू आणि तेनासरीम, मलाक्का व त्यापलीकडे अचिन किनाऱ्यावरील दूरवर व्यापार

समुद्रमार्गाने होणाऱ्या निर्यातीखेरीज, काबूल व कंदाहारकडून पश्चिमेकडे जाणाऱ्या दोन खुष्कीच्या मार्गांवरूनदेखील लहान प्रमाणात वाहतूक अस्तित्वात होती. युरोपियन व्यापारात प्रत्यक्ष सामील झाले नाही. पण या व्यापारावर बहुधा काही प्रमाणात त्यांच्या सागरी व्यापाराच्या स्पर्धेचा परिणाम झाला होता. कारण आग्रा येथून खुष्कीच्या मार्गाने किंवा गुजरातमधून खुष्कीच्या व समुद्रमार्गाने लेवज्ज येथे नीळ नेण्यात येत होती. हीच सुरत, लंडन किंवा ॲमस्टरडॅम या ठिकाणांहून आणली जात होती. दोन्हीं मार्गांनी आलेल्या निळीमध्ये भूमध्य समुद्रावरील बाजारपेठांत स्पर्धा निर्माण झाली होती. जमिनीवरील व्यापाराचे प्रमाण कमी झाले होते, हे शक्य आहे पण आपल्या कालखंडात तो संपूर्णपणे बंद झाला नाही. कंदाहारकडे जाणाऱ्या मार्गावर अधून मधून राजकीय परिस्थितीचा परिणाम होत होता. शतकाच्या सुरुवातीला वर्षाकाठी जाणाऱ्या उंटांची संख्या सुमारे तीन हजार होती असे म्हटले जाते. या उटांकरवी ५०० टन किंवा थोड्या अधिक मालाची निर्यात होत असे. पण १६१५ सालच्या सुमारास उंटांची संख्या चौपटीने वाढली. कारण पोर्तुगीज आणि मोगल यांच्यात युद्ध सुरू झाल्याने गुजरातहून पर्शियाला समुद्रमार्गाने होणारी वाहतूक खंडित झाली. सुमारे तीस वर्षांनंतर व्यापारी वाहतूक खुष्कीच्या मार्गाकडून समुद्रमार्गाने होऊ लागल्याचे आपल्याला आढळते. कारण त्यावेळी कंदाहारच्या कब्जासाठी मोगल पर्शियन युद्ध सुरू झाले होते. पर्शियातील दलालांनी पाठविलेल्या पत्रातील काही सहज उल्लेखांवरून असे दिसते की, या दोन्ही मार्गांनी जाणाऱ्या मालांमध्ये त्या देशाच्या अंतर्भागातील बाजारपेठांत कमी जास्त प्रमाणात स्पर्धा होती आणि युद्धामुळे होणारे तात्पुरते बदल सोडले तरी, उत्तरेकडील व्यापार काही प्रमाणात समुद्रमार्गाने होऊ लागला. हा बदल इंग्लिश आणि डच यांच्या व्यवहारांचा परिणाम असावा. मात्र या प्रश्नाचा अद्याप नीट उलगडा झालेला नाही. पण कसेही असले तरी संबंधित व्यापाराचे प्रमाण इतके कमी आहे की, तपशिलात जाऊन या विषयाचा विचार करणे महत्त्वाचे नाही. हिंदुस्थानच्या व्यापारातील महत्त्वाच्या घटना सागरी मार्गांवर (सागरावर) घडलेल्या आहेत. म्हणून आपण आपले लक्ष किनाऱ्यावर जो व्यापार धंदा करण्यात आला त्यावर केंद्रित केलेले बरे.

२. क्रयशक्तीची तरतूद

हिंदुस्थानच्या परदेशी व्यापाराचा जो आराखडा नुकताच देण्यात आला त्यावरून हे समजणे सोपे आहे की, ज्या युरोपियन व्यापाऱ्यांना हिंदुस्थानातील

माल विकत घ्यायचा होता, त्यांच्यापुढे एक प्रश्न उभा होता. तो म्हणजे गुजरात आणि कोरोमांडेल येथील बाजारपेठांमध्ये माल खरेदी करण्यासाठी लागणाऱ्या क्रयशक्तीची तरतूद करणे हा होय. मसाल्याचा जो व्यापार वाढविण्यासाठी डच पूर्वेकडे आले होते, तो व्यापार करण्यासाठी हिंदी कापसाचा माल आवश्यक होता. हे डचांच्या लगेच लक्षात आले, हे आपण पाहिले आहे. परंतु त्यांना पाहिजे असलेल्या हिंदी मालाची किंमत कशा प्रकारे द्यावी हे अद्याप त्यांना कळलेले नव्हते. जेव्हा नीळ आणि सुती कापड युरोपासाठी विकत घ्यायला इंग्लिश सुरतेला आले, तेव्हा हाच प्रश्न निर्माण झाला. रेशीम हिंदी माल देऊन घ्यावे लागत होते आणि मसाल्याचे पदार्थ मिळविण्यासाठी पुन्हा हिंदी माल आवश्यक होताच. तेव्हा रेशमाचा व्यापार प्रस्थापित करतानाही हा प्रश्न पुन्हा उपस्थित झाला. युरोपला आवश्यक असलेल्या कमी महत्त्वाच्या वस्तूदेखील याच प्रकारे हिंदी माल देऊन प्रामुख्याने विकत घ्याव्या लागत. सामान्यपणे बोलायचे झाले तर, केवळ हिंदुस्थानातच नव्हे तर आशियाच्या सर्व भागातून पाहिजे असलेल्या वास्तविक सर्व प्रकारच्या मालाकरिता, हिंदुस्थानात क्रयशक्तींची तरतूद करणे युरोपला भाग होते. युरोपातील माल हिंदुस्थानात विकण्यासाठी नेणे हा एक उघड मार्ग होता. पण या मालाला हिंदुस्थानात फारच कमी मागणी होती आणि युरोपला आवश्यक मालाची किंमत भागविण्यासाठी ती फारच अपुरी पडत होती. हे जेव्हा लक्षात आले तेव्हा दुसरे तीन उपाय सुचले. ते म्हणजे, मूल्यवान धातू व्यापारासाठी नेणे, हिंदी बाजारपेठांत कर्ज काढून निधी गोळा करणे किंवा आशियातील व्यापारात भांडवल गुंतवून त्यातील नफा मसाल्याचे पदार्थ किंवा इतर पौर्वात्य माल यांच्या स्वरूपात युरोपात पाठविणे. हे विविध मार्ग कमी जास्त यशस्वीपणे चोखाळण्यात आले आणि या आपल्या कालखंडात व्यापाराचा जो विकास झाला तो या निरनिराळ्या उपायांनी केलेल्या प्रयत्नांचा संयुक्त परिणाम होता.

युरोपातील मालाला हिंदुस्थानात मागणी अपुरी आहे, हे त्वरित लक्षात आले. पश्चिम युरोपात मुबलक निर्माण होणाऱ्या प्रत्येक मालाची वाहतूक डच आणि इंग्रज व्यापाऱ्यांनी केली. परंतु त्यांची बहुसंख्य बाबतींत निराशा झाली आणि थोड्याशा अनुभवानंतर किती तरी वस्तू बाहेर न्यावयाच्या मालातून कमी झाल्या आणि त्या वस्तू विकल्या जात होत्या त्यांचेही प्रमाण काटेकोरपणे मर्यादित करण्यात आले, उदा. लोखंडात केवळ योगायोगाने फायदा होणे शक्य होते.

कथिल मलाया द्वीपकल्पातील मालाशी स्पर्धा करणे सामान्यत: अशक्य होते. तर कापडनिर्मितीच्या प्रमुख केंद्रांमध्ये तागाचे कापड विकणे हा व्यर्थ उद्योग ठरला असता. जेव्हा एकदा अनुभव मिळाला तेव्हा युरोपातून जहाजाने पाठविण्यात येणारा माल बहुतांशी ठरीव साच्याचा होता. काही विशिष्ट मालांच्या प्रमाणात फक्त बदल करण्यात येत होता. कोठार आणि द्रव्य सोडले तर जहाजे केवळ गरम कपड्याचे काही तुकडे, थोडे शिसे, थोडा पारा आणि हिंगूळ, भूमध्यसमुद्रातून आणलेले पोवळे, आफ्रिकेच्या किनाऱ्यावरील हस्तिदंत, काही तलवारींची पाती किंवा चिनीमातीची भांडी आणि जो विकला जाईल, असा कुठलाही छानछोकीचा माल, इत्यादी मालाची वाहतूक करीत होती. परंतु पूर्वी सांगितल्याप्रमाणे, या सर्व मालाची एकूण किंमत मसाले, सुती कापड, नीळ, रेशीम आणि युरोपला आशियातून हवे असलेले इतर जिन्नस खरेदी करण्यासाठी सर्वस्वी अपुरी होती.

युरोपातील माल पुरेशा प्रमाणात विकणे अशक्य होते, हे आरंभीच्या अनुभवाने सिद्ध केले. या अनुभवावरून हेही दिसून आले की, मूल्यवान धातूंचा आवश्यक पुरवठा केल्यास सर्व अडचणी दूर होण्यासारख्या आहेत. कारण हिंदुस्थान रोखीने माल विकण्यास नेहमीच तयार होता. पश्चिम युरोपातील राजकारणी आणि भांडवलदार जे सिद्धान्त प्रमाण मानत होते त्यांच्या अन्वये सोने आणि चांदी यांची निर्यात निषिद्ध मानलेली होती. या सिद्धांतांना त्या काळच्या परिस्थितीमध्ये मजबूत आधार होता आणि बहुजन समाजात असलेल्या सार्वत्रिक पूर्वग्रहामुळे या सिद्धांतांना बळकटी आली होती, ज्या व्यापाऱ्यांना मूल्यवान धातूंची निर्यात करण्याची इच्छा होती ते, थॉमसमन प्रमाणेच असा युक्तिवाद करू शकत होते, की या निर्यातीचा परिणाम अधिक जास्त प्रमाणात हे मूल्यवान धातू पुन्हा देशात येण्यात झाला तर ही निर्यात फायद्यात होईल . परंतु अशा युक्तिवादाने सार्वजनिक पूर्वग्रह दूर करणे शक्य झाले नाही आणि या लोकसमाजाचे अस्तित्व गंभीरपणे विचारात घेणे भाग होते. कंपनीच्या सनदेत दिलेल्या परवागी प्रमाणे किंवा प्रिव्ही कौन्सिलने वेळोवेळी मंजूर केलेल्या मर्यादेपर्यंतच सोने आणि चांदी यांची निर्यात इंग्लिश कंपनी करू शकत होती आणि पूर्वेकडील माल दुसऱ्या युरोपियन देशांत विकून ही सोनेचांदीची जावक भरून काढण्यास कंपनी बांधलेली होती. परंतु निर्यातीवरील बंधने पाळूनदेखील कंपनीवर होणाऱ्या टीकेपासून तिचा बचाव झाला नाही. १६१८ मध्ये टॉवरमधील सावकारांनी चांदीच्या तुटवड्याबद्दल अर्ज केला. हा तुटवडा कंपनीने केलेल्या चांदीच्या निर्यातीमुळे निर्माण झाला आहे, असा त्यांनी अर्जात आरोप केला. १६२० मध्ये

प्रिव्ही कौन्सिलने या विषयातील तक्रारींची तपासणी केली. पुढील वर्षी चांदी अधिक प्रमाणात राज्यात कशी आणता येईल याचा विचार करण्याचा हुकूम कंपनीला देण्यात आला. १६२२ मध्ये या विषयावर पत्रके आणि प्रतिपत्रके यांचा भडिमार झाला. १६२४ मध्ये या विषयावर पार्लमेंटमध्ये (House of commons) वाद झाला आणि त्यात ज्याला आता 'तमाशा किंवा देखावा' म्हणता येईल तो निर्माण होण्याइतपत सभासदांच्या भावना भडकल्या होत्या आणि त्यामुळे बाहेर जाणारी जहाजे रोखून धरण्यात आली. हे सर्व अनुभव लक्षात घेता, मूल्यवान धातूंच्या निर्यातीची गरज कमी करण्यासाठी शक्य ते सर्व उपाय कंपनीने योजावेत, यात आश्चर्य वाटण्यासारखे काही नाही. वास्तविक कंपनीचा अगोदरचा बराच इतिहास, आशियाच्या इतर भागात इंग्लिश माल विकत घेण्यासाठी कंपनीने केलेल्या प्रयत्नांनी व्यापलेला आहे. कारण हिंदुस्थान इंग्लिश माल खरेदी करायला राजी नव्हता. १६०९-१० मध्ये जावा येथील दलालांना पाठविलेल्या आदेशांमध्ये विशेषत: लोकरीचा माल आणि इतर इंग्लिश माल यांची विक्री वाढविण्याची आवश्यकता प्रतिपादन केली होती कारण त्यामुळे पेशाची वाहतूक केल्याशिवाय व्यापार करणे शक्य होईल आणि तोच आपल्या आकाक्षांचा मुख्य उद्देश आहे. जर तुमच्या नाण्याचा व्यापार कमी करण्याच्या सतत इच्छेमुळे मूळ जी किंमत वसूल होईल अशा सर्व वस्तूंचा व्यापार करण्याचा सल्ला दिला नसता. तर १६२८ मध्ये हस्तिदंताचा व्यापार करून आलेला नफा अपुरा आहे असे वर्णन सुरतेच्या दलालांनी केले आहे. या प्रयत्नांना मात्र फारसे यश आले नाही आणि कायदेशीरपणे जेवढे सोने आणि चांदी बाहेर पाठविणे शक्य होते, त्याचा जास्तीत जास्त चांगला उपयोग करणे, एवढेच काय ते करता येणे शक्य होते.

या संदर्भात, डच कंपनीची परिस्थिती ही काहीशी अधिक अनुकूल होती असे दिसते. किमान पार्लमेंटमध्ये केलेल्या निवेदनात इंग्रज व्यापाऱ्यांनी असे आवाहन केले की, "हॉलंडचे, व्हेनिसचे किंवा जिनोवाचे, हे कुठलेच लोक पैसा परदेशी पाठविण्यावर बंदी घालण्यास उत्सुक नाहीत" आणि या विधानाला वस्तुस्थितीचा सबळ आधार असल्याशिवाय हे निवेदन करण्याचे धाडस अर्जदारांनी केले असणे असंभाव्य आहे. डच कंपनीची उभारणी व्यापक पायावर झाली असल्याने या संबंधात डच कंपनीचा बहुधा फायदा झाला असावा. ज्या व्यापाऱ्यांनी कंपनी बनविलेली होती त्यांच्या हातात राज्यातील प्रबळ सत्ता होती आणि त्यांच्या योजना शेवटास नेण्याची ते आशा बाळगून होते. जर याच काळात लंडनच्या पार्लमेंटवर साहसी इंग्रज दर्यावर्द्यांचा अजिबात प्रभाव नव्हता. तथापि दोन्ही कंपन्यातील (व्यापारांचा) फरक म्हणजे अंशात्मक (degree) होता आणि आर्थिक तत्त्वाचा अथवा पूर्वग्रहाचा डच कंपनीच्या

व्यवहारांवरील झालेला परिणाम त्या काळच्या कागदपत्रात उघड दिसून येतो. उदा. आग्रा येथे व्यापारासाठी पैसा लागणार नाही, या विशिष्ट कारणासाठी आग्रा येथे व्यापार वाढवावा, अशी विनंती सुरतेच्या व्यापाऱ्याने केली होती किंवा मोचाशी व्यापार करून मिळणारा पैसा हा हिंदुस्थानात त्यांचा धंदा भरभराटीला येण्यासाठी आवश्यक होता, असे त्याने आग्रहाने सांगितले होते. याचा प्रत्यक्षात परिणाम दोन्ही कंपन्यांचे उद्योग मर्यादित होण्यात आणि मोचाच्या बाबत झाले त्याप्रमाणे या घातलेल्या बंधनांच्या पलीकडे जाऊन व्यापाराच्या विस्ताराची साधने शोधण्यात झाला. या उपायांपैकी एक म्हणजे हिंदुस्थानात भांडवल कर्जाऊ काढणे हा होता आणि त्या उपायांचा डचांनी क्वचित तर इंग्रजांनी अधिक वेळा अवलंब केला. परंतु उपलब्ध असलेला पैसा मर्यादित होता आणि त्यामुळे व्याजाचा दर फार होता.[१]

१६२५ ते १६५० दरम्यान सुरतेत दिलेला दर सुमारे १२ टक्के याच्या आसपास होता. पुढील तपात तो खाली आला आणि ६ टक्के इतक्या कमी दराच्या व्यवहारांची माहिती आपण वाचतो. पण ही घट तात्पुरती होती. कारण १६५९ मध्ये ९ टक्के व्याज देऊनदेखील फार थोडे भांडवल गोळा करता आले. पूर्व किनाऱ्यावर नेहमीच ठरावीक दर बहुधा १८ टक्के हा होता, परंतु सुमारे १६३० ते १६४० पर्यंत जेव्हा इंग्लिश व्यापाऱ्यांची पत कमी झाली होती, तेव्हा त्यांना २४ ते ३६ टक्के दर आकारण्यात आला. आग्र्याला ९ ते २४ टक्के व्याजाचा दर असल्याचे, सिंधमध्ये १५ टक्के, बंगालमध्ये ३६ टक्के आणि कोकण किनाऱ्यावर $१३^{१}/_{२}$ टक्के दर असल्याचे आपण वाचतो. असे दर व्यापाराची हानी करणारे होते आणि हा अनुभव आल्यानंतर दोन्ही कंपन्यांनी हिंदुस्थानात कर्जाऊ घेतलेल्या भांडवलावर व्यापार करण्याच्या विरुद्ध निर्णय घेतला. भरपूर साधन संपत्तीमुळे डचांना बराच काळपर्यंत या पद्धतीचा अव्हेर करून व्यापार करणे शक्य झाले. परंतु लंडनमध्ये भांडवल उभारण्यात वारंवार अडचणी येत होत्या. त्यामुळे कडक बंधनांखाली हिंदुस्थानात कर्ज उभारण्याची परवानगी देणे इंग्रजांना भाग पडले आणि त्यांच्या

---

१. English Factories आणि Dagh Register मध्ये दिलेल्या व्याजाच्या दरमहा दरांवरून काढलेले वार्षिक दरांचे आकडे मजकुरात दिलेले आहेत. गोवळकोंडा येथील मोठे अधिकारी महिना चार टक्के व्याजाने पैसे कर्जाऊ देत होते आणि अडचणीत असलेल्या लोकांना ते दरमहा पाच टक्के व्याज आकारात होते. या डच दलालाने सांगितलेल्या हकिकतीवरून असे अनुमान काढता येईल की, वर दिलेले व्याजाचे दर हे नेहमीच्या बाजारभावापेक्षा जास्त नव्हते. (Begin Ende Voortga Renneville vii 510 मधील गोवळकोंड्याचा वृत्तान्त) कोरोमांडेल किनाऱ्यावर व्याजाने घेतलेले कुठलेही कर्ज द्यावयाचे शिल्लक राहिलेले नाही याची नोंद करताना १६४१ च्या Batavia Journal च्या लेखकाने अशी पवित्र आकांक्षा व्यक्त केली आहे. "परमेश्वराच्या कृपेने कंपनी या पुढील भविष्यात स्वत: भांडवलावर व्यापार करेल." Dagh Registar December 26 1641 Coromandel)

दलालांना व्यापार जिवंत ठेवण्याकरिता ही बंधने प्रसंगोपात्त ओलांडणे भाग पडले. तथापि कर्जाची निकड नेहमी तापदायक ठरत होती. क्रयशक्तीची तरतूद करण्याची पद्धत अतिशय महागात पडत होती, म्हणून अगदी आणीबाणीच्या प्रसंगातच तिचा उपयोग केला जात होता.

३. कंपन्यांचा आशियातील व्यापार

युरोपातील व्यापारी माल आणि भांडवल यांचा अपुरेपणा काढण्याचा एक मार्ग शिल्लक राहिला होता आणि तो म्हणजे उपलब्ध भांडवलाचा काही भाग नियमितपणे आशियातील व्यापारात गुंतविणे हा होता. या व्यापारात अशारीतीने व्यवहार करावयाचा होता की जेणेकरून हिंदुस्थानात आवश्यक असलेल्या क्रयशक्तीची तरतूद करता येईल आणि युरोपात मूळ भांडवल न पाठविता व्यापारातील नफाच फक्त रवाना करता येईल. या उपायाने मिळणारे फायदे सर थॉमस रोने परिणामकारकपणे मांडले होते. त्याने लंडनमध्ये संचालकांना सांगितले की, ज्या प्रकारचा माल ते बाहेर पाठवीत होते त्यामुळे 'हा व्यापार कधीच पुढे सरकणार नाही. त्यात बदल करून तुम्ही (व्यापाराला) मदत करायला पाहिजे आणि नंतर लगेच त्याने आवाहन केले की, लाल समुद्राशी होणारा व्यापार कंपनीच्या हिंदुस्थानातील संपूर्ण व्यवहाराला भांडवल पुरविण्यास पुरेसा होईल. या मार्गाचा अवलंब डचांनी मोठ्या प्रमाणात केला आणि त्यांच्या थोड्या साधनसंपत्तीच्या आणि तानमानाच्या मर्यादेपर्यंत इंग्रजांनी केला आणि त्यामुळे चमत्कारिक वाटणारी घटना आशियात घडून आली. युरोपला नेण्यासाठी पूर्वेतील माल खरेदी करण्यास आलेल्या व्यापाऱ्यांनी केवळ आशियातील व्यापार करण्यासाठी आपली इतकी शक्ती खर्च करावी, सर्व प्रकारचा माल आशियाच्या एका बंदराकडून दुसऱ्या बंदराकडे न्यावा आणि युरोपला नेण्यासाठी जेथे काही माल नाही अशा बाजारपेठात त्यांनी व्यवहार करावा- अशाप्रकारचे हे दृश्य होते.

जो पुढे 'वसाहतवाद' किवा 'वसाहती पद्धत' म्हणून ओळखला जाऊ लागला, त्याचा अंकुर या पद्धतीत होता, हे ध्यानात येईल. पण को एन या थोर डच गव्हर्नर जनरलची विचारसरणी जर प्रत्यक्षात आणली गेली असती तर ही पद्धत तिच्या परिपूर्ण स्वरूपात सुरुवातीपासूनच अमलात आली असती. को एनने १६२३ साली त्याच्यानंतर गव्हर्नर जनरलच्या जागेवर येणाऱ्या अधिकाऱ्यासाठी सूचनापत्रक तयार केले होते. पत्रकात को एनने केवळ आशियातील व्यापार नेटाने करण्याची गळ घातलेली नाही तर सर्व उपलब्ध भांडवलाची तरतूद उत्पादनाच्या प्रमुख साधनात (हजारो गुलाम) आणि कंपनीची मालमत्ता

वाढविण्यात करावी असा आग्रह धरला. 'म्हणजे देशांतर्गत व्यापारातील व नेहमीच्या उत्पन्नातील फायद्यातून मायदेशाची प्राप्ती पाठविता येईल.'[१] आणि अशा प्रकारे मायदेशातून दरसाल भांडवल मागविण्याची गरज अखेरीला नष्ट होईल.

या धर्तीवर उत्पादनाचा थोडा विकास डचांनी, मोलुकस, जावा आणि फोर्मोसा येथे घडवून आणला होता. पण हॉलंडमधील कंपनीने को एनच्या महत्त्वाकांक्षी योजनेला संमती दिली नाही आणि आपल्या कालखंडामध्ये डचांचे पूर्वेतील प्रतिनिधी आशियातील व्यापारातून होणाऱ्या फायद्यावर प्रामुख्याने अवलंबून राहिले. या सुमाराला इंग्रजांच्या ताब्यात आशियातील कुठलाही प्रदेश नव्हता म्हणून त्यांच्या बाबतीतील वसाहतीसंबंधीच्या धोरणाचा प्रश्न उपस्थित झाला नाही.

हिंदुस्थानात उपयोगात आणण्याकरिता उपलब्ध असलेल्या सोन्या-चांदीच्या प्रमाणात वाढ करणे, हा आशियातील व्यापारात भाग घेण्याचा प्रमुख उद्देश होता. तो पाहता ज्यामुळे हे धातू ताबडतोब सहजगत्या मिळविता येतील ते धोरण डच आणि इंग्लिश या दोघांनीही साहजिकच अंगीकारले. सुमात्रा आणि बोर्निओ अशा काही बेटांमध्ये सोने फार कमी प्रमाणात सापडत होते. ज्या ठिकाणी हिंदुस्थानी माल देऊन त्याबदली दलाल सोने विकत घेत होते. जाण्यायेण्याचा प्रवासखर्च धरून या सोन्याची किंमत हिंदुस्थानात आणल्यावर मूळ मालाच्या किंमतीपेक्षा जास्त व्हायची. या प्रकारे मिळविलेल्या मूल्यवान धातूंचा पुरवठा उपेक्षणीय नव्हता. परंतु लाल समुद्र, चीन आणि जपान येथे मिळणाऱ्या धातूंच्या तुलनेने तो अगदी थोडा होता. लाल समुद्राचा व्यापार हा बराचसा रोखीने होत होता, या गोष्टीमुळे युरोपियन व्यापारी तिकडे आकर्षित झाले, हे यापूर्वी आपण पाहिले आहे. मसाले आणि हिंदुस्थानी माल यांच्या बदल्यात मोचा येथे ड्युक्टस् आणि इतर नाणी मिळत होती. यांचा उपयोग हिंदुस्थानात करण्यात येत होता. गंभीर अडचणींना तोंड देऊन लाल समुद्रातील व्यापारास चिकटून राहिले ही वस्तुस्थिती व्यापाराची ही बाजू त्यांना महत्त्वाची

---

१. (Calender s.p.1622-24 No. 243 मध्ये दिलेल्या को एनच्या सल्ल्याच्या इंग्रजी गोषवाऱ्यातून हे अवतरण घेतलेले आहे. ज्या डच शब्दांचे येथे 'देशान्तर्गत' असे भाषान्तर केले आहे, तो शब्द ज्याला मी 'आशियातील व्यापार, असे म्हटलेले आहे त्या अर्थाने समकालीन कागदपत्रात नेहमी वापरला आहे. आशियातील व्यापार हा कंपनीच्या मूळच्या युरोपात माल नेण्याच्या उद्योगापेक्षा वेगळा व्यापार आहे. वसाहतीचे धोरण अंगीकारण्यासंबंधी को एनचे प्रतिपादन de Jorge III 209 ff मध्ये वाचावयास मिळू शकेल)

वाटत होती, याचाच पुरावा आहे. परंतु जपान आणि चीनमधून जास्तीत जास्त मालाची आवक करण्यात येत होती आणि या देशांबरोबरच्या व्यापारात डचांची जी जवळजवळ मक्तेदारी होती ती मसाल्याच्या बेटावरील त्यांचा जो ताबा होता आणि त्यांच्या खालोखाल त्यांच्या यशाला कारण होती.

या काळात जपान मोठ्या प्रमाणात चांदीचे उत्पादन करीत असे. देशाला आवश्यक असलेल्या वस्तूंच्या बदल्यात ही चांदी खुशीने दिली जात होती. सोळाव्या शतकामध्ये पोर्तुगिजांना ही गोष्ट माहीत झालेली होती. विल्यम ॲडम्सने त्याच्या 'अज्ञात मित्रांना आणि देशबांधवांना' १६११ साली लिहिलेल्या पत्रात या गोष्टीवर जोर दिला होता. या पत्रात त्याने लिहिले, 'तुम्हांला हे समजेल की हा हॉलंडर्स (डच) लोकांजवळ येथे पैसा असलेले हिंदुस्थान (Indies of Money) आहे. हॉलंडमधनू ईस्ट इंडिजमध्ये त्यांना चांदी आणण्याची जरुरी नाही. ईस्ट इंडीजमध्ये ज्या ज्या ठिकाणी चांदी देण्याची त्यांना गरज आहे ती भागविण्यासाठी जपानमध्ये खूप सोने आणि चांदी उपलब्ध आहे.'[११]

निदान चांदीच्या बाबतीत तरी, या विधानातील सत्यतेचा भरपूर पुरावा अनुभवाने मिळाला. या कालखंडामध्ये जपानमधून हिंदुस्थानात मोठ्या प्रमाणात सोने आल्याची नोंद मला कुठे आढळलेली नाही. तैवान गमावल्यानंतर मुख्य भूमीवरून होणारा पुरवठा विस्कळीत झाला. यानंतर १६६५ साली निर्यात सुरू झाल्याचे दिसते. या वर्षीच्या २५ एप्रिलच्या Dagh Registar मधील नोंदीत असा उल्लेख आहे की, सोन्याची निर्यात करायला बादशहाने मंजुरी दिलेली होती आणि या वेळेपासून कमी-जास्त नियमितपणे सोने कोरोमांडेल किनाऱ्याकडे पाठविण्यात आल्याचे आपण ऐकतो. १६४० च्या अखेरीला लिहिताना

---

१. ॲडम्स ही या काळातील उल्लेखनीय व्यक्ती आहे. त्याने दिलेल्या माहितीप्रमाणे पुष्कळवर्षे भूमध्य समुद्राच्या व्यापार क्षेत्रात काम केल्यावर पूर्वेतील डचांचा व्यापार अभ्यासण्याची त्याला इच्छा झाली. १९५८ साली दक्षिण अमेरिकेच्या मार्गाने इंडीजला निघालेल्या डच गलबतांचा कर्णधार म्हणून त्याचे डचांच्या नोकरीत प्रवेश केला. हा जलप्रवास संकटमय होता. अखेरीला ॲडम्स जपानला जाऊन पोचला. काही काळ तो तुरुंगात होता. पण नंतर त्याने बादशहाची मर्जी जिंकली. त्याला भत्ता मिळाला आणि तो जपानमध्ये स्थायिक झाला. १६१० च्या सुमारास डच व्यापारी जपानला पोचले तेव्हा त्यांचे दरबारातील काम ॲडम्सने केले. त्यानंतर इंग्रज व्यापाऱ्यांकरिताही त्याने काम केले आणि अखेरीला ईस्ट इंडिया कंपनीच्या चाकरीत तो रुजू झाला. मजकुरात दिलेले त्याचे पत्र पुढील ठिकाणी छापले आहे. Purchas,I iii १२५ आणि शिवाय Letters Received i, ४२; डचांना त्याने केलेल्या मदतीकरिता पहा. Renneville vii १४९

सुरतेतील इंग्रज प्रतिनिधींनी डचांजवळील 'जपानची चांदी व चीनचे सोने' असा उल्लेख केलेला आढळतो. (English Factories vi 179)

जपानच्या बाजारपेठांत विकण्यासाठी योग्य तो माल ते मिळवू शकले तर त्यांची चांदीची गरज ते पुरवू शकतील, हे डचांनी ओळखले. मात्र या बाजारातील आवडीनिवडी विशेष प्रकारच्या होत्या. युरोपचा माल तेथे अगदी लहान प्रमाणात विकला जात होता, हिंदुस्थानी कुतूहलापोटी विकत घेतला जात होता. मसाल्याची मागणीदेखील फार मोठी नव्हती. कच्चे रेशीम, चामडे आणि कातडे आणून विकणे हाच जपानी चांदी मिळविण्याचा मार्ग होता. या वस्तू मुख्यत्वेकरून सयाममध्ये उपलब्ध होत्या आणि तेथे हिंदुस्थानातील कापड सहजगत्या विकले जात होते म्हणून हिंदुस्थानचे कापड सयाममध्ये विकायचे; तेथील चामडे व कातडे जपानमध्ये न्यायचे आणि ते विकून जपानची चांदी हिंदुस्थानला पाठवायची, अशा धर्तीवर मोठ्या प्रमाणात धंदा वाढविण्यात आला. या काळात पुढे हिंदुस्थानातील कातडीदेखील जपानमध्ये नेण्यात आली. पुढील भागात यासंबंधी लिहिण्यात येईल. परंतु मुख्यत्वेकरून जपानला करण्यात आलेला चामडे आणि कातड्याचा पुरवठा सयामच्या बाजारपेठेतील मालाचा होता.

जपानची मुख्य मागणी मात्र कच्च्या रेशमाची होती. या वस्तूचा पुरवठा प्रथमतः चिनी व्यापाऱ्यांच्या हातात होता. डचांना लवकरच माहिती मिळाली की चीनशी परस्पर व्यापारी संबंध बादशहाने राजकीय कारणासाठी सुरक्षित राखले होते. म्हणून ते चीनमधून उघडपणे रेशीम आणू शकले नाहीत. परंतु इंडो-चीन मधून ते रेशीम आणू शकत होते आणि ते त्यांनी आणलेही. इंडोचीनमधून हिंदुस्थानी कापडाच्या व हे कापड देऊन आणलेल्या मसाल्याच्या व इतर पदार्थांच्या मोबदल्यात त्यांनी रेशीम मिळविले. पर्शियन रेशीम त्यांनी देऊ केले, परंतु तो व्यापार पुढे वाढला नाही. त्या दिशेने डचांनी केलेल्या उद्योगाचे सर्वात मोठे यश म्हणजे त्यांनी बंगालच्या कच्चा रेशमाचा व्यापार जपानी बाजारपेठांत सुरू केला, हे होय. या त्यांच्या विक्रमाचा तपशील मिळविणे मला शक्य झालेले नाही. कारण त्या महत्त्वपूर्ण वर्षांची बटाव्हिया जर्नल्स उपलब्ध नाहीत. १६४१ सालाइतक्या पूर्वी रेशमाचा नमुना पाठविला होता असे दिसते. कारण त्यापूर्वी बंगालचे रेशीम हे जाडेभरडे, भरभरीत आणि फार महागही असल्याने जपानच्या बाजारात चालण्यासारखे नाही, असे तेथील दलालांनी कळविले होते.

१६४६ पर्यंतच्या जर्नल्समध्ये या व्यापारासंबंधी पुढे काहीच उल्लेख केलेला नाही. परंतु जेव्हा १६५३ साली जर्नल्स पुन्हा सुरू झाली त्यावेळी हा व्यापार पूर्ण जोरात चालल्याचे आढळते. त्या वर्षी प्रामुख्याने बंगालच्या रेशमाने भरलेले एक जहाज जपानला पाठविण्यात आले, अशी नोंद आहे. पुढील नोंदीदेखील हीच कथा सांगतात. सोळाव्या शतकामध्ये अशा प्रकारच्या व्यापाराचा कुठे मागमूसही आढळत नाही. म्हणून बंगालच्या मालाला ही नवी बाजारपेठ उपलब्ध करून देण्याचे श्रेय निश्चितपणे डचांच्या कर्तृत्वाला दिले पाहिजे.

जपान या प्रकारे चांदीचा पुरवठा करीत होता तर चीन आणि इंडोचीन सोने देत होते. या सोन्याच्या बदल्यात मिरी, चंदन, रंगीत लाकूड आणि आशियात इतर होणारा माल देण्यास व्यापारी तयार होते आणि तो माल देणे त्यांना शक्य होते. यापैकी बहुतेक सगळा माल हिंदुस्थानी कापड देऊन त्यांनी खरेदी केला होता. डचांची फोर्मोसा येथील वसाहत या व्यापाराचे मुख्य केंद्र होते. जपानमधील त्यांची वखार गव्हर्नरच्या ताब्यात होती. याप्रमाणे सोने आणि चांदी या दोन मूल्यवान धातूंचा हिंदुस्थानच्या बाजारपेठांमध्ये पुरवठा करण्याची जबाबदारी या गव्हर्नरवर पडली. आपल्या कालखंडाच्या उत्तरार्धात डचांना हिंदुस्थानात लागणारा सोने-चांदीचा माल बऱ्याच मोठ्या प्रमाणात तैवानहून सरळ जहाजांनी पुरविला जात होता. सोने कोरोमांडेल किनाऱ्यावर आणि चांदी गुजरात व बंगालला नेण्यात येत होती. ह्यामुळे युरोपमधून डच जी भांडवलाची मागणी करीत होते ती त्या प्रमाणात कमी झाली.[१]

डचांच्या धंद्याचे स्वरूप या प्रकारे बदलले. युरोपसाठी मसाल्याचे पदार्थ सरळ विकत घेण्यापासून त्यांनी सुरुवात केली. परंतु हळूहळू आशियातील व्यापाराच्या प्रत्येक महत्त्वाच्या क्षेत्रात त्यांनी प्रवेश केला आणि हिंदुस्थानात सोने-चांदीचा खजिना आणण्याच्या कार्याकडे ते वळले. कारण सोने चांदीच्या बदल्यातच हिंदुस्थानचा माल पुरेशा प्रमाणात मिळविता येत होता. इंग्रजी व्यापाऱ्यांनी याच मार्गाचा शक्य तितका अवलंब केला. परंतु अतिपूर्वेतील

---

१. उदा. १६४० मध्ये सुरत आणि कोरोमांडेल किनारा यांच्याकरिता तैवानकडे २,०००,००० गिल्डर्सची मागणी होती. तर पुढील वर्षी एकट्या सुरतेची मागणी १,०००,००० गिल्डर्स होती. (Dagh Registar December 31,1641, July 31,1641) याच सुमाराला पूर्वेतील डचांच्या सर्व गरजा भागविण्यासाठी हॉलंडकडे जी मागणी केली होती, ती जवळ जवळ एकट्या सुरतने तैवानकडून मागविलेल्या रकमेइतकी होती.

व्यापारात त्यांचा शिरकाव नसल्याने, ज्या संधीचा डचांनी उत्तमप्रकारे फायदा घेतला, त्या संधीला ते मुकले, म्हणून आपल्या संपूर्ण कालखंडात त्यांचे व्यापारातील कर्तृत्व हे फार कमी महत्त्वाचे होते. हिंदुस्थान आणि युरोप यांच्यात प्रत्यक्ष व्यापार वाढविणे हाच त्यांचा प्रमुख उद्योग होता. त्यांचे प्रतिस्पर्धी डच हे या उद्योगात किमान त्यांच्या इतकेच यशस्वी ठरले आणि त्याचवेळी हिंदुस्थानी मालाचे खूप मोठ्या प्रमाणात वितरण करण्याची योजना ते करू शकले आणि त्याचद्वारे संपूर्ण दक्षिण आशियातील व्यापारात ते शिरकाव करू शकले. १६५८ मध्ये, आफ्रिकेतील सोन्याचा चुरा (Gold -dust) आणि हस्तिदंत सरळ हिंदुस्थानात जहाजाने पाठविता यावा या दृष्टीने, इंग्लिश कंपनीने गिनी (guinea) कंपनी विकत घेतली आणि मूल्यवान धातूंच्या व्यापारात नवे दालन उघडले. पण या त्यांच्या उद्योगाची कथा आपल्या कालखंडाच्या कक्षेबाहेरची आहे. (English Factories x, 141, 206, 398)

४. आयातीच्या मार्गातील बदल

ज्या व्यापारी उलाढालींचा आपण अभ्यास केला त्यांचा परिणाम, हिंदुस्थानच्या दृष्टीने पाहिले तर, दोन प्रकारचा झाला. एका बाजूला, डच आणि इंग्रज व्यापाऱ्यांनी हिंदुस्थान आणि पश्चिम युरोप यांच्यामध्ये थेट व्यापार प्रस्थापित केला. तर दुसऱ्या बाजूला हिंदुस्थानच्या आशियातील इतर भागांशी व आफ्रिकेच्या पूर्व किनाऱ्याशी पूर्वीपासून चालत आलेल्या व्यापाराच्या पद्धतीत त्यांनी काही बदल घडवून आणले. या प्रकरणाच्या उरलेल्या भागांमध्ये, मी प्रथमत: हिंदुस्थानशी सर्व ठिकाणाहून होणाऱ्या आयातीच्या व्यापारातील बदलांचे निरीक्षण करणार आहे. दुसरे म्हणजे आशियातील देशांकडे होणाऱ्या आयाती मधील बदल आणि तिसरे म्हणजे या बदलांचा हिंदुस्थानच्या जहाजांच्या उद्योगावर झालेला परिणाम. पश्चिम युरोपशी प्रस्थापित झालेल्या निर्यातीच्या व्यापारासंबंधी वेगळे प्रकरण लिहिणे आवश्यक आहे. इतकी ती महत्त्वाची घटना आहे.

आयातीच्या बाबतीत सांगण्यासारखे झालेले बदल हे फारच किरकोळ आहेत. कुठल्याही नवीन वस्तूची गरज निर्माण झाली होती किंवा परदेशी मालाच्या खपात फार मोठी वाढ झाली होती असा काहीही पुरावा उपलब्ध नाही. तुलनेने पूर्वीपेक्षा अधिक उत्तमप्रकारे सर्वसामान्य हिंदी ग्राहकांची सोय पाहिली जात होती किंवा नाही, याबद्दल शंका आहे. वाढलेल्या निर्यातीच्या

मालाची किंमत जवळ जवळ संपूर्णपणे या विधानाची उदाहरणे प्रकरण ५ मध्ये केलेल्या बाजारपेठांतील पद्धतीच्या निरीक्षणात आढळतील. पारा व लवंग यांसारख्या पदार्थांच्या किंमतीत भयंकर चढउतार दिसतात. काही वेळा ग्राहकांचा फायदा तर काही वेळा नुकसान होते. फायदा आणि तोटा यांची तुलना करणे जवळ जवळ अशक्य आहे.

सोने चांदीच्या रूपात देण्यात आली. जपानच्या तांब्याची आयात उत्तर हिंदुस्थानात करण्यात आली, ही एकमेव नवी घटना म्हणता येईल. पण तिचा अर्थ खपाची वाढ झाली असा नाही, तर कमी पडलेला स्थानिक पुरवठा भरून काढण्यासाठी केलेला हा प्रयत्न होता. आयातीच्या व्यापारातील या बदलाचे मुख्य कारण चलनविषयक बाबीतून निर्माण झालेले आहे आणि त्याची चर्चा तात्पुरती पुढे ढकलता येईल. परंतु ही गोष्ट सोडली तर त्या काळचा व्यापारविषयक पत्रव्यवहार असे दर्शवितो की, हिंदुस्थानच्या जुन्या सर्व गरजा भागविल्या जात होत्या, काही बाबतीत काहीशा स्वस्त दरात, तर काही बाबतीत काहीशा महाग किंमतीत, काही वेळा नवीन ठिकाणांहून पण बहुतेक वेळा जुन्या ठिकाणाहूनच, पण हिंदुस्थानला आवश्यक सर्व माल पुरविला जात होता. कमी जास्त महाग असलेल्या छानछोकीच्या नवीन वस्तू घेण्याची वरच्या लोकांची हौस भागविण्याची आणखी सोय उपलब्ध होती. या नवनवीन हौसेच्या वस्तूंचे वर्णन इंग्लिश व्यापाऱ्यांनी खेळणी असे केले आहे आणि त्यांच्या व्यापाराच्या या विभागाला हा शब्द अगदी समर्पक आहे.

या 'खेळण्यां'च्या व्यापाराचा विचार करणे आवश्यक आहे. हा व्यापार फार व्यापक प्रमाणावर नव्हता आणि विशेष फायदेशीरदेखील नव्हता. परंतु हा व्यापार म्हणजे त्या काळची व्यापारी गरज होती. परदेशी व्यापाऱ्यांचे अधिकाऱ्यांच्या मर्जीशिवाय चालत नव्हते. योग्य तो नजराणा किंवा बक्षिस असल्याशिवाय कुठल्याही विनंतीचा अधिकारी लोक विचार करीत नसत आणि ही बक्षिसे किंवा भेटी 'खेळण्या'च्या स्वरूपात असाव्यात ही त्या काळची पद्धत होती म्हणून या कामाकरिता योग्य असलेल्या वस्तूंचा पुरवठा त्यांच्या व्यापाऱ्यांना करणे, युरोपातील कंपन्यांना भाग होते. अतिपूर्वेकडील बाजारपेठाही या वस्तू मिळविण्याकरिता उलथ्या-पालथ्या केल्या जात आणि त्या काळच्या व्यापाऱ्यांच्या पत्रव्यवहारात या विषयाचा वारंवार उल्लेख केलेला आढळतो. काही परदेशी खेळणी भेट देण्यासाठी उपयोगात आणण्याकरिता विकली जात होती. तर

इतर व्यापारी स्वत: भेट देण्याकरिता वापर करीत होते. पण दोन्ही बाबतीत मालाची मागणी हिंदुस्थानी राज्यकर्ते आणि त्यांचे दरबारी लोक यांच्या पसंतीप्रमाणे होत होती. या मागणीचे स्वरूप विशद करण्यासाठी काही उदाहरणे पुरेशी होतील. मोगल हिंदुस्थान व्यापारासंबंधी १६०९ साली सुरत येथे इंग्रजांनी लिहिलेल्या अहवालात, लोकरी शाल, पारा, शिसे, कथिल, हस्तिदंत, पोवळे, तलवारीची पाती, हळद या नेहमीच्या आयाताची यादी दिल्यानंतर असे लिहिले आहे-

पेयाचे नवे चषक, मिठाईच्या ताटल्या, पण विशेषत: वेगवेगळ्या प्रकारचे आणि किमतीचे आरसे (उगाच आलतू फालतू वस्तू नव्हेत) या वस्तू बऱ्याच प्रमाणात किफायतशीरपणे विकल्या जातात. मला निश्चितपणे वाटते की एखादा सुंदर मोठा आरसा राजा (जहांगीर) फार पसंत करेल. कारण कुठल्याही वस्तूच्या किंमतीला त्याच्या दृष्टीने महत्त्व नाही तर प्रत्येक बाबतीत अपूर्वता तो पसंत करतो. इतकी की एखादे सुंदर नव्या तऱ्हेचे खेळणे त्याला अतिशय आनंद देते. मग त्याची किंमती अगदी कमी असली तरी हरकत नाही. कारण स्वत:जवळ अपरिमित खजिना असल्यामुळे जगातली कुठलीही श्रीमंती किंवा धन त्याला नको आहे.

जहांगीरच्या आठवणींचा ज्यांनी अभ्यास केला आहे ते कबूल करतील की, हे चित्र बरेचसे यथार्थ आहे. बादशहा वस्तूच्या मूळच्या किंमतीकडे लेखक म्हणतो त्यापेक्षा काहीसे जास्त ध्यान देत असे. पण कुठल्याही वस्तूतील नावीन्य हे त्यांच्या दृष्टीने सर्वात महत्त्वाचे होते. व्हॅन रावेन्स्टाईन या डच दलालाने काही वर्षांनंतर अशीच गोष्ट सांगितली. त्याने कळविले की, सर्व प्रकारच्या अनोख्या वस्तू पाठवाव्या, "विशेषत: या थोर मोगल (सम्राटाकरिता)" थोर पुरुषांची आणि सृष्टीच्या रम्य देखाव्याची चित्रे, "पुष्पभालांची कलाबतू कलेची चौकट असलेले पुरुषभर उंचीचे आरसे," तरबेज शिकरी कुत्रे आणि काही दांडगट मोठे कुत्रे जे वाघाशी सामना देतील वगैरे वगैरे. "दुर्मिळ, अपूर्व आणि पुरातन वस्तूंचा शौकीन" असे त्याने बादशहाचे वर्णन केले आहे.

साहजिकच बादशहाची हौस पुरविण्याचा व्यापारी लोकांनी जास्तीत जास्त प्रयत्न केला. कारण त्याच्या कृपेवर त्यांच्या व्यापारातील यश अवलंबून होते. पण त्यांना लवकरच आढळले की, आपल्या मार्गात अडचणी आहेत. खासकरून बादशहाला पसंत पडण्यासारखी 'खेळणी' मिळविण्याकरिता आणि त्या बादशहाला नजर करण्याचे श्रेय मिळविण्यासाठी राजपुत्र आणि सुरतेतील अधिकारी देखील उत्सुक होते. या उद्देशाने ते परदेशी मालाचा शोध घेण्याचा

आग्रह करीत होते व त्यांनी ठरविलेल्या किंमतीतील त्यांना जो पाहिजे तो माल ते घेत होते. एखादी अतिशय आकर्षक वस्तू बादशहाला नजर करण्याचे श्रेय घेण्यासाठी अधिकारी आणि व्यापारी यांच्यात स्पर्धा निर्माण व्हायची आणि त्यामुळे त्यांच्यामध्ये झगडे उत्पन्न होत असत. सर थॉमस रोने १६१७ मध्ये भेटीदाखल पाठविलेल्या वस्तू राजपुत्र खुर्रम (शहाजहान) याने बळकावल्या व स्वत:च्या नावाने बादशहाकडे पाठविल्या, याची हकीकत सर थॉमस रो तपशीलवारपणे सांगतो. दोन वर्षांनी राजपुत्राला सुगावा लागू न देता, इंग्लिश व्यापाऱ्याने एक चित्र दरबारात पोहोचते केले. त्यावेळी सुरत राजपुत्राच्या अखत्यारीत होते. जेव्हा त्याला ही गोष्ट कळली तेव्हा ''येथून (सुरतेहून) या गोष्टीची आगाऊ सूचना न मिळाल्याने तो इतका रागावला की त्याने माल (चित्र) घेऊन गेलेल्या बादशाही दूताला चाबकाने फोडून काढले.'' आणि ''तातडीचे'' फर्मान काढून गव्हर्नर जुमुलखान इसाके बेग आणि कस्टमचा अधिकारी यांनाही तीच शिक्षा दिली, जर ती फटक्यांची शिक्षा नको असेल तर प्रत्येकाने हजार रुपये दंड भरावा.[१]

या पत्राचा लेखक पुढे म्हणतो की, या सर्व अधिकाऱ्यांनी इंग्रज व्यापाऱ्यांवर सर्व ठपका ठेवला आणि पुढे अशी चोरटी कारवाई परत होऊ नये म्हणून कसोशीने झडती घेण्याची धमकी दिली. या गोष्टीमुळे होणारे धंद्याचे नुकसान अशी वीस चित्रे विकून किंवा भेट देऊन मिळणाऱ्या फायद्यापेक्षा जास्त असेल अशी भीती पत्रलेखकाने व्यक्त केली. वरील प्रकारात राजपुत्र खुर्रमला ते चित्र बादशहाला नजर करायचे होते, यात शंका नाही. पण तो स्वत: गादीवर आल्यानंतर त्याची स्वत:ची आवड स्पष्ट झाली. त्याच्या कारकिर्दीत नजराणे नावीन्यपूर्ण तसेच किंमतीही असावे लागत. १६४१ च्या बटाव्हिया जर्नलमध्ये यासंबंधी एक चमत्कृतिपूर्ण कथा आढळते. डचांनी नजर चुकवून दरबारात एक तांब्याचा प्रचंड कंदील पाठविला, राजपुत्र दारा शुकोहने त्यासंबंधी अपमानास्पद वर्तन केले; परंतु कंदील जेव्हा अखेर प्रदर्शित करण्यात आला तेव्हा शहाजहान आनंदित झाला अशी ती कथा आहे. याचा तात्काळ परिमाण म्हणजे डचांना मोठी अनुकूल सवलत मंजूर झाली आणि जपानहून

---

१. 'हड्डी' म्हणजे 'अहाडी' ही शस्त्रधारी इसमांच्या मुगल पलटणीला दिलेली पदवी आहे. (Ain, Translation i. 249) 'Chaback' हा शब्द चाबूक, घोड्याला मारण्याचा फटका, पासून घेतलेला आहे. हे उघड दिसते. चाबूक हे मुगल शासनकर्त्यांचे आवडते हत्यार होते. हे विविध नोंदीवरून आढळून येते. उदा. फ्रायरने केलेले सुरतेच्या जकात घराचे वर्णन.

काही लाखेचे रोगण लावलेल्या पालख्या आणण्याची बादशहाने त्यांना विनंती केली.

तेव्हा मोगल साम्राज्यात 'खेळण्या'चा सतत सारखा पुरवठा करणे, आपल्या संपूर्ण कालखंडात आवश्यक झाले होते. गोवळकोंड्याच्या राजाच्या मागण्या काही कमी आग्रहाच्या नव्हत्या. 'गोल्डन फर्मान' म्हणून ओळखली जाणारी सवलत इंग्रजांना १६३४ मध्ये मिळाली. ती मिळविण्यासाठी दिलेल्या नजराण्यांची किंमत ६,००० पगोडा किंवा अंदाजे २०,००० रुपयांपेक्षा जास्त होती आणि फर्मानाच्या काही प्रतीत, फर्मान मंजूर करण्यासाठी ज्या गोष्टींचा विचार झाला त्यात नजराणे किंवा अपूर्व वस्तू मिळण्याची अपेक्षा हीदेखील एक होती.[१] नजराणे किंवा भेटी देण्याची जरूर होती या गोष्टीची डचांना इंग्रजांइतकीच जाणीव होती आणि आपल्याला आढळते की, १६४३ मध्ये त्यांचा नजराणा १,०००० (Pieas of eight) (अंदाजे २०,००० रुपये) इतका किंमती होता, हत्ती, घोडे, ५ हंड्रेड वेट वजन असलेले तांब्याचे नक्षीदार दिवे आणि (Candelabra) आणि भरपूर चंदन व मसाले यांचा समावेश या नजराण्यात होता. ही यादी दर्शविते त्यापेक्षा राजाच्या आवडी निवडीचे क्षेत्र अधिक विस्तृत होते. १६३९ मध्ये इंग्रज प्रतिनिधींनी लिहिले की, फारशी किंमत ज्याला द्यावी लागणार नाही अशा भेटींच्या बदल्यात योग्य ती कुठलीही सवलत त्यांना मिळण्याची शक्यता होती. उदाहरणादाखल अशा भेटीच्या वस्तूंची यादी त्यांनी दिली होती. ती खालीलप्रमाणे- "पर्शियन घोडे, इंग्लिश रखवाली कुत्रे, आयरिश शिकारी कुत्रे, पाण्यातील मोठ्या कानांचे केसाळ कुत्रे, (water spamiels) सुंदर मोठाले आरसे, तलम शेंदरी कापड, किरमिजी आणि जांभळे तलम रेशमी कापड, आपल्या बादशहाचे पार्लमेंटच्या वेषातील मोठे चित्र, चांगला मजूबत लष्करी कोट, विहंगम दृश्य दाखविणारी व एकाची अनेक दृश्य दाखविणारी उत्कृष्ट दुर्बीण (Perspective and multiplying glass) मोठ्या गोलांची (globes) पृथ्वीगोलांची जोडी, सुंदर हलक्या आणि शक्य असेल तर बंदुकीपासून संरक्षण करणाऱ्या चिलखतांचा संच" या वस्तू पाठविण्याची सूचना, ही अवास्तव आहे हे या लेखकांनी ओळखले होते. पण त्यांनी अशी विनवणी केली

१. गोल्डन फर्मानचा मूळ मजकूर अस्तित्वात नाही आणि उपलब्ध तीन भाषांतरात काही विसंगती आहे. समकालीन भाषांतरात 'नजराणे' राजासाठी आणल्याचे सांगितले आहे. १६७० च्या भाषांतरात 'नजराण्यां' चा उल्लेख आहे. पण १६७६ च्या भाषांतरात माल किंवा चांगल्या गोष्टी असे म्हटले आहे. अगदी पहिल्या भाषांतरावरून असे दिसते की, मूळ मजकुरात बहुधा 'तो' शब्द असावा. त्या काळी या शब्दाचा अर्थ 'दुर्मिळ वस्तू' किंवा खेळणी हा असावा. ही तिन्ही भाषांतरे इंग्लिश फॅक्टरी V.१४ ff मध्ये छापली आहेत.

केली की या वस्तूंसाठी लागणारे भांडवल लहान असो की, मोठे असो, या भेटीदाखल दिल्याच पाहिजेत कारण त्या शिवाय ''या लोकांमध्ये जगणे शक्य होणार नाही.'' दक्षिणेतील हिंदू अधिकाऱ्यांची रुची वस्तुत: मुस्लिम राज्यकर्त्यांपेक्षा वेगळी नव्हती. ज्या नायकाने इंग्रजांना अर्मागान (Armagon) येथे प्रवेश दिला त्याची इच्छा खरोखर तोफेसारखी उपयुक्त वस्तू भेट मिळावी ही होती. पण तोफेबरोबरच मखमल, वेलबुट्टीचे भरजरी (damask) कापड व तलम रेशमी कापड (ताफता), जपानी लिहिण्याचे टेबल आणि उपलब्ध असलेली ''इंग्लिश खेळणी'' अशी ''काही मूल्यवान खेळणी'' पुरवणीदाखल द्यावी अशी त्याची अपेक्षा होती. मद्रास तेथे इंग्रजांना ज्या सढळ सवलती मिळाव्या त्या बदल्यात पर्शियाचे उत्तम घोडे मिळतील व ''बहिरी ससाणा, माकडे, पोपट आणि तत्सम किरकोळ गोष्टी (Baubles)'' बंगालमधून खरेदीची सोय उपलब्ध होईल अशा आशेने देण्यात आल्या, असे स्पष्टीकरण देणाऱ्यानेच केले. संपूर्ण हिंदुस्थानात आणि वास्तविक संपूर्ण पूर्वेकडील प्रदेशात नावीन्यपूर्ण वस्तूंची ही आवड गंभीरपणे विचारात घेण्याइतकी महत्त्वाची होती. परदेशी व्यापाऱ्यांच्या धंद्यात अंदाज घेताना, या वस्तूंचा पुरवठा करण्याची आवश्यकता लक्षात घेतली पाहिजे. चतुर जाहिरात बाजी किंवा कुशल प्रसिद्धी आज धंद्यात जितकी महत्त्वाची आहे तितकाच काळजीपूर्वक निवडलेल्या 'खेळण्यांचा' भूरपूर पुरवठा सतराव्या शतकात महत्त्वाचा होता. त्यापासून प्रत्यक्ष फायदा मिळत नव्हता. परंतु फायदेशीर धंद्यासाठी ती एक अपरिहार्य प्राथमिक तयारी होती.

५. आशियाच्या निर्यातीमधील बदल

हिंदुस्थानातून आशियातील इतर भागांकडे व पूर्व आफ्रिकेकडे होणाऱ्या निर्यातीबाबत दोन ठळक प्रश्न निर्माण होतात. त्यांपैकी पहिला पूर्वी असलेल्या व्यापाराच्या विस्ताराशी निगडित असून दुसरा धंद्याचे नवे मार्ग किंवा नवी क्षेत्रे निर्माण करण्याशी संबंधित आहे. युरोपियन व्यापाऱ्यांच्या उद्योगांमुळे हिंदुस्थानी मालासाठी ज्या बाजारपेठा पूर्वीपासून उपलब्ध होत्या, त्यांमध्ये होणाऱ्या विक्रीत वाढ झाली काय, ही पहिली गोष्ट आणि दुसरी म्हणजे ज्या प्रदेशांमध्ये पूर्वी हिंदुस्थानी माल लक्षणीय प्रमाणात निर्यात होत नव्हता. त्या ठिकाणी, त्या मालाच्या विक्रीत काही वाढ आहे काय? या दोन्ही गोष्टींचा शोध आपल्याला घ्यायचा आहे. पहिल्या प्रश्नाचे उत्तर देणे सोपे नाही. केवळ इंग्रजांच्या व्यापारी कर्तृत्वाविषयी लिहिणाऱ्या आणि त्याचा

प्रदीर्घ काळापर्यंत अभ्यास केलेल्या एका अलीकडच्या लेखकाने[१] असे सुचविले आहे की, कापसाचा माल जास्त प्रमाणात आशियाच्या बाजारपेठांमध्ये नेण्यात आला असला पाहिजे. परंतु आपल्या कालखंडामध्ये अशाप्रकारे विक्रीत वाढ झाली असल्याचा निश्चयात्मक पुरावा मला कुठे सापडू शकला नाही. सर्व गोष्टींचा विचार करता या प्रश्नाची उत्तरे सावधपणे शोधण्याची आवश्यकता आहे, असे मला वाटते.

मलाक्का आणि जावाच्या बंदरातून जेथे माल पाठविला जात होता, त्या सर्वांत महत्त्वाच्या बाजारापेठांचा एकत्रित विचार केला तर तेथे डचांनी केलेल्या कापसाच्या मालाच्या उलाढालीत उत्तरोत्तर वाढ झाली यात शंका नाही. यासंबंधीची आकडेवार माहिती दुर्दैवाने अपूर्ण स्वरूपात उपलब्ध आहे. कारण हिंदुस्थानातून पाठविलेल्या प्रत्येक मालवाहू जहाजातील सामग्रीची माहिती बटाव्हिया जर्नल्समध्ये देण्यात येत असली तरी त्यातील नोंदणीमध्ये पुष्कळ रिकाम्या जागा आहेत. काही बाबतीत या रिकाम्या जागा जर्नल्स गहाळ झाल्यामुळे तर इतर काही बाबतीत संपादकांच्या वैयक्तिक निष्काळजीपणामुळे निर्माण झालेल्या आहेत. ज्या वर्षांकरिता आकडे सुरक्षित ठेवले आहेत, त्या वर्षांचा विचार करता सापडत नसलेल्या नोंदीसंबंधी अंदाजाने आकडे धरून, डचांनी बटाव्हियाला नेलेल्या कापसाच्या गासड्यांची संख्या बहुधा काही अंशी खालीलप्रमाणे होती :

काळ	गठ्ठ्यांची वार्षिक निर्यात			एकूण
	कोरोमांडेल	गुजरात	बंगाल	
१६२५	१७०००	८००	–	२५००
१६४१-४४	२५००	१०००	फक्त नमुने	३५००
१६५७-६१	४०००	१२००	५००	५७००

या आकड्यांवर फार भर देता कामा नये. कारण अनेकविध अंदाजांवर ते आधारलेले आहेत. पण सर्वसाधारण हे आकडे असे दर्शवितात की, ज्यावेळी इतर युरोपियन राष्ट्रांच्या व्यापाऱ्यांना अतिपूर्वेत बंदी होती, त्या वेळेपासून सुरुवात करून

१) सी.जे. हॅमिल्टन, दि ट्रेड रिलेशन बिटविन इंग्लंड ॲण्ड इंडिया, पृष्ठ ११०

आपल्या कालखंडाच्या अखेरीला, डचांनी कोरोमांडेल किनाऱ्यावरील त्यांची निर्यात दुप्पट केली होती, गुजरातमधील त्यांची निर्यात दीडपट वाढविली होती तर बंगालमधूनही त्यांनी निर्यात करायला आरंभ केला होता. याचप्रकारे इंग्लिश व्यापाराची वाढ झाल्याची चिन्हे या बाजारापेठांमधून कुठे आढळत नाहीत आणि तेथील परिस्थितीमुळे त्यांच्या व्यापाराचा मोठ्या प्रमाणावर विस्तार करणे अशक्य झाले. पण मुख्य प्रश्न असा की डचांनी केलेल्या निर्यातीतील वाढ काय दर्शविते? निर्यातीतील वाढ नवीन धंदा मिळाल्यामुळे झाली की, माल नेणारे व्यापारी बदलले म्हणून झाली? या प्रश्नासंबंधी प्रत्यक्ष पुरावा उपलब्ध नाही. परंतु पुढीलप्रमाणे विचार करणे सयुक्तिक ठरेल. पहिली गोष्ट म्हणजे, डचांच्या निर्यातीच्या आकड्यांमध्ये, बटाव्हिया मार्गाने युरोप, अमेरिका व आफ्रिका येथे त्यांनी पाठविलेल्या मोठ्या प्रमाणातील मालाचा समावेश आहे. म्हणून कुठल्याही प्रकारे, आशियातील व्यापारात झालेली वाढ ही वरील आकडे दर्शवितात त्यापेक्षा बरीच कमी आहे. दुसरी गोष्ट म्हणजे पोतुगिजांच्या मालकीची जहाजे जर हिंदुस्थानातील मानली तर हिंदुस्थानातील वाहतुकीचा व्यापार या काळामध्ये निश्चितपणे घटत होता.[१] तेव्हा हे निश्चित आहे की आकड्यांनी दाखविलेली संपूर्ण वाढ ही हिंदुस्थानला नवीन धंदा मिळाल्याचे दर्शवीत नाही आणि हे पूर्णांशाने शक्य आहे, की ही सबंध वाढ केवळ माल नेणाऱ्या व्यापारी कंपनीत झालेल्या बदलामुळे झालेली आहे. तिसरी गोष्ट म्हणजे, ज्या बाजारपेठांचा आपण विचार करीत आहोत, त्या ठिकाणी एवढ्या मोठ्या प्रमाणात जास्तीचा कापूस खपला असणे शक्य आहे की नाही, याबद्दल मी साशंक आहे. या संदर्भात कुठलीही नवीन वाढ विक्रीमध्ये झालेली आपल्याला आढळत नाही. कारण ज्या बाजारपेठांना पूर्वी हिंदुस्थानातून माल जात होता आणि पहिल्यांदा अरब व्यापारी व नंतर पोर्तुगीज यांनी ज्या बाजारात पुरेसा माल पुरविला होता, त्याच ठिकाणी डचांनी मालाचा पुरवठा केला. या बाजारपेठा सनातनी स्वरूपाच्या होत्या. बहुसंख्य ग्राहक हे अगदी गरीब होते. म्हणून विक्रीत मोठी वाढ झाली हे सिद्ध करण्यासाठी लोकसंख्येत वाढ झाली किंवा तेथील जीवनमान सुधारले हे सिद्ध करणे आवश्यक आहे. आपल्या कालखंडात अशा गोष्टी घडल्या की नाही या प्रश्नाचा सखोल अभ्यास करण्याचा प्रयत्न मी केलेला नाही. पण असा अभ्यास होत नाही तोपर्यंत कापसाच्या
 निर्यातीत झालेली मोठी वाढ ही अतिपूर्वेकडील डचांच्या व्यापारी कारभारामुळे

१. वाहतुकीच्या व्यापाराची चर्चा या प्रकरणाच्या पुढील विभागात केली आह

झालेली आहे, असे मानणे बरोबर होणार नाही. काही प्रमाणात व्यापार वाढला असेल; परंतु उपलब्ध असलेली माहिती बाजारपेठांतील स्थैर्याशी सुसंगत आहे. फक्त या बाजारातून माल नेणाऱ्या व्यापाऱ्यांचे राष्ट्रीयत्व बदलले आहे. इतर परिस्थिती होती तशीच राहिली आहे. वास्तविक असा युक्तिवाद करता येईल, व्यापारातील घट, या परिस्थितीत, वाढीइतकीच संभवनीय आहे. आपण हे पूर्वी पाहिलेच आहे, की पूर्वेकडील काही बाजारांमध्ये विनिमयाचे माध्यम म्हणून कापसाचा माल वापरला जात होता आणि मूल्यवान माल म्हणून कापसाच्या मालाचा साठा करण्यात येत होता, असाही काही पुरावा उपलब्ध आहे. अर्थात या उद्देशाने कापसाचा साठा करणे हे उघडच गैर होते. कारण त्याचा त्वरित नाश झाला असला पाहिजे.[१] डचांच्या व्यापारविषयक कागदपत्रांवरून असे दिसते की, आपल्या कालखंडाच्या दरम्यान नाण्याचा उपयोग या बाजारांमध्ये मूळ धरू लागला होता आणि जशी सोन्याचांदीचा साठा करण्याची पद्धत पडली, तशी कापसाच्या मालाची मागणी कमी होण्याकडे प्रवृत्ती झाली होती.

कापसाच्या बाबतीत आशियातील इतर बाजारपेठांकडे वळले तर यापूर्वी उल्लेख केल्याप्रमाणे पेगूमध्ये डच आणि इंग्रज यांच्या पदरी निराशाच पडली. त्या प्रदेशात व्यापाराचा विस्तार होत नव्हता याचा भक्कम पुरावा आहे. आराकान येथेही व्यापार निश्चितपणे प्रगत नव्हता. लाल समुद्रातील व्यापार या काळात बऱ्याच प्रमाणात वाढल्याचा पुरावाही मला कुठे आढळलेला नाही. रेशमाच्या व्यापारासाठी भांडवल पुरविण्याच्या संबंधात, पर्शियन आखातात पाठविलेल्या मालामध्ये काही प्रमाणात वाढ झाली असण्याची शक्यता आहे. पण सर्व नसली, तरी इंग्रजांची बहुतांश निर्यात माल नेणाऱ्या कंपनीतील बदल किंवा खुष्कीच्या मार्गाने जाणारा माल समुद्रमार्गाने नेल्यामुळे झालेला फरक दर्शविते. आशियातील सर्व बाजारपेठांचा विचार करता, आपल्याला सध्या जे ज्ञान आहे त्यावरून जास्तीत जास्त एवढेच म्हणता येईल, की व्यापारात घट झाल्याची चिन्हे कुठे दिसत नसली तरी हिंदुस्थानी कापसाच्या निर्यातीत त्या प्रमाणात कुठलीही मोठी वाढ झालेली आहे असे ठामपणे सांगण्याचा निश्चित आधार उपलब्ध नाही.

---

१. बारबोसा (ii 999) ने अशी नोंद केली आहे की आंबोइनामधील प्रत्येक मनुष्य खंबायती कपड्याचा मोठा ढीग जमा करण्यासाठी धडपडत असे. ते कापड जेव्हा घड्या करून जमिनीवर एकमेकावर ठेवले जात तेव्हा त्यांच्या स्वत:च्या उंचीइतका मोठा ढीग तयार होत असे.

हा तात्पुरता निष्कर्ष, हिंदुस्थान आशियाला नेहमी पुरविल्या जाणाऱ्या इतर सर्व मालाला लागू करायला हरकत नाही. कारण त्यांपैकी कुठल्याही मालाचा व्यापार मोठ्या प्रमाणात वाढल्याचे सिद्ध करणारा किंवा नुसते सुचविणारा कुठलाही पुरावा मी दाखवू शकत नाही. धंद्याची नवीन क्षेत्र सुरू करण्याबद्दलची गोष्ट वेगळी आहे. कारण इथे डचांच्या व्यापारामुळे बंगालच्या रेशमाच्या जपानमधील विक्रीवर निश्चित परिणाम झाला आणि बहुधा कोरोमांडेल, कातडीच्या विक्रीवरही, तसेच त्यांच्या आशियातील वसाहतींसाठी लागणाऱ्या गुलाम, नित्यापयोगी वस्तू आणि इतर पदार्थ यांच्या निर्यातीमध्येही बदल झाला.

मागच्या विभागात स्पष्ट केल्याप्रमाणे, १६५० सालच्या सुमारास केव्हातरी जपानला रेशमाची निर्यात सुरू झाली. या व्यापाराचा तपशील मात्र प्रकाशात आलेला नाही. मे १६५३ मध्ये ३०० गासड्यांचा हप्ता पाठविल्याची नोंद आहेत, तर त्यानंतर दोन महिन्यांनी प्रामुख्याने बंगालच्या रेशमाचा माल घेऊन एक जहाज बटाव्हियापासून निघाले. पुढील तीन वर्षांची जर्नल्स गहाळ झालेली आहेत, पण १६५७ मध्ये ४५२ गासड्यांचा हप्ता पाठविल्याचे आणि रेशमाने संपूर्ण भरलेले एक लहान जहाज रवाना झाल्याचे आपण वाचतो. परंतु यापैकी काही भाग इंडोचीनमधल्या रेशमाचा होता. दुसऱ्या आणखी दोन जहाजांनी मात्र मुख्यत्वेकरून बंगालचे रेशीम नेले आणि १६६१ मधील एकच हप्ता १०१० गासड्यांचा होता, अशी नोंद आहे. डचांनी या काळात पाठविलेले रेशमाचे गठ्ठे सरासरीने जेमतेम १५० पौंड वजनापेक्षा थोडे कमी होते. तर इंग्लिश कंपनीने मान्य केलेली किंमत १६५९ मध्ये दर मणाला (बहुधा ७४ पौंड) रु. ९० ते १०० होती. या आकड्यांप्रमाणे, १००० गठ्ठ्यासांठी उत्पादकांना दरसाल दिलेली किंमत सुमारे दोन लाख रुपये झाली असावी. व्यापाराचा समकालीन दर्जा लक्षात घेता ही रक्कम बरीच मोठी होती. या निर्यातीला हिंदुस्थानी व्यापाऱ्यांचा विरोध असल्याचा निर्देश मला कुठे आढळलेला नाही आणि इतर काही वस्तूंच्या बाबतीत कच्चा माल निर्यात करण्यास विरोध करण्यात आला होता.[१] तेव्हा रेशमाचे उत्पादन नवीन मागणी पूर्ण करण्यासाठी वाढविण्यात आले होते, असे अनुमान काढणे योग्य होईल. १६४३ सालापर्यंत कोरोमांडेल किनाऱ्यावरून जपानकडे कातड्यांची

१. गुजरातेतून सुताचे धागे निर्यात करण्यास विरोध झाला होता. त्याचा उल्लेख पुढे केला आहे. पाहा प्रकरण४, विभाग ६

निर्यात झाल्याची नोंद मला आढळलेली नाही. फक्त बटाव्हिया येथे स्थानिक ग्राहकांसाठी लहान प्रमाणात पुरवठा चालू होता. या कातड्यांचे नमुने सयाममध्ये पाठविले होते . १६४४ साली त्या देशात हा व्यापार करणाऱ्या जपानी व्यापाऱ्यांनी त्या संबंधी अनुकूल अभिप्राय दिला आणि या वर्षापासून पुढे डचांनी जपानला कातड्यांची नियमित निर्यात सुरू केल्याचे आपल्याला आढळते. कातड्याच्या व्यापाराचे महत्त्व, आपल्या कालखंडामध्ये, रेशमापेक्षा पुष्कळच कमी होते. या व्यापाराचा विस्तार किती होता, हे दर्शविणारे आकडे मला मिळालेले नाहीत. पण बहुधा या धंद्याची मोजदाद लाखो रुपयांत न करता हजारात करावी लागेल.

रेशीम आणि कातडे सोडले तर हिंदुस्थानी आशियातील इतर देशांशी झालेल्या निर्यातव्यापारातील नोंदलेल्या घडामोडी (Recorded develpments) डचांच्या जावा आणि मसाल्याची बेटे येथील उद्योगाशी संबंधित आहेत. बटाव्हिया येथे त्यांची आशियातील राजधानी म्हणून नवे शहर बांधण्यात डच गुंतलेले होते आणि त्याच वेळेला मसाल्याच्या बेटातील आर्थिक जीवनाची ते पुनर्घटना करीत होते. या दोन्ही उद्योगांकरिता लागणाऱ्या सामग्रीसाठी ते मोठ्या प्रमाणात हिंदुस्थानवर अवलंबून होते आणि लोखंड व पोलाद, पोती आणि किंतान, चामडे, मीठ आणि छपराची कौलेदेखील-कारण ही जावामध्ये सुलभपणे मिळत नव्हती- अशा विविध प्रकारच्या वस्तू कोरोमांडेल किनाऱ्यावरील बंदरातून विशेषकरून पाठविण्यात आल्या, हे आपल्याला आढळते. पण डचांच्या प्रमुख गरजा दोन होत्या. लोकसंख्या आणि अन्नधान्य आणि या दोन बाबींखाली त्यांच्या व्यापाराचे निरीक्षण करणे पुरेसे होईल. सुरुवातीला बटाव्हिया ही लोकसंख्या नसलेली राजधानी होती. खुद्द डचांची संख्या फार थोडी होती. त्यांच्या शेजाऱ्यांच्या शत्रुत्वामुळे, जवळपासच्या प्रदेशातून रहिवाशांची मोठी आवक होणे दुर्घट झाले होते. १६२६ साली बटाव्हियामधून लिहिलेल्या पत्रात म्हटले आहे की पूर्वी वस्ती असलेले सर्व भाग तद्देशीय लोकांनी सोडून दिले होते आणि या स्वर्गतुल्य देशाचे अरण्य झाले होते. म्हणून रहिवाशांचा पुरवठा करण्याची व्यवस्था करणे भाग होते. त्या काळाच्या परिस्थितीला धरून, तज्ज्ञ कारागीर, दुकानदार, माळी (Market Gardeners) आणि तत्सम लोक चीनमधून मिळविण्यात आले, तर हिंदुस्थानच्या पूर्व किनाऱ्यावरून सर्वसामान्य कामगार आणि घरगुती नोकर पुरविण्यात आले.

चिनी लोक स्वखुशीने आले आणि त्यांच्या स्वत:च्या 'कप्ताना'च्या नेतृत्वाखाली स्वतंत्र जमात म्हणून राहिले. पण त्या उलट हिंदुस्थानी लोक मात्र त्यांच्या देशातील व्यापाऱ्यांकडून विकत घेण्यात आले आणि डचांच्या जहाजातून एखाद्या मालाप्रमाणे त्यांची आयात करण्यात आली.

मसाल्याच्या बेटांचा प्रश्नही मोठ्या प्रमाणात लोकसंख्येचा होता. काही बेटांचे प्रदीर्घ काळपर्यंत चाललेल्या बंडामुळे भयंकर नुकसान झाले होते. अखेरीला विजयी झालेल्या जेत्यांनी शांतता प्रस्थापित करण्यासाठी योजलेल्या कठोर उपायांमुळे–त्यात कट्टर विरोधकांची सरसकट हकालपट्टी हा एक उपाय होता–लोकसंख्या इतकी रोडावत गेली की जगाच्या बाजारपेठांत मसाल्याचा पुरवठा करण्यात खंड पडला. लहान संख्येत डच कुटुंबांची बेटांमध्ये वसाहत करण्यात आली आणि जरुरीपुरता मसाल्याचा पुरवठा करण्यासाठी त्यांना आवश्यक त्या मनुष्यबळाची गुलामांच्या स्वरूपात तरतूद करण्यात आली, अशा प्रकारे बेटांची आवश्यक ती पुनर्रचना किती मोठ्या प्रमाणात करण्यात आली याची कल्पना खालील माहितीवरून करता येईल. १६३६ साली बांदा बेटांची एकूण लोकसंख्या ३८४२ होती. त्यापैकी फक्त ५६० इसम हे तद्देशीय होते आणि उरलेल्या लोकसंख्येपैकी ५३९ डच होते, ८३४ स्वतंत्र परदेशी लोक होते आणि १९१२ इसम हे बाहेरून आणलेले गुलाम होते. या गुलामांपैकी बहुसंख्य हिंदुस्थानी असले पाहिजेत.

सुमारे १६२० पासून याप्रमाणे डचांना हिंदुस्थानकडून दोन गोष्टींची गरज होती. पहिली म्हणजे सुरुवातीला गुलामांचा मोठा पुरवठा आणि नंतर या पुरवठ्यात झालेले नुकसान भरून काढण्यासाठी कुमकेचा सतत प्रवाह. नुकसान प्रचंड होत होते हे सहज जाणता येण्यासारखे आहे. वास्तविक शिरगणतीचा जो वृत्तांत आता नुकताच उद्धृत केला आहे. त्यात सांगितले आहे की, वातावरणातील बदलामुळे 'बेंगाल्डर्स, अराकाण्डर्स आणि मलबार्स' यांच्या तब्येतीवर परिणाम होऊन बेटामध्ये येताच ते आजारी पडले होते. डचांनी नेहमीच्या व्यापारी पद्धतीने हे गुलाम मिळविले होते. जबरदस्तीचा किंवा कपटाचा अवलंब डच व्यापाऱ्यांनी केला अशी साक्ष कुठेही आढळत नाही. अधिकाऱ्यांची परवानगी मिळवून, हिंदी

व्यापाऱ्यांकडून त्यांनी गुलाम रितसर विकत घेतले, असे आपल्याला दिसते.[१] किती संख्येने गुलाम पाठविण्यात आले याची नोंद अतिशय त्रोटक आहे. परंतु १६२५ सालाच्या सुमारास दरसाल पाठविलेल्या गुलामांची संख्या १००० पेक्षा जास्त असावी, असे बटाव्हिया जर्नलवरून दिसते. ती किती जास्त असेल, हे मी सांगू शकणार नाही. पण १६४० ते १६६० च्या दरम्यान ती अंदाजे ५०० असावी. जरी कार्यक्षम गुलामांची किंमत जास्तीच्या आकड्याने आपण ५० रुपये धरली तरी व्यापाऱ्याच्या दृष्टीने हा व्यवहार फारसा महत्त्वाचा वाटत नाही. या व्यापारामुळे हिंदुस्थानच्या आर्थिक परिस्थितीतील चढउतारांवर प्रकाश पडतो, यातच त्याचे खरे महत्त्व आहे. १६१८ च्या दुष्काळाच्या समयी पुलिकत येथे विपुल संख्येने गुलाम मिळत असत. परंतु १६२२ सालच्या सुमारास तांदूळ स्वस्त होता आणि त्यावेळी गुलाम मिळणे कठीण होते. पुरवठा नंतर परत सुरू झाला, परंतु लवकरच १६३० च्या भयानक दुष्काळामुळे सर्व व्यापारच स्थगित झाला आणि त्यानंतर गुलामांचा मोठा व्यापार आराकानकडून होऊ लागला. १६३४ मध्ये पुलिकत येथे दलालांनी कळविले की, मोठ्या संख्येने मृत्यू घडलेले असल्यामुळे गुलाम मिळत नाहीत. दहा वर्षांनंतरदेखील या ठिकाणी खरेदी करणारांना गुलाम मिळविण्यात मर्यादित यश मिळाले असे आपण ऐकतो. याचे कारण थोडक्यात असे सांगण्यात आले की, दुष्काळाच्या काळात जास्तीची लोकसंख्या, मृत्यूमुळे व स्वखुशीने गुलामी पत्करल्याने नष्ट झाली होती. त्यामुळे स्वखुशीने गुलामी करण्यास कोणी पुढे येत नव्हते. हिंदी व्यापारी फक्त अधून मधून माणसे पळवून नेऊन गुलाम मिळवू शकत होते. आराकानला मात्र १६३५ पासून तर जवळ जवळ आपल्या कालखंडाच्या अखेरपर्यंत हा व्यापार कमीजास्त सुरळीतपणे सतत चालू होता. या सर्व वर्षांत बंगालमध्ये गंभीर स्वरूपाचा दुष्काळ पडला नाही आणि त्या प्रदेशातून व्यापाऱ्यांनी आणलेले त्याचप्रमाणे चाच्यांनी आणलेले गुलाम माफक संख्येत उपलब्ध होते.

---

१. या संदर्भात पुलिकतहून लिहिलेल्या व इंग्लिश फॅक्टरीज ii 102 ff मध्ये दिलेल्या इंग्रजांच्या पत्रांचा उल्लेख करायला हरकत नाही. पत्रांच्या लेखकांचे डचांशी चांगले संबंध नव्हते आणि डच करीत असलेल्या गुलामांच्या व्यापाराच्या घातक व वाईट परिणामांवर त्यांनी बोट ठेवले आहे. परंतु या घातक गोष्टी कमी करण्याची पावले डचांनी टाकली होती, हे त्यांनी मान्य केले आहे. गुलामांच्या किंमतीसंबंधी याच ग्रंथात iii 10 वर दिले आहे की इंग्रजी प्रतिनिधीला सर्वसामान्य गुलामासाठी '२० रायलस किंवा त्यापेक्षा जास्त' म्हणजे अंदाजे ४० ते ५० रुपये देण्याची परवानगी देण्यात आली होती. पूर्वीचा भाव रु. १५ ते २० हा होता. पण डचांच्या मागणीमुळे तो ह्या पातळीपर्यंत वाढला, असे पूर्वीच्या एका उल्लेखावरून दिसते.

अर्थात राजा आणि त्याचे मंत्री यांच्या लहरीपणाने आणि लुडबुडीने आराकानमधील इतर सर्व गोष्टींप्रमाणेच या व्यापारातही अडथळे येत होते. कधी या व्यापारात राज्याची मक्तेदारी स्थापित झाल्याचे आपण ऐकतो, कधी हस्तकलेत तरबेज असलेला कुठलाही कामगार आधीच विकत घेतल्याचा हक्क सांगण्यात येई, कधी कुठलेही कारण न देता व्यापारावर बंदी घालण्यात येई; परंतु आराकानमध्ये काम करणाऱ्या दलालांना या अडचणी अपेक्षित असाव्यात. मला वाटते, मागणी पूर्णपणे पुरविता येत नव्हती. पण तरीदेखील कोरोमांडेल येथे हा व्यापार पुन्हा सुरू झाल्याची चिन्हे दिसतात. बटाव्हिया जर्नलच्या मालिकेत काही काल खंड पडल्यानंतर १६६१ मध्ये आपण ऐकतो, की नागापटम येथील गुलामांचा सुकाळ कमी होऊ लागला होता आणि तंजोरच्या प्रदेशातील दुष्काळामुळे आसपासच्या भागातील पुरवठ्यावर परिणाम झाला होता. दुसऱ्या बाजूला आराकानमधील गुलामांचा बाजार या वेळेला समाधानकारक नव्हता. काही अंशी प्रचंड मृत्युसंख्येमुळे आणि काही अंशी युद्धजन्य परिस्थितीमुळे बंगालची सरहद्द बंद झाल्याने तेथून गुलामांचा पुरवठा कमी पडत होता.

आराकानमध्ये गुलामांच्या विक्रीवर तात्पुरती बंदी घातली होती. त्याचे कारण काहीही असले तरी मानवतावादी तत्त्वांवर ती बंदी आधारित नव्हती. पण आराकान सोडले तर, गुलामांच्या खरेदीला मान्यता देण्यास हिंदी अधिकाऱ्याने नकार दिल्याचे एकमेव उदाहरण मला आढळले आहे. ही गोष्ट १६४३ साली घडली. एका नायकाने किंवा सरदाराने डचांची १००० गुलाम दरसाल विकत घेण्यासाठी मागितलेली परवानगी नाकारली आणि ती या कारणाकरिता की, मानवाची विक्री करणे हा भ्रष्टाचार नव्हे तर ते पाप आहे. हा मानवतेचा दृष्टिकोन सार्वत्रिक नव्हता. हे बटाव्हिया जर्नलमधील त्याच नोंदीमधल्या एका गोष्टीवरून स्पष्ट होते. या गोष्टीप्रमाणे, नेमक्या याच सुमाराला एका नायकाचे नोकर, पळून गेलेल्या आणि त्यांच्या मालकाच्या हातात सापडलेल्या, डच गलबतावरील दोन नोकरांना विकण्याचा प्रयत्न करीत होते; १६६१ मध्ये गोवळकोंड्याच्या राजाच्या जहाजातून ३०० गुलाम अचिनला नेण्यात आले; आणि या विषयावरील नंतरच्या वृतांतावर नजर टाकली तर असे दिसले की, हिंदुस्थानी आणि डच हे दोघेही, हा व्यापार, दुसऱ्या कोणत्याही शाखेप्रमाणेच एक आहे असे मानत. या व्यापारातील इंग्रजांचा हिस्सा साहजिकच लहान होता, कारण विकास करण्यासाठी आशियातील कुठलाही प्रदेश त्यांच्याजवळ नव्हता. बॅन्टम येथे अधूनमधून घरगुती

नोकर म्हणून काम करण्यासाठी हिंदुस्थानातील थोड्या गुलामांना मागणी असे. परंतु जसा काळ लोटला तशी ही इंग्रजांची गरज मुख्यत्वेकरून मादागास्कर आणि इतर बेटांतून भागविली गेली, असे दिसते. पोर्तुगीज हे अधिक कार्यतत्पर होते आणि हिंदुस्थानच्या दोन्ही किनाऱ्यावरून मधून मधून गुलाम पाठविल्याचे आपण वाचतो. पण हे काही आपल्या कालखंडाचे नवे वैशिष्ट्य नाही. गुलामांचा व्यापार सामान्यपणे १६ व्या शतकातही सर्व परिचित होता. यासंबंधी आपल्या कालखंडात झालेली वाढ बटाव्हिया आणि मसाल्याची बेटे येथील डचांच्या खास गरजांमुळे घडून आली.

अन्नधान्यांच्या निर्यातीमधील वाढदेखील याच कारणामुळे झाली. नव्या लोकसंख्येला अन्नपुरवठा करणे भाग होते. पुरेशा स्थानिक पुरवठ्याच्या अभावामुळे, अन्नधान्य मागविण्याचे सर्वांत ठळक ठिकाण हिंदुस्थान हेच होते. मसाल्याच्या बेटाचा एकत्रित विचार करता, १६ व्या शतकात ही सर्व बेटे अन्नधान्याच्या विषयात स्वावलंबी होती की नाही, हे मला स्पष्ट झालेले नाही. पण जरी ती होती असे मानले तरी तेथील धान्याचे मोठे पीक साबुदाण्याचे होते आणि या बेटांची जी पुनर्रचना डचांनी केली त्यामुळे काही प्रमाणात गहू आणि डाळ आणि जास्त प्रमाणात तांदूळ यांची तरतूद करण्याची आवश्यकता भासू लागली. कारण नवीन वसाहतीतील रहिवाशांची आणि आयात केलेल्या गुलामांची पोटाची सोय करणे भाग होते. हा पुरवठा बटाव्हियाहून नियमितपणे जहाजाने केला जात होता. परंतु शेजाऱ्यांच्या शत्रुत्वामुळे हे शहर फार थोड्या प्रमाणात स्थानिक पिकांवर विसंबून होते आणि म्हणून याप्रमाणे ते धान्य व्यापाराचे केंद्र बनले. येथे हिंदुस्थानातून व इतर ठिकाणांहून धान्य आयात करण्यात येत असे आणि त्याचा पुरवठा शहरातील तसेच त्यावर अवलंबून असलेल्या प्रदेशातील ग्राहकांच्या गरजा भागविण्यासाठी करण्यात येत होता. आयात किती करण्यात येत होती हे नेमके सांगता येणार नाही. जर्नल्समध्ये तपशीलवार नोंदी देण्याइतका हा विषय महत्त्वाचा होता. परंतु आलेला माल विविध आणि अनिश्चित घटकांमध्ये (मोजमापात) दिलेला आहे. जहाज भरून (Junk-load) तांदूळ; अमुक हजार टोपल्या भात वगैरे वगैरे अशा नोंदी आहेत. परंतु १६३२ साली केलेली एकूण आयात २००० लास्ट म्हणजे सुमारे ३१२५ टन वजनापेक्षा कमी असणे शक्य नाही. हिंदुस्थानातून जो एकूण माल जहाजाने पाठविला गेला त्यापैकी बराच मोठा भाग वरील आयातीचा होता. मात्र या विशिष्ट वर्षात या व्यापारात हिंदुस्थानचा हिस्सा लहान होता. सर्वसाधारणपणे असे म्हणता येईल, की गुलामांच्या व्यापाराप्रमाणेच धान्याचा व्यापारदेखील देशाच्या आर्थिक

परिस्थितीचा निर्देशक (Index) होता. नेहमी बटाव्हिया येथे होणारा पुरवठा मोठ्या प्रमाणात कोरोमांडेल किनाऱ्यावरून आणि बंगालमधून आराकानमार्गे होत होता. परंतु सयाम, इंडो-चीन आणि जपानमधूनदेखील धान्य पुरविले जात होते. हंगामी कारणांमुळे (Seasonal Causes) यांपैकी एखाद्या दुसऱ्या ठिकाणाहून होणाऱ्या पुरवठ्यावर परिणाम होत असल्याने धान्याच्या पुरवठ्याचा प्रश्न बिकट होता आणि सुरुवातीच्या वर्षात तर अधूनमधून दुष्काळाचा धोका होता. कोरोमांडेल किनाऱ्यावरून १६३० पर्यंत नियमित पुरवठा होत होता. परंतु त्यावर्षी अनर्थकारक अवर्षणामुळे त्या ठिकाणचा पुरवठा थांबला. तो १६३४ पर्यंत पुन्हा सुरू झाला नाही. मध्यंतरीच्या काळात आराकानहून धान्यपुरवठ्याची तरतूद करण्यात आली आणि तेव्हापासून बंगाल आणि कोरोमांडेल या दोन्ही ठिकाणांहून नियमितपणे तांदूळ आणि कधी कधी लहान प्रमाणात गहू व डाळ यांची निर्यात होऊ लागली. हा व्यापार हिंदुस्थानच्या पूर्व किनाऱ्याला उपकारक ठरला असे मानले पाहिजे. कारण त्यामुळे जास्तीच्या धान्याला बाहेर पाठविण्याची वाट मिळाली. जेव्हा जास्तीचे धान्य उपलब्ध नसेल तेव्हा अधिकारी तत्काळ धान्याच्या निर्यातीवर बंदी घालत होते. आणखी हे सांगितले पाहिजे की, सुमारे १६६० पासून डचांची सिलोनला होणारी निर्यात काही अंशी महत्त्वाची ठरू लागली. परंतु हे काही हिंदुस्थानच्या व्यापाराचे नवे वैशिष्ट्य मानता येणार नाही. कारण अन्नधान्यासाठी सिलोन हिंदुस्थानच्या मुख्य भूमीवर पूर्वीपासून अवलंबून होता.

आशियातील बाजारपेठांचे विवेचन संपविण्यापूर्वी तंबाखूच्या व्यापारात झालेल्या वाढीबद्दल चार शब्द लिहिले पाहिजेत. ही अशी एक घटना मला आढळली की, जिची प्रेरणा युरोपियन व्यापाऱ्यांची नाही. सोळाव्या शतकाच्या अखेरीला गुजरातच्या वातावरणात तंबाखूचे पीक रुळले होते आणि १६२३ मध्ये सुरतेतून निर्यात होणाऱ्या मालात हा पदार्थ आपल्याला आढळून येतो. परंतु तंबाखूचा माल जहाजाने नेण्यासाठी योग्य नव्हता. याचे कारण बहुधा वाळलेल्या पानांच्या गठ्ठ्यांचा मोठा आकार हे असावे. म्हणून तंबाखूचा व्यापार स्थानिक व्यापाऱ्यांनी खाजगी धंद्याच्या स्वरूपात केल्याचे दिसून येते. तंबाखूचे पीक कोरोमांडेल किनाऱ्यावरही पोचले होते आणि १६२० सालच्या सुमारास आपले अनुभव लिहिताना मेथवोल्डने मोचा आणि आराकान येथे त्याची निर्यात झाल्याची नोंद केली आहे. तर काही वर्षांनंतर तंबाखूच्या वाळलेल्या पानांची वाहतूक बंगाल आणि पेगूकडे झाल्याचे आपण ऐकतो.

६. हिंदुस्थानचा सागरी उद्योग

आशियाच्या व्यापारात सक्रिय भाग घेण्याची जरूर डच आणि इंग्रज यांच्या अनुभवास आली. त्यामुळे हिंदुस्थानातून होणाऱ्या निर्यातीच्या प्रमुख मार्गांवर त्यांची जहाजे त्यांनी मालवाहतुकीसाठी उपयोगात आणली, हे आपण पाहिले आहे आणि जरी हिंदुस्थानी उत्पादकांना काही अंशी नवीन धंदा मिळाला तरी जहाजावरील माल ठेवण्याची जास्तीची बहुतांश जागा पूर्वीच्या प्रस्थापित मालाच्या वाहतुकीसाठीच देण्यात आली. याचा निष्कर्ष उघड आहे आणि तो म्हणजे नवीन स्पर्धकांच्या उद्योगांमुळे अस्तित्वात असलेल्या वाहतुकीच्या साधनांवर हानिकारक परिणाम झाला असला पाहिजे. पोर्तुगीज जहाजमालकांच्या बाबतीत तर हा निष्कर्ष निर्विवाद लागू पडतो. हुगळीचा पाडाव झाल्यानंतर बंगालमधील त्यांच्या व्यापार जवळ जवळ नष्ट झाला आणि हिंदुस्थानातील त्यांच्या इतर वसाहतींमधूनदेखील उत्तरोत्तर दारिद्र्य आणि दैन्य पसरत असल्याच्या बातम्या आपण ऐकतो. या शतकाच्या आरंभी निर्यातीच्या व्यापारातील पोतुगिजांचा हिस्सा निश्चितपणे मोठा होता. त्याचे परिणाम किती होते हे नक्की सांगणे शक्य नसले, तरी इंग्रज आणि डच यांचा आशियातील मालवाहतुकीचा बहुतांश धंदा पोतुगिजांकडून त्यांनी मिळविला होता, हे म्हणणे फारसे चूक होणार नाही. पश्चिम किनाऱ्यावर सुरतेची भरभराट झाली तर गोव्याला अवकळा आली. कोरोमांडेलमध्ये पुलिकत आणि मद्रास यांनी एस.थोम आणि नागापटम यांना व्यापारात मागे टाकले. तर हुगळीमध्ये पोर्तुगिजांनी गमावलेला धंदा अखेरीला प्रामुख्याने डचांच्या हातात गेला.

पोतुगिजांखेरीज इतर हिंदी जहाजमालकांची गोष्ट इतकी सोपी नाही. कारण त्यांच्याबाबत झालेला परिणाम हा सर्वत्र एकसारखा नव्हता. म्हणून गुजरात, कोरोमांडेल आणि बंगाल यांच्या बाबतीत या प्रश्नाचा पृथक विचार करणे योग्य होईल. गुजरातच्या बाबतीत झालेला सर्वात उल्लेखनीय बदल म्हणजे गोव्याशी होणाऱ्या किनाऱ्यावरील व्यापाराचा ऱ्हास हा होय. ह्या किनारपट्टीने होणाऱ्या व्यापाराची वाहतूक पोर्तुगीज संरक्षणाखाली हिंदुस्थानी जहाजाकरवी प्रामुख्याने करण्यात येत होती. या शतकाच्या सुरुवातीला, दोन किंवा तीन मोठे गलबतांचे तांडे (ज्यांना काफिला म्हणून ओळखले जात असे) प्रत्येक मोसमात सफरीला निघत होते. प्रत्येक तांड्यात २०० ते ३०० बोटी असत. सुरक्षितेसाठी युद्धनौका सोबतीला असत. या मालवाहू बोटींची क्षमता सरासरी ४० ते ५० टन माल नेण्याची

होती. काही अंशी कापूस, नीळ यांचा आणि गोव्याहून निर्यात करण्यासाठी न्यावयाच्या इतर वस्तू यांचा भरणा या बोटीत असे. निर्यातीच्या पदार्थांत काही धान्य व पश्चिम किनाऱ्यावरील ग्राहकांसाठी इतर पदार्थ होते. या व्यापाराचा ऱ्हास झपाट्याने झाला. १६२१ मध्ये व्हॅन डेन ब्रोईक याने सुरतेहून लिहिले, की पोतुगिजांच्या किनारपट्टीवरील व्यापाराचा आधीच नाश झाला आहे आणि प्रत्येकी ४० ते ५० जहाजे असलेले फक्त दोन तांडे नित्योपयोगी जिन्नसांशिवाय इतर कोणताही माल न घेता त्या वर्षी रवाना झाले. एका वर्षाने त्याने त्या मोसमात निघालेल्या जहाजांची संख्या ६० ते ८० होती, असे कळविले. पेल्सार्ट सांगतो, की १६२६ मध्ये फक्त ४० नौका गोव्याहून खंबायतला पोचल्या आणि त्यांनी आणलेल्या माल हा अतिशय अल्प किमती होता. यानंतर या किनारपट्टीवरील मोठ्या ठरावीक जहाजांच्या काफिल्यांसंबंधी आपल्याला काहीच ऐकू येत नाही. कधी कधी या जहाजांच्या सोबतीला युद्धनौका देणे पोर्तुगिजांना शक्य झाले नाही. डचांनी गोव्याची हंगामामध्ये कित्येक वर्षेपर्यंत नाकेबंदी करून ठेवली होती. म्हणून पोर्तुगिजांना मालवाहतुकीच्या व्यवस्थेत बदल करणे आवश्यक ठरले. त्यामुळे काही थोड्याशाच बोटी नाकेबंदी चुकवून गोव्याकडे निसटत होत्या. या बोटींमध्ये अन्नधान्य व नित्योपयोगी वस्तू असत आणि त्यांची शहराला नेहमीच तातडीची गरज होती. काही अंशी या नाकेबंदीमुळे आणि काही अंशी पोतुगिजांच्या दुरवस्थेमुळे पश्चिम किनाऱ्यावर मालाचा खप सक्तीने कमी झाला. याचा गुजरातच्या धंद्यावर हानिकारक परिणाम झाला असला पाहिजे. परंतु परदेशात होणाऱ्या निर्यातीच्या बाबतीत या बदलाचा काही परिणाम झाला असला तरी तो फायदेशीरच झाला होता. कारण निर्यातीचा जो माल पूर्वी गोव्याला पाठवून मग तेथून परदेशी पाठविण्यात येत होता, तो आता डच आणि इंग्लिश जहाजे परस्पर युरोपला किंवा पूर्वेकडील बाजारपेठांत सरळ नेत होती. म्हणून जरी किनाऱ्यावर फिरणाऱ्या बोटींच्या मालकांचे यामुळे निश्चितपणे नुकसान झाले होते तरी उत्पादक किंवा व्यापारी यांच्यावर त्या बदलाचा काही परिणाम झाला नव्हता. कारण गोव्यातील धंदा बुडाल्याने झालेले त्यांचे नुकसान परदेशांशी होणाऱ्या सरळ प्रत्यक्ष व्यापारामुळे अधिक पटीने भरून निघाले होते.

किनारपट्टीवरील व्यापारी वाहतूक सोडली तर गुजरातचे हितसंबंध गुंतलेले होते अशी वाहतुकीची ठिकाणे म्हणजे अचिन, पर्शिया आणि लाल समुद्र. कापसाच्या मालाचे वितरणकेंद्र म्हणून अचिन मुख्यत्वेकरून महत्त्वाचे होते. म्हणून

बटाव्हिया येथील डच आणि बॅन्टम येथील इंग्रजांच्या स्पर्धेत ते उतरले. अधूनमधून या दोन्ही राष्ट्रांच्या जहाजांनी त्याला भेटी दिल्या. मालाच्या वाहतुकीत मोठी वाढ झाल्याचे जोपर्यंत सिद्ध होऊ शकत नाही तोपर्यंत या मार्गावरील स्पर्धेमुळे गुजरातच्या जहाजमालकांचे नुकसान झाले असे अनुमान करणे योग्य ठरेल. त्यांचा धंदा संपूर्णपणे बसला नाही. कारण या संपूर्ण कालावधीत त्यांची जहाजे बंदरात आल्याचे आणि १६६१ इतक्या उशिरादेखील त्यांनी आणलेल्या मालाने बाजारपेठ भरून गेल्याचे आपण ऐकतो. बराच काळपर्यंत डचांनादेखील हा व्यापार फायदेशीर नव्हता. १६३२ सालापूर्वी हिंदुस्थानी व्यापाऱ्यांपेक्षा त्यांना जास्त कर आकारण्यात येत होता. परंतु त्या वर्षी समाधानकारण अटी ठरविण्यात येऊन करांमध्ये समानता मिळविण्यात आली. पुढील एक तपापर्यंत मित्रत्वाचे संबंध कायम राहिल्याचे दिसते. पण डचांनी मलाक्काचा ताबा घेतल्यावर अचिन येथील व्यापार त्यांच्या नवीन वसाहतीकडे वळविण्याचा त्यांनी यत्न केला. या प्रयत्नाचा परिणाम हा काहीसा अस्पष्ट आहे. पण त्यामुळे अचिन आणि डच यांच्यातील संबंध बिघडले. कारण १६५० ते १६६० मध्ये यांच्यात युद्धजन्य परिस्थिती अस्तित्वात होती आणि त्या काळात व्यापार मुख्यत: हिंदुस्थानच्या हातात होता. परंतु आपल्या कालखंडाच्या अखेरीला मिरीच्या स्थानिक व्यापाराची मक्तेदारी मिळविण्याची डचांची योजना प्रत्यक्षात येत होती. यामुळे साहजिकच अचिनचे सर्व वाणिज्य त्यांच्या वर्चस्वाखाली येऊ शकणार होते. तेव्हा आपल्या कालखंडाचा विचार करता, गुजरातचे जहाजमालक जरी स्पर्धेमुळे मागे पडले असले तरी अचिनच्या मार्गावरील व्यापाराचा बराचसा भाग त्यांनी आपल्याकडे कायम राखला होता.

पर्शियाकडे जाणाऱ्या समुद्रमार्गाचा विचार करता हे अगदी स्पष्ट आहे, की आपल्या कालखंडाच्या सुरुवातीला गुजरातचा बहुतेक माल हा पोर्तुगीज बोटीतून नेला जात होता. कारण ओर्मझ येथे पश्चिम हिंदुस्थानातून येणारा बराचसा माल एकतर खुद्द गोव्यातून किंवा लाहरी बंदर, चौल आणि दीव या बंदरातून येत होता. आणि या बंदरांमधील बहुतेक वाहतूक ही पोतुगिजांच्या मालकीची होती. ओर्मझच्या पाडावानंतर व्यापाराचे केंद्र म्हणून गांबरूनने त्याची जागा घेतली आणि त्या ठिकाणी हिंदुस्थानी जहाजे येऊ लागली असे दिसते. कारण मधून मधून सुरतेची जहाजे तेथे आल्याची माहिती आहे. पण या हिंदुस्थानी जहाजांना एक अडचण होती. ओर्मझ येथे पूर्वी आकारण्यात येणारी जकात मस्कत येथील पोर्तुगीज या जहाजांकडून वसूल करण्याचा प्रयत्न करीत

होते. ही जकात वसूल करण्यासाठी ज्या पहारा करणाऱ्या नौका फिरत असत त्या डच आणि इंग्रज जहाजांना अडवण्याइतक्या प्रबळ नव्हत्या. म्हणून डच आणि इंग्रज जहाजांतूनच पर्शियन आखाताकडे माल पाठविणे हिंदी व्यापाऱ्यांना सोयिस्कर ठरले. पोतुगिजांच्या ताब्यातून मस्कत गेल्यानंतर ही अडचणदेखील दूर झाली आणि पोतुगिजांचे वर्चस्व असताना जितकी हिंदी जहाजे गाँबरून आणि त्या पलीकडे होती निदान तितक्या संख्येने तरी ती आपल्या कालखंडाच्या अखेरीलादेखील बहुधा जात असावी.

लाल समुद्राचा वाहतूक मार्ग हा सर्वात महत्त्वाचा होता. सुरतेच्या बाबतीत तर त्याला विशेष स्थान होते आणि या वाहतूकमार्गावर स्पर्धा तीव्रपणे जाणवत होती, निदान अतिशय कटुतेने त्या स्पर्धेबद्दल तक्रारी करण्यात येत होत्या. इंग्रज जहाज मोचाला पाठविण्यात येणार आहे, या केवळ सूचनेने विरोधाचा डोंब उसळला. जेव्हा १६१८ मध्ये प्रत्यक्षात ते जहाज रवाना झाले तेव्हा संतापाची लाट उसळून सुरतेत इंग्लिश व्यापाऱ्यांवर बहिष्कार टाकण्यात आला. त्यावेळी गुजरातचा कारभार शहाजादा खुर्रम पाहत होता. इतर सर्व व्यापाराचे मार्ग इंग्लिशांना खुले ठेवले तरी चालतील पण लाल समुद्राचा व्यापार हिंदुस्थानी व्यापाऱ्यांकरिता राखून ठेवण्याची विनंती करणारा अर्ज त्याच्याकडे देण्यात आला. शहाजादा खुर्रम याने स्थानिक लोकांची बाजू घेतली. त्याने इंग्लिश व्यापाऱ्यांना सांगितले की, मोचा सोडून इतर ठिकाणी अमर्याद व्यापार करण्यावर त्यांनी समाधान मानले नाही तर त्यांना देश सोडावा लागेल. खुर्रमच्या या निर्णयाने या विषयाचा तात्पुरता निकाल लागला. परंतु या वेळेपर्यंत लाल समुद्रातील व्यापाराचे आकर्षण डचांना भासू लागले होते. बटाव्हियाहून आलेल्या आज्ञेप्रमाणे या व्यापारात शिरकाव करण्याचा ते जोमाने प्रयत्न करू लागले. इंग्लिशांच्या बाबतीत हा प्रश्न सुरतेच्या अधिकाऱ्यांशी चाललेल्या त्यांच्या मोठ्या वादात समाविष्ट झाला होता. १६२२ साली या वादाला तोंड फुटले आणि तो १६२४ मध्येच मिटला. (यासंबंधीच्या व्यवहाराचा उल्लेख पुढे प्रकरण ८ मध्ये केलेला आहे.) त्यावेळी जो करार करण्यात आला त्यात लाल समुद्रातील व्यापारासंबंधी कुठलीही बंधने घातली नव्हती आणि पुढे याबद्दल जोरात विरोध झाल्याचे मला कुठे आढळले नाही. परंतु यावरून सुरतेतील जहाजमालकांचे या बाबतीत समाधान झाले होते असे अनुमान करणे योग्य होईल, असे मला वाटत नाही. इंग्रज आणि डच यांचा हा व्यापार काबीज करण्याचा निर्धार किती प्रखर आहे हे त्यांना कळून चुकले आणि ती गोष्ट अटळ

मानून ते गप्प राहिले असणे जास्त संभवनीय आहे. परंतु ते कसेही असले तरी सुमारे या वेळेपासून, युरोपियन तसेच हिंदुस्थानी जहाजे या मार्गाने गेलेली आपल्याला आढळतात. व्यापाराचा विस्तार वाढत असल्याचे चिन्ह मला कुठे आढळलेले नाही आणि म्हणून हिंदी जहाजमालकांनी पूर्वीच्या धंद्यापैकी काही माग गमावला असा निष्कर्ष काढणे योग्य होईल

तेव्हा वरील वस्तुस्थितीवरून असे दिसते की, निर्यातीच्या तीन प्रमुख मार्गांपैकी दोन मार्गांवर व गोव्याकडे किनारपट्टीने होणाऱ्या व्यापारात सुरतेच्या जहाजमालकांना नुकसान सहन करावे लागले. परंतु हे नुकसान अधिकाधिक वाढत गेले असे मानणे चुकीचे होईल. मालवाहतुकीतील स्पर्धेचा परिणाम १६२० ते १६३० दरम्यान तीव्रपणे जाणवला आणि नंतरच्या वर्षातील दुष्काळात निर्यातीसाठी मालाचा पुरवठा होणे बहुतांशी बंद झाल्याने, तो परिणाम अधिक जोरदारपणे जाणवला असला पाहिजे. पण त्यानंतर परिस्थिती पालटली आणि झालेल्या नुकसानीची भरपाई सुरू झाली. १६४४ मध्ये इंग्रज व्यापाऱ्यांनी कळविले की मुस्लिमांच्या मालकीची जहाजे संख्येने इतकी वाढली होती की "(वाहतुकीचा) धंदा मिळविण्यासाठी कुठलाही आणि कितीही क्षुल्लक माल नेण्याची त्यांची तयारी असे." या उल्लेखावरून असे दिसते की, मालवाहतुकीसाठी जागा वाढ होती पण परिणामत: फायदा वाढत होता असे नाही. १६६० मध्ये पुन्हा आपल्याला सांगितले जाते की, हिंदी जहाजांची संख्या इतक्या झपाट्याने वाढत होती की, "दहा वर्षांपूर्वी सुरतेला फक्त पंधरा एक जहाजे होती. तेथे आता ८० जहाजे आहेत. त्यांतली बहुतेक मोठी मालवाहू जहाजे आहेत. (the most part of great burthern)" ही सर्व जहाजे एकाच बंदरात एकवटल्याने त्यांची संख्या काही अंशी वाढली असे मानले तरी एकूण या मालवाहू जहाजांचे पुनरुज्जीवन झाले याचाही ही वाढलेली संख्या निर्विवाद पुरावा आहे.

कोरोमांडेल किनाऱ्याच्या दक्षिण भागाचा विचार करता, आपल्या कालखंडाच्या प्रारंभी तेथे हिंदी जहाजांचा धंदा महत्त्वाचा होता, असे दर्शविणारे काहीही मला आढळलेले नाही. निर्यातीची मुख्य केंद्रे, एस्.थोम व नागापटम् ही निश्चितपणे पोतुगिजांच्या ताब्यात होती. या बंदरांमधून निर्यातीच्या व्यवहाराचे स्थलांतर पुलिकत आणि मद्रास येथे झाले, हाच या प्रदेशात घडलेला मुख्य बदल होय. किनारपट्टीने कोचीनपर्यंत व त्या पलीकडे होणारा व्यापार पोतुगिजांच्या हातात होता. परंतु डचांच्या कर्तृत्वामुळे पोतुगिजांची सत्ता पुढे कमी झाली आणि हिंदी जहाजांकडे हा व्यापार गेला. परंतु यामुळे मिळणारा

फायदा हा फार मोठा असू शकणार नव्हता, कारण ज्या बाजारपेठांमध्ये हा माल खपणार त्यांची दशा अगदीच हलाखीची होती. पलीकडे उत्तरेला परिस्थिती संपूर्णपणे स्पष्ट नाही. पण निदान मच्छलीपट्टम येथे तरी सागरी वाहतुकीचा मोठा भाग हिंदी लोकांच्या हातात होता. आणि जरी सुरतेतल्याप्रमाणे तक्रारींची नोंद मला कुठेही आढळली नसली तरी स्थानिक व्यापारी काही काळापर्यंत नुकसान पावले असणे शक्य आहे, असे मला वाटते. १६४० च्या सुमारास परिस्थिती बदलली. गोवळकोंड्याच्या मुख्य अधिकाऱ्यांनी त्यांच्या मालकीच्या जहाजांना प्राधान्य मिळावे, असा आग्रह धरला, कालांतराने या प्राधान्याचे रूपांतर मक्तेदारीत झाले आणि १६४७ च्या सुमाराला पर्शिया, बसरा, मोचा, आणि (काही थोड्या अवधीनंतर) पेगू येथे माल पाठवायचा झाल्यास तो याच जहाजांवरून पाठवावा लागत होता. या जहाजांपैकी बहुतेक जहाजे त्या वेळच्या राजाचा मुख्यमंत्री सुप्रसिद्ध मीरजुमला याच्या मालकीची होती. त्याची राजनिष्ठा मोगल साम्राज्याकडे गेल्यावर ही मक्तेदारी खंडित झाल्याचे दिसते. कारण १६६१ मध्ये डच आणि इंग्रज पर्शियाकडे मालवाहतूक करण्यासाठी स्पर्धा करीत असल्याचे आपल्याला आढळते. पण आपल्या कालखंडाच्या उत्तरार्धात हिंदी जहाजांनी या प्रदेशातील निर्यातीच्या व्यापारातील सर्वात फायदेशीर भाग निश्चितपणे मिळविला. बंगालच्या बाबतीत, सुमारे १६३० पर्यंत लहान निर्यातव्यापार प्रामुख्याने पोतुगिजांच्या हातात होता. हे अनुमान यापूर्वी संक्षेपाने दिलेल्या पुराव्यावरून योग्य वाटते. हा धंदा ताबडतोब डच आणि इंग्रज यांच्याकडे गेला नाही. कारण ज्या बाजारपेठांत त्यांना व्यापार वाढवायचा होता, तेथे लागणाऱ्या मालाव्यतिरिक्त फारच थोडा इतर माल ते सुरुवातीला नेत. म्हणून काही काळपर्यंत हिंदी व्यापाऱ्यांनी पिपली आणि बालासोर येथे जम बसविल्याचे दिसते. या दोन्ही बंदरांतून १६४३-४४ च्या मोसमात जहाजांच्या परदेशी खेपा २६ इतक्या जास्त संख्येने झाल्याची नोंद केलेली होती. या वर्षानंतर येथील निर्यातीत एकदम घट झाली आणि त्याचे मुख्य कारण डॅनिश लोकांचे बंगालशी चाललेल्या युद्धात होणारे हल्ले हे होते. परंतु हुगळीला डचांची वसाहत असल्याने त्यांना आशियातील बाजारपेठांत वाढत्या प्रमाणात निर्यात करणे शक्य झाले आणि आपल्या कालखंडाच्या अखेरीला त्यांचा व्यापारातील हिस्सा निश्चितपणे मोठा होता.

हिंदुस्थानातील पोर्तुगीज रहिवाशांची जहाजे वगळून एकंदरीने हिंदी मालकीच्या जहाजांचा विचार केला तर आपल्याला असे म्हणता येईल, की आपल्या कालखंडात त्यांचा धंदा निश्चितपणे घटला. पण तो ठराविक क्रमाने घटत

गेला नाही. गुजरातेत त्यांनी जम बसविला. पण बंगालमध्ये मिळविलेला धंदा कायम राखणे जमले नाही आणि तुलनात्मक दृष्ट्या कोरोमांडेलवरील बंदरामध्ये त्यांनी धंदा गमावला असणे शक्य आहे. डचांनी आशियातील सर्व किंवा त्यांनी निर्माण केलेला जवळ जवळ सर्व वाहतुकीचा व्यापार हातात घेतला आणि डच व इंग्रज यांनी त्यांच्या आगमनापूर्वी अस्तित्वात असलेला अनिश्चित परंतु मोठा व्यापाराचा हिस्सा आपापसात ताब्यात घेतला. जे हिंदी व्यापारी जहाज मालक होते, त्यांचे या परिवर्तनाने नुकसान झाले, असे अनुमान करायला हरकत नाही. परंतु हा निष्कर्ष संपूर्ण हिंदी व्यापाऱ्यांच्या किंवा जहाजबांधणीच्या धंद्याव्यतिरिक्त[१] इतर हिंदी उत्पादकांना लागू करता येणार नाही. उलट मालवाहतुकीची अधिक स्वस्त व चांगली सोय झाल्याने हिंदी व्यापाऱ्यांचा फायदाच झाला असे आपण म्हटले तर ते योग्य होईल आणि या फायद्याचा काही अंश अप्रत्यक्षपणे उत्पादकांकडेही गेला असणे शक्य आहे. आपल्या प्रदेशातील शहरातल्या व्यापाऱ्यांची वृत्ती काय होती हे या गोष्टीवरून कळेल की, ज्यावेळी इंग्रजांच्या जहाजांना लाल समुद्रात प्रवेश देण्याविरुद्ध सुरतेत चळवळ चालू होती. त्यावेळी अहमदाबादचे व्यापारी पर्शिया, मोचा आणि इतरत्र माल नेण्याबद्दल इंग्रजांना विचारत होते आणि तीस वर्षांपेक्षा जास्त काळ धंद्याचा अनुभव घेतल्यावर सुरतेतल्या इंग्रजांनी कळविले की हिंदी व्यापारी, हिंदुस्थानी जहाजांपेक्षा डच किंवा इंग्लिश जहाजातून माल पाठविणे अधिक पसंत करतील. स्पर्धेमुळे वाहतुकीचे दर कमी करण्यात आले होते. हे याच अहवालात सांगितले आहे. हिंदी जहाजमालक हे केवळ कमी दर आकारत नव्हते. परंतु जकातकराचा आणि इतर प्रासंगिक खर्चाचा हिस्सा भरण्याचीदेखील तयारी त्यांनी दर्शविली होती. आपल्या संपूर्ण कालखंडात डच आणि इंग्रज यांच्यांतील

१. मजकुरात दिलेल्या माहितीच्या आधारे, पूर्व किनाऱ्यावर नाही तरी पश्चिम किनाऱ्यावर हिंदी लोकांनी १६ व्या शतकाच्या अखेरीपेक्षा आपल्या कालखंडात कमी जहाजे बांधली, असा निष्कर्ष काढता येईल मात्र जहाज बांधणीच्या व्यवसायातील ही घट पोर्तुगीजांच्या उद्योगावर परिणाम करणारी आहे, असे दिसते. आशियातील त्यांची बहुतेक सर्व व्यापारी जहाजे हिंदुस्थानात बांधली गेली. डच आणि इंग्रज कधी कधी हिंदी जहाजे विकत घेत. (उदा. पहा इंग्लिश फॅक्टरीज खंड ५ पृष्ठ ४३ खंड ८ पृष्ठ ९१) पण त्यांची मोठी जहाजे युरोपातून येत नाहीत आणि आपल्या कालखंडात नियमित उद्योग म्हणून जहाज बांधणे त्यांनी हिंदुस्थानात क्वचितच सुरू केले होते. गोदावरीच्या दोआबातील घटना बॉवरेने (पृष्ठ १०२) नोंदविलेल्या आहेत आणि त्यांचा उगम आपल्या कालखंडात झाला असेल. पण त्यांना महत्त्व प्राप्त झाले होते, असे दर्शविणारे मला काही आढळलेले नाही.

परस्पर स्पर्धेमुळे दर वाढण्याची अजिबात शक्यता नव्हती. कुठल्या जहाजातून माल पाठवायचा याची स्वखुशीने निवड हिंदी व्यापारी करू शकत होते. कारण जरुरीपेक्षा जास्त मालवाहतुकीची जागा जहाजांवर उपलब्ध होती. उदाहरणार्थ, १६४७ साली डचांच्या स्पर्धेमुळे त्यांच्या जहाजांना पुरेसे काम मिळत नाही अशी सुरतेच्या इंग्रजांनी तक्रार केली होती आणि डचांची जहाजेदेखील अर्धीच भरलेली किंवा भरात टाकून सफरीला निघत होती. युरोपियन जहाजातून माल पाठविण्यात जास्त सुरक्षितता होती याचे कारण त्यावेळची परिस्थिती. स्थिर हवामानाला अनुकूल आणि वाईट हवेला टाळून जाणे हे हिंदुस्थानी जहाजांच्या पर्यटनाचे मर्म होते. त्यांच्या जहाजांची बांधणी कमकुवत होती. त्या जहाजांवरील खलाशी व कामगार आणीबाणीच्या परिस्थितीचा अनुभव नसलेले होते, असे आढळून आले असले पाहिजे. डच आणि इंग्रज जहाजे ही वाईट हवेत टिकाव धरतील अशी मजबूत बांधलेली होती, त्या जहाजावरील खलाशी उत्तर समुद्र आणि इंग्लिश खाडी यामधील वादळांना तोंड देऊन तयार झालेले होते. ज्या माणसांनी केप ऑफ गुडहोपला वळसा घालून इतक्या दूरवर जहाजे सुरक्षित आणली होती ती हिंदी महासागरातल्या कुठल्याही भयानक अपघाताचा सामना करू शकतील असा भरवसा होता [१] शिवाय युरोपियन जहाजे सहसा शस्त्रसामग्रीने चांगली सुसज्ज असत आणि चाचे लोकांचे हल्ले ती परतवू शकत होती. परंतु हिंदी जहाजे चाचेगिरीपुढे अगदी असहाय्य होती. आणखी, पूर्वी सांगितल्याप्रमाणे, पोतुगिजांच्या जकात वसूल करणाऱ्या बोटी डच आणि इंग्रज यांच्या वाटेला जात नव्हत्या. म्हणून डच आणि इंग्रज जहाजांनी माल पाठविण्याकडे हिंदी व्यापाऱ्यांचा जो ओढा होता तो योग्यच होता. ज्या व्यापाऱ्यांच्या मालकीची जहाजे होती ते मालवाहतुकीच्या घटलेल्या दरामुळे आणि बहुधा मालाच्या कमतरतेमुळे नुकसानीत आले असले पाहिजेत. परंतु बहुसंख्य व्यापारी असे होते, की त्यांच्या मालाची वाहतूक करणे हे धंद्यासाठी त्यांना आवश्यक होते. अशा व्यापाऱ्यांना जास्त स्वस्तात आणि सुरक्षितपणे त्यांचा धंदा करणे शक्य झाले.

---

१. युरोपियन खलाशांना नेहमी हिंदी मालकीच्या जहाजांवर काम देण्यात येत होते. हा त्यांचा श्रेष्ठतेचा उत्कृष्ट पुरावा आहे. डच कप्तानांना मागणी फार मोठी होती आणि इंग्रज खलाशांना देखील मागणी होती. (उदा. पहा इंग्लिश फॅक्टरीज-खंड ९ पान १४)

प्रकरण तीन : आधारग्रंथ

विभाग १ : या विभागातील बहुतांश मजकूर 'इंडिया ॲट दी डेथ ऑफ अकबर' या पुस्तकाच्या प्रकरण ६ मध्ये दिलेल्या हिंदुस्थानच्या परदेशी व्यापाराच्या हकिकतींचा संक्षेप आहे. तपशीलवार माहिती मूळ पुस्तकात सापडू शकेल. हिंदी मालाला युरोपात असलेल्या मागणीची अधिक विस्तृत चर्चा पुढे प्रकरण ४ मध्ये आहे. कापसाच्या मालाचे वर्गीकरण डच आणि इंग्रज यांच्या व्यापारविषयक कागदपत्रांवरून घेतले आहे, परंतु माझ्या माहितीप्रमाणे ते यांपैकी कुठल्याही कागदपत्रात पद्धतशीरपणे दिलेले आढळत नाही. छानछोकीच्या, चैनीच्या मालाच्या नावासाठी पहा; टर्पस्ट्राचे कोरोमांडेल, *परिशिष्ट १* आणि *इंग्लिश फॅक्टरीज* खं. १ पृष्ठ, ६२, ६३. या वस्तूंची एक लांबलचक यादी *हॉबसन-जॉबसन* (*S. V. Piece - goods*) मध्ये दिलेली आहे. परंतु ती नंतरच्या माहितीवरून गोळा करण्यात आलेली आहे. आपल्या कालखंडात नेहमी वापरण्यात आलेली बरीच नावे त्यात गाळलेली आहेत. खुष्कीच्या व्यापारातील स्थित्यंतरासाठी पहा : *कोर्ट मिनिट्स* ७ एप्रिल १६२४ आणि २९ डिसेंबर १६४३ आणि *इंग्लिश फॅक्टरीज* खं.८ पृष्ठ २०७, २६१ ff.

विभाग २ : आयातीच्या व्यापाराची हकीकत डच आणि इंग्रज कागदपत्रातील पुष्कळ वेगवेगळ्या विधानांवर आधारलेली आहे. मूल्यवान धातूंच्या निर्यातीसंबंधी विस्ताराने चर्चा कनिंगहॅम (*दि मर्कंटाईल सिस्टम: मनचा* प्रबंध पूर्चाज भा.१, प्र.५, पृ.७३२ मध्ये आहे; इंग्लंडमध्ये अस्तित्वात असलेली बंधने *कॅलेंडर एस्.पी.*मध्ये; ईस्ट इंडिया कंपनीचा त्यांना विरोध *कोर्ट मिनिट्स* (१२ जून १६१८, १२ जानेवारी १६२०, ८ मार्च १६२४ वगैरे) मध्ये आढळून येतो. १६०९-१० मध्ये पाठविलेल्या सूचना *फर्स्ट लेटर बुक* ३१९ मध्ये आणि १६२८ चा अहवाल *इंग्लिश फॅक्टरीज* खं.३, पृष्ठ १९६ मध्ये आहे. डच व्यापाऱ्यांना असलेले जास्त स्वातंत्र्य *कोर्ट मिनिट्स* १६ एप्रिल १६२४ मध्ये स्पष्ट केले आहे. व्हॅन डरचिझच्या प्रकरण ९ मध्ये सुरुवातीच्या वर्षातली हॉलंडची स्थिती दर्शविली आहे. डच व्यापाऱ्यांना बंधनांची जाणीव असल्याची उदाहरणे *टर्पस्ट्राची सुरत*, परिशिष्टे ११ व १३ मधून घेतली आहेत.

विभाग ३ : आशियातील व्यापारासंबंधी रोची मते त्याच्या रोजनिशीत आढळतील. (पृ.३४६, ३४८). को एनच्या सूचना संक्षेपाने *कॅलेंडर एस्.पी.* १६२२-२४ नं. २४३ मध्ये दिल्या आहेत. त्यांचे महत्त्व इलियसने विशद केले आहे. (प्र.२ पृ.३८, ७४, ९१). डच वसाहतींमधील शेतीचा विकास पुष्कळदा डाग रजिस्टरमध्ये उल्लेखला आहे. सुमात्राच्या सोन्याच्या व्यापाराकरिता पहा : *लेटर्स रिसीव्हड* प्र.१ पृ.७४, ७९; प्र.४ पृ.२४ आणि बोर्निओतील सोन्याच्या व्यापारासाठी त्याच पुस्तकात प्र.४ पृ.२१९.

जपानची मालाची मागणी दर्शविणारे मालाच्या यादीचे उतारे नियमितपणे डाग रजिस्टरमध्ये दिले आहेत. या बाजारात कापसाचा माल गैरसोयीचा असल्याचे *लेटर्स रिसीव्हड* प्र.३ पृ.२३८ ff येथे प्रतिपादन केले आहे; पर्शियाचे रेशीम देऊ केल्याचे *इंग्लिश फॅक्टरीज* प्र.६ पृ.११६ वर आहे. हिंदुस्थानी कातड्यांच्या जपानमधील व्यापारासाठी पहा. *डाग रजिस्टर* (सयाम) १४ नोव्हेंबर १६४४ आणि त्या देशाला पाठविलेल्या मालाचे नंतरचे पुढील गोषवारे, रेशमासाठी लेटर्स रिसीव्हड् प्र.३ पृ.२४२, २४५ आणि *डाग रजिस्टर* त्याच ठिकाणी. बंगालहून जपानकडे अगदी पहिल्यांदा रेशमाचा व्यापार केल्याचा उल्लेख वरील ठिकाणीच (२१ एप्रिल १६४१) पहा.

विभाग ४ : खेळण्याच्या व्यापाराची दिलेली उदाहरणे खालील ठिकाणाहून घेतली आहेत. *लेटर्स रिसीव्हड्* प्र.१ पृ.३३; *टर्पस्ट्राची सुरत* पृ. ४९ आणि परिशिष्ट ६; रो पृ. ३८३; *इंग्लिश फॅक्टरीज* प्र.१ पृ. १११, प्र ३ पृ.१३४; प्र.६ पृ.१८३, १८४ आणि प्र.८८१; डाग रजिस्टर (गुजरात) एप्रिल २७, १६४३ ही यादी आणखी सहज वाढविता येईल.

विभाग ५ : जपानला पाठविलेल्या रेशमाच्या मालाची माहिती *डाग रजिस्टरमधून* गोळा केली आहे. या माहितीची सुरुवात २१ मे १६५३ च्या नोंदीपासून झालेली आहे. मालाची किंमत *इंग्लिश फॅक्टरीज्वरून* घेतली आहे. (पहा प्र.१० पृ.२७६). कातड्यांच्या निर्यातीसंबंधीच्या पहिल्या उल्लेखांसाठी पहा : *डाग रजिस्टर* २९ नोव्हेंबर १६४०; २३ एप्रिल १६४२ (कोरोमांडेल) आणि १४ नोव्हेंबर १६४४ (सयाम).

डचांच्या बटाव्हिया आणि मसाल्याची बेटे यातील गरजा हे डाग रजिस्टरमधील नेहमीचे विषय आहेत. बटाव्हियाभोवतीच्या प्रदेशाच्या उजाड

परिस्थितीची माहिती *कॅलेंडर एस्.पी.* १६२५-२९ नं. २५५ मधून घेतलेली आहे. बेटांमध्ये शांतता प्रस्थापित करण्याच्या प्रयत्नांकरिता त्याच ठिकाणी पहा; १६१७-२१ नं ११०८ आणि १६२२-२४ नं. १९३, २४३; तसेच *ट्रान्सक्रिप्ट्स* प्र.३ एम.४. त्याचप्रमाणे *डाग रजिस्टरमध्ये* यासंबंधी वारंवार उल्लेख आढळतात. ६ ऑक्टोबर १६३६ या तारखेखाली तेथे बांदाची शिरगणती दिलेली आहे.

गुलामांच्या व्यापारासंबंधीची माहिती डाग रजिस्टरमधील अनेक नोंदींवरून घेतलेली आहे. या माहितीत पुढील ठिकाणांहून भर घातली आहे. *हेग ट्रान्सक्रिप्ट्स* प्र.१ पृ. १६२; *इंग्लिश फॅक्टरीज* प्र.१ पृ ८५; प्र. ५ पृ. ३२६; प्र.६ पृ.२२६; प्र. ७ पृ.१२० आणि प्र.८ पृ.५४ टीप. धान्याची वाहतूक हा देखील डाग रजिस्टरमधील नियमित विषय आहे. या व्यापारावरील बंदीसाठी उदाहरणासाठी, पहा; इंग्लिश फॅक्टरीज् प्र.१ पृ.२११ प्र.३ पृ.२८६, प्र.४ पृ.१०५ वगैरे, मेथवोल्डड पृ.१००४ आणि *डाग रजिस्टर* ६ ऑक्टोबर१६३६, २७ नोव्हेंबर १६४० आणि २६ एप्रिल १६४३ (कोरोमांडेल)

विभाग ६ : पोर्तुगीज वसाहतींची दैन्यावस्था हा या काळातील सर्वसामान्य विषय आहे. पहा : विशेषतः *पायरार्ड* (भाषांतर) प्र.२ पृ.२०३; *डेलावॉले* प्र.१ पृ.१५७; *इंग्लिश फॅक्टरीज* प्र.५ पृ. २२१; प्र.६पृ.२३० वगैरे आणि काही वर्षांनंतरचे मास्टर प्र. २ पृ.८४ आणि बॉवरे पृ.१९१. काफिल्याचे वर्णन अनेक लेखकांनी केले आहे. उदा. *पायरार्ड* (भाषांतर) प्र.२ पृ.२४५ किंवा जाऊर्डेन पृ.१७३; त्याच्या ऱ्हासाकरिता (विनाशासाठी) *टर्पस्ट्राची* सुरत. यात परिशिष्ट ११ व १३ मध्ये दिलेली पत्रे व पेल्सार्ट पृ.७,८ पहा : अचिनमधील जहाजाच्या वाहतुकीच्या उद्योगाची परिस्थिती उत्तम प्रकारे समजून घेण्यासाठी पहा. *डाग रजिस्टर* २९ ऑक्टोबर १६२५ पासून पुढे. ओर्मझ येथील सागरी वाहतुकीसाठी पहा. *टर्पस्ट्राची सुरत* परिशिष्ट २१; *डाग रजिस्टरमध्ये* अधूनमधून उल्लेख विशेषतः १७ सप्टेंबर १६४५ (सुरत) आणि *इंग्लिश फॅक्टरीज्* खं.५ पृ.११८, १२६; खं.६ पृ.२७६. लाल समुद्राच्या व्यापारी मार्गाची हकिकत डच आणि इंग्रज यांच्या कागदपत्रांत विखुरलेली आहेत. सुरुवातीला झालेल्या विरोधाच्या वर्णनासाठी पहा : लेटर्स रिसीव्हड प्र.६ पृ.२२७; *इंग्लिश फॅक्टरीज* ipp; xiff 174 ff; ipp xviii ff; xxix ff आणि p.89, iii pp iff; 27 ff .

डचांच्या या व्यापारातील प्रवेशाची हकीकत *टर्पस्ट्राची* सुरत प्र.१० मध्ये दिलेली आहे. सुरतेच्या सागरी वाहतुकीच्या पुनरुज्जीवनासाठी पहा : *इंग्लिश फॅक्टरीज* प्र.७ पृ.१४५, २०८; प्र.८ पृ.३७; आणि प्र.१० पृ.३०१.

कोरोमंडल किनाऱ्यावरील व्यापारात झालेल्या बदलाचा उल्लेख रेनेव्हील प्र.७ पृ.४९४ वर आहे. उत्तरेतील बंदराच्या सुरुवातीच्या स्थितीचे वर्णन *स्कोरर* ff 36 मध्ये आहे; मच्छलीपट्टम येथील नंतरच्या मक्तेदारीची माहिती *इंग्लिश फॅक्टरीज्* प्र.९ पृ.५५, प्र.८ पृ.८३ आणि प्र.७ पृ.१२,१९ वर दिलेली आहे; ही मक्तेदारी नष्ट झाल्याचे *डाग रजिस्टर* ११ मे व १६ मे १६६१ मध्ये दर्शविले आहे. पिपली येथील सागरी वाहतुकीच्या परिमाणासाठी पहा : वरील ठिकाणीच ३ एप्रिल आणि १ जून १६४४ (कोरोमांडेल). डच आणि इंग्रज जहाजांमधील तीव्र स्पर्धेच्या उदाहरणांसाठी पहा : *इंग्लिश फॅक्टरीज* प्र.८ पृ.१७३, २०५. हिंदुस्थानी व्यापाऱ्यांची युरोपियन जहाजांची पसंती वरील ठिकाणीच दर्शविली आहे. पहा : प्र.१ पृ.३०१ प्र.७ पृ.१४२ इतर लेखकांसमवेत व्हॅन ट्विस्ट (प्र. xliv). हिंदी जहाजांचा कमकुवतपणा आणि त्यांच्या शस्त्रबळाची कमतरता यांचा उल्लेख करतो.

◆◆◆

प्रकरण : चार

पश्चिम युरोपात नवीन बाजारपेठांची स्थापना

१. सतराव्या शतकाच्या आरंभी पश्चिम युरोपशी असलेला व्यापार

हिंदुस्थानी मालासाठी इंग्लंड, फ्रान्स आणि नेदरलॅण्ड्स या देशांत नवीन बाजारपेठा मिळविण्यात आल्या, हा आपल्या विचाराधीन कालखंडातील व्यापाराच्या विकासाचा एक प्रमुख टप्पा आहे. त्याचे निरीक्षण आपल्याला आता करावयाचे आहे. सतराव्या शतकाच्या सुरुवातीची स्थिती लक्षात घेण्यासाठी युरोपचा विचार तीन व्यापारी प्रदेशांत करणे सोयीचे आहे. या तीन प्रदेशांचे वर्णन रशियन मेडिटरेनियन (भूमध्य समुद्रालगतचा) आणि ॲटलांटिक असे करता येईल. यांपैकी पहिल्या प्रदेशाशी आपला फारसा संबंध येत नाही. कास्पियन आणि काळा समुद्र यांच्या मार्गाने मर्यादित प्रमाणात हिंदुस्थानचा व्यापार उत्तर-पश्चिमेकडे चालू होता. पूर्वेचा माल बाल्टिक समुद्रावरील बंदरातून लंडनला आणण्यासाठी व्होल्गा नदीतील वाहतुकीची सुधारणा करण्याच्या योजनांसंबंधी अधूनमधून आपण वाचतो. परंतु खुद्द रशियाशी होणाऱ्या व्यापाराच्या प्रमाणात काही उल्लेखनीय बदल झाल्याचे चिन्ह मला तरी आढळलेले नाही. भूमध्य समुद्राच्या प्रदेशाला बऱ्याच काळापासून पूर्वेकडचा माल लाल समुद्राच्या आणि पर्शियन आखाताच्या मार्गाने मिळत होता. पंधराव्या शतकाच्या शेवटापर्यंत याच मार्गाने अटलांटिक प्रदेशालाही पुरवठा होत होता. परंतु वाहतुकीच्या जबर खर्चामुळे व्यापारावर संकुचित बंधने पडत होती आणि ॲटलांटिक समुद्राकाठच्या देशांना पोचणारा पूर्वेकडचा माल काही विशिष्ट वस्तूंपुरताच मर्यादित होता. त्यात मसाले, औषधे आणि नवलाईच्या वस्तू यांचाच फक्त समावेश होता. समुद्रातून लिस्बनला जाण्याचा मार्ग सुरू झाल्यामुळे व्यापाराच्या वाहतुकीच्या व्यवस्थेत अपरिहार्यपणे बदल घडून आला. या नवीन मार्गामुळे ॲटलांटिक समुद्राकाठच्या देशांना स्वस्त दरात व तत्परतेने मालाचा पुरवठा होऊ लागला. तसेच या मार्गामुळे भूमध्य समुद्रावरील देशांच्या बाजारपेठांतदेखील पूर्वीचा माल स्पर्धेत उतरला आणि जरी पौर्वात्य मालाचे वितरण लेवन्त (ग्रीस ते इजिप्त हा प्रदेश) येथून करण्याची व्यवस्था कायम राहिली तरी खुष्कीच्या मार्गाने माल नेणाऱ्या व्यापाऱ्यांची मक्तेदारी संपुष्टात आली.

सोळाव्या शतकात वितरक लिस्बन त्याचप्रमाणे अलेप्पो किंवा अलेक्झांड्रिया या ठिकाणांहून माल आणू शकत होते. लिस्बनच्या जवळपास ज्या बाजारपेठा होत्या त्यांच्या बाबतीत जहाजाने माल वाहून नेणे हे नेहमी निखालस फायद्याचे होते.

पोर्तुगिजांनी याप्रमाणे व्यापारदृष्ट्या जे महत्त्वाचे स्थान मिळविले होते त्याचा फायदा घेण्याचा त्यांनी विशेष प्रयत्न केला नाही. मागील प्रकरणात स्पष्ट केल्याप्रमाणे, हिंदुस्थानातून आणलेल्या कापसाचा व्यापार पश्चिम आफ्रिका आणि ब्राझील येथे त्यांनी प्रस्थापित केला, ही गोष्ट खरी. परंतु हिंदुस्थानचा काही नवीन माल युरोपातील अॅटलांटिक प्रदेशातील ठोक बाजारांमध्ये त्यांनी आणल्याची चिन्हे दिसत नाहीत. लिस्बनहून उत्तरेकडील बंदरांकडे जाणारी जहाजे मुख्यत्वेकरून मसाले, औषधे किंवा अतिपूर्वेतील माल नेत होती. नीळ, सोरामीठ आणि सुती कापड यांचा प्रचंड प्रमाणावरील खप हे आपल्या कालखंडाचे प्रमुख वैशिष्ट्य आहे. परंतु या मालाचा व्यापार युरोपात सोळाव्या शतकामध्ये पोर्तुगिजांनी कुठे केल्याचे अजिबात आढळून येत नाही. ज्या मालाला अगोदर मागणी होती तो माल अधिक जास्त प्रमाणात आणि स्वस्त दरात पुरवण्यात आला, हा पाश्चात्त्य बाजारपेठांचा एक फायदा झाला. पोर्तुगिजांनी व्यापारात भाग घेतला, त्याची एकूण फलश्रुती हीच होती, असे उपलब्ध माहितीवरून दिसते. मात्र लिस्बनच्या व्यापाराचा तपशील निश्चितपणे सांगणे अशक्य आहे. कारण त्या व्यवहाराचे रहस्य काळजीपूर्वक जतन केले होते. आयात केलेल्या मालाचे प्रमाण किंवा किंमत यासंबंधीची आणि त्या मालाचे विविध बाजारपेठांत वितरण केल्यासंबंधीची कुठलीही अधिकृत आकडेवारी मला मिळू शकलेली नाही. नंतरच्या गोष्टीबद्दल सर्वसाधारणपणे आपण असे म्हणू शकतो की, कापसाच्या मालाचा मोठा भाग मोरोक्को, ब्राझील किंवा आफ्रिकेच्या गिनी किनाऱ्याकडे पाठविला गेला तर मिरी आणि इतर मसाल्याचे पदार्थ बहुतांशी डच जहाजांमधून अँटवर्प, अॅम्स्टरडॅम किंवा उत्तर युरोपातील इतर बंदरांकडे नेण्यात आले.

सतराव्या शतकाच्या प्रारंभी लिस्बनला किती माल येत होता याची ढोबळ कल्पना लंडनच्या सार्वजनिक अभिलेखा कार्यालयात जतन केलेल्या दोन याद्यांवरून येऊ शकते. १६०२ आणि १६०३ या वर्षांत किंवा डच आणि इंग्रज यांच्या वखारी हिंदुस्थानात प्रस्थापित होण्याच्या थोड्या अगोदर जहाजाने लिस्बनला आलेल्या मालाची नोंद या याद्यांमध्ये आहे, असे म्हटले जाते. या

याद्यांमधील आकडे कुठून घेतले, याचा उल्लेख आढळत नाही. पण ते गुप्तपणे मिळवले असावेत असे मानायला हरकत नाही. या आकड्यांमध्ये तपशिलाच्या चुका असण्याची शक्यता आहे. पण तरीदेखील या याद्यांमधील तपशील व्यापाराच्या तत्कालीन वर्णनाशी सर्वसाधारणपणे मिळताजुळता आहे आणि त्यांचा खाली दिलेला सारांश एकंदरीत सत्य परिस्थितीचे दिग्दर्शन करणारा आहे. याबरोबरच कस्तुरी, धूप, मौल्यवान धातू आणि चिनी भांडी यांचाही तपशील वेगवेगळ्या मापांमध्ये दिलेला आहे.

वर दिलेले आकडे त्या वर्षातील प्रत्येक मालाच्या एकूण व्यापाराची बेरीज दर्शवितात आणि त्यात हिंदुस्थानच्या पूर्वेकडील देशांतून येणाऱ्या मालाचाही अंतर्भाव आहे. उघड उघड परदेशातून येणारा माल जर वजा केला तर केवळ हिंदुस्थानातून जाणारा माल खालीलप्रमाणे दर्शविता येईल :

गोवा ते लिस्बन मालवाहतूक

मालाचे नाव	माप	१६०२ २ कॅरॉक्स	१६०३ ३ कॅरॉक्स	
मसाले	क्विंटल (=१३० पौंड)	९८५१.१/२	२५५८२.१/२	
नीळ	–''–	१७.१/२	८.९	
इतर माल वजनान दर्शविलेला	–''–	८८९	काही नाही	
रेशीम	मोठ्या पेट्या	३०३	९३१	रेशीम, कापूस
सुती कापड		८६	---	इ.चा अंतर्भाव
'' मोठी गासडी		२७३	९५९	१६०३ मध्ये
'' लहान गासडी		१४६	५३१४	एकाच नोंदीत केलेला आहे.

मालाचे नाव	माप	१६०२	१६०३	मालाचे संभाव्य मूळ ठिकाण
मिरी	क्विंटल	७५९८	२१,३४९	मलबार किनारा
आले*	,,	?	....	
वेलदोडा	,,	८२	....	दक्षिण हिंदुस्थान
नीळ	,,	१७.१/२	८०९	गुजरात किंवा आग्रा
पोवळे	,,	२७	....	गुजरात
शिसवी लाकूड	''	?५५	.....	कदाचित दक्षिण हिंदुस्थान पण बहुधा पूर्व आफ्रिका
सुती कापड	पेट्या आणि गासड्या	सर्व	सर्व	हिंदुस्थानचे सर्व किनारे ओळखणे कठीण. बहुधा काही हिरे व मोती
मूल्यवान खडे	....	?	?	हिंदुस्थानातून

* १६०२ मध्ये नेलेल्या १२७७ क्विंटल आल्याचे मूळ ठिकाण ठरविता येत नाही. युरोपातील बाजारपेठांत हिंदुस्थानी आल्यापेक्षा चिनी आल्याला जास्त मागणी होती. म्हणून वरील पुरवठ्यापैकी सर्व नसला तरी काही माल बहुधा चीनमधला असावा.

वरील आकडेवारीत दर्शविलेला कापडाचा माल किती प्रमाणात होता याची ढोबळ कल्पनासुद्धा करता येत नाही, ही या आकड्यांचा अर्थ समजून घेण्यातील मुख्य अडचण आहे. १६०२ च्या यादीत हा माल 'कॅलिको' या शीर्षकाखाली वेगळा दाखविलेला आहे. पण पेट्या व गासड्या यांचे आकार काय होते हे ठरविण्याचे काहीच साधन उपलब्ध नाही. आपण एवढीच कल्पना करू शकतो की, यांपैकी बराचसा माल ब्राझील किंवा पूर्व आफ्रिकेला पाठविलेला निकृष्ट दर्जाचा माल होता आणि कापडाचे वर्णन काहीही केले असले तरी पेट्यांमध्ये बहुधा पोतुगिजांच्या वापरासाठी किंवा किरकोळ विक्रीसाठी मलमल किंवा रंगीत कापड यांसारखा अधिक किंमती माल असावा.[१] या संदर्भात १६०३ ची यादी तर अगदीच निरुपयोगी आहे. कारण

तीत असंख्य पेट्या आणि गासड्या यांची 'सुती कापड, कापूस, रेशीम वगैरे' अशी एकत्रच नोंद केलेली आहे. यादीतील आकडे जरी बिनचूक मानले तरी एकूण मालात पूर्वेकडून आलेल्या रेशमाच्या मालाचे प्रमाण किंवा पेट्यात आणि गासड्यात बांधलेल्या विविध वस्तूंचे प्रमाण किती होते, हे अनिश्चित आहे. ही सर्व अनिश्चितता लक्षात घेता, जास्तीत जास्त एवढेच म्हणता येईल की, या काळी लिस्बनला हिंदुस्थानातून फार मोठ्या प्रमाणात मिरीचा माल मिळत होता. या मालाचे मुख्यतः उत्तरेकडे वाटप केले जात होते. मिरीशिवाय मोठ्या प्रमाणात सुती कापड आणि लहान प्रमाणात नीळ, पोवळे, वेलदोडे आणि बहुधा शिसवी लाकूड व आले, तसेच काही मोती आणि हिरे हा मालही हिंदुस्थानातून लिस्बनला येत होता. कापडापैकी बराचसा भाग आफ्रिका व दक्षिण अमेरिका येथे मागणी असलेल्या निकृष्ट मालाचा होता.

या काळात पश्चिम युरोपशी होणारा हिंदुस्थानचा बराचसा व्यापार पोतुगिजांच्या हातातून डच आणि इंग्रजांच्या हाती गेला. व्यापारी दलालांमध्ये झालेल्या या बदलाचा हिंदुस्थानच्या व्यापारी हितसंबंधांवर काहीच परिणाम झाला नाही. या बदलाला फक्त एका बाबतीत अपवाद होता आणि तो अपवाद म्हणजे मलबार येथून होणाऱ्या मिरीची निर्यात हा होय. सोळाव्या शतकात लिस्बन येथे येणारी सर्व मिरी ही याच प्रदेशांतील होती. निरनिराळ्या स्थानिक राज्यकर्त्यांशी संधान बांधून ही मिरी कोचीन आणि शेजारपाजारच्या बंदरांवरून जहाजाने पाठविण्याची व्यवस्था पोर्तुगिजांनी केली होती. सुमात्रा, जावा आणि पूर्वेतील इतर

---

१. पोर्तुगीजांनी पाठविलेल्या मालातील गासड्या निरनिराळ्या आकाराच्या होत्या. पण नंतरच्या डच आणि इंग्लिश यांच्या मालातील ठरावीक गासड्यांपेक्षा त्या एकंदरीने लहान, कदाचित खूपच लहान होत्या असे मानण्यास जागा आहे. पोर्तुगीज जहाजांवर ज्या पद्धतीने माल भरला जाई त्याचे लिन्सशोटनने वर्णन केलेलेआहे. प्र.९२. त्यावरून ज्याला पार्सलांची वाहतूक म्हणता येईल अशा प्रकारचा लहान प्रमाणावरील वैयक्तिक माल मोठ्या संख्येने भरला जात होता असे दिसते. पण पोर्तुगीजांच्या अनुरोधाने लिहिणाऱ्या देलाव्हेल पृ.६०, डच आणि इंग्लिश यांच्या मालातील गासड्या फार मोठ्या आकाराच्या 'चार चाकी रोमनगाडी' इतक्या मोठ्या होत्या असे म्हटले आहे. म्हणून परिशिष्ट 'ड' मध्ये वर्णन केलेल्या गासड्यांच्या संदर्भात पोर्तुगीज मालवाहू बोटींवरील गासड्यांचा विचार करणे योग्य होणार नाही. कारण त्यांचा प्रत्यक्ष आकार केवढा होता हे सांगता येत नाही.

देशात निर्माण होणाऱ्या मिरीचा व्यापार पोतुगिजांच्या बादशाही मक्तेदारी असलेल्या दलालांच्या हातात नव्हता. पण जोपर्यंत जहाजवाहतूक पूर्णपणे पोतुगिजांच्या ताब्यात होती तोपर्यंत तेथील मिरीचा माल त्यांच्या अपरोक्ष पश्चिम युरोपात आणता येत नव्हता.[१] आपण यापूर्वी पाहिल्याप्रमाणे डचांनी आणि इंग्रजांनी प्रामुख्याने जावा आणि सुमात्रा येथूनच मिरी आणली. मलबारच्या बाजारपेठेत प्रवेश करण्याचे त्यांचे प्रयत्न सुरुवातीला यशस्वी झाले नाहीत. पण त्यांच्या हालचालींमुळे तेथून होणाऱ्या पोतुगिजांच्या निर्यातीत अडथळे झाले आणि म्हणून काही काळपर्यंत पश्चिम युरोपशी होणारा हिंदुस्थानचा व्यापार काही अंशी संपुष्टात आला. यावर उपाययोजना लवकरच करण्यात आली. कारण पेरणी केल्यापासून ३-४ वर्षांत मिरीचे पीक मिळत असे. तसेच जावा आणि सुमात्रामधील मिरीचे उत्पादन वाढत्या मागणीप्रमाणे वाढविण्यात आले. हिंदुस्थानातील मिरीच्या उत्पादनात मात्र त्या प्रमाणात घट झाली असण्याची शक्यता आहे. पण या गोष्टीचा उल्लेख ज्या कागदपत्रात साहजिकच आला असता ते कागदपत्र अस्तित्वात नाहीत. मलबारहून होणाऱ्या निर्यातीत जी तात्पुरती घट झाली ती डच आणि इंग्रज यांच्या तेथील मालाचा व्यपार करण्याच्या अनिच्छेमुळे झालेली नव्हती. डचांच्या कालिकत येथे व्यापार प्रस्थापित करण्याच्या अयशस्वी प्रयत्नांचा उल्लेख यापूर्वी केलेलाच आहे. जेव्हा कालिकत त्यांना गैरसोयीचे आढळून आले तेव्हा मलबारच्या पूर्व किनाऱ्यावरून निर्यात करण्याचा त्यांनी प्रयत्न केला. पण तसे करणे अतिशय खर्चाचे होते आणि हा व्यापार वाढू शकला नाही. डचांप्रमाणेच सुरुवातीला कालिकत येथे निराशा पदरी आल्यावर इंग्रजांनी देखील युरोपला पुरवठा करण्यासाठी माल मिळावा म्हणून सुरतेला मिरीची बाजारपेठ स्थापन करण्याचा प्रयत्न केला. परंतु असंख्य अडचणी त्यांच्या अनुभवास आल्या आणि निर्यातीचा खर्च बॅन्टम येथे येणाऱ्या खर्चाच्या दुप्पट येऊ लागला. म्हणून १६३० साली

१. डचांच्या पहिल्या सफरीच्या वर्णनात,हाउटमन १०५, एक चमत्कारिक कथा आढळते. ती अशी की, पोर्तुगिजांनी जावातील मिरी विकत घेण्याचा प्रयत्न केला होता. पण चीनच्या बादशहाने त्याच्या प्रजाजनांसाठी तो व्यापार खुला रहावा म्हणून पोर्तुगीजांना पैसे दिले होते. या प्रवासवर्णनाच्या संपादकांना ही कथा म्हणजे एक गंमतशीर आख्यायिका वाटते. पण या कथेत सत्याचा अंश असण्याची शक्यता आहे. बकाव येथील पोर्तुगीज आणि एक चिनी अधिकारी यांच्यांत प्रसंगविशेषी तेढ होती आणि कँटनशी वाटाघाटी करताना जावातील मिरी पश्चिमेकडे वळवून चीनला होणारा मिरीचा पुरवठा तोडण्याची धमकी देण्याचा मुत्सद्देगिरीचा डावपेच पोर्तुगिजांनी टाकला असण्याची शक्यता आहे. काही असले तरी जावा येथे डच येईपर्यंत त्या बेटातील मिरीचे सर्व उत्पादन चीनला जात होते ही वस्तुस्थिती आहे.

इंग्लंडला मिरीचा पुरवठा करण्याचे मुख्य ठिकाण म्हणून बॅन्टमची निश्चित निवड करण्यात आली. पाच वर्षांनंतर मात्र पोतुगिजांशी जुळून आलेल्या मैत्रीच्या संबंधाचे फळ म्हणून गोव्याला मोठ्या प्रमाणात इंग्रजांनी मिरीचा माल खरेदी केला आणि अशा रीतीने मलबारच्या व्यापारात त्यांचा हळूहळू प्रवेश झाला. १६४० पासून नंतरच्या काळात मलबार किनाऱ्यावर आणि कोकणातील बंदरांमध्ये देखील डच आणि इंग्रज दोघेही माल खरेदी करताना आपल्याला आढळून येतात. आपल्या विचाराधीन असलेल्या काळाच्या शेवटी शेवटी इंग्रजांचे व्यापारी ठाणे कालिकतला प्रस्थापित झाले होते आणि त्यानंतर थोड्याच वर्षांनी डचांनी कोचीनचा ताबा मिळविला. म्हणून व्यापाराला पुन्हा अनुकूल वातावरण तयार झाले होते. पण पुरवठ्याची पर्यायी यंत्रणा तयार होईपर्यंत काही काळ हिंदुस्थानी उत्पादकांची कुचंबणा झाली, यात शंका नाही. देशाच्या उत्पन्नात झालेली तात्पुरती हानी सोरामीठ, सुती कापड आणि इतर मालांच्या व्यापारात झालेल्या नफ्याने भरून निघाली. या प्रकरणाच्या उरलेल्या भागामध्ये त्याचे वर्णन केलेले आहे.

२. पश्चिम युरोपशी होणारा निर्यात व्यापार

पश्चिम युरोपशी होणारा निर्यात व्यापार किती होता याची अचूक कल्पना करणे हे सोपे काम नाही. या व्यापारात इंग्रजांचा भाग किती होता यासंबंधी कधी कधी अनिश्चितता आढळते, हे आपण पुढे पाहणार आहोतच. पण मुख्य अडचण निर्माण होते ती डचांनी स्वीकारलेल्या जहाजवाहतुकीच्या पद्धतीतून आणि त्यासंबंधीची माहिती ज्या स्वरूपात नोंदलेली आढळते त्यामधून. व्यापकपणे पाहिले तर डचांना त्यांच्या व्यापाराचे केंद्रीकरण करणे अधिक पसंत होते आणि हिंदुस्थानच्या दोन्ही बाजूंकडील तसेच मसाल्याची बेटे, चीन व जपान येथील माल बटाव्हिया येथे एकत्रित करून नंतर तो तेथून दरसाल जाणाऱ्या गलबतांमधून युरोपला जात होता. या काळात या गलबतांमधून पाठविलेल्या मालाची नोंद बटाव्हियातील जर्नलमध्ये सहसा केली जात नव्हती. या मालाचा तपशील आतापर्यंत अप्रकाशित असलेल्या कागदपत्रांत नोंदलेला नसेल तर या गलबतांमधील हिंदुस्थानी मालाची किंमत किंवा प्रमाण यांची गणना करणे आता अशक्य आहे. हिंदुस्थानातून बटाव्हियाला पाठविलेल्या बहुतेक मालाची नोंद जर्नलसूमध्ये आढळते, हे खरे आहे आणि या नोंदीमधून फक्त युरोपला निर्यात केलेल्या नीळ किंवा सोरामीठ अशा पदार्थांचे प्रमाण ढोबळमानाने काढता येणे शक्य आहे. परंतु कापसाच्या मालाच्या बाबतीत ही पद्धत निरुपयोगी ठरते. कारण युरोपसाठी पाठविलेली कापसाची बंडले आशियातील व्यापारासाठी बऱ्याच मोठ्या संख्येने पाठविलेल्या बंडलातून वेगळी

काढणे अशक्य आहे. उदा. नोव्हेंबर १६४२ मध्ये मच्छलीपट्टमहून बटाव्हियाला जहाजाने पाठविलेल्या मालात कापसाच्या मालाच्या ५९७ गासड्या, निळीच्या ९९७ पेट्या, साफ न केलेल्या सोरामीठाची ४९८ बंडले, साफ केलेल्या सोरामिठाची ५३८ पोती याशिवाय काही सुताचा धागा, गहू, लोखंड आणि बंदुकीची दारू इतका माल होता. यांपैकी शेवटचे तीन पदार्थ हे बटाव्हिया किंवा आशियातील इतर ठिकाणांकरिता होते हे उघड होते. सुताच्या धाग्यासंबंधी निश्चित सांगता येत नाही. परंतु वर्णनात वापरलेल्या शब्दांवरून या विशिष्ट जहाजावरील हा माल बटाव्हिया गोदीत वापरण्यासाठी पाठविला होता असे मला वाटते. नीळ आणि सोरामीठ हे निश्चितपणे युरोपसाठी पाठविले होते. परंतु मोठ्या प्रमाणात पाठविलेला कापसाचा माल कोणत्या देशासाठी पाठविला होता याची कल्पना येऊ शकत नाही. अशा प्रकारे निर्यात केलेल्या काही विशिष्ट पदार्थांच्या परिमाणासंबंधी आपण काही अंदाज बांधू शकतो. एकूण संपूर्ण व्यापाराचे परिमाण किती होते याची कल्पना करता येत नाही.

पुन्हा यामध्ये आणखी एक गुंतागुंत आहे. बटाव्हियाला व्यापाराचे एकत्रीकरण करण्याची डचांची पद्धत नेहमीची असली तरी कायम स्वरूपाची नव्हती. मधूनमधून डचांची जहाजे हिंदुस्थानच्या दोन्ही बाजूंनी सरळ युरोपला जात होती. त्यामुळे त्या जहाजावरील मालाची नोंद बटाव्हिया जर्नलमध्ये केली जात नव्हती. ही वस्तुस्थिती आहे. कोरोमांडेल किनाऱ्यावरून १६१५ पासून पुढे आणि सुरतेहून १६२३ पासून पुढील काळात मधूनमधून सरळ युरोपला जहाजे गेली, हे आपल्याला माहिती आहे.[१] १६२० मध्ये सुरतेहून थेट प्रवास करण्यास कंपनीने अधिकृत परवानगी दिली. १६२६ मध्ये कोरोमांडेल किनाऱ्यावरील बंदरांतून थेट युरोपला जाण्यास बंदी करण्यात आली. दोन वर्षांनंतर ही बंदी सुरतेलाही तात्पुरती लागू करण्यात आली. काही काळानंतर सुरतेहून थेट जहाजवाहतूक पुन्हा सुरू करण्यात आली. पण तिची कालमर्यादा किती होती याची संपूर्ण माहिती मला मिळालेली नाही. म्हणून जरी बटाव्हियाच्या मार्गाने युरोपला पाठविलेल्या मालाची अचूक मोजदाद आपण करू शकलो तरी थेट जहाजवाहतुकीतील मालाची नोंद केलेली नसल्याने त्याप्रमाणे आपली मोजदाद युरोपशी होत असलेल्या एकूण व्यापारापेक्षा कमी भरेल, या अडचणी लक्षात घेता इंग्रजांच्या व्यापाराच्या अनुरोधाने या विषयाचा विचार करणे योग्य होईल.

---

१. डच दप्तरातील मूल बिलांवरून घेतलेले,हिंदुस्थानातून अगदी सुरुवातीला युरोपला जहाजाने पाठविलेल्या काही मालाचे उतारे मी परिशिष्ट 'ब' मध्ये दिलेलेआहे.

कारण इंग्रजांच्या व्यापाराच्या संबंधात गुंतागुंत कमी आहे. इंग्रजांच्या बाबतीत पूर्व किनाऱ्यावरून परस्पर जहाजवाहतूक आपल्या विचाराधीन काळाच्या शेवटी सुरू झाली.[२] पण तो प्रत्यक्षात आला होता की नाही या यासंबंधी मला माहिती मिळालेली नाही. काही विशिष्ट माल या ना त्या कारणासाठी कोरोमांडेल किनाऱ्यावरून बॅन्टमद्वारा पाठविला गेला असेल. पण १६४८ पर्यंत तरी सुरतेहून पाठविलेला माल हा इंग्रजांचा एकूण व्यापार किती होता हे दर्शवितो. लंडनला पोचणाऱ्या मालाचा बराचसा भाग युरोपीय बाजारपेठांकडे पुन्हा निर्यात केला जात होता, ही महत्त्वाची गोष्ट या व्यापारासंबंधी लक्षात ठेवली पाहिजे. अलीकडच्या मानाने त्यावेळची इंग्लंडची लोकसंख्या फारच कमी होती. त्यामुळे मालाला गिऱ्हाईक मर्यादित होते. पण शेजारच्या देशांची, विशेषतः फ्रान्सची लोकसंख्या तुलनेने अधिक होती, म्हणून लंडनहून होणाऱ्या मालाच्या पुरवठ्यावर ते देश अवलंबून होते. विशेषतः फ्रान्सच्या सुती कापडाच्या मागणीप्रमाणे कुठल्या स्वरूपाचा माल हिंदुस्थानातून मागवायचा हे लंडनला ठरवावे लागे, हे पुढे येईल. म्हणून जेव्हा आपण 'इंग्रजांचा व्यापार' असे म्हणतो, तेव्हा त्यात संपूर्ण पश्चिम युरोपात मोठ्या प्रमाणात होणारा मालाचा खपदेखील अभिप्रेत आहे. इंग्रजांचा सुरतेहून होणारा निर्यातव्यापार अनेक अवस्थांतून गेला. १६२० पर्यंत गेलेल्या मालाचे वर्णन नीळ आणि इतर संकीर्ण माल असे करता येईल. नंतरच्या पुढील दशकात सुती कापडाचा व्यापार विलक्षण त्वरेने वाढला. १६३० ते १६३७ मधील भयंकर दुष्काळाचा परिणाम त्या काळातील जहाज वाहतुकीवरही झाला. पण १६३८ पासून सुमारे १६५३ पर्यंत निर्यातीत फारशी प्रगती नसली तरी ती भरीव स्वरूपाची होती. निर्यातीचे मुख्य पदार्थ सुती कापड, नीळ, सुताचा धागा हे होते. सोरामीठ, मिरी, साखर, आले, लाख आणि इतरही काही थोड्या मालाची निर्यात होत होती. १६५३ नंतर काही थोडा काळ इंग्लिश कंपनीचा व्यापार जवळजवळ बंद होता. त्या काळात खाजगी बोटींना व्यापार खुला होता. पण या बोटींनी नेलेल्या मालाचा कुठलाही अंदाज करणे शक्य नाही. अखेरीला लंडन येथे नवे भांडवल उभारण्यात यश आल्यावर १६५७ पासूनच्या पुढील वर्षात कंपनीच्या उद्योगांत मोठ्या प्रमाणात वाढ झाली. आपल्या विचाराधीन काळातील शेवटचे दशकही पूर्व आणि पश्चिम किनाऱ्यांच्या परस्पर महत्त्वात

---

२. १६४९ साली निघालेले बोनिटो हे मद्रासहून परस्पर मायदेशी जाणारे बहुधा पहिले जहाज होते. इंग्लिश फॅक्टरीज viii pxxx मद्रासची स्थापना होण्यापूर्वी पूर्व किनाऱ्यावरून परस्पर जहाजे पाठविण्यासंबंधी विचार झालेला होता.

झालेल्या शीघ्र बदलामुळे उल्लेखनीय झाले आहे. बंगालमध्ये व्यापार प्रस्थापित होणे, मद्रासच्या सुती कापडाचा शोध लागणे या गोष्टी गुजरातपेक्षा युरोपियन बाजारापेठांमध्ये व्यापार करण्यास अधिक सोयीस्कर होत्या. ज्या निळीच्या निर्यातीसाठी सुरत हे मुख्य बंदर होते, त्या निळीच्या व्यापाराला लागलेली गळती आणि गुजरातच्या शासनव्यवस्थेतील दोष या सर्व कारणांमुळे पूर्व किनाऱ्याला व्यापारी महत्त्व प्राप्त झाले आणि ते बरीच वर्षे टिकून राहिले. इंग्रजांच्या व्यापाराचा पहिला टप्पा दर्शविण्यासाठी १६१८-१९ च्या हंगामातील निर्यातीचे उदाहरण घेता येईल. फेब्रुवारी महिन्यात सुरतेहून निघालेल्या 'रॉयल ॲनी' या जहाजावरील मालाच्या यादीवरून या निर्यातीचे स्वरूप कळते. या जहाजावरील मालाची किंमत ७,२०,००० महामुदी (रु.२,८८,०००) इतकी होती. आणि त्या मालात खालील वस्तूंचा अंतर्भाव होता.[१]

पदार्थ	महामुदी	महामुदी
नीळ : सारखेज	३,५१,६००	----
बियाना	२,७८,७००	६,३०,३००
सुती कापड		७७,०००
कलाकुसरीचा कापसाचा माल		७,६००
डिंक (Gumlace)		३,०००
लाख		२००
हळद		१५०
मूल्यवान खडे किंवा संकीर्ण वस्तू		१,७५०
		७,२०,०००

१. मजकुरात दिलेले वरील आकडे इंग्लिश फॅक्टरीज खं. १ पृ. ६१ मध्ये छापलेल्या मालाच्या यादीवरून घेतले आहेत. मूळ यादीत मालाच्या किंमतीचे आकडे अगदी तपशीलवार शेवटच्या पै पर्यंत दिलेले आहेत.परंतु इथे आणि इतरत्रही मी त्या आकड्यांची गोळाबेरीज दिलेली आहे. त्याकाळी महामुदीचे मूल्य २/५ रुपयांइतके होते. हिंदुस्थानी व्यापाराचा विचार वर्षांच्या संदर्भात न करता हंगामांच्या संदर्भात करणे योग्य होईल. कारण तो व्यापार वास्तविक हंगामी स्वरूपाचा होता. सुरतेहून वर्षात निर्यात होणारा संपूर्ण माल परिस्थिती जशी असेल त्याप्रमाणे कधी डिसेंबर तर कधी जानेवारी या एकाच महिन्यात रवाना होई. इंग्लिश फॅक्टरीजमध्ये (iii, P.xix आणि viii P.xix) दिलेल्या जहाजांच्या पर्यटनाच्या याद्या जानेवारी ते डिसेंबर या वर्षाप्रमाणे तयार केलेल्या आहेत. त्यामुळे या याद्यांवरून व्यापार हा प्रत्यक्षात होता, त्यापेक्षा अधिक अनियमित होता असा समज होतो. उदा. १६३९ मध्ये फक्त तीन जहाजे निघल्याचे, १६४० मध्ये दोन जहाजे निघाल्याचे दाखविले आहे तर १६४१ मध्ये एकही जहाज दाखविलेले नाही. १६३८-३९ मध्ये दोन जहाजे, १६३९-४० मध्ये दोन जहाजे आणि १६४०-४१ मध्ये एक जहाज सुरतेहून रवाना झाले होते.

वरील मालाबरोबरच ज्याची किंमत धरलेली नाही अशी निळीची पावडर आणि पोर्तुगिजांकडून ताब्यात घेतलेल्या काही परदेशी वस्तूदेखील होत्या.निळीची किंमत एकूण मालाच्या किंमतीच्या ७/८ होती आणि तिचे परिमाण वजनामध्ये २०० टनांपेक्षा जास्त होते, हे वरील यादीवरून लक्षात येईल.[२]

निळीला असलेली मागणी हे या काळातील व्यापाराचे ठळक वैशिष्ट्य आहे. निळीचा व्यापार करण्याचे इंग्रजांचे धोरण डचांनाही मान्य झाले होते. कारण त्यांनी यापूर्वीच पूर्व किनाऱ्यावर निळीची मोठ्या प्रमाणात खरेदी करण्यास सुरुवात केली होती. १६२२ मध्ये सुरतेहून बटाव्हियाला त्यांनी पाठविलेल्या जहाजात मुख्यतः निळीचाच समावेश होता. त्यामुळे त्यांच्यावर गव्हर्नर जनरलचा रोष झाला. कारण अति पूर्वेकडील मसाल्याच्या व्यापारासाठी कापसाचा माल मिळविण्यास तो यावेळी अधिक उत्सुक होता. १६१८-१९ च्या हंगामात इंग्रजांचे दुसरे कोणतेही जहाज रवाना झाले नाही आणि १६१९-२० मध्ये देखील फक्त एकच जहाज रवाना झाले. त्या जहाजात ५,६०,००० महामुदी किंवा सुमारे सव्वादोन लाख रुपयाचा वरच्यासारखाच माल होता. म्हणून या स्थितीतील इंग्रजांच्या व्यापाराचे प्रमाण अंदाजे सव्वादोन लाख रुपये होते, असे आपल्याला मानायला हरकत नाही.

निळीचे महत्त्व फार काळ टिकले नाही. सुती कापड खूप मोठ्या प्रमाणात युरोपला विकले जाऊ शकते, हे लवकरच कळून चुकले आणि नंतरच्या दशकाच्या मध्यापर्यंत निळीच्या बरोबरीने सुती कापड व्यापाराच्या दोन प्रमुख साधनांपैकी एक साधन बनले. या दशकातील मालांची बिले आता उपलब्ध असल्याचे दिसत नाही. पण १६२५ मध्ये सुरतेचे व्यापारी सुमारे १,५००,००० महामुदी (सहा लाख रुपये) किंवा रॉयल ॲनी जहाजावर पाठविलेल्या मालाच्या दुप्पट किंमतीइतक्या मालाचा पुरवठा करण्याच्या व्यवस्थेत गुंतले होते. या मालाच्या यादीचे उल्लेखनीय वैशिष्ट्य असे की, यात सुती कापडाच्या तुकड्यांची नोंद २००,००० पेक्षा जास्त होती. म्हणजे सहा वर्षांपूर्वी पुरविलेल्या कापडापेक्षा हा कापडाचा माल पंधरा पटीने जास्त होता. या यादीत सोरामिठाची नोंद आढळते.

---

२. निळीचा माल चारदा पाठविण्यात आला. त्यापैकी तीनदा पाठविलेल्या मालाचे वजन दिलेले आहे. चवथ्या खेपेला पाठविलेल्या मालाचा निर्देश फक्त पुडक्यांमध्ये केलेला आहे. पाठविलेल्या ज्या मालाचे वजन दिलेले आहे, त्या मालांकरिता दर मणाला दिलेली किंमत हीच पुडक्यात पाठविलेल्या मालाला पडली असणार हे गृहीत धरून मी पुडक्यांतून पाठविलेल्या मालाचे वजन काढले आहे.

सुरतेहून लंडनला पाठविलेल्या मालाची महामुदीत किंमत

	१६३८–३९ रॉयल बेरी आणि स्वॅन	१६३९–४० (डिस्कवरी)	१६४०–४१ (क्रिस्पियन)
मालाची एकूण किंमत	१,४०५,२००	८१६,२००	१,१८९,१००
पैकी हिंदुस्थानी माल	९५९,५००	३९८,३००	४१९,००
पैकी पुन्हा निर्यात केलेला माल	४४५,७००	४१७,९००	७७०,१००
हिंदुस्थानी मालाचा तपशील			
कापसाचा माल	४१२,४००	१९८,३००	२०५,२००
कापसाचा धागा	५३,८००	२०,२००	२,१००
नीळ	३६२,३००	११८,९००	२०६,२००
सोरामीठ	१७,०००	५,५००	---
मिरी	१०१,२००	---	---
साखर	८,०००	४६,७००	---
आले	३,३००	८,७००	---
संकीर्ण माल	१,५००	---	५,५००
पुनर्निर्यातीच्या मालाचा तपशील			
पर्शियन रेशीम	४०९,९००	४१७,९००	७२८,२००
बॅन्टमची साखर	३,१००	---	---
बॅन्टमची मिरी	---	---	३९,९००
कोरफड, हिराबोळ वगैरे	२,७००	---	२,०००
न खपलेला इंग्लिश माल परत	३०,०००	---	---

तसेच मिरी मिळविण्यासाठी केलेला प्रयत्न यात नमूद केला आहे. याचा उल्लेख पूर्वी आलेलाच आहे. व्यापाराचा मोठा विस्तार कायम ठेवण्यात आला आणि १६२७–२८ च्या हंगामात तो आणखी वाढविण्यात आला. त्यावेळी चार जहाजांनी १६०,०० पौंड किंमतीचा माल नेला होता. त्या मालात पाठविलेल्या सुती कापडाचे प्रमाण त्यापूर्वीच्या कुठल्याही वर्षापेक्षा जास्त होते. १६२८–२९ मध्ये रवाना झालेल्या सहा जहाजांवर १०४,५०० पौंड किंमतीचा माल होता. या दोन्ही हंगामात पाठविलेल्या मालाच्या किंमतीच्या आकड्यांमध्ये पर्शियाहून पाठविलेल्या रेशमाची आणि इतर काही पुन्हा निर्यात केलेल्या वस्तूंची किंमत

समाविष्ट आहे. म्हणून वरील आकडे हिंदुस्थानच्या व्यापाराचे निर्देशांक मानणे चुकीचे होईल. पण या दशकात सहा लाखांपर्यंत व्यापार होत होता असे निदान करणे समर्थनीय ठरेल असे मला वाटते. निर्यातीच्या व्यापाराचा हा टप्पा १६३० च्या दुष्काळाने एकदम संपुष्टात आला. या दुष्काळानंतर गुजरातमध्ये काही वर्षे अव्यवस्था माजली होती. या वर्षांमध्ये जहाजाने पाठविण्यासाठी हिंदुस्थानच्या इतर भागातून खरेदी करून माल मोठ्या अडचणीने मिळवावा लागत होता. १६३७ च्या सुमारास नेहमीचे आर्थिक जीवन गुजरातेत पुन्हा सुरू झाले. यानंतरच्या वर्षांतील व्यापाराचे सर्वसाधारण स्वरूप लागोपाठच्या तीन हंगामांत निर्यात झालेल्या मालाच्या याद्यांवरून कळू शकते. या याद्या इंडिया ऑफिसच्या दप्तरात सुरक्षित ठेवण्यात आलेल्या आहेत.[१] मालांच्या या याद्या लांबलचक आहेत. त्या सारांशाने खालीलप्रमाणे देता येतील.

रॉयल बेरी आणि स्वॅन या जहाजांनी १६३८-३९ च्या हंगामातील निर्यातीचा सर्व माल नेला. १६४०-४१ मध्ये रवाना झालेले 'क्रिस्पियन' हे एकमेव जहाज होते. पण मध्यंतरीच्या हंगामात 'डिस्कवरी' या जहाजाशिवाय 'लंडन' हे आणखी एक जहाज रवाना झाले. लंडन या जहाजावरील मालाच्या याद्या उपलब्ध नाहीत आणि त्या जहाजावरील मालाची किंमत दर्शविणारे आकडे सुस्पष्ट नाहीत. पण त्या आकड्यांवरून मालाची किंमत सुमारे ३६८,००० महामुदी असावी, असे ठरविण्यात आले आहे. या मालातील पर्शियन रेशमाचे प्रमाण निराशाजनक असण्याइतके लहान होते आणि डिस्कवरी या जहाजावरील हिंदुस्थानी मालाच्या आकड्यात अंदाजे २५०,००० महामुदी मिळविले तर सुमारे ६५०,००० महामुदी ही या हंगामात निर्यात झालेल्या एकूण हिंदुस्थानी मालाची बेरीज आपल्याला मिळते. तेव्हा या हंगामामधील व्यापार ३.$^{३}/_{४}$, २.$^{१}/_{२}$ आणि १.$^{३}/_{४}$ लाख रुपयांचा होता असे म्हणता येईल. मालाच्या बिलातील तपशिलावरून असे दिसते की, १६३८-३९ मध्ये पाठविलेला माल अतिशय जास्त दराने खरेदी केला होता आणि या वर्षांमधील व्यापाराचे प्रमाण २.$^{१}/_{२}$ ते ३ लाखांपेक्षा किंवा दुष्काळापूर्वी व्यापाराचा जो पल्ला गाठला होता त्याच्या अर्ध्यापेक्षा जास्त होते असे आपण म्हणू शकत नाही. हा कमी झालेला व्यापारदेखील मोठ्या प्रमाणात विस्तृत केलेल्या

१. ही मालाची बिले इंडिया ऑफिसात ओरिजिनल करस्पॉन्डन्समधील क्र. १६५६, १७२५ आणि १७६१ यांना जोडलेली आहेत. त्यांची नक्कल करून दिल्याबद्दल मी कु.एल. एम. ॲनस्टे यांचा आभारी आहे. वरील मजकुरातील आकडे पूर्णांकात दिले आहेत.

प्रदेशातील मालाचा होता हे आपण पुढील विभागात पाहणार आहोतच. गुजरातच्या आर्थिक जीवनाची घडी पुन्हा बसली होती. पण लोकसंख्या रोडावली होती आणि तांत्रिक कार्यक्षमतेची पातळी खालावली होती. कापड विणण्याच्या स्थानिक उद्योगधंद्याचे पुनरुज्जीवन होत असले तरी युरोपकरिता खरेदी केलेले कापड बऱ्याच मोठ्या प्रमाणात आता सिंध आणि उत्तर हिंदुस्थानात तयार झाले होते.

यापुढील सोळा वर्षांत कंपनीच्या सुरतेहून होणाऱ्या निर्यातीत विशेष उल्लेखनीय वाढ झाल्याचे मला आढळून येत नाही. १६४२-४३ आणि १६४३-४४ या दोन हंगामात रवाना झालेल्या एकूण मालाची किंमत सुमारे १,२००,००० आणि ९२०,००० महामुदी इतकी होती. तर १६४७-४८ मध्ये पाठविलेल्या मालाची किंमत १,१००,००० महामुदी इतकी होती. जवळजवळ हाच आकडा १६४८-४९ करिता देण्यात आलेला आहे. या काळात पर्शियन रेशीम कमी प्रमाणात नेले जात होते म्हणून १६३८-४० मधील हिंदुस्थानी मालांच्या आकड्यांपेक्षा वरील आकडे हिंदुस्थानी मालाच्या आकड्यांची जास्त बेरीज दर्शवितात, असे म्हणता येईल. पण ही पातळी कायम राखण्यात आली नाही. कारण १६५२-५३ पर्यंतच्या हंगामातील मालाची किंमत अनुक्रमे ५७४,०००; ५३०,०००; ७४०,००० आणि ५०७,००० महामुदी इतकी होती. शिवाय या आकड्यांमध्ये मोठ्या प्रमाणात पुन्हा निर्यात केलेल्या कुठल्याही मालाचा समावेश नाही हे उघड दिसते. १६५३-५४ ते १६५७-५८ या काळात कंपनीचा व्यापार फारच कमी झाला. खाजगी बोटींनी नेलेल्या मालाचे आकडे उपलब्ध नाहीत. पण एकूण निर्यात वाढली असेल असे मानण्यास जागा आहे. कारण या काळात माल खरेदी करणाऱ्या व्यापाऱ्यांच्या स्पर्धेमुळे हिंदुस्थानी बाजारपेठा तात्पुरत्या विस्कळित झाल्या होत्या. ही परिस्थिती १६५८ साली नाहीशी झाली. कारण तेव्हा कंपनीला पुरेशा भांडवलाचा पुरवठा अखेरीस झाला आणि तिच्या मक्तेदारीचे नूतनीकरणही तिला करून मिळाले. आपल्या विचाराधीन काळातील अखेरच्या तीन हंगामांत कंपनीने निर्यात केलेल्या मालाची किंमत अनुक्रमे सुमारे १,१५०,०००; १,४००,००० आणि ४५०,००० महामुदी इतकी होती. या काळात पुन्हा निर्यात केलेल्या मालाचे प्रमाण अजूनही तुलनेने अगदीच कमी होते. म्हणून असे म्हणता येईल की, १६३० च्या दुष्काळापूर्वीच्या वर्षातील स्थिती पुन्हा पूर्णपणे प्राप्त झालेली दिसली तरी या वेळेपर्यंत १६३८-४० पेक्षा व्यापाराचे प्रमाण खूपच वाढले होते.

पश्चिम किनाऱ्यावरील इंग्रजांच्या व्यापाराचे समालोचन पूर्ण करण्यासाठी कोर्टीन्स असोसिएशनने १६३५ ते १६४७ या दरम्यान केलेल्या निर्यातीचा उल्लेख करणे आवश्यक आहे. पण या निर्यातीमध्ये या वर्षांसाठी यापूर्वी दिलेल्या आकड्यांमध्ये काही फार मोठी भर पडणार आहे असे नाही. कारण या असोसिएशनची फारच थोडी जलपर्यटने यशस्वी झाली. या पर्यटनांमध्ये इंग्लंडला नेलेला बराचसा माल हिंदुस्थानच्या बाहेरील ठिकाणांहून मिळविलेला होता आणि निर्यात केलेला हिंदुस्थानी माल प्रामुख्याने मिरी आणि सोरामीठ हा होता. या मालामुळे जहाजावरील मालाच्या वजनात बराच फरक पडत असला तरी मालाच्या किंमतीत फार मोठी भर पडत नाही.

पूर्व किनाऱ्यावरून आणि बंगालच्या उपसागरातून युरोपला होणाऱ्या इंग्रजांच्या निर्यातीला १६४९ सालापासूनच महत्त्व प्राप्त झाले. १६४९-५० आणि त्यानंतरच्या तीन हंगामांत निर्यात केलेल्या मालाच्या किंमती रु.५०,०००; रु.९६,०००; रु.८५,०००, रु.१,३०,००० अशा देता येतील किंवा वर्षाला सुमारे एक लाख रुपयांचा व्यापार होता, असे म्हणता येईल. यात पुन्हा निर्यात केलेल्या वस्तूंचे प्रमाण अगदीच थोडे होते. १६५४ ते १६५७ या वर्षांतील व्यापाराचा कुठलाही अंदाज देता येत नाही. कारण या काळात व्यापार जवळजवळ सर्वांनाच खुला होता. पण वैयक्तिक व्यापाऱ्यांचे मुख्य प्रयत्न हिंदुस्थानच्या या बाजूला व्यापार करण्यात केंद्रित झालेले होते. त्यामुळे इंग्रजांची निर्यात बरीच वाढली असणार यात शंका नाही. आपल्या विचाराधीन काळातील उरलेल्या थोड्या वर्षांतील व्यापाराचे संपूर्ण आकडे मला मिळालेले नाहीत. पण कंपनीचा व्यवहार फार मोठ्या प्रमाणात वाढला होता. १६५८ साली कंपनीची खरेदी ३५,००० पौंडांची किंवा सुमारे ३००,००० रुपयांची होती आणि जरी नंतरच्या हंगामातील कंपनीच्या गुंतवणुकीचे आकडे उपलब्ध नसले तरी खरेदीचे वरील प्रमाण कायम राखण्यात आले होते. कंपनीने निर्यात केलेल्या मालाच्या किंमतीसंबंधीचे निरनिराळे अंदाज एकत्र केले तर युरोपात इंग्रजांच्या जहाजांतून गेलेल्या हिंदुस्थानी मालाच्या किंमतीच्या बेरजेचे खालील आकडे आपल्याला मिळतात. हे अंदाज अर्थात बरेचसे ढोबळ आहेत. पण आपल्या विचाराधीन काळात कंपनीचा व्यापार किती वाढला होता, याची सर्वसाधारण कल्पना येण्यासाठी ते दिले आहे.

हिंदुस्थानकडून युरोपला इंग्लिश जहाजातून होणारी वार्षिक निर्यात
(आकडे लाखात)

काळ	पश्चिम किनाऱ्यावरून	पूर्व किनाऱ्यावरून आणि बंगालहून	एकूण
सुमारे १६२०	२.५	---	२.५
सुमारे १६२८	६	---	६
सुमारे १६४०	२.५-३	---	२.५-३
सुमारे १६४३-४८	३.५	---	३.५
सुमारे १६४९-५३	२	१	३
सुमारे १६५८-६०	५	३	८

डचांचा व्यापार किती मोठा होता याचा अंदाज घेता येत नाही. जास्तीत जास्त एवढेच निश्चितपणे म्हणता येईल की, निदान १६२५ च्या नंतर तरी तो इंग्रजांपेक्षा निश्चितच मोठा होता. सुमारे १६१५ पासून किंवा इंग्रजांनी पूर्व किनाऱ्यावरील व्यापार जोरात वाढविला त्यापूर्वी तीस वर्षांपेक्षा जास्त काळ पूर्व किनाऱ्यावरील माल परस्पर किंवा बटाव्हियाच्या मार्गे हॉलंडला जात होता. सुरतेला इंग्रजांनी प्रथम व्यापार केला होता. पण डच लवकरच त्यांच्या बरोबरीला आले आणि त्यांनी इंग्रजांना मागे टाकले. वेंगुर्ल्याहून त्यांनी पाठविलेला मालही कोर्टीन असोसिएशनच्या निर्यातीपेक्षा जास्त होता आणि बंगालमध्ये तर त्यांचे व्यापारातील वर्चस्व सुरुवातीपासूनच वादातीत होते. हिंदुस्थानच्या इतिहासाची सर्वसाधारण पुस्तकेच ज्यांनी वाचली आहेत, त्यांना डचांचे हे व्यापारातील श्रेष्ठत्व आश्चर्यकारक वाटेल. पण त्या काळातील कागदपत्रांच्या अभ्यासकांना ही गोष्ट काही नवीन नाही. डचांच्या वृत्तान्तात आणि वृत्तपत्रांत त्यांच्या इंग्रज स्पर्धकांच्या दारिद्र्याची आणि अकार्यक्षमतेची वारंवार हेटाळणी केलेली आहे तर इंग्रजांच्या पत्रव्यवहारात डचांबद्दलचा मत्सरयुक्त आदरभाव नाखुषीने का होईना व्यक्त झाला आहे. डचांच्या व्यापारातील पुष्टी देणारे इंग्रजांच्या पत्रव्यवहारातील काही थोडे उतारे येथे दिले तर ते पुरेसे होईल. शिवाय हे उतारे इंग्रजांचे असल्यामुळे साहजिकच अधिक विश्वसनीय आहेत. अगदी १६२२ वर्षांइतक्या अगोदर पुलिकत येथील इंग्रजांच्या मुख्य दलालाने लिहिले आहे की, 'यशाच्या धुंदीत डच लोक आपल्या सध्याच्या हलाखीच्या परिस्थितीला हसतात आणि मि.ड्यूक यांच्या कार्यक्षमतेबद्दल तुच्छतापूर्वक बोलणे हा त्यांच्या नेहमीच्या चर्चेचा विषय आहे. मच्छलीपट्टम येथे तसेच या ठिकाणीदेखील आपली साधने अगदी अपुरी आहेत, ही

गोष्ट अगदी खरी आहे. त्यांच्या साधनसामग्रीच्या १/१० भागाशी देखील तिची तुलना होणार नाही, ही गोष्ट त्यांच्या पुरेपूर लक्षात आहे.' दहा वर्षांनंतर अशाच प्रकारची मते बऱ्याच मोठ्या प्रदेशांतून व्यक्त करण्यात येत होती. मि.फॉस्टर यांनी १६३०-३३ मधील कागदपत्रांचा केलेला सारांश येथे उद्धृत केला आहे. 'डचांचे कौशल्य आणि दूरदर्शीपणा याला प्रचंड साधनसामग्रीचा पाठिंबा मिळाल्यामुळे पूर्वेकडील व्यापारात त्यांना निर्विवाद श्रेष्ठत्व प्राप्त झाले. इंग्रज व्यापारी डचांच्या स्पर्धेविषयी तक्रार करताना आढळतात. डच इंग्लिश कंपनीच्या हिंदुस्थान आणि पर्शिया येथील नोकरांशी जोरदार स्पर्धा करताना आढळतात. रेशीम, नीळ आणि इतर माल जास्त किंमतीने घेऊन खरेदीत ते इंग्रजांना मागे टाकतात. तसेच युरोपियन आणि इतर मालाच्या विक्रीतही त्यांनी इंग्रजांचा पराभव केल्याचे आढळून येते, त्याचप्रमाणे १६३७-४१ या वर्षासंबंधी मि.फॉस्टर म्हणतात, 'केवळ नाविक आणि लष्करी सामर्थ्यातच नव्हे तर नेहमीच्या व्यापारातदेखील डचांनी आपले प्रभुत्व प्रस्थापित केले होते, याचा भरपूर पुरावा आपल्याला मिळतो. पोतुगिजांशी युद्ध करण्यात आणि स्वतःचे अनेक किल्ले तटबंदी करून सुरक्षित करण्यात डचांनी प्रचंड पैसा खर्च केला असला तरी त्यांच्या इंग्रज प्रतिस्पर्ध्यांना हिंदुस्थान व पर्शियामध्ये देखील व्यापारात मागे टाकण्यासाठी डचांकडे पुरेसा पैसा शिल्लक होता, आपल्या विचाराधीन काळातील उरलेल्या कालखंडासंबंधी हीच हकीकत सांगण्यात येते. १६४४ मध्ये सुरतहून आपल्याला असे कळते की, त्या भागात डचांची केवळ भरभराट होते आहे. दीर्घोद्योग, संयम, अथक परिश्रम आणि अढळ निश्चय यांच्या जोरावर डच त्यांना पाहिजे ती गोष्ट मिळवू शकतात आणि त्याच वर्षातील मद्रासचे वृत्त असे आहे की, डच हे इतके प्रबल झाले आहेत की संपूर्ण किनाऱ्यावरील जवळजवळ सर्व व्यापार त्यांनी स्वतःच्या ताब्यात घेतला आहे. दहा वर्षांनंतर बंगालमध्येही हेच चित्र दिसून येते. इंग्रजांकडे भांडवलाची कमतरता आहे आणि ते 'डचांच्या प्रचंड आणि विस्तृत व्यापाराशी किमान तुलना होऊ शकेल, असा कुठलाही उद्योग करण्यास असमर्थ आहेत' हे वर्णन आपल्या विचाराधीन काळाच्या अखेरच्या वर्षातील गुजरात, कोरोमांडेल किनारा आणि बंगाल येथील परिस्थितीला बहुतांश लागू पडते.

डचांच्या व्यापारी वर्चस्वाची संपूर्ण कारणमीमांसा आपण करीत बसलो तर ते विषयांतर होईल.[१] पण त्यांच्या व्यापारी कौशल्यातील आणि साधनसामग्रीतील

---

१. या बाबतीत आखणी काही तपशील परिशिष्ट 'अ' मध्ये दिलेला आहे.

श्रेष्ठत्वाबद्दल इंग्रजांनी दिलेली कबुली विश्वासार्ह मानण्यास काही हरकत नाही. डचांच्या ताब्यात फार मोठे भांडवल होते यात शंका नाही. आपल्या विचाराधीन असलेल्या संपूर्ण कालखंडात भांडवलाच्या तुटवड्यामुळे इंग्लिश कंपनीचे प्रतिनिधी हतबल झालेले होते आणि डचांना मात्र पुरेसे भांडवल नेहमीच उपलब्ध होते. इतकेच नव्हे तर कधी कधी शिल्लक राहिलेले भांडवल ते व्याजाने कर्जाऊ देत, याशिवाय आपण यापूर्वीच पाहिल्याप्रमाणे मसाल्याच्या व्यापाराची आणि चीन व जपान येथील बाजारपेठांची मक्तेदारी त्यांच्याकडे होती. त्यामुळे भांडवलाचा जास्तीत जास्त फायद्यासाठी ते उपयोग करू शकत. लवंगा, जायपत्री आणि जायफळ यांची हिंदुस्थान आणि पर्शियातील प्रचंड मागणी ते पुरवू शकले आणि चीन व जपान येथून जेथे फायदेशीर व्यापार शक्य असेल अशा हिंदुस्थानातील कुठल्याही भागात ते सोने आणि चांदी यांचा ओघ वळवू शकले आणि ते करताना त्यांच्या उत्कृष्ट व्यापारी शासनपद्धतीचा त्यांना भरपूर फायदा मिळाला. बटाव्हिया येथील कौन्सिलमधील गव्हर्नर जनरलची पूर्वेकडील विस्तीर्ण व्यापारी क्षेत्रावर संपूर्ण सत्ता होती. डचांच्या संपूर्ण संघटनेचा गव्हर्नर जनरल सूत्रधार होता. याउलट इंग्रजांच्या निरनिराळ्या इलाख्यांत किंवा ठाण्यांत या बहुतांश काळात एकमेकांशी वितुष्ट होते. मतभेदाचे मुद्दे निर्णयासाठी मायदेशी कळवावे लागत होते आणि मग मतभेदांमुळे व्हायचे ते नुकसान होऊन गेल्यावर मायदेशाहून निर्णय येत होता. तत्कालीन कागदपत्रांचा कुठलाही अभ्यासक डचांच्या व्यापारी यंत्रणेच्या कठोर कार्यक्षमतेने थक्क झाल्याशिवाय राहणार नाही.

हिंदुस्थानात डचांनी एकूण भांडवल किती प्रमाणात गुंतवले होते याची थोडीशी कल्पना बटाव्हिया जर्नल्समध्ये कधीमधी नोंदलेल्या आकड्यांवरून करता येते. या आकड्यांवरून बटाव्हिया आणि तैवान येथून त्यांनी हिंदुस्थानात पाठविलेल्या सोने, चांदी आणि इतर माल यांची किंमत कळते. १६३५ च्या पूर्वीच्या वर्षांमध्ये म्हणजे गुजरातमधील दुष्काळाचे तत्कालीन परिणाम व्यक्त होण्यापूर्वी डचांची वार्षिक गुंतवणूक १०,०००,०० गिल्डर्सपेक्षा जास्त होती.म्हणजे विनिमयाच्या चालू दराप्रमाणे ही गुंतवणून सुमारे ९.१/४ लाख रुपयांच्या बरोबरीची होती. १६४१ आणि १६४५ च्या दरम्यान ही गुंतवणूक सुमारे दुप्पट झाली. म्हणजे ती १८ लाख रुपयांच्या आसपास होती. तर आपल्या काळाच्या अखेरीला ही रक्कम ३० लाखापर्यंत जाऊन पोचली. हे आकडे बटाव्हिया

येथील हिशेबात नोंदलेल्या, पाठविलेल्या मालाच्या किमतीचे आहेत आणि इंग्रजांच्या गुंतवणुकीचे आकडे हिंदुस्थानच्या किनाऱ्यावरील मालाच्या किंमतीत दिलेले आहेत. तेव्हा डच आणि इंग्रज यांच्या गुंतवणुकीची प्रत्यक्ष तुलना होऊ शकत नाही. पण वरील आकडे दिल्यामुळे डचांचा व्यापार हा इंग्रजांपेक्षा केवळ मोठाच नव्हता तर प्रगतिशीलही होता हे दिसून येते. तपशीलवार आकड्यांवरून आणि पूर्व किनाऱ्याचे वाढते महत्त्व लक्षात येते, हेही या ठिकाणी नमूद केले पाहिजे. सुरुवातीच्या वर्षात एकूण व्यापारी गुंतवणूक सुरत आणि कोरोमांडेल यांमध्ये जवळजवळ सारख्या प्रमाणात विभागलेली होती. पण आपल्या कालखंडाच्या अखेरीला सुरतेच्या वाट्याला एकूण गुंतवणुकीच्या जेमतेम १/४ भाग येत होता.

हे आकडे आशियातील आणि युरोपियन व्यापारातील एकूण गुंतवणूक दर्शवितात. डचांच्या युरोपला होणाऱ्या निर्यात व्यापाराची जी माहिती उपलब्ध आहे ती इतकी अस्पष्ट आहे की, त्यांच्या एकूण व्यापारापैकी युरोपशी होणारा व्यापार किती प्रमाणात होता याचा कुठलाही निश्चित अंदाज बांधता येत नाही. पण यापुढील भागांमध्ये काही विशिष्ट वस्तूंसंबंधीच्या माहितीचा विचार करण्यात आलेला आहे. त्यावरून डचांचा युरोपशी होणारा व्यापार हा इंग्रजांच्या व्यापारापेक्षा मोठा होता असे म्हणण्यास हरकत नाही. इंग्रजांच्या युरोपसाठी केलेल्या खरेदीचा माल जहाजावर चढविण्याच्या खर्चासह देण्यात आलेला वार्षिक आकडा ८ लाख रुपये हा आहे. तो जर बरोबर असेल तर डच आणि इंग्रज या दोघांचीही तुलना युरोपला होणारी एकूण निर्यात तत्कालीन चलनामध्ये किमान १८ ते २० रुपयांची असावी. आधुनिक क्रयशक्तीच्या संदर्भात ही निर्यात ८० ते ९० लाख इतकी होती.[1] पोर्तुगीज किंवा डॅनिश यांच्या निर्यातीमुळे वरील आकड्यात फारशी भर घालण्याची आवश्यकता नाही. यांपैकी डॅनिश लोकांच्या व्यापाराला

१. येथे आणि इतर ठिकाणी 'आधुनिक क्रयशक्ती' असे शब्द वापरले आहेत. या सर्व ठिकाणी १९१०-१४ या पाच वर्षांच्या काळात अधिकृत आकडेवारीनुसार दिलेली रुपयाची किंमत अभिप्रेत आहे. या पंचवार्षिक काळाच्या उत्तरार्धात दुष्काळ परिस्थिती होती आणि म्हणून शेतीच्या उत्पन्नाच्या किंमतीसाठी मी १९१०-१२ (दोन्ही वर्षे धरून) या वर्षातील रुपयांच्या किंमतीचा उपयोग केला आहे. युद्धोत्तर रुपयाचे नेहमीचे मूल्य स्थिर होण्यासाठी आवश्यक ती प्रक्रिया सावकाशच होणे अगदी अपरिहार्य होते आणि वारंवार येणाऱ्या वाईट परिस्थितीमुळे अस्थिरतेचा काळ वाढला होता. मी वापरलेले प्रमाण प्रत्यक्षात द्यावयाचे झाले तर आग्रा आणि लाहोर दरम्यानच्या प्रदेशातील एका रुपयाला १२ $^{1}/_{2}$ शेर गहू हे सांगता येईल.

आपल्या काळात कधीच फार मोठे स्वरूप प्राप्त झाले नव्हते आणि पोतुगिजांची अवस्था या काळाच्या अखेरीला अगदीच उपेक्षणीय झाली होती. कंपनीच्या जहाजांमधून काही वैयक्तिक व्यापारी माल निर्यात करीत होते. इंग्रजांच्या दप्तरात अशा निर्यातीचा उल्लेख मोठ्या प्रमाणात आढळतो. पण अशा खाजगी व्यापारातील निर्यातीची रक्कम फार मोठी धरण्याची आवश्यकता नाही. वर दिलेल्या निर्यातीच्या एकूण अंदाजाव्यतिरिक्त होणाऱ्या इतर सर्व व्यापारासाठी वरील आकड्यांमध्ये ५ ते १०% भर घातल्यास ते पुरेसे होईल.

३ नीळ

निर्यातीच्या व्यापाराचे एकंदर अवलोकन केल्यानंतर आपण आता विशिष्ट वस्तूंच्या व्यापाराचा विचार करणार आहोत आणि या वस्तूंमध्ये निळीला अग्रस्थान देणे आवश्यक आहे. नीळ या वस्तूचा युरोपात प्रवेश कसा झाला याची माहिती मला मिळू शकलेली नाही. या प्रदेशात लोकरीच्या धंद्याला प्रमुख स्थान होते आणि या धंद्यासाठी निळ्या रंगाची जरूर लागत असे. मुळात ही गरज मोहरीच्या जातीच्या एका झाडाच्या पाल्याचा उपयोग करून भागविण्यात येत होती. परंतु सोळाव्या शतकाच्या अखेरीला त्याची जागा नीळ घेऊ लागली होती. या दोन रंगांमधील स्पर्धेचा निर्णय अखेरीला कोणत्या किंमतीला हिंदुस्थानातून नीळ मिळू शकेल या प्रश्नावर अवलंबून होता. पोर्तुगीज लिस्बनला माफक प्रमाणात नीळ आणत होते आणि निळीचा व्यापार इतका आशादायक होता की, स्पेनच्या राजाने १५८७ साली त्यावर आपली मक्तेदारी प्रस्थापित केली. या धोरणाचा परिणाम काय झाला याचा कुठेही उल्लेख नाही. पण यापूर्वीच उद्धृत केलेल्या आकड्यांवरून असे दिसते की, १६०२ साली निळीची निर्यात २० हंड्रेडवेट होती. ती त्यानंतरच्या वर्षात ९४० हंड्रेडवेट झाली. पोर्तुगिजांनी निर्यात केलेला माल अखेरीला कुठे जाऊन पोचत होता, याची माहिती मला मिळालेली नाही. परंतु मुख्यत्वेकरून पश्चिम भूमध्यसमुद्र प्रदेशात हा माल खपत असावा, असे मला वाटते. जरी हा माल आणखी उत्तरेकडे जात असला तरी देखील या काळात लंडनच्या बाजारपेठेत लिस्बनच्या मालापेक्षा अलेप्पो येथील मालाने निळीची किंमत आणि प्रकार यांचा दर्जा प्रस्थापित केला होता. म्हणून आरंभीच्या इंग्रजांच्या पत्रव्यवहारात अलेप्पो येथील मालाच्या दर्जासंबंधी प्रकर्षाने उल्लेख आढळतो. उदा. १६०९ साली 'नीळ, रेशीम आणि इतर

तुर्कस्थानी माल' यांचा तज्ज्ञ म्हणून एका दलालाची निवड कंपनीने केली होती. काही वर्षांनंतर दुसऱ्या एका दलालाने असे कळविले की त्याची हिंदुस्थानातील खरेदी 'अलेप्पोमध्ये देखील मी कधी पाहिली नाही इतकी' चांगली होती आणि जेव्हा कंपनीच्या हिंदुस्थानशी झालेल्या व्यापाराची किंमत थॉमसनने अजमावली तेव्हा अलेप्पो येथील किंमत त्याने आधारभूत मानली होती. पौंडाला ४ शिलिंग आणि ४ पेन्स हा त्याने वापरलेला आकडा लंडनमधील सुमारे ८ पेन्सच्या बरोबरीचा होत आणि उत्तर हिंदुस्थानातील मालाकरिता हीच किंमत प्रचलित होती.[१]

निळीच्या पुरवठ्याचे मूळ ठिकाण कोणतेही असले तरी नीळ हा युरोपियन ग्राहकांना पाहिजे असलेला हिंदुस्थानातील मुख्य जिन्नस होता. १६०१ मध्ये सुरतेला पोचलेल्या डच दलालाने असे लिहिले आहे की, नीळ हा सर्वात महत्त्वाचा स्थानिक माल होता. त्यांच्या नंतर आलेला व्हॅन डेअनसन हा १६०९ मध्ये नीळ खरेदी करण्याची व्यवस्था करीत होता. १६०९ मध्ये विल्यम फिंचने सुरतेहून मायदेशी पाठविलेल्या अहवालात निर्यातीच्या वस्तूंमध्ये निळीला महत्त्वाचे स्थान दिले आहे. इंग्लंडमधून लागोपाठ येणाऱ्या जहाजांच्या ताफ्याबरोबर ज्या सूचना पाठविण्यात येत होत्या, त्यावरून कंपनी या काळात हिंदुस्थानातून व्यापार वाढविण्याच्या बाबतीत इतर कोणत्याही मालापेक्षा निळीवर अवलंबून होती याचा भरपूर पुरावा मिळतो. सर थॉमस रो यांच्या शब्दांत नीळ हा 'प्रधान जिन्नस' होता.

या काळी हे पीक हिंदुस्थानात विस्तृत प्रमाणात निघत होते. निळीचे उत्पादन गंगेच्या खोऱ्यातील निरनिराळ्या ठिकाणी सिंधमध्ये, गुजरातमध्ये, दक्षिणेकडे आणि पूर्व किनाऱ्यावर होत असे हे आपण ऐकतो. परंतु सर्वसाधारणपणे हे उत्पादन स्थानिक उपयोगांकरिता होते आणि निर्यात करणाऱ्यांना सुरुवातीला व्यापारासाठी दोनच ठिकाणी होणाऱ्या निळीची माहिती होती. ती ठिकाणे म्हणजे सारखेज आणि लाहोरी.

---

१. १७ व्या शतकाच्या पूर्वाधात इंग्लडंमध्ये निळीचा उपयोग करण्यास बंदी होती, अशाप्रकारे विधान नेहमी करण्यास येते. परंतु या विधानाला कुठलाही आधार असल्याचे मला आढळले नाही आणि वास्तविक या काळी निळीचा उपयोगाच्या प्रक्रियेची पेटंट्स दिली जात होती. यावरून हे विधान चुकीचे असल्याचे दिसते.नीळ आणि लॉगवूडचा रंग यातील संभ्रमामुळे वरील विधान करण्यात येत होते अशी श्री. विल्यम फॉस्टर याची कल्पना आहे. कारण पार्लमेंटने लॉगवूडचा उपयोग करण्यास बंदी घातली होती. (जर्नल रॉयल सोसायटी ऑफ आर्टस Lxvi 362)

सारखेज हे शहर गुजरातची मुख्य बाजारपेठ असलेल्या अहमदाबादपासून काही मैलांवर असून ते त्यावेळी निळीच्या उत्पादनाचे महत्त्वाचे केंद्र होते. येथील निळीचा बराचसा माल पर्शियन आखाताकडे निर्यात होत होता. लाहोरी म्हणून ओळखली जाणारी नीळ काही अंशी गंगेच्या दुआबातून देत होती आणि त्यापैकी बहुतांशी निळीचा माल बियाना किंवा बयानाजवळील लहानशा प्रदेशात तयार होत असे. बियाना हे आग्र्याच्या नैर्ऋत्येला ५० मैलांवर होते आणि आता ते भरतपूर संस्थानच्या हद्दीत आहे. या ठिकाणी होणारी नीळ खुष्कीच्या मार्गाने बराच काळपर्यंत निर्यात केली जाई. अलेप्पोच्या बाजारपेठेत या मालाला 'लाहोरी' हे नाव मिळाले होते. कारण हा माल लाहोर येथे उंटांच्या तांड्यावर भरला जात होता. बियानाच्या आसपासच्या प्रदेशांत निर्माण होणारी नीळ जमिनीवरील वाहतुकीला सोयीस्कर अशा स्वरूपात तयार केली जात होती. ती तुलनेने अधिक शुद्ध होती आणि ती गोळ्यांच्या स्वरूपात पाठविली जात असल्याने तिचा उल्लेख नेहमी 'गोल नीळ' असा करण्यात येतो. सारखेजचा माल मात्र वड्यांच्या स्वरूपात तयार केला जाई. म्हणून त्याला 'चपटी नीळ' असे म्हटले जाते. या निळीचे वैशिष्ट्य म्हणजे तिच्यात वाळू मिसळण्यात येत होती. म्हणून सारखेजची तीन पौंड नीळ लाहोरच्या २ पौंड निळीबरोबरची होती. बादशाही दरबारातील ठरावांवरून असे दिसते की, काही बाबतीत गोल निळीचा उपयोग करण्यात इंग्लंडमध्ये तांत्रिक अडचणी आल्या होत्या. ही गोष्ट आणि बियानाचे किनाऱ्यापासून असलेले अंतर या दोन्हींमुळे जहाजवाहतुकीचे प्रमाण या दोन्ही प्रकारच्या निळीच्या बाबतीत बरेच सारखे होते. लाहोरीला युरोपमध्ये जास्त किंमत मिळत होती. पण तिची बाजारपेठेत निर्यात करण्यासाठी जास्त खर्च येत होता. एखाद्या विशिष्ट वर्षात प्रत्येक प्रकारचा निळीचा माल किती प्रमाणात निर्यात होईल, हे त्या मालाच्या हिंदुस्थानातील किंमतीमधील चढउतारावर प्रामुख्याने अवलंबून होते.

परदेशी व्यापारी पहिल्यांदा अहमदाबाद किंवा बियाना या ठिकाणी निळीच्या खरेदीसाठी जात असत. बियाना येथे फिंच १६१० मध्ये आणि त्यानंतर तीन वर्षांनी अहमदाबाद येथे विदींग्टन खरेदी करताना आढळतो. तर १६१६ मध्ये सुरतेला आलेले डच १६१८ साली आग्र्याला निळीच्या शोधात होते. त्यानंतर पुढे दोन्ही राष्ट्रांच्या दलालांना वरील दोन्ही बाजारपेठा परिचित झाल्या होत्या. आपण पाहिल्याप्रमाणे १६१९ मध्ये लंडनला जहाजाने पाठवलेल्या मालात प्रामुख्याने निळीचा अंतर्भाव होता. या निळीपैकी वजनाने ३/५ माल सारखेजचा आणि २/६ माल बियानाचा होता. आपल्या काळाच्या उरलेल्या कालखंडात या दोन्ही ठिकाणाहून निळीची

निर्यात सतत चालूच होती. पण इतर निरनिराळ्या ठिकाणीही तिची खरेदी केली जात होती. विशेषतः डच, इतर कुठल्या ठिकाणांहून निळीचा पुरवठा होऊ शकेल, याचा जारीने शोध करीत होते. १६३६ नंतर सिंधमध्ये इंग्रजांनी काही प्रमाणात नीळ खरेदी केली; तर १६४५ मध्ये दक्षिणेत वेंगुर्ल्याच्या वरच्या प्रदेशात, डचांची खरेदी चालू होती. चितगाव येथेही त्यांनी माल मिळविण्याचा प्रयत्न केला, त्यात त्यांना फारसे यश आले नाही. पण त्यांचा मुख्य उद्देश, पूर्वकिनाऱ्यावरील निर्यात वाढविण्याचा होता. गुजरात किंवा बियाना येथे डचांना प्रवेश होण्यापूर्वी १६१३ सालाच्या अगोदर मच्छलीपट्टम हे निळीच्या पुरवठ्याचे एक महत्त्वाचे ठिकाण होते. या बंदरातून पाठवलेल्या मालाची यादी परिशिष्ट 'ब' मध्ये दिलेली आहे. त्यात ६५० ते १००० हंड्रेडवेटपर्यंत निळीच्या मालाचा समावेश आहे आणि याच प्रमाणात पुष्कळ वर्षे या बंदरातून निळीची निर्यात चालू होती. पण आपल्या विचाराधीन असलेल्या संपूर्ण कालखंडात सुरत हेच निर्यातीचे मुख्य बंदर होते. या काळात पूर्वकिनाऱ्यावरून होणारी इंग्रजांची निर्यात फारशी महत्त्वाची नव्हती.

पश्चिम युरोपात होणारा निळीचा खप, हा प्रामुख्याने किंमतीच्या प्रश्नावर अवलंबून होता, असे वर म्हटले आहे. खाली दिलेल्या आकड्यांवरून, प्रत्यक्ष निर्यातीमुळे किंमतीत काय बदल पडत होता, याची कल्पना येईल.[१]

बियाना	सारखेज	सिंध	कोरोमांडेल	
	शिलिंग पेन्स	शिलिंग पेन्स	शिलिंग पेन्स	शिलिंग पेन्स
१६०९	८ ०	५ ०	बाजारात उपलब्ध नव्हती.	
१६२०-३०	५ ६ ते	४ ० ते	बाजारात उपलब्ध नव्हती.	
	६ ०	४ ६	बाजारात उपलब्ध नव्हती.	
१६४६	४ ०	३ ४	३ ४	१ ३
१६५५	६ ०	४ ०	–	१ ५.१/२

१. मजकुरात दिलेले आकडे श्री.विल्यम फॉस्टर यांच्या जर्नल रॉयल सोसायटी ऑफ आर्ट्स Lxvi ३६२-३ मधील लेखातून घेतले आहे. कोरोमांडेल येथील निळीची किंमत अतिशय कमी होती, हे लक्षात घेण्यासारखे आहे. इतक्या कमी किंमतीच्या मालाचा देखील व्यापार करणे परवडत होते, याचे कारण वाहतुकीच्या जास्त खर्चाचा अभाव हे होय. पूर्व किनाऱ्यावरील बंदराजवळच्या खेड्यातच या निळीचे उत्पादन होत होते.

१६४६ मध्ये झालेली किंमतीतील घट हा इंग्लंडमधील यादवी युद्धामुळे बाजारपेठेत माजलेल्या अंदाधुंदीचा परिणाम होता. हा काळ सोडला तर प्रत्यक्ष व्यापाराचा परिणाम बियानाच्या निळीची किंमत २५% किंवा त्याहून जास्त घटण्यात आणि सारखेजच्या निळीच्या किंमतीत काहीशा कमी प्रमाणात घट होण्यात झाला होता असे दिसून येईल. निळीच्या खपात फार मोठ्या प्रमाणात वाढ होण्यास किंमतीतील हा फरक पुरेसा ठरला. आपण पाहिले आहे की, १६०२ आणि १६०३ मध्ये लिस्बनला झालेली प्रत्यक्ष आयात अनुक्रमे २० आणि ९४० हंड्रेडवेट होती. १६१९ मध्ये लंडन येथील आयात ४३०० हंड्रेडवेट पेक्षा जास्त होती. तर त्या वर्षी पूर्व किनाऱ्यावरून १००० हंड्रेडवेटपेक्षा जास्त माल ॲमस्टरडॅम येथे पोचला होता. यानंतरच्या दशकात इंग्लिश जहाजांनी कमी माल नेला. १६२५-२८ या वर्षात निर्यात केलेल्या मालाचे प्रमाण २००० ते ३००० हंड्रेडवेटपर्यंत होते. पण या वेळेपर्यंत सुरतेला आणि त्याचप्रमाणे मच्छलीपट्टमला डचांनी व्यापार सुरू केलेला होता. त्यांच्या व्यापाराचे आकडे उपलब्ध नसले तरी एकूण निर्यात झालेल्या मालात घट होण्याऐवजी एकंदरीत वाढ झाली असण्याची शक्यता आहे. दुष्काळामुळे गुजरातचा व्यापार विस्कळीत झाला होता, तो काळ ओलांडून पलीकडे गेलो तर आपल्याला असे आढळते, की नंतरच्या दशकात इंग्रजांच्या निर्यातीत आणखी घट झालेली आहे. यापूर्वीच सारांशरूपाने दिलेल्या मालाच्या बिलात १६३८-३९ करिता १६८० हंड्रेडवेट आणि १६४०-४१ करिता जेमतेम १००० हंड्रेडवेट माल निर्यात झाल्याचे दाखविले आहे. पण इथेही पुन्हा इंग्रजांच्या व्यापारातील घट डचांच्या व्यापारातील विस्ताराने पूर्णपणे भरून काढली. या विशिष्ट हंगामातील त्यांच्या व्यापाराचे आकडे उपलब्ध नाहीत. पण १६३९ करिता त्यांची खरेदी ३४०० हंड्रेडवेट होती. १६४१ या वर्षातील त्यांनी बटाव्हियाला ४२०० हंड्रेडवेट माल निर्यात केला आणि १६४२ मध्ये त्यांची निर्यात ८००० हंड्रेडवेटपेक्षा जास्त इतकी उल्लेखनीय होती. हा आकडा त्यांच्या व्यापाराचा विक्रम मानण्यास हरकत नाही.

निळीच्या किंमतीतील चढउताराला ज्या ठिकाणाहून नीळ मिळत होती, त्यांच्यावर झालेला परिणाम या काळातील इंग्रजांनी पाठविलेल्या मालाच्या बिलामधले काही आकडे देऊन दर्शविता येईल.[१]

१. १६३८-३९ च्या निर्यातीत पूर्व किनाऱ्यावरील सुमारे ३५ हंड्रेडवेट मालाचा समावेश होत्या. तक्त्यात दिलेल्या आकड्यांमध्ये हा माल मिळविल्यावर या हंगामात निर्यात झालेल्या मालाची बेरीज १४८० हंड्रेडवेट होते. नंतरच्या दोन्ही हंगामात पूर्वकालीन किनाऱ्यावर इंग्रजांनी निळ निर्यात केली नव्हती.

ठिकाण	हंड्रेडवेटमध्ये निर्यात			मूळ ठिकाणी दर हंड्रेडवेटला रुपयात दिलेली सरासरी किंमत		
	१६३८-३९	१६३९-४०	१६४०-४१	१६३८-३९	१६३९-४०	१६४०-४१
बियाना	३८५	७०	९२७	१०६.३	९३.३	७६.४
सारखेज	१०६०	६६१	७५	९०.६	५८.१	५६.६

पहिल्या वर्षात सारखेजच्या निळीची किंमत वाजवीपेक्षा जास्त आणि उत्कृष्ट दर्जाच्या निळीच्या किंमतीपेक्षा फारच थोडी कमी होती हे लक्षात येईल. या हंगामात बियानाच्या निळीची खरेदी करणे फायद्याचे ठरले असते. पण गुजरातेत असलेल्या अतिशय जास्त किंमतीमुळे व्यापारी चकित झाले होते असे दिसते. आणि त्यावेळी माल खरेदीची संपूर्ण व्यवस्था बदलण्यास त्यांना अवसर राहिला नव्हता. पुढील वर्षी सारखेजच्या किंमतीत खूपच घट झाली आणि निर्यातीचा बहुतांश माल तेथे खरेदी करण्यात आला. १६४० मध्ये बियानाच्या निळीच्या किंमती कमी झाल्या आणि म्हणून कंपनीच्या इच्छेप्रमाणे उत्कृष्ट दर्जाच्या निळीचा माल मोठ्या प्रमाणात पाठविणे दलालांना शक्य झाले.

प्रस्तुत काळातील शेवटच्या निळीच्या निर्यातीत खूप मोठ्या प्रमाणात घट झाली. या वर्षांमधील डचांच्या व्यापाराचे सर्व आकडे मला मिळाले नाहीत. पण वैयक्तिक ग्राहकांनी पाठविलेला माल पूर्वीपेक्षा कमी होता. पूर्वीपेक्षा फार थोड्या मालांच्या याद्यांमध्ये निळीचा उल्लेख आढळतो आणि मला वाटते की, निळीच्या निर्यातीत फार मोठ्या प्रमाणात घट झाली होती यात शंका नाही. इंग्रजांच्या व्यापारासंबंधी आपल्याला असे आढळते की, १६४९ च्या सुमारास या मालाला 'तुच्छ वाटणारे दर' मिळत होते. १६५१ मध्ये निळीचा माल पाठवू नये अशा सूचना कंपनीने दिल्या होत्या आणि १६५३ मध्ये फक्त २०० गासड्यांची मागणी केली होती. १६५८ मध्ये मोठ्या प्रमाणात भांडवलात वाढ झाल्यामुळे निळीची मागणी ८०० गासड्यांपर्यंत वाढविण्यात आली होती. पण १६६० मध्ये मागणी अगदी कमी होती आणि किंमतही अगदी मर्यादित होती.[१] युरोपातील मागणी कमी

१. बियाना येथील निळीच्या गठ्ठ्याचे नेहमीचे निव्वळ वजन सुमारे २२० पौंड आणि सारखेज येथील निळीच्या गठ्ठ्याचे १५० पौंड होते. म्हणजे१६५३ ची मागणी जास्तीत जास्त सुमारे ४०० हंड्रेडवेटची होती. १६५८च्या मागणीपैकी अर्धी नीळ लाहोरची आणि अर्धी सारखेजची होती.म्हणजे एकूण मागणी १३०० हंड्रेडवेटपेक्षा थोडीशी जास्त होती.

झाल्यामुळे निळीच्या व्यापाराला उतरती कळा लागली होती असे नाही. तर अमेरिकेतून होणाऱ्या निळीच्या पुरवठ्यामुळे हा व्यापार घसरला होता आणि अखेरीला अमेरिकन मालाच्या स्पर्धेमुळेच हिंदुस्थानच्या निळीच्या व्यापाराला पूर्णविराम मिळणार होता. १५८७ सालापासूनच अमेरिकेहून नीळ स्पेनला येत होती आणि १६२८ मध्ये मोठ्या प्रमाणात निळीचा माल आल्याची नोंद आहे. पाच वर्षांनंतर ग्वातेमालाहून लंडनला निळीचा पुरवठा झाल्याचे आपण ऐकतो, तर १६४५ मध्ये हिंदुस्थानातून येणाऱ्या निळीपेक्षा चांगल्या रीतीने तयार केलेला माल वेस्ट इंडीजमध्ये मोठ्या प्रमाणात निर्यात होत होता. या कारणाकरिता इंग्लिश कंपनीने सुरतेहून होणाऱ्या निर्यातीत कपात करण्याचा हुकूम दिला होता. पक्का माल तयार करण्याच्या बाबतीत, तसेच अंतराच्या बाबतीत या स्पर्धकांना अनुकूल परिस्थिती होती. हिंदुस्थानचा व्यापार काही काळ कमी जास्त होत राहिला, रोडावत जाऊन अगदी लहान झाला आणि १७२९ साली तो संपुष्टात आला. नंतर देशाच्या इतर भागात त्याची पुन्हा स्थापना झाली.[२]

व्यापाराच्या भरभराटीच्या काळातदेखील निळीच्या वाहतुकीत अनेक अडचणी आणि उणिवा भासत होत्या. युरोपमधील निळीच्या किंमती घसरल्या होत्या, याचा उल्लेख पूर्वी आलेलाच आहे. हिंदुस्थानातील ऋतूंचा अनियमितपणा, अधिकाऱ्यांचा हस्तक्षेप आणि मालात भेसळ करण्याची प्रवृत्ती या गोष्टी गंभीरपणे विचारात घ्याव्या लागत होत्या. ऋतूंच्या अनियमितपणाचे वर्णन म्हणून १६३१ मध्ये गुजरातेतील भयंकर दुष्काळाचा उल्लेख पुरेसा आहे. या दुष्काळात गुजरातमधील मालाचा पुरवठा संपूर्णपणे तुटला होता. तर १६२१ मध्ये आणि पुन्हा १६४० मध्ये बियानातील निळीचे पीक अतिवृष्टीमुळे नष्ट झाले होते. १६२५ च्या सुमारास तीन हंगामांतील पिकांचे टोळधाडीमुळे नुकसान झाले होते आणि १६४६ मध्ये अवर्षणाने पिकाचे बरेच नुकसान झाले होते. अधिकाऱ्यांचा हस्तक्षेप ही सर्वसाधारण तक्रार होती. वार्षिक उत्पादनाला सुरुवात करण्याची परवानगी

<hr/>

२. डचांनी सयाम, फोर्मोसा आणि जावा या आशियाच्या इतर भागातून निळीचा निर्यात करण्याचे प्रयत्न यापूर्वीच केले होते. याचा उल्लेख केला पाहिजे. यापैकी पहिल्या दोन देशात त्यांच्या निराशाच पदरी आली असे डाग रजिस्टरमधील निरनिराळ्या नोंदींवरून (उदा.२० मे १६४१; १४ नोव्हेंबर १६४४; १ डिसेंबर १६४५) दिसून येते. प्रस्तुत काळात जावामधील यांचे प्रयत्न यशस्वी झाल्याची नोंद मला तरी कुठे आढळली नाही. पण डचांच्या पहिल्या प्रवासाच्या वेळीच त्या बेटात नीळ तयार होत होती. (हाउटमन i १२२)

देण्यापूर्वी अहमदाबादच्या गव्हर्नरने एक लाख रुपयाची मागणी केली होती, असे १६१८ मध्ये एका डच दलालाने कळविले होते. १६३२ मध्ये शहाजहानने संपूर्ण साम्राज्यात व्यापाराची मक्तेदारी प्रस्थापित केली. त्यामुळे व्यापार तात्पुरता स्थगित झाला होता. १६४४ मध्ये सिंधमधील सरकारच्या जुलमी कारभारामुळे निळीचे पीक काढण्यासाठी साधने आणि उत्साह लोकांपाशी राहिला नव्हता. १६४७ साली अहमदाबाद येथील डचांच्या एका नवीन प्रथेसंबंधी आपण वाचतो. या प्रथेनुसार 'निळीचा व्यापार करणाऱ्या माणसांना आपला माल विकण्याचे स्वातंत्र्य विकत घ्यावे लागत होते, निळीचे उत्पादन आणि विक्री यामुळे सरकारी अधिकाऱ्यांना लाचलुचपत करण्याची संधी मिळत होती, हे दर्शविणारी इतर निरनिराळी अनेक उदाहरणे देता येतील. शेवटची अडचण म्हणजे सर्वत्र बोकाळलेली मालात भेसळ करण्याची प्रवृत्ती. विशेषतः गुजरातमध्ये हा प्रकार फार होता.[1] मालाच्या मागणीप्रमाणे माल तयार करताना त्यात कमी जास्त प्रमाणात वाळू मिसळण्यात येई. १६४० मध्ये सुरत येथील दलालांना लिहिले आहे की, पाठविलेला माल हिणकस बनावटीचा होता आणि खरेदीदारांमध्ये तीव्र स्पर्धा असल्याने मालाची तपासणी करणे कठीण होते. अहमदाबादच्या राज्यपालाने मात्र या विषयात लक्ष घातले होते आणि भेसळ करताना कोणी आढळल्यास त्याच्यासाठी फाशीच्या शिक्षेची तरतूद केलेली होती. यामुळे तात्पुरती सुधारणा झाल्याची नोंद आहे. पण १६४५ साली डचांनी केलेल्या मालाच्या मोठ्या खरेदीमुळे बाजारात लबाडीला ऊत आला. मालाच्या मूळ किंमतीपेक्षा वाहतुकीचा खर्च दुपटीने जास्त होता, हे लक्षात घेतले म्हणजे युरोपातील बाजारपेठांत या भेसळीच्या प्रवृत्तीला जो आक्षेप घेतला जात होता त्यामागील तीव्र भावना आपल्याला कळू शकते. पण भेसळीचे नियंत्रण करण्याचे अधिकाऱ्यांचे प्रयत्न त्यांच्या लहरींवर अवलंबून होते आणि या बहुमोल व्यापाराचा अखेरीला नाश होण्यास ज्या अनेक गोष्टी कारणीभूत झाल्या त्यापैकी मालाची भेसळ हे एक कारण होते, यात शंका नाही.

पश्चिम युरोपात निळीचा खप वाढल्यामुळे हिंदुस्थानला कोणता फायदा झाला होता याची कल्पना येण्यासाठी एकूण उत्पादनाशी निर्यातीचे प्रमाण काय होते याचा

---

१. बियानामध्ये देखील मालात भेसळ करण्याचे प्रकार चालत होते. कारण पेल्सार्ट (पृष्ठ ४) तेथे माल खरेदी करताना कोणती काळजी घ्यायची याचे सूक्ष्म तपशिलासह वर्णन करतो. परंतु बियानात गुजरातप्रमाणे मालाच्या भेसळीसंबंधी विशेष गवगवा झाला नव्हता.

अंदाज घेणे उचित होईल. निर्यातीच्या मुख्य प्रदेशांत होणाऱ्या उत्पादनाची ढोबळ कल्पना निळीच्या व्यापारात गुंतलेल्या दलालांनी वेळोवेळी दिलेल्या अंदाजांवरून करता येईल. १६२८ या काहीशा प्रतिकूल वर्षात सारखेजच्या निळीचे उत्पादन अंदाजे आठ हजार मण (३३ पौंडांचा १ मण या हिशेबाने) होते तर १६३४ मध्ये अपेक्षित उत्पादन ९००० मण होते. १६३८-३९ मध्ये एक दलाल ४०,००० मण उत्पादन झाल्याची सर्वसाधारण माहिती देतो. पण मला हा अंदाज सैल आणि अतिशयोक्त वाटतो.[१]

१६४१ मध्ये उत्पादन डचांच्या मते अंदाजे, १२००० मण (३७ पौंडाचा मण) होते आणि १६४४ मध्ये इंग्रजांचा अंदाज ६००० मणांचा होता. यांपैकी १/६ माल स्थानिक विक्रीसाठी आवश्यक होता आणि डच व इंग्रज यांची गरज ३५०० मणांपेक्षा कमी होती. याप्रसंगी मागील वर्षीच्या बाजारपेठेतील वाईट परिस्थितीमुळे मालाचा पुरवठा भरपूर प्रमाणात नव्हता, असे म्हटले जाते. अनुकूल हंगामातील जास्त किंमतीमुळे उत्पादन अधिक होण्याची अपेक्षा असे. पण वरील आकड्यांवरून असे दिसते की, सर्वसाधारणपणे उत्पादनाचे प्रमाण १०००० गुजराती मण किंवा ३००० हंड्रेडवेट धरले तर ते योग्य होईल. उत्तर हिंदुस्थानात १६२६ मध्ये १६००० मण (५५ पौंडाचा मण) उत्पादन साधारणपणे होईल असा अंदाज होता. पण त्यावेळी उत्पादन यापूर्वीच उल्लेखिलेल्या संकटांमुळे १०००० मण किंवा त्यापेक्षा कमी होते.[१] १६३२ मध्ये उत्पादन जेव्हा सुधारले तेव्हाचे पीक जेमतेम १५००० मण होते. यांपैकी $^{१}/_{३}$ मूळ बियानाचे इतर हिंदौन आणि इतर ठिकाणचे होते. पण यांपैकी बराचसा माल निर्यातीला आवश्यक अशा दर्जाचा होता. दहा वर्षांनंतर डचांचा एक अहवाल सांगतो की, त्यावेळी उत्पादन कमी होते. पण ते ३००० गाठी (सुमारे १२००० मण किंवा ६००० हंड्रेडवेट) सहसा असायचे. तेव्हा या भागाचे उत्पादन ६००० ते ८००० हंड्रेडवेट धरता येईल. म्हणजे निर्यातीचा व्यापार ऐन भरात होता तेव्हा गुजरात आणि उत्तरेकडील प्रदेश

---

१. हा अंदाज एका दलालाने स्वत:च्या बचावासाठी पुढे केला होता. (इंग्लिश फॅक्टरीज खं. ६ पृ.९१) पूर्वीच्या काही व्यवहारासंबंधात स्वत:चा बचाव केल्यानंतर भविष्यकाळी अधिक चांगला व्यापार होईल असे मधाचे बोट पत्राचा शेवट करताना त्याने लावले आहे आणि त्यासंदर्भात ४०,००० मण नीळ उपलब्ध होऊ शकेल अशी 'सर्वसाधारण बातमी' असल्याचे लिहिले आहे. मजकुरात उद्धृत केलेले इतर अंदाज नेहमी प्रत्यक्ष व्यापार करताना नोंदलेले आहेत, अशा अंदाजांच्या जोडीला वरील अंदाज धरणे योग्य होणार नाही.

मिळून जवळपास सुमारे १०००० हंड्रेडवेट माल उपलब्ध होता. यापैकी इंग्रज आणि डच यांची गरज ५ ते ६ हजार हंड्रेडवेट किंवा विक्रीच्या मालाच्या अर्ध्यापेक्षा जास्त धरता येणार नाही. १६४२ च्या अपवादात्मक वर्षात डचांनी फार मोठ्या प्रमाणात माल विकत घेतला असला पाहिजे. तरी पण इतर व्यापाऱ्यांसाठी बऱ्याच मोठ्या प्रमाणात माल शिल्लक होता. पूर्व किनाऱ्यावरील उपलब्ध मालाचा १६४० या वर्षातील इंग्रजांचा अंदाज ४०० ते ५०० कँडीज किंवा सुमारे २००० हंड्रेडवेट होता. यापैकी डचांची निर्यात नेहमीच १००० हंड्रेडवेटपेक्षा कमी आणि इंग्रजांची फारच लहान प्रमाणात होती. सिंधमधील प्रमुख प्रदेशांतील उत्पादन २००० मण (बहुधा ६६ पौंडाचा मण) होते. म्हणजे हिंदुस्थानातून निर्यातीसाठी उपलब्ध असलेला माल सुमारे १२००० ते १४००० हंड्रेडवेट होता. याशिवाय स्थानिक खपासाठी पुरेसा माल मोठ्या प्रमाणात उपलब्ध होता. दर एकरी किती पीक मिळत होते याची मला माहिती मिळालेली नाही. पण सध्याच्या शतकातील दर एकरी उत्पन्नापेक्षा (१५-२० पौंड) ते फारसे वेगळे नव्हते असे आपण गृहीत धरले तर ७५००० ते १००,००० एकर प्रदेशात निर्यात होणारा माल पिकत होता या निर्णयाप्रत आपण पोहचतो.[१]

या व्यापारात स्पर्धेला खूपच वाव होता हे वर दिलेल्या आकड्यांवरून दिसून येते आणि बाजारपेठांतील खरेदीची मक्तेदारी केवळ डच आणि इंग्रज यांच्याकडे होती असे मानणे चुकीचे होईल. दोन्ही मिळून ते सर्वात महत्त्वाचे खरेदीदार होते. पण त्या दोघांमध्ये नेहमीच तीव्र स्पर्धा होती. तसेच आशियात विक्रीसाठी आणि पूर्व युरोपला खुष्कीने निर्यात करण्यासाठी माल खरेदी करणाऱ्या पर्शियाच्या आणि इतर देशांच्या व्यापाऱ्यांशी देखील या दोघांची स्पर्धा चालू होती. पूर्व युरोपशी होणारा व्यापार कमी झाला होता. पण तो कुठल्याही प्रकारे संपूर्ण बंद झाला नव्हता. १६४१ मध्ये आग्र्याहून खुष्कीच्या मार्गाने नीळ जात होती, असा डचांच्या कागदपत्रात उल्लेख आहे. बसऱ्याच्या मार्गाने येणाऱ्या मालामुळे संपूर्ण युरोपभर

---

१. हिंदुस्थानच्या सांख्यिकी विभागाचे सध्याचे प्रमाण संयुक्त प्रांतासाठी दर एकरी १८ पौंड आणि बिहारसाठी २० पौंड आहे. मुंबईसाठी कुठलेही प्रमाण निश्चित केलेले नाही. आता तेथे हे पीक मोठ्या प्रमाणावर काढले जात नाही. (Estimates of area and Yield of Principal Crops. Table II) आपल्या विचाराधीन काळात गुजरातमध्ये दर एकरी पीक किती होते याची निश्चित माहिती उपलब्ध नाही. उत्तर हिंदुस्थानापेक्षा ते काहीसे कमी होते असे मला वाटते पण यासंबंधी काही अनुमान काढता येत नाही.

किंमती कमी होत आहेत असे १६४३ च्या इंग्लिश कोर्ट मिनिट्समध्ये लिहिले आहे. म्हणून हा व्यापार सातत्याने चढाओढीचा होता असे आपण म्हटले तरी चुकीचे होणार नाही. लंडनला आणलेला बराचसा माल युरोपखंडाकडे पुन्हा निर्यात केला जात होता आणि जरी अलेप्पोच्या मार्गाला लंडनमध्ये स्पर्धा करणे शक्य नसले तरी निळीचा माल लंडनहून जास्त पूर्वेकडे नेताना अलेप्पोच्या मालाचा परिणाम वाढत्या प्रमाणात जाणवत असला पाहिजे. व्यापाराचे एकंदर स्वरूप पाहता आशियातील व्यापाऱ्यांनी खरेदी केलेल्या मालाचा अंदाज घेणे अशक्य आहे. पण व्यापारविषयक पत्रव्यवहारातील निरनिराळ्या उल्लेखांवरून असे दिसते की, त्यांच्या हालचालींचा बाजारपेठेवर निश्चित परिणाम झाला होता. पेल्सार्टने आर्मेनियम व्यापाऱ्यांचे सुस्पष्ट वर्णन लिहून ठेवले आहे. 'जेवायला आलेल्या ज्या पाहुण्यांना टेबलावर धक्काबुक्की करीत जे प्रत्येक पदार्थाकडे झेप घेतात, अशा अधाशी पाहुण्यांच्या डोळ्यांप्रमाणे लोभी नजरेने खेड्यापाड्यांतून संपूर्ण देशभर संचार करणारे' हे व्यापारी होते. माल खरेदी करण्याच्या त्यांच्या अतिरिक्त उत्साहामुळे किंमती त्यांच्या वैयक्तिक खरेदीच्या मानाने अवास्तव प्रमाणात वाढत होत्या, अशीही तक्रार पेल्सार्टने केली आहे. पर्शिया, मोचा आणि बसरा येथील मागणीत घट झाल्याचे सुरतेच्या दलालांनी १६४४ मध्ये कळविले. मागणी कमी झाल्यामुळे किंमती इतक्या घसरल्या की 'मळेवाले जवळजवळ भिकेला लागले आणि म्हणून ते वर्षाला ठरलेल्या प्रमाणापेक्षा कमीच पीक काढतात.'[१] १६४९ मध्ये पुन्हा दलालांनी असे स्पष्टीकरण दिले आहे की, डिसेंबर किंवा जानेवारीमध्ये निळीचे वाळवण पूर्ण होत असल्याने बियाना येथे त्यावेळी खरेदी करणे फायद्याचे असले तरी आशियातील व्यापारी तोपर्यंत थांबत नसल्याने हंगामात अगोदरच निळीची खरेदी करणे भाग पडत होते. म्हणून जरी गुजरात आणि बियाना येथील उत्पादक परदेशी बाजारपेठांत माल पाठविण्यास उत्सुक असले तरी, ते ग्राहकांच्या एकाच विशिष्ट गटाशी सदैव बांधील नसत. डच आणि इंग्रज, पर्शियन्स, मोगल आणि आर्मेनियन्स या सर्वांची स्पर्धा माल खरेदी करण्यासाठी चालू होती. जरी एखाद्या हंगामात युरोपियन व्यापारी एकत्रित झाले तरी आशियातील व्यापाऱ्यांची मागणी लक्षात घेतल्याखेरीज ते पाहिजे त्या किंमती ठरवू शकत नव्हते. जोपर्यंत हा व्यापार

---

१. 'मळेवाले' याचा अर्थ इथे निळी पिकविणारे शेतकरी किंवा त्यांना पैसा पुरविणारे भांडवलदार असा आहे हे सांगणे उचित होईल. निळीची लागवड करणारे युरोपियन मळेवाले अजून हिंदुस्थात यावयाचे होते.

महत्त्वाचा होता, तोपर्यंत उत्पादकांना बऱ्याच मोठ्या प्रमाणावर फायदा मिळत होता. पण त्या फायद्याचे मोजमाप करणे कठीण होऊन बसले आहे. कारण लंडन आणि ॲम्स्टरडॅम येथे समुद्रमार्गाने नेलेला निळीचा माल, पूर्वी अलेप्पोहून जेथे माल जात होता, अशा बाजारपेठांत पाठविला जाई. म्हणून हा माल म्हणजे पूर्वीच्या मागणीत पडलेली खरी भर नव्हे. १६४० च्या सुमारास डच आणि इंग्रज यांच्या एकूण निर्यातीसाठी ३० ते ४० हजार एकरांत निर्माण होणारा माल लागत असे. अलेप्पोहून येणाऱ्या मालाच्या प्रमाणासाठी एक अंदाजी वजावट केल्यानंतर आपण असे म्हणू शकतो की, पश्चिम युरोपातील नवीन मागणी पुरविण्यासाठी बहुधा २०,००० एकरांची लागवड केली जात होती. अकबराच्या आकारणीच्या दराच्या संदर्भात उत्तर हिंदुस्थातील निळीच्या एका एकराची तत्कालीन चलनातील किंमत सुमारे २० रुपये (आधुनिक क्रयशक्तीच्या संदर्भात रु.१४० च्या बरोबरीची) होती. तर सर्वसाधारणपणे धान्याच्या एका एकराची किंमत सुमारे ५ रुपये होती. डच आणि इंग्रज यांच्या खरेदीमुळे उत्पादकांचे उत्पन्न अदमासे ३००,००० रुपयांनी वाढले असण्याची शक्यता आहे. संपूर्ण देशाचा विचार करता ही रक्कम खर्च झाली त्या प्रदेशांच्या मानाने ती खूपच मोठी आहे. या खर्चात मालाचे गठ्ठे बांधणे, मालाची हलवाहलव करणे आणि मालाची वाहतूक करणे यासाठी लागणारा खर्च मिळविला पाहिजे आणि निदान बियानाच्या निळीच्या बाबतीत तरी हा खर्च पुष्कळच जास्त होता.

४. सोरामीठ किंवा टाकणखार

हिंदुस्थानातील व्यापाराचे एक अभिनव वैशिष्ट्य, असे सोरामिठाच्या निर्यातीचे वर्णन करता येईल. या पदार्थाचा १६व्या शतकात आशियातील व्यवहारांमध्ये प्रवेश झाला होता अशी माहिती मला कुठेही आढळली नाही. याच्या मोठ्या परिणामामुळे जमिनीवरून याची वाहतूक करणे अव्यवहार्य होते आणि जरी पोर्तुगीज जहाजांतून या मालाची युरोपला वाहतूक झाली असली तरी नेलेल्या मालाचे प्रमाण अगदीच कमी होते हे आपण पुढे पाहूच. या व्यापाराचे मूळ युरोपच्या लष्करी इतिहासात आपल्याला शोधले पाहिजे. त्या काळातील बंदुकीच्या दारूचा सोरामीठ हा आवश्यक घटक होता आणि काही काळपर्यंत युरोपातील या पदार्थांची मागणी स्थानिक पुरवठ्यातून भागविण्यात येत होती. आता आरोग्यविघातक मानल्या जातील अशा मानवी आणि जीवनातील अवस्थांमधून निर्माण झालेला सोरामीठ हा एक तद्भव पदार्थ (By product) आहे. या अवस्था १७ व्या शतकात

आणि त्यानंतरही बऱ्याच काळपर्यंत सर्वत्र प्रचलित होत्या. या पदार्थाचा आवश्यक तो पुरवठा अजूनही हिंदुस्थानात चालू असलेल्या पद्धतींनुसारच मिळविला जात होता. ही पद्धत म्हणजे दूषित माती धुवून काढून त्यातून हा पदार्थ मिळविण्याची पद्धत होय. प्रस्तुत काळाच्या सुरुवातीला युद्धकलेतील प्रगतीमुळे आणि युरोपात सतत चाललेल्या युद्धामुळे सोऱ्याचा स्थानिकरीत्या होणारा पुरवठा अपुरा पडू लागला आणि सोऱ्याचा जवळजवळ अपरिमित साठा हिंदुस्थानात उपलब्ध आहे ही गोष्ट जी युद्धखोर राष्ट्रे समुद्रमार्गे हा मालू आणू शकत होती त्यांच्या फारच पथ्यावर पडली.

सोऱ्याच्या निर्यातीचा माल आढळलेला पहिला उल्लेख स्पेनच्या राजाने १६०५ साली लिहिलेल्या एका पत्रात आहे. या पत्रात पुढील हुकूम येईपर्यंत सोऱ्याची १० ते १२ पिंपे दरवर्षी पाठविण्याचा आदेश त्याने गोव्याच्या व्हाइसरॉयला दिला होता. पोर्तुगालमधील सोऱ्याच्या दुर्मिळतेवर या पत्रात भर दिला असून काही वर्षांपासून हिंदुस्थानाहून त्याची मागणी करण्याची पद्धत आहे असेही त्यात म्हटले आहे. म्हणजे १६व्या शतकाच्या अखेरीलाच सोऱ्याची निर्यात हिंदुस्थानहून सुरू झाली असली पाहिजे. पण या पत्राद्वारे मागविलेल्या मालाचे प्रमाण अतिशय कमी होते आणि या मागणीचे स्वरूपही व्यापारी नसून अधिकृत होते. ज्याला आपण सध्या दारूगोळा म्हणतो, त्याच्या पुरवठ्याच्या बाबतीत या काळात स्पेनला फार गंभीर अडचणी भासत होत्या आणि व्यवहाराच्या व्यापारी स्वरूपाचा उल्लेख न करता मायदेशी येणाऱ्या जहाजांवर मालासाठी जागा राखून ठेवली जात होती. १६१३ मध्ये आणि त्यानंतर पुन्हा एक वर्षाने जहाजबांधणीसाठी नियमितपणे लाकूड पाठविण्याचा हुकूम गोव्याला दिलेला होता. हा माल या मार्गाने मागविण्याचे धाडस कुठल्याही व्यापाऱ्याने केले नसते आणि सोरामिठाची मागणीदेखील मुख्यत्वेकरून स्पेनच्या गरजांची निदर्शक मानली पाहिजे.

कोरोमांडेल किनाऱ्यावर डचांची वसाहत स्थापन झाल्यानंतर लवकरच त्यांनी सोरामिठाच्या व्यापारात पुढाकार घेतला. त्यांचा व्यापार प्रत्यक्ष केव्हा सुरू झाला याचा शोध मी घेतलेला नाही. पण १६१७ साली लिहिलेला एक अहवाल असे दर्शवितो की, डचांच्या दलालांचे सोरामिठाकडे यापूर्वीच लक्ष गेले होते आणि परिशिष्ट 'ब' मध्ये दिलेल्या नार्डेन या जहाजावरील मालाच्या यादीवरून असे दिसते की, सोरामीठ मोठ्या प्रमाणात १६२१ साली निर्यात करण्यात आले होते. या वर्षानंतर डचांच्या व्यापारविषयक कागदपत्रात सोरामिठाची खरेदी हा विषय नेहमी

आढळून येतो. डचांनी घेतलेल्या पुढाकाराचे इंग्लिश कंपनीने अनुकरण केले. इंग्लंडमधील सोरामिठाची दुर्मिळता कोर्ट मिनिट्सच्या निरनिराळ्या नोंदींत प्रतिबिंबित झालेली आहे. या दुर्मिळतेमुळेच १६१७ सालीच बंदुकीच्या दारूचा पुरवठा करण्यात कंपनीला मोठीच अडचण आली होती. १६२४ मध्ये डचांप्रमाणेच सोरामीठ हिंदुस्थानातून आणण्यात यावे असा आग्रह इंग्रज आरमाराच्या अधिकाऱ्यांनी धरला आणि त्याच वर्षात पुढे कंपनीने स्वतःची स्वतःच बंदुकीची दारू बनवावी आणि स्वतःला लागणारा सोरामिठाचा पुरवठा स्वतःच मिळवावा असे कंपनीला सांगण्यात आले. १६२० साली कंपनीने सुरतेहून सोरामिठाची मागणी केलेली होती असे दिसते. कारण १६२१ साली मायदेशी पाठविलेल्या अहवालाच्या एका उताऱ्यात सोरामीठ जवळपासच्या प्रदेशात कुठेही उपलब्ध नाही, असा उल्लेख आढळतो. पण चार वर्षांनंतर डच हा पदार्थ गलबताचे भरताड (Ballast) म्हणून जहाजातून पाठवीत होते आणि इंग्रज हे देखील हा माल मिळविण्याचा प्रयत्न करीत होते आणि प्रथम त्यांनी अहमदाबादहून हा माल मागविला होता, असे कॅप्टन वेडेलने कळविले. हा माल लंडनला १६२६ च्या अखेरीला पोचला आणि इंग्रजांचा सोरामिठाचा व्यापार या वर्षात सुरू झाला असे मानता येईल.

हिंदुस्थानच्या निरनिराळ्या भागातून सोरामीठ मिळविले जात होते. पहिल्यांदा ज्या प्रदेशातून हा माल मिळविण्यात आला तो प्रदेश म्हणजे कोरोमांडेल किनारा हा होता, हे आपण पाहिलेच आहे. त्यानंतर गुजरात आणि आग्रा आणि नंतर कोकणातील काही बंदरे या ठिकाणी हा माल मिळत होता. परंतु पहिल्यांदा ओरिसातील बंदरांमधून आणि नंतर अधिक परिणामकारकपणे हुगळीतून बिहारमध्ये व्यापाऱ्यांना सहज प्रवेश मिळाल्यावर वरील ठिकाणाचे महत्त्व कमी झाले. सुमारे १६५० पर्यंत या व्यापाराचे प्रमाण मर्यादित होते. एकाच हंगामात इंग्रजांची निर्यात ५० टनापर्यंत गेल्याचे उदाहरण मला आढळले नाही. १६२५ मध्ये ४५ टन, १६३९ मध्ये सुमारे ३३ टन, १६४३ मध्ये आणि १६४८ मध्ये ३०० ते ४०० गाठी (४० टनापेक्षा कमी वजन) आणि १६४४ मध्ये २० ते २५ टन, इतकी निर्यात झाल्याचे ऐकिवात आहे. डचांची निर्यात यापेक्षा खचितच जास्त मोठी होती. पण ती किती होती याचा अचूक अंदाज करणे कठीण आहे. कारण त्यांनी जहाजांवरून नेलेला माल अनिश्चित आकाराच्या घटकांमधून नेलेला आहे. त्याचे संभाव्य प्रमाण काढले असता १६३० ते १६५० या दरम्यानची त्याची निर्यात

२०० ते ३०० टन होती, असे दिसते आणि कदाचित ३०० टन हा आकडा एकूण व्यापाराचे प्रमाण म्हणून मानता येईल. यावेळेपर्यंत नीळ किंवा सुती कापड यांच्या बरोबरीने व्यापाराचे मुख्य साधन म्हणून सोरामिठाचा अंतर्भाव झाला नव्हता. कारण किनाऱ्यावरील प्रदेशांत या पदार्थांकरिता जी किंमत द्यावी लागत होती त्यामानाने मिळणारा फायदा तुलनेने अगदीच कमी होता. जहाजावर असलेली जागा ज्या मालात जास्त फायदा होता त्या मालासाठी प्रथम दिली जात होती. सोरामीठ फायदेशीरपणे निर्यात करता येत होते, याचे कारण इतर मालाच्या गठ्ठ्यांमध्ये ते सुटेसुटे जहाजाचा समतोल राखण्यासाठी भरताड म्हणून भरून ठेवता येत होते.[१] पाटणा येथे डच आणि इंग्रज यांची व्यापारी ठाणी प्रस्थापित झाल्यावर सोरामिठाच्या व्यापरात उल्लेखनीय वाढ झाली. मालाचा पुरवठा करण्याच्या सोयी वाढल्या आणि त्याचवेळी योगायोगाने युरोपात मालाची मागणी वाढली. १६५३ मध्ये इंग्लिश कंपनीने २०० टन मालाची मागणी केली. यानंतरच्या वर्षांचे आकडे शंकास्पद आहेत, पण हा माल नेण्यासाठी खासगी जहाजे फारच उत्सुक होती आणि कंपनीची मक्तेदारी पुन्हा प्रस्थापित झाल्यावर बंगालहून दरसाल जहाजाने पाठवायच्या मालाचे प्रमाण ८०० टन हे ठरविण्यात आले. वरील दोन बाबतीत 'टन' हा वजन दर्शविणारा नसून माप दर्शविणारा आहे, असे मी मानतो. म्हणून वर दिलेले आकडे तितक्याच वजनांच्या दराचे आकडे आहेत असे म्हणता येणार नाही. पण व्यापाराची वाढ झाली होती हे उघड आहे.[२] आणि यामध्ये डचांचा हिस्सा होता. त्यांनी १६६१ साली १६८० टन इतक्या मोठ्या वजनाचा माल निर्यात केला होता. याप्रमाणे वीस वर्षांपूर्वी सोरामिठाचा पासंग म्हणून उपयोग केला जात असला तरी प्रस्तुत काळाच्या अखेरीला त्याचा प्रमुख व्यापारी मालामध्ये समावेश

---

१. याच प्रकारे मिरी देखील इतर मालांच्या गठ्ठ्यांसमवेत सुटी नेली जात होती आणि कापूसही कधी कधी सुटा भरला जात होता. Kintledge किंवा Kintlage याची व्याख्या जहाजाचा तोल राखण्यासाठी गळाला कायमचे बांधलेले वजन (त्यासाठी वापरलेला पदार्थ) अशी ऑक्सफर्ड इंग्लिश डिक्शनरीत दिली आहे. पण जहाजाच्या एकतर्फी प्रवासात जहाजात नेलेल्या कुठल्याही सुट्या मालासाठी या शब्दाचा वापर हिंदुस्थानी व्यापारी दलाल नेहमी करीत होते.

२. परिशिष्ट 'ड' मध्ये स्पष्ट केल्याप्रमाणे 'टन' वजन दर्शवितो की माप दर्शवितो हे सांगणे नेहमीच कठीण असते. टन म्हणजे २० हंड्रेडवेट हा या शब्दाचा उपयोग अजून निश्चितपणे प्रचारात आला नव्हता. पण या काळी हा उपयोग प्रस्थापित होऊ लागला होता. डच दप्तरात दिलेल्या निरनिराळ्या आकड्यांवरून किती पौंड म्हणजे एक टन हे शेवटच्या पौंडापर्यंत मोजता येणे शक्य आहे. या निरनिराळ्या समीकरणात जवळ जवळ एकवाक्यता असल्याचे दिसते. आणि त्यावरून साल्टपेपरच्या एका टनाचे वजन सुमारे १८०० ते १९०० पौंडाच्या (१६औंसाचा १ पौंड) दरम्यान दिसून येते. या प्रमाणानुसार मापाचे ८०० टन वजनाच्या ६०० टनाच्या बरोबरीचे होतील.

झाला होता. पूर्वी निरनिराळ्या ठिकाणांहून ते लहान प्रमाणात मिळविले जात होते. पण आता निर्यातीसाठी लागणाऱ्या मालाचे उत्पादन बिहारमध्ये केंद्रित झालेले होते. याचे कारण या प्रदेशात उत्पादनाचा खर्च अगदीच कमी होता, हे होय. निरनिराळ्या उत्पादनकेंद्रात येणाऱ्या खर्चाची तंतोतंत तुलना करता येणे कठीण आहे. कारण यासंबंधी कागदपत्रांत आढळणारे आकडे अतिशय त्रोटक आहेत. पण इंग्रजांच्या पत्रव्यवहारात आणि बटाव्हिया जर्नलमध्ये मधून मधून विखुरलेल्या उताऱ्यांवरून असे दिसते की, ७४ पौंडांच्या एका मणाचा पाटणा येथील खर्च आणि ३७ पौंडांच्या एका मणाचा अहमदाबाद येथील खर्च जवळजवळ सारखाच होता किंवा पाटण्यापेक्षा अहमदाबाद येथील खर्च अर्धा होता. जहाजाने ज्या बंदरातून माल रवाना होईल तेथून पाटणा हे अहमदाबादपेक्षा जास्त दूर होते; परंतु नदीतून बोटीने पाटण्याहून माल पाठविता येत असल्यामुळे अंतरामुळे निर्माण होणारा खर्चाचा प्रश्न उरला नव्हता. पाटणा येथील उत्पादनखर्च लक्षात घेतला तर असे दिसते की, प्रस्तुत काळाच्या अखेरीला या व्यापारामुळे बिहारला ढोबळमानाने जवळजवळ एक लाख रुपये दरसाल मिळत होते आणि जवळपास तितकीच रक्कम पाटण्याहून बंदरांप्रमाणे मालाची वाहतूक करण्यासाठी खर्च होत होती. एकूण हिंदुस्थानचे उत्पन्न लक्षात घेता ही रक्कम किरकोळ असली तरी त्या विशिष्ट प्रदेशाच्या मानाने तो मोठाच फायदा होता.

या व्यापारात अधिकाऱ्यांचा हस्तक्षेप होणे ही नेहमीचीच बाब होती; पण स्थानिक लष्करी कारणासाठी उपलब्ध माल आवश्यक होता, अशी दिखाऊ सबब सांगितल्यावर काहीच हरकत घेता येत नसे. प्रत्यक्षात अधिकाऱ्यांना लाच चारून किंवा जकात अधिकाऱ्यांपुढे खोटी बतावणी करून मालाच्या निर्यातीवरील बंदी नेहमीच मोडली जात असे. १६४६ साली निराळ्याच प्रकारची अडचण अनपेक्षितपणे निर्माण झाली. हिंदुस्थानी सोरामिठापासून तयार केलेली बंदुकीची दारू कुठल्यातरी मुस्लिम सत्तेविरूद्ध वापरली जाईल, या कारणाकरिता त्यावेळी गुजरातचा व्हाइसरॉय असलेल्या शहाजादा औरंगजेबाने निर्यातीला मनाई केली. पण त्याची दुसऱ्या राज्यात बदली झाल्याने ही अडचण ताबडतोब दूर झाली. अर्थात तत्कालीन ख्रिश्चन लोकांना औरंगजेबाच्या या निर्णयाला हरकत घेण्याचा काहीच हक्क नव्हता. कारण नेमक्या याच कारणाकरिता थोड्या काळापूर्वीच रोमच्या धर्मगुरूंनी पोतुगिजांतर्फे विजापूरला होणाऱ्या घोड्यांच्या पुरवठ्याला आक्षेप घेतला होता. अधिकाऱ्यांच्या हस्तक्षेपाशिवाय या व्यापारात आणखी एकच अडचण होती ती म्हणजे मालाच्या शुद्धीकरणाच्या प्रक्रियेत लागणाऱ्या भांड्यांच्या पुरवठ्यासंबंधीची

होती. हा पदार्थ एकंदरीत अवजड तर होताच पण त्यातील अशुद्धता घालविण्यासाठी शुद्धीकरणाची आवश्यकता होती. ज्यात मातीची भांडी वापरली जात होती अशा हिंदुस्थानातील शुद्धीकरणाच्या पद्धती असमाधानकारक असल्याचे आढळून आले होते आणि तांब्याची उपकरणे स्थानिकरीत्या मिळू शकत नव्हती. १६४१ मध्ये कोरोमांडेल किनाऱ्यावरील डचांनी आपल्या कढया वापरून खराब झाल्या आहेत असे बटाव्हियाला कळविले आणि त्यांच्या दुरुस्तीसाठी तांब्याचे पत्रे पाठविण्याची आणि हॉलंडहून नवीन कढया मागविण्याची विनंती केली. अकरा वर्षांनंतर इंग्रजांना असे आढळून आले की, योग्य अशा कढया आणि तांबे हुगळी किंवा बारासोर येथे मिळू शकत नाहीत. म्हणून साखर तयार करण्यासाठी लागणारी उपकरणे त्यांनी या कामासाठी वापरण्याचा निर्णय घेतला. ही साखर तयार करण्याची उपकरणे मादागास्करमधील त्यांच्या एका वसाहतीच्या निष्फळ योजनेच्या संबंधात पाठविण्यात आली होती. ही अडचण अशा प्रकारे सहजपणे दूर करण्यात आली. पण तत्कालीन हिंदुस्थानातील तांब्याची दुर्मिळता हीच तांब्याच्या पुरवठ्याच्या मुळाशी आहे म्हणून आजदेखील ही गोष्ट महत्त्वाची आहे.

५. कापसाचा माल

गेल्या तीन शतकांमध्ये हिंदुस्थान आणि पश्चिम युरोप यांमधील कापसाचा व्यापार अनेक ठळक अवस्थांमधून गेलेला आहे आणि येथे ज्या विशिष्ट काळाचा अभ्यास करावयाचा आहे त्या काळातील माहितीवर या विषयाच्या अभ्यासकांनी आपले लक्ष केंद्रित करणे महत्त्वाचे ठरेल. १७ व्या शतकाच्या उत्तरार्धात युरोपियन लोकांच्या पोषाखात जो विलक्षण बदल झाला तो प्रस्तुत काळाच्या कक्षेत येत नाही. १६६० सालापर्यंत मलमल किंवा चीट यांना पोषाखासाठी अजिबात मागणी नव्हती. पोषाखासाठी जे काही कापड पश्चिमेकडे नेले जात होते ते बव्हंशी आफ्रिका किंवा अमेरिका यांच्यासाठी होते. तेथे पोर्तुगिजांनी हा व्यापार प्रस्थापित केलेला होता. हिंदुस्थानी सुती कापडाचा टेबल क्लॉथ, पलंगपोस, नॅपकिन किंवा टॉवेल वगैरे युरोपियनांच्या घरगुती गरजा भागविण्यासाठी जो उपयोग होत होता, त्याचा या विभागात आपण प्रामुख्याने विचार करणार आहोत. तसेच हिंदुस्थानातील रंगीत अणि नक्षीच्या कापडाचा पडदे किंवा इतर सजावट यासाठी अगदी लहान प्रमाणावर होणाऱ्या वापराचाही आपल्याला विचार करायचा आहे.

वर्णन	तुकड्यांची संख्या	किंमती	प्रत्येक तुकड्याची सरासरी किंमत
सुती कापड			
अ) बाफ्ता			
१. जिंगेम्ज	४०	२७६	६.९
२. रुंद पन्ह्याचे	८	१२०	१५.०
रुंद पन्ह्याचे	५३०२	३३.१९५	६.३
रुंद पन्ह्याचे	१०००	६.७७७	६.८
जादा रुंद पन्ह्याचे (पी)	१	२४	२४.०
३. अरुंद पन्ह्याचे	९८०	३६८०	३.८
अरुंद पन्ह्याचे	२०	५५	२.७
अरुंद पन्ह्याचे	१९९७	९९५०	५.०
४.टेबल नॅपकिन करिता	८०	२१८	२.७
५.'वॉचेटस' (निळे)	२०	१६०	८.०
रंगीत	?	३५८४	?
'वाचेट्स'	२००	६३५	३.३
ब)धोती			
१.वर्णन दिलेले नाही	२९०	१०६६	३.७
वर्णन दिलेले नाही.	४८०	२१९०	४.६
२. ढोलका	४००	१२९१	३.२
क) सेमिनाओज	२३३०	१४०७५	६.०
कलाकुसरीचा माल आणि अनिश्चित स्वरूपाचा माल*			
किरकोळ माल	२००	(?)१८७	(?) ०.९
'रिझेस'	२७५	११५०	४.२
'साहूम'	५०	४३१	८.६
'निकॅनीज'	४२०	१३२०	३.१
'एरामीज'	(?)	१७७	?

आपल्या काळाची सुरुवात होण्यापूर्वी हिंदुस्थानी कापडाच्या स्वरूपाची कल्पना पश्चिम युरोपातील लोकांना होती असे दिसते. कारण खुष्कीच्या मार्गाने अगदी लहान प्रमाणात हे कापड तेथे येत होते. वाहतुकीवर होणारा अफाट खर्च लक्षात घेतला तर या कापडाचा खप अगदी मर्यादित का होता याचे कारण कळून येईल. युरोपात घरगुती उपयोगांसाठी तागाचे कापड आणि सजावटीसाठी वेलबुट्टीचे कापड निर्माण होत होते. या मालाशी हिंदुस्थानातील सुती कापड आणि चिटाचे कापड गुणवत्तेच्या बाबतीत स्पर्धा करणे शक्य नव्हते आणि किंमतीच्या दृष्टीने फायदा करून दिला तरच हिंदुस्थानी मालाचा उठाव होणे शक्य होते. पण जोपर्यंत हा माल थेट युरोपपर्यंत समुद्रमार्गे आणला जात नव्हता तोपर्यंत त्याची किंमत कमी ठेवणे शक्य नव्हते. याबाबतीत मिळालेल्या संधीचा पोर्तुगिजांनी फायदा घेतला नाही आणि म्हणून १७व्या शतकाच्या सुरुवातीला पश्चिम युरोप ही एक प्रचंड आणि सुती कापडाच्या खपाच्या दृष्टीने अविकसित अशी बाजारपेठ होती. इंग्लिश कंपनीच्या व्यापारी हालचालींमुळे पश्चिम युरोपात कापडाला बाजारपेठ मिळण्याची शक्यता प्रथम प्रामुख्याने प्रत्ययास आली. कारण, आपण पुढे पाहूच की, नवी बाजारपेठ मिळविण्यात डचांचा फार थोडा हिस्सा होता. जेव्हा या बाजारपेठेतील यश पक्के झाले तेव्हाच त्यांनी तेथे प्रवेश केला. डचांच्या या वृत्तीचे मुख्य कारण बहुधा युरोपातील ताग कापड उद्योगाच्या परिस्थितीत आढळून येईल. इंग्लंडमध्ये तागाचे कापड मोठ्या प्रमाणावर निर्माण होत नव्हते. त्यामुळे सुती कापडाची निर्यात केल्यास मायदेशातील उद्योगाची गंभीर स्पर्धा उद्भवण्याचा प्रश्न नव्हता आणि सुती कापड परदेशी विकल्यावर देशात पैसा येत होता. म्हणून सुती कापडाच्या विक्रीला प्रचलित व्यापारी वर्तुळाचे मत अनुकूल होते. याउलट हॉलंडमध्ये तागाच्या कापडाचा उद्योगधंदा महत्त्वाचा होता, त्यांच्या देशातील मुख्य मालाशी स्पर्धा करू शकेल अशा सुती कापडाच्या आयातीचा आग्रह डच कंपनीतील व्यापाऱ्यांनी धरला असेल ही गोष्ट असंभवनीय आहे आणि नेहमीच्या व्यवहाराच्या ओघात त्यांच्यापैकी एखाद्याने ही बाब हाताळली असली पाहिजे. मसाल्याच्या व्यापारातील आणि अतिपूर्वेकडील व्यापारातील मक्तेदारीमुळे बटाव्हिया येथे युरोपला पाठविण्यासाठी फायदेशीर माल भरपूर उपलब्ध होता. तर हिंदुस्थानातील इंग्रज व्यापाऱ्यांच्या समोर मायदेशी जाणाऱ्या जहाजात कोणता माल भरून पाठवायचा हा प्रश्न उभा होता, ही गोष्टदेखील आपण लक्षात घेतली पाहिजे. केवळ निळीचा माल व्यापार चालविण्यासाठी पुरेसा पडणे शक्य नव्हते आणि हिंदुस्थानात इतक्या मोठ्या प्रमाणात उपलब्ध असलेल्या कापडाच्या मालासाठी युरोपात

बाजारपेठ मिळविणे हे महत्त्वाचे होते. हिंदुस्थानी कापडाला नवी बाजारपेठ कशी मिळाली याचा मागोवा इंग्रजांच्या कागदपत्रांतूनच आपल्याला घेतला पाहिजे, ही गोष्ट वरील विवेचनावरून पुरेशी स्पष्ट होईल.

इंग्लिश कंपनीने हिंदुस्थानशी व्यापारी संबंध प्रस्थापित करण्याचा निर्णय घेतला त्यावेळेपासूनच कापडाच्या व्यापाराच्या शक्यतेची जाणीव कंपनीला होती. १६०७ सालापासून लागोपाठ जाणाऱ्या जहाजांनी पाठविलेल्या सूचनांवरून कापडाच्या अपेक्षित मागणीचे स्वरूप कळू शकते. पण इथे सुरतेहून १६०९ साली पाठविलेल्या विल्यम फिंचच्या व्यापारी अहवालाचा उल्लेख केला तरी पुरेसा होईल. या अहवालात एका तज्ज्ञ इंग्रज व्यापाऱ्याची प्रत्यक्ष परिस्थिती पाहून तयार झालेली मते दिलेली आहेत. या व्यापाऱ्याला कुठे कोणता माल घ्यायचा याचे पूर्ण ज्ञान होते. फिंच प्रथम बाफ्ताच्या[१] निरनिराळ्या प्रकारांचा उल्लेख करतो. भडोचचा तलम प्रकार आणि इतर ठिकाणचा जाडाभरडा माल यांच्यानंतर सेमिआनोज या कापडासंबंधी तो म्हणतो, "सुती कापडापेक्षा रुंद असलेले हे कापड बाफ्तापेक्षा इंग्लंडसाठी अधिक योग्य आहे, असे मला वाटते." त्याच्या या वाक्यावरून सुती कापड आणि बाफ्ता हे शब्द त्याने एकाच अर्थाने वापरले आहेत, असे दिसते. यानंतर इडट्टीज आणि बैराभीज यांचा उल्लेख तो करतो. यांपैकी दुसरे कापड 'हॉलंडच्या कापडासारखे' आहे असे तो म्हणतो. ते चारी प्रकार 'सुती कापड' या शब्दाच्या सर्वसाधारण अर्थामध्ये मोडतात. यानंतर 'सेरीबाफ' नावाच्या एका हलक्या दर्जाच्या कापडाचा किंवा मलमलीचा तो उल्लेख करतो. हे कापड उत्तर आफ्रिकेतील व्यापारासाठी बहुधा योग्य होते, असे तो म्हणतो. केप कामोरिनच्या जवळपास तयार होणाऱ्या जादा रुंदीच्या कापडाची 'इंग्लंडमध्ये पलंगपोसासाठी याची विक्री चांगली होईल' अशी तो माहिती देतो आणि पुढे म्हणतो, 'ह्या देशी लीनन' पेक्षा चांगल्या प्रतीचे कापड आवश्यकता असल्यास मिळू शकेल. आफ्रिकेतील व्यापारासाठी तो इतर आणखी कापडांचे प्रकार सुचवितो आणि

---

१. पूर्वीच्या एका प्रकरणात स्पष्ट केल्याप्रमाणे बाफ्ता हे गुजरातच्या साध्या सुती कापडाचे नाव होते. सेमिआनोज या उत्तर हिंदुस्थानातील समाना येथे तयार होणारे सुती कापड. डट्टीज (धोती किंवा धोतर) सर्वत्र प्रचारात असलेले कमरेला बांधण्याचे कापड. बैरामीज हे हॉलंडच्या कापडासारखे असेल तर त्याची प्रत चांगली असावी. पण ते मलमलीचे नसून सुती कापडच असावे. विविध प्रकारच्या विणीचे कापड या नावात समाविष्ट आहे. सेरीबाफ ही एक मलमल असून दक्षिण हिंदुस्थान याकरिता प्रसिद्ध होता.

पिंटाडोस् (रंगीत नक्षीच्या मालासाठी सर्रास वापरला जाणारा पोर्तुगीज शब्द) या कापडाची रजयांसाठी आणि पडद्यांसाठी किफायतशीर विक्री होईल असे त्याला वाटते. याच संदर्भात पांढऱ्या सुती कापडाच्या तयार रजया आणि लाल किंवा निळ्या रंगात रंगविलेले सुती कापड यांचा तो उल्लेख करतो. येथे पश्चिमेकडे निर्यातीसाठी उपयुक्त असलेल्या कापडाच्या मालाची-आफ्रिकेसाठी मलमल आणि इंग्लंडमध्ये घरगुती उपयोगांसाठी काही सुती कापड आणि रंगीत कापड-त्याची यादी संपते आणि तो जावा आणि सुमात्रा येथील कापडाच्या व्यापाराकडे वळतो.

या अहवालात दिलेल्या धर्तीवरच कापडाचा व्यापार पुढे उभा राहिला. सुरतेहून जहाजाने पाठविलेला पहिला माल म्हणजेच सुरुवातीच्या अवस्थेतील निर्यातीचे उदाहरण होय असे म्हणता येईल. पुढील पृष्ठावर दिलेला तक्ता १६१९ साली रॉयल ॲनी या जहाजातून इंग्लंडला गेलेला कापडाचा माल कोणता होता हे दर्शवितो. मालाच्या किंमती महामुदी या गुजरातच्या तत्कालीन नाण्यात दिलेल्या आहेत. ते नाणे रुपयाच्या २/५ किंमतीचे होते. किंमतीमध्ये जहाजापर्यंतच्या वाहतूक खर्चाचा समावेश आहे.या यादीतील पुष्कळ वस्तू नमुन्याच्या मालाच्या आहेत हे ताबडतोब लक्षात येईल आणि साधारण प्रतीचे सुती कापड, रुंद आणि अरुंद पन्ह्याचे बाफ्ता कापड, धोतरे आणि सेमिआनोज किंवा दहा वर्षांपूर्वी फिंचने शिफारस केलेल्या चारपैकी तीन प्रकारांतील कापड हा मुख्य निर्यातीचा माल होता हेही दिसून येईल. निरनिराळ्या वेळी पाठविलेल्या एकाच प्रकारच्या मालाच्या सरासरी किंमतीत बरीच तफावत असल्याचेदेखील या तक्त्यावरून आढळून येईल. या व्यापाराचे स्वरूप समजून घेण्याच्या दृष्टीने हा मुद्दा महत्त्वाचा आहे. मालाच्या प्रतीचा कुठल्याही प्रकारचा निश्चित दर्जा या वेळेपर्यंत प्रस्थापित झालेला नव्हता. कारण वैयक्तिक कारागीर मनाला येईल त्याप्रकारचे कापड विणीत असत आणि गिऱ्हाइकांना आपल्या गरजांप्रमाणे कापडाचे निरनिराळे तुकडे निवडावे लागत. सर्वसाधारणपणे इंग्लंडला पाठविण्यासाठी उत्तम तऱ्हेचे कापडाचे तुकडे निवडले जात होते आणि पूर्वेकडील बाजारपेठांसाठी जावा येथे निकृष्ट दर्जाचा माल पाठविला जात होता. समकालीन लेखक इंग्लंडसाठी 'उत्तम' माल खरेदी केल्यासंबंधी बोलतात तेव्हा त्याचा अर्थ हाच असावा असे मला वाटते. त्यांच्या मते उत्तम म्हणजे मलमल किंवा इतर हिंदुस्थानी कापडाचा उत्तम प्रतीचा तलम माल नव्हे. कारण हा तलम माल उष्ण प्रदेशात वापरण्यासाठी उपयुक्त असला तरी

घरगुती वापरासाठी अगदीच निरुपयोगी होता. म्हणून त्यांच्या मते उत्तम याचा अर्थ ज्या उद्देशाने ते कापड घेत होते त्याला योग्य असे कापडाचे तुकडे.

* रीझेसपैकी काही कापड इंग्लंडमध्ये दुमेटीचे कापड म्हणून ओळखल्या जाणाऱ्या कापडासारखे होते. निकॅनीज म्हणजे पट्ट्यापट्ट्याचे सुती कापड होते. एरामीज हे मक्केला जाणारे यात्रेकरू घालतात त्या प्रकारचे कापड असावे. साहूमचे कुठलेच वर्णन मला आढळलेले नाही. हिंदुस्थानी कापडाचा उत्तम प्रतीचा तलम माल नव्हे, कारण हा तलम माल उष्ण प्रदेशात वापरण्यासाठी उपयुक्त असला तरी घरगुती वापरासाठी अगदीच निरुपयोगी होता. म्हणून त्यांच्या मते उत्तम याचा अर्थ ज्या उद्देशाने ते कापड घेत होते त्याला योग्य असे कापडाचे तुकडे म्हणत होते.

सुती कापडाची मागणी विलक्षण त्वरेने वाढली. १६१९ मध्ये पाठविलेला एकूण माल सुमारे १४,००० तुकड्यांचा होता. (१ तुकडा १२ ते १५ यार्ड लांबीचा होता) १६२५ मध्ये मागविलेला माल २००००० तुकड्यांपेक्षा जास्त होता. १६२८ मध्ये प्रत्यक्ष पाठविलेला माल १००० बंडले इतका होता. यामध्ये १५०,००० किंवा त्यापेक्षा जास्त तुकडे असावेत. १६३० मध्ये गुजरातच्या दुष्काळामुळे या व्यापारात अचानक खंड पडण्याच्या सुमारास कंपनीने लहान प्रमाणातील कलाकुसरीच्या मालाबरोबरच सुती कापडाचे १००,००० ते १२०,००० तुकडे मागविले होते. या प्रचंड निर्यातीकडे इंग्लंडचा राजा पहिला जेम्स याचे लक्ष वेधले गेले. इतक्या या मालाचे काय करण्यात येते अशी विचारणा राजाने कंपनीच्या डेप्युटी गव्हर्नरकडे केली. त्यावर त्याला कळविण्यात आले, 'यापैकी बराचसा माल अतिशय उपयुक्त असून तो इंग्लंडमध्ये विकला जातो आणि त्यामुळे सणाचे उंची कापड आणि तागाचे तलम कापड व इतर प्रकारचे कापड यांच्या किंमती खाली आल्या आहेत. इंग्लंड हे आता या मालाचे मुख्य केंद्र करण्यात आले असून बादशहाच्या साम्राज्यातील प्रदेशाची गरज भागविल्यानंतर उरलेले जास्तीचे कापड मायदेशातीलच एक माल म्हणून परदेशी विक्रीसाठी पाठविण्यात येते.' या उत्तराने राजा फार संतुष्ट झाला आणि म्हणाला, 'राज्यात संपत्ती आणण्याचा हा हमखास मार्ग आहे.' यानंतर दोनच वर्षांनी सुरतेच्या मालाची विक्री खूपच वाढल्याचे गव्हर्नरने कंपनीला कळविले. सुती कापडाची परदेशातील मागणी इतकी मोठी होती की, १,००,००० ते २,००,००० कापडाचे तुकडे मिळाल्यास थोड्याच वेळात विकले जाऊ शकत होते. अचानक निर्माण झालेली कापडाची ही मोठी मागणी केवळ गुजरातच्या मालाने ताबडतोब पूर्ण होणे शक्य नव्हते. म्हणून उत्तर हिंदुस्थानात जेथे लंडनच्या बाजारपेठेला योग्य असे

कापड उपलब्ध होते तेथे माल खरेदीसाठी दलाल पाठविण्यात आले. जेथे खास करून दलाल पाठविण्यात आले ती ठिकाणे म्हणजे पाटणा आणि समाना. पण इतर प्रदेशांत आणि प्रामुख्याने औंधमध्ये विणलेल्या सुती कापडाची खरेदी आग्रा येथे करण्यात आली. पाटणा येथील खरेदी लवकरच बंद करण्यात आली तर निरनिराळ्या प्रसंगी समाना येथे १६२७ सालापर्यंत खरेदी करण्यात येत होती. पण अखेरीला येथील मालाबद्दल कंपनीचे मत प्रतिकूल झाले होते आणि १६३० मध्ये पाठविलेल्या आणि यापूर्वी उद्धृत केलेल्या कंपनीच्या मागणीत फक्त गुजरात येथील सुती कापड मागविले होते आणि 'आग्र्याचा माल' व सॅमिआनोज पाठवू नये असा स्पष्ट आदेश दिलेला होता.

दुष्काळामुळे वरील हुकमाची अंमलबजावणी करणे मात्र अशक्य झाले आणि जास्त ठिकाणांहून मालाचा पुरवठा करणे भाग पडले. १६३५ मध्ये आग्र्याला 'देरियाबादस्, केरीयाबाद्स आणि एकबार्येस्'[१] खरेदी करण्याच्या सूचना पाठविण्यात आल्या. त्यामुळे औंध मधील दरियाबादा आणि खैराबाद येथील मालाला एकदम महत्त्व आले. त्याचबरोबर मर्कुली नावाच्या औंधच्या पश्चिम भागात तयार होणाऱ्या एका कापडाला ही मागणी निर्माण झाली. दर्याबादच्या मालाचा प्रामुख्याने पुरवठा करण्यासाठी १६४० मध्ये लखनौला एक कारखाना सुरू करण्यात आला. कारण खैराबादच्या कापडाची खरेदी करणे रद्द करण्यात आले होते. पण ही बंदी पुढे चालू राहिली नाही. कारण १६५० ते ६० च्या दरम्यान ही दोन्ही प्रकारची कापडे लंडनला विक्रीला असल्याचे आपल्याला दिसते. १६४१ मध्ये या उत्तरेकडील मालाबद्दल कंपनीने आपली पसंती व्यक्त केली. बडोदा किंवा भडोचच्या रुंद बाफ्तापेक्षा मर्कुली हे कापड अधिक पसंतीला उतरले. दरियाबादच्या मालाचा 'चांगला उठाव' होता. म्हणून उत्तरेकडील कापडाचा पुरवठा कमी पडला तरच गुजरातचे बाफ्ता हे कापड पाठवावे अशी सूचना कंपनीने दिली. अशा प्रकारे उत्तर हिंदुस्थानातील विणकरांना लंडनची बाजारपेठ निश्चितपणे खुली झाली.

सिंधच्या व्यापारात इंग्लिश कंपनीने प्रवेश केला, त्याचे वर्णन मागील एका प्रकरणात केले आहे. कंपनीने सिंधमधून गिनीसाठी चौकड्यांचा माल आणि

---

१. दरियाबाद हे लखनौ आणि फैजाबाद यांच्या दरम्यान मध्यावर आहे. खैराबाद हे लखनौच्या उत्तरेला थोड्या अंतरावर आहे. 'एकबार्येस'चे कुठलेच वर्णन मला आढळलेले नाही. पण अकबर बादशहाला आवडणारे किंवा त्याचे नाव दिलेले एखादे कापड या शब्दाने सूचित होत असावे. हे कापड प्रामुख्याने औंध येथे आणि कधी कधी फैजाबाद जवळच्या जलालपूर या गावाच्या आसमंतात तयार होत असे.

जावासाठी कापड खरेदी केले होते. पण १६३५ मध्ये पहिल्यांदा खरेदीसाठी पाठविलेल्या दलालांना इंग्लंडसाठी सोईच्या असलेल्या सुती कापडाची चौकशी करण्याच्या सूचना दिलेल्या होत्या. तेथील स्थानिक सुती कापडाबद्दल दलालांनी अनुकूल मत कळविले होते आणि इंग्लंडमध्येही हे कापड पसंत पडल्याचे आढळून आले. प्रस्तुत काळाच्या अखेरपर्यंत मधून मधून या कापडाची विक्री इंग्लंडमध्ये होत राहिली. पण सिंधमधील स्थानिक परिस्थितीमुळे उपलब्ध असलेल्या मालाचे प्रमाण मर्यादित होते.

पूर्व किनाऱ्यावरून लंडनला सुती कापड पुरविण्याचा पहिला प्रयत्न १६२१ साली करण्यात आला होता असे दिसते. पण या कापडाची विक्री असमाधानकारक होती म्हणून हा प्रयत्न पुढे चालू राहिला नाही. १६३० मध्ये सुरतेच्या दलालाने हा प्रयत्न पुन्हा सुरू करण्याचा विषय काढला आणि गुजरातमधील पुरवठा बंद झाल्याचे इंग्लंडमध्ये कळताच कंपनीला ही कल्पना पसंत पडली. मात्र लंडनहून पाठविण्यात आलेल्या मागणीप्रमाणे मालाचा पुरवठा करण्यास फारच दिरंगाई होऊ लागली. म्हणून गेल्या पाच वर्षांत ३२,५०० पौंड किंमतीच्या मागणीच्या मालापैकी फक्त १२६९ पौंड किंमतीचे सुती कापड पुरविण्याबद्दल १६३६ मध्ये दलालांना कडक ताकीद देण्यात आली. या ताकिदीचा परिणाम झाल्यामुळे १६३९ साली मोठ्या प्रमाणावर सुरतेहून इंग्लंडला माल पाठवण्यात आला. बराच माल सुरतेला पोचला. त्यानंतरच्या हिवाळ्यात काहीच माल पाठविल्याचे दिसत नाही. पण १६४० साली तो इतक्या उशिरा पोचला होता की, त्या मालासाठी जहाजांवर जागा मिळू शकली नाही आणि त्यावर्षी पाठविलेल्या मालाच्या यादीत हरक कापडाचे एक बंडल नमुना म्हणून पाठविल्याचे आढळले. कारण हे बंडल म्हणजे 'मद्रासपट्टम् येथील तुमच्या नव्या व्यापारी ठाण्याचे पहिले फळ आहे.'

मालाचा पुरवठा करण्यासाठी नव्या प्रदेशांतील या मुशाफिरीचा परिणाम १६३९ आणि १६४० मध्ये सुरतेहून पाठविलेल्या इंग्रजांच्या मालाच्या याद्यांमध्ये दिसू शकतो. यावेळी व्यापारावर पडलेली दुष्काळाची छाया नाहीशी झाली होती. निर्यात केलेल्या कापडाच्या तुकड्यांची संख्या खालीलप्रमाणे आहे.

सुरतेहून लंडनला पाठविलेल्या कापडाच्या तुकड्यांची संख्या

ठिकाण	हंगाम १६३८–३९	हंगाम १६३९–४०[१]	हंगाम १६४०–४१[१]
पूर्वकिनारा	१८,२२५	–	२५
बंगाल	६,७००	–	–
गुजरात	३८,८८३	१३,६६०	१८,९१८
आग्रा	२,८२३	१२,१२२	२३,५५०
सिंध	–	२८,५०७	१३,३६०
	६६,६४१	५४,२८३९	५३,८५३

([१] या वर्षीची एक मालाची यादी सापडत नाही. म्हणून येथे दिलेल्या आकड्यांपेक्षा बहुतेक एकूण निर्यात जास्त असावी.)

वरील आकड्यात दाखविलेला आग्रा आणि सिंधचा माल, तसेच गुजरातचा बराचसा माल सुती कापडाचा होता. पण गुजरातच्या कापडाच्या तुकड्यात 'गिनिया' मालाचाही अंतर्भाव होता. 'गिनीचा माल म्हणजे पश्चिम आफ्रिकेत विकला जाणारा चौकडीचा आणि चट्टयापट्ट्यांच्या कापडाचा माल'. जानेवारी १६३९ मध्ये पूर्वकिनारा आणि बंगाल येथून पाठविलेला माल अधिक विविध प्रकारचा होता. अर्थात सुती कापड त्यात प्रामुख्याने होतेच. मालाच्या यादीची तपशीलवार तपासणी केली असता असे दिसते की, या प्रदेशात माल खरेदी करणाऱ्यांच्या मनात लंडनच्या बाजारपेठेत कुठला माल पाठवायचा याबद्दल निर्णय झाला नव्हता. म्हणून हा सर्व माल नमुन्याचा माल म्हणून मानता येईल. आपल्या विचाराधीन काळात युरोपियन बाजारपेठांकरिता मालाचा पुरवठा करणारे ठिकाण म्हणून बंगालला खरेखुरे महत्त्व प्राप्त झाले नव्हते. म्हणून बंगालच्या मालासंबंधी यापेक्षा अधिक सांगण्याची जरुरी नाही. पण पूर्व किनाऱ्यावरील सुती कापडाचे काही प्रकार अतिशय लवकर बाजारात लोकप्रिय झाले. म्हणून त्यांचे थोडे वर्णन करणे आवश्यक आहे. या कापडांची नावे वेगवेगळ्या स्वरूपात आढळतात. परकॅलस, मूरीज, सालोम्पोअर्स आणि लाँगक्लॉथ. परकॅलस (८ यार्ड x १) हा एकंदरीत सर्वात उंची प्रकार होता. उत्तम प्रतीचे मूरीज (९ x १) देखील जवळजवळ याच दर्जाचे होते. त्याचप्रमाणे उत्कृष्ट

सालोम्पोअर्स (१६ x १) साधारण प्रतीच्या मूरीजच्या बरोबरीचे होते. पण सामान्य प्रतीचे सालोम्पोअर्स लाँगक्लॉथच्या दर्जाचे होते. लाँगक्लॉथ (३० ते ४० यार्डस् लांब आणि रुंदीत त्यापेक्षा यार्डाने किंवा त्यापेक्षा थोडे जास्त). हे मजबूत सुती कापड घरगुती उपयोगाला फार सोयीचे होते. लाँगक्लॉथ म्हणजे हरक. हे पूर्व किनाऱ्यावर तयार होणारे प्रमुख सुती कापड होय. हे वरवर पाहता पोर्तुगीज आणि डच ज्याला 'गिनी कापड' म्हणत त्याच्यासारखे होते. पण पश्चिमेप्रमाणे पूर्वेकडेही हे कापड साध्या रंगीत किंवा चिटाच्या (पिंटाडो) स्वरूपात विकले जात होते. आपल्या काळाच्या अखेरीला लंडनच्या बाजारात या कापडाला सर्वांत जास्त महत्त्व प्राप्त झाले होते.[१]

१६३८-३९ आणि १६४०-४१ मधील आकडे त्या हंगामांमधील इंग्रजांचा एकूण व्यापार दर्शवितात. दहा वर्षांपूर्वी दरसाल १००,००० तुकडे हे व्यापाराचे प्रमाण होते. त्याच्या तुलनेने व्यापारात घट झालेली आहे हे दिसते. ही पिछेहाट गुजरातमधील दुष्काळामुळे झालेली होती. मालाच्या पुरवठ्याचे पर्यायी मार्ग शोधण्यात काही काळ गेला. एकट्या गुजरातमधून मागणीच्या प्रमाणात मालाचा पुरवठा तर होऊ शकत नव्हताच, पण तेथील मालाचा दर्जाही इतका खालावला की, त्यामुळे युरोपियन बाजारपेठेतील व्यापार उद्ध्वस्त होण्याची वेळ आली. म्हणून १६३८ मध्ये कंपनीने लिहिले की, हिंदुस्थानी सुती कापडाचा दर्जा इतका खालावला आहे आणि किंमत इतकी वाढली आहे की, त्याची मागणी अजिबात थांबली आहे आणि इतर देशांतील कापड त्याला मागे टाकून पुढे जात आहे. तीन वर्षांनंतर असे सांगण्यात आले की, पूर्वी पाठविलेल्या निकृष्ट मालामुळे कमी झालेली पत अद्याप भरून निघालेली नाही. 'कारण जर्मन, स्कॉच व फ्रेंच तागाच्या कापडापेक्षा कमी भावात जर सुती कापड विकता आले नाही तर ते फार मोठ्या प्रमाणात विकले जाणार नाही आणि या

१. मजकुरातील वर्णने समकालीन व्यापारविषयक कागदपत्रांवर आधारित आहेत. नंतरचे ग्रंथ किंवा हॉब्सन-जॉब्सन मधील अनुमानापेक्षा आधार म्हणून वरील कागदपत्रांचा स्वीकार केला पाहिजे. हॉब्सन-जॉब्सन मूरीज हे कापड निळ्या रंगाचे आहे, असे वर्णन आहे (पृ.७०७) पण ते कधी कधी रंगीत असले तरी नेहमी जहाजातून पाठविलेले कापड तपकिरी किंवा पांढऱ्या रंगाचे होते. परकॅलस म्हणजे चमकीचा झगा नव्हता. (पृ. ७०८) तर साध्या सुती कापडाचे तुकडे होते. सालेमपोअर हे नेहमीच चिटाचे कापड होते असे नाही (पृ. ७८४) सुती कापडाच्या इतर सर्व प्रकारांप्रमाणे ते छापाचे असू शकेल इतकेच. वरील कापडांच्या नावाच्या व्युत्पत्तींमध्ये अनुमानाला भरपूर वाव मिळतो. पण मागणीपत्रक आणि माल बिले यावरून मालाचे स्वरूप अधिक खात्रीलायकपणे कळते.

अटीवरच सुती कापडाचा या ठिकाणी उठाव होऊ शकेल. अन्यथा सुरतेतील व्यापाराचा एक प्रमुख आधार कोसळून पडेल. प्रत्यक्षात, पश्चिम युरोपात तयार झालेल्या मालाशी सुती कापडाची सरळ स्पर्धा सुरू झाली आणि परिणामतः मालाची किंमत आणि दर्जा या गोष्टींवरच मालाचा बाजारातील उठाव अवलंबून राहिला.

पूर्व किनाऱ्याचे वाढते महत्त्व हे व्यापाराच्या पुढील अवस्थांतराचे एक वैशिष्ट्य आहे. पश्चिम युरोपला मालाचा पुरवठा करण्याचे मुख्य ठिकाण म्हणून पूर्व किनारा गुजरातला लवकरच मागे टाकणार होता. वर उल्लेखिलेल्या १६३८-३९ मध्ये पाठविलेल्या मालानंतर या प्रदेशातून होणाऱ्या निर्यातीत खंड पडल्याचे दिसून येते. कारण गेल्या पाच वर्षांत लाँगक्लॉथच्या एका गठाणीखेरीज काहीच मिळाले नसल्याचे कंपनीने १६४४ मध्ये लिहिले. १६४६ मध्ये मात्र मद्रासहून इंग्लंडला माल पोचला आणि त्याची किफायतशीर विक्री झाली. १६५० साली युरोपच्या बाजारपेठांमध्ये मंदी होती. त्यावेळची नोंद अशी की, होणारी विक्री मुख्यतः कोरोमांडेल किनाऱ्याहून आलेल्या मालाचीच होती. 'सुरतेच्या मालापेक्षा हा माल आता अधिक पसंत केला जातो. कारण फ्रान्स आणि इतर परदेशातील विक्रीसाठी हा माल अतिशय अनुरूप आहे.' १६४६ च्या सुमाराला गुजरात, आग्रा व सिंध यांच्या जोडीला पूर्व किनाऱ्याहून नियमितपणे माल रवाना होऊ लागला. म्हणून त्या वेळेपासून व्यापाराने एक नवे वळण घेतले असे म्हणता येईल.

यापुढील दहा वर्षांमध्ये व्यापाराचा आवाका किती होता, हे दर्शविणारे आकडे मिळविण्यात मला यश आलेले नाही. पण निरानिराळ्या केंद्रातील माल खरेदीच्या सूचनांवरून दिसते की, १६४० मधील व्यापाराच्या प्रमाणापेक्षा व्यापार अधिक वाढला नव्हता. मात्र हे उघड आहे की, ज्या वर्षांमध्ये व्यापार खुला होता त्या काळात निर्यात खूपच वाढली होती. कारण जेव्हा कंपनीची मक्तेदारी पुन्हा प्रस्थापित झाली तेव्हा इंग्लंडमधील बाजारपेठेत मालाचा भरपूर साठा उपलब्ध होता, असे आढळून आले. १६५८ सालात खाली दिल्याप्रमाणे मालाची मागणी करण्यात आली.

सुरतेहून–

मरकुली	१०,०००	तुकडे
अरुंद बाफ्ता	१०,०००	तुकडे
रुंद बाफ्ता	५०००	तुकडे
सिंधचे सुती कापड	१०,०००	तुकडे
दरियाबाद	१०,०००	तुकडे
डुंगारी(१)	१०,०००	तुकडे
इतर सुती कापड	८५००	तुकडे

६३५०० तुकडे

याशिवाय चिटाचे १००० तुकडे आणि चिटाच्या रजयांचे ३०० तुकडे.

मद्रासहून

लाँगक्लॉथ २०,००० तुकडे =	५०,०००	प्रमाणभूत तुकडे
सालोम्पोअर्स	२०,०००	प्रमाणभूत तुकडे
इतर (काही मलमलीच्या कापडासह)	१४,०००	प्रमाणभूत तुकडे

८४,०००

लाँगक्लॉथचा जास्तीचा आकार लक्षात घेतला तर एकूण मागणी १,५०,००० प्रमाणभूत तुकड्यांची होती, हे दिसून येईल. यापैकी अर्ध्यापेक्षा बऱ्याच जास्त मालाचा पुरवठा पूर्व किनाऱ्यावरून करण्यात येणार होता. बाजाराच्या गरजांचा फाजील अंदाज करण्यात आल्याचे सिद्ध झाले आणि एका वर्षानंतर सुरतेची मागणी कमी करण्यात येऊन, पूर्वीच्या मागणीच्या एक चतुर्थांश म्हणजे १६००० तुकडे माल सुरतेहून मागविण्यात आला. बाजारात माल भरपूर आहे आणि त्यामुळे सुती कापडाची मूळची किंमत येणार नाही. या कारणाकरिता १६६० साली पुन्हा कमी मालाची मागणी करण्यात आली. म्हणून आपल्या काळाच्या अखेरीला, हिंदुस्थानच्या पश्चिम बाजूला सुती कापडाची तीस वर्षांपूर्वी जेवढी जेवढी मागणी होती त्याच्या एक दशांशच उरली होती. पूर्व किनाऱ्यावरील व्यापार मात्र समाधानकारकरीत्या चालू राहिला. कारण १६५९ सालची मागणी ९०००० तुकड्यांची होती. यात लाँगक्लॉथ ५०००० प्रमाणभूत तुकड्यांइतका, सालेम्पोअरचे ३०००० आणि इतर

---

१. डुंगारी अतिशय निकृष्ट प्रतीचा कपडा होता. (हॉबसन-जॉबसन) डचांच्या मालाच्या यांद्यांमध्ये इतर मालाचे गठ्ठे बांधण्यासाठी याचा उपयोग केल्याचा उल्लेख आहे.

कापडाचे ११००० तुकडे असा माल होता आणि याच वेळी याच प्रकारच्या कापडाचे अंदाजे १००,००० तुकडे पाठवावे, अशी आगाऊ मागणी पुढील वर्षांसाठी नोंदवून ठेवण्यात आली. यांप्रकारे लंडनच्या बाजारपेठेत मालाचा पुरवठा करणारे प्रमुख ठिकाण म्हणून सुरतेची जागा निश्चितपणे घेतली होती.

डचांनी युरोपला केलेल्या निर्यातीची हकीकत अधिक थोडक्यात सांगता येईल. १६२० सालापूर्वीपासूनच कापसाचा माल ते केपला वळसा घालून नेत होते. पण हा माल संपूर्णपणे ब्राझील आणि पश्चिम आफ्रिका यांना लागणारा असा होता. या भागांतील व्यापाराची पोतुगिजांची मक्तेदारी नामशेष झाली होती. डच झपाट्याने व्यापारावर सत्ता मिळवीत होते. गेल्या दशकात पोर्तुगिजांनी प्रस्थापित केलेला व्यापारच डच पुढे चालवीत होते, हे त्यांच्या निर्यातीवरून दिसून येते. नंतरच्या दशकात या व्यापाराच्या जोडीला युरोपियन बाजारपेठेत खपणारा मालही लहान प्रमाणात नेण्यात येऊ लागला आणि माझ्या निदर्शनास आलेली पहिली मोठी मागणी १६००० तुकड्यांची होती. ही मागणी १६३४ साली करण्यात आलेली होती. डचांचा युरोपातील व्यापार थोड्या वर्षांतच वाढला. त्याचा विस्तार किती झाला होता हे १६३९ साली पाठविलेल्या एका मागणीवरून दिसून येते. ही मागणी सारांशाने खालीलप्रमाणे देता येईल.[१]

१. गिनी कापड	५०० गठाणी
२. इतर सुती कापड	
सेमिआनोज (पंजाब)	१००० तुकडे
अंबरती (बिहार)	१००० तुकडे
रुंद बाफ्ता (गुजरात)	५००० तुकडे
अरुंद बाफ्ता (गुजरात)	४०००-५००० तुकडे
दरियाबाद (औंध)	२००० तुकडे
सालोम्पोअर्स (पूर्व किनारा)	३०००-४००० तुकडे
मूरी आणि परकॅलस (पूर्व किनारा)	९०००-११००० तुकडे
	२५०००-२९००० तुकडे
३. मलमलीचे आणि कलाकुसरीचे कापड	
(पूर्व किनारा आणि बंगाल)	८०००-११०००

१. ही मागणी हेग ट्रान्सस्क्रिप्टस् (II 114 a) यात आहे. अंबरती हे पाटण्याजवळ होणारे सुती कापड. त्याचे वर्णन इंग्लिश फॅक्टरीज खं. १ पृ. १६२ मध्ये आहे. इतर मालांच्या नावांचे स्पष्टीकरण यापूर्वीच केले आहे.

मी वर सांगितल्याप्रमाणे गिनी कापड हे लाँगक्लॉथसारखेच असावे, असे वाटते आणि त्याच्या ५०० गठाणी म्हणजे नेहमीच्या प्रमाणभूत लांबीच्या कापडाचे जवळजवळ २०,००० तुकडे होतील. याप्रमाणे एकूण मागणी सुमारे ६०,००० तुकड्यांची होती. यामध्ये मलमल आणि कलाकुसरीच्या कापडाचा माल अगदी लहान प्रमाणात होता. यानंतर आपल्या काळाच्या अखेरपर्यंत डचांच्या व्यापाराचा पुढील कुठलाच तपशील मला आढळलेला नाही.पण १६७० सालापर्यंत फार मोठ्या प्रमाणात व्यापार वाढल्याचे कुठलेच चिन्ह आढळत नाही. या वर्षानंतर मात्र व्यापाराचा विस्तार झपाट्याने झाला.

या नव्या निर्यात व्यापाराचे मोल हिंदुस्थानी विणकरांच्या दृष्टीने किती होते हे सुती कापडाला खरेदीच्या वेळीच दिलेल्या किंमतीवरून ठरविता येईल. अर्थात माल बांधण्याचे आणि तो जहाजापर्यंत नेण्याचे वाहतुकीचे काहीसे जास्त दर या ठिकाणी लक्षात घ्यावयाचे नाहीत. कापडाच्या किंमतीमध्ये मधून मधून चढउतार झाले असले तरी किंमतीत कायमचा बदल झाल्याचा पुरावा मला मिळालेला नाही. आग्रा आणि सिंध येथे खरेदी केलेल्या साधारण लांबीच्या कापडाच्या तुकड्याची किंमत एक ते दोन रुपये होती. गुजरातमधील किंमत यापेक्षा अर्ध्या रुपयाने जास्त होती. ठरावीक लांबीच्या लाँगक्लॉथचे मालाच्या बिलावरून काढलेले दर सुमारे दोन रुपये इतके येतात. सालोम्पोअर्सच्या किंमतीत चढउतार जास्त असला तरी मोठ्या संख्येने खपणाऱ्या प्रकारांची अंदाजे किंमत तुकड्याला दोन रुपये होती. म्हणजे इंग्रजांच्या वार्षिक १००,००० तुकड्यांच्या मागणीमुळे विणकरांना जवळपास दोन लाख रुपये मिळत होते. यात डचांच्या खरेदीची किंमत मिळवायला हवी आणि ती धरून एकंदर व्यापार तीन रुपयांच्या आसपास होता असे म्हणता येईल. अर्थात कापड जरुरीप्रमाणे धुण्याचा किंवा त्याला रंग देण्याचा खर्च यात धरलेला नाही. तसेच माल बांधण्याचा किंवा जहाजापर्यंत नेण्याचा वाहतूक खर्चदेखील वेगळा होता. इतर निर्यात होणाऱ्या मालाप्रमाणेच, कापडाची दिलेली किंमत देखील काही थोड्या वस्त्यांमध्ये कारागिरांच्या विशिष्ट वर्गात वाटली जात होती. त्यांना या नव्या व्यापारामुळे मिळालेला फायदा बराच मोठा असला पाहिजे.

युरोपला सुती कापडाची निर्यात करण्याच्या उद्योगात मधून मधून विविध प्रकारच्या अडचणी येत असत. त्यांतील काही प्रत्यक्ष शासकीय कारभारातून निर्माण होत तर इतर, कापडधंद्यातील परिस्थितीतून उद्भवत. अधिकाऱ्यांचा हस्तक्षेप ही नेहमीची तक्रार होती. कधी कधी नवे कर, नवीन पिळवणूक व्यवहार

विस्कळित करत असे. कधी सरकारी उद्योगांसाठी माल पुरविण्याकरिता माग ताब्यात घेतले जात. पण अशा प्रकारच्या व्यापारातील शासनाचा हस्तक्षेप दर्शवीत नसून, एकंदरीने सर्वसाधारण राज्यकारभार कसा चालला होता, याचे चित्र उभे करतात. आपल्या सध्याच्या विवेचनाच्या दृष्टीने दुसऱ्या प्रकारात येणाऱ्या अडचणी या अधिक महत्त्वाच्या आहेत. आशियातील विशिष्ट बाजारपेठांमध्ये लागणारा माल तयार करण्याच्या दृष्टीने बंदरांच्या जवळपास असलेल्या विणकामाच्या उद्योगाची रचना करण्यात आलेली होती किंवा त्या दृष्टीने त्याचा विकास झालेला होता, असे म्हणणे अधिक योग्य होईल. या उद्योगातील प्रचलित कार्यपद्धतीशी युरोपसाठी माल खरेदी करणाऱ्या लोकांना जुळते घ्यावे लागेल. अस्तित्वात असलेल्या पद्धतीप्रमाणे पुढे भविष्यात मिळणाऱ्या मालापोटी त्यांना आगाऊ अनामत रकमा द्याव्या लागत होत्या. पण ज्या विणकराला आगाऊ रक्कम द्यायची त्याच्या पतीचा अंदाज घेण्याची काही सोय किंवा उपाय हिंदी व्यापाऱ्यांप्रमाणे त्यांच्यापाशी नव्हती. कुणाचा त्यासाठी जामीन घ्यायचा झाला तर त्याबाबत विविध अडचणी होत्या. त्यावर काढलेला एक विलक्षण तोडगा मद्रास येथे केलेल्या एका कराराच्या अटींमध्ये आढळून येतो. या करारातील अटींप्रमाणे नायकाने ही जबाबदारी घेतली की 'जर इंग्रजांनी व्यापारी चित्रकार, (हे चित्रकार म्हणजे पिंटाडोज् किंवा चिटाचे कापड तयार करणारे कारागीर होते) विणकर वगैरेंना रकमा देण्यापूर्वी आमची गाठ घेतली आणि त्यांच्या प्रामाणिक व्यवहाराविषयी आणि सुबत्तेविषयी आमची हमी घेतली तर आम्ही असे वचन देतो की, जर या लोकांनी काम करण्यात कुचराई केली तर त्यांच्या खात्यावर शिल्लक असलेला इंग्रजांचा पैसा आम्ही इंग्रजांना देऊ किंवा आमच्या प्रदेशात कुठेही आढळले तरी या लोकांना पकडून इंग्रजांच्या हवाली करू.' अशा प्रकारचे सरदाराने किंवा नायकाने दिलेले जामीनपत्र ही एक अपवादात्मक योजना होती. प्रत्यक्षात तिचा कितपत उपयोग होत होता याबद्दल प्रश्नच आहे. त्यानंतर तीन वर्षांनी 'गरीब चित्रकार आणि विणकर' यांच्यावर विश्वास ठेवल्याने कंपनीला भयंकर नुकसान आल्याचे मद्रास येथील दलालांनी कबूल केले. ते पुढे म्हणाले, 'आमचा अनुभव असा आहे की, डचांप्रमाणे सर्वांची हमी घेणारा एक मुख्य व्यापारी असल्याशिवाय असे नुकसान संपूर्णपणे टळणे अशक्य आहे. असा व्यापारी काही काळ आम्हांला मिळाला होता.' पण ते पुढे सांगतात की, त्या व्यापाऱ्याला हा धंदा फायदेशीर न वाटल्याने त्याने तो सोडून दिला. यानंतर थोड्याच काळाने

इंग्रजांना कापड तयार करणारे विणकर मिळत नव्हते, अशी तक्रार आढळून येते. कारण डचांजवळ मुबलक भांडवल असल्यामुळे त्यांनी सर्व कारागिरांना आगाऊ रकमा देऊन आपल्या कामासाठी बांधून घेतले होते आणि उत्पादनाचा तात्पुरता ताबा मिळविला होता. मात्र आगाऊ रकमा दिल्यामुळे पाहिजे त्या दर्जाचेच कापड नेमके खरेदी करणाऱ्यांना मिळत होते, असे समजता कामा नये. आशियातील आवडीनिवडींप्रमाणे तयार केलेले कापड युरोपातील ग्राहकांना संपूर्णपणे पसंत पडत होते, असे नाही आणि म्हणून लांबीत, रुंदीत किंवा धाग्यांच्या संख्येत बदल करण्याचे प्रयत्न या संबंध काळात झाल्याचे आपण वाचतो. पण हे प्रयत्न क्वचितच यशस्वी झाल्याचे आढळून येते. जेथे खरेदीदारांची स्पर्धा नव्हती तेथे विणकर दिलेल्या सूचनांप्रमाणे कापड तयार करण्यास उत्सुक असत. उदा. सिंधमधील नसारपूर येथे उभ्या विणीतील धाग्यांची संख्या वाढवून घेण्यात काहीच अडचण उपस्थित झाली नाही. कारण तेथे 'आमच्याशिवाय कोणीच गिऱ्हाईक नव्हते पण जोपर्यंत गिऱ्हाईक निवडण्याची संधी विणकरांना होती तोपर्यंत नेहमीचा माल नेहमीच्या पद्धतीनेच तयार करीत. तसेच युरोपातील वितरकांना पाहिजे असलेली एकरूपता मालात निर्माण करणे ही मोठीच अवघड गोष्ट होती. कापडाचा एखाददुसरा तुकडा नव्हे तर पाठविलेला संपूर्ण माल लांबी, रुंदी किंवा धाग्यांची संख्या याबद्दलच्या अपेक्षांबाबत तोकडा पडत असे. १६३८ मध्ये कंपनीने तक्रार केली की पाठविलेला माल 'फेरीवाल्याच्या ओझ्यालायक होता. व्यापाराला परदेशी निर्यात करण्यालायक तो नसून शहरात किरकोळ विक्रीसाठी ठीक होता.' पाच वर्षांनंतर कापडाच्या लांबीतील कमतरतेवर टीका करताना त्यात एकसारखेपणा असण्याच्या गरजेवर भर दिला. कारण 'त्यामुळे आम्ही काय विकतो हे आम्हांला कळेल आणि आपल्याला काय मिळते हे गिऱ्हाइकाला कळेल.' उत्पादनाच्या प्रक्रियेत आणि पद्धतीत कुठलाच एकसूत्रीपणा नव्हता हे उघड होते. पण जोपर्यंत या उद्योगाची मक्तेदारी हिंदुस्थानकडे होती तोपर्यंत हे वैगुण्य तसेच खपून गेले. पण जेव्हा स्पर्धेला तोंड देण्याची वेळ आली तेव्हा या वैगुण्यातून फार मोठा अडथळा निर्माण झाला.

६. इतर माल आणि सर्वसाधारण विवेचन

आतापर्यंत आपण नीळ, सोरामीठ आणि सुती कापड या वस्तूंचा विचार केला. हिंदुस्थान आणि पश्चिम युरोप यात नवीन व्यापारी संबंध जोडणारे प्रमुख दुवे होते. ते अशा अर्थाने की, त्यांच्याशिवाय फायदेशीर व्यापार चालू राहिला नसता.

पण जहाजे एकदा मार्गाला लागल्यानंतर इतर माल निर्यात करण्याची संधी मिळत होती. हिंदुस्थानात आणखी कुठला माल मिळण्याची शक्यता होती याचा परिपूर्ण अभ्यास युरोपियन दलालांनी केला होता आणि याचा परिणाम म्हणून विविध प्रकारचा दुय्यम माल लंडन आणि ॲमस्टरडॅम येथील बाजारपेठांमध्ये वितरणासाठी आणण्यात आला. यांपैकी काही वस्तू न खपल्यामुळे त्यांचा व्यापार बंद करण्यात आला. पण इतर काही वस्तू हळूहळू लोकांच्या पसंतीला उतरल्या. त्यापैकी कापूस, धागा, साखर आणि रेशीम या चार वस्तूंसंबंधी थोडे लिहिता येईल. पश्चिम युरोपातील कापसाच्या धंद्याचा इतिहास काहीसा अस्पष्ट आहे. पण १७ व्या शतकाच्या सुरुवातीला सरकीच्या कापसाला इंग्लंड आणि शेजारच्या देशांमध्ये थोडीबहुत मागणी होती हे उघड आहे. या कापसाचा उपयोग काही अंशी मेणबत्तीच्या वाती आणि नेहमीच्या वापरातील इतर वस्तू तयार करण्याकरिता आणि काही अंशी अंबाडाचे उभे धागे आणि कापसाचे आडवे धागे विणून तयार केलेले जाडेभरडे सुती कापड बनविण्याकरिता होत असे. या कापसाचा पुरवठा लेव्हंटहून (ग्रीस आणि इजिप्तमधील प्रदेश) नियमितपणे होत होता. सागरी वाहतुकीसाठी सोयिस्कर अशा गठ्ठ्यांमध्ये हा कापूस दाबून भरण्याची यांत्रिक उपकरणे तेथे होती. सुरत येथील दलाल या व्यापारात सहभागी होण्यास उत्सुक होते आणि तुर्कस्थानात वापरली जात होती तशा प्रकारची उपकरणे पाठविण्यासंबंधी त्यांनी अनेकदा सांगितले. पण त्यांची विनंती मान्य करण्यात आली नाही. किंमतीच्या मानाने न दाबलेल्या कापसाचा आकार फार मोठा होता. त्यामुळे त्याला लागणारी जहाजावरील जागा जर नीळ किंवा सुती कापड अशा मालाने भरली तर त्यात अधिक फायदा होता. म्हणून आपल्या काळात सरकीच्या कापसाचा नियमित व्यापार वाढू शकला नाही. पण इतर मालाच्या गठ्ठ्यांमधील जागेत कधी कधी कापूस सुटा भरण्यात येत होता आणि अधिक मूल्यवान माल बांधण्यासाठी उपयोगात आणल्यावर उरलेला कापूस लंडनमध्ये लहान प्रमाणात नियमित विकला जात होता.

सूत किंवा धागा ही वस्तू सागरी वाहतुकीसाठी जास्त सोयिस्कर होती. त्यामुळे या मालाचा नियमित व्यापार वाढला. हा माल अगदी पहिल्यांदा पाठविण्यात आला तेव्हा इंग्लंडमध्ये त्याचे स्वागत झाले नव्हते. पण १६२२ मध्ये घोंगडीतील आडव्या विणकामासाठी उपयुक्त धागा करण्याचा सपाटा दलालांनी लावला. १६२८ मध्ये इंग्लंडला या धाग्याच्या ५२५ गठाणी गुजरातेहून पाठविण्यात आल्या. दोन वर्षांनंतर ६०० ते ७०० गठाणी दरसाल पाठविण्यात याव्या, असे कंपनीने लिहिले. अर्थात अधिक मूल्यवान माल उपलब्ध नसेल तर;

मध्यंतरी डचांनी देखील कोरोमांडेल किनाऱ्यावरून या मालाची लहान प्रमाणावर पण नियमित निर्यात करण्यास प्रारंभ केला, हे परिशिष्ट 'ब' मध्ये सारांशरूपाने दिलेल्या मालाच्या याद्यांवरून दिसून येईल. सुरतेलाही ते हा माल खरेदी करत होते. पण त्यांची तेथील खरेदी इंग्रजांइतक्या मोठ्या प्रमाणावर नव्हती. १६३० साली त्यांची वार्षिक खरेदी १५० गाठी इतकी होती. नंतरच्या दशकात त्यांची मागणी सुमारे ४०० गाठीपर्यंत वाढली. तर १६३८-३९ मध्ये इंग्रजांनी पाठविलेला माल ३०० गाठी इतका होता. आपल्या काळाच्या उर्वरित अवधीत डचांचा व्यापार वार्षिक ५०० गाठींच्या आसपास स्थिर झालेला होता. यात दोन्ही किनाऱ्यांवरील त्यांच्या निर्यातीचा समावेश आहे. पण इंग्रजांच्या व्यापाराला मात्र उतरती कळा लागली. १६४१ मध्ये कंपनीची मागणी १०० गाठीपर्यंत कमी झाली होती. त्यांना हा माल पसंत नव्हता. पण इंग्रज कारागिरांची निराशा होऊ नये म्हणून त्यांनी १०० गाठी तरी मागविल्या. कंपनीने लिहिले की, या कारागिरांनी हिंदुस्थानी धाग्याचे अनेक उपयोग नुकतेच शोधून काढले आहे.[१] दहा वर्षांनंतर फक्त ७५ गाठी पाठविण्यात आल्या, तर १६५३ मध्ये १५० गाठींची मागणी होती. १६५८ मध्ये एकंदर सर्वच व्यापाराचा विस्तार झाला. त्यात धाग्याचाही समावेश होता आणि मागणी पुन्हा ५०० गाठींपर्यंत जाऊन ठेपली. पाठविलेल्या मालाच्या गुणवत्तेत मात्र वेळोवेळी बरीच मोठी तफावत पडत होती. डचांनी पाठविलेल्या मालाच्या प्रतीविषयी मला निश्चित माहिती मिळालेली नाही. पण एका गाठीला (सुमारे १६० पौंडांच्या) ५० रुपये ही योग्य सरासरी किंमत होईल आणि या हिशोबाने एकूण निर्यात जास्तीत जास्त अर्धा लाख रुपयांची होती, असे म्हणता येईल.

धाग्याच्या व्यापाराच्या ओघात एक चमत्कारिक प्रसंग १६३० साली घडून आला. त्यावेळी इंग्रजांची गुजरातेतील खरेदी जास्तीत जास्त होती. त्यांच्या धंद्यातील कच्च्या मालाच्या निर्यातीमुळे धंद्याचे नुकसान होईल, अशी विणकारांना

---

१. इंग्लंडच्या कापडधंद्यात या सुमारास काय घडामोडी झाल्या याचे निदान करणे मला शक्य झालेले नाही. हा धंदा निश्चित प्रगतशील होता. कदाचित उभ्या धाग्यांसाठी हिंदी सूत सोयीचे असल्याचे आढळून आले असावे आणि म्हणून केवळ कापसापासून कापड तयार करायला या वेळेपासून सुरुवात झाली असावी. अर्थात याबद्दल अद्याप पुरावा मिळालेला नाही. शुद्ध कापसाचा माल इंग्लंडमध्ये अठराव्या शतकात उशिरापर्यंत तयार होत नव्हता, या जुन्या मताला आधार नसल्याचे प्राध्यापक डॅनिअल्स यांनी दाखविले आहे. पण तो केव्हा तयार होऊ लागला याची तारीख अजून अनिश्चित आहे. (डॅनिअल्स पृ.२१ आणि इतरत्र,)

भीती वाटली आणि भडोचमध्ये इंग्रजांवर संपूर्ण बहिष्कार टाकण्यात आला. एकतर धागा घ्या किंवा कापड घ्या, असे इंग्रजांना सांगण्यात आले. अशा प्रकारचा विरोध नंतरच्या वर्षांमध्ये झाल्याचे दिसत नाही. म्हणून त्यावेळी उपलब्ध असलेला सर्व धागा घेण्यात इंग्रज व्यापाऱ्यांनी जरा जादा घाई केली होती, एवढेच हा प्रसंग दर्शवितो असे मला वाटते. हिंदुस्थान पाहिजे तितक्या प्रचंड प्रमाणावर धागा निर्माण करू शकत होते. पण मागणीमध्ये अचानक मोठी वाढ झाल्यास, ती पूर्ण करण्याइतके उत्पादन होईपर्यंत स्थानिक ग्राहकांना धागा मिळण्यास अडचण पडत असावी.

जगातील साखरव्यापाराची परिस्थिती सतराव्या शतकापासून फार मोठ्या प्रमाणावर बदलली आहे. आताच्याप्रमाणे त्यावेळी साखर हा पदार्थ पश्चिम युरोपात सर्वसाधारण उपयोगाचा नव्हता. त्यावेळी साखर ही एक काहीशी खर्चिक चैनीची वस्तू होती, असेच म्हटले पाहिजे. युरोपियन बीट साखरेचा उद्योग अस्तित्वात आलेला नव्हता. उसाच्या साखरेचा पुरवठा करणारे प्रमुख देश म्हणजे पूर्वेकडे चीन व हिंदुस्थान आणि पश्चिमेकडे ब्राझील व एन्टीलेस हे होते. चीन आणि अमेरिका येथून होणाऱ्या व्यापाऱ्यांचा बराच मोठा भाग आपल्या कालखंडात डचांच्या ताब्यात होता. हिंदुस्थानातील साखरेची बहुतांश निर्यातही तेच करीत होते. हिंदुस्थानातील बहुतेक माल निकृष्ट दर्जाचा आणि निर्यातीसाठी तुलनेने अधिक खर्चाचा असल्याने सुरुवातीला युरोपियन साखरेचे तीन प्रमुख प्रकार होते. अगदी कमी प्रतीचा साखरेचा प्रकार जॅगरी[१] किंवा गूळ म्हणून ओळखला जात होता. या साखरेची निर्यात केली जात नव्हती. अगदी बारीक दाण्याची पांढरी साखर म्हणजे 'पिठी साखर' आणि मोठ्या खड्यांची, अधिक शुद्ध केलेली आणि खूप जास्त महाग असलेली साखर हा तिसरा प्रकार होता. याला व्यापारी 'कँडी' म्हणत. दुसऱ्या दोन प्रकारातील साखरेचा अनियमित व्यापार सुरतेचे दलाल इंग्लंडशी करीत होते. कधी कंपनी मालाची मागणी करीत होती, तर इतर काही वेळा माल पाठविण्यास बंदी करीत होती आणि किमान एका प्रसंगी तरी केवळ जहाजावरील मालाची भरपाई करण्यासाठी म्हणून साखर पाठविण्यात आली होती. पाठविण्यात

---

१. जॅगरी किंवा गूळ हा हिंदुस्थानात अजूनही सर्वत्र आढळणारा प्रकार. म्हणजे उत्पादनाच्या तद्देशीय प्राथमिक प्रक्रियेतून निर्माण झालेले खडे आणि काकवी यांचे मिश्रण होय. या मिश्रणावर लांबलचक व तपशीलवार शुद्धीकरणाची प्रक्रिया केल्यानंतर पांढरी साखर तयार केली जात होती.

येणाऱ्या मालाच्या परिमाणात फार मोठी तफावत पडत होती. पण मालाचे प्रमाण क्वचितच महत्त्वपूर्ण होते आणि बंगालमध्ये साखर जास्त चांगली आणि स्वस्त असल्याने तेथून ती मागवावी असा सल्ला सुरतेच्या दलालांनी अनेकदा दिलेला होता. पण जेव्हा परिस्थिती अनुकूल झाली तेव्हा हिंदुस्थानच्या दुसऱ्या बाजूला त्यांनी साखरेचा व्यापार बराच वाढविला. १६३६ साली मच्छलीपट्टम येथून बंगालची साखर ते निर्यात करू लागले होते. १६४० ते ५० च्या दरम्यान त्यांच्या व्यापारात प्रचंड वाढ झाली. या काळात बटाव्हिया येथे दरसाल पाठविला जाणारा माल ५००,००० पौंडाच्या आसपास होता. नंतरच्या नोंदी अपूर्ण आहेत. पण मला वाटते की, 'निर्यातीचे हे प्रमाण पुढे संपूर्णपणे कायम राहिले नाही. एकतर ही निर्यात बाजारपेठेच्या आवश्यकतेच्या मानाने जास्त असावी किंवा युरोपची गरज इतर ठिकाणाहून भागविली जात असावी. बंगालमधून साखरेचा व्यापार सुरू करण्यास इंग्लिश कंपनीला उशीर झाला. त्याची चर्चा बरेच वर्षे चालू होती आणि १६५१-५२ मध्ये गुंतवणूक करण्याचा हुकूम देण्यात आला होता. पण मोठ्या प्रमाणावरील व्यापाराचे पहिले चिन्ह म्हणजे १६५९ साली ७०० टन माल खरेदी करण्यासाठी दिलेला आदेश होय. मापाच्या किंवा वजनाच्या कुठल्याही टनाच्या हिशोबाने ही मागणी मोठी होती. एका वर्षानंतर ही मागणी कमी करण्यात आली. पण इंग्रजांच्या व्यापाराचा तो इतिहास आपल्या विचाराधीन काळाच्या बाहेरचा आहे. या इतिहासात निर्यातीचे प्रमाण इतके अनियमित होते की उत्पादकांच्या दृष्टीने या व्यापाराचे महत्त्व किती होते याचा कुठलाही अंदाज घेणे अशक्य आहे.

बंगालचा युरोपशी असलेला रेशमाचा व्यापारही आपल्या काळाच्या कक्षेबाहेरचा आहे. पाश्चिमात्य देशांची रेशमाची गरज प्रथम चीनने आणि नंतर पर्शियाने भागविली. जेव्हा डचांनी बंगालमध्ये आपले व्यवस्थित बस्तान बसविले, तेव्हा आपण पाहिले आहेच की, त्यांची निर्यात मुख्यतः जपानकडे होत होती. १६६० पूर्वी युरोपियन बाजारपेठेत रेशमाचा व्यापार करण्यासंबंधी काही प्रगती झाली असल्याचा तपशील मला सापडलेला नाही. जेव्हा कंपनीला पुरेसे भांडवल मिळाले तेव्हा १६५७ साली इंग्रजांचा व्यापार सुरू झाला. त्यावेळी बंगालच्या कच्च्या रेशमात ३००० पौंडांची रक्कम गुंतविण्याचा आदेश देण्यात आला होता. नंतरच्या वर्षी २०,००० रुपये किंमतीच्या १०० गासड्या घेण्याचे अधिकार देण्यात आले होते.

पश्चिम युरोपशी झालेल्या निर्यात व्यापाराची माहिती या प्रकरणात संकलित केलेली आहे. ती माहिती पाहता सतराव्या शतकाच्या उत्तरार्धात व्यापाराचा एक प्रदीर्घ प्रयोग चालला होता, असे दिसते. पहिल्या दशकाच्या अखेरीला पूर्व किनाऱ्यावर डच आणि पश्चिम किनाऱ्यावर इंग्रज आले. प्रत्यक्ष अनुभवावरून कुठला माल खरेदी करावा व विकावा हे दोघेही शिकू लागले. दहा वर्षांनंतर नीळ आणि सोरामिठाचा व्यापार करण्याचे डचांनी ठरविले. परंतु त्यांना हिंदुस्थानात मिळणारी नीळ अत्यंत निकृष्ट आणि सोरामीठ अत्यंत महाग होते. याउलट इंग्रजांनी चांगल्या प्रतीच्या निळीचा व्यापार प्रस्थापित केला आणि त्यापेक्षाही अधिक महत्त्वाच्या गुजरातच्या सुती कापडाच्या निर्यातीची पूर्वतयारी त्यांनी सुरू केली. अर्धशतकाच्या मध्यापर्यंत युरोपला पुरवठा करणारे मुख्य बंदर म्हणून सुरतेचे स्थान दृढमूल झाले होते. पूर्व किनाऱ्यावरून युरोपशी फारच थोडा व्यापार होत असे आणि बंगाल तर युरोपियन व्यापाऱ्यांना अद्याप अज्ञातच होता. पण १६३० च्या गुजरातमधील दुष्काळाने हे सर्व चित्र विलक्षण बदलले. गुजरातमधून होणाऱ्या अपुऱ्या पुरवठ्यात भर टाकण्यासाठी हिंदुस्थानच्या इतर मोठ्या भागात मालाचा शोध घेण्यात आला. श्रेष्ठ कार्यक्षमतेमुळे डचांनी बंगालच्या व्यापारात खूपच घोडदौड मारली. पण सुरुवातीला मुख्यत्वेकरून आशियाई देशांशीच बंगालचा व्यापार होता. १६५० सालानंतरच हिंदुस्थानच्या पूर्व बाजूने युरोपशी होणाऱ्या व्यापारात महत्त्वाचे स्थान पटकावले. हे स्थान काही अंशी मद्रासचे युरोपला अनुरूप सुती कापड, काही अंशी बिहारमधील स्वस्त सोरामीठ आणि काही अंशी बंगालचे रेशीम आणि साखर या मालाचा पुरवठा यामुळे मिळाले होते. केवळ निळीच्या व्यापारात गुजरातने आपले पूर्वीचे महत्त्व टिकविले. पण अमेरिकेच्या स्पर्धेमुळे हा व्यापारही यापूर्वीच रोडावू लागला होता. सुरतेने सुरुवातीला इतर बंदरांना व्यापारात मागे टाकले होते. पण मराठ्यांच्या सत्तेच्या उदयामुळे निर्माण झालेली राजकीय परिस्थिती हा सुरतेच्या बंदराच्या प्रगतीत आणखी एक अडथळा ठरणार होता.

नवीन निर्यातव्यापारामुळे हिंदुस्थानला मिळणारा प्रत्यक्ष फायदा हा तुलनेने फार लहान प्रदेशापुरताच मर्यादित होता, हे यापूर्वी सांगितलेच आहे. त्या लहान प्रदेशातील लोकांच्या दृष्टीने तो फायदा खूपच मोठा होता. त्यामुळे उत्पादक ज्या वस्तू पुरवायला तयार होते त्यांची मागणी वाढली. पश्चिमेतील प्रगतीशील बाजारपेठांशी नवे व्यापारी संबंध प्रस्थापित झाल्यामुळे अप्रत्यक्षपणे संपूर्ण देशातील परिस्थिती बदलली होती. पूर्वीच्या शतकात व्यापाराच्या विकासाची जी संधी

पोर्तुगिजांना मिळाली होती, तिचा त्यांनी चांगला उपयोग केलेला नव्हता. पण डच आणि इंग्रज कंपन्या हिंदुस्थानकडे निराळ्या दृष्टिकोनातून पाहत होत्या. त्यांनी व्यापाराच्या वेगळ्या पद्धती योजल्या आणि फार मोठे यश मिळविले. त्यांच्या माध्यमातून हिंदुस्थानी माल ॲम्स्टरडॅम, लंडन, पॅरिस आणि इतर बाजारपेठांत लोकप्रिय झाला. ग्राहकांच्या आवडीनिवडीची माहिती हिंदुस्थानातील उत्पादकांना देण्यात आली होती आणि पश्चिमेत ज्या मालाच्या विक्रीने फायदा होईल अशा मालाच्या शोधात पूर्वेकडील देश पद्धतशीरपणे पालथे घालण्यात आले होते. त्याप्रमाणे नवीन व्यापारी रचना अस्तित्वात आणण्यात आली. या नव्या व्यापारी व्यवस्थेचे सुरुवातीचे यश तर कुठल्याही प्रकारे दुर्लक्षणीय नव्हतेच पण भविष्यात होणारा फायदा अक्षरशः अमाप होता.

या व्यापारी संघटनेच्या एका वैशिष्ट्याचा उल्लेख करायला पाहिजे. कारण सध्याच्या सुसंस्कृत देशात हे वैशिष्ट्य सहजासहजी आढळून येत नाही. आधुनिक व्यापारात विक्रेता बहुतांश काम करतो. जेव्हा एखादा देश नवी बाजारपेठ काबीज करू पाहतो, तेव्हा त्या उद्योगात उत्पादक, भांडवलदार आणि अधिकृत दलाल हे सहभागी असतात. बाजारपेठेत शिरकाव करण्यासाठी सुरुवातीला प्रचंड खर्च नेहमी करण्यात येतो. जे माल खरेदी करतील अशी अपेक्षा असते त्यांच्या दाराशी माल आणण्यात येतो. पश्चिम युरोपातील बाजारपेठा काबीज करण्यासाठी हिंदुस्थानने अशा प्रकारचे कुठलेच कार्यक्रम केले नव्हते. हिंदुस्थानी उत्पादक आणि व्यापारी माल विकण्यास उत्सुक होते. त्यांच्याकडे माल खरेदी करण्याकरिता आलेल्या लोकांचे त्यांनी स्वागत केले. पण व्यापाराच्या विकासातील त्यांची भूमिका निष्क्रियतेची होती. त्याकाळी स्वतःचा माल खपविण्यासाठी हिंदुस्थानी लोक युरोपला गेल्याचे किंवा परदेशी व्यापाऱ्यांना आपल्या मालाचा नमुना देऊन त्यांनी प्रचार केल्याचे आपल्या कानांवर कधीही येत नाही. ते सर्व काम ज्यांनी हिंदुस्थानी लोकांकडून माल खरेदी केला त्या व्यापाऱ्यांनी केले. त्यामुळे साहजिकच माल परदेशी नेऊन विकल्यानंतर जो प्रचंड नफा झाला त्यात हिंदुस्थानला हिस्सा मिळाला नाही. जर केवळ एकच युरोपीय कंपनी या व्यापारात उतरली असती तर सर्व व्यापाराची मक्तेदारी तिच्या हातात गेली असती आणि मग मक्तेदारीच्या पद्धतीने तिने हा व्यापार काटेकोरपणे केला असता, पण या बाबतीत हिंदुस्थान भाग्यवंत होता असे म्हटले तर ते चुकीचे होणार नाही असे मला वाटते. व्यापारातील मक्तेदारीचा वापर हॉलंडचे व्यापारी कशा प्रकारे करीत होते याचा कटू

अनुभव अतिपूर्वेतील देशांना त्या काळी आलेला होता. पण हिंदुस्थानात डचांपेक्षा दुबळ्या असलेल्या इंग्लिश कंपनीच्या स्पर्धेमुळे हिंदुस्थानी लोकांना विकलेल्या मालाची नेहमीच चांगली किंमत मिळाली.

प्रकरण चार : आधारग्रंथ

विभाग १ : या काळातील युरोपियन बाजारपेठेच्या सर्वसाधारण स्वरूपाचा अभ्यास कनिंगहॅम करता येईल. पोतुगिजांच्या जहाजांवरील मालाच्या याद्यांचे उल्लेख खंड २ मध्ये तळटीपांत दिलेले आहेत. त्यांच्या व्यापारासंबंधीच्या गुप्ततेकरिता पहा : *रेनेव्हील i* , २५; हिंदुस्थानी आले निकृष्ट असल्याबद्दल उल्लेख लिन्सशोटन ८.६४. मलबार मिरीच्या व्यापाराचा इतिहास *इंग्लिश फॅक्टरी व डाग रजिस्टरमध्ये* पाहिला पाहिजे. मजकुरात दिलेली माहिती iii६२, ९०, ९२, १५७, ३३७; iv ९; v ९४८, ३१४; vi २४; vii १३८; आणि x २२० वरून घेतली आहे. पूर्व किनाऱ्यावरून मिरी निर्यात करण्याच्या डचांच्या प्रयत्नाचा उल्लेख याच ग्रंथांमधून आढळतो. i, ३०३, त्याचा काही तपशील परिशिष्ट ब मध्ये दिलेला आहे.

विभाग २ : डचांच्या जहाजावरील माल उदाहरण म्हणून घेतलेल्या *डाग रजिस्टर* (कोरोमांडेल) २ नोव्हेंबर १६४२ मध्ये आढळतो. युरोपकडे झालेल्या डचांच्या परस्पर सफरींच्या माहितीसाठी पहा; परिशिष्ट ब, *हेग ट्रान्सस्क्रिप्टस्* ५०, ७२, ९५; III F5 आणि *डाग रजिस्टरमधील* असंख्य नोंदी डचांनी निळीच्या मालासंबंधी सुरुवातीला दाखविलेली उत्सुकता *टर्पस्ट्राच्या* सुरतमध्ये पृ.८४, ८५ वर उल्लेखिली आहे. १६३० पर्यंतच्या इंग्रजांच्या निर्यातीच्या माहितीसाठी पहा : *इंग्लिश फॅक्टरीज* i२०६; iii९०, ९२, २०८, २१७, ३३३. याच ग्रंथात लंडन (१६३९-४०) या जहाजावरील मालाचा उल्लेख आहे. iv २३२, २३३. पुन्हा याच ठकाणी १६४२ नंतरच्या निर्यातीची माहिती आहे. vii P.xix;viii १९७, २५६, २९५; ix pp ix ४१, १४९, x १५८, २१५, ३३५. खुल्या बाजाराच्या काळासाठी पहा : पुन्हा त्याच ग्रंथात x ४४, ५७ आणि इतरत्र. *कोर्टीनस्* असोसिएशन्सच्या व्यापाराचे वर्णन याच ग्रंथाच्या ५व्या खंडापासून नंतर लागोपाठ सर्व खंडांच्या प्रस्तावनेत केलेले आहे. पूर्व किनाऱ्यावरील निर्यातीसाठी याच ग्रंथात पहा. खंड ८ पृ.२७१; खं. ९ पृ.२०, १०२, १५४; खंड १० पृ.१४१, २५५, २७५ आणि *लेटरबुक्समध्ये* खंड २ पृ.१३-१७, १९६. डचांच्या व्यापारातील

श्रेष्ठत्वाबद्दलची कबुली *इंग्लिश फॅक्टरीजमधून* घेतली आहे. पहा : खं.२, पृ.१२१; खंड ४ पृ. ३७; खंड ५ पृ.५५; खंड ६ पृ.१९१, २१७; खंड ८ पृ.३०४ आणि खंड १० पृ. ५६, २५८, ४०९. डचांच्या हिंदुस्थानातील गुंतवणुकीचे आकडे *डाग रजिस्टरमधील* त्या त्या वर्षाच्या नोंदीमधून सारांशरूपाने घेतले आहेत.

विभाग ३ : आपल्या विचाराधीन काळातील इंग्रजांच्या निळीच्या व्यापाराची सारांशाने श्री.फोस्टर यांनी दिली आहे. पहा : *जर्नल रॉयल सोसायटी ऑफ आर्टस्* LXVI ३६२. पोतुगिजांच्या मक्तेदारी पहा : *कौटी x, ii* ५७२. अलेप्पोच्या निळीच्या बाजाराचे उल्लेख फर्स्ट लेटर बुक पृ.२८५ वरून घेतले आहेत. याशिवाय पहा; *लेटर्स रिसिव्हड* ii २१४, *पूर्चाज* Iv ७३४ हेग ट्रान्सस्क्रीप्ट्सii ५२ मधील एक उल्लेख दर्शवितो की, १६२१ मध्ये देखील लेव्हटहून इंग्लंड व हॉलंडला नीळ पोचत होती. किमती श्री. फोस्टर यांच्या सुप्रा या लेखातून घेतल्या आहेत. निळीच्या महत्त्वासाठी पहा: *टर्पस्ट्राचे सुरत* १८, डी जंग II४९५, *लेटर्स रिसीव्हड् i* २८; फर्स्ट लेटरबुक २८५, ३०८, ३२८; रो ४४७. उत्तरेतील निळीच्या उत्पादनासंबंधी पेल्सार्टने तपशीलवार वर्णन केले आहे. पण त्याचे फ्रेंच भाषांतर बरोबर नाही. ते मुळातच पहायला पाहिजे. सारखेज उद्योगाची उत्कृष्ट हकीकत गुजरात रिपोर्टमध्ये आहे. निर्यातीच्या मालासाठी पहा; *इंग्लिश फॅक्टरीज्* खंड ३ पृ.६३; खंड ४ पृ. ५८; पेल्सार्ट ४, ५. त्यांच्या इंग्लंडमधील उपयोगासाठी पहा : श्री.फोस्टर यांचा लेख सुप्रा आणि कोर्ट मिनिट्स २ जुलै १६३४. हिंदुस्थानातील अगदी सुरुवातीच्या खरेदीसाठी पहा : पूर्चाज I iv ४२९, ४८३ आणि टर्पस्ट्राचे सुरत. ७५ सिंधमधील खरेदीसाठी पहा. *इंग्लिश फॅक्टरीज* खंड ७ पृ.२०२. खंड ८ पृ. १३०. वेंगुर्ला येथील खरेदीसाठी *डाग रजिस्टर* १७ सप्टेंबर १६४५ आणि इतरत्र. चितगावसाठी याच ठिकाणी १३ फेब्रुवारी १६३७. पूर्व किनाऱ्यावरील निळीसाठी परिशिष्ट ब मधील मालाच्या याद्या तसेच *हेग ट्रान्सस्क्रिप्टस्* I ६९. *डाग रजिस्टर* ८ ऑक्टोबर १६२६ आणि त्या तारखेनंतर वारंवार पहा.

१६१९ मध्ये इंग्लंडला निर्यात केलेल्या निळीचे परिमाण *इंग्लिश फॅक्टरीज* ६१ वरून घेतले आहे. नंतरच्या दशकातील व्यापाराच्या प्रमाणासाठी पहा : याच ग्रंथात खंड ३ पृ.९२, २०८. डचांच्या निर्यातीची माहिती डाग रजिस्टरमधील नोंदींवरून संकलित केली आहे. त्यांची १६३९ करिता मागणी १*ट्रान्सस्क्रिप्ट* II ११४. किमतीमधील बदलांच्या खरेदीवर होणाऱ्या परिणामासाठी पहा : *इंग्लिश*

फॅक्टरीज खंड ६ पृ.१११, २७३. १६५० नंतरच्या व्यापारातील ऱ्हासासाठी पहा : त्याच ग्रंथात खंड ८ पृ. २५३; खंड ९ पृ.२९, ८२, १९६; आणि खंड १० पृ. ३२२. याशिवाय लेटरबुक्स खंड २, १-३.

अमेरिकन निळीच्या निर्यातीचा मी पाहिलेला पहिला उल्लेख पुर्चाज IIIV९५८ मध्ये आहे. याशिवाय पहा : *कोर्ट मिनिट्स* १८ जानेवारी १६३३, २४ ऑक्टोबर १६४५ आणि इंग्लिश *फॅक्टरीज खंड* १० पृ. ३२२. ऋतूंच्या अनियमित परिणामांमुळे व्यापारात येणाऱ्या अडचणींसाठी पहा : *इंग्लिश फॅक्टरीज* खंड ६ पृ. २७८ : खंड ८ पृ.६२ आणि *पेल्सार्ट* ५; आणि अधिकाऱ्यांच्या कारवाईसाठी : टर्पस्ट्राचे सुरत परिशिष्ट ७; *इंग्लिश फॅक्टरीज* खंड ४ पृ.३२४ आणि इतरत्र (मक्तेदारी); खंड ७ पृ.२०३ (सिंध), आणि खंड ८ पृ. १४३ (अहमदाबाद). मालातील भेसळीसाठी पहा : त्याच ग्रंथात खंड ६ पृ.२७३; खंड ७ पृ.५ आणि खंड ८ पृ. १२, ३३, ३०३.

गुजरातमधील उत्पादनाचे अंदाज खालील ग्रंथांतून घेतले आहेत. *इंग्लिश फॅक्टरीज* खंड ३ पृ. २३२; खंड ५ पृ. ७३; खंड ७ पृ.१३६. *डाग रजिस्टर* २० मे १६४१. आग्र्यातील उत्पादन पहा. *पेल्सार्ट* ५, *इंग्लिश फॅक्टरीज* खं. ४ पृ. ३२५ आणि *डाग रजिस्टर* (सुरत) १३ जून १६४४. पूर्व किनाऱ्यावरील उत्पादनासाठी पहा : *इंग्लिश फॅक्टरीज* खंड ६ पृ.२६२ आणि सिंधमधील उत्पादनासाठी त्याच ग्रंथात खंड ५ पृ. १२९. खुष्कीच्या व्यापारातील सातत्यासाठी पहा : *डाग रजिस्टर* २० मे १६४१; *कोर्टमिनिट्स* २० डिसेंबर १६४३ आणि *इंग्लिश फॅक्टरीज* खं. ७ पृ. १३६ आणि खंड ८ पृ. २५३. आशियातील व्यापाऱ्यांच्या खरेदीचा उल्लेख त्याच ग्रंथात खं. ७ पृ. १३६ आणि खं.८ पृ. २४३ वर आहे. पेल्सार्टमधील उतारा डच हस्तलिखिताच्या पान ६ मधून घेतला आहे. पिकांवरील अकबराच्या आकारणीसाठी पहा : ऐने अकबरी (भाषांतर) खंड २ पृ. १९ आणि त्यानंतरची पाने.

विभाग ४ : पोतुगिजांच्या सोरामिठाच्या निर्यातीचे उल्लेख लिस्बन *ट्रान्सस्क्रिप्टस्* खं.१ पृ. १०, १५ आणि खं. ४ पृ. ९३१ वर आहेत. इतर बिगार व्यापारी निर्यातीची उदाहरणे त्याच ग्रंथात खं. २ पृ.३७१, खंड ३ पृ. ४६५ वर आहेत. पूर्व किनाऱ्यावरील डचांच्या व्यापाराचा मला आढळलेला पहिला उल्लेख *हेग ट्रान्सस्क्रिप्टस्* खं. २ पृ. ३० याशिवाय त्याच ग्रंथात खं.१ पृ.१६२ आणि *डाग रजिस्टर* ३० नोव्हेंबर १६२४ पासून पुढे. इंग्लंडमधील सोरामिठाच्या पुरवठ्यासाठी

पहा : *कोर्ट मिनिट्स* ३१ ऑक्टोबर १६१७, २० फेब्रुवारी आणि २९ डिसेंबर १६२४, २० मे १६२५ आणि इतरत्र. इंग्रजांच्या व्यापाराची सुरुवात पहा : त्याच ग्रंथात ५ जानेवारी १६२७ आणि *इंग्लिश फॅक्टरीज* खंड १ पृ. २५१, खं. ३ पृ. ८३, ९०. निर्यातीच्या परिणामासाठी पहा : त्याच ग्रंथात खं. ७ पृ. ९४, १७५ आणि खं. ८ पृ. २०३. १६३९ सालचे आकडे *ओरिजिनल करस्पॉन्डन्स* १६५६ (सोबत जोडलेले कागदपत्र) मध्ये आहेत. गलबताचे वजन म्हणून सोरामिठाच्या उपयोगासाठी पहा : *इंग्लिश फॅक्टरीज* खं. ३ पृ. २०८, खंड ६ पृ. ९४ आणि खं. ७ पृ. ९४, १७५. बंगालमधील इंग्रजांच्या व्यापारासाठी पहा : त्याच ग्रंथात खं. ९ पृ. १९६ आणि खं. १० पृ.७, २७६. डचांच्या व्यापाराचे आकडे *डाग रजिस्टरमधून* संकलित केले आहेत.

व्यापारातील हस्तक्षेपाची उदाहरणे, *इंग्लिश फॅक्टरीज* खं. ३ पृ. २७०, खं. ४ पृ. १४३ आणि खं. ७ पृ. ३४, ५३, ७९, १०८, २०३. घोड्यांच्या व्यापाराची उदाहरणे. कौटो प्र. ८ पृ. २३५ मध्ये आहेत. शुद्धीकरण यंत्र पाठविल्याच्या उल्लेखासाठी पहा : *डाग रजिस्टर* १० फेब्रुवारी १६४१ आणि २९ नोव्हेंबर १६४५ (कोरोमांडेल) आणि *इंग्लिश फॅक्टरीज* खं. ९ पृ.४५.

विभाग ५ : इंग्लंडमधील कापसाच्या खपाबद्दल बेन्स आणि डॅनियल्स यांच्यात मधूनमधून विचार केला. हिंदुस्थानातून सुरुवातीला केलेल्या मागणींच्या स्वरूपासाठी पहा : *फर्स्ट लेटरबुक* पृ.१३१, १४८, २५५, ३०८, ३२८ वगैरे. फिंचचा अहवाल *लेटर्स रिसीव्हड* मध्ये खं. १ पृ.२८ आणि त्यानंतरच्या पानांवर आहे. १६१९ मधील निर्यातीचा तक्ता *इंग्लिश फॅक्टरीज* खं. १ पृ. ६१, ६२ वरून संकलित केला आहे. १६२५ आणि १६२८ चे आकडे त्याच ग्रंथात खं. ३ पृ. ९२, २०८ आणि १६३० ची मागणी त्याच ग्रंथात खं. ४ पृ. ८ वर पहा : या काळातील इंग्लंडमधील बाजारपेठेसाठी पहा : *कोर्ट मिनिट्स* ६ ऑगस्ट १६२३ आणि ३० मार्च १६२५. उत्तर हिंदुस्थानातील खरेदीसाठी पहा : *इंग्लिश फॅक्टरीज* खं. १ पृ. ppxxi आणि त्यानंतरची पाने. २१२; खं. ३ पृ. १४१ आणि इतरत्र. दुष्काळानंतर व्यापारात झालेल्या बदलासाठी पहा : *इंग्लिश फॅक्टरीज* खं. ४ पृ. ९७, १५८; खं. ५ पृ. १४६, २७८, ३४१. सिंधकरिता त्याच ग्रंथात खं. ३ पृ. ३४३, खं. २ पृ. ३३६, खं.४ पृ. ६४, २२८, खं. ५ पं. २१८; खं. ६ पृ. २९५. १६३८-३९ मधील निर्यातीचे आकडे *ओरिजिनल करस्पॉन्डन्स* १६५८, १७२५ आणि १७६१ यांना जोडलेल्या मालाच्या याद्यांतून घेतलेले आहेत. किनाऱ्यावरील

मालाचे वर्णन प्रामुख्याने लेटरबुक्स खं.२ पृ.१३-१७ आणि १९६-१९७ यावर आणि परिशिष्ट 'ब' मध्ये सारांशाने दिलेल्या डचांच्या मालाच्या याद्यांमधील तपशिलावर आधारित आहे. गुजरातच्या सुती कापडाच्या दर्जातील घट *इंग्लिश फॅक्टरीज* खं.६ पृ. ५६, ३११ मध्ये उल्लेखिलेली आहे. पूर्व किनाऱ्यावरील व्यापाराच्या वाढीची माहिती *इंग्लिश फॅक्टरीजच्या* नंतरच्या खंडात पहा. विशेषकरून खं. ७ पृ. १७३, खं. ८ पृ.१६४, २९७ आणि खं. १० पृ.६१, २००, ३०७, ३२२. या काळासाठी दिलेले तपशीलवार आकडे *लेटरबुक्स* खं. २ पृ. १-३, १३-१७, २१-२४, १९६-१९७ वरून घेतले आहेत.

ब्राझील आणि पश्चिम आफ्रिका यांच्याशी असलेल्या डचांच्या व्यापाराची चर्चा एलीयास खं. २ प्रकरण ७ मध्ये केलेली आहे. युरोपला त्यांनी केलेल्या कापडाच्या निर्यातीसाठी पहा : परिशिष्ट ब आणि त्याशिवाय *लेटर्स रिसीव्हड* खं. ४ पृ.३४; *इंग्लिश फॅक्टरीज* खं. १ पृ.४१, ४४; खंड २ पृ.३३६; *टर्पस्ट्राचे* सुरत पृ.७६; *हेग ट्रान्सस्क्रिप्टस्* खं.१ पृ.१६३, ३१८; खं. २ पृ.५२, ११४ अ; खं. ३ एफ् ५.

व्यापारातील हस्तक्षेप वारंवार नोंदलेला आढळतो. दिलेली उदाहरणे *डाग रजिस्टर* २० मे १६४१; *इंग्लिश फॅक्टरीज* खं. ५, पृ. २९६ आणि खंड ८ पृ. ११८, २३४ मधून घेतलेली आहेत. अनामत रकमा आणि सुरक्षिततेची हमी यासाठी पहा : त्याच ग्रंथात, खं. ६ पृ. ४६, १६४, १९१. या पद्धतीतील दोष आणि सुधारणा यासाठी पहा : त्याच ग्रंथात खं. ४ पृ. ३, खं. ६ पृ.५७; खं. ७ पृ. १२६; खं. ८ पृ. ११७, *कोर्ट मिनिट्स* ६ सप्टेंबर १६५८ आणि *डाग रजिस्टर* २० मे आणि ३ सप्टेंबर १६४१.

विभाग ६ : इंग्रजांची कापडासाठी मागणी डॅनियल्समध्ये वर्णन केली आहे. पृ. २ आणि त्यानंतरची पाने. गठ्ठे बांधण्याच्या यंत्राकरिता केलेल्या विनंतीसाठी पहा : *इंग्लिश फॅक्टरीज* खं. ३ पृ.२१२; खं. ५ पृ.२०६ आणि सरकीच्या कापसाच्या निर्यातीसाठी पहा : त्याच ग्रंथात खं. ३ पृ.६२ आणि खं. ४ पृ.९. विक्रीची नोंद कोर्ट मिनिट्समध्ये मधून केलेली आहे. इंग्रजांच्या सुताच्या व्यापारासंबंधीच्या माहितीसाठी पहा : *इंग्लिश फॅक्टरीज* खं. १ पृ.५८; खं. ५ पृ.१५७, १८५; खं. ३ पृ.२०९; खं.४ पृ. २२; खं.६ पृ.३१२; खं. ८ पृ.२५४; खं.९ ४२, १९६; *लेटरबुक्स* खं. २ पृ.१-३, १३-१७. नेहमीप्रमाणे डचांच्या व्यापाराच्या

विस्ताराची माहिती *डाग रजिस्टरमध्ये* दिलेल्या जहाजावरील मालाच्या आकड्यांवरून घेतली आहे. याशिवाय पहा : *हेगट्रान्सस्क्रिप्ट्स* खं. १ पृ. ३१८ आणि खं. २ पृ. ११४ अ.

या काळातील साखरेच्या व्यापारासाठी पहा : *एलिआस* खं. १ पृ.७१. सुरतेहून झालेली निर्यात *इंग्लिश फॅक्टरीजमध्ये* वारंवार दिलेली आहे. उदा. खं. १ पृ. ५१; खं. ४ पृ.४, ९.३२३. खं. ६ पृ.(५८, खं,८पृ.२५५; ३१ ऑक्टोबर १६३६ पासून सुरुवात करून *डाग रजिस्टरमधून* पूर्व किनाऱ्यावरील डचांच्या व्यापाराची माहिती गोळा केलेली आहे. बंगालमधील इंग्रजांच्या व्यापारासाठी पहा : *इंग्लिश फॅक्टरीज* खं. ८, ९ आणि इतरत्र. *इंग्लिश फॅक्टरीजच्या* सुरुवातीच्या खंडांमध्ये रेशमाच्या व्यापाराचा मधून मधून उल्लेख आला आहे.

◆◆◆

प्रकरण : पाच

हिंदुस्थानातील बाजारपेठांचे स्वरूप

१. बाजारपेठांची सर्वसाधारण वैशिष्ट्ये

डच आणि इंग्रज व्यापाऱ्यांच्या हिंदुस्थानातील व्यवहाराचा आपण विचार केला. आता ज्या बाजारपेठांमध्ये ते व्यवहार करीत होते, त्या बाजारपेठांतील प्रचलित परिस्थितीचे आपण अवलोकन करू. सतराव्या शतकातील हिंदुस्थान हा अर्कािडया देशातील लोकांप्रमाणे साध्या आणि निष्पाप लोकांचा देश होता, असा कोणाचा भ्रम असल्यास तत्कालीन व्यापाराविषयक कागदपत्रांचा थोडासा अभ्यास त्याचा भ्रमनिरास करण्यास पुरेसा होईल. विक्रेते आणि खरेदीदार सर्व महत्त्वाच्या बाबतीत आजच्या विक्रेत्यांप्रमाणे ते व्यवहार करीत होते. त्यांच्यापेक्षा हिंदुस्थानातील व्यापाऱ्यांचे व्यापारातील कौशल्य निश्चितच कमी प्रतीचे नव्हते. विल्यम फिंच हा सुरतेला आलेला पहिला इंग्रज व्यापारी. त्याने सुरतेला इंग्रजांची वखार काढण्याची आवश्यकता आग्रहाने प्रतिपादन केली. कारण त्याच्या मते एकदा परदेशी जहाजे बंदरात आली की, स्थानिक व्यापारी दुप्पट किंमतीपेक्षा कमी भावात माल विकण्यास तयार नसत. आपल्या मताला ठामपणा देण्यासाठी फिंचने नेहमीची एक म्हण सांगितली, 'ते सैतानाप्रमाणे धूर्त आहेत, ते सैतानाचेच वंशज आहेत, अशी माझी स्वतःच्या मनाची धारणा होत चालली आहे,' अशा प्रकारची मते देशाच्या इतर भागातही व्यक्त केली जात होती. ती उद्‌धृत करता येतील. या विषयात कागदपत्रात आढळून येणाऱ्या कल्पना आणि भाषादेखील सर्वस्वी आधुनिक आहेत. आणि दोन महत्त्वाचे अपवाद सोडले तर वर्णन केलेल्या व्यवहारांची अर्वाचीन आर्थिक विश्लेषणाच्या निष्कर्षांवर पारख करण्यास हरकत नाही. संपूर्ण देशातील ठरलेल्या बाजारभावात मागणी व पुरवठा यांतील बदलांमुळे चढउतार होत होते, हे आपल्याला आढळते. उत्पादन खर्चावर आधारित नियमित किंमत ठेवण्याची कल्पना त्यावेळी सर्वत्र पूर्ण परिचित होती. नेहमीच्या उत्पादनखर्चात बदल करणाऱ्या अधिक दूरच्या प्रक्रियेची थोडी चिन्हे आपल्याला दिसून आली तर त्याचे कारण बहुधा हे असावे की शेती आणि उद्योग यातील परिस्थितीमुळे व्यापारी लक्ष देऊ शकत असत. त्या अल्पकाळात उत्पादनाच्या कार्यवाहीला फार थोडा वाव मिळत होता. विक्रेते आणि ग्राहक यांच्यामधील तीव्रतम स्पर्धा बाजारातील विशेष बातम्या काढण्यासाठी परोपरीची धडपड,

व्यापारी वर्तुळांची संघटना आणि मक्तेदारी, दलालांच्या मोठ्या वर्गाच्या खास कारवाया, उधारी, विनिमय आणि सुरक्षिततेची हमी यांसाठी उभारलेली वैशिष्ट्यपूर्ण आर्थिक यंत्रणा या सर्व गोष्टी आपल्याला त्या काळात आढळतात. बाजारातील आर्थिक उलथापालथ आजच्या मुंबईत जितकी परिचित आहे, किमान तितकीच सतराव्या शतकातील सुरतेत परिचयाची होती. आणि जरी नादारीचा कायदा त्यावेळी अस्तित्वात नव्हता, तरी ती पद्धत मात्र सर्वत्र मान्य झालेली होती.[१]

तत्कालीन व्यापाराची परिस्थिती आणि आजची व्यापाराची परिस्थिती यांची तुलना करताना जे दोन अपवाद आपल्याला करायला पाहिजेत, ते अधिकाऱ्यांच्या हस्तक्षेपाची भीती व वाहतुकीस लागणारा वेळ व खर्च या दोन गोष्टीतून निर्माण झालेले आहेत. यापैकी पहिल्या गोष्टीसंबंधी असे म्हणता येईल की, हिंदुस्थानातील कुठल्याही बाजारपेठेत स्थानिक गव्हर्नर किंवा त्याचा हस्तक येऊन कुठल्याही मालाची खरेदी किंवा विक्री करीत असे. या प्रकाराला तोंड देण्याची कुठल्याही व्यापाऱ्याला तयारी ठेवावी लागत होती. असा प्रसंग उद्‌भवला की, बाजारातील स्पर्धा बंद होऊन तेथे केवळ जुलूम जबरदस्तीचे साम्राज्य काही काळ चालू होई. काही बाबतीत असा हस्तक्षेप हा राज्याची गरज या दृष्टीने समर्थनीय होता. पण असे समर्थन म्हणजे पुष्कळदा लंगडी सबब असण्याची शक्यता असे. पण सुरतेच्या गव्हर्नरच्या शिशाच्या मक्तेदारीबद्दल सोरामिठाच्या विक्रीवर देशभर असलेल्या निर्बंधाबद्दल किंवा चलनाची कमतरता असताना तांब्याच्या पुनर्निमितीवर घातलेल्या बंदीबद्दल परदेशी व्यापाऱ्यांनी फारशा गंभीरपणे तक्रारी केल्या नाहीत. त्यांच्या तक्रारी नीळ, कापड, मसाले किंबहुना अन्नधान्य या वस्तूंच्या व्यापारावर केवळ सरकारच्या किंवा अधिकाऱ्यांच्या फायद्यासाठी लादलेल्या मक्तेदारीविरुद्ध किंवा बाजारातील हा सगळा माल एकदम विकत घेण्याविरुद्ध किंवा यापेक्षा अधिक सर्वसाधारण स्वरूपाच्या इतर मक्तेदारीविरुद्ध होता.

बाजारातील सर्व माल एकंदर ताब्यात घेणे किंवा त्या मालाची मक्तेदारी घेणे या प्रकारची उदाहरणे तत्कालीन कागदपत्रांत असंख्य आहेत. स्थानिक गव्हर्नर हा स्वतःच्या पुढाकाराने प्रत्यक्षात बाजारपेठेत प्रवेश करण्यास मोकळा होता. आणि त्याचवेळी त्याच्या वरिष्ठ अधिकाऱ्यांचे आदेश पाळण्यास तो बांधलेला होता, हे दर्शविण्यास ही उदाहरणे पुरेशी आहेत. स्थानिक कारवाईचा एक प्रकार म्हणून

१. मनूची ii 84 (पाटण्यातील नादारीचे उत्कृष्ट वर्णन करतो.)

अहमदाबादच्या गव्हर्नरने १६४७ मध्ये निळीच्या व्यापारावर मक्तेदारी प्रस्थापित केली. हे उदाहरण आपण घेऊ शकतो. त्यासंबंधी इंग्रज व्यापाऱ्यांनी खालीलप्रमाणे लिहिले आहे.

''आमच्या गव्हर्नरने अतिशय अन्यायाने आणि अजाणता काही बंजाऱ्यांना ('फिरते व्यापारी'), साखरेचे एक पोते त्याला विकण्याची सक्ती केली. आणि त्यातून त्याला एक हजार रुपयांचा बेकायदेशीर फायदा झाला. यामुळे तो इतका चटावला की, या शहरात आणि देशात असलेला सर्व निळीचा माल एकदम विकत घेणे त्याच्या हातात असल्याने तो आता या ठिकाणाचा एकमेव व्यापारी होऊ पाहतो.... पण तो यावर्षी इथे काही फायदा घेऊ शकेल असे आम्हांला शक्य वाटत नाही. कारण येथील निळीच्या व्यापाऱ्यांनी त्याच्या कारवायांना अत्यंत विरोध करावयाचे ठरविले आहे. पण त्याच्या योजनेत तो यशस्वी झाला तर मग आमचे भात आणि लोणी त्याच्याकडून आम्हांला लवकर आणावे लागेल.''

वास्तविक गव्हर्नरला मिळणारा फायदा फार मोठा असल्याचे दिसत नाही. कारण नंतर लवकरच 'निळीच्या लोकांनी' केवळ २५० रुपये देऊन स्वतःचा माल विकण्याचे स्वातंत्र्य खरेदी केले, असे आपण वाचतो. ही रक्कम त्यांच्याकडून गव्हर्नर जो माल खरेदी करील, किंवा (खरे म्हणजे) खरेदी करण्याचे केवळ सोंग करील त्यात होणारा फायदा म्हणून या लोकांनी गव्हर्नरला द्यायला पाहिजे होती. पण गव्हर्नरने घेतलेल्या या अगदी लहान रकमेवरून असे दिसते की, अत्यंत क्षुल्लक कारणासाठी कुठल्याही मुख्य मालाच्या व्यापारात अधिकारी ढवळाढवळ करीत होते. याचप्रकारे पूर्व किनाऱ्यावर एकदा मसाल्याच्या व्यापारात आणि नंतर कोऱ्या कापडावर मक्तेदारी प्रस्थापित करण्यात आली होती. १६४१ मध्ये मोचा येथे सरकारतर्फे माल पाठवायचा असल्याने गुजरातमधील कापडधंदा सरकारने ताब्यात घेतला होता आणि खाजगी व्यापाऱ्यांसाठी काम केल्यास मृत्यूची शिक्षा देण्यात येईल, अशी विणकरांना धमकी देण्यात आली होती. १६३२ मध्ये गुजरातेत दुष्काळ चालू असताना गव्हर्नरने एकदोन व्यापाऱ्यांशी संगनमत करून बाजारातील सर्व अन्नधान्य एकदम विकत घेतले होते. यामुळे अन्नधान्याच्या किमती दुपटीने वाढल्या. अशा प्रकारच्या कारवायांना ऊत येत होता. याचे कारण काही व्यापारी केंद्रात गव्हर्नरच्या पदावर व्यापारी जमातातील लोकांची नेहमी नेमणूक करण्यात येत असे. आधुनिक काळात अधिकारी वर्गाला व्यापार करण्यास बंदी आहे, तशा प्रकारचा कुठलाही निर्बंध त्याकाळी नव्हता. अधिकाऱ्यांना व्यापार करण्याची मुभा असल्याने

आपल्या व्यापारी व्यवहारात अधिकृत सत्तेचा त्यांनी उपयोग करणे ही गोष्ट जवळजवळ अटळच होती. अशा प्रकारे अधिकृत सत्तेचा गैरवापर होण्याची भीती खाजगी व्यापाऱ्यांसमोर नेहमीच उभी असे.

मोठ्या प्रमाणावरील मक्तेदारीचे सर्वात प्रमुख उदाहरण १६३३ मध्ये निळीच्या बाजारात घडलेले आहे. ही मक्तेदारीची योजना उघडउघड पर्शियातील कच्च्या रेशमाच्या शाही मक्तेदारीवर आधारलेली होती. या योजनेप्रमाणे गुजरात व बियाना येथे होणारा माल धरून मोगल साम्राज्यातील सर्व निळीची खरेदी करण्याचा हक्क मिळविण्यासाठी व्यापाऱ्याला शाही खजिन्यात मोठमोठ्या रकमा भराव्या लागत. मग तो सारखेजला १८ रुपये मणाने माल विकत घेई आणि २७ रुपये मणाने, (३३ पौंडांचा एक मण)विकत असे. पण प्रमुख व्यापाऱ्यांनी या योजनेत भागच घेतलेला नाही. त्यामुळे ती कोसळून पडली. आणि १६३५ च्या अखेरीला पुन्हा व्यापार खुला करण्यात आला. ही सार्वत्रिक मक्तेदारी अयशस्वी झाली. याचे कारण ही योजना उधळून लावायची असा करार डच आणि इंग्रज यांनी एकमेकांत केला होता. या दोघांची मिळून संयुक्त मागणी हाच निळीच्या बाजारातील सर्वात मोठा एकमेव घटक होता. येथे लहान प्रमाणावर माल घेणारे असंख्य वैयक्तिक व्यापारी होते आणि त्यांच्या म्हणण्याला महत्त्व नव्हते. अशा बाबतीत वरील मक्तेदारीच्या योजना जास्त काळ टिकण्याची शक्यता होती.

मागील प्रकरणात अशा प्रकारच्या पूर्व किनाऱ्यावरील वाहतूक दरांच्या मक्तेदारीचे उदाहरण दिलेच आहे. पण मक्तेदारीचा काळ जास्त असो किंवा कमी असो अशा प्रकारचा हस्तक्षेप होण्याची शक्यता प्रत्येक व्यापारी उलाढाल करताना लक्षात घ्यावी लागत होती.

एखाद्या विशिष्ट मालाच्या किंवा सेवेच्या मक्तेदारीबद्दल आपण आतापर्यंत सांगितले, पण एखाद्या बंदरातील संपूर्ण व्यापार ताब्यात घेण्यासहित गव्हर्नरला कुठलीच अडचण नव्हती. १६३५-३६ साली हुगळी बंदराच्या बाबतीत हा प्रकार घडला होता. डचांना असे आढळून आले की, या बंदरातील मालाचे पाहिजे ते भाव ठरविण्याचे सर्वाधिकार तीन इसमांना देण्यात आले होते. पुन्हा एखाद्या परदेशी व्यापाऱ्याच्या गटाच्या धंद्याची मक्तेदारीही दिली जात होती. १६२५ मध्ये मच्छलीपट्टम् येथे एखाद्या शेतजमिनीचा महसूल वसूल करण्यात यावा, अशी डचांची परिस्थिती झाली. ज्या लोकांना डचांशी व्यापार करण्याची मक्तेदारी देण्यात आली होती, त्यांच्याखेरीज इतर कुठल्याही व्यापाऱ्याशी व्यवहार करण्यास

डचांना बंदी करण्यात आली होती. ज्यांच्याकडे ही मक्तेदारी होती त्या लोकांनी पैसे देऊन डचांशी व्यापार करण्याचा अधिकार मिळविलेला होता. १६२८ साली इंग्रजांनी या बंदरातून काढता पाय घेतला. याचे एक कारण वरील प्रकारची एक मक्तेदारी तेथे होती हे होते. गोवळकोंड्याचा प्रसिद्ध मंत्री मीरजुमला याच्या कारकिर्दीत ही मक्तेदारीची पद्धत अतिशय बोकाळली. या मंत्र्याने आपली निष्ठा पुढे मोगलांच्या पदरी वाहिली. मनुची सांगतो की, मीरजुमला हा अधिकारपदावर येण्यापूर्वी एक स्वयंसिद्ध व्यापारी होता. अधिकारपदावरील त्याच्या कार्यपद्धतीवरून या गोष्टीला दुजोरा मिळतो. तो जेव्हा मंत्रिपदावरील सत्तेच्या शिखरावर होता, तेव्हा त्याने आपला माल नेण्यासाठी जमिनीवरील वाहतुकीची संघटना उभारली होती. तसेच दहा जहाजे त्याच्या मालकीची होती. आणि बाहेरच्या अनेक देशांशी व्यापार करण्यासाठी आणखी जहाजे तो बांधत होता, असे सांगण्यात येते. डचांशी त्याचे पटले नाही. तेव्हा पूर्व किनाऱ्यावरील संपूर्ण व्यापाराची ताबेदारी मिळविण्यासाठी त्याने इंग्लिश कंपनीशी एक प्रकारची भागीदारी करण्याचा प्रस्ताव मांडला. मध्यंतरी स्वतःसाठी त्याचे वेगळे प्रयत्न चालू होते. बऱ्याच मोठ्या प्रदेशातील विणकरांना त्याने स्वतःकरिता माल तयार करण्यासाठी बांधून घेतले होते आणि आपण असे वाचतो की, 'जोपर्यंत आयात होणाऱ्या सर्व मालाची मक्तेदारी मिळत नाही, तोपर्यंत ही पद्धत चालू ठेवण्याचा त्याने निर्धार केला होता.' मद्रास येथील कंपनीचे दलाल, मीरजुमलाने सुचविलेल्या भागीदारीच्या योग्यतेबद्दल साशंक होते. कारण अशा भागीदारीच्या उदाहरणामुळे इतरत्रही कंपनीच्या व्यापाराला अडथळा निर्माण करण्याची अशीच मक्तेदारी अस्तित्वात येईल, अशी त्यांचा भीती वाटत होती. मीरजुमलाने गोवळकोंडा सोडले आणि मोगलांच्या दरबारात नोकरी धरली. त्यामुळे त्याने सुचविलेल्या विशिष्ट भागीदारी योजनेचा धोका टळला. पण कंपनीच्या दलालांनी व्यक्त केलेली भीती साधार होती. हे तत्कालीन कागदपत्रांचा अभ्यास करणाऱ्या कुठल्याही अभ्यासकाला अमान्य करता येणार नाही.

आपण वर सांगितलेला दुसरा अपवाद म्हणजे वाहतुकीस लागणारा वेळ व खर्च ही गोष्टदेखील अधिकाऱ्यांच्या हस्तक्षेपामुळे बाजारात होणाऱ्या व गोंधळाच्या धोक्यापेक्षा कमी व्यावहारिक महत्त्वाची नव्हती. वाहतुकीस लागणारा वेळ व खर्च यांमुळे बाजारपेठांतील व्यापार आताच्या मानाने अतिशय अरुंद कक्षेत मर्यादित झाला होता. आणि इतर ठिकाणी जगात असलेल्या मालाच्या पुरवठ्यापेक्षा प्रत्यक्ष बाजारपेठेत असलेल्या मालाच्या साठ्यावर मालाच्या किंमती अवलंबून राहत

होत्या. आयात होणाऱ्या मालाच्या बाबतीत महत्त्वाचा प्रश्न वेळेचा होता. सध्याच्या दिवसात हिंदुस्थानच्या कुठल्याही भागात एखाद्या मालाची कमतरता पडणार असल्याचा अंदाज आला की, ताबडतोब तारायंत्र काम करू लागेल, जगभर संदेश जातील आणि थोड्या आठवड्यांतच मालाचा आणखी साठा देशात येऊन पडेल. पण प्रस्तुत काळात शिशे, पोवळे, विशिष्ट प्रकारचे लोकरीचे कापड अशा प्रकारच्या मालाचा पुरवठा होण्यास जवळजवळ दोन वर्षे लागत होती. जानेवारीत सुरतेहून मायदेशी मागणी पाठविली की, जर सर्व काही ठिकठाक असेल तर त्यानंतरचा सप्टेंबर सोडून पुढील वर्षीच्या सप्टेंबरमध्ये माल येत असे आणि त्या वेळेपर्यंत बाजारातील परिस्थिती संपूर्णपणे बदललेली असे. म्हणून दूरच्या ठिकाणी जहाजाने माल पाठविण्यास फार मोठी अनिश्चितता होती. ज्या मालाची मागणी केलेली असे, तो पुष्कळदा मिळत नव्हता. आणि जरी तो मिळाला तरी माल प्रत्यक्ष आल्यानंतर तो विक्रीस योग्य नसल्याचे आढळून येत होते. व्यापाऱ्यांना मालाच्या विक्रीसाठी काही अंशी स्थानिक किंमतीवर आणि काही अंशी मालासंबंधीच्या त्यातल्या त्यात नवीन माहितीवर अवलंबून राहावे लागत होते, ही माहितीदेखील कमीजास्त स्वरूपात कालबाह्य असायची. बसरा आणि अलेप्पोद्वारे खुष्कीच्या मार्गाने पत्रे पाठवून हिंदुस्थान आणि युरोप दरम्यान संपर्क साधण्यास लागणारा वेळ काही प्रमाणात वाचू शकत होता. अनुभवाने याचे फायदे कळल्यावर हा मार्गच कमी-जास्त प्रमाणात नियमित वापरला जाऊ लागला.[१] पण या मार्गाने वाहतूक करण्यात कुठलीही शाश्वती नव्हती. कारण एखाद्या वेळी या मार्गाने पाठविलेल्या पत्रामुळे प्रत्यक्षात एखादे वर्ष वाचत होते. पण कधी कधी समुद्रमार्गाने जेवढा वेळ लागे, तेवढाच वेळ खुष्कीच्या मार्गाने पत्र पोहोचण्यास लागत होता. अति पूर्वेकडील दळणवळणात अशा प्रकारे वेळ वाचविणे शक्य झाले नाही. सर्वसाधारणपणे दूरच्या बाजारपेठांशी असलेला संबंध इतका अनिश्चित स्वरूपाचा होता की, आज कल्पनाही येणार नाही अशा प्रकारे व्यापारावर त्याचा परिणाम घडून येत होता.

---

१. पोर्तुगीज कधी कधी अलेप्पो किंवा सुएझद्वारा खुष्कीच्या मार्गानेमाहिती पाठवीत.(पहा उदा. कौटो खं. १०प्र.१, पृ ७२) पण अशी जी उदाहरणे मी पाहिली आहेत, त्यातील माहिती व्यापारी नसून जास्त करून राजकीय होती. १६१६ मध्ये ॲमस्टरडॅम् आणि मच्छलीपट्टम यांच्यात खुष्कीच्या मार्गाने संपर्क प्रस्थापित करण्याचा डच विचार करीत होते. पण त्यावेळी युद्धामुळे त्यात अडथळा निर्माण झाला होता. (हेग ट्रान्सिक्रिप्टस् खं.१ पृ.८३) जमिनीवरील मार्गांचा इंग्रजांनी केलेला उपयोग तिसऱ्या दशकात लक्षात येण्याइतका जास्त आहे. (इंग्लिश फॅक्टरीज खंड६, पृ. ३४५ खं. ७. पृ. २७ वगैरे.)

हिंदुस्थानातील अंतर्गत व्यवहारात वेळेचा प्रश्न दुर्लक्षणीय नसला तरी तो वाहतुकीला लागणाऱ्या खर्चापेक्षा कमी महत्त्वाचा होता. निदान जो माल खुष्कीच्या मार्गाने गोळा केला जात होता आणि वाटला जात होता त्याबाबतीत तरी हे खरे होते. जमिनीवरून मालाची वाहतूक करण्यासाठी लागणाऱ्या खर्चाची ढोबळ कल्पना तत्कालीन कागदपत्रांतील काही तपशिलावरून करता येणे शक्य आहे. १६१९ मध्ये एका उंटावर लादलेला अंदाजे ५०० पौंड माल बऱ्हाणपूर मार्गे आग्रा ते सुरत वाहून नेण्यासाठी १४ रुपये दर पडत होता. १६३८ मध्ये या मार्गावरील वाहतुकीचा करार ७४ पौंडाला २ रुपये या दराने संमत करण्यात आला. १६५१ मध्ये आग्रा ते अहमदाबाद राजपुताना मार्गे एका उंटाचा दर १५ रुपये होता. तर १६३९ मध्ये ७४ पौंडांच्या एका मणाला २ रुपये या दराने आग्रा ते लाहोर मालवाहतूक होत होती. वरील आणि इतर दरांची सरासरी काढली तर १०० पौंड वजनाचा माल १०० मैल अंतर नेण्यासाठी उत्तर आणि पश्चिम हिंदुस्थानात येणारा खर्च अर्धा ते पाऊण रुपया होता, असे आपल्याला दिसते. यात अर्थात मालाच्या संरक्षणासाठी सशस्त्र रखवालदारांना दिलेल्या रकमा आणि आंतर्देशीय जकातीचा खर्च यांचा समावेश नाही. या खर्चात स्थानिक परिस्थितीप्रमाणे खूपच फरक पडत असे. आणि वाहतुकीच्या खर्चात त्यामुळे बरीच भर पडत असे. हे पीटर मुंडीने उल्लेखिलेल्या एका वाहतूक करारावरून दिसून येते. या करारानुसार एका गाडीला रुपये ४५ आणि एका उंटावरील मालाला ९ रुपये मोबदला मिळाल्यास आग्रा ते अहमदाबाद वाहतुकीतील सर्व जकात देण्याचे वाहतूक करणाऱ्यांनी कबूल केले होते. पण या करारासंबंधी एक लक्षात ठेवले पाहिजे की, या मार्गावर स्वतंत्र सरदारांची संख्या अतिशय जास्त होती. म्हणून हे आकडे संपूर्ण हिंदुस्थानाला लागू करता येणार नाहीत. वाहतुकीचा प्रत्यक्ष खर्च लक्षात घेतला तर वजनाच्या दर घटकाला ज्यांची किंमत जास्त होती, अशा मालावरच हा खर्च देता येणे शक्य होते. पण शेतीच्या मालासाठी तो अजिबात परवडणे शक्य नव्हते असे म्हणता येईल. १६ व्या शतकाच्या अखेरीला गव्हाची उत्तर हिंदुस्थानातील किंमत सामान्यतः १८५ पौंडाला १ रुपया ही होती. मालाची शंभर मैल वाहतूक केल्यास ही किंमत दुप्पट झाली असती. गुजरातच्या बाजारपेठेत विक्रीसाठी हा गहू पाठविला तर ही किंमत तत्कालीन दराप्रमाणे पाचपट ते आठपट वाढली असती. आपल्याला असे दिसेल की, सुरतेला त्या काळी गव्हाची किंमत साधारणपणे ८५ पौंडाला १ रुपया ही होती. सुरतेला २५० मैल किंवा त्यापेक्षा कमी अंतरावरून आणलेला गहू वाहतुकीचा खर्च निघून येण्यासाठी या किंमतीला विकावा लागला असता. म्हणून

२०० मैलाच्या परिघातील ठिकाणाहून हा गहू आणलेला असला पाहिजे. फार जास्त किंमत वाढवून मिळाली तरच बऱ्याच दूरच्या अंतरावरून अन्नधान्य सुरतेला येऊ शकले असते. म्हणून निळीसारख्या मालाच्या बाबतीत आपल्याला असे म्हणता येईल की आग्रा आणि अहमदाबाद ही एकाच बाजारपेठेत होती आणि मालाचे मुख्य ग्राहक दोन्हीपैकी कुठल्याही शहरात खरेदी करू शकत होते. पण याउलट अन्नधान्याच्या बाबतीत हिंदुस्थान स्वतंत्र बाजारपेठांत मोठ्या संख्येने विभागला गेला होता, असे म्हटले पाहिजे. कारण जमिनीवरून अन्नधान्याची वाहतूक करण्याचा खर्च इतका जास्त होता की, एका बाजारपेठेतील माल दुसरीकडे जाऊ शकत नव्हता आणि कुठलीही परिणामकारक स्पर्धा होऊ शकत नव्हती. ज्या ठिकाणी जलमार्ग वाहतुकीसाठी उपलब्ध होता, त्या ठिकाणी बाजारपेठांचा विभक्तपणा कमी प्रमाणात आढळे. विशेषतः समुद्रमार्गात तर बाजारपेठांचे एकत्रीकरण करण्याची जबरदस्त शक्ती होती. माल एका किनाऱ्यावरील बोटीत मावण्याइतका पुरेसा असेल तेव्हा आयातीच्या आणि निर्यातीच्या बाबतीत सुरत आणि लाहरी बंदर ही दोन बंदरे एकाच बाजारपेठेत होती. सागरी मार्ग चाचेगिरीमुळे किंवा नाकेबंदीमुळे चालू नसेल तेवढा काळ सोडला तर गुजरात आणि मलबारची एकच बाजारपेठ होती. सुरत आणि मच्छलीपट्टम् बद्दल हेच म्हणता येईल. मच्छलीपट्टमच्या बाबतीत परिस्थिती वेगळी होती. बटाव्हिया येथे डचांचे मुख्य ठाणे असल्याने तेथे आयात केलेल्या मालाच्या किंमती समान ठेवण्यात येत होत्या. कारण बटाव्हिया येथील कौन्सिलकडून वाहतूकखर्चाने फारसा फरक पडू न देता मसाले, चिनी मातीची भांडी किंवा इतर मूल्यवान धातू असा माल हिंदुस्थानच्या किनाऱ्यावर जेथे मालासाठी उत्कृष्ट बाजारपेठ उपलब्ध होती, तेथे पाठविण्यात येऊ शकत होता. याच कारणामुळे निर्यात होणाऱ्या मालाच्या किंमतीवरही परिणाम झाला. मात्र कापडासारख्या विशेष मालाच्या ऐवजी ताबडतोब दुसरा माल निर्यातीसाठी मिळविणे काही वेळा अशक्य होत असे.[१] किनाऱ्यावरील बाजारपेठांचे सर्वस्वी एकीकरण झाले नसले तरी त्या एकमेकांवर निकटपणे अवलंबून होत्या, असे म्हणता येईल. फक्त युद्ध किंवा चाचेगिरी यामुळेच त्यांच्या परस्पर संबंधात

---

१. पूर्व किनाऱ्यावर मसाल्याची वारेमाप आयात करून डच व्यापाऱ्याचे नुकसान करीत होते, असे पेल्सार्टने (पृ.८)दाखविले आहे. पूर्व किनाऱ्यावर मालाचा पुरवठा कमी करून तो सुरतेला वाढविण्याची सूचना त्याने केली. पर्शिया. सुरत आणि मच्छलीपटम येते अशा रीतीने पुरवठा करावा की, जेणेकरून त्या संपूर्ण भागातील किंमतीची पातळी सारखी राहावी असा आदेश थोड्याच वर्षांनी ॲमस्टरडॅमहून पाठविण्यात आला. (हेग ट्रान्सस्क्रिप्टस खं.२.पृ.९५)

खंड पडत असे. पण कमी किंमतीच्या मालाच्या वाहतुकीत जमिनीवरील प्रवासाचा टप्पा अगदी थोडा असला तरी तो बाजारपेठांमधील संपर्क तुटण्यास पुरेसा ठरत होता.

२. नोकरवर्ग आणि संघटना

हिंदुस्थानातील ज्या बाजारपेठांत डच आणि इंग्रज व्यापाऱ्यांनी आपले बस्तान बसविले होते, तेथील त्यांच्या महत्त्वाबद्दल तत्कालीन इतिहासाच्या अभ्यासकांची अतिरंजित कल्पना होणे अगदी साहजिकच आहे. पश्चिम युरोपातील माल पुरविण्याची मक्तेदारी डच आणि इंग्रज या दोघांकडे मिळून होती. ही वस्तुस्थिती आहे. आणि युरोपसाठी करायच्या खरेदीचे नियंत्रणही त्यांच्याच हातात होते. पण युरोपशी होणाऱ्या व्यापाराचा प्रभाव हिंदुस्थानी बाजारपेठांवर पडला नव्हता. डच आणि इंग्रज यांनी संगनमताने व्यापार न करता परस्पर स्पर्धा केल्याने त्यांच्यापैकी प्रत्येकाचे सामर्थ्य कमी झाले होते. ही स्पर्धा हिंदी उत्पादक आणि ग्राहक यांना फायदेशीर होती. पण युरोपच्या हिताच्या दृष्टीने निश्चितच बाधक होती. ही चढाओढ नष्ट करण्याचे प्रयत्न वेळोवेळी करण्यात आल्याचे आपल्याला दिसते. पण हे प्रयत्न तत्कालीन स्वरूपाचे होते. १६३४ मध्ये सरकारची निळीची मक्तेदारी मोडण्यासाठी डच आणि इंग्रज यांच्यात करार झाला. पण आग्रा येथे गिऱ्हाइकांनी स्वतंत्र व्यवहार केल्याने या कराराच्या कार्यवाहीतही गंभीर अडचणी उत्पन्न झाल्या होत्या. काही विशिष्ट मालाच्या बाबतीत युरोपियन व्यापाऱ्यांनी हिंदी बाजारपेठा वेळोवेळी काबीज केल्या. पण हिंदुस्थानच्या व्यापारी दृष्टिकोनावर त्यांनी कधी छाप पाडली होती असे ठामपणे म्हणता येत नाही. हिंदुस्थानचा व्यापारविषयक दृष्टिकोन वैयक्तिक हिंदी व्यापाऱ्यांनी–मग ते मुस्लिम असोत, बनिया किंवा चेट्टी असोत घडविला होता. या माणसांनी आपली संपत्ती आणि सामर्थ्य पणाला लावून आपल्या कार्यक्षेत्रातील संपूर्ण घाऊक व्यापारावर नियंत्रण ठेवले होते, असे म्हणण्यास हरकत नाही. सुरतचा व्यापारी राजपुत्र वीरजी व्होरा हा या हिंदुस्थानी व्यापाऱ्यांमध्ये त्या काळात सर्वात प्रमुख होता. खरे की खोटे माहीत नाही पण तो जगातील सर्वात श्रीमंत व्यापारी म्हणून प्रसिद्ध होता.[१]

१. इंग्लिश फॅक्टरीजमध्ये दिलेल्या नावाचेच लिप्यंतर मी स्वीकारले आहे. प्रा. सरकार यांनी याच व्यक्तीविषयी लिहिलेल्या उताऱ्यांमध्ये बहरजी बोराह (शिवाजी पृ.११०) आणि पिर्जी बोराह (औरंगजेब प्र.१,पृ.३२५) असेही म्हटले आहे. सुरत येथे १६६४ मध्ये रेव्हरंड जॉन लस्कालियट यांनी लिहिलेल्या पत्रात 'जगातील सर्वात श्रीमंत व्यापारी' म्हणून असलेल्या त्याच्या प्रसिद्धीला निश्चित पुष्टी दिली आहे. हे पत्र थॉमस ब्राऊनच्या ग्रंथाच्या विल्कीन यांनी काढलेल्या आवृत्तीत (खं.१, पृ.४२४) छापलेले होते.इथे ज्या भागाचा उल्लेख केला आहे तो १९२१च्या इंडियन अॅण्टीक्वेरीमध्ये आलेला आहे. पहा: पृ.३१२ आणि त्यानंतरची पाने.

मला आढळलेला त्याचा पहिला उल्लेख १६१९ सालातला आहे. त्यावेळी सुरतेला एका बोटीचा मुख्य असलेल्या त्याच्या एका नोकराने इंग्रज जहाजांवरील जागेचा चांगला उपयोग केल्याबद्दल शिफारसपत्र मिळविले होते. या वेळेपासून व्यापारविषयक कागदपत्रांत त्याचा वारंवार उल्लेख आढळतो. सोने आणि चांदी, शिसे, पोवळे, हस्तिदंत, मसाले, अफू, कापूस आणि सुरतेच्या घाऊक बाजारपेठेत येणाऱ्या विविध प्रकारच्या मालापैकी जवळजवळ प्रत्येक मालाची खरेदी आणि विक्री तो नेहमी करीत असल्याचे उल्लेख सापडतात. त्याचा व्यवहार फार मोठा होता आणि त्याच्या प्रभुत्वाखालील व्यापारी कंपन्या ५ ते १० लाख किमतीचा एका जहाजावरील संपूर्ण माल विकत घेऊ शकत होत्या. अशा प्रकारच्या ठोक खरेदीमुळे एखाद्या विशिष्ट मालाची तात्पुरती मक्तेदारी त्याला साहजिकच मिळत होती. डचांनी आयात केलेल्या मसाल्याची अशीच मक्तेदारी त्याला मिळाली होती. त्याच्या व्यापारी कंपनीने दर मणाला रुपये ४५/- या भावाने घेतलेल्या लवंगा रु.६२/- आणि रु.६५/- या भावाने विकल्याचे आपल्याला आढळते. परदेशी मालाखेरीज सुरत येथील मिरीचा व्यापार आणि पोतुगिजांच्या अधिपत्याखाली नसलेल्या मलबारच्या बंदराशी होणारा किनाऱ्यावरील व्यापार त्याच्या ताब्यात होता. त्याच्या व्यापाराचे जाळे सर्वदूर पसरले होते. त्याच्या कारभाराच्या शाखा किंवा त्याचे दलाल अहमदाबाद, आग्रा, बऱ्हाणपूर आणि गोवळकोंडा या ठिकाणी होते. तसेच मलबार आणि पूर्व किनाऱ्यावरदेखील होते. जावा, बसरा आणि गांबरून या ठिकाणांशी त्याचे व्यापारी संबंध होते. कधीकधी इंग्रजांच्या जहाजांवरून तो आपला माल वरील ठिकाणी पाठवीत असे. जसा काळ लोटला तशी त्याची बाजारातील सत्ता इतकी वाढत गेली की अखेरीला इंग्रजांच्या दलालांना ती तापदायक झाली. 'सर्वसाधारण व्यापारी' असलेला वीरजी व्होरा 'सर्व युरोपियन मालाचा' एकमेव मक्तेदार बनला. १६२४ मध्ये 'या शहरात सुरतेत कमी दर्जाच्या व्यापाऱ्यावर त्याचा इतका प्रभाव आहे की, त्यांची नेहमी माल खरेदी करण्याची आणि जास्त किंमत देण्याची तयारी असली तरी ते तसे करू शकत नाही. स्वतःचे हेतू उघड करण्याची त्यांची छाती नाही. तो जे करेल त्यापुढे त्यांची शरणागती इतकी पराकोटीची आहे की, अद्याप मालाची किंमत ठरविणे आणि विक्रीची किंमत ठरविणे हे सर्वस्वी त्याच्या मर्जीवर आणि सोयीवर अवलंबून आहे.' वीरजी व्होरासंबंधीचे हे मत डचांच्या कौन्सिलने नोंदवून ठेवले होते. 'त्यांच्याशी असलेल्या नुकसानकारक संबंधाला कंटाळून हळूहळू त्याचे संबंध तोडण्याचा आणि ज्यांच्याकडून अधिक चांगला व्यापार होण्याची अपेक्षा आहे

त्यांच्याशी व्यवहार करण्याचा आपला मनोदय' कौन्सिलने जाहीर केला. पण हा मनोदय प्रत्यक्षात आला नाही. कारण १६४२ मध्ये वीरजी व्होराने 'आपल्या पद्धतीनेच व्यापार करण्याची सर्व बनिया व्यापाऱ्यांना सक्ती केली होती.' आणि त्यानंतर ४ वर्षांनी देखील सर्व व्यापारी दलाल त्याच्याच हातात होते. प्रस्तुत काळाच्या अखेरच्या दशकात एका विशिष्ट व्यवहारासंबंधीचा एक तंटा निर्णयासाठी लंडनला पाठविण्यात आला होता. कंपनीने वीरजी व्होराच्या विरुद्ध निर्णय दिला. पण त्याच्याबद्दलच्या आदराचे प्रतीक म्हणून एक किंमती भेट त्याला पाठविली. अर्थात त्यामुळे त्याचे समाधान झाले नाहीच. काही काळ तो इतका भडकला होता की, 'खात्यावर कुठलीही रक्कम कुठल्याही व्याजाच्या दराने उधार देण्यास तो तयार नव्हता.'

वीरजी व्होरा व्यापारी म्हणून प्रबळ असला तरी स्थानिक अधिकाऱ्यांना धाब्यावर बसविणे त्याला नेहमीच शक्य होते, असे नाही. १६३० मध्ये त्याच्याशी भागीदारी करण्याच्या गव्हर्नरच्या इराद्यामुळे तो भयभीत झालेला आढळतो. कारण या भागीदारामुळे गव्हर्नरच्या 'तावडीत सापडून आपले हाल होतील,' अशी त्याला भीती होती. नंतर मसीह-उज-झमान या गव्हर्नरने त्याची पिळवणूक करण्याची योग्य संधी साधली. कारण १६३८ च्या अखेरीला सुरतेच्या तुरुंगात तो 'अत्यंत राक्षसी जुलूम' अनुभवत खितपत पडला होता. त्याच्याविरुद्ध नेमका आरोप काय होता, हे कळत नाही. आणि तो खरा होता की खोटा याचीही माहिती नाही. पण त्याच्याविरुद्ध केलेली कारवाई बेकायदेशीर असावी असे दिसते. कारण दिवाणाने (बारशाही महसूल अधिकाऱ्यांचा प्रांतिक प्रतिनिधी) हे प्रकरण बादशाहला कळविले. वीरजी व्होराला दरबारात व्यक्तिशः हजर राहण्याचे फर्मान आले आणि अखेरीला मसीह-उज-झमान याला गव्हर्नर पदावरून दूर करण्यात आले. या वेळेपासून तर आपल्या काळाच्या अखेरपर्यंत वीरजी व्होराच्या उद्योगाची कधीच कसून तपासणी करण्यात आली नाही. १६६४ मधील शिवाजीच्या सुरतेवरील स्वारीमध्ये त्याचे प्रचंड नुकसान झाले. पण त्यानंतर थोड्याच काळाने तो आणि दुसरा एक व्यापारी 'अजून ताठ मानेने उभे आहेत आणि मोठा व्यापार करण्याच्या तयारीत आहेत,' असे आपल्याला कळते. सुरतेच्या डच ठाण्याशी लाचलुचपतीचा व्यवहार केल्याचा त्याच्यावर आरोप करणारा एक निनावी अर्ज १६६५ मध्ये बटाव्हियाला पोहोचला आणि याच सुमारास थिवेना या प्रवाशाने त्याच्या संबंधी मित्रत्वाने लिहिले आणि त्याची मालमत्ता किमान ८० लाखांची

असावी, असा उल्लेख केला. कुठल्या नाण्याच्या संदर्भात थिवेनाने हा अंदाज केला, हे स्पष्ट नाही. पण दुसराही एक समकालीन वृत्तांत त्याची संपत्ती ८० लाख रुपयांची असावी असे सांगतो.[१] आणि लोकांच्या दृष्टीने इतक्या रकमेचे भांडवल वीरजी व्होरापाशी होते, असे मानायला हरकत नाही. अर्थात हा अंदाज सत्य परिस्थितीपेक्षा फार वेगळा असण्याची शक्यता आहे. त्याचा मृत्यू केव्हा झाला, याचा उल्लेख मला आढळलेला नाही. पण तो बहुधा १६७७ सालापूर्वी झाला असावा.[२]

वीरजी व्होरासारख्या प्रमुख व्यापाऱ्याला युरोपियन व्यापाऱ्यांचे बाजारातील अस्तित्व पसंत होते की नाही हा प्रश्न साहजिकच निर्माण होतो. निदान इंग्रज व्यापाऱ्यांच्या बाबतीत तरी या प्रश्नाचे उत्तर होकारार्थी येईल, अशी माहिती उपलब्ध आहे. कारण प्रदीर्घ काळपर्यंत त्याने इंग्रजांना व्यापारासाठी खुशीने भांडवल पुरविले. वास्तविक त्याची इच्छा असती तर या काळात तो त्यांना देशाबाहेर घालवू शकला असता. मागील प्रकरणात आपण पाहिले की, सुरतेला इंग्रजांना वारंवार भांडवल उधार घेणे भाग पडत होते. त्यांची ही गरज प्रामुख्याने वीरजी व्होराने भागविली. त्याचे बाजारातील स्थान इतके बलवत्तर होते की, इच्छा असल्यास त्याने इतरांना इंग्रजांना कर्ज देण्यास परावृत्त केले असते, असे मानायला जागा आहे. याउलट एकदा तर इंग्रज अतिशय अडचणीत असताना त्याने २ लाख रुपयांचे कर्ज त्यांना आपणहून दिले होते आणि दुसऱ्या एका प्रसंगी यापेक्षा अर्धी रक्कम देण्याची अनपेक्षित तयारी दर्शवून त्याने इंग्रजांची बाजारातील पत वाचविली होती. त्याचे हे वर्तन मानवतावादी होते किंवा औदार्याचे होते असे मानणे वेडेपणाचे होईल. कारण दिलेल्या रकमांवर तो व्यवस्थित व्याज घेत होता आणि बाजारातील परिस्थितीनुसार व्याजाचा दर वाढवीतही होता. कर्जांच्या अटींबाबत तो अत्यंत खंबीर होता. ज्या व्यापाऱ्यांचा धंदा वाढण्यासाठी त्याने इतकी मदत केली, त्या व्यापाऱ्यांचे बाजारातील अस्तित्व त्याला मोलाचे वाटत होते, असे अनुमान काढणे अधिक योग्य होईल. कारण इंग्रज सुरतेला नसण्यापेक्षा ते असणे पैसा मिळविण्याच्या दृष्टीने अधिक फायदेशीर होते, हे त्याने बरोबर ओळखले होते. त्या काळी बाजारात वैयक्तिक पत किती महत्त्वाची होती, हे त्याच्या वर्तनावरून दिसून

---

१. पूर्वीच्या टीपेमध्ये उद्‌धृत केलेल्या इस्कालियाटच्या पत्रातून हा आकडा घेतला आहे

२. १ जून १६७८ च्या डाग रजिस्टरमध्ये सुरतेहून आलेली काही चमत्कारिक पत्रे छापलेली आहेत. त्या पत्रांचे स्वरूप असे आहे की, वीरजी व्होरा त्यावेळी व्यापारात असता तर त्याचे नाव निश्चित आले असते. पण त्याचा उल्लेख कुठेच आलेला नाही.

येते. त्याने दिलेल्या कर्जाबद्दल कुठलाही जामीन मागितल्याची नोंद कागदपत्रांत नाही. अर्थात असा जामीन मागणे व्यर्थ होते, ही गोष्ट उघड आहे. इंग्रजांना कुठलाच भक्कम जामीन देता येणे शक्य नव्हते. गहाण ठेवण्यासाठी त्यांच्याजवळ मालाच्या साठ्याशिवाय दुसरे अधिक काहीच नव्हते आणि तो मालही काही काळ विकला जाण्यासारखा नव्हता. म्हणून ऋणकोची वैयक्तिक पत व्यापार करण्याइतपत पुरेशी असेल तर धंद्यातील व्यवहार म्हणून त्याला गुजरातमधील तत्कालीन परिस्थितीत लाखांनी पैसा कर्जाऊ मिळत होता, असा निष्कर्ष आपण काढला पाहिजे.

वीरजी व्होरासारखाच एक तुल्यबल व्यापारी पूर्व किनाऱ्यावर होता. त्याचे घराणे किंवा संस्था 'मलय' नावाने परिचित होती. त्याचे मुख्य केंद्र पुलिकत येथे असून त्याचे संबंध दक्षिणेत मेघापट्टम् इतक्या दूरवर पसरले होते. खुद्द मलय १६३४ मध्ये मरण पावला. पण त्याचा धंदा त्याच्या नातेवाइकांनी पुढे चालू ठेवला होता. त्याच्या मृत्यूनंतर दहापंधरा वर्षेपर्यंत इंग्रजांच्या कागदपत्रात मलयचा उल्लेख होत असलेला दिसतो. या व्यापारी कंपनीचा व्यवहार वीरजी व्होराच्या धंद्यापेक्षाही समजायला जास्त कठीण होता. कारण दक्षिणेकडील गुंतागुंतीच्या राजकारणाशी तो अगदी निगडित झालेला होता. मलयचा धाकटा भाऊ चिनाना चेट्टी मलयानंतर त्याच्या कारभाराचा प्रमुख झाला. हा चिनाना निरनिराळ्या सार्वजनिक अधिकारपदांवर होता, असे दिसते. आणि वेळप्रसंगी त्याने लढाईत सैन्याचे आधिपत्यही केले होते. त्यांच्या आयुष्यात अपरिहार्य चढउतार झालेले दिसतात. एके काळी त्याची कर्जे इतकी प्रचंड होती की ती संशयास्पद वाटत होती. पण त्याची प्रत्यक्ष धूळधाण झाल्याची नोंद मला कुठेही आढळली नाही. धंद्याच्या बाबतीत त्याचे हितसंबंध मोठ्या प्रमाणात जहाज वाहतुकीत गुंतलेले होते. डच आणि इंग्रज यांच्या कागदपत्रांत या व्यापारी संस्थेच्या कारवायांचे वर्णन आहे. त्यावरून मला असे दिसते की, डच आणि इंग्रज या दोन कंपन्यांत कलागती लावून स्वतःचा लाभ करणे हे तिचे धोरण होते.

अशा व्यापारी कंपन्यांपेक्षा सर्वसाधारण व्यापाऱ्यांविषयी आपल्याला साहजिकच फार कमी माहिती मिळते. या सामान्य व्यापाऱ्यांचा धंदा लहान प्रमाणावर होता आणि बाजारात ज्याची सत्ता असेल अशा मोठ्या व्यापाऱ्याने आखून दिलेल्या मार्गाने ते व्यापार करीत असत, एवढे सांगितले म्हणजे पुरसे आहे. या संदर्भात घडलेल्या एका प्रसंगाची नोंद आढळते. सुरतेच्या एका व्यापाऱ्याने

वीरजी व्होराला धुडकावून लावायचा विचार केलेला असावा. कारण त्याने पोवळ्याचा बराच माल खरेदी केला. पण दोन वर्षेपर्यंत हा व्यवहार उघड करण्यास तो धजावला नाही. आणि त्याचा माल इंग्रजांच्या गोदामात 'मागणी केल्याविना आणि दुर्लक्षित' पडून राहिला. पण तत्कालीन पत्रव्यवहारांवरून असे दिसते की, इतकादेखील स्वतंत्र बाणा नेहमीच्या व्यवहारात कोणी दाखवील, अशी अपेक्षा करण्यात अर्थ नव्हता. तत्कालीन दप्तरात सर्वसामान्य व्यापाऱ्यांपेक्षा अडत्ये आणि दलाल यांना महत्त्वाचे स्थान आहे. दलाल नेमण्याची पद्धत सार्वत्रिक होती. हे दलाल असंख्य आणि सर्वत्र आढळणारे होते आणि कधीकधी त्यांचा उपद्रव होत असे. १६३५ मध्ये सुरतेच्या इंग्रजांच्या प्रतिनिधींनी असा नियम केला की, 'कंपनीच्या अधिकृत दलाल आणि त्यांच्या काही माहितीच्या नोकरांव्यतिरिक्त इतर कुठल्याही दलालांना इंग्रजांच्या घरात येण्याची परवानगी देण्यात येऊ नये. कंपनीशी काही काम असेल तर त्यांना येऊ द्यावे. पण त्यासाठी त्यांनी प्रथम प्रवेश करण्याची परवानगी मागितली पाहिजे. असे जर केले नाही तर अनेक प्रसंगी अनेक प्रकारची गैरसोयीची परिस्थिती निर्माण होते. हे दलाल कंपनीत येऊन इतर माणसांचा अनेक प्रकारचा व्यापार कोणत्याही अटींवर वाढविण्याचा प्रयत्न करतात. इतकेच नव्हे तर आपल्याला व्यवहारांची बित्तंबातमी काढून आपण ते व्यवहारात प्रसिद्ध करण्याची परवानगी देण्यापूर्वीच बाजारात सर्वत्र पसरवितात.'

वेळोवेळी दलाल विश्वासघातकी आणि लबाड निघाल्याचे आपण वाचतो. पण मला वाटते की, तत्कालीन व्यापारी परंपरेच्या मर्यादेत दलालांचे काम सर्वसाधारणपणे चोख होते आणि इंग्रज व्यापारी बराच काळपर्यंत फारशा सन्मान्य नसलेल्या कंपूच्या हातात होते, असे मानण्यास जागा आहे.[१] या लोकांची व्यापारी

---

१. जादूदास या पहिल्या इंग्रज दलालाने केलेला गैरव्यवहार हा विषय सुरुवातीच्या पत्रव्यवहारांमध्ये नेहमी आढळतो. उदा. लेटर्स रिसीव्हड खं.१ पृ. २८४, ३०४, खं.५ पृ.११५; खं. ६ पृ. २३२; इंग्लिश फॅक्टरीज खं.१ पृ. २१, ४२; रो; (पृ.२१६) म्हणतो 'इतर सर्वांपेक्षा याने आम्हांला जास्त अडथळा आणला.' पण तो असेही म्हणतो (पृ.२७७) की, 'सचोटी सोडली तर तो इतर सर्व बाबतीत तयार होता. पण सचोटीला पर्याय नाही. माझ्या मते तो एक भडक डोक्याचा पण आवश्यक असा दुय्यम दर्जाचा मनुष्य होता. अशी माणसे अजूनही हिंदुस्थानात वेळ प्रसंगी आढळतात. आपल्या नातेवाईकांना कंपनीत नोकरीला लावण्यात तो यशस्वी झाला होता.' कारण १६३२ मध्ये मंडी लिहितो (खं.२ पृ.७९) की 'त्याचा पाटण्याचा मदतनीस, सुरतेचा गुरुदास, आग्रा येथील धनजी, भडोचचा पंजू या दलालांचा चुलत भाऊ होता.ही सर्व दोन भावांची मुले होती आणि बऱ्हाणपूरचा दलाल हा तिसरा भाऊ.

नीतिमत्ता काय असेल ती असो, त्यांचे व्यवहार मात्र अशा प्रकारचे होते की, त्यामुळे किमती कमी येत होत्या यात शंका नाही. बाजारातील परिस्थितीप्रमाणे किंमतीत झटपट चढउतार होत होते, हे यापुढील विभागांमध्ये आपण पाहणार आहोतच.

व्यापारी आणि दलाल यांच्यात फरक करणारी एक गोष्ट म्हणजे व्यापाऱ्यांकडे भांडवल होते तर दलालांकडे ते नव्हते. पण ही गोष्ट सोडली तर दोघांच्या व्यवहाराच्या सीमारेषा स्पष्ट करणाऱ्या फारशा गोष्टी आपल्या काळातील बाजारपेठांमध्ये आढळत नाहीत. वीरजी व्होरा हा प्रामुख्याने व्यापारी होता म्हणजे मालाची खरेदी आणि विक्री तो करी. ज्या पदार्थात फायद्याची आशा असेल असा कोणताही पदार्थ त्याच्या व्यवहाराच्या कक्षेत येत होता पण त्याचवेळी तो जहाजाने माल वाहतूक करीत होता. बँकर म्हणून काम करीत होता, लोकांच्या ठेवी स्वीकारत होता आणि त्याच्या कार्यालयाच्या परगावी असलेल्या शाखांवर हुंड्या पाठवून रकमा देण्याची व्यवस्था करीत होता. मलय याच्या व्यापारी संस्थेचा कारभारही विविध स्वरूपाचा होता. बँकर हा व्यापाऱ्यापेक्षा वेगळा असतो. किंवा एखाद्या प्रमुख व्यापाऱ्याने आपला व्यवहार काही विशिष्ट मालापुरताच मर्यादित ठेवला आहे, असे दर्शविणारी कुठलीही नोंद मला आढळली नाही. ज्या धंद्याचे विशेषीकरण झाले होते, असे कदाचित म्हणता येईल, असा धंदा चलनाचा व्यापार करणाऱ्या किंवा पैशाशी देवघेव करणाऱ्या लोकांचा होता. विविध प्रकारची नाणी प्रचारात असल्याने फक्त नाण्यांचे तज्ज्ञच हा धंदा करू शकत होते. या तज्ज्ञांना 'श्रॉफ' म्हणण्यात येई. या तज्ज्ञांनी टव्हेर्नियर सारख्या प्रवाशांवरही धंद्यातील आपल्या विशेषज्ञतेने छाप पाडली होती. पण या लोकांनी आपला धंदा केवळ नाण्यांच्या व्यापारापुरताच मर्यादित ठेवला नव्हता. कारण इंग्रजांच्या नोकरीत असलेल्या एका सराफाने पर्शियन आखातात व्यापार करण्यासाठी त्यांचे एक लहान जहाज भाड्याने घेतले होते, अशी नोंद आढळते. इंग्रजांचे दलालही मधून मधून स्वतःचा स्वतंत्र धंदा करीत असेही आपल्याला कळते. सागरी विम्याचा धंदा विशेष प्रकारचा असणे शक्य आहे. पण मला त्यासंबंधी निश्चित माहिती मिळालेली नाही. विमा उतरविण्याची पद्धती सर्वत्र प्रचलित होती. युद्धाच्या जोखमीचा तसेच थंड बाजाराचा देखील विमा काढण्यात येत होता, हे आपण वाचतो. विमेदारांची नावे आणि स्थाने यांचा उल्लेख मात्र कुठे आढळत नाही. पण सर्वसाधारण व्यापाऱ्यांनीच हे विमे काढले असल्याची शक्यता जास्त आहे. वरील वर्णनावरून असे दिसते की, हिंदुस्थानातील व्यापारी केंद्रात असंख्य व्यापारी वावरत होते. व्यापाराच्या निरनिराळ्या शाखांमध्ये त्यांची विभागणी झालेली नव्हती. पण जवळ

असलेल्या भांडवलावर आणि अंगच्या कार्यक्षमतेवर त्यांचा दर्जा अवलंबून होता. नफ्याच्या आशेने कुठलेही व्यापारविषयक साहस करण्यास यापैकी सर्व व्यापारी उत्सुक होते. पण व्यापारातील प्रमुख उद्योगपतींना जेथे स्पर्धा निर्माण होण्याची शक्यता आहे अशा कुठल्याही व्यवहारात पडायला ते राजी नव्हते. याचा परिणाम अपरिहार्यपणे असा झाला की, जेथे कोणी मोठा प्रतिस्पर्धी नसेल अशा आशादायक व्यापारी योजनेत भाग घेण्यासाठी व्यापाऱ्यांची झुंबड लागत होती. उदा. अरबांनी एडनचा परत ताबा घेतल्यावर हिंदुस्थानी बंदरातून व्यापारी जहाजे घाईघाईने तिकडे रवाना झाली. आणि बाजार मालाने इतका ओसंडून गेला की फार मोठे नुकसान पत्करूनच मालाची विक्री करणे शक्य झाले. मोचा येथे तर अधिकाऱ्यांच्या जुलमामुळे परिस्थिती आणखीनच वाईट होती. अचिनहून एकही जहाज परत आले नव्हते. त्याचा परिणाम सुरतेच्या हिंदू आणि मुस्लिम व्यापाऱ्यांचे दिवाळे निघण्यात आणि देशभर कापसाच्या मालाच्या किमती घटण्यात झाला. पुन्हा १६४४ मध्ये डच दप्तरात अशी नोंद आहे की, चलनाचा व्यापार करणारे धंदेवाईक आणि मोचा येथील काही व्यापारी यांचे दिवाळे निघाले होते. आणि त्यामुळे सोने-चांदीचा बाजार विस्कळित झाला होता. इंग्रज दलालांनी पाठविलेल्या एका पत्रात याच घडामोडीचा उल्लेख आहे, असे मला वाटते. त्या पत्रात असे म्हटले आहे की, 'गोंबरूनमध्ये कुठलाही जिन्नस मागविला की, तो अचानक इतक्या मोठ्या प्रमाणात पाठविला जातो की, त्याला पुढे काही किंमतच उरत नाही. मोचा येथेदेखील असेच आहे. तेव्हा बसरा हे एकच ठिकाण अजून असे आहे की, तेथे तुम्हाला जास्तीत जास्त नफा मिळतो.' पण बसऱ्याविषयी व्यक्त केलेले मत देखील लवकरच खोटे ठरले. कारण १६४७ मध्ये 'अगणित प्रमाणात माल पाठविल्यामुळे आणि विक्री अगदीच कमी असल्यामुळे' बसरा येथे मोचा प्रमाणेच मालाचा फाजील पुरवठा झाला. याच प्रकारची मंदी अचिन येथील बाजारपेठेतही निर्माण झाली होती. १६४१ साली तेथील जुलमी राजा मरण पावला. त्याच्यानंतर आलेला राजा न्यायीपणाबद्दल प्रसिद्ध होता. त्यामुळे असंख्य हिंदी व्यापाऱ्यांनी तेथे माल पाठविला. परिणामी बाजारात जरुरीपेक्षा खूपच जास्त कापसाचा माल येऊन पडला. लवकरच दोन वर्षे पुरेल इतका माल बाजारात साठला असल्याचा अंदाज करण्यात आला. या व इतर घटनांवरून असा निष्कर्ष निघतो की, सध्या पश्चिम हिंदुस्थानातील बाजारपेठांमध्ये उतावीळपणे व बेदरकारपणे व्यापार करण्याची जी वृत्ती आढळते तिचे मूळ इतिहासात फार पूर्वीपासून रुतले होते. आपल्या विचाराधीन काळात उत्साहाची किंवा पुढाकार घेण्याच्या वृत्तीची मुळीच उणीव नव्हती आणि त्या काळच्या परिस्थितीत काहीशा

धोक्याच्या किंवा अनिश्चित स्वरूपाच्या व्यापाराच्या खटाटोपात ही वृत्ती वापरली गेली, याचे नवल वाटायला नको.

३. गुजरातमधील निळीचा व्यापार

प्रस्तुत काळातील बाजारपेठांचे स्वरूप आणि व्यवहार याची कल्पना काही महत्त्वाच्या मालाच्या किंमतीत होणाऱ्या बदलांचा विचार केल्यास अचूकपणे येऊ शकेल. भारतीय आधारग्रंथांत किंमतीची कुठलीही पद्धतशीर नोंद ठेवलेली आढळत नाही, हे सांगण्याची जरूरच नाही. पण इंग्रजांच्या पत्रव्यवहारात दिलेली माहिती मात्र विस्तृत आहे. म्हणून अनुकूल बाबतीत बहुतांचे सातत्याने किंमतीचा आलेख तयार करता येतो. दुर्दैवाने काही आकड्यांचा अर्थ लावणे कठीण आहे. उदा. लोकरीच्या कापडाच्या दर्जात इतके विविध प्रकार होते की, त्या कापडासंबंधी विशेष ज्ञान असल्याखेरीज त्यांच्या किंमतीसंबंधी चर्चा करणे घाईचे होईल. पोवळे आणि हस्तिदंत या आयात होणाऱ्या मालाबद्दलही अशाच प्रकारचा धोका आहे. निर्यात होणाऱ्या मालांपैकी सोरामीठ आणि कापड यांच्या पुरवठ्याच्या ठिकाणात बदल झाला की या मालाच्या उपलब्ध असलेल्या आकड्यांच्या किंमतीवर परिणाम होतो. या अडचणी शक्यतो उपस्थित होणार नाहीत, अशा प्रकारची उदाहरणेच खाली दिलेली आहेत. काही बाबतीत म्हणजे शिशे किंवा पारा किंवा लवंग अशा मालाच्या बाबतीत मालाच्या दर्जामध्ये फारसा फरक असण्याचा प्रश्न येत नाही. तर निळीसारख्या इतर मालाच्या बाबतीत दिलेले आकडे निर्यातीसाठी मोठ्या प्रमाणावर घेतलेल्या मालाकरिता दिलेली किंवा सांगितलेली सरासरी किंमत दर्शवितात. त्यामुळे विशिष्ट पार्सलांमधील किंवा बंडलांमधील मालाच्या दर्जातील फरकांमुळे किंमतीत होणारे बदल वगळले जातात. ज्या घटकांच्या संदर्भात किमती दिलेल्या आहेत त्यांची चर्चा परिशिष्ट 'ड' मध्ये केलेली आहे. व्यापारी सवलतीमुळे थोडी अडचण निर्माण होते. ही सवलत किंवा सूट मणाला एक किंवा दोन शेर असायची. पण अशा सवलतीचा उल्लेख काही वेळाच आढळतो. त्यामुळे ही सूट खास सवलत म्हणून देण्यात येत होती की तशी नेहमीची पद्धतच होती, हे कळण्यास मार्ग नाही. पण अशा सवलतीमुळे आपल्या हिशोबात येणारी तफावत ५% पेक्षा जास्त असणार नाही आणि किंमतीतील महत्त्वाच्या चढउतारामुळे केव्हाही यापेक्षा फार मोठा फरक पडतो. म्हणून आपण किंमतीतील बदलांसंबंधी जे निष्कर्ष काढणार आहोत ते अंकगणिताप्रमाणे तंतोतंत नसले तरी बऱ्याच अंशी बरोबर असतील.

पहिले उदाहरण, निर्यातीसाठी तयार केलेल्या सारखेज निळीच्या अहमदाबाद

येथील बाजारातील किंमतीसंबंधीचे आहे. या किंमतीचे आकडे पुढील पृष्ठावरील तक्त्यात दिलेले आहेत.

या आकड्यांचा अर्थबोध होण्यासाठी या काळाच्या सुरुवातीला बाजारात मान्य झालेले किंमतीचे प्रमाण कोणते होते हे प्रथम ठरविणे उपयुक्त होईल. सुरुवातीच्या इंग्रज खरेदीदारांनी किंमतीचे प्रमाण रु.१८/- हे धरले होते, यात शंका नाही. १६१३ च्या नोव्हेंबरमध्ये अहमदाबादहून लिहिताना थॉमस अ‍ॅल्डवर्थने कळविले की, पोर्तुगीज गिऱ्हाईक नसल्यामुळे किंमत झपाट्याने घसरली होती. इतकी की त्यांची उत्तमपैकी नीळ जी १८ रुपयांना विकली जायला हवी ती आता १४ रुपयांना दिली जात आहे. आणि तिची किंमत दररोज उतरण्याची शक्यता आहे. पुढील एकदोन वर्षांतही इतर दोन-तीन व्यापाऱ्यांनी याच दराचा उल्लेख केला आहे.

सारखेज निळीच्या अहमदाबाद येथील किंमती १६०९-६३

टीप : खाली दिलेली किंमत रुपयात (आणि दशांशात) गुजरातच्या ३३ पौंडी मणाची आहे. १६३५-३६ मध्ये या मणाचे वजन वाढविण्यात आले. म्हणून १६३६ पासून आधारग्रंथात दिलेले दर १०% कमी करण्यात आलेले आहेत. (नवीन मणाचे जुन्या मणाशी प्रमाण २०:१८ होते.) या काळातील किंमतीची तुलना करणे सोयीचे व्हावे म्हणून असे केले आहे. संदर्भाच्या रकान्यात L.R हे लघुरूप लेटर्स रिसीव्हडकरिता, E.F. हे इंग्लिश फॅक्टरीजकरिता, D.R. हे डाग रजिस्टरकरिता, F.R हे फॅक्टरी रेकॉर्डस्‌करिता आणि O.C.हे ओरिजिनल करस्पॉन्डन्सकरिता दिलेले आहे.

वर्ष	किंमत रुपये	वर्णन	संदर्भ
प्रमाणित	१८.००	सांगितलेली	L.R.खं.१.पृ.३०६ आणि इतरत्र
१६०९	१०.०० ते १२.००	सांगितलेली	L.R. खं, १ पृ. २८
१६१२	१४.००	सांगितलेली	जॉर्डन २१७
१६१३	१४.००	सांगितलेली	L.R. खं.१, पृ.३०६
१६१४	१०.०० ते.१२.००	सांगितलेली	L.R. खं.२,पृ.२१४, २३८
१६१४	१२.०० ते १३.००	दिलेली	L.R खं.२, पृ.२४८
१६१७	१२.०० ते १५.००	सांगितलेली	टर्पस्ट्राचे सुरत, परिशिष्ट ४
१६१८	१५.०० ते १८.००	सांगितलेली	टर्पस्ट्राचे सुरत, परिशिष्ट ७
१६१९	१५.००	दिलेली	E.F. खं.१, पृ.६२
१६२१	६.००	अंदाजे	F.R खं.१, पृ.१६
१६२१	९.२५ ते ९.५०	डचांनी दिलेली	E.F.खं.१, पृ.३४८
१६२१	९.२५	इंग्रजांनी दिलेली	E.F. खं.१, पृ.३५३

१६२२ (जाने)	७.००	अंदाजे	E.F. खं.२ पृ.१९
१६२२(ऑ-डिसे)	८.०० ते ९.००	मागितलेली	E.F.खं.२, पृ.१०९, १५८
१६२	१६२३ एप्रिल)	७.५० ते ८.००	सांगितलेली E.F. खं.२,पृ.२१९
१६२३(नोव्हे)	८.५०ते ८.७५	सांगितलेली	E.F. खं.२,पृ.३२८
१६२३(नोव्हें)	१२.००	मागितलेली	E.F.खं.२ पृ.३२८
१६२३(डिसे)	१०.२५	दिलेली	E.F. खं.२,पृ.३३१
१६२५	१२.००	सांगितलेली	E.F. खं, ३, पृ. ६३
१६२५	११.००	अंदाजे	E.F. सुरत, खं.१ पृ.१००
१६२८ (जाने)	१४.००ते १५.०	मागितलेली	E.F. खं. ३,पृ. २३०
१६२८ (मार्च)	१२.७५ते १४.२५	मागितलेली	E.F. खं. ३,पृ. २७५
१६३०	१६.००	सांगितलेली	E.F. सुरत ८४ (ii) ५२
१६३२	१९.००ते २२.००	सांगितलेली	E.F. खं.४,पृ.२१५
१६३३(जाने)	२३.०० ते २५.००	सांगितलेली	E.F. खं.४,पृ.२५५
१६३३(नोव्हे)	१६.०० ते १८.००	डचांसह ठरविलेली	E.F. खं.४पृ.३२८
१६३४	२७.००	मक्तेदारी किंमत	E.F. खं.५पृ.७०
१६३५	२७.०० ?	मक्तेदारी किंमत	E.F. खं. ५,पृ. १४२
१६३६	२५.२०	अंदाजे	E.F. खं. ५,पृ. २९२
१६३८	१८.००पेक्षा कमी?	सांगितलेली	E.F. खं. ६,पृ. ९२
१६३९(जाने)	२६.९०	दिलेली सरासरी	O.C. १६५६
१६३९ (डिसे)	१७.३०	दिलेली, सरासरी	O.C. १७२५
१६४० (जाने.)	२०.००	सांगितलेली	E.F. खं. ६,पृ. २७३
१६४० (डिसे)	१६.७०	दिलेली, सरासरी	O.C. १७६४
१६४० (डिसे)	१२.६०ते १४.४०	अपेक्षित	E.F. खं. ६,पृ. २७३
१६४१	१३.५० ते १४.४०	मागितलेली	D.R. ३.११.४२
१६४२ (उशिराची)	१४.६२ ते १४.८५	दिलेली	D.R. २७.४.४३
१६४४	१७.००	दिलेली	E.F. खं.७ पृ.१६४
१६४५	२०.७० ते २२.५०?	मागितलेली	E.F. खं.७पृ.२५४
१६४६	२२.१५ते २१.६०	मागितलेली	E.F. खं.८,पृ३१
१६४७	१७.१० ते २०.२५ }	दिलेली } प्रायोगिक	{ E.F. खं.८,पृ. ७७
१६४८(जाने)	१७.१० ते १७.५५ }	अंदाजे	E.F. खं. ८,पृ.१८९
१६४८ (एप्रिल)	१९.३५ ते १९.८०	प्रत्यक्ष	E.F. खं. ८,पृ. २०३
१६५०	१२.६० ते १३५०	सांगितलेली	E.F. खं. ८,पृ. ३०५
१६५३	१४.२२	दिलेली	O.C. २३०९
१६५५	११.८१ ?	दिलेली	E.F. खं. १०,पृ. १८
१६५६	१५.७५ ते १६२०	सांगितलेली	E.F. खं. १०,पृ. ७६
१६६३	१३.२५ ते १३.५०	दिलेली	D.R. २१.६.६३

टीप : १६३५-कदाचित २७.०० हा आकडा २४.३० पर्यंत कमी करावा लागेल, मणाचा आकार या व्यवहारांच्या पूर्वी वाढविण्यात आला होता की नंतर हे स्पष्ट नाही.

१६३८- संशयास्पद; एका दलालाने स्वत:च्या बचावात सांगितलेली.

१६४५- दर बंडलाची किंमत सांगितलेली आहे. पण हे अशक्य आहे. बंडलाचा अर्थ मण हा मी गृहीत धरतो.

१६५५- फार मोठ्या प्रमाणात भेसळीचा माल. 'अर्धी माती' वर्णन केले आहे.

हिंदुस्थानातील या व्यापाऱ्यांचा मुख्य धंदा नीळ विकत घेण्याचा होता आणि बाजारातील परिस्थितीची खडान्खडा माहिती ते करून घेत होते असे समजण्यास हरकत नाही. पण त्यांच्या दलालांनी कट करून त्यांना फसविले असेल, असे गृहीत धरले तरी इंग्रजांनी खरेदीला सुरुवात केली, त्यावेळी प्रमाणभूत किंमत रु. १५ पेक्षा निश्चितपणे जास्त होती असे आपण नि:शंकपणे म्हणून शकतो. फिंचने दिलेले पहिले प्रत्यक्ष दरपत्रक या किमतीपेक्षा खूपच कमी आहे हे खरे. त्याने फक्त १० ते १२ रु. मण असे दर दिले होते. पण हे दर अपवादात्मकपणे कमी होते असे मानले तर ते चूक होणार नाही. कारण पहिले म्हणजे फिंच हा फक्त चौकशी करीत होता. खरेदी करत नव्हता आणि त्यावेळी गुजरातमध्ये अशी परिस्थिती होती, की नवीन गिऱ्हाईक आकर्षित करण्यात व्यापारी उत्सुक होते. म्हणून दरपत्रकात दिलेले दर प्रत्यक्ष किमतीपेक्षा कमी दिलेले असणे सहज शक्य होते. दुसरे, या हंगामात गुजरात आर्थिक संकटात सापडला होता आणि मालाचा साठा विकण्यास व्यापारी नेहमीपेक्षा जास्त उत्सुक होते. आपल्या अहवालाच्या काही आठवडे अगोदर लिहिलेल्या पत्रात एका प्रमुख व्यापाऱ्याचे दिवाळे निघाल्याची आणि दुसऱ्या एकाने धंदा बसल्यामुळे पलायन केल्याची हकीकत सांगितलेली आहे. अशा परिस्थितीत दिलेले किमतीचे दरपत्रक नेहमीची वस्तुस्थिती दर्शविणारे होते असे मानता येत नाही. त्यावेळची बाजारातील घबराट दर्शविणारे हे दर होते.

तक्त्यामधील दुसरा आकडा १६१२ च्या वसंत ऋतूतला आहे. हा आकडा जार्डेन याने दिलेला आहे लाल सुमद्रातील काही व्यवहार मिटविण्यासाठी आधारभूत म्हणून हा आकडा ठरवण्यात आला होता. गुजरातमधील या हंगामातील किंमतीचा प्रातिनिधीक आकडा म्हणून तो घेण्यास हरकत नाही. नंतरच्या दोन वर्षांत किमती

उतरल्या होत्या. कारण मोगलांशी युद्ध झाल्याने पोर्तुगीज ग्राहक बाजारात नव्हते. पण हे त्रासदायक कारण लवकरच दूर करण्यात आले आणि डच गुजरातेत आल्यावर ते माल खरेदी करण्याची शक्यता निर्माण झाली. त्यामुळे किंमत रु.१८/- पर्यंत 'चढवून सांगण्यात' आली. हाच आकडा मी प्रमाणभूत किंमत म्हणून घेतलेला आहे. इंग्रजांनी १६१९ मध्ये निर्यात केलेल्या बहुतांश मालाची किंमत जहाजावर माल चढविण्याच्या खर्चासह ४० महामुदी किंवा सुमारे १६/- रुपये इतकी येते. अहमदाबादपासून जहाजापर्यंत माल नेण्याचा खर्च मणाला सुमारे १/- रुपया होता. म्हणजे रु. १५/- हा त्या वर्षासाठी किंमतीचा योग्य आकडा आहे.[१]

१६२१ ते १६२५ पर्यंत किंमती फारच कमी होत्या. एकदा तर रु.७/- पर्यंत किंमत घसरली होती. किंमतीत अशी घट होण्याचे कारण मला कुठेही आढळलेले नाही. पण त्यात विशेष आश्चर्य नाही. कारण कमी किमतीबद्दल स्पष्टीकरण देण्यापेक्षा जास्त किमतीचे समर्थन अधिक तावातावाने करण्याकडे खरेदीदारांची वृत्ती असते. पोर्तुगीज हे फार कमी खरेदी करीत होते. पण डच आणि इंग्रज यांची मागणी मिळून मालाचा उठाव व्हायला हवा होता. मला वाटते की, किंमतीतील घट ही तात्पुरत्या अतिरिक्त उत्पादनामुळे झालेली होती. उत्पादकांपाशी नवीन गिऱ्हाइकांच्या खऱ्या आवश्यकतेचा अंदाज घेण्याचे कोणतेच साधन नव्हते. त्यांच्या जोरदार व्यापारी हालचालीमुळे उत्पादकांची दिशाभूल होणे शक्य होते. ते काहीही असले तरी १६२८ सालापर्यंत किंमती पुन्हा रु.१४-१५ पर्यंत येऊन पोचल्या. तर १६३० च्या सुरुवातीला रु.१६/- ही किंमत सांगण्यात आली होती. म्हणून मध्यंतरी झालेली किंमतीतील घट ही एक तात्पुरती घटना होती. यानंतर दुष्काळ आला आणि काही काळापर्यंत बाजार मृतवत् होता. १६३० च्या अखेरीला जुन्या साठ्यांपैकी जो काही माल उरलेला होता त्याची किंमत रु.१८/- होती. हा माल म्हणजे 'बाजूला टाकलेल्या मालाचे खराब अवशेष' होते. आणि नवे पीक कोठेही दृष्टिपथात नव्हते. जेव्हा परत मशागत सुरू झाली तेव्हा सर्वप्रथम अन्नधान्याची पेरणी करण्यात आली. निळीचे दर रु.२५/- पर्यंत सांगितले जात होते. १६३३च्या अखेरीला मागील विभागात वर्णन केलेल्या मक्तेदारीमुळे परिस्थिती आणखीनच बिकट झाली. डच आणि इंग्रज यांच्यात एकमत होऊन त्यांनी रु.१६-

१. स्वाली हे सुरत बंदराजवळचे जहाजे नांगरून ठेवण्याचे ठिकाण होते. तेथील जहाजापर्यंत अहमदाबादपासून २००७ मण माल नेण्याचा खर्च ओरिजनल करस्पान्डन्स क्र. १७२५ला जोडलेल्या तपशीलवार बिलामध्ये रु. २०३८ इतका आल्याचे देण्यात आले आहे.

१८ इतका दर देण्याचे ठरविले. पण मक्तेदार रु.२७/- या दरावर अडून बसले. त्यांच्या कारवायांचा परिणाम उत्पादनात कपात होण्यामध्ये झाला होता. त्यामुळे त्यांनी मागितलेल्या दराला परिस्थिती अनुकूल होती. उत्तरेतील शेतकरी 'सर्वसाधारणपणे' बेदरकार आणि निष्काळजी असल्याने त्यांनी आपले उभे पीक उपटून काढले. गुजरातमध्ये अशा प्रकारची घटना घडली की नाही हे कळले नसले तरी पेरण्या कमी प्रमाणात करण्यात आली होती असे समजण्यास हरकत नाही. मक्तेदारी बंद झाल्यावर दोन वर्षे किंमत सुमारे रु.२५/- किंवा त्यापेक्षा जास्तच कायम राहिली होती. पण आता शेती पुन्हा सुधारू लागली होती. आणि १६३९ व ४० मध्ये इंग्रजांची खरेदी सुमारे रु.१७/- या दराने करण्यात आली होती. किंमतीतील ही घसरगुंडी काही काळ चालू राहिली. कारण मालात भेसळ करण्याचा प्रकार फार वाढला होता. युरोपियन गिऱ्हाइकांचा उत्तम दर्जाच्या मालावर जास्त भर होता. पण १६४४ च्या सुमारास मालात सुधारणा झाली आणि पीक थोडे आले. त्यामुळे किंमती पुन्हा वाढू लागल्या. नंतरच्या दोन वर्षांत रु.२०/- पेक्षा जास्त किंमत होती. या वाढीचे कारण भेसळीला प्रतिबंध करणारे इलाज अधिकाऱ्यांनीच योजले, हे सांगण्यात येते. १६४८ मध्ये पुन्हा भेसळ त्रासदायक ठरली. इंग्रजांच्या प्रतिनिधींनी माल तयार करण्याचा प्रयोग करून पाहिला. पण ते किंमत फारशी कमी करू शकले नाहीत. १६५० साली उलट प्रतिक्रिया झाली. कारण उत्तरेत आणि गुजरातमध्ये निळीचे उत्तम पीक आले. तीन वर्षांनंतर दिलेली सरासरी किंमत रु.१४/-पेक्षा थोडी जास्त होती. १६५५ सालच्या अतिशय कमी किंमतीचे कारण मालातील विलक्षण भेसळ हे देण्यात येते. १६६० पर्यंतच्या शेवटच्या उपलब्ध असलेल्या दरपत्रकातील किंमती रु.१६/- च्या आसपास आहेत. तर डचांच्या १६६३ च्या एका अहवालात रु.१४/-च्या खालील खरेदी किंमतीतील तत्कालीन वाढ दर्शविते अशी नोंद आहे.

प्रस्तुत काळातील अखेरच्या २० वर्षांच्या संपूर्ण कालखंडाचा अनुभव टॅव्हर्नियरच्या गाठीला आहे. तो त्या काळात सर्वसाधारण किंमत रु.१५ ते २० च्या दरम्यान होती, असे सांगतो. सुरुवातीला किंमतीचे जे प्रमाण दिलेले आहे त्याच्याशी ही किंमत बहुतांशी जुळणारी आहे. म्हणून या संपूर्ण कालखंडाचा विचार केला तर नेहमीच्या किंमतीत वाढ झाल्याचा पुरावा मला कोठेही दिसत नाही. किंमतीतील चढउतार हे बहुधा ज्यांची नोंद आहे, अशा मागणी आणि पुरवठा यांतील बदलांमुळे झालेले होते हे दाखविता येते. या घडामोडींमुळे निर्माण

झालेल्या परिस्थितीशी जुळवून घेण्याची व्यवस्था जास्तीत जास्त त्वरित करण्यात आलेली आहे. पहिल्या इंग्रज व्यापाऱ्यांना फसविण्यात आले होते, असे जरी आपण मानले तरी आपल्या कालखंडाच्या अखेरच्या दशकात किंमती जेव्हा त्यांनी खरेदीला सुरुवात केली त्यावेळी म्हणजे १६१३ मध्ये असलेल्या किंमतीपेक्षा बऱ्याच जास्त होत्या. याबद्दल कुठलाही युक्तिवाद करता येणार नाही.

४. आयात केलेल्या मालाची बाजारपेठ

यानंतर ज्याचा विचार करायचा आहे तो जिन्नस म्हणजे पारा. या धातूसाठी मर्यादित परंतु सतत मागणी होती. मला वाटते मुख्यत्वेकरून लाल रंग तयार करण्यासाठी पारा लागत होता. तो हिंदुस्थानात[१] तयार होत नसल्याने आयात करावा लागत होता. आयात मालाला कशी बाजारपेठ मिळत होती याचे हे साधे उदाहरण आहे. गुजरातमधील बाजारात पाऱ्याचा खप अंदाजे १५ हजार ते २० हजार पौंड वार्षिक होता आणि हा खप सातत्याने इतका कायम होता, असे दिसते. पुरवठा थोडा जरी कमी पडला तरी किंमती वाढत होत्या आणि माल थोडा जास्त आला तर खप होत नव्हता. पाऱ्याचा पुरवठा चीनहून तसेच युरोपहून होत असे. लाल समुद्राच्या तसेच केपच्या मार्गाने हा माल येत होता. हा पदार्थ आकाराने लहान असल्याने चोरट्या व्यापारासाठी सोयीस्कर होता. या सर्व गोष्टीमुळे पाऱ्याचा व्यापार अतिशय बेभरवशाचा होता आणि त्याच्या किंमतीत होणारे चढउतार फार मोठे होते. विक्रीचे माप गुजरातचा मण हे होते आणि तुलना करणे सोपे व्हावे म्हणून १९३६ च्या पुढील दर मी १०% ने कमी केले आहेत. त्यामुळे दिलेले आकडे ३३ पौंडी मणाला सरसहा लागू पडतात. गुजरातमधील निरनिराळ्या बाजारपेठांमध्ये रुपये आणि महामुदी या दोन्हीत किंमतीचे दर सांगण्यात आले आहेत. हे मी एकाच चलनात घेतले आहेत. सुरत आणि अहमदाबाद दरम्यानच्या वाहतुकीचा खर्च दर मणाला सुमारे १ रुपया मी लक्षात घेतलेला नाही.

१६०९ मध्ये किंमत रु. ६४ ते रु. ८० या दरम्यान बदलत होती, असे फिंचला आढळले. पण आपल्याला माहीत आहे की हा आणीबाणीचा काळ होता. त्यावेळी ग्राहक खरेदी करीत नव्हते. १६१२-१३ मध्ये रु. १२०/- या दराने

---

१. आग्रा शहराजवळ पाऱ्याची खाण असल्याचा उल्लेख खं.३, पृ.६३ वर लेटर्स रिसीव्हडमध्ये आहे. पण त्याविषयी जास्त माहिती मिळत नाही.किमती खाली आणण्यासाठी गिऱ्हाईकांनी उठविलेली ती एक अफवा असावी असे मला वाटते.

विक्री करण्यात आली आणि दर रु. १६०/- पर्यंत वाढत गेला. पण १६१४ मध्ये नवीन माल आल्यावर किंमत रु. १००/- पर्यंत खाली घसरली. तर १६१५-१६ मध्ये ती रु. ८०/- इतकी होती. कारण आग्र्याजवळ खाणीचा शोध लागल्याची निराधार बातमी आल्यामुळे 'गिऱ्हाईकच' नव्हते. १६१९ नंतर किंमतीची पातळी आणखी खाली आली आणि नंतरच्या काही वर्षांत किंमत रु. ६०-९० या दरम्यान सर्वसाधारणपणे स्थिर होती. किंमतीत झालेली घट सुरतेला डचांनी आपले बस्तान बसविल्यामुळे झाली असावी. कारण त्यांच्या मालाची इंग्रजांनी आणलेल्या मालाशी स्पर्धा सुरू झाली. १६२५-२६ मध्ये किंमतीत अचानक वाढ झाली. त्यावेळी डचांजवळ माल नव्हता, पोर्तुगिजांनी थोडा माल आणला होता आणि लाल समुद्राच्या मार्गाने येणारा मालही अगदी कमी होता. त्यामुळे किंमत रु. १००/- पर्यंत वाढली. लहान प्रमाणावरील मागणीच्या बाबतीत ती रु. १२०/- होती. यानंतरचा किंमतीतील लक्षणीय बदल १६३० मध्ये झाला. त्यावेळी दुष्काळाची नुकतीच सुरुवात होती. डचांनी आणि खासगी इंग्रज व्यापाऱ्यांनी प्रमाणाबाहेर आणलेल्या मालामुळे बाजार थंड झाला आणि किंमत रु.५०/- पेक्षाही कमी झाली. खासगी व्यापारामुळे किंमती घसरलेल्याच राहिल्या. १६३३ मध्ये दर रु. ३६/- होता, १६३४ मध्ये रु. ४२/- आणि १६३६ मध्ये डचांनी काही माल रु. ३५.१/४ या दराने विकला. यानंतरच्या नऊ वर्षांतील दर मला मिळालेले नाहीत. पण १६२५ मध्ये हा पदार्थ रु. ६५-७० या दराने पुन्हा बाजारात आला आणि १६४९ मध्ये ही किंमत रु. ११०/- पेक्षा जास्त होती. ही वाढ काही अंशी चीनहून माल न आल्याने झालेली दिसते. कारण १६५२ मध्ये एका इंग्रज दलालाने लिहिले की, चीनचा माल परत येऊ लागला तर किंमत रु. ६० पर्यंत खाली उतरेल. यावेळी डच, इंग्रज आणि पोर्तुगीज हे सारेच माल आयात करीत होते. म्हणून किंमती साहजिकच एकदम उतरल्या. कारण १६५४ मध्ये ७५.१/२ रुपयांना केलेल्या व्यवहारांचे, पूर्वीपेक्षा चांगल्या किंमतीला व्यवहार केला, असे वर्णन करण्यात आले होते. १६५९ च्या सुमारास किंमत परत सुधारली. त्यावेळी ती रु. १००/- होती आणि १६६१ मध्ये डचांना रु.८४/-ही किंमत मिळाली होती. अशा प्रकारच्या व्यवहाराबद्दल कुठलेही सामान्यीकरण हे धोक्याचे आहे, हे उघड आहे. पण आपल्याला असे म्हणता येईल की, नेहमीच्या किंमतीत वाढ झाल्याचे आढळत नाही. या संपूर्ण काळासाठी नेहमीची किंमत रु.८०-१०० ही मी धरतो. कधी कधी स्पर्धेचा अतिरेक झाल्यामुळे हिंदुस्थानी ग्राहकांचा तात्पुरता फायदा झाला असला तरी नेहमीच्या किंमतीत एकंदरीने फारसा फरक पडला नाही.

शिशाच्या बाबतीत सुरतेच्या बाजारात पाऱ्याच्या व्यापारापेक्षा अगदी उलट चित्र दिसते. येथेही पुन्हा माल आयात करून पुरवठा केला जाता होता आणि हा माल, मला वाटते, संपूर्णपणे युरोपातून येत होता.[१] युरोपातून माल आणण्यात डच आणि इंग्रज यांची स्पर्धा होती. पण व्यापार सर्वस्वी करण्याचा हक्क नेहमी बजावीत होता. मालविक्रीसाठी पर्यायी ठिकाणे अस्तित्वात नसती तर या गव्हर्नरच्या मर्जीवरच शिशाची किंमत अवलंबून राहिली असती. प्रत्यक्षात पर्यायी बाजारपेठा उपलब्ध होत्या. अहमदाबादला नेहमीच खुला व्यापार होता. किनाऱ्यावरील बोटींचे कप्तान बोटीच्या गळाचे वजन म्हणून शिसे नेण्यास आनंदाने तयार होते. तसेच सुरतेहून गोवा, लाहिरी बंदर आणि राजापूर तसेच लाल समुद्र आणि पर्शियन आखात येथे मालाची विक्री होत असल्याचे आपण वाचतो. तर एकंदरीने सुरतेची परिस्थिती अशी होती. बहुधा स्थानिक राज्यपालाला किंवा गव्हर्नरला विकावे लागत होते. अर्थात जबरदस्ती केल्याशिवाय किनाऱ्यावरील प्रदेशातील चालू बाजारभावापेक्षा फार कमी किंमतीने तो माल घेऊ शकत नव्हता. त्याचा विरोध टाळण्यासाठी त्याला दरात थोडी सवलत देण्यात येत होती, इतकेच.

प्रस्तुत काळाच्या सुरुवातीला गुजतराच्या एक मण शिशाची किंमत ७ ते ८ महामुदी[२] आणि १६३० सालापर्यंत अनेकदा दर सांगण्यात आले तरी यामध्ये काही बदल झाल्याचे दिसत नाही. १६३४ मध्ये इंग्लिश कंपनीचे शिसे जकात नाक्यावर दोन वर्षेपर्यंत अडकवून ठेवले होते. कारण ते गव्हर्नरला ५.१/२ महामुदी या दराने पाहिजे होते, असे कानांवर येते. पण १६३८ मध्ये किंमत ७.१/२ महामुदी होती आणि १६४२ मध्ये ८ महामुदी इतकी झाली. मणाच्या वजनात झालेल्या वाढीमुळे वरील तसेच यापुढे येणारे दर १०% नी कमी करायला हवेत, पण इतक्या लहान आकड्यांवरून अंशांची वजावट केल्याने अतिसूक्ष्म अचूकतेची चुकीची कल्पना निर्माण होईल. म्हणून ही वजावट गृहीत धरल्याचे मी समजतो. १६४६ मध्ये व्यापाऱ्यांना १० महामुदी ही किंमत मिळेल अशी अपेक्षा होती आणि हा दर १६५० साली मिळाला. पण १६५२ मध्ये गव्हर्नर ८ महामुदी द्यायला तयार होता आणि १६५९ मध्ये ९.१/४

१. शिसे सयामहून निर्यात होत असल्याचा उल्लेख बटाव्हिया जर्नलमध्ये कधी कधी आढळतो. यापैकी काही माल सुरतेला पोहोचला असणे शक्य आहे. पण तशी नोंद दप्तरात मला कुठेही आढळली नाही.

२. मी महामुदीमध्ये नोंदलेलेच आकडे दिलेले आहेत. महामुदी हे अतिशय लहान नाणे असल्याने रुपयात त्याचे रूपांतर केल्यास फार लहान भागांचा हिशेब करावा लागेल. महामुदी किंमत २/५ रुपयाइतकी होती. पुढे ती ४/९ रुपयाइतकी वाढत गेली होती.

महामुदी किंमत मिळाली होती. अधूनमधून होणारी सक्तीची विक्री सोडली आणि १६३६ नंतरच्या आकड्यांमधून १०% कमी धरायचे आहेत, हे लक्षात ठेवले तर आपल्याला असे दिसते की, ५० वर्षांच्या काळात शिशाच्या किंमतीचा पल्ला ७ ते ९ महामुदीच्या दरम्यान होता. दरांमध्ये वाढ होण्याची कुठलीच प्रवृत्ती दिसत नाही. यावरून असा निष्कर्ष काढता येईल की, हिंदुस्थानच्या किनाऱ्यावरील शिशाच्या नेहमीच्या किंमतीत फारशी वाढ झालेली नव्हती. कारण अशी वाढ झाली असती तर सुरतेच्या गव्हर्नरने देऊ केलेल्या किंमतीतही वाढ झाली असती. अन्यथा शिसे इतर ठिकाणच्या बाजारपेठेत गेले असते.

परदेशी मालाच्या बाजारपेठेचे स्वरूप दर्शविणारे तिसरे उदाहरण लवंगांच्या विक्रीत आपल्याला आढळून येईल. हा जिन्नस इंग्रजांच्या दप्तरात फारसा उल्लेखिलेला आढळत नाही. पण डचांनी मात्र याचा उल्लेख वारंवार केला आहे. लवंगांचा व्यापार विविध अवस्थांमधून गेला. १६व्या शतकामध्ये पोर्तुगालच्या राजाची या व्यापारावर तत्त्वतः मक्तेदारी होती. पण खाजगी व्यापार चालूच होता आणि पोतुगिजांचा अधिकार मोलुकासमध्ये ठामपणे प्रस्थापित झाला. त्यावेळी विक्रेत्यांमध्ये प्रत्यक्षात काही प्रमाणात स्पर्धा चालू होती असा मला संशय आहे. शतकाच्या अखेरीला जेव्हा मसाल्याच्या बेटांतील राजकीय परिस्थिती अधिक गुंतागुंतीची झाली तेव्हा मकास्सार येथील बाजारपेठेला महत्त्व प्राप्त झाले. यानंतरच्या ५० वर्षांच्या इतिहासात डचांनी पुरवठ्याची ठिकाणे ताब्यात घेतली आणि मकास्सारहून होणारा चोरटा व्यापार थांबविण्याचे प्रदीर्घ प्रयत्न केले असे दिसते. पण १६५० नंतरच त्यांची मक्तेदारी पूर्णपणे प्रस्थापित झाल्याचे आपल्याला आढळून येते.

मोगल दरबारातील १५९५ च्या सुमारास लवंगांची साधारण किंमत अबुल फजलने दिलेली आहे. त्याने दिलेला आकडा अंतर्गत वाहतुकीचा खर्च लक्षात घेता गुजरातच्या ३३ पौंडी मणाकरिता रु.३५/- इतका येतो.[१]

१७ व्या शतकाच्या पहिल्या २५ वर्षांत लवंगांच्या किंमतीत लक्षणीय वाढ झाल्याचे दिसते. याचे स्पष्टीकरण मला आढळलेले नाही. पण या वाढीचे कारण

---

१. अबुल फजलचा आकडा प्रत्येक शेराला ६० दाम किंवा एका अकबरी मणाला रु.६० हा आहे. १६२६ मध्ये लिहिताना पेल्सार्टने (पृष्ठ ८) असा उल्लेख केला आहे, की जुन्या व्यापाऱ्यांनी आग्र्याला रु. ६० किंवा ८० असा दर असल्याचे त्याला सांगितले होते. यावरून अबुल फजलचा आकडा बहुतेक बरोबर असावा.

काही अंशी मसाल्याच्या बेटांतील गोंधळाची परिस्थिती आणि काही अंशी युरोपला निर्यात होणाऱ्या मालातील वाढ हे असावे. सुरतेची किंमत १६१७ मध्ये रु. ६४, १६२१ मध्ये रु.७२ आणि १६२२ मध्ये रु.८४ होती. यानंतर अकरा वर्षेपर्यंत काहीच नोंद आढळत नाही. पण जेव्हा माहिती पुन्हा उपलब्ध होते तेव्हाही किंमती जास्त होत्या असे आढळते. १६३३ मध्ये रु. ७७, १६३४ मध्ये रु. ५५ आणि १६४५ या दरम्यान दर रु.२७ आणि ३५ च्या आसपास होते. १६३६ च्या सुरुवातीला रु.६७ अशा किंमती होत्या. यातील अखेरचा आकडा आणि यानंतर येणारे सर्व आकडे मणातील वाढीच्या संदर्भात १०% कमी केलेले आहेत. १६३६ मध्ये नंतर किंमतीत एकदम सुमारे रु.४० पर्यंत घट झाली आणि १६४१ आणि १६४८ मध्ये ग्राहकांसाठी किंमत वाढविण्यात आली. कारण ज्या कंपनीने मालाचा संपूर्ण साठा रु.४१.$^{1}/_{2}$ या दराने विकत घेतला होता, त्यांनी तो रु. ५५ ते ६० या दराने विकला आणि १६४९ मध्ये किंमतीचा दर सर्वत्र रु.५० हा होता. या ठिकाणी पुन्हा आपल्या माहितीमध्ये खंड पडतो. पण जगातील मसाल्याच्या व्यापारात एकसूत्रीपणा आणण्यासाठी त्याचे नियंत्रण करण्याची स्थिती ॲम्स्टरडॅम येथील अधिकाऱ्यांना प्राप्त झालेली होती हे उघड दिसते. कारण १६५७ मध्ये हिंदुस्थानसाठी अमुक इतका माल पाठवायचा हे ठरवून दिल्याचे आपल्याला आढळते. हा माल ठरवून दिलेल्या किंवा त्यापेक्षा जास्त किंमतीला विकायचा आणि लवंगांचा ३३ पौंडी मणाचा किमान दर रु.७७ हा ठरविला होता. पुरवठा आणि किंमत यांतील परस्पर संबंध उघडच बरोबर नव्हता. कारण १६६१ मध्ये जवळ जवळ रु. ९५ इतक्या जास्त किमतीला विक्री करण्यात आली.[२] यावरून असे दिसते की, हिंदुस्थानच्या पश्चिम किनाऱ्यावरील ग्राहकांना सुमारे १६१५ ते १६३६ पर्यंत, तसेच पुन्हा १६४८ नंतर स्पर्धेच्या किंमतीपेक्षा जास्त किंमत द्यावी लागत होती. सुरतेच्या बाजारपेठेत ग्राहकांना एका मणामागे कधी कधी चार शेर इतकी जास्त सवलत देण्यात येत होती, हेही इथे सांगितले पाहिजे. डच दप्तरात या सवलतीच्या शेरांचा स्पष्ट उल्लेख आहे. म्हणून डचांचे आकडे देताना मी हे सवलतीचे शेर विचारात घेतले आहेत. पण या संदर्भात इंग्रजांच्या कागदपत्रांत दिलेले आकडे १०% कमी करावे लागतील, अशी शक्यता आहे. पण यात काही चूक झालीच तर ती प्रत्यक्ष किमतीत होणाऱ्या चढउतारापेक्षा खूपच लहान असेल.

---

२. 'मसाले' या शीर्षकाखाली रिअली आ.खं. ३ मधील नोंदीवरून असे दिसते की, १६५३ च्या सुमारास किंमत ठरविण्यात आलेली होती. पण प्रत्यक्षात कुठल्या तारखेला ती ठरविण्यात आली याची नोंद मला आढळलेली नाही.

पूर्व किनाऱ्यावरील लवंगांच्या व्यापाराची हकीकत अधिक मनोरंजक आहे. कारण या ठिकाणी डचांना काही काळपर्यंत डॅनिश लोकांच्या तीव्र स्पर्धेला तोंड द्यावे लागले. डॅनिश व्यापाऱ्यांनी लवंगांचा माल मकास्सार येथून मिळविला होता. मच्छलीपट्टम् येथील किंमती प्रत्येक स्थानिक मणाकरिता (सुमारे २६ पौंडाचा मण) पगोडामध्ये दिलेल्या आहेत आणि त्यांचे रुपयात रूपांतर करण्याचा प्रयत्नही केलेला नाही. कारण पगोडामध्ये चांदीच्या किंमतीत क्रमाने झालेली वाढ पुरेशी अचूकपणे ठरविता येत नाही. त्यामुळे एखाद्या विशिष्ट वर्षात रुपयाशी असलेले नेमके प्रमाण निश्चित करणे शक्य होत नाही. अकबराच्या दरबारातील दरापासून मी सुरुवात केली आहे. त्या दराने मात्र, सतराव्या शतकाच्या आरंभी, मच्छलीपट्टमला विकलेल्या स्थानिक मणाची किंमत जवळजवळ ७ पगोडा असावी. सुरतेतल्याप्रमाणे येथेही शतकाच्या सुरुवातीलाच किंमतीत लक्षणीय वाढ झाली, असे आपल्याला आढळते. १६१६ पूर्वी एक किंवा दोन वर्षे नेहमीची किंमत ८.१/२ ते १० पगोडा असल्याचे सांगण्यात[1] आले होते , पण १६१८ मध्ये दर १४.१/२ होता. ही 'अश्रुत पूर्व किंमत' होती. १६२२ मध्ये ती १३ पगोडा आणि पुढे ती आणखी वाढत जाऊन १६३१ मध्ये २० पगोडा झाली. यावेळी डॅनिश लोकांची स्पर्धा तीव्र झाली आणि १६३२ मध्ये किंमतीत एकदम ८ पगोडापर्यंत घट झाली. १६३८ मध्ये ती आणखी घसरून ६ पगोडा झाली आणि १६३९ मध्ये ती ४ किंवा ४.१/२ पगोडा पर्यंत खाली आली. 'डॅनिश' प्रतिस्पर्ध्यांचा संपूर्ण 'बीमोड' करण्यासाठीच किंमत इतकी खाली आणण्यात आली, असा इंग्रज दलालांचा अंदाज आहे. नंतरची ५ वर्षे किंमत सुमारे ५ पगोडा कायम राहिली होती. यानंतर उपलब्ध हकिकतीत खंड पडतो. पण जेव्हा पुन्हा या व्यापाराची माहिती मिळते, त्यावेळी डचांची मक्तेदारी संपूर्णपणे स्थापन झाल्याचे दिसते. ॲम्स्टरडॅमहून ठरविलेल्या किमान किंमती १३ आणि १४ पगोडाच्या दरम्यान आढळतात. या लवंगांच्या व्यापाराच्या बाबतीत किंमतीमधील स्पर्धेमुळे ग्राहकांचा काही काळ फायदा झाला. पण अखेरीला त्यांना जबरदस्त भुर्दंड भरावा लागला. कारण डचांनी या व्यापारावर प्रयत्नपूर्वक प्रस्थापित केलेली मक्तेदारी जवळजवळ अर्धशतकापेक्षा जास्त काळ टिकली.

जायपत्री आणि जायफळ यांच्या व्यापाराची हकीकत काहीशी लवंगांच्या व्यापारासारखीच आहे. या पदार्थांच्या बाबतीतही अखेरीला ग्राहकांना जास्त किंमत

१. ही माहिती स्कोरर (पान७) वरून घेतली आहे.त्याच्या अहवालावर तारीख नाही.पण तो हॉलंडला १६१६ मध्ये पोचला. म्हणून तो १६१४ किंवा १६१५ च्या बाजाराविषयी असावा.

द्यावी लागली. पण मक्तेदारीखालील हा माल सोडला तर आयातीच्या नेहमीच्या खर्चात वाढ झाल्याचा पुरावा मला कुठेही आढळला नाही. कथिल, हस्तिदंत आणि पोवळे या मालाच्या बाबतीत खर्चात काही बदल असलाच तर तो खर्च थोडा कमी आल्यामुळेच घडला आहे.

५. अन्नधान्य आणि चांदी

हिंदुस्थानातील सर्वसाधारण लोकांना शिसे, पारा किंवा मसाले यांच्या किंमतीबद्दल फारच थोडा रस होता, असे कोणी म्हणेल. हा युक्तिवाद खरा आहे आणि सर्व परदेशी मालाला तो लागू पडतो. कारण त्यापैकी कुठलाच माल सर्वसामान्य जनतेमध्ये मोठ्या प्रमाणात खपत नव्हता. निळीच्या व्यापाराला अधिक व्यापक महत्त्व आहे. हे पीक निर्यातीसाठी काढले जात होते व तुलनेने फार थोडे शेतकरी निळीचे उत्पादन करीत होते. पण निळीची अन्नधान्याशी स्पर्धा सुरू झाल्यामुळे त्याच्या किंमतीचा विचार केल्यावर शेतीवर परिणाम करणाऱ्या परिस्थितीची माहिती होते, पण त्याचवेळी अन्नधान्य, तेलबिया आणि कापूस अशा कच्च्या मालाच्या किंमतीबद्दलची माहिती मिळविणे सर्वात जास्त आवश्यक आहे, हे नाकबूल करता येणार नाही. कारण या तिन्ही जिनसांच्या विक्रीतून देशाचे बहुतांश उत्पन्न मिळत होते. दुर्दैवाने या तिन्ही वस्तूंसंबंधी उपलब्ध असलेली माहिती अगदी अपुरी आहे. तेलबियांच्या किंमतीचे कुठलेही दर मला मिळालेले नाहीत. कापसाचे उपलब्ध दर इतके थोडे आहेत की, त्यावरून किंमतीबद्दल काहीही सुसूत्र कल्पना करता येत नाही आणि अन्नधान्याच्या बाबतीत मिळणाऱ्या सामग्रीचे प्रमाणही अगदी निराशाजनक आहे. इंग्रज दलाल सामान्यतः धान्यव्यापाराशी संबंधित नव्हते. डचांचा संबंध होता; पण उपलब्ध कागदपत्रांत दिलेल्या किमती किंवा पाठविलेल्या मालाचे मूल्य यांचा उल्लेख आढळत नाही आणि त्यांच्या वसाहतीचा अन्नधान्याचा खर्च किंवा त्यांच्या जहाजांना केलेल्या खाण्यापिण्याचा पुरवठा याचे कुठलेही नियमित हिशोब माझ्या माहितीप्रमाणे ठेवलेले नाहीत.[१] अशा प्रकारे उपलब्ध माहिती त्रोटक आहे. पण जी माहिती कागदपत्रांत आढळते ती एकत्र केल्यावर त्यातून एक प्रकारे काही अनिश्चित स्वरूपाचे निष्कर्ष काढता येणे शक्य आहे.

१६ व्या शतकाच्या अखेरीला उत्तर हिंदुस्थानात असलेल्या धान्याच्या नेहमीच्या किंमतीची नोंद अबुल फजलने करून ठेवली आहे. त्यावरून १६व्या

१. इतरत्र उल्लेखिलेले आग्रा अकौंट्स दोन वर्षांपुरतेच आहेत. त्यापैकी किमान एक तरी सर्वस्वी अपवादात्मक आहे.

शतकाच्या अखेरीला विविध धान्यांचे जे मूल्य होते, जवळजवळ तितकेच १९१०-१२ मध्ये होते आणि मध्यंतरीच्या काळात धान्याच्या प्रत्यक्ष किंमती ७ पटीने वाढल्या, असे दोन निष्कर्ष आपण काढले तर ते चुकीचे होणार नाहीत. १६०० ते १६६० या दरम्यानची उत्तरेची माहिती मला मिळालेली नाही. पण गुजरातमधील बाजारपेठांची खालील माहिती कागदपत्रात आढळते. १६०९ साली फिंच म्हणतो की, 'उत्तम प्रतीचा' तांदूळ सुरतेला ८ रियलना १ किंटल, म्हणजे १ रुपयाला सुमारे ६५ पौंड या दराने मिळत होता. यावरून साधारण प्रतीचा तांदूळ बराच स्वस्त होता असे आपण निर्धास्तपणे म्हणू शकतो. १६११ मध्ये एका इंग्लिश जहाजाकरिता तांदूळ रुपयाला ६५.३/४ पौंड, गहू ५३.३/४ पौंड आणि डाळ (मुगाची) ७२.३/४ पौंड या दराने घेतली होती. हे दर चालू बाजारभावांपेक्षा बरेच जास्त असण्याची शक्यता आहे. कारण गिऱ्हाईक जहाजांना धान्यपुरवठा करण्याच्या घाईत होते आणि त्यांना या देशाचा फारच थोडा अनुभव होता. वर्षात गहू जास्तीत जास्त असतो, अशा वेळी म्हणजे ऑक्टोबरमध्ये ही खरेदी करण्यात आली होती. १६१९ मध्ये बॅन्टमला पाठविलेल्या गव्हाच्या बिलावरून, जहाजावर चढविण्याच्या खर्चासह, गव्हाची किंमत ७८.१/४ पौंड येते. यावरून बाजारात रुपयाला ८० पौंडापेक्षा जास्त दर असावा, असे दिसते. १६२३ मध्ये जहाजावरील खलाशांसाठी पाव बनविण्याकरिता विकत घेतलेल्या गव्हाच्या पिठाची नोंद आपल्याला आढळते. पिठाचे गव्हाशी असलेले तत्कालीन प्रमाण लक्षात घेता आपल्याला रुपयाला ८५ पौंड हा दर काढता येतो. डच दलाल व्हॅन ट्विस्ट म्हणतो की, १६३० च्या दुष्काळापूर्वी गव्हाची किंमत सामान्यतः ३३.३/४ डच पौंडाना १०.२/३ डच पेनी ही होती. ही किंमत जवळ जवळ १६ औंसाचा एक पौंड या हिशोबाने ८२.१/२ पौंडाला १ रुपया इतकी येते.[१] वर दिलेल्या कुठल्याही व्यवहाराच्या बाबतीत किंमत जास्त असल्याची तक्रार नव्हती. तसेच हे व्यवहार ज्या वर्षांमध्ये झाले त्यावेळी गव्हाची दुर्मिळता असल्याचेही मला आढळले नाही. व्हॅन ट्विस्टला गुजरातमधी परिस्थितीचे सूक्ष्म ज्ञान असल्याचे त्याच्या कार्यावरून आणि लिखाणावरून दिसते आणि वरील व्यवहार त्याने निश्चितपणे केलेल्या विधानाला पुष्टी देतात असे मला

---

१. १६२९ मध्ये लिहिलेल्या गुजरात रिपोर्टमध्ये भडोच येथील नेहमीच्या किमतीचा आकडा दिलेला आहे. त्यावरून किंमत ७५.१/२ पौंड येते. व्हॅन ट्विस्टने लिहिले तेव्हा रिपोर्ट त्याच्या समोर होता हे जवळ जवळ निश्चित आहे. गुजरातमधील एकंदर परिस्थितीचा विचार करून त्याने कदाचित जास्त आकडा धरला असावा.पण त्यातील फरक फारसा महत्वाचा नाही.

वाटते आणि पहिल्या पाव शतकात गव्हाचा नेहमीचा किंवा साधारण दर ८० किंवा ८५ पौंडास सुमारे एक रुपया होता असा निष्कर्ष काढणे सयुक्तिक होईल. भडोचला तांदळाचा भाव ६५ पौंडांना १ रुपया होता, याखेरीज तांदळाच्या नेहमीच्या दराविषयी मला काहीच माहिती मिळालेली नाही. १६११ च्या वर उल्लेखिलेल्या व्यवहारात तांदूळ हा गव्हापेक्षा काहीसा स्वस्त होता. पुरवठ्याच्या ठिकाणांचा विचार केल्यावर गहू आणि तांदूळ यांच्या किंमतीतील परस्पर संबंधाचे अनुमान आपल्याला करता येते. पण तांदळाच्या विविध प्रकारच्या जातीच्या किंमतीतील फरक इतका मोठा होता आणि आहे की, अशा आकड्यांवर आधारलेले कुठलेही निष्कर्ष काढणे धाडसाचे होईल.

दुष्काळात किंमतीत झालेली वाढ प्रचंड होती. १६३० च्या नोव्हेंबरमध्ये इंग्रज दलालांनी रुपयाला १३.३/४ पौंड या दराने गहू विकत घेतला आणि एक महिन्यानंतर 'पूर्वीच्या किंमतीपेक्षा सात पट किंमत देऊन सुद्धा' धान्य मिळत नाही, असे त्यांना आढळले. पूर्वी सुचविल्याप्रमाणे नेहमीचा दर ८० किंवा ८५ पौंड होता असे मानले तर याचा अर्थ आता दर रुपयाला १२ पौंड किंवा त्यापेक्षा कमी इतका वाढला होता. १६३१ साली आणखी संकटे आली आणि सप्टेंबरमध्ये महामुदीला अडीचशेर म्हणजे रुपयाला ६ पौंडापेक्षा थोडा जास्त गहू असा दर असल्याचे आपण ऐकतो. हिवाळ्यात मालाचा पुरवठा झाला आणि १६३२ च्या जानेवारीत दर सुमारे १२.१/२ पौंड झाला. माल संपेपर्यंत हा दर कायम होता. त्यानंतर पुन्हा तो वाढला. यानंतर मला मिळालेले दर १६३५ सालातले आहेत. यावर्षी गोव्याला पाठविण्यासंबंधी रुपयाला ३३ पौंड या दराने गहू विकत घेण्यात आला आणि या ठिकाणी गव्हाच्या महर्गतेचा काळ संपला असे दिसते. किंमती उतरत होत्या. हंगामातील अनुकूल पावसामुळे सर्व प्रकारची धान्ये मुबलक निर्माण झाली होती. त्यामुळे १६३६ मध्ये किंमती दुष्काळापूर्वी असलेल्या किंमतीपेक्षाही खाली आल्या होत्या. मागील भागात आपण पाहिलेच आहे की, १६३८ पर्यंत निळीची किंमत जास्त होती आणि १९३९ व १६४० मध्ये ती नेहमीच्या पातळीपर्यंत खाली उतरली होती. ही माहिती, धान्याच्या बाबतीत देखील किंमती पूर्वीच्या पातळीवर पुन्हा खाली उतरल्या होत्या, या विधानाला पुष्टी देते. निळीच्या किंमती उतरण्यास दोन वर्षे उशीर लागला हे अपेक्षितच होते. कारण निळीपेक्षा साहजिकच अन्नधान्याला जास्त प्राधान्य देण्यात आले होते.

सतराव्या शतकाच्या पहिल्या पावभागात गुजरातमध्ये गव्हाची सर्वसाधारण किंमत सुमारे ८० ते ८५ पौंडांना १ रुपया होती. १६३० च्या दुष्काळाने या किंमतीत कायमचा असा बदल झाला नव्हता आणि जुना दरच किमान १६४० सालापर्यंत तरी कायम राहिला होता, असे निष्कर्ष वरील विवेचनावरून आपल्याला निश्चितपणे काढता येतील. मात्र यानंतर प्रत्यक्ष माहिती मिळण्यात खंड पडतो. अन्नधान्याच्या कमतरतेचे हंगाम सोडले तर पुढील वीस वर्षांत गुजरातमधील कुठल्याही अन्नधान्याची किंमत निश्चितपणे दर्शविणारी एकही नोंद मला आढळलेली नाही. माहितीचा हा अभावही महत्त्वाचा आहे. कारण या काळात इंग्रज दलालांना खर्चात कठोरपणे कपात करावी लागली. त्यांची पगाराची आणि घरगुती खर्चाची बिले जर किंमतीत झालेल्या वाढीमुळे भरमसाठ वाढली असती, तर यासंबंधी आपल्याला काहीतरी माहिती कळायला पाहिजे होती. पण याबाबतीत तक्रार आली नाही. त्या अर्थी तक्रारीला कारण नव्हते. आणि इंग्रज दलालांना ठरावीक वाटणाऱ्या मर्यादेतच किंमती स्थिर राहिल्या होत्या. [१]

सरळ माहितीचा अभाव असल्याने सुरतेला दिलेल्या पगाराच्या दरांवरून या प्रश्नावर काही प्रकाश कदाचित टाकता येईल. १६३६ सालच्या एका पत्रात असे लिहिले आहे की चपराशांना पूर्वी देण्यात येणारा पगार दरमहा ५ ते ७ महामुदी होता. १६३४ मध्ये हा दर तीन महामुदींनी वाढविण्यात आला आणि पूर्वीच्या दराप्रमाणे पगार देण्याचा प्रयत्न चपराशांनी यशस्वीपणे हाणून पाडला त्यांचे म्हणणे असे होते की अन्नधान्यांच्या किंमती उतरल्या असल्या तरी कपडेलत्ते महागच होते. म्हणून १६३६ मध्ये धान्याच्या किंमती नेहमीच्या पातळीवर आल्या होत्या तरी चपराशांना ८ ते १० महामुदी पगार मिळाला होता. यानंतर उरलेल्या काळात त्यांच्या पगाराचा उल्लेख मला कुठेही मिळाला नाही. ही गोष्ट दर्शविते की, पगारात काहीही महत्त्वाचा बदल झाला नव्हता. पण १६९० मध्ये सुरतेला पोचल्यावर ओव्हिंगटनला असे आढळले की, पगाराचा दर ४रु. किंवा आपल्या काळात अखेरीला असलेल्या चालू विनिमयाप्रमाणे नऊ महामुदी होता. म्हणजे अर्धशतकानंतरही पगाराच्या दरात फरक पडलेला नव्हता. या माहितीवरून पगारात वाढ होण्याइतक्या अन्नधान्यांच्या किंमती वाढल्या नव्हत्या, असे अनुमान काढण्यास जागा आहे. आपण असे म्हणू शकतो की, १६१० आणि १६४० या दरम्यान धान्याच्या नेहमीच्या किंमतीत बदल

---

१. १६५० मध्ये आणि पुन्हा १६५९ मध्ये अवर्षणामुळे किंमती वाढल्या होत्या अशी विधाने आपल्याला आढळतात. पण नेहमीच्या दरात बदल झाल्याचा कुठेही उल्लेख नाही.

झाला नव्हता आणि नंतरच्या वीस वर्षांतही त्या बदलल्याचा पुरावा आढळत नाही. इतकेच नव्हे तर उपलब्ध असलेल्या माहितीवरून असे दिसते की, किंमती बहुतांशी कायम राहिल्या होत्या.

उत्तर हिंदुस्थानात गव्हाचा भाव रुपयाला १८५ पौंड होता, त्यानंतर थोड्याच वर्षांनी गुजरातेत ८५ पौंड भाव असावा, याचे आश्चर्य वाटायला नको. जमिनीवरील वाहतुकीच्या खर्चाचे आकडे उपलब्ध आहेत. त्यावरून ८५ पौंड गहू आग्रा येथून गुजरातला आणण्यासाठी जवळ जवळ तीन रुपये खर्च आला असता, असे दिसते. जोपर्यंत व्यवहारात केवळ एक रुपयाच मिळणार असेल तोपर्यंत कोणीही या भानगडीत पडला नसता हे उघड आहे. वास्तविक या दोन्ही अगदी वेगळ्या होत्या. दुष्काळाच्या ठिकाणी प्रचंड किंमती मिळतील या आशेने दूरदूरचा माल आणला जातो. आग्रा येथून गुजरातला माल आणण्यासाठी तशा वारेमाप किंमती मिळणे आवश्यक आहे. अशा परिस्थितीत जलमार्गाने माल आणणे फार फायद्याचे ठरते. ही गोष्ट सुरतेच्या इंग्रजांनी पर्शियाहून गहू खरेदी केला आणि त्यानंतर पंधरा वर्षांनी दुष्काळग्रस्त मद्रासला ते माल पाठवू शकले यावरून दिसून येते. दोन्ही किनारे एकमेकांना जलमार्गाने मदत करू शकत होते. पण अंतर्गत प्रदेशात, गुजरातमधल्याप्रमाणे किंमती प्रचंड वाढल्याखेरीज काहीच करता येत नव्हते.

अन्नधान्यांच्या किंमतीविषयी बोलताना, प्रचारात असलेल्या पैशाच्या क्रयशक्तीचाही विचार अपरिहार्यपणे करावा लागतो, ही गोष्ट आताच्या पेक्षा त्यावेळच्या हिंदुस्थानात अधिक खरी होती. १५९५ ते १९१०-१२ हा काळ या विषयावरील हिशेबासाठी आधारभूत धरलेला आहे. अन्नधान्यांच्या संदर्भात विचार केला तर या काळात उत्तर हिंदुस्थानात रुपयाचे मूल्य ७ पासून १ पर्यंत घसरले होते. १९१०-१२ या वर्षात गुजरातमध्ये गव्हाची ठोक किंमत सुमारे २० पौंडाना एक रुपया होती. म्हणजे या बाबतीत तीन शतकांच्या काळात रुपयाचे मूल्य ४ किंवा ४.१/२ वरून १ पर्यंत खाली आले होते. पण या अवमूल्यनाचा काही भाग प्रस्तुत काळात घडून आला होता काय, हा खरा महत्त्वाचा प्रश्न आहे. कारण, या प्रश्नाचे उत्तर मिळाल्याशिवाय जमीन महसुलाचा बोजा किती होता, यासंबंधी कुठलाच निश्चित निष्कर्ष काढता येणार नाही आणि सतराव्या शतकात पावसानंतर जमीनमहसूल हाच देशाच्या आर्थिक जीवनावर परिणाम करणारा महत्त्वाचा घटक होता, असे यथार्थपणे म्हणता येईल. गुजरातमधील जवळ जवळ सर्व ठोक व्यवहार

चांदीच्या नाण्यांमध्ये करण्यात येत होते, हे स्पष्ट आहे. हे नाण्यांच्या चलनातील वेगात फार मोठा बदल झाला होता, असे मानण्यास जागा नाही. आता पूर्व किनाऱ्यावरील लवंगांचा व्यापार फक्त सोडला तर विचाराधीन इतर सर्व किंमती या चांदीच्या नाण्यातील किमती होत्या. डचांची मक्तेदारी प्रस्थापित झाल्यामुळे अखेरीला मसाले सोडले तर कुठल्याही आयात केलेल्या मालाच्या किंवा प्रातिनिधिक निर्यातीच्या किंवा प्रमुख अन्नधान्याच्या नेहमीच्या किंमतीत वाढ झाल्याचे आपल्याला आढळलेले नाही. हेच दुसऱ्या शब्दांत सांगायाचे झाले तर, चांदीच्या नाण्याचे अवमूल्यन झाल्याचे आपल्याला आढळलेले नाही, असे म्हणता येईल. या संदर्भात आपण सर्व जिन्नसांचा विचार केलेला नाही, हे खरे आहे. पण कापसाचा माल, कच्चा कापूस आणि तेलबिया सोडल्या तर बहुतेक इतर सर्व जिनसांचा विचार आपण केलेला आहे. मी वर सांगितल्याप्रमाणे कच्चा कापूस आणि तेलबिया यासंबंधी माहितीचा अभाव आहे तर कापसाच्या मालासंबंधी उपलब्ध असलेल्या आकडेवारीचा अर्थ लावणे, कापसाच्या निरनिराळ्या जातींच्या प्रकारावर इतके अवलंबून आहे की, त्याकडे दुर्लक्ष करणेच चांगले, असा विचार मी केला आहे. उदाहरणार्थ, रुंद आणि अरुंद पन्ह्याचे बाफ्ता, हे गुजरातमधील प्रमुख सुती कापड इंग्लंडला पाठविण्यासाठी, १६२० पेक्षा १६४० च्या सुमारास अधिक स्वस्तात खरेदी करण्यात आले होते, हे दाखविता येईल.[१]

पण दुष्काळानंतर विणकामातील प्रतवारी खालावल्यामुळे तक्रारी आल्या होत्या. म्हणून किंमती उतरल्या होत्या याचा आधार घेऊन कुठलाही युक्तिवाद करता येत नाही. ज्या प्रदेशात दुष्काळ नव्हता तेथील किंमतीची नोंद बऱ्याच प्रदीर्घ काळापर्यंत झालेली नव्हती. त्यामुळे त्यासंबंधी काहीच अनुमान करता येत नाही. अशाप्रकारे पुरावा हा अपूर्ण आहे. पण प्रस्तुत अर्ध शतकातील एकंदर परिस्थिती चांदीचे अवमूल्यन झाले असण्याच्या शक्यतेविरुद्ध आहे, असा तात्पुरता निष्कर्ष काढायला हरकत नसावी असे मला वाटते. चांदीचे अवमूल्यन झाले होते हे सिद्ध

---

१. १६१९ मध्ये मोठ्या प्रमाणावर पाठविलेल्या मालासाठी, मागील प्रकरणातील तक्त्यात, जहाजावर माल चढविण्याचा खर्च धरून दिलेली सरासरी किंमत रुंद बाफ्ताच्या प्रत्येक तुकड्याला ६.३ आणि ६.८ महामुदी आणि अरुंद बाफ्त्याची ३.८ आणि ५.० महामुदी होती. १६४० च्या डिसेंबरच्या बिलामध्ये (ओरिजिनल करस्पॉन्डन्स १७६४) याच किंमती (जहाजापर्यंत वाहतुकीचा खर्च धरून) रुंद बाफ्त्यासाठी ५.२ आणि ५.५ व अरुंद बाफ्त्यासाठी ३.८ व ३.१ महामुदी अशा दिलेल्या आहेत.

करण्यासाठी दोन गोष्टी घडल्या होत्या हे दाखविणे आवश्यक आहे. पहिली गोष्ट म्हणजे. अनेक जिनसांच्या किंमतीत, इतर कुठलीही कारणे नसताना वाढ झाली होती, हे दाखविता आले पाहिजे. हे जिन्नस किंवा वस्तू एकंदरीने आपण ज्या वस्तूंचा विचार अगोदर केला आहे. त्या वस्तूंइतके महत्त्वाचे असले पाहिजेत आणि दुसरी गोष्ट म्हणजे आयात मालाच्या, निळीच्या आणि धान्याच्या किंमती, मला न आढळलेल्या कारणांमुळे घसरल्या होत्या आणि त्यामुळे चांदीच्या गृहीत धरलेल्या अवमूल्यनाला त्या प्रतिसाद देऊ शकल्या नाहीत, हे दाखविले पाहिजे. वरील दोन्ही विधानांना पुष्टी देणारा पुरावा प्रकाशात येत नाही तोपर्यंत या प्रश्नाचा पुढे विचार करण्यात काही हशील नाही. म्हणून गुजरातच्या बाजारपेठेत चांदीचे मूल्य १६१० ते १६६० या काळात बहुतांशी स्थिर होते, या तात्पुरत्या निष्कर्षाच्या आधारे मी पुढील विवेचन करणार आहे.

हा निष्कर्ष जर गुजरातसाठी स्वीकारला तर तो एकंदरीने विचार करता उत्तर हिंदुस्थानलाही लागू करण्यास हरकत नाही. उत्तरेला चांदीची एक बाजारपेठ मानता येईल. चांदीचे उत्पादन येथे अजिबात नव्हते किंवा भूसरहद्दीवरूनही मोठा ओघ येत नव्हता. बंगाल, सिंध आणि गुजरातच्या किनाऱ्यावरून आयात झालेल्या चांदीमुळे पुरवठा कायम राहिला होता. बंगालच्या सागरी व्यापाराच्या हकिकतींवरून असे दिसते की प्रस्तुत काळाच्या अखेरच्या दशकापर्यंत तेथे येणाऱ्या चांदीचा ओघ मोठा असणे शक्य नव्हते. या दशकांत डचांनी परंपरागत निर्यात व्यापार पुन्हा सुरू केला आणि वाढविला. चांदीच्या आयातीच्या बाबतीत सिंधचे महत्त्व यापेक्षाही कमी होते आणि मला वाटते की, गुजरातमधील निरनिराळ्या बंदरांत होणारा व्यापार हेच चांदीच्या पुरवठ्याचे प्रमुख केंद्र होते. याबद्दल तत्कालीन कागदपत्रांच्या अभ्यासकांचे दुमत होणार नाही. म्हणून चांदीचा उपयोग करणारे उत्तर हिंदुस्थान म्हणजे चांदीचे एक भांडार होते असे आपल्याला मानता येईल आणि या भांडारातील चांदी कमी झाली की तिचा पुरवठा मुख्यत्वेकरून गुजरातमधून केला जात होता. बंगाल व सिंधमधूनही लहान प्रमाणात चांदी येत होती. अर्थात यावरून चांदीचे फार चलनवलन होत होते, असे आपण मानता कामा नये कारण चांदीची वाहतूक करण्याचा खर्च आणि धोका कुठल्याही प्रकारे दुर्लक्षणीय नव्हता. अशा परिस्थितीत जर चांदीचा एकूण पुरवठा देशात लागणाऱ्या चांदीच्या प्रमाणाबाहेर वाढला आणि त्यामुळे चलनातील चांदीचे प्रमाण वाढण्याची शक्यता निर्माण झाली तर त्याचा परिणाम चांदीचे मूल्य कमी होण्यात होईल. गुजरातमध्ये असे

अवमूलन ठळकपणे जाणवले असते कारण तेथे चांदीचा मुख्य पुरवठा होत होता आणि नाणी पाडली जात होती. पण ज्या अर्थी गुजरातमध्ये चांदीच्या किंमतीत कुठलीही लक्षणीय घट झालेली आपल्याला आढळून येत नाही, त्याअर्थी निर्यातीचे प्रमाण म्हणून चांदीला देशव्यापी स्थैर्य प्राप्त झाले होते असे आपल्याला अनुमान करता येईल किंवा दुसऱ्या शब्दांत सांगायचे झाले तर डचांनी आणि इतर व्यापाऱ्यांनी आणलेल्या चांदीचा ओघ उत्तर आणि पश्चिम हिंदुस्थानचा एकत्रित विचार करता लागणाऱ्या एकूण चांदीपेक्षा जास्त नव्हता.

या संबंधात सुरत येथील मोगलांच्या टांकसाळीचा इतिहास पाहणे उचित होईल. कारण या टांकसाळीच्या माहितीवरून प्रथम दर्शनी चलनात प्रचंड वाढ झाल्याचा समज होण्याची शक्यता आहे. आयात झालेली जवळ जवळ सर्व चांदी, मग ती परदेशी नाणी असोत अगर लगडी असोत, सरळ टांकसाळीत नेली जात होती आणि तेथून रुपयांच्या किंवा महामुदीच्या स्वरूपात पुन्हा बाहेर प्रसृत केली जात होती.[१] आपल्या काळाच्या सुरुवातीला गुजरातमधील मुख्य टांकसाळ अहमदाबाद येथे होती. अकबराने तो देश जिंकल्यावर ती स्थापन केली होती. अकबराने सुरतेलाही एक टांकसाळ उघडली होती. ती काही काळापर्यंत बंद होती. पण १६२० मध्ये पुन्हा चालू झाली. सुरतेच्या सागरी बंदराच्या वाढत्या महत्त्वाचा परिणाम म्हणून ती चालू करण्यात आली असावी. १६३४ च्या सुमारास स्थानिक टांकसाळीच्या कार्यशक्तीबाहेर चांदी सुरतेला आयात होऊ लागली होती आणि २ वर्षांनंतर चलन मिळविणे कठीण होऊन बसले. इंग्रजांनी मुख्य कचेरी अहमदाबादला हलविण्याच्या सूचनेमागे हे एक कारण होते. पण सुरतेच्या टांकसाळीच्या वाढत्या कार्यशक्तीमुळे ही अडचण दूर झाली. त्यानंतर मात्र चलनाच्या नेहमीच्या मागण्या या टांकसाळीने व्यवस्थितपणे पुरविल्या असे दिसते. यावरून एक गोष्ट निश्चित आहे की सुरतेला चांदीची आयात मोठ्या प्रमाणात वाढली होती. पण संबंध गुजरातचा विचार करता आयातीत वाढ झाली होती असे निष्पन्न होत नाही आणि प्रत्यक्षात आयातीतील बदल खंबायतहून सुरतेला झालेल्या व्यापाराच्या स्थलांतरामुळे घडलेला होता असे मानले पाहिजे. पोतुगिजांचा मुख्य

१. परिशिष्ट ड मध्ये दिल्याप्रमाणे बागलाणमधील मुल्हेर येथील टांकसाळीत १६३७ पर्यंत महामुदींची नाणी पाडली जात होती. १६२० मध्ये सुरतेची टांकसाळ पुन्हा उघडली तेव्हा महामुदी पाडण्याचे काम घेण्यात आले नव्हते असे मला कळते. ही टांकसाळ मुख्यत्वेकरून रुपयांची नाणी तयार करत होती.

व्यापार खंबायतच्या बंदरातून होता आणि त्यांनी आयात केलेली चांदी साहजिकच अहमदाबादच्या टांकसाळीत जात होती. जेव्हा व्यापारी सूत्रे पोतुगिजांकडून डच आणि इंग्रज यांच्याकडे आली तेव्हा सुरतेची भरभराट झाली आणि खंबायतचा ऱ्हास झाला. उत्तरेकडील अहमदाबादच्या टांकसाळीतील घट सुरतेच्या नाणी पाडण्याच्या उद्योगात झालेल्या प्रचंड वाढीमुळे भरून निघाली.

हिंदुस्थानातील वस्तुसंग्रहालयांमध्ये असलेल्या मोगल नाण्यांच्या संग्रहावरून हा बदल कळू शकतो. निरनिराळ्या टांकसाळींच्या परस्पर महत्त्वाची ढोबळ कल्पना येण्यास या नाण्यांची गोळाबेरीज पुरेशी व्यापक आहे. तीन प्रमुख संग्रहांच्या याद्यांतून खालील आकडे घेतले आहेत. [१]

भारतीय वस्तुसंग्रहालयातील चांदीच्या नान्यांच्या नमुण्यांची संख्या

	अहमदाबाद टांकसाळ				सुरत टांकसाळ			
कारकीर्द	लखनौ	लाहोर	कलकत्ता	एकूण	लखनौ	लाहोर	कलकत्ता	एकूण
अकबर	१५३	५१	५३	२५७	०	१	०	१
जहाँगीर	७९	२७	१२	११८	१४	४	५	२३
शहाजहान	३४	९	१२	५५	८८	२	३१	१२१
औरंगजेब	२१	५	११	३७	१३१	५५	९१	२७७
एकूण	२८७	९२	१०८	५५७	२३३	८२	१२७	४४२

अकबरापासून औरंगजेबापर्यंतचा संपूर्ण काळ लक्षात घेता असे दिसून येईल की, दोन्ही टांकसाळींतील नाणी संग्रहांमध्ये जवळजवळ सारखी आहेत.पण अहमदाबादची नाणी जशी कमी झाली तशी सुरतेची वाढली आहेत. शहाजहानच्या कारकिर्दीच्या आरंभी सुरतेच्या टांकसाळीचा विस्तार करण्यात आला होता आणि तेव्हापासून पुढे ती गुजरातची मुख्य टांकसाळ बनली. औरंगजेबाच्या कारकिर्दीतील उपलब्ध नमुन्यांपैकी ९/१० नमुने या टांकसाळीतील आहेत. गुजरातमध्ये येणाऱ्या चांदीच्या ओघात आपल्या विचाराधीन कालावधीत प्रमाणत: मोठी वाढ झाली नव्हती. या अनुमानाला वरील आकडेवारीने पुष्टी मिळते. युरोपशी परस्पर होणारा

१. औरंगजेबाच्या नाण्याच्या आकड्यांमध्ये मुरादबक्षने १६५८ साली पाडलेल्या काही नाण्यांचे नमुने समाविष्ट आहेत.

व्यापार ही नि:संशय नवी गोष्ट होती. पण त्याचे प्रमाण तत्कालीन व्यापाराच्या तुलनेने लहान होते आणि त्यावेळी अस्तित्वात असलेला व्यापारदेखील फार मोठा होता, असे वाटण्याचे कारण नाही. देशाच्या या भागातील उद्योगधंद्यांचा एकंदरीने विचार करता मालाच्या किंमतीमध्ये सार्वत्रिक वाढ निर्माण होईल, अशा प्रकारची प्रवृत्ती व्यापारात नव्हती, असे म्हटले तर ते समर्थनीय ठरेल.[१]

हिंदुस्थानच्या दुसऱ्या बाजूसंबंधी असे लगेच म्हणता येईल की, कोरोमांडेल किनाऱ्यावरील धान्यांच्या किंमतीबद्दल मला जवळ जवळ काहीच माहिती मिळालेली नाही. या प्रदेशात वारंवार दुष्काळ पडत होता आणि वाईट हंगामात किंमती प्रचंड प्रमाणात वाढत होत्या, हे आपल्याला माहिती आहे. पण सर्वसाधारण वर्षात किंमतीची प्रवृत्ती काय होती, हे आपल्याला माहीत नाही. आपण इतकेच म्हणू शकतो की, राहणीमानात वाढ झाल्याबद्दलच्या तक्रारी नव्हत्या आणि ही वस्तुस्थिती नेहमीच्या किंमतीत मोठा बदल झाला नव्हता या प्रतिपादनाशी सुसंगत आहे. चांदीच्या नाण्यात दिलेल्या पगाराच्या दराची स्थिरता हेच दर्शविते. मेथवोल्डने १६२२ मध्ये मच्छलीपट्टम सोडले. त्याने कारखान्यातील कामगारांचा पगार दरमहा ८ रिअल किंवा जवळजवळ दोन रुपये असल्याचे सांगितले आहे. १६५८ साली विल्यम स्मिथने त्याच प्रदेशातील कामगारांचे पगाराचे दर दरमहा ४ ते ५ शिलिंग असल्याचे दिले आहे. यावेळी रुपयाची किंमत २ शिलिंग ३ पेन्स होती. म्हणजे हा दर नेमका मेथवोल्डने ३६ वर्षांपूर्वी दिलेल्या दराइतकाच आहे. मधल्या काळात राहणीमानात मोठा बदल झाला असणे फारच असंभवनीय वाटते.

बंगालमध्ये मात्र १६५० आणि १६६० च्या दरम्यान धान्याच्या किंमतीमध्ये अचानक आणि मोठी वाढ झाल्याचा निश्चित पुरावा उपलब्ध आहे. तो देशाच्या त्या भागातील आर्थिक परिस्थितीवर प्रकाश टाकण्याच्या दृष्टीने महत्त्वाचा आहे. १६५० मध्ये डच आणि इंग्रज यांनी हुगळी येथे वसाहत केल्यावर बंगालच्या व्यापाराचा क्रियाशील विकास सुरू झाला, हे स्मरणात असेलच. १६५८ च्या डिसेंबरमध्ये राहणीमानात मोठी वाढ झाल्याने वसाहतीच्या खर्चाची रक्कम वाढवून

---

१. आपल्या कालावधीत पर्शियाहून गुजरातला येणाऱ्या चांदीचे प्रमाण कमी झाले होते. युरोपहून आयात होणाऱ्या चांदीचा काही भाग व्यापून टाकेल इतके ते कमी असावे, अशी शक्यता आहे. या विषयी निश्चित मत देण्याइतकी पुरेशी माहिती, मला मिळालेली नाही. पर्शियन आखातातील रेशमाच्या नव्या निर्यातीमुळे व्यापाराच्या ताळेबंदावर परिणाम झाला असला पाहिजे.

मिळण्यासाठी इंग्रज दलालांनी अर्ज केला. त्यांचे पत्र अस्तित्वात नाही. त्यात अन्नधान्याच्या किंमती तिप्पट झाल्याचे लिहिले होते, असे कंपनीने त्या पत्राला पाठविलेल्या उत्तरावरून दिसते. पण दलालांचे म्हणजे कंपनीने संपूर्णपणे स्वीकारलेले नाही आणि तपशीलवार माहितीची मागणी केली. दलालांनी किंमतीत झालेली वाढ कळविताना अतिशयोक्ती केली असेल किंवा स्वत:च्या मागणीला बळकटी आणण्याचा शक्य तितका प्रयत्न केला असेल ही कल्पना आपण करू शकतो आणि म्हणून किंमती खरोखर तिपटीने वाढल्या होत्या, असे समजणे योग्य होणार नाही. पण कंपनीने भत्ता नेमून दिल्याला दहा वर्षेदेखील झाली नव्हती. तेव्हा हा भत्ता अपुरा वाटावा इतकी मोठी वाढ किंमतीमध्ये झालेली होती, असे मानण्यास काहीच हरकत नाही.

बंगालमधील किंमतीतील वाढ बंगाल आणि हिंदुस्थानचा उरलेला इतर किनारा यांमधील तफावत दर्शवीत नाही; तर काही काळ असलेली एक प्रकारची विषम परिस्थिती नाहीशी झाली होती असे दर्शविते. डिसेंबर १६५७ मध्ये स्थानिक किंमती सपाटून वाढल्या होत्या. पण केवळ आठ वर्षांपूर्वी तांदूळ, लोणी, तेल आणि गहू असे जिन्नस इतर भागात असलेल्या किमतीच्या अर्ध्या किंवा त्यापेक्षा थोड्या जास्त किंमतीत मिळू शकत होते. दुसऱ्या शब्दांत, १६५० च्या अखेरपर्यंत, इंग्रज व्यापाऱ्यांना माहीत असलेल्या किंमतीपेक्षा म्हणजे देशाच्या किनाऱ्यावर इतरत्र असलेल्या किंमतीपेक्षा, बंगालमधील किंमती कमालीच्या कमी होत्या. पण चांदीच्या भांडवलाच्या जोरावर थोड्या वर्षांत झपाट्याने वाढलेल्या व्यापारामुळे किंमती वरवर गेल्या होत्या किंवा इतरत्र असलेल्या किंमतीच्या प्रमाणापेक्षाही काहीशा जास्त झाल्या होत्या. यावरून साहजिकच असे दिसते की, किनाऱ्याच्या इतर भागात होणाऱ्या चांदीच्या पुरवठ्यापेक्षा बंगालमधील पुरवठा पूर्वी फारच कमी होता. म्हणून चांदीच्या चलनातील किंमती साधारणपणे कमी होत्या. १६५० नंतर चांदीच्या आयातीत एकदम वाढ झाली आणि चांदीची कमतरता दूर झाल्याने बंगाल किंमतीच्या बाबतीत किनाऱ्याच्या उर्वरित भागाबरोबर आला. ज्या देशांनी साहजिकच कोरोमांडेल किनाऱ्यावरून तांदूळ घेतला असता त्यांना बंगालमधून बराच काळपर्यंत तांदूळ जात होता या गोष्टीशी वरील अनुमान सुसंगत आहे. उदाहरणार्थ, सुनारगाव (सध्याच्या डाक्क्याजवळचे) येथून सर्व हिंदुस्थान आणि सिलोनला तांदळाचा पुरवठा होत होता अशी फिंचची नोंद आहे. 'हिंदुस्थान' याचा अर्थ, त्याच्या दृष्टीने, पश्चिम किनारा असा घ्यायला पाहिजे. इतरही अनेक

लेखकांनी बंगालकडून येथे होणाऱ्या धान्यव्यापाराचा उल्लेख केला आहे. प्रश्न असा निर्माण होतो, की पश्चिम किनाऱ्यावर बंगालहून तांदूळ का मागविला जात होता. कारण त्यापेक्षा कमी वाहतूक करून कोरोमांडेलहून तांदूळ आणता आला असता. शिवाय ती वाहतूक खूपच कमी धोक्याची होती. याचे उत्तर एकच होते असे वाटते, ते म्हणजे बंगालमध्ये धान्याच्या मूळ किमती इतक्या कमी होत्या की त्यामुळे वाहतुकीचा जादा पडणारा खर्चही भरून निघत होता आणि किमती खरोखर कमी होत्या. हे सीझर फ्रेडरिक ते विल्यम मेथवोल्ड पर्यंतच्या अनेक माहितगारांच्या हकिकतींवरून दिसते. बंगाल ते मच्छलीपटम या दरम्यान होणाऱ्या धान्याच्या व इतर मालाच्या व्यापाराबद्दल १६२० च्या सुमारास लिहिताना मेथवोल्ड म्हणतो, "ज्या ठिकाणी माल आणला जात असेल तेथील रेलचेल पाहता आपण म्हणतो तसा न्यूकॅसलला कोळसा नेण्याचाच हा प्रकार होता. तरी देखील माल पुरेसा फायदा घेऊन विकला जात होता." अपुऱ्या दळणवळणांच्या साधनांनी जोडलेल्या किनाऱ्यावरील दोन प्रदेशातील चांदीच्या क्रयशक्तीत किती तफावत होती यावर मेथबोल्डचे हे उद्‌गार मार्मिक प्रकाश टाकतात.

यावरून असे दिसते की, सुमारे १६५० सालापर्यंत बंगालला चांदीचा अपुरा पुरवठा होत होता ही वस्तुस्थिती होती. महसूल पद्धतीच्या अंमलबजावणीत या तुटवड्याचे संभाव्य स्पष्टीकरण आढळण्याची शक्यता आहे. जमीनमहसूल मुख्यतः चांदीत भरला जात होता. त्यापैकी बहुतांश कर मोगल दरबाराकडे त्याच स्वरूपात पाठविला जात होता. त्यामुळे आयात झालेल्या चांदीपैकी प्रांतात शिल्लक राहिलेली चांदी स्थानिक गरजा भागविण्यास साहजिकच अपुरी पडत होती. याचाच अर्थ म्हणजे चांदी सामान्यतः महाग झाली होती किंवा दुसऱ्या शब्दांत जिन्नस साधारणतः स्वस्त झाले होते. ऐन अकबरीत दिलेली बंगालच्या संपूर्ण महसुलाची रक्कम जवळ जवळ १५० लाख रुपये आहे. हा आकडा काल्पनिक नसला तरी बराच अतिशयोक्त असावा. शहाजहानच्या कारकिर्दीशी संबंधित असलेल्या अनेक हकीकतींवरून असे दिसते की, महसुलाची मागणी सुमारे १३० लाख रुपये होती.[१] यांपैकी काही

१. ऐन अकबरीतील बंगालच्या आकडेवारीत, माहिती गोळा केली त्यावेळी मोगल साम्राज्याबाहेर असलेल्या प्रदेशांच्या आकडेवारीचाही समावेश आहे. म्हणून या प्रदेशासंबंधीचे आकडे वस्तुस्थिती निदर्शक मानता येत नाहीत. अस्कोली (पृष्ठ २५) १६५८ सालचा महसुलाचा आकडा १३१ लाख रुपये सांगतो. ब्रिटिश वस्तुसंग्रहालयातील तीन हस्तलिखितांमध्ये (Or १८४२ आणि Addl.६५८८ आणि ६५९८) महसुलाचा आकडा ५२, ४६ लाख दाम दिल्याचे मला आढळले आहे. ४० दामाला १रु. या दराने हा आकडा श्री. अस्कोली यांनी दिलेल्या आकड्याशी जुळतो.

रक्कम नि:संशय स्थानिकरित्या खर्च करण्यात येत होती. पण मांडलिक राज्ये सर्वसाधारणपणे त्यांच्या मिळकतीमधील काही भाग राजधानीला रोख पाठवीत होती. ही वस्तुस्थिती मान्य केली तर राज्यातून वर जाणारा संपत्तीचा ओघ नियमितपणे मोठा, बहुधा वर्षाला सुमारे ५० लाख तरी, असला पाहिजे हे लक्षात येईल. मागील एका प्रकरणात आपण पाहिले आहे की बंगालचा सागरी व्यापार १६५० पूर्वी बरीच वर्षेपर्यंत अगदी खालावलेला होता. तो प्रत्यक्षात किती होता याचे मोजमाप आपण करू शकत नाही. पण तो या प्रांतातून बाहेर जाणारा चांदीचा ओघ भरून काढण्यास आणि आवश्यक तेवढ्या चांदीचा पुरवठा करण्यास अपुरा ठरला असल्यास आपल्याला नवल वाटायला नको. आता, डच कागदपत्रांवरून असे दिसते, की १६५० पूर्वीच्या वर्षांमध्ये त्यांचा बंगालशी होणारा व्यापार एक लाख रुपयांच्या जवळपास होता. पण १६६१ मध्ये जो जवळ जवळ २० लाख झाला होता. ही वाढ नव्या व्यापारामुळे झाली होती आणि हा व्यापार चांदीची आयात करून मिळालेल्या भांडवलावर सुरू केला होता. त्याचवेळी लहान पण भरीव प्रमाणावर इंग्रजही नवीन व्यापाराचा विकास करीत होते. चांदीच्या येणाऱ्या ओघात झालेली ही अचानक वाढ आपल्या काळाच्या अखेरीच्या वर्षांमध्ये वर्षाला जास्त नाही तरी २० लाखांपर्यंत पोचली होती. चांदीच्या आयातीतील ही वाढ बंगालमधील आर्थिक परिस्थितीत महत्त्वाचा बदल घडवून आणण्याइतपत मोठी होती असे म्हणण्यास हरकत नाही. या वर्षांमध्ये महसुलाची मागणी वाढविण्यात आली होती, हे दर्शविणारे आकडे मला आढळलेले नाहीत.[१] आणि उत्तरेकडे जाणारा संपत्तीचा ओघ जवळ जवळ तसाच कायम होता तरी चांदीची वाढलेली आवक स्थानिक गरजा भागविण्यास खूपच उपयोगी पडणार होती आणि किमती कमी असण्याचे मुख्य कारण दूर होणार होते.

वरील विषयासंबंधी उपलब्ध पुरावा अपुरा आहे. पण जो काही पुरावा उपलब्ध आहे, त्यावरून असा तात्पुरता निष्कर्ष काढता येईल की, चांदीचे मूल्य संपूर्ण उत्तर आणि पश्चिम हिंदुस्थानात प्रस्तुत कालावधीत स्थिर होते. पण शेवटच्या दशकांमध्ये बंगालात चांदीचे झपाट्याने अवमूल्यन झाले. त्यामुळे

---

१. १८०८ साली नेमलेल्या सिलेक्ट कमिटीच्या पाचव्या अहवालाला अनुसरून अस्कोली (L.C) म्हणतो, 'शहासुजाचा महसूल (१३१ लाख रुपये) ही नवी आकारणी नव्हती. फक्त कारकुनांनी केलेली पुनर्तपासणी होती अशी शक्यता आहे.' नोंदी असलेली नवी आकारणी १७२२ पर्यंत करण्यात आलेली नव्हती.

हुगळीच्या प्रदेशातील किमती हिंदुस्थानच्या समुद्रकिनाऱ्यावर इतरत्र प्रचारात असलेल्या किंमतीच्या पातळीवर आल्या आणि प्रदीर्घ काळापर्यंत अस्तित्वात असलेली अनियमित परिस्थिती नामशेष झाली. आपल्या वरील सर्व विवेचनाचा हाच शेवटचा निष्कर्ष आहे.

६. सोने आणि तांबे

बंगाल सोडला तर, आपल्या संपूर्ण कालावधीत चांदी हे किंमतीचे स्थिर प्रमाण होते, हा तात्पुरता निष्कर्ष काढल्यानंतर आता सोने आणि तांबे यांच्या व्यापाराचा विचार करणे शिल्लक राहते. व्यापाराचा एक जिन्नस म्हणून त्यांचे जे मूल्य होते, त्या आधारावर या दोन्ही वस्तू चलन म्हणून प्रचारात होत्या. परिशिष्ट 'ड' मध्ये मी दाखविले आहे, की नवीन पगोडा म्हणून ओळखल्या जाणाऱ्या सोन्याच्या नाण्यांची चांदीमधील किंमत पूर्व किनाऱ्यावर आपल्या काळात वाढली होती. गुजरातेतील सोन्याच्या बाजारातही तशी समांतर वाढ आपण अपेक्षिली पाहिजे. पण यासंबंधी इतकी थोडी माहिती उपलब्ध आहे की, आपली अपेक्षा खरी होती की खोटी हे सांगता येत नाही. आपल्या काळाच्या मध्यभागात, इतर सर्व वस्तूंच्या बाजाराप्रमाणे, सोन्याचा बाजारही, दुष्काळामुळे विस्कळित झाला होता, एवढेच काय ते आपल्याला सांगता येते. दुष्काळात श्रीमंतांचे उत्पन्न इतके घटले होते की, त्यांना सोने विकत घेता येत नव्हते आणि गरीब लोकांना अन्नासाठी सोनेनाणे विकणे भाग पडत होते. दुष्काळानंतर १६३५ साली, इंग्रजांचे २० शिलिंगचे नाणे २० महामुदींना विकले जात होते, तर १६४६ मध्ये त्याची किंमत २१. १/२ महामुदी होती. ही वाढ महत्त्वाची असावी. पण व्यावसायिक हातचलाखीला सोन्याच्या बाजारात वाव असल्याने, कुठलाही निष्कर्ष काढण्यासाठी अधिक माहितीची आवश्यकता आहे. एका प्रसंगी इंग्रज दलालांनी अशी तक्रार केली की, त्यांचा व्यवहार सर्वस्वी सराफांच्या किंवा सावकारांच्या लहरीवर अवलंबून होता. हे लोक 'स्वत:च्या मर्जीप्रमाणे सोने आणि चांदी यांपैकी त्यांना वाटेल त्या नाण्याची किंमत वाढवीत असत किंवा कमी करत असत आणि किंमतीतील फरक हा केवळ बाजारातील चढउतारावर अवलंबून असायचा. १६५२ मध्ये सुरतेच्या दलालाने कळविले की, सोन्याचा भाव कमी होण्यापेक्षा वाढण्याची शक्यता आहे. पण आपल्या काळातील शेवटच्या वर्षाकरिता कुठलेही प्रत्यक्ष दर मला मिळालेले नाहीत. कसेही असले तरी मोगल साम्राज्यात सोन्याचा प्रचार इतका मर्यादित होता, की त्याच्या मूल्यासंबंधीच्या प्रश्नाचा चलन वापरणाऱ्या सर्वसाधारण लोकांवर काहीच परिणाम

झाला नाही. दक्षिणेत सोन्याच्या भावात घट झाल्याची चिन्हे आपल्याला दिसायला हवीत. पण इथेही पुन्हा माहितीचा अभाव आहे. ज्याच्या दरांची मी व्यवस्थित क्रमवार मांडणी करू शकलो असा एकच जिन्नस आहे तो म्हणजे मसाला. पण याचा व्यापार पूर्वी सांगिल्याप्रमाणे डच मक्तेदारांनी ठरविलेल्या दरांवर अवलंबून होता.

तांब्याबद्दलची आपली माहिती अधिक विस्तृत आणि सर्वसाधारण लोकांच्या दृष्टीने अधिक मनोरंजक आहे. आपल्या काळाच्या सुरुवातीला परिस्थिती अशी होती की, उत्तर हिंदुस्थान संपूर्णपणे किंवा जवळ जवळ संपूर्णपणे स्थानिक खाणीतील उत्पादनावर अवलंबून होता. तर दक्षिणेतील पुरवठा मुख्यत: पोर्तुगिजांनी जपानहून आयात केलेल्या मालामुळे होत होता. उत्तरेत हा धातू अतिशय महाग होता, हे एक पौंड तांब्याची टांकसाळीतील किंमत सुमारे ८४ पौंड गव्हाइतकी होती, यावरून दिसून येते. हाच आकडा १९१०-१२ मध्ये १६ पौंड गहू असा होता. दक्षिणेमध्ये तांबे यापेक्षा फार स्वस्त असणे शक्य नव्हते. कारण तसे असते तर आयात केलेला माल मलबार आणि गोवा येथून गुजरातच्या बंदराकडे पाठविण्यात आला असता. किंमत इतकी जास्त असल्याने हा धातू म्हणजे एक चैनीची वस्तू होती. तांब्याची भांडी त्यावेळी आताच्यापेक्षा दुर्मिळ होती. उद्योगधंद्यात तांब्याला मागणी कमी होती आणि तोफ ओतण्यासाठी कधीमधी केली जाणारी सरकारी मागणी सोडली तर निरनिराळ्या टांकसाळी याच एकंदरीने तांब्याच्या प्रमुख ग्राहकांत मोडत होत्या. १६२० पर्यंत तांब्याच्या किंमतीत महत्त्वाचा बदल झाल्याची चिन्हे मला उत्तर हिंदुस्थानात आढळली नाहीत. अकबराच्या काळातील अधिकृत विनिमयाचा दर रुपयाला ४० दाम म्हणजे ८० गुजराती पैसे असून तो महामुदीला ३२ पैसे याबरोबरीचा होता. १६०९ मध्ये फिंचने महमुदीचा चालू दर ३१ किंवा ३२ पैसे दिला होता. हा दर 'तांबे' जसे वाढत होते किंवा कमी होत होते तसा बदलत होता.' १६१५ च्या सुरुवातीला एलकिंग्टनने ३४ पैसे दर दिला होता. या दरात बदलण्याची प्रवृत्ती असल्याचा त्याने उल्लेख केला आहे. तरीपण या वर्षापर्यंत किंमतीत कुठल्या प्रकारे वाढ झाल्याचे चिन्ह दिसत नाही. गुजरातमध्ये तांब्याची आयातही सुरू झाली नव्हती. कारण १६१९ मध्ये जेव्हा सुरतेच्या इंग्रज दलालांना पर्शियाला पाठविण्यासाठी तांबे पाहिजे होते. तेव्हा त्यांनी प्रथम बऱ्हाणपूर येथे चौकशी केली. म्हणजे ज्या ठिकाणी खाणी होत्या तेथेच त्यांनी चौकशी केली. जरी त्यांना पाहिजे असलेले तांबे केवळ ३३० पौंड होते तरी

अखेरीला ते त्यांनी नाण्यांच्या स्वरूपात पाठविले. वास्तविक जर नियमित आयात व्यापार अस्तित्वात असता तर हे तांबे त्यांना स्थानिकरित्या निश्चितच मिळू शकले असते. नंतरच्या दशकात केव्हातरी तांब्याच्या किंमतीत लक्षणीय वाढ झाली. या बदलाचा अगदी सुरुवातीचा उल्लेख १६२३ मध्ये पेल्सार्टने केलेल्या विधानात आढळतो. तो म्हणतो की, आग्रा येथे एका रुपयाला ५८ पैसे पडतात. पूर्वीच्या ८० पैसे या दरात पडलेला हा फरक उल्लेखनीय आहे. १६३६ साली सुरतेच्या इंग्रज दलालांनी लिहिले की, दुष्काळापूर्वी दोन तीन वर्षे महामुदीची किंमत २०, २१ किंवा २२ पैशापेक्षा जास्त नव्हती. याच हिशोबाने रुपया ५० ते ५५ पैशाच्या बरोबरीचा झाला असता. १६३६ मधील दर हा एका महामुदीला २५ पैसे तर १६४० मध्ये तो २४ पैसे होता. वीस वर्षांनंतरही हा दर २४ आणि २५ पैशांच्या दरम्यान होता. म्हणजे किरकोळ बदलांकडे दुर्लक्ष केले तर कुठल्याही परिस्थितीत १६१६ पर्यंत रुपयाचे मूल्य ८० पैसे (४०दाम) होते. १६२७ नंतर त्याचे मूल्य ६० पैसे (३० दाम) किंवा त्यापेक्षा थोडे कमी किंवा थोडे जास्त होते.[१]

किंमतीत वाढ झाल्यानंतर जपानच्या तांब्याची गुजरातमधील आयात हळूहळू वाढू लागली. जपानमध्ये प्रस्थापित झाल्यानंतर डचांनी वेळ न घालविता तेथून पूर्व किनाऱ्यावर तांब्याचा पुरवठा करण्यास सुरुवात केली. पण त्यांचे तांबे पहिल्यांदा सुरतेला आल्याचा उल्लेख १६३५ सालातला आहे[२] आणि नंतरची काही वर्षे तांब्याची विक्री समाधानकारक होती. म्हणजे तांब्याची खरी गरज भागविली जात होती, हे यावरून स्पष्ट दिसते. १६४० मध्ये जपानमध्ये तांब्याच्या निर्यातीवर बंदी घालण्यात आली. ही बंदी सात आठ वर्षे कायम होती. या काळात डचांनी स्वीडन आणि युरोपातील इतर ठिकाणांहून आणलेले तांबे सुरत आणि मच्छलीपट्टम या दोन्ही ठिकाणी विकले असे आपल्याला आढळते. १६४८ साली जपानमधून पुन्हा निर्यात सुरू झाली आणि नंतर कुठलाही व्यत्यय न येता व्यापार चालू होता असे दिसते. बंगालमध्ये बस्तान बसविल्यावर तेथेही डचांनी तांब्याचा पुरवठा सुरू केला.

---

१. चांदी आणि तांबे यातील विनिमयाचा दर बराच बदलत होता. १६३७ च्या आग्रा अकौंटमध्ये रुपयाचा दर जानेवारी १६३७ मध्ये ५० पैसे, एप्रिलमध्ये ५२ पैसे, सप्टेंबरमध्ये ५४ पैसे, जानेवारी १६३८ मध्ये ५५ पैसे आणि त्यानंतरच्या ऑक्टोबरमध्ये ५८ पैसे असा दिलेला आहे.

२. १६२९ ते १६३४ डचांचा जपानमधील व्यापार राजकीय अडचणींमुळे बंद होता. हे पश्चिम हिंदुस्थानात तांबे उशिरा येण्याचे कारण आहे. या अडचणी दूर झाल्याबरोबर तांब्याची आयात ताबडतोब सुरू झाली.

आपल्या काळाच्या अखेरीला बाजाराची परिस्थिति काय होती यावर बटाव्हिया जर्नलमधील १६६१ च्या नोंदी काही प्रकाश टाकतात. सुरतेहून आलेल्या एका पत्रात तांब्याच्या किंमतीत झालेल्या अचानक वाढीची दोन कारणे दिलेली आहेत. पहिले कारण म्हणजे आयात केलेला माल अपुरा पडत होता आणि दुसरे, यादवी युद्धामुळे उत्तरेकडील खाणींमध्ये कामगारांचा तुटवडा होता. गुजरातमधील अधिकाऱ्यांनी या परिस्थितीला तोंड देण्यासाठी तांब्याची (नाण्याच्या रूपातली किंवा सुट्या) निर्यात बंद केली आणि परिणामी रुपयाचा दर तीस पासून तेहतीस दामपर्यंत वाढला. प्रस्तुत काळाच्या अखेरीला असे आढळते की, तांब्याची चांदीतील किंमत सुमारे २० टक्क्यांनी कायमची वाढलेली होती. म्हणजेच रुपयाचा दर पूर्वीच्या ८० पैसे या प्रमाणावरून आता स्वीकृत झालेल्या ६४ पैसे या दरापर्यंत खाली घसरला होता आणि आपल्याला असेही दिसते की, उत्तर हिंदुस्थानातील तांब्याचा पुरवठा आता केवळ स्थानिकरित्या होत नव्हता तर काही अंशी जपानच्या खाणीतून आणलेल्या मालावर अवलंबून होता.

नोंदलेल्या माहितीवरून आतापर्यंतचे विवेचन केले. किंमतीत एकदम झालेल्या वाढीचे स्पष्टीकरण मला कुठेही आढळलेले नाही. पण चांदीच्या किंमतीसंबंधी आपण जो विचार केला त्यावरून किंमतवाढीचे कारण चांदीशी संबंधित नसून तांब्याशी संबंधित होते, असा निष्कर्ष काढण्यास जागा आहे. म्हणजे एक तर मागणीत झालेली कायमची वाढ किंवा पुरवठ्यात झालेली कायमची घट यांचा विचार केला पाहिजे. यापैकी पहिली गोष्ट मुळातच असंभाव्य आहे. या काळाच्या इतिहासात तसे घडल्याचा पुरावा मला कोठे आढळत नाही आणि उपलब्ध माहितीवरून केवळ किंमतीत कायमची वाढ झाली होती, अशी कल्पनासुद्धा करता येत नाही. १९३० पूर्वीच्या वर्षांमध्ये काही हिंदुस्थानी खाणींतून होणारा पुरवठा कमी पडला असावा ही गोष्ट मला अधिक संभाव्य वाटते आणि किंमतीतील वाढ कायम होती यावरून पुरवठ्यातील घट तात्पुरत्या स्वरूपाची नव्हती असे दिसते. राजपुताना आणि मध्य हिंदुस्थान येथील खाणीतूनच मोगल साम्राज्याला तांब्याचा बहुतांशी सर्व पुरवठा होत होता. आणि अकबराच्या कारकिर्दीपासून या खाणींतील उत्पादन बंद झाले होते, हे आपल्याला माहीत आहे आणि या विशिष्ट काळातच या खाणींमधून होणारा पुरवठा बंद झाला होता, असे मला वाटते. पुरवठा बंद झाल्याने तांब्याच्या किंमती वाढल्या आणि त्यामुळे गुजरातमध्ये तांब्याची आयात करणे डचांना फायदेशीर झाले.

प्रकरण पाच : आधारग्रंथ

लेटर्स रिसीव्हड् आणि इंग्लिश फॅक्टरीज् यात दिलेल्या इंग्रजांच्या व्यापारविषयक पत्रव्यवहारांवर आणि *डाग रजिस्टरमधील* हिंदुस्थानातून आलेल्या अहवालावर एकंदरीने हे प्रकरण आधारलेले आहे. खाली दिलेल्या संदर्भाचा तपशील उदाहरणादाखल आहे; सर्वसमावेशक नाही. बाजारातील परिस्थितीचे संपूर्ण ज्ञान होण्यासाठी ह्या संदर्भग्रंथांचे तपशीलवार अध्ययन करणे आवश्यक आहे.

विगाग १: हिंदुस्थानी व्यापाऱ्यांबद्दलचे फिंचचे मत *लेटर्स रिसिव्हड* १पृ. ३० वर आहे. शिशाच्या मक्तेदारीसाठी पहाः *इंग्लिश फॅक्टरीज खं.१ पृ.३०,* सोरामिठाच्या मक्तेदारीसाठी पहाः खं. ८ पृ. ५३ आणि *डाग रजिस्टर* मार्च ३१, १६४१; तांब्याच्या निर्यातीवरील बंदीसाठी पहाः त्याच ठिकाणी १८ ऑक्टोबर १६६१. अहमदाबाद निळीच्या मक्तेदारीसाठी पहाः *इंग्लिश फॅक्टरीज्* खं.८ पृ.१३१,१४१ मसाल्याच्या मक्तेदारीसाठी *डाग रजिस्टर* २६ डिसेंबर १६४१; कापडाच्या मक्तेदारीसाठी *इंग्लिश फॅक्टरीज* खं.९पृ.२२ आणि *डाग रजिस्टर* २० मे १६४१; पहा : दुष्काळातील अन्न प्रश्नासाठी *इंग्लिश फॅक्टरीज्* खं. ४ पृ.२०९; व्यापारी राज्यपालांसाठी त्याच ग्रंथात खं.१-१४७,निळीच्या बादशाही मक्तेदारीचे वर्णन पहा.त्याच ग्रथात खं. ४ पृ.३२४-२८ आणि खं.५ पृ. १,७०,७३; हुगळी येथील सार्वत्रिक मक्तेदारीची हकीकत १० जून १६३६ च्या *डाग रजिस्टरमधून* घेतली आहे. डचांच्या व्यापारातील मक्तेदारीसाठी पहाः त्याच ठिकाणी १२ मार्च १६२५ आणि *इंग्लिश फॅक्टरीज* खं.३ पृ.१८२ मीरजुमल्याचे मनुचीने केलेले वर्णन खं. १ पृ.२२१ वर आहे. मीरजुमल्याच्या व्यापारी हालचालींचे उल्लेख *इंग्लिश फॅक्टरीज* खं.२ व १० मध्ये वारंवार आलेले आहेत. जमिनीवरील वाहतूक खर्चाची माहिती *इंग्लिश फॅक्टरी* खं. १ पृ.७४, खं.६ पृ.१३५, खं.९ पृ.५२ वरून घेतली आहे. तसेच ती *आग्रा अकौन्ट्स* हस्तलिखित पान १२० आणि *मंडी* खं. २ पृ. २७८, २९१ मध्येही आहे. उत्तर हिंदुस्थानातील किमतीची चर्चा प्रस्तुत लेखकाने ऑक्टोबर १९१७ आणि जुलै १९१८ च्या *जर्नल आर.ए. एस.* मध्ये केलेली आहे.

विभाग २: डच आणि इंग्रज यांच्यातील स्पर्धा ही व्यापारविषयक दप्तरात नियमित आढळणारी गोष्ट आहे. उदा. *इंग्लिश फॅक्टरीज* खंड ३, पृ.२०८; खंड ५, पृ.२०५, २०६; डच आणि इंग्रज दोघांनी एकत्र काम करण्यात अनुभवाला

आलेल्या अडचणींसाठी, पहा: त्याच ग्रंथात खं. ५ पृ. १,६९, १४२. सुरतेहून पाठविलेल्या इंग्रज आणि डच यांच्या अहवालात वीरजी व्होराचा उल्लेख इतके वेळा आलेला आहे की त्या सर्वांची यादी देणे कंटाळवाणे होईल. पुढे दिलेले संदर्भग्रंथ त्यांच्यासंबंधी प्रमुख बाबतीत वाचकांना पुरेशी माहिति देतील. त्याच्या कंपन्यांची माहिती -पहा: *डाग रजिस्टर* ३ ऑक्टोबर १६४१ ९ आणि जून १६४५(सुरत) तसेच *इंग्लिश फॅक्टरीज* खं.८ पृ; २०६,२५७ त्याच्या परदेशांशी असलेल्या संबंधासाठी पहा: त्याच ठिकाणी खं. ३ पृ.२१२ खं ७ पृ.२५३, खं ८ पृ. १०५ त्याच्या बाजारातील प्रभुत्वासाठी पहा त्याच ठिकाणी खं. ५, पृ.२४,२१८; खं.७, पृ. १८, १०८; खं. ८ पृ.५; खं. १० पृ. १६, १६० त्याच्या अधिकाऱ्यांशी झालेल्या मदभेदाबद्दल माहितीसाठी पहा : त्याच ग्रंथात खं.४, पृ. ३१; खं. ६ पृ.९४, १०८-११० इंग्रजांना त्याने दिलेल्या कर्जासाठी पहा : त्याच ग्रंथात खं ३, पृ.२७१;३००; खं. ४ पृ.१९३, २१६; खं. ५ पृ. ९७,२१६; खं.७, पृ.५, १५२; खं.९ पृ.११९, १४१; खं.१० पृ ३६० त्याच्या संपत्तीसाठी पहा: थिवेना पृ. ४६

'मलया' उल्लेख *इंग्लिश फॅक्टरीजमध्ये* कधी कधी पण *डाग रजिस्टरमध्ये* अधिक जास्त वेळा आलेला आहे. पहा: १४ ऑगस्ट १६३४ त्याच्या मृत्यूकरिता; २७ नोव्हेंबर १६४०, १९ फेब्रुवारी १६४१, १५ फ्रेब्रुवारी १६४३ त्याच्या वारसाच्या राजकीय हालचालीकरिता, १ जून १६४४ त्याच्या आर्थिक परिस्थितीकरिता, १४ मार्च १६३७, २७ नोव्हेंबर १६४०, ६ मे आणि १९ ऑगस्ट १६४५ त्याच्या व्यापारी धोरणाकरिता.

अडत्यांच्या व्यवहारांसाठी, विशेषत: पहा : *इंग्लिश फॅक्टरिज* खं. ५ पृ. १०२ त्यांच्या गैरवर्तणुकीसाठी त्याच ग्रंथात खं. ३पृ. २३९, खं. ४ पृ.१०१, खं. ५ पृ.१७१, खं. ६ पृ.२२५, खं. ८ पृ. २०९ सराफांसाठी पहा: त्याच ग्रंथात खं. ३ पृ. २९६, खं. ७ पृ. २१ आणि *टव्हेर्नियर* खं. १ पृ.२९. सागरी विम्यासाठी पहा: *इंग्लिश फॅक्टरीज* खं. २ पृ. १०१, खं. ७ पृ. ९२, १६१, खं. ८ पृ. २५९. बाजारात मालाचा फाजील पुरवठा होणे आणि त्यानंतर भाव गडगडणे यासाठी पहा : एडन करिता *डाग रजिस्टर* २२ मार्च १६३६. मोचा आणि बसराकरिता त्याच ग्रंथात १८जुलै १६४४ (सुरत) आणि *इंग्लिश फॅक्टरीज* खं. ७ पृ. २०८, खं. ८ पृ. १८४. अचिनकरिता *डाग रजिस्टर* २० मे आणि १५ डिसेंबर १६४१, १० मार्च १६४२.

विभाग ३ : निळीच्या दरासंबंधीचे संदर्भ सुरुवातीच्या तक्त्यात दिले आहे. सुरुवातीचे प्रमाणभूत दर आणि फिंचचे अंदाज यासाठी पहा: *लेटर्स रिसीव्हड्* खं.१

पृ.२३, २८,३०६; खं. २ पृ. १५२, २१४,२४८,१६३० च्या दुष्काळातील किंमतीसाठी पहा : *इंग्लिश फॅक्टरीज* खं.४ पृ. १२५. लागवडीच्या कपातीसाठी पहा: त्याच ग्रंथात खं.४ पृ. ३२५, भेसळीसाठी पहा: त्याच ग्रंथात खं. ६ पृ.२७३; खं. ७ पृ. १६३; खं. ८ पृ. ३१, २०३, *टव्हेर्नियरचे* किंमतीबद्दलचे विधान खं. २ पृ. ९ वर आहे.

विभाग ४ : पारा : त्याच्या मागणीसाठी पहा : *इंग्लिश फॅक्टरीज* खं. ३ पृ. ३२५, ३३४, खं. ९ पृ. १२१ त्याच्या खासगी व्यापारासाठी पहा: त्याच ग्रंथात खं. ४ पृ. ३२ आणि *कोर्ट मिनिट्स* १३ फेब्रुवारी १६२९ आणि २२ ऑक्टोबर १६३०. १६२६ पर्यंतच्या किंमतीसाठी पहा : *लेटर्स रिसीव्हड्* खं. १ पृ. ३२, २३५, ३०५, खं. २ पृ. १९१, खं. ३ पृ. ९ खं.४ पृ.२९६; *इंग्लिश फॅक्टरीज* खं.१पृ.५५, ३२७, खं.२ पृ.१५८, *फॅक्टरी रेकार्ड्स* (सुरत) खं. १०२ नं. ४७८; आणि ओरिजनल कॉरस्पॉण्डन्स १२४१, १६३० मधील मालाचा फाजील पुरवठा आणि त्यानंतरच्या गडगडलेल्या किंमतीसाठी पहा: *इंग्लिश फॅक्टरीज* खं.४ पृ.३२, ८९,१०२, १८०,२७५,खं.५ पृ.८२, २०५; आणि मालाच्या पुन्हा उठावासाठी त्याच ग्रंथात खं.८ पृ. १८८, २८२; खं. ९ पृ.१२१, २५२; खं. १० पृ.१९९; आणि *डाग रजिस्टर* १ मे १६६१

शिसे -पहा : अधिकृत मक्तेदारीसाठी *इंग्लिश फॅक्टरीज* खं.१ पृ. ३२३; खं.३ पृ. १५७, १९६; खं.७ पृ. २१०. पर्यायी बाजारपेठांसाठी त्याच ग्रंथात खं.५ पृ.६९, २१८;खं.६ पृ.२०४,२७५;खं.९ पृ.७१,१०४ दरपत्रकासाठी पहा : *लेटर्स रिसीव्हड्* खं.१ पृ.३३, २३५, २३८,३००; खं.२पृ.२९३, खं.३ पृ. ८,९ खं. ४ पृ. २९६,३३६ खं.५ पृ.१०७ खं.६ पृ.१५९; *इंग्लिश फॅक्टरीज* खं. ८ पृ.३२३; खं. ३ पृ.३३४; खं.४ पृ.३२, १२९; खं. ५ पृ.७; खं.६ पृ.९८,२०४; खं.८ पृ.७, २१६, २८२;खं.९ पृ.१४०; खं. १० पृ.१९९. *ओरिजनल कॉरस्पॉण्डन्स* १७९४, १८०८.

लवंगा- मोगल दरबारातील किंमत ऐन (भाषांतर) खं. १ पृ. ६४ वर दिली आहे. सुरत येथील सुरुवातीच्या दरांसाठी पहा: *ओरिजनल कॉरस्पॉण्डन्स* ६०९; टर्पस्ट्राचे सुरत परिशिष्ट ७ आणि *इंग्लिश फॅक्टरीज* खं. २ पृ.२५. १६३३ ते १६४९ पर्यंतच्या किंमतीसाठी पहा : त्याच ग्रंथात खंड ८ पृ. २०६, २५७, *ओरिजनल कॉरस्पॉण्डन्स* १५४३ ए, १५५८ आणि *डाग रजिस्टर* १४ मे १६३३, २६ डिसेंबर १६४१, ३ जुलै १६४३ आणि ९ जून१६४५. मक्तेदारीतील अखेरच्या

किंमतीसाठी पहा: त्याच ग्रंथात १७ ऑगस्ट १६५७, १ मे १६६१ आणि *इंग्लिश फॅक्टरीज* खं.१० पृ. १५७. पूर्व किनाऱ्यावरील किमतीसाठी, पहा : त्याच ग्रंथात खं. १ पृ.४१; खं.२ पृ. १३६; खं. ६ पृ. ४७, १८६, आणि *डाग रजिस्टर* २७ मार्च १६३१, २५ नोव्हेंबर १६३२, २९ नोव्हेंबर १६४०; २३ डिसेंबर १६४१; २९ डिसेंबर १६४४, १४ मे १६४५,३ जून १६६१.

विभाग ५ : उत्तर हिंदुस्थानातील अन्नधान्याच्या किमतीची चर्चा ऑक्टोबर १६१७ आणि जुलै १६१८च्या जर्नल आर.ए.एस. मध्ये केलेली आहे. सुरत येथील किंमतीसाठी, पहा: *लेटर्स रिसीव्हड*.खं. १ पृ.३१, १४१; *इंग्लिश फॅक्टरीज* खं.१ पृ.६३; खं. २ पृ.२५४; *व्हॅन ट्विस्ट III* दुष्काळातील किंमती आणि व्यापारातील पुनरुज्जीवन यासाठी पहा: *इंग्लिश फॅक्टरीज* खं. ४ पृ. ९५, १२२, १६५,१९६ २०९; खं ५ पृ. १४६, १४९, १५१, १७७. कपातीच्या चर्चेसाठी, पहा : त्याच ग्रंथात खं.७ पृ. १२१, १७१; खं. ८ पृ. २४५; खं. ९ पृ. १४,१९८,२१६,चपराशांच्या पगारासाठी पहा त्याच ग्रंथात खं. ५ पृ. १५१ आणि ओव्हिंग्टन ३९२...१६५८-५९ मधील दुर्भिक्षासाठी, पहा: *इंग्लिश फॅक्टरीज* खं.१० पृ.१९६,३०६. धान्याच्या सागरी वाहतुकीसाठी, पहा: त्याच ग्रंथात खं. ४ पृ. १९६; खं. ८ पृ. ७४,१०६.

सुरतेच्या टांकसाळीच्या उल्लेखासाठी, पहा : त्याच ग्रंथात खं. १ पृ. ३६, २१८;खं ५. पृ. ६८, २१६खं ६ पृ. ८४; तसेच ऐन (भाषांतर) खं. १ पृ. ३१. पूर्व किनाऱ्यावरील पगाराच्या दरांसाठी, पहा: *मेथवोल्ड* १००१ आणि *इंग्लिश फॅक्टरीज* खं. १० पृ. २६१. बंगाल मधील किमतीच्या वाढीसाठी पहा: त्याच ग्रंथात खं. १० पृ. ४०७ आणि पूर्वीच्या स्वस्ताईसाठी, पहा : त्याच ग्रंथात खं. ८ पृ. ३०८; *ओरिजिनल कॉरस्पॉन्डन्स* २१८८; पूर्चाज खं. २ प्र:१० पृ.१७२०, १७२६ आणि *मेथवोल्ड* १००५. बंगालमधील डचांच्या व्यापाराचे मूल्य संबंधित वर्षाच्या *डाग रजिस्टरमधील* क्रमवार नोंदीवरून घेतले आहे.

विगाग ६ : सुरत येथील सोन्याच्या किमतीबद्दलच्या उल्लेखांसाठी, पहा: *इंग्लिश फॅक्टरीज* खं. ३ पृ. २९६; खं. ४ पृ. १२३; खं. ५ पृ. १२१; खं. ८ पृ. ७; खं. ९ पृ. १४१. तांब्याच्या परिस्थितीची सविस्तर चर्चा 'इंडिया ॲट 'दी डेथ ऑफ अकबर' मध्ये पृ. १४८ आणि त्यापुढील पानांवर आहे. विनिमयाच्या सुरुवातीच्या दरांसाठी, पहा: *पेल्सार्ट* ११; *लेटर्स रिसीव्हड* खं.१ पृ ३४ खं. ३ पृ. ११ आणि *इंग्लिश फॅक्टरीज* खं. १ पृ. १००, ११४, १४२-४४. १६३६ नंतरच्या दरांसाठी

पहा : त्याच ग्रंथात खं. ५ पृ. २०६; खं. ६ पृ. १४९; आणि *डाग रजिस्टर* २६ जून १६६१. तांब्याच्या आयातीसाठी पहा : पूर्वोक्त ठिकाणी २२ मार्च १६३६, १४ मार्च १६३७, २० फेब्रुवारी आणि ३० ऑक्टोबर १६४८, १२ एप्रिल १६६१ आणि इतर अनेक प्रसंगोपात्त नोंदी. तसेच *इंग्लिश फॅक्टरीज* खं.२ पृ. २६०; खं. ५ पृ.८१, १०१,१२०,१६६१ मधील आणीबाणीचा उल्लेख त्याच ग्रंथात खं.१०पृ.३०६ वर आहे आणि त्याची सविस्तर चर्चा त्याच वर्षाच्या *डाग रजिस्टरमधील* अनेक उताऱ्यांमध्ये आढळते.

प्रकरण : सहा

उत्पादन आणि उपभोग

१. उत्पादनातील बदल

आपल्या विचाराधीन काळाच्या सुरुवातीला प्रचलित असलेल्या उत्पादनाच्या पद्धतीचे वर्णन 'इंडिया ॲट दी डेथ ऑफ अकबर' या पुस्तकाच्या तिसऱ्या व चौथ्या प्रकरणात मी केलेले आहे. पुन्हा ते येथे करणे म्हणजे वेळेचा अपव्यय करण्यासारखे आहे. सतराव्या शतकाच्या पूर्वार्धावरील आधारग्रंथात या उत्पादनपद्धतीचे व्यवस्थित किंवा तपशीलवार वर्णन आढळत नाही. पण तिच्या प्रत्यक्ष कार्यवाहीवर या ग्रंथात प्रसंगविशेषी बराच प्रकाश टाकलेला आढळून येतो. व्यापारविषयक कागदपत्रात उत्पादकांच्या कार्यपद्धतीचे दर्शन होते, ते पूर्वीच्या पुस्तकात मी व्यक्त केलेल्या दृष्टिकोनाशी मिळते जुळते आहे. असे म्हटले तर अतिशयोक्ती होऊ नये. व्यापारविषयक कागदपत्रातील माहितीचे दुसऱ्या कुठल्याही प्रकारे स्पष्टीकरण देता आले नसते. जमीन ही राष्ट्रीय उत्पन्नाची सर्वात महत्त्वाची बाब होती. जमिनीच्या लहान लहान तुकड्यांवर शेतकरी लागवड करत होते. त्यांच्याजवळ भांडवलाचा तुटवडा होता. राज्याचा महसूल भरण्यात त्यांच्या उत्पादनाचा बराच मोठा भाग खर्च पडत होता. खाणी किंवा कारखाने यासारखे उत्पादनाचे इतर प्रकारही लहान लहान असंख्य गटांत विभागलेले होते आणि भांडवलाची कमतरता व सरकारच्या किंवा सरकारनियुक्त अधिकाऱ्यांच्या मागण्या यामुळे टेकीला आले होते. सर्वसाधारणपणे, उत्पादक बाजारात माल पाठविण्यास उत्सुक होते. पण स्वत:हून नव्या बाजारपेठा काबीज करण्याच्या परिस्थितीत नव्हते. पाश्चिमात्य देशांत सध्या दिसून येणारी जबरदस्त उत्पादक शक्ती त्या काळात होती काय, हे शोधणे व्यर्थ होईल. त्या काळातील शासनव्यवस्था लोकांच्या उद्योगशीलतेला उत्तेजक ठरण्याऐवजी मारक ठरणारी होती, हे आपण पाहणार आहोतच. आपल्या काळाची सुरुवात आणि अखेर यांची तुलना केली तर मालाच्या उत्पादनपद्धतीत कुठलाही महत्त्वाचा बदल घडून आल्याचे आपल्याला दिसत नाही. ग्राहकांच्या मागण्या भागविण्यासाठी उत्पादकांनी केलेले प्रयत्न यात त्यांना आलेले मर्यादित यश आणि अधिकारांच्या विविध कारवायांमुळे उपस्थित झालेल्या अडचणी यांचे चित्र फक्त तत्कालीन कागदपत्रावरून आपल्यापुढे उभे राहते.

शेतीच्या उत्पन्नाबाबत व्यापारी उपयोगांच्या मालाच्या यादीत केवळ एकच बदल झालेला आढळतो तो म्हणजे तंबाखूचे उत्पादन [१] कोरोमांडेल किनाऱ्यावरून तसेच गुजरातमधून तंबाखूच्या वाळलेल्या या पानांची निर्यात होऊ लागल्याचे आपण मागील प्रकरणात पाहिले आहे. हिंदुस्थानातील खप यापेक्षा अधिक महत्त्वाचा होता आणि तो विलक्षण वेगाने वाढल्याचे दिसून येते. १६१७ मध्ये जहांगीरने धूम्रपानावर बंदी घातली होती. तिचा परिणाम काही झाला असला तरी तंबाखू ओढण्याची सवय लोकप्रिय झालेली होती, हे या बंदीच्या हुकमावरून दिसते. औरंगजेबाच्या कारकिर्दीच्या सुरुवातीच्या वर्षासंबंधी लिहिताना मनूची म्हणतो की, तंबाखूवरील कर म्हणून शेतकरी दिवसाला रुपये ५००० केवळ दिल्ली येथे भरत होते. हा आकडा अशक्य कोटीतला वाटतो आणि त्याच्या अचूकपणाबद्दल प्रश्न आहे. परंतु तंबाखूची सवय किती मोठ्या प्रमाणात पसरली होती, हे मनूचीच्या विधानावरून दिसून येते. मनूची पुढे लिहितो की, करसंकलन अधिकाऱ्यांच्या अत्याचारामुळे हा कर पुढे रद्द करण्यात आला आणि त्यामुळे गरीब लोकांचा अतोनात फायदा झाला. तंबाखू खाण्याची सवय सार्वत्रिक झाली होती, असेच ही गोष्ट दर्शविते. तंबाखूच्या रूपाने पहिल्या प्रकारे नवे आणि फायदेशीर पीक अस्तित्वात आले होते. पण मी सांगितल्याप्रमाणे हे पीक केवळ अपवादात्मक होते.

शेतीच्या ज्या मालाची व्यापारी मागणी वाढली तो माल म्हणजे नीळ आणि कापूस, यात रेशमाची गणना करता येईल. कारण बहुतांश रेशीम लागवड केलेल्या तुतीच्या झाडांवर पोसलेल्या पाळीव किड्यांपासून तयार केलेले होते. मागील प्रकरणात मी दाखविले आहे की, युरोपात जाणारा नीळ, सूत आणि कापूस या मालाची बरीच मागणी निश्चितपणे नवीन होती, तसेच जपानच्या बाजारातील बंगालच्या रेशमाचा व्यापारी नवाच होता. या नवीन मागण्या पुरविण्याइतपत उत्पादन परिणामकारक होते, हे दिसून येते. पिके काढण्यात शेतकरी केवळ परंपरागत पद्धती वापरत नव्हते, तर बाजारातील मागण्यानुसार पीक काढण्याचा

---

१. मक्याचा व्यापार करण्यात आला होता हे दर्शविणाऱ्या इंग्लिश फॅक्टरीज (खं. १पृ.२९६ खं. २ पृ. ७०) मधील नोदींची दुरुस्ती या ग्रंथात खंड ७ पृ. ६६ वर केली आहे. बटाट्यांचाही कधी कधी उल्लेख आढळतो. (उदा. मेथवोल्ड पृ. ९९५ आणि इंग्लिश फॅक्टरीज खं. २ पृ.१९१) पण त्यांचा घाऊक व्यापार होत असल्याचा पुरावा मला आढळला नाही. बटाटा या शब्दाने कुठला विशिष्ट प्रकारचा कंद निर्देशित केला आहे हे निश्चितपणे सांगता येणे अशक्य आहे. कारण या शब्दाचा अर्थ सतराव्या शतकात बदलत गेला. वर उल्लेखलेल्या उताऱ्यांमध्ये कदाचित गोड बटाटा (रताळे) अभिप्रेत असावा.

प्रयत्न करीत होते. दुष्काळानंतर गुजरातमध्ये कापसाचा माल दुर्मिळ झाला होता. त्याचे कारण कच्चा माल उपलब्ध नव्हता, असे इंग्रज व्यापाऱ्यांनी दिले होते. कच्चा माल दुर्मिळ होता याचे कारण सर्व प्रकारच्या अन्नधान्याला गेल्या काही वर्षांत प्रचंड किंमत मिळाली होती. म्हणून कापसाची लागवड करण्यापेक्षा खेड्यातील लोकांची धान्ये पिकविण्याकडे अधिक प्रवृत्ती झाली होती हे नि:संशय आणि त्यांनी कापूस पिकविणे बंद केले होते. १६४४ च्या सुरुवातीला आपल्याला असे कळते की, मागणी कमी झाल्यामुळे आणि किमतीत प्रचंड घट झाल्यामुळे सिंधमधील निळीचे उत्पादन वर्षानुवर्ष कमी होत चालले होते. मागणीप्रमाणे पुरवठ्याला मुरड घालण्याची पद्धत मात्र दोषपूर्ण किंवा निदान मागासलेली असावी. १६२२ च्या सुमारास गुजरातमधील निळीच्या किंमती उतरल्या होत्या, याचे कारण बहुधा युरोपातील नवीन मागणीचा फाजील अंदाज हे असावे, असे मी गेल्या प्रकरणात सुचविले आहे. इतर बाबतींत भांडवलाच्या तुटवड्यामुळे शेतकऱ्यांना फायदेशीर संधीचा लाभ घेता येत नव्हता. १६४४ मध्ये सिंधमध्ये आणि कोरोमांडेल किनाऱ्यावर अनेकदा व्यापाराचे अनेक मोके यामुळे वाया गेले.

एखाद्या विशिष्ट वस्तूची मागणी एकदम वाढल्याने निर्माण झालेल्या प्रसंगामधून या विषयावर आणखी प्रकाश पडतो. लाल समुद्रातील व्यापारात प्रवेश करण्यास इंग्रजांना विरोध करण्यात आला होता, याचा उल्लेख अगोदरच्या एका प्रकरणात केला आहे, सर्व व्यापाऱ्यांसाठी पुरेसा कापसाचा माल उपलब्ध होऊ शकणार नाही या भीतीतून हा विरोध निर्माण झाला होता आणि १६१८ साली खरोखर कापूस अपुरा पडला होताच. दहा वर्षांच्या नंतर कच्चा माल पुरेसा मिळू शकणार नाही या भीतीने विणकरांनी सूत-खरेदी करणाऱ्या इंग्रजांवर बहिष्कार टाकला होता. वरील दोन्ही बाबतींत वाटणारी भीती ही माझ्या मते साहजिकच होती. कापड किंवा सूत यांच्या अपुऱ्या साठ्यामुळे सर्व बाजारांत घबराट निर्माण झाली, पण महत्त्वाचा मुद्दा हा की, असे प्रसंग पुन्हा उद्भवले नाहीत.

या अडचणीनंतर काही थोड्याच वर्षांनी इंग्रज मोठ्या प्रमाणावर कापसाचा माल खरेदी करत होते आणि कुठल्याही प्रकारचा विरोध निर्माण न करता डच तितक्याच मोठ्या प्रमाणात सूत खरेदी करीत होते. कच्चा कापूस आणि सूत यांचा पुरवठा, वाढलेल्या मागणीनुसार जुळवून घेण्यात आला होता, असेच अनुमान यावरून काढणे योग्य होईल. इंग्रजांनी अगदी सुरुवातीला केलेल्या निळीच्या खरेदीसंबंधात अशा प्रकारचे प्रसंग घडल्याचे वाचनात येत नाही. पण याबाबतीत, हे

लक्षात घेतले पाहिजे की, जेव्हा इंग्रजांनी जोरात खरेदी सुरू केली त्यावेळी युद्धामुळे पोतुगिजांची मागणी स्थगित झालेली होती. त्यामुळे उपलब्ध असलेला पुरवठा निदान सर्वांना पुरेसा तरी होता. रेशमासंबंधी, महत्त्वाच्या वर्षांची बटाव्हिया जर्नल्स गहाळ झाल्यामुळे, सुरुवातीला खरेदी करताना डचांना काही विरोध झाला होता की नाही, हे मला सांगता येणार नाही. पण जेव्हा हा नवीन व्यापार निश्चितपणे प्रस्थापित झाला होता तेव्हा त्यांच्या मोठ्या प्रमाणावरील निर्यातीला स्थानिक विरोध झाल्याची चिन्हे दिसत नाहीत. या निर्यातीमुळे हिंदुस्थानी कारागिरांना कच्च्या मालाची चणचण भासली असती तर असा विरोध नक्कीच झाला असता आणि याबाबतीतही त्यांची नवी मागणी भागविण्यासाठी पुरवठा वाढविण्यात आला असण्याची शक्यता आहे.

बाजारातील मागणीप्रमाणे पुरवठा करण्याचा शेतकऱ्यांनी जास्तीत जास्त प्रयत्न केला. यासंबंधी अगोदरच दिलेल्या पुराव्याशी वरील अनुमाने सुसंगत आहेत. डच आणि इंग्रज यांच्या खरेदीमुळे नीळ, कापूस आणि बहुधा रेशीम यांच्या उत्पादनात वाढ झाली असा निष्कर्ष काढता येईल. याबाबतीत शेतीच्या उत्पादनात आपल्या काळात काही लक्षणीय बदल झाल्याची चिन्हे मला आढळली नाहीत. या काळातील वैशिष्ट्यपूर्ण घटना उत्पादनापेक्षा वितरणाशी संबंधित आहेत आणि महसूल व्यवस्थेच्या संदर्भात त्यांचा अभ्यास सोयीस्करपणे करता येईल. कारण मालाच्या वाटपाच्या बाबतीत शासनपद्धती हा एक प्रमुख घटक होता. सध्या इतके म्हटले तरी पुरेसे होईल, की ज्या ठिकाणी शेतकऱ्यांचे जास्तीचे उत्पन्न यापूर्वी नाहीसे झाले नव्हते त्या ठिकाणी ते कमी होऊ लागले होते आणि त्याचबरोबर शेतकऱ्याच्या उत्पादनाच्या प्रयत्नांना मिळणारी प्रेरणा कमजोर होऊ लागली होती. बाजारातील मागणीच्या बदलत्या स्वरूपाला अनुसरून वर्षावर्षाला पिके काढणे हे शेतकऱ्यांच्या धंद्याचे रहस्य होते. आपण पूर्वी पाहिल्याप्रमाणे शासनाच्या हस्तक्षेपाच्या शक्यतेमुळे धंद्यात अडचणी येत होत्या आणि निळीच्या मक्तेदारीच्या बाबतीत घडले त्याप्रमाणे अपेक्षित फायद्यातील त्याचा हिस्सा अडकून राहण्याची शक्यता होती. अधिक दूरचा विचार करण्याचा प्रयत्न बहुधा शहाणपणाचा ठरला नसता आणि तशा प्रकारचा प्रयत्न केल्याचे उपलब्ध माहितीवरून दिसत नाही.

शेतीबद्दल आता जे सांगितले ते बऱ्याच प्रमाणात उत्पादनाच्या ठरलेल्या प्रकारांना लागू पडते. खनिजांच्या बाबतीत या काळातील सर्वांत उल्लेखनीय गोष्ट म्हणजे सोरामिठाला प्राप्त झालेले महत्त्व. प्रथम पूर्व किनाऱ्यावर आणि नंतर

बिहारमध्ये सोरामिठाच्या व्यापाराला महत्त्व आले. या उद्योगात बऱ्याच मोठ्या प्रमाणात कामगारांना काम मिळाले होते, हे या पदार्थाच्या प्रचंड निर्यातीवरून दिसते. पण या व्यापाराचा फायदा काही विशिष्ट प्रदेशातील लोकसंख्येपुरताच मर्यादित होता. बटाव्हिया येथील मागणीमुळे गोवळकोंड्याच्या प्रदेशातील लोखंड उत्पादनाचा काही प्रमाणात फायदा झाला असण्याची शक्यता आहे; कारण डचांची मच्छलीपट्टम येथून होणारी लोखंड व पोलादाची निर्यात कधी कधी फार मोठी होती. पण हा व्यापार स्थानिक स्वरूपाचा होता. आणि तो कितपत नवीन होता, हे स्पष्ट झालेले नाही.[१] याउलट काही तांब्याच्या खाणी बंद झाल्या होत्या, हे बाजारातील परिस्थितीचे वर्णन करताना मागील प्रकरणात निष्पन्न झाले आहे आणि या तीन बदलांचे वर्णन करण्याइतपत या विषयाची आपल्याला माहिती आहे.

पश्चिम युरोपातील नवीन मागणी पुरविण्यासाठी सुती कापडाच्या उत्पादनात वाढ झाली होती, ही एक गोष्ट सोडली तर पक्का माल तयार करण्याबाबत कुठलेही महत्त्वाचे बदल झाले असल्याची चिन्हे दिसत नाहीत. विणकरांचे स्थान काय होते, याची स्पष्ट माहिती तत्कालीन पत्रव्यवहारांवरून मिळते. एका अर्थाने प्रत्येक माणूस स्वत:करिता काम करीत होता. पण दुसऱ्या अर्थानेच कच्चा माल घेण्यासाठी त्याला पैसे देणाऱ्या आणि काम चालू असताना त्याचा खर्च भागविणाऱ्या भांडवलदाराच्या ताब्यात विणकर होता. व्यापाऱ्यांनी मालापोटी आगाऊ रक्कम देण्याची पद्धत इतकी सर्व परिचित आहे की, त्यासंबंधी आणखी उदाहरणे देण्याची जरूर नाही. डच आणि इंग्रज व्यापाऱ्यांना ही पद्धत दृढमूळ झाल्याचे आढळले आणि त्यांना पाहिजे असलेला माल मिळविण्यासाठी तिचा स्वीकार करावा लागला. या पद्धतीची कार्यवाही कुठल्याही प्रकारे सोपी नव्हती. पण भांडवलाचा पुरवठा करण्याची इतर कुठलीही पर्यायी पद्धत अस्तित्वात नसल्याने, ही पद्धत अपरिहार्य ठरली होती. कदाचित डच आणि इंग्रज यांचे आगमन विकणरांच्या दृष्टीने फायद्याचे ठरले असावे. एकादा अनामत रक्कम घेतली की, व्यवहार बहुतांशी पक्का होत असे. पण कुणाचे काम करायचे यासंबंधी वैयक्तिक विणकराला निवड करण्यास भरपूर वाव होता. त्याच्याकडून काम करून घेण्यासाठी गिऱ्हाईकांमध्ये स्पर्धा वाढू लागली होती. त्यामुळे कराराच्या शर्तींमध्ये काही सुधारणा करून मिळतील अशी आशा त्याला

---

१. १६६० सालच्या सुमाराला गोदावरीच्या दुआबात लोखंडाचा उद्योग वाढविण्यासंबंधी डच जोरात प्रयत्न करीत होते. त्यांनी परदेशाहून आणलेल्या कारागिरांनी लोहनिर्मितीच्या तंत्रात सुधारणा केल्या होत्या. पण ही सर्व हकीकत नंतरच्या काळातील आहे.

वाटू लागली. एखाद्या विशिष्ट दर्जाचा माल मिळण्याच्या शक्यतेसंबंधी निरनिराळ्या हकिकती आढळतात, यावरून यासंबंधीच्या परिस्थितीचे आकलन होते. जेथे गिऱ्हाईकांची स्पर्धा होती तेथे विणकर मालात काहीही बदल करीत नसत. पण डच आणि इंग्रज यांच्याकडे माल खरेदी करण्याची जवळ जवळ मक्तेदारी होती. त्यामुळे युरोपियन बाजारपेठेकरिता आवश्यक दर्जाशी मिळताजुळता माल ते मिळवू शकत होते. त्यामुळे युरोपियन बाजारपेठेकरिता आवश्यक दर्जाशी मिळताजुळता माल ते मिळवू शकत होते. पुलिकत येथे डचांनी आणि नंतर मद्रासला इंग्रजांनी प्रभुत्व प्रस्थापित केले होते. त्यामुळे घरगुती कारागिरांवर ते नियंत्रण ठेवू शकत होते. त्यांच्या व्यापाराबाबत हा त्यांचा एक मुख्य फायदा होता, असे दिसते.

विणकर स्वत:च्या मर्जीप्रमाणे नेहमीच काम करू शकत होते, असे नाही. पूर्व किनाऱ्यावर आणि गुजरातमध्ये एकाच विशिष्ट ग्राहकाच्या कामाचा मक्ता त्यांच्याकडे कधी कधी असे, हे आपण मागील प्रकरणात पाहिले आहे. बंगालमध्ये देखील तलम माल तयार करणारे विकणकर काही प्रमाणात बादशाही दरबाराच्या बंधनात होते, असे दिसते. कारण आपल्याला 'राजाच्या विणकरांचा दरोगा' असा उल्लेख आढळतो. त्याच्या स्थानाबद्दल तत्कालीन माहिती मला मिळालेली नाही. पण त्याने व्यापारात ढवळाढवळ केल्याची तक्रार डच व्यापाऱ्यांनी केली होती आणि माझी अशी कल्पना आहे की, बादशहाच्या राजवाड्यात तलम मलमलीचा पुरवठा कायम राखणे, हे या दरोग्याचे काम असावे. खासगी व्यापाऱ्यांच्या मागणीपेक्षा राजवाड्यात लागणाऱ्या कापडाला अर्थाताच प्राधान्य दिले जात असले पाहिजे.

इतर वर्गातील कारागिरासंबंधी आपली माहिती त्रोटक आहे पण विणकामाच्या उद्योगात प्रचलित असलेली पद्धती सार्वत्रिक होती, असे दिसते. उदा. पाटण्याच्या आसपास, सोरामिठाचा पुरवठा होणे, अनामत दिलेल्या रकमांवर अवलंबून हाते. बिआनाच्या प्रदेशात, सिंधमध्ये आणि पूर्व किनाऱ्यावर निळ मिळविण्यासाठी आगाऊ पैसे द्यावे लागत. मात्र गुजरातमधील उत्पादक स्थानिक भांडवलदारांच्या हातात होते. ते उत्पादकांना भांडवलाचा पुरवठा करीत असावे. उत्पादनाच्या प्रक्रियेत कुठलीही उत्स्फुर्त सुधारणा होण्यास ही परिस्थिती उघड उघड प्रतिकूल होती. जे काही थोडे बदल झाल्याची नोंद आहे, ते डच किंवा इंग्रज यांच्या पुढाकारानेच आले होते, असे दिसते. सोरामिठाच्या शुद्धीकरणासाठी तांब्याच्या भांड्याचा उपयोग, उत्तरेत मिळणाऱ्या निळीच्या जातीचा माल गुजरातेत तयार करण्याचा प्रयत्न, रंगकामात, दोरखंड तयार करण्यात आणि जहाज बांधणीच्या

पद्धतीत करण्यात आलेल्या काही सुधारणा यांचा उल्लेख केला की सुधारणांची यादी पूर्ण होते आणि या यादीवरून उत्पादन उद्योगांतील परिस्थिती किती कुचंबलेली होती हे दिसून येते.[१]

शहरी कामगारांना मिळणाऱ्या मोबदल्यात ठिकठिकाणी फरक पडत होता. पण एखाद्या विशिष्ट प्रदेशात दिलेल्या पगारात विलक्षण साम्य आढळत होते. कामगारांच्या कसबाशी दिलेल्या पगाराचा काही संबंध नव्हता. आग्र्याविषयी लिहिताना पेल्सार्टने सर्व वर्गांतील कारागिरांसाठी एकच दर सांगितलेला आहे. यापूर्वी काही वर्षे, पूर्व किनाऱ्यावर ही परिस्थिती असल्याची नोंद मेथवोल्डने केली आहे. पगाराच्या दरात साम्य असल्याने, एका विशिष्ट वर्गातील कामगारांच्या पगाराच्या माहितीवरून सर्वसाधारण कामगारांसंबंधी आपण निष्कर्ष काढू शकतो. अर्थात ते कामगार ज्या प्रदेशाचा विचार आपण करू त्या प्रदेशातील असले पाहिजेत. पण प्रत्यक्षात, कारागिरांच्या पगारासंबंधीची माहिती, सर्वसाधारण निष्कर्ष काढण्याच्या दृष्टीने अगदीच त्रोटक आहे.[२] त्यामुळे तुलनेसाठी आपल्याला युरोपियन वखारीवर काम करणाऱ्या चपराशांना दरमहा मिळणाऱ्या पगारावर अवलंबून राहावे लागते. म्हणजेच, कुठलेही अपवादात्मक कौशल्य ज्यांच्यात नाही अशा चपराशांच्या पगाराच्या माहितीवर आपल्याला विसंबून राहावे लागते. पण मासिक पगाराच्या दरांचा अर्थ लावण्यात एक अडचण उपस्थित होते. पेल्सार्ट सांगतो की, आग्रा येथे ४० दिवसांचा महिना मोजत असत आणि ठिकठिकाणी

१. नीळ आणि सोरामिठ तयार करण्याच्या बाबतीत करण्यात आलेल्या किंवा करण्याचा प्रयत्न केलेल्या सुधारणांचा उल्लेख प्र.४ व ५ मध्ये आहे. रंग देण्याचा कारखाना अहमदाबादला १६४७ मध्ये बांधण्यात आला होता. (इंग्लिश फॅक्टरीज खं. ८ पृ. ५९,१२७) त्यायोगे स्थानिक रंगाऱ्यांच्या अकार्यक्षमतेमुळे होणारे नुकसान टाळण्याचा प्रयत्नकरण्यात आला. पूर्व किनाऱ्यावर डच बुरूड नियमित काम करीत होते. आणि जहाज बांधणाऱ्या स्थानिक लोकांनी त्यांची बहुतेक कला इंग्रजांकडून आत्मसात केली होती असे बॉवरी (१०२,१०५) सांगतो. पण आपल्या काळात डचांच्या पुढाकाराने कुठलीही सुधारणा झाली होती, याबद्दल मला शंका आहे. रेशीम गुंडाळण्याच्या पद्धतीत सुधारणा करण्याचे प्रयत्न झाले (इंग्लिश फॅक्टरीज खं.१० पृ.२९६) पण त्या प्रयत्नांचे फळ आपल्या काळाच्या कक्षेबाहेर जाते.

२. ऐन (प्र.१पृ.२१६) मध्ये नोंदलेले अकबरकालीन पगाराचे दर क्वचितच बदलले होते असे आग्रा अकौंट्स मध्ये सर्वत्र दिलेले आहे. साधारण मजुरांना अकबर २ आणि ३ दाम देई. १६३७ मध्ये डच साधारण मजुरांना ४ पैसे (२ दाम) आणि वरच्या लोकांना ७ पैसे देत होते. सुतारांना डचांकडून १२ व १३ पैसे मिळत होते. कुशल कारागिरांना अकबराच्या वेळी ६ व ७ दाम मिळत होते.

काम करणाऱ्या नोकरांना या काळाकरिता ३ किंवा ४ रुपये मिळत असत. त्यात पुन्हा काही महिन्यांचा पगार कपड्यांच्या किंवा इतर वस्तूंच्या रूपात देण्यात येई,म्हणून ४ रुपये 'मासिक' दराची मिळकत प्रत्यक्षात ३ रुपयांपेक्षा बरीच कमी असण्याची शक्यता होती. अशा बाबतीत 'आग्रा करील ते प्रमाण' अशी हिंदुस्थानच्या बऱ्याच मोठ्या भागात परिस्थिती होती. त्यामुळे इतर काही ठिकाणी देखील मासिक दरात अशाच प्रकारची अतिशयोक्ती असण्याची शक्यता आहे. तसेच वस्तूच्या रूपात पगार देण्याच्या पद्धतीतील वैगुण्ये गोवळकोंडा येथेही परिचित होती. कारण एक डच वृत्तान्त आपल्याला सांगतो की गव्हर्नर त्यांच्या नोकरांना तांदूळ आणि मीठ यांच्या रूपात पगार देत असत आणि तो देताना या मालाच्या किमती प्रत्यक्ष किंमतीपेक्षा १/३ जास्त लावीत असत. खासगी मालकांनी देखील या उदाहरणाचे अनुकरण केले असणे अगदीच अशक्य नाही.

१६२०च्या सुमारास पूर्व किनाऱ्यावर प्रचलित असलेल्या दरांची नोंद मेथवोल्डने पुढीलप्रमाणे केली आहे. दिवसाला ३ पेनी "पगार आढळला तर तो कुशल कारागिराचा मोठा पगार होता. त्याच्या नोकरांना १ पेनी आणि काहींना त्यापेक्षाही कमी पगार दिला जात होता." आणि घरगुती नोकरांना महिन्याला ८ रियल किंवा २ रुपये मिळत होते. रुपयांची किंमत २ शिलिंग ३ पेन्स धरली आणि नोकरी सतत चालू होती असे गृहीत धरले तर पगाराचे मासिक दर उत्कृष्ट प्रमुख कारागिराला ३ १/३ रुपये , घरगुती नोकरांना २ रुपये, साधारण कारागिरांना (प्रमुख कारागिरांच्या 'नोकरांना') १ १/९ रुपये किंवा त्याहूनही कमी असे होते. मागील प्रकरणात दाखविल्याप्रमाणे या प्रदेशातील नोकरांच्या दरात जवळ जवळ चाळीस वर्षांनंतरही बदल झालेला नव्हता. आणि मला वाटते की कारागिरांचे पगारही असेच स्थिर होते, असे मानण्यास हरकत नाही. अर्थात हे सिद्ध करण्यासाठी नंतरच्या काळातील पगारांच्या दराची माहिती मला मिळालेली नाही. उत्तर हिंदुस्थानासंबंधी तुलनात्मक आकडे मला मिळू शकले नाहीत आणि गुजरातच्या संदर्भात मागील प्रकरणात केलेली चपराशांच्या पगाराची तुलनाच फक्त आपल्यापाशी आहे. याचा अर्थ असा की, शहरातील पगारात आपल्या काळात वाढ झाल्याचा पुरावा आढळत नाही आणि नोकरांच्या मासिक पगारावरून

काढलेले साम्य असे दर्शविते की, अशी वाढ झालेली नव्हती.[१]

प्रस्तुत काळातील मोठ्या कालखण्डात मोगल साम्राज्यात सार्वजनिक बांधकामावर प्रचंड खर्च केल्याचे आढळून येते. मात्र ही कामे सर्वसाधारणपणे उपयोगाची होतीच असे नाही. सर्वसाधारण उपयोगाची म्हणता येईल अशा प्रकारच्या केवळ दोनच मोठ्या कामांविषयी मी वाचलेले आहे. एक म्हणजे जहांगीराची बऱ्हाणपूर येथील पाणी पुरवठ्याची योजना आणि दुसरे म्हणजे शहाजहानच्या कारकिर्दीत बांधलेले किंवा दुरुस्त केलेले पंजाबमधील कालवे. यांपैकी पहिले बांधकाम केवळ स्थानिक स्वरूपाचे होते. आणि त्याचे वर्गीकरण लष्करी बांधकामातच करायला पाहिजे. कारण दख्खनविरुद्ध लढणाऱ्या सैन्याचा तळ पुष्कळ वर्षेपर्यंत बऱ्हाणपूर येथे होता आणि या योजनेद्वारा सर्वसाधारण जनतेपेक्षा लष्करालाच बहुधा पाणी पुरवले जात असावे. पंजाब कालव्यांची प्रेरणा परदेशातून मिळाली होती. हे कालवे बांधण्याचे काम अली मर्दानखान याने अंगावर घेतले होते. १६३७ साली पर्शियातील संबंध तोडून याने आपली निष्ठा मोगलांकडे रुजू केली होती आणि नंतर लवकरच पंजाबचा व्हाईसरॉय म्हणून त्याची नेमणूक झाली होती.[२] १६३९ मध्ये रावी नदीपासून कालवा काढण्याचा प्रस्ताव त्याने मांडला. त्यासाठी एक लाख रुपयांचा अंदाजे खर्च मंजूर करण्यात आला होता. काही वर्षांनंतर यमुनेपासून दिल्लीपर्यंत असलेला कालवा त्याच्या देखरेखीखाली

---

१. दुसरी एक माहिती लक्षात घेण्यासारखी आहे. १६२६ साली तेव्हा धान्याच्या किमती नेहमीच्या पातळीवर पुन्हा आल्या होत्या. त्यावेळी एका दूताला सुरतेला अडकवून ठेवले होते. त्याला दिवसाला ३ पैसे भत्ता देण्यात आला होता. ही रक्कम, सामान्य, आळशी मूर्ख असे ज्याचे तुच्छतेने वर्णन करण्यात आले होते (इंग्लिश फॅक्टरीज खंड ५ २९४) अशा त्या माणसाला उपजीविकेसाठी किमान आवश्यक होती असे मानले पाहिजे. या रकमेवरून हिशेब केला तर महिन्याला १ रुपयाला दर निघतो आणि याची तुलना अकबराच्या दरबारातील सर्वात खालच्या दर्जाच्या गुलामांना मिळणाऱ्या दिवसाला एक दाम किंवा महिन्याला ३/४ रुपया या भत्त्याशी करता येईल. या दोन्ही भत्त्यांतून नेहमीचे दर लक्षात घेतले तर जवळ जवळ सारख्याच प्रमाणात धान्य मिळू शकत होते.

२. अली मर्दान खान याचे वर्णन 'अभियंता' म्हणून सहसा करण्यात येते. पण संयोजक म्हणून त्याचे वर्णन कदाचित अधिक समर्पक ठरेल. अब्दुल हमीद बादशहानामा त (इलियट प्र. ६ पृ. ६७) म्हणतो की, अली मर्दान खान याने बादशहापुढे निवेदन केले की, त्याचा एक अनुयायी कालवे बांधण्यात तज्ज्ञ आहे. आणि जेव्हा कालव्यास मंजुरी मिळाली तेव्हा खानने ते काम त्याच्या विश्वासू नोकराकडे सोपविले. प्रत्यक्ष कालवा बांधणारा अभियंता अली मर्दानखानबरोबर हिंदुस्थानात आलेला एक पर्शियन होता, अशी माझी कल्पना आहे.

पुन्हा बांधण्यात आला. या नंतरच्या कामाच्या खर्चाची माहिती मला मिळालेली नाही. पण बहुधा ही रक्कम पहिल्या कामाला लागलेल्या खर्चाइतकीच असावी आणि शोभिवंत स्वरूपाच्या इमारतींवर होणाऱ्या खर्चापेक्षा ती खूपच कमी असावी. या इमारतींची यादी बरीच मोठी आहे. जहांगीरने अशा शोभेच्या इमारतींवर आग्रा आणि लाहोर येथे मोठ्या रकमा खर्च केल्या. पण शहाजहानच्या कारकिर्दीत या बाबतीत विलक्षण प्रगती झाली. तत्कालीन लेखकांनी त्यांच्या काही इमारतीच्या खर्चांचे आकडे दिलेले आहेत. दौलताबाद येथील मशिदीकरिता दहा लाख, दिल्लीच्या राजवाड्याकरिता साठ लाख आणि आग्र्याच्या ताजमहालाकरिता ९१७ लाख असे ते खर्चाचे आकडे आहेत. हे आकडे कदाचित चुकीचे असतील पण लाहोर कालव्याच्या खर्चाच्या अंदाजाशी त्यांची तुलना होऊ शकते. हा खर्चाचा अंदाजही याच लेखकाने दिला आहे. अशा प्रकल्पांचा परिणाम नेहमीच्या व्यापारी व्यवहारांत अपरिहार्यपणे लगेच अडथळे येण्यात झाला होता. उदाहरणार्थ, आग्रा येथील सर्व गाड्या दिल्लीला चालू असलेल्या बांधकामासाठी राबविण्यात आल्या होत्या आणि एका प्रसंगी किनाऱ्याकडे वाहून नेण्यात येत असलेला माल वाटेतच काही महिने पडून राहिला होता. कारण 'राजाच्या अधिकाऱ्यांनी तो माल शेतात खाली उतरवून ठेवला आणि गाड्या राज्याच्या उपयोगासाठी नेल्या.' अशा प्रकारची राबवणूक ही त्या काळातील नेहमीची घटना होती. अशा मोठ्या इमारतींवर मोठ्या संख्येने काम करणाऱ्या मजुरांना वागणूक आणि मोबदला कसा मिळत होता हा अधिक महत्त्वाचा विषय आहे. पण त्यासंबंधी काही पुरावा असल्याचे आढळत नाही.

बांधकामाचा उद्योग हा सार्वजनिक बांधाकामापुरता मर्यादित नव्हता. कारण देशाच्या पृष्ठभागाकडे पाहिले असता असे दिसते की, इमारती बांधणे हा पैसा खर्च करण्याचा एक अभिनव मार्ग होता. फ्रान्सिसकोपेल्सार्ट याने जहांगीरच्या कारकिर्दीच्या नंतरच्या वर्षासंबंधी या विषयावर काही मनोरंजक विचार व्यक्त केले आहेत. तो उल्लेख करतो की, आग्रा येथील इतमद्-उद्-दौलाच्या थडग्याला १६२६ सालापर्यंत ३ १/२ लाख रुपये खर्च आला होता आणि ते पूर्ण करण्याकरिता आणकी १० लाखांची आवश्यकता होती. नूरजहाँन या सम्राज्ञीने बांधलेल्या असंख्य सराया आणि राजवाडे यांच्याबद्दल बोलताना तो म्हणतो की, चिरंतन कीर्ती मिळविण्याच्या तिच्या इच्छेतून ही बांधकामे निर्माण झाली होती. सरदारांच्या संपत्तीच्या अस्थिरतेसंबंधी बोलताना तो मत व्यक्त करतो, 'कायमचे काही नाही.

भव्य इमारती, बगिचे, थडगी किंवा राजवाडे हे देखील कायम टिकणारे नाही. यांचे अवशेष प्रत्येक शहरात आणि शहराजवळ आश्चर्य आणि शोक यांना कारणीभूत होतात. जोपर्यंत मालक जिवंत आहे आणि त्याच्याजवळ आवश्यक ती साधने आहेत, तोपर्यंत इमारतींची बूज राखली जाते. एकदा बांधणारा मरण पावला की त्याच्या इमारतींची कोणी काळजी घेत नाही. प्रत्येकजण स्वतःच्या इमारती उभारण्याचा प्रयत्न करतो. जर या सर्व प्रचंड इमारतींची काळजी घेतली, त्यांची सतत दुरुस्ती करण्यात आली तर एका शतकाच्या काळात प्रत्येक शहराभोवती किंबहुना प्रत्येक खेड्याभोवतीची जमीन स्मारकांनी भरून जाईल. पण वस्तुस्थिती अशी आहे की, शहराकडे जाणाऱ्या रस्त्यांच्या बाजूला उद्ध्वस्त इमारतींचे अवशेष विखुरलेले आढळतात.'

या काळात बांधण्यात आलेल्या काही इमारतींच्या कलात्मक मूल्याबद्दल प्रश्न नाही. पण त्यांचे आर्थिक महत्त्व त्यांच्या निर्मितीपेक्षा उपयोगावर जास्त अवलंबून आहे आणि ज्या विषयांचा विचार आपण पुढील विभागात करणार आहोत, त्याकडे त्या निर्देश करतात.

२. उपभोग

माझ्या ज्या पुस्तकाचा मी यापूर्वी उल्लेख केला आहे त्या पुस्तकात मी या निष्कर्षाप्रत आलो आहे की, सतराव्या शतकाच्या सुरुवातीला हिंदुस्थानची लोकसंख्या, लहान पण अतिशय श्रीमंत आणि उधळ्या लोकांचा वरचा वर्ग, लहान आणि काटकसरी मध्यम वर्ग आणि बहुसंख्य खालचा वर्ग अशा तीन वर्गांची मिळून बनलेली होती. हा खालचा वर्ग आजच्याप्रमाणेच त्यावेळीही गरिबीत जगत होता. पण एकंदरीने पाहता त्याची परिस्थिती त्यावेळी आतापेक्षा खूपच जास्त वाईट होती. तेव्हापासून मला मिळालेल्या आणखी पुराव्यांवरून हा निष्कर्ष पक्का झाला आहे. यापूर्वीच जे प्रकाशित झाले आहे ते पुन्हा येथे देण्यात मतलब नाही. म्हणून या विभागात उदाहरणादाखल देण्यास पुरेशी होईल इतकीच उपलब्ध माहिती देण्याचा माझा विचार आहे. पुराव्यांमध्ये परस्पर विरोधी गोष्टींचा अभाव असल्यामुळे हीच पद्धत स्वीकारणे योग्य होईल. यापूर्वी काढलेले निष्कर्ष नाशाबित करणारी कुठलीही माहिती मला तत्कालीन साहित्यात आढळली नाही. उलट या निष्कर्षांना पुष्टी देणारीच पुष्कळ माहिती मिळाली आहे आणि तत्कालीन साधनग्रंथांचा अभ्यासक या निष्कर्षांचा निश्चित सिद्धान्त म्हणून स्वीकार करील असा मला विश्वास वाटतो.

आपल्या काळातील उत्तर हिंदुस्थानातल्या राहणीमानाची सर्वात जास्त तपशीलवार हकीकत १६२६ मध्ये फ्रान्सिस्कोपेल्सार्ट याने दिली आहे. पेल्सार्ट हा डचांच्या आग्रा येथील वखारीचा मुख्य होता आणि त्याची हकीकत देशातील त्याच्या सात वर्षांच्या अनुभवांवर आधारलेली आहे. त्याच्या हकिकतीचे भाषांतर खाली दिले आहे. त्यात जोरदार आणि भडक शब्दप्रयोग असल्याचे आढळून येईल. हे शब्दप्रयोग संदर्भापासून वेगळे केले तर एका प्रक्षोभक लेखकाचे हे लिखाण असल्याचा भास होईल. पण त्याचा हा प्रदीर्घ अहवाल जर संपूर्ण वाचला तर असे आढळून येईल की, भोवतालच्या परिस्थितीसंबंधी जागरूक, आस्था असणारा आणि कधी कधी बोलीभाषेच्या शैलीत पण रोखठोक लिहिणारा असा तो एक थंड डोक्याचा आणि मोठ्या योग्यतेचा व्यापारी होता. सभोवताली चाललेला जुलूम आणि त्याच्या भाषेत कधी कधी आढळून येणारा आवेश हा त्याच्या गरीब शेजाऱ्यांविषयी त्याला वाटणाऱ्या सहानुभूतीचा निदर्शक होता हे लक्षात घेतले पाहिजे. मोगल साम्राज्यातील शासनपद्धतीचे वर्णन केल्यानंतर तो पुढे लिहितो,

'श्रीमंतांची जीवनपद्धती मोठ्या सुबत्तेची आणि स्वच्छंदीपणाची आहे आणि सामान्य माणसांची आत्यंतिक गुलामीची आणि दारिद्र्याची आहे. हे दारिद्र्य इतके पराकोटीचे आणि कष्टप्रद आहे की या लोकांचे जीवन यथार्थपणे रंगविता किंवा वर्णन करता येणार नाही. कारण इथे कमालीची टंचाई घर करून राहिली आहे आणि जालीम दुःखे वस्तीला आहेत. तरीपण यापेक्षा काही चांगले मिळण्याची आशा दिसत नसल्याने लोक शांतपणे सर्व सहन करीत आहेत आणि क्वचितच कोणी काही प्रयत्न करू शकेल. कारण ज्या शिडीने वर चढायचे ती शिडीच सापडणे कठीण आहे. कामगारांची मुले त्यांच्या वडिलांच्या व्यवसायाशिवाय इतर व्यवसाय करू शकत नाही किंवा इतर जातीत लग्नही करू शकत नाहीत.

लोकांचे तीन वर्ग असे आहेत की, जे केवळ नावाला स्वतंत्र आहेत. त्यांच्या स्थितीत आणि खुशीच्या गुलामगिरीत फारच थोडा फरक आहे. हे वर्ग म्हणजे कामगार, चपराशी किंवा नोकर आणि दुकानदार. कामगारांच्यासाठी दोन प्रकारच्या आपत्ती होत्या, कमी पगार आणि जुलूम. सर्व प्रकारची कारागिरी करणाऱ्या कामगारांची संख्या खूपच मोठी आहे. (कारण हॉलंडमध्ये जे काम एक माणूस करतो, ते इथे पूर्ण होण्यापूर्वी चार माणसांच्या हातातून जाते) त्यांना सकाळपासून रात्रीपर्यंत काम केल्यास फक्त ५ किंवा ६ टक्का म्हणजे ४ किंवा ५ स्टिव्हर्स

मिळतात.[1] दुसरी आपत्ती म्हणजे गव्हर्नर, सरदार, दिवाण, कोतवाल, बक्षी आणि इतर बादशाही अधिकाऱ्यांचा जुलूम. यांपैकी कोणालाही जर कामगार पाहिजे असेल तर त्या माणसाला त्याची येण्याची इच्छा आहे की नाही हे विचारले जात नाही. तर त्याला त्याच्या घरातून किंवा रस्त्यातून ओढून नेले जाते. जर त्याने काही आक्षेप घेण्याचे धाडस केले तर त्याला मारझोड करण्यात येते आणि संध्याकाळी त्याला अर्धा पगार देण्यात येतो किंवा कदाचित काहीच दिले जात नाही. या वस्तुस्थितीवरून त्यांचे खाणे काय असेल याचा सहज तर्क करता येतो. मांसाची चव त्यांना माहीतच नाही. त्यांचे रोजचे जेवण कंटाळवाणे अन्न म्हणजे तांदळात मिसळलेल्या मुगाची (Moth) थोडीशी खिचडी.[2] ही खिचडी थोड्याशा विस्तवावर पाण्यात वाफ जाईपर्यंत शिजवली जाते आणि थोड्याशा लोण्याबरोबर गरम गरम संध्याकाळी खाण्यात येते. दिवसा ते थोडीशी भाजलेली डाळ किंवा इतर धान्ये चघळतात आणि त्यामुळे त्यांची खपाटीला गेलेली जठरे तृप्त होतात असे ते सांगतात.

शाकारलेल्या छपरांची त्यांची घरे मातीची आहेत. तेथे लाकडी सामान-सुमान असलेच तर थोडे किंवा अजिबात नाही. केवळ स्वयंपाकासाठी आणि पाण्यासाठी काही मातीची भांडी आणि दोन बाजा. कारण इथे नवरा आणि बायको एकत्र झोपत नाही. त्यांचे अंथरण्या-पांघरण्याचे कपडे फारच अपुरे आहेत. केवळ एक चादर किंवा कदाचित दोन चादरी. त्यांचा उपयोग अंथरण्यासाठी आणि अंगावर घेण्यासाठीही होतो. गरम हवेत हे पुरेसे आहे. पण रात्रीच्या थंडीच्या कडाक्यात खरोखर हाल होतात आणि मग ते गोवऱ्या पेटवून त्यावर शेकण्याचा प्रयत्न करतात. ही शेकोटी दाराबाहेर पेटवली जाते. कारण त्यांच्या घरांना चुलाणी किंवा धुराडी नाहीत. या शेकोट्यांमधून निघणारा धूर शहरभर इतका पसरतो की डोळे चुरचुरतात आणि घसा घुसमटल्यासारखा वाटतो.

---

१. 'टक्का' या शब्दाचा अर्थ लावणे कधी कधी कठीण पडते. डच त्यांच्या २४ स्टिव्हर्सना १ रुपया असे प्रमाण धरत होते. म्हणजे इथे टका अकबराच्या दाम इतका होता. असे सुमारे ३० मिळून त्याकाळी १ रुपया होत असे.

२. 'खिचडी' हा शब्द मुळात आढळतो Moth हे मी दिलेले groene ertjens (शब्दश: हरवी डाळ) चे रूप आहे. आग्रा अकौंट्समध्ये Moth या नावाचे स्पष्टीकरण देताना असाच वाक्प्रचार वापरला आहे. वनस्पतिशास्त्रज्ञ ही डाळ Phaseolus aconitilolius म्हणून ओळखतात.

या देशात चपराशी किंवा नोकर पैशाला पासरी आहे.[1] त्यांच्या गैदी आणि आळशी कामामुळे मोगल मोठी कपात करूनच त्यांना पगार देतात. बहुतेक मोठे सरदार चाळीस दिवसांचा महिना धरतात आणि त्या काळाकरिता ३ ते ४ रुपये पगार देतात. पण हे पगार नेहमीच अनेक महिन्यांचे थकलेले असतात आणि नंतर ते फाटक्या कपड्यांच्या किंवा इतर वस्तूंच्या रूपात दिले जातात. फार थोडे नोकर त्यांच्या मालकांची प्रामाणिकपणे सेवा करतात. शक्य असेल तेव्हा ते चोऱ्या करतात आणि जरी त्यांनी एक पैशाचे अन्न विकत घेतले तरी त्यात ते त्यांचा हिस्सा किंवा दस्तुरी (दलाली) ठेवतील. याशिवाय स्वत:चे आणि स्वत:च्या कुटुंबाचे इतक्या कमी पगारात पोषण करणे त्यांना अशक्य आहे आणि याप्रमाणे त्यांच्या गरिबीच्या संपत्तीत[2] त्यांची परिस्थिती आणि जीवनपद्धती कामगारांपेक्षा फारशी वेगळी नव्हती.

दुकानदार कुठलाही धंदा करीत असला– मग तो मसाल्याचा, औषधांचा, फळांचा, कापडांचा किंवा इतर कुठलाही असो– तरी कामगारांपेक्षा त्याची परिस्थिती चांगली आहे. काही दुकानदार तर सुस्थितीत आहेत. पण ते चांगल्या स्थितीत आहेत हे बाहेर कळता कामा नये. नाही तर एखाद्या बनावट आरोपाला ते बळी जातील आणि त्यांची मालमत्ता कायदेशीरपणे जप्त करण्यात येईल. कारण अधिकाऱ्याभोवती अशी माहिती देणाऱ्यांचा घोळका माशांप्रमाणे घोंघावत असतो. हे लोक शत्रू आणि मित्र यांच्यात फरक करत नाहीत आणि अधिकाऱ्यांची मर्जी राखण्यासाठी जरूर तेव्हा खोटे बोलायला कचरत नाहीत. आणखी या दुकानदारांची इतकी छळवणूक होते की बादशहाच्या सरदारांना किंवा गव्हर्नरांना जर त्यांच्याकडील काही माल पाहिजे असेल तर तो त्यांना फार थोड्या किंमतीत अर्ध्यापेक्षा कमी किंमतीत विकावा लागतो.

या गरीब दुर्दैवी लोकांच्या जीवनाचे हे थोडक्यात चित्र आहे. स्वत:ला कितीही काळजीपूर्वक लपविले तरी अफाट समुद्रातील प्रचंड प्राण्यांच्या भक्ष्यस्थानी पडणाऱ्या क्षुद्र , तिरस्करणीय गांडुळांशी किंवा लहान माशांशीच या

---

१. निरनिराळ्या नोकरांच्या कामांचे आणि त्यांच्या कामातील काटेकोर पृथक्करणाचे लांबलचक वर्णन करणारा उतारा या ठिकाणी गाळलेला आहे. पेल्सार्ट या स्थितीची तुलना पोर्तुगीज जहाजांवरील जीवनाशी करतो. 'तेथे जर डोलकाठी समुद्रात पडली तर गलबताचा अधिकारी समोर जाऊन ती वाचवू शकतो. पण तसे करून तो स्वत:कडे कमीपणा घेणार नाही.' अशा प्रकारचा पोर्तुगीज शिष्टाचार हा सर्वसामान्य चेष्टेचा विषय होता.

२. शब्दश: 'त्याच्या श्रीमंत गरिबीत', हा उघडच शाब्दिक कल्पनाविलास आहे. हा शब्दप्रयोग त्याकाळी लोकप्रिय होता.

लाचार गुलामीचे जिणे जगणाऱ्या लोकांची तुलना करता येईल. आता मोठ्या आणि श्रीमंत लोकांच्या राहणीसंबंधी आपण थोडेसे लिहू. पण तसे करण्यासाठी आपल्याला संपूर्णपणे वेगळाच सूर लावला पाहिजे. दररोज अश्रूंच्या दवाने भिजलेल्या एकाकीपणाचा मित्र असलेल्या, प्रेम, मैत्री, आणि आनंद यांचा शत्रू असलेल्या, हुंदक्यांचा शोकमग्न वेष परिधान केलेल्या कटू दारिद्र्याचे ज्या लेखणीने वर्णन केले तिला तिची शैली आता संपूर्णपणे बदलायला पाहिजे आणि सांगितले पाहिजे की, येथील सर्व संपत्ती या सरदारांच्या राजवाड्यात नांदते आहे, ही संपत्ती चकाकणारी आहे. पण ती उसनी आहे, गरिबांच्या घामातून मिळविलेली आहे. म्हणून या श्रीमंतांचे स्थान वाऱ्याप्रमाणे अस्थिर आहे. त्याला कुठलाही भक्कम पाया नाही, ते काचेच्या खांबावर उभे आहे. जगाच्या नजरेला ते झगमगताना दिसले तरी थोड्याशा वादळाच्या धक्क्यानेही ते कोसळून पडेल.'

पेल्सार्ट यानंतर सरदारांच्या ऐषआरामाच्या जीवनाचे पुष्कळ तपशील देतो आणि त्यांच्या अस्थिर स्थानाचे वर्णन करतो. शेवटी तो म्हणतो की, या सरदारांमध्ये श्रीमंत पण काटकसरीने राहणारे सरदारही अपवादाने आढळतात. पण तरीदेखील, त्याने केलेले वर्णन बहुसंख्य सरदारांना लागू पडते, असेही तो आग्रहाने सांगतो. देशातील जीवनाच्या त्याने केलेल्या वर्णनात तपशील खूपच कमी आहे. एका उताऱ्यात तो म्हणतो, 'शेतकऱ्यांना इतके लुबाडले जाते की त्यांना खाण्यासाठी कोरडी भाकरीदेखील क्वचितच शिल्लक राहते.' दुसऱ्या एका ठिकाणी आपण वाचतो की, 'शेतकऱ्यांची इतक्या क्रूरपणे आणि निर्दयतेने पिळवणूक केली नाही तर जमीन मुबलकच नव्हे तर अत्युत्तम पीक देईल.' पण तो मूलत: शहरातला माणूस होता आणि ग्रामीण भागाचे उल्लेख केवळ प्रासंगिक आहे.[१] या काळात डचांच्या प्रतिनिधींनी लिहिलेले इतर व्यापारी वृत्तांत काहीसे वेगळ्या धर्तीचे आहेत. जीवनराहणीचे व्यवस्थित वर्णन करण्याचा प्रयत्न त्यात

---

१. तपशीलवार शब्दश: तुलना केल्यावर असे स्पष्ट दिसते की, जे. डी. लाएट याने ज्या माहितीवर मोगल साम्राज्यातील जीवनपद्धतीचे वर्णन आधारलेले आहे तीच माहिती पेल्सार्टच्या अहवालातील वर उद्धृत केलेल्या उताऱ्यात आढळते. De Imperio Maghi Mogolis पृष्ठे ११६व त्यानंतरची) डी.जे. लाएट समोर गुजरात रिपोर्टही होता. त्यातून त्याने कधी कधी उतारे दिले आहेत. जी माहिती डच साधनांमधून घेतली असल्याचे तो दर्शवितो. त्यापैकी बरीचशी या दोन आधारग्रंथांत आढळून येईल. म्हणून डीलाएटची हकीकत येथे देणे अनावश्यक आहे. त्याच्या साधनग्रंथांचा तो अचून सारांश असला तरी तो दुय्यम पुरावा आहे. फ्रेंच भाषांतरकार पेल्सार्टच्या अहवालातील उताऱ्यांचे भाषांतर करण्यास फारसा यशस्वी झाला नव्हता, हे येथे सांगितले पाहिजे. मी दिलेले भाषांतर शक्य तेवढे शब्दश: आहे, अशी मला आशा आहे.

आढळत नाही. पण त्यातील प्रासंगिक उल्लेख पेल्सार्टने वर्णन केल्याप्रमाणेच परिस्थिती असल्याचे दर्शवितात. गोवळकोंड्याचे वर्णन एका व्यापाऱ्याने केले आहे. तेथील अत्यंत गरीब आणि कष्टप्रद जीवन जगणाऱ्या लोकांकडून प्रचंड प्रमाणात महसूल वसूल केला जात असल्याबद्दल त्याने आश्चर्य व्यक्त केले आहे. जबरदस्त वसुलीमुळे ग्रामीण भाग उजाड झाला असल्याचे त्याने वर्णन केले आहे. विणकर इतके गरीब होते की ते उधारीचा व्यवहार करू शकत नव्हते, जेमतेम उदरनिर्वाहापुरते त्यांना मिळत होते. आणि सूत विकत घेण्यासाठी त्यांना आगाऊ रकमांची जरूर असे. तर जबर महसुलामुळे शेतकऱ्यांना जेमतेम त्यांच्या कष्टाचा मोबदला मिळत होता. मोठ्यांच्या ऐषआरामासाठी त्यांना सक्तीने राबविले जात होते. त्यामुळे त्यांच्या आणि गुलामांच्या परिस्थितीत फारच थोडा फरक होता, असे वर्णन गुजरात रिपोर्टात केलेले आहे. डच व्यापारी व्हॅन ट्विस्ट गुजरातबद्दल थोड्या वर्षांनंतर हीच कथा सांगतो. शेतीचा सर्व फायदा सरकारात भरण्याची शेतकऱ्यांना सक्ती करण्यात येत होती. परिणामत: अधिकाऱ्यांना पुरेशा संख्येत असे शेतकरी सापडणे कठीण झाले. मेथवोल्ड आणि त्याची सुरतेची कौन्सिल यांनी दुष्काळाच्या तडाख्यातून हळूहळू सावरणाऱ्या गुजरातचे वर्णन करताना पुढीलप्रमाणे लिहिले आहे. 'खेडी हळूहळू भरू लागली आहेत. जशी भरतील तशी ती चांगली होतील. गव्हर्नरांच्या आत्यंत्यिक जुलमातून आणि लोभीपणातून जर गरीब लोकांची सुटका झाली आणि जुलमातून डोके वर काढायला एक वर्ष सवड मिळाली तर ते गुरेढोरे बाळगू शकतील आणि जमिनीतून मुबलक पीक काढू शकतील.' यानंतर दहा वर्षांनी इंग्रज कौन्सिलने सिंधबद्दल असा अहवाल दिला की, 'लोकांवर इतका विलक्षण जुलूम होतो आणि दारिद्र्यात त्यांना इतके खितपत ठेवण्यात आले आहे की जमीन सुपीक आणि चांगली असून देखील आणि निळीचे प्रचंड पीक निर्माण होण्याची शक्यता असूनदेखील लोकांजवळ तिची लागवड करण्याची व पेरणी करण्याची इच्छा आणि साधने उरलेली नाहीत.'

बर्नियर आणि टॅव्हर्नियर यांना प्रत्यक्ष अवलोकन करून जी नोंद केलेली आहे त्यावरून असे दिसते की, प्रस्तुत काळाच्या अखेरच्या वर्षापर्यंतदेखील वर वर्णन केलेली परिस्थितीच कायम होती. यांपैकी बर्नियरने १६५६ ते १६५८ ही वर्षे मोगल साम्राज्यात घालविली. त्याने 'लेटर टू कोलबर्ट' मध्ये शेतकऱ्यांच्या अवस्थेचे निराशाजनक वर्णन केले आहे.

'मजुरांच्या अभावामुळे चांगल्या जमिनीच्या बऱ्याच मोठ्या भागात शेती करण्यात येत नाही. बरेच मजूर गव्हर्नरकडून मिळणाऱ्या वाईट वागणुकीमुळे मरण पावतात. लोभी मालकांच्या मागण्या पुऱ्या करण्यास असमर्थ ठरल्यामुळे या दुर्दैवी लोकांना केवळ जगणे अशक्य झाले आहे, इतकेच नव्हे तर त्यांची मुले त्यांच्यापासून हिसकावून घेण्यात येऊन त्यांना गुलाम म्हणून दूरदेशी नेण्यात येते. अशा प्रकारच्या अत्यंत क्रूर जुलमामुळे निराश होऊन बरेच शेतकरी देशोधडीला लागतात. ते शहरातले अगर छावणीतले अधिक सुसह्य जीवन शोधण्यासाठी देशत्याग करतात. कधी कधी ते एखाद्या राजाच्या प्रदेशात पळून जातात. कारण तेथे त्यांना जुलमांचे प्रमाण कमी आढळते आणि आयुष्य अधिक सुखात जगता येते.'

हाच लेखक पुढे सांगतो की,

'सक्ती केल्याखेरीज जमीन क्वचितच नांगरली जाते. नाले आणि कालवे यांची दुरुस्ती करण्याची इच्छा आणि शक्ती कुठल्याही व्यक्तीकडे नाही. संपूर्ण देशात शेतीची परिस्थिती अगदी वाईट आहे. जमिनीची मशागत सदोष आहे. पाणी पुवठ्याच्या अभावी बराच मोठा भाग नापीक झाला आहे. लोकांच्या हालअपेष्टांची कुठलीही पुरेशी कल्पना देता येत नाही. सोट्याच्या आणि चाबकाच्या जोरावर दुसऱ्यांच्या फायद्यासाठी अविश्रांत परिश्रम करण्याची त्यांना सक्ती करण्यात येते.'

टॅव्हर्नियरने १६४० ते १६६० च्या दरम्यान हिंदुस्थानात मधून मधून प्रवास केला होता. त्यानेही वरीलप्रमाणेच वर्णन केले आहे. तो आपल्याला सांगतो, 'शेतकऱ्यांना फार दारिद्र्यात ठेवण्यात आले आहे. कारण जर त्यांच्याजवळ काही मालमत्ता असल्याचे गव्हर्नरला कळले तर ती हक्काने किंवा सक्तीने ताबडतोब जप्त केली जाते. तुम्हांला हिंदुस्थानात प्रांतचे प्रांत वाळवंटाप्रमाणे ओसाड पडलेले दिसतील. गव्हर्नरांच्या जुलमामुळे तेथील शेतकरी पळून गेलेले आहेत.'

वरील उतारे शेतकऱ्यांच्या परिस्थितीची कल्पना येण्यास बहुधा पुरेसे आहेत. शहरातील कारागिरासंबंधी बर्नियरने लिहिले आहे की,

'कारागिरांचे स्थान फार आदराचे होते किंवा त्याला फार स्वातंत्र्य होते, असे समजता कामा नये. निव्वळ गरजेमुळे किंवा सोट्याच्या तडाख्यांमुळे तो कामात मग्न असतो. तो कधीही श्रीमंत होऊ शकत नाही. भुकेची आग जरी तो शमवू शकला

आणि आपले शरीर जाड्याभरड्या कपड्यांनी झाकू शकला तरी ते त्याला फार महत्त्वाचे वाटते. जरी पैसा मिळाला तरी तो त्याच्या खिशात जात नाही तर व्यापाऱ्यांच्या संपत्तीत फक्त त्यामुळे भर पडते.'

हीच भूमिका घेऊन व्हॅन ट्विस्टने व्यापाऱ्याच्या सुखसोयी आणि कारागिरांचे दारिद्र्य यांतील विरोध दिग्दर्शित केला आहे विणकर हा औद्योगिक लोकसंख्येचा सर्वात मोठा घटक होता. हा विणकर संबंध देशभर गरिबीच्या अगदी खालच्या पातळीवर जगत असे , असे चित्र डच आणि इंग्रज यांच्या पत्रव्यवहारातील अनेक प्रासंगिक उल्लेखांमधून उभे राहते. मागील एका प्रकरणात हिंदुस्थानी गुलामांच्या निर्यात व्यापाराची काहीशी तपशीलवार चर्चा मी केलेली आहे. त्या व्यापारातील वस्तुस्थितीवर उद्धृत केलेल्या परिस्थितीच्या अवलोकनाशी मिळती जुळती आहे. बहुसंख्य लोक हे सुखात तर नव्हतेच पण कशीबशी उपजीविका करीत होते, हे आपण पाहिले आहे. उत्साहजनक असे कुठलेही प्रोत्साहन त्यांना नव्हते. देशत्यागाचे दोन मार्ग फक्त त्यांच्या हातात होते. त्यापैकी एक अनुसरल्याशिवाय दारुण परिस्थितीतून त्यांची सुटका नव्हती. या दोन मार्गांपैकी एक म्हणजे जेथे , तात्पुरती का होईना, पण परिस्थिती अधिक सुखावह आहे अशा प्रदेशात पळून जाणे किंवा दुसरा म्हणजे, कुठल्या तरी परकीय देशात उपजीविकेच्या मोबदल्यात वैयक्तिक स्वातंत्र्याचा बळी देऊन गुलामीचे जिणे स्वीकारणे. नेहमीसारखे उत्पादन ज्या वर्षांत होते, त्या वर्षात अशा प्रकारची परिस्थिती होती. नेहमीच्या उत्पादनाच्या क्रमात खंड पडल्यामुळे काय परिणाम झाले, याचा विचार आपल्याला पुढील प्रकरणात करावयाचा आहे.

प्रकरण सहा : आधार ग्रंथ

विभाग १: तंबाखूच्या उपयोगाचे संदर्भ इलियट प्र. ६ पृ. ३५१ व मनूची प्र.२ पृ. १७५ हे आहेत. बाजारातील परिस्थितीनुरूप पिके काढण्याची पद्धत असल्याचे अनुमान विविध उताऱ्यांवरून केले आहे. विशेषत: पहा: *इंग्लिश फॅक्टरीज़* खंड ५ पृ. ६४, खंड ७ पृ. १३६ आणि *डाग रजिस्टर* (सुरत) १३ जून १६४४, १२ एप्रिल व ९ जून १६४५. भांडवलाच्या तुटवड्याची उदारहरणे पुढील ठिकाणी आढळतील – *इंग्लिश फॅक्टरीज* खंड ७ पृ. १०३ आणि *डाग रजिस्टर,*

१४ ऑगस्ट, ६ ऑक्टोबर १६३४ आणि ६ ऑक्टोबर १६३६. कच्च्या मालाच्या दुर्मिळतेसंबंधीच्या भीतीसाठी पहा. इंग्लिश फॅक्टरीज खं. १ पृष्ठे XV ९२ आणि खंड ४ पृ. २२. विशेष प्रकारचा माल मिळविण्यातील अडचणी व सुकरता यांसाठी पहा: त्याच ग्रंथात, खं. ३ पृ. १०९ खं. ७ पृ. १८७ खं. ८ पृ.११७ आणि *डाग रजिस्टर* ३१ जानेवारी १६३३, १४ ऑगस्ट १६३४, ३१ ऑक्टोबर १६३६ आणि २० मे १६४१ बंगालमधील विणकरांवरील निर्बंधासाठी, पहा : त्याच ग्रंथात २९ नोव्हेंबर १६३१; याच विषयाचा उल्लेख टेलरच्या 'डाक्का' मध्ये पृ. १७३, १८९ वर आहे. सोरामिठासाठी दिलेल्या आगाऊ रकमांसाठी पहा, : *डाग रजिस्टर* १२ एप्रिल १६६१ निळीसाठी दिलेल्या आगाऊ रकमांसाठी पहा:*इंग्लिश फॅक्टरीज* खंड ३. पृ. २४६, खं. ७ पृ. २०८

पगारासंबंधीची माहिती पुढील ग्रंथातून घेतली आहे- *पेल्सार्ट* पृ. १६ व नंतरची पाने, *मेथवोल्ड* १००१ *बिगिन एन्ड वूर्टगांग* (व्हॅन डेन ब्रॉकचे जर्नल) प्र २ पृ. ७७ व नंतरची पाने आणि *इंग्लिश फॅक्टरीज* खं. ५ पृ.१५१, खं. १० पृ. २६१ सार्वजनिक बांधकामांपैकी बऱ्हाणपूरच्या पाणीपुरवठा योजनेचे वर्णन, *इंपिरियल गॅझेटियर* खं. ९ मध्ये पृ. १०५ वर , कालव्याचे वर्णन, इलियट खं. ७ पृ.६७,८६, वर आहे. इमारतीच्या अंदाजी खर्चासाठी पहा त्याच ग्रंथात खठ.७ पृ.८६,१४२ आणि सरकारचे स्टडीज पृ. ३० राबवणुकीसाठी पहा. इंग्लिश फॅक्टरीज खं. २ पृ. १३० खं.८ पृ.१५३, २९९ खासगी इमारतींसाठी पहा : पेल्सार्ट हस्तलिखित पाने २,२१

विभाग २: पेल्सार्टमधील प्रदीर्घ भाषांतर हस्तलिखिताच्या पान २३ पासूनचे आहे. त्याचे शेतकऱ्यांवरील विचार पाने १८ व २० वर आहेत. गोवळकोंड्याचा संदर्भ *बिगिन एन्ड वूर्टगांग, व्हेन डेन ब्रॉकचे जर्नल* पृ. ७७ हा आहे. गुजरातकरिता पहा : गुजरात रिपोर्ट पाने ७, २०, २१ *व्हॅन ट्विस्ट* xxxiv, xli आणि *इंग्लिश फॅक्टरीज* खं. ५ पृ. ६५ सिंधकरिता पहा : त्याच ठिकाणी खं. ७ पृ. २०९, काळाच्या अखेरीच्या माहितीसाठी पहा टव्हेर्नियर प्र;१ पृ. ३९१ आणि बर्नियर पृ. २०५,२२६,२२८,२३०.

◆◆◆

प्रकरण : सात
दुष्काळाचे आर्थिक परिणाम

१. दुष्काळाचे स्वरूप आणि वारंवारता

गेल्या प्रकरणात जे सांगितले आहे त्यावरून असे दिसून येईल की, प्रस्तुत काळात उत्पादनाचा प्रवाह सर्वसाधारणपणे घटनाशून्य होता, मागणीनुरूप उत्पादन होत होते पण उत्पादनामुळे मागणी निर्माण होत नव्हती किंवा तिच्यात वाढ होत नव्हती आणि उत्पादनाचा ओघ शासनाच्या हस्तक्षेपामुळे आणि दुष्काळामुळे वेळोवेळी खंडित होत होता. शाराबाच्या हस्तक्षेपाचे परिणाम नंतर विचारात घेऊ. या प्रकरणात दुष्काळाची वारंवारता आणि त्याचे परिणाम यांचा आपल्याला शोध घ्यावयाचा आहे. याविषयाचा काळजीपूर्वक अभ्यास करणे आवश्यक आहे. कारण दुष्काळ या परिचित शब्दाच्या ध्वन्यर्थात झालेल्या बदलामुळे अनेक चुकीच्या कल्पना निर्माण झालेल्या आहेत. सध्याच्या दिवसात हिंदुस्थानातील 'दुष्काळ' याचा अर्थ अशी आणीबाणीची परिस्थिती की, ज्या परिस्थितीत बेकारी प्रचंड प्रमाणावर वाढली असल्याचे सरकारने मान्य केले आहे आणि गरिबीविषयक सर्वसाधारण कायदा अस्तित्वात नसल्याने ती निवारण करण्याचे विशेष उपाय योजण्याची आवश्यकता निर्माण झाली आहे. सतराव्या शतकाच्या इतिहासात आपण ज्या दुष्काळासंबंधी वाचतो ते दुष्काळ 'कामाचे दुष्काळ' नव्हते तर शब्दाच्या अगदी काटेकोर अर्थाने 'अन्नाचे दुष्काळ' होते. त्यावेळी अन्नासाठी पैसे मिळविण्याचा प्रश्न नव्हता तर खुद्द अन्न मिळविण्याचा प्रश्न होता. या गोष्टींचा उपयोग करून निरनिराळ्या काळांतील दुष्काळाच्या वारंवारतेची तुलना काही लोकप्रिय लेखक कधी कधी करतात. परंतु दुष्काळाच्या अर्थातील या बदलामुळे त्यांची ही तुलना सदोष झाली आहे. एका बाजूला, पुष्कळ वर्षांपर्यंत हिंदुस्थानात विस्तृत प्रमाणावर अन्नाचा दुष्काळ पडलेला नाही. तर दुसऱ्या बाजूला, गेल्या शतकाच्या मध्यापूर्वी कामाचा दुष्काळ पडल्याची कुठलीही पद्धतशीर नोंद आपल्याजवळ नाही. कामाचा दुष्काळ सध्या अधिक प्रमाणात पडतो आणि अन्नाचा दुष्काळ पूर्वी

जास्त प्रमाणात पडत होता. या वस्तुस्थितीवरून, ती खरी असली तरी. आपल्याला कोणतेच साधार अनुमान काढता येणार नाही. याशिवाय, अन्नाच्या दुष्काळाची तत्कालीन बखरीत प्रसिद्ध झालेली माहिती अपूर्ण आहे, हे सहज दाखविता येईल, कारण डच आणि इंग्रज यांच्या व्यापारी पत्रव्यवहारात अनेक दुष्काळांचा उल्लेख आढळतो. पण त्यांची इतर माहिती दुसरीकडे कुठेही मिळत नाही. एकच उदारहरण घ्यायचे झाले तर १६३२ ते १६५० या दरम्यान दुष्काळ पडल्याची नोंद हिंदुस्थानी कागदपत्रात मला कुठेही आढळली नाही; पण डच आपल्याला सांगतात की गोवळकोंड्यात १६३५ मध्ये प्रचंड प्राणहानी झाली, पूर्व किनाऱ्यावरील विणकर १६४६ मध्ये भुकेने मरण पावत होते आणि त्यानंतर एका वर्षाने राजपुतान्याचा काही भाग ह्याच कारणामुळे उजाड झाला होता. म्हणून कुठलीही सरळ तुलना करण्याचा प्रयास सोडून, अन्नधान्य किंवा कच्चा माल या शेतीतील मालाच्या कमतरतेमुळे उत्पादनात ज्या वर्षी खंड पडला होता हे माहीत आहे अशा प्रस्तुत काळातील वर्षांची एक यादी मी तयार केली आहे.

ही यादी संपूर्ण आहे असे ठामपणे सांगता येणार नाही. बटाव्हिया व जर्नल ही अशा माहितीच्या दृष्टीने अतिशय मोलाची साधने आहेत; पण पुष्कळ वर्षांची, विशेषत: १६४७ आणि १६६० दरम्यानची, जर्नल्स उपलब्ध नाहीत किंवा अपूर्ण आहेत. या गहाळ झालेल्या कागदपत्रांमध्ये इतरत्र न आढळणारा दुष्काळाचा किंवा दुर्भिक्षाचा तपशील दिलेला असणे शक्य आहे. मात्र जरी या संपूर्ण काळासंबंधी व्यापारविषयक कागदपत्र उपलब्ध असते तरी ते संपूर्ण हिंदुस्थानसंबंधी माहिती देऊ शकले नसते. ज्या भागांशी व्यापाऱ्यांचे सबंध होते, तेथील माहितीच त्यात आढळली असती. उदाहरणार्थ, हवापाण्याची अस्थिरता हे बुंदेलखंडाचे वैशिष्ट्य आहे. पण हा प्रदेश या कागदपत्रांच्या सर्वस्वी कक्षेबाहेरचा आहे. पंजाबबद्दलदेखील हीच परिस्थिती खरी आहे. आधुनिक कालवा योजनेचे बांधकाम होण्यापूर्वी अनेक महत्त्वाच्या बाबतींत पंजाबचे बुंदेलखंडाशी साम्य असले पाहिजे. तेव्हा आपण असे म्हणू शकतो की, पुढे दिलेल्या यादीतील वर्षांमध्ये उत्पादनात निश्चितपणे व्यत्यय आला होता. पण या यादीत ज्यांची नोंद नाही ती वर्षे सबंध हिंदुस्थानला भरभराटीची गेली असे म्हणणे बरोबर होणार नाही. ज्या दुष्काळाची नोंद आहे असे दुष्काळ प्रस्तुत काळाच्या पूर्वार्धापेक्षा उत्तरार्धात अधिक आहेत हे

लक्षात येईल. हा फरक महत्त्वाचा असू शकेल. पण परदेशी व्यापाऱ्यांच्या संबंधाच्या विस्तारातून तो निर्माण झाला असण्याची शक्यता अधिक आहे. डचांच्या बाबतीत प्रसंगांची नोंद करण्याच्या पद्धतीतील सुधारणांमुळे, उपलब्ध असलेल्या जर्नल्सपैकी १६४० ते ५० करिता असलेली जर्नल्स् ही १६३० पूर्वीच्या वर्षांशी संबंधित जर्नल्सपेक्षा अधिक परिपूर्ण आहेत. यादी खाली दिल्याप्रमाणे आहे.

१६१४-१५ (?) - मार्च १६१६ मध्ये संपलेल्या वर्षात साथीच्या रोगाचा प्रादुर्भाव झाल्याची नोंद जहांगीर बादशहाने केली आहे. अवर्षणाच्या परिणामामुळे हा रोग उद्भवला होता असे काही अधिकाऱ्यांचे म्हणणे होते. कारण लागोपाठ दोन वर्षे देशात पाऊस पडला नव्हता. या रोगाचा फैलाव पंजाबच्या पूर्वेकडील दिल्लीपर्यंतच्या प्रदेशात झालेला होता आणि बहुधा अवर्षण फक्त पंजाबपुरतेच मर्यादित होते. या वर्णनात ज्या वर्षी कमी पाऊस पडला होता ती नेमकी वर्षे कोणती हे दिलेले नाही.

१६१८-१९-१६२२ मध्ये मच्छलीपट्टमहून लिहिताना एका डच दलालाने गुलामांची खरेदी कमी झाल्याचे कारण त्या काळातील भरभराट असे दिले आहे. त्याच्या माहितीप्रमाणे चार वर्षांपूर्वी मोठ्या संख्येने गुलाम मिळू शकले, कारण पुलिकत आणि आसपासच्या प्रदेशात त्यावेळी अत्यंत दुर्भिक्ष व दुष्काळ होता आणि त्यात शेकडो लोक मरण पावले होते. पण आता परिस्थिती बदलली होती. तांदळाचा पुरवठा मुबलक होता आणि यावेळी मोठ्या संख्येने गुलाम मिळणे शक्य नव्हते. या माहितीवरून १६१८ किंवा १९ मध्ये कोरोमांडेल किनाऱ्यावर कडक दुष्काळ पडल्याचे दिसते. द फरिया य सौसा या इतिहासकाराने असे लिहिले आहे, की १६१९ मध्ये दुर्भिक्ष आणि दुष्काळ यामुळे पुष्कळ लोकांचा नाश झाला. निश्चित ठिकाण दर्शविलेले नाही, पण संदर्भ स्पष्टपणे दक्षिण हिंदुस्थानचा आहे. मेथवोल्डने पूर्व किनारा १६२२ मध्ये सोडला. विजयनगरच्या प्रदेशातील काही भागात इतके आत्यंतिक दारिद्र्य आणि दुष्काळ असल्याचे तो लिहितो, की 'पालकांनी आपली हजारो लहान मुले समुद्रकिनाऱ्यावर आणली होती आणि तेथे तांदळाच्या पाच फनमला एक मूल ते विकत होते.' ते तिन्ही वृत्तांत एकाच आपत्तीसंबंधी १६१८-१९ च्या सुमारास पडलेल्या भयंकर दुष्काळासंबंधी आहेत

असे मी समजतो.[१]

१६३०- या वर्षात अवर्षणामुळे आलेल्या भयंकर आपत्तीचे वर्णन हिंदुस्थानी, डच आणि इंग्रज लेखकांनी केलेले आहे. देशाच्या आर्थिक परिस्थितीवर यामुळे झालेल्या परिणामांची तपशीलवार चर्चा पुढील विभागात केलेली आहे.

१६३५- सुरतेच्या डच दलालाने कळविले, की संबंध गोवळकोंडा राज्यात जीवनोपयोगी वस्तूंचे दुर्भिक्ष होते आणि दुष्काळामुळे झालेली प्राणहानी प्रचंड होती. हे वृत्त बटाव्हिया येथे मार्च १६३६ मध्ये पोहोचले. म्हणून त्याच्या मागील वर्षी पाऊस पडला नव्हता असे यावरून गृहीत धरता येईल. दुष्काळाचा विस्तार हा काहीसा अतिशयोक्त असावा. कारण जरी मछलीपट्टम येते तांदूळ मिळणे कठीण होते आणि नंतरच्या पावसाळ्यात देखील किनाऱ्यावर कच्चा कापूस कमी मिळत होता तरी पराकाष्ठेच्या दुष्काळाचे वृत्त पूर्व किनाऱ्यावरून कुठूनही आले नव्हते. बहुधा गोवळकोंड्याच्या पश्चिमेकडच्या जिल्ह्यात कडक दुष्काळ होता. तेथून साहजिकच बातमी सुरतेला पोहोचली असावी आणि मच्छलीपट्टमच्या बाजूला थोडीबहुत चणचण असावी.

१६४०-१६४१ मध्ये सुरुवातीला पुलिकत आणि मद्रासच्या जवळ पाऊस कमी झाल्याचे डचांनी कळविले. म्हणून जीवनोपयोगी वस्तू समुद्रमार्गाने आयात कराव्या लागल्या. किनाऱ्यांकडून आलेल्या नंतरच्या बातम्यांवरून दुष्काळाचे स्वरूप तीव्र झाल्याचे दिसत नाही.

---

१. १६२३ आणि १६२८-२९ ही दुष्काळी वर्षे असल्याचे श्री. लव्हडे दर्शवितात. (दी.हिस्टरी ॲण्ड द इकॉनॉमिक्स ऑफ इंडियन फेमिन्सचे परिशिष्ट अ) पण या नोंदी बरोबर नाहीत. यापैकी पहिल्या वर्षाकरिता त्याचा आधार एथरीज पृ. ४० हा आहे. एथरीजने १६२३ हे हिजरी सन १०४० शी जुळणारे (वास्तविक हा सन जुलै १६३० मध्ये सुरू झाला.) वर्ष म्हणून चुकीने घेतले आणि जे प्रसंग १६२३ मध्ये घडल्याचे तो दाखवितो ते प्रत्यक्षात १६३० च्या मोठ्या दुष्काळात घडले होते. १६२८-२९ करिता देखील एथरीजचाच (पृ. ६३) आधार घेतला आहे. पण या वर्षात ज्या घटना घडल्या असल्याची नोंद केली आहे त्या घटना आणि हिजरीसन १०४० मध्ये घडलेल्या म्हणून त्याने दिलेल्या घटना या सारख्याच आहेत. म्हणून त्या १६३० सालच्या धरायला पाहिजेत. १६२८ आणि १६२९ चे हंगाम अनुकूल नव्हते आणि निळीचे पीक कमी झाले आहे. (इंग्लिश फॅक्टरीज खं. ४ पृ.२०) १६२९ मध्ये पाऊस उशिरा सुरू झाला आणि अखेरीला अतिवृष्टी झाली. (हेग ट्रान्सस्क्रिप्ट्स प्र.१ पृ.२९८) पण व्यापारी पत्रव्यवहारावरून दुष्काळासारखे काही घडले होते असे दिसत नाही. एप्रिल १६३० मध्ये डच व इंग्रज व्यापारी उत्साहाने धंद्यात गुंतले होते.

१६४१- हा हंगाम उत्तर हिंदुस्थानातील कापसाच्या पिकाला प्रतिकूल होता असे दिसते. कारण कापसाच्या दुर्मिळतेमुळे तयार मालाच्या किंमती गंभीरपणे वाढल्या होत्या असे डचांनी कळविले. १६४२ च्या उन्हाळ्यात अहमदाबादमध्ये देखील कापूस दुर्मिळ होता. म्हणून त्यापूर्वीचा हंगाम गुजरातमध्ये तसेच उत्तरेत बहुधा कापसाला प्रतिकूल होता. १६४२-४३- पिपली (ओरिसा) च्या आसपास विलक्षण अवर्षण पडल्यामुळे जानेवारी १६४३ मध्ये तांदळाची फार चणचण भासू लागली, किंबहुना तो जवळ जवळ दुर्मिळ झाला होता असे कळविण्यात आले होते. १६४२-४३ च्या हिवाळ्यात बंगालमध्ये पाऊस पडला नाही.

१६४५-४६-कोरोमांडेल किनाऱ्याच्या दक्षिण भागात तीव्र दुष्काळाचा हा काळ होता. १६४५-४६ मधील इंग्रज दलालांनी जी थोडी पत्रे शिल्लक आहेत, त्यात १६४५ च्या अवर्षणाचा उल्लेख नाही. पण ते अवर्षण पडले होते हे अचिन येथे ऑक्टोबर १६४६ मध्ये लिहिलेल्या एका पत्रावरून दिसते. नेगापटमहून उपाशी गुलाम जहाजातून आल्याचे त्या पत्रात कळविले आहे. या गुलामांकडून बातमी कळली, की 'गेले १३ महिने भयंकर दुष्काळ पडला होता... तो इतका भयंकर होता की लोक जो माणूस खायला अन्न देईल त्याच्याकडे गुलाम म्हणून जायला तयार होते.' १६४६ मध्ये देखील पाऊस पडला नाही आणि १६४७ च्या जानेवारीपर्यंत किनाऱ्यावरील परिस्थिती अतिशय बिकट झाली. 'पुलिकत, एस.थोम आणि मद्रास येथे जबर प्राणहानी झाल्याची बातमी आली. 'सगळे रंगारी[१] आणि विणकर मरण पावले.' सुरतेहून पाठविलेला तांदूळ 'प्रचंड दराने' विकण्यात आला आणि दुष्काळ १६४७ मध्ये पाऊस येईपर्यंत चालूच राहिला. या वर्षाच्या ऑक्टोबरमध्ये मद्रास येथील दलालांनी कळविले, की तोपर्यंत दुष्काळ दोन वर्षे टिकला होता. म्हणजे अगोदरचे अवर्षण हे नेगापटमच्या प्रदेशापुरतेच मर्यादित राहिले नव्हते. त्या दलालांनी पुढे सांगितले, की राज्यातील अर्धे लोक मृत्युमुखी पडले होते आणि 'ज्या सर्व ठिकाणी आम्ही जातो तेथे विद्रूप मृत शरीरांची दुर्गंधी पसरली होती. तसेच मरणाऱ्या लोकांचे आक्रंदन ऐकू येत होते. ते देखील ऐकणाऱ्याला कमी भयावह वाटत नव्हते.'

१६४७- या वर्षी राजपुतान्याच्या काही भागात पाऊस पडला नाही 'आणि त्यामुळे पडलेला दुष्काळ इतका तीव्र होता की ते भाग प्राणहानीमुळे किंवा लोक

---

१. रंगीत किंवा चिटाचे कापड तयार करणाऱ्यांना 'रंगारी' हा शब्द सर्वसाधारणपणे वापरला जातो.

पळून गेल्यामुळे संपूर्णपणे निर्जन आणि अनुल्लंघनीय झाले होते.'

१६४८- कोरोमांडेल किनाऱ्यावर पुन्हा दुष्काळ पडण्याची चिन्हे इतकी स्पष्ट होती की सुरतेहून तांदूळ पाठविण्याची व्यवस्था करण्यात आली. पण वेळेवर भरपूर पाऊस पडल्याने दुष्काळाचा धोका नाहीसा झाला.

१६५०-सुरतेच्या दलालांनी कळविले, की 'या वर्षी हिंदुस्थानच्या सर्व भागात फारच थोडा पाऊस पडला आहे आणि जुलैच्या मध्यापासून अगदी थोडा किंवा नाहीच. म्हणून पुष्कळ ठिकाणी जे काही धान्य आले आहे त्याची किंमत आताच (ऑक्टोबर) दुप्पट झाली आहे आणि सर्वत्र अत्यंत दुर्भिक्ष पडण्याची धास्ती निर्माण झाली आहे.' हे अवर्षण सर्वदूर पसरलेले होते. औंध प्रमाणेच ते गुजरातमध्येही होते आणि 'जवळ जवळ सबंध हिंदुस्थानात' पिके लहान होती. पण दुष्काळाची तीव्रता फार नव्हती, असे दिसते. कारण प्राणहानी किंवा खुषीची गुलामगिरी यांच्या नेहमीच्या नोंदी आपल्याला मिळत नाहीत.

१६५८-या हंगामात पावसाच्या अभावामुळे सुरतेला फेब्रुवारी १६५९ पर्यंत सर्व प्रकारच्या वस्तूंच्या किंमती दुप्पट झाल्या होत्या. पण सिंधमध्ये ही आपत्ती अधिक गंभीर होती. कारण या वर्षाच्या सप्टेंबरमध्ये असे कळविण्यात आले की, दुष्काळ आणि रोगराई यांनी 'लोकसंख्येचा बराचसा भाग धुवून काढला आहे,' आणि विणकर जिवंत राहावे म्हणून त्यांना वाटण्यासाठी सुरतेच्या दलालांनी लाहिरी बंदर येथे धान्य पाठविले होते.

१६५९-६०-१६५९ च्या उन्हाळ्यात कमी पावसामुळे पूर्व किनाऱ्यावर टंचाई भासू लागली, लढाईतील लष्करासाठी केलेल्या मालाच्या मागणीमुळे ती अधिक वाढली. ऑक्टोबर १६५९ मध्ये मच्छलीपट्टमहून लिहिलेल्या पत्रात असे म्हटले आहे की, अन्नाच्या अभावी लोक दररोज मृत्युमुखी पडत आहेत आणि दुष्काळ १६६१ वर्षापर्यंत किनाऱ्यावर चालू राहिला. पावसाचा अभाव गुजरातमध्येही जाणवला होता. तेथे एप्रिल १६६० मध्ये किंमती फार भडकल्या होत्या. तर सिंधमध्ये दुष्काळ अजूनही उग्र आहे. 'मेलेल्यांना पुरणे जिवंत माणसांना अशक्य होऊन बसले आहे.' खाफी खान हा इतिहासकार हिजरी सन १०७० बद्दल (हा सन सप्टेंबर १६५९ मध्ये सुरू झाला) लिहितो की, पावसाचा अभाव, युद्ध आणि लष्कराची हालचाल यामुळे धान्य अतिशय दुर्मिळ आणि महाग झाले; अनेक जिल्हे ओसाड पडले; आणि लोकांचे लोंढे राजधानीकडे जाऊ लागले.

अगदी दक्षिणेकडील नेगापटम येथूनही दुष्काळाची बातमी आली होती. म्हणजे आपल्या काळाच्या अखेरीला दुष्काळाचा विस्तार विलक्षण होता.

वर दिलेल्या यादीचे वाचन करणे फार निराशाजनक आहे, ज्या साधनांच्या साहाय्याने ही यादी तयार केली आहे, त्यातील उणिवा लक्षात घेतल्या तर सतराव्या शतकातील हिंदुस्थानचे हवामान बहुतांशी आताच्या सारखेच होते, असा निष्कर्ष काढणे योग्य होईल. १६४० ते १६५० या वर्षांची माहिती अपूर्ण असली तरी, त्या वर्षांमधील भयंकर परिस्थितीला मागे टाकेल अशी परिस्थिती आधुनिक काळातील कुठल्याही दशकात निर्माण झाली होती, असे मला वाटत नाही. तपशीलवार तुलनेचा प्रयत्न न करता आपण असे म्हणू शकतो की, स्थानिक दुर्भिक्ष ही नेहमीची गोष्ट होती आणि व्यापारी व उत्पादन यांच्या अंदाजावर परिणाम करण्याइतके तीव्र आणि विस्तृत दुष्काळ वारंवार पडत होते. फरक आढळतो तो दुष्काळाच्या परिणामात. दूर अंतरावर धान्याची खुष्कीच्या मार्गाने वाहतूक करण्याचा खर्च अवास्तव होता, हे आपण पाहिले आहे. त्यामुळे अन्नधान्याची स्थानिक तूट बाहेरून धान्य आणून भरून काढता येत नव्हती. देशाच्या इतर भागात मुबलक धान्य असले तरी, पूर्व किनाऱ्यावर १६४७ मध्ये घडले त्याप्रमाणे हजारो लोक मृत्युमुखी पडत होते. प्राणहानी आणि स्थलांतर यांमुळे दुष्काळग्रस्त भागातील आर्थिक जीवन ज्या प्रकारे उद्ध्वस्त होत होते, तसे आता होणे, आधुनिक रेल्वे वाहतूक पद्धतीमुळे अशक्य होऊन बसले आहे. सध्याच्या दिवसांत स्थानिक कमतरतेचा परिणाम मोठ्या प्रदेशावर पसरतो आणि त्याची तीव्रता कमी होते. कारण पुरेशा प्रमाणात धान्य बाहेरून आणता येते. व्यापारी जेथे पोहचू शकत नाही असे काही दुर्गम प्रदेश सोडले तर इतर ठिकाणी आता धान्याचा दुष्काळ पडेल, अशी कल्पनाच करता येत नाही. आपल्या कालावधीत निरनिराळ्या प्रमाणावरील धान्याचे दुष्काळ कुठल्याही ऋतूमध्ये पडण्याची शक्यता होती. सध्याच्या दिवसात हे दुष्काळ अपरिचित आहेत. म्हणून त्यांचे आर्थिक परिणाम काय होत असत, याचे स्पष्टीकरण करणे उचित ठरेल. या दृष्टीने १६३० च्या दुष्काळाबद्दल पुरेशी माहिती उपलब्ध आहे. पुढील विभागात तिची चर्चा केली आहे.

२. १६३०–३१ चा दुष्काळ

या प्रचंड दुष्काळाचे नजिकचे कारण १६३० या वर्षातील अवर्षण हे होते. हिंदुस्थानच्या मध्यभागात हे अवर्षण पडले. गंगेच्या खोऱ्यावर त्याचा परिणाम झाला

नव्हता आणि सुरतेहून उत्तरेकडे केलेल्या प्रवासाची हकीकत पीटर मुंडीने दिली आहे त्यावरून माळवादेखील अवर्षणातून वाचला होता, असे दिसते. शहाजहानच्या कारकिर्दीचा बखरकार म्हणतो की, दख्खन आणि गुजरातच्या मोगल प्रांतात अजिबात पाऊस पडला नव्हता तर त्यांच्या सरहद्दीवरील प्रदेशात कमी पाऊस झाला होता. पूर्व किनाऱ्यावरील इंग्रजांच्या पत्रांवरून असे दिसते की, ही आपत्ती सर्व देशभर पसरली होती. मच्छलीपट्टमला जुलै १६३१ मध्ये भेट देणाऱ्या एका व्यापाऱ्याने असे लिहिले आहे की, ''विणकर आणि धोबी यांपैकी बहुतांश लोक मरण पावले आहेत. प्रदेश जवळजवळ उजाड झाला आहे.'' दक्षिणेकडे अर्मागान येथे दुष्काळाची झळ पोचली होती, हे आपल्याला माहीत आहे. पण त्यापलीकडच्या प्रदेशासंबंधी काहीच माहिती उपलब्ध नाही. सिंधमध्येही दुष्काळाचा परिणाम झाला होता. पण तेथून १६३५ मध्ये लिहिलेल्या पत्रांवरून असे दिसते, की येथील परिस्थिती फारशी गंभीर नसावी. कारण गुजरातमध्ये अजूनही दुष्काळाची जशी चिन्हे दिसत होती, तशी तेथे असल्याचा उल्लेख पत्रांमध्ये आढळत नाही. जी तपशीलवार माहिती हाती हाती शिल्लक राहिली आहे ती गुजरातसंबंधीची आहे. म्हणून सध्यातरी प्रथम आपले लक्ष गुजरातवर केंद्रित करणे योग्य होईल.

गुजरातमध्ये गेल्या तीन हंगामांत पाऊस पुरेसा झाला नव्हता. पण व्यापारावर महत्त्वाचा परिणाम करण्याइतके त्याचे प्रमाण कमी नव्हते आणि १६३०च्या एप्रिलमध्ये भविष्यकालीन परिस्थिती एकंदरीने आशादायक वाटत होती. पण त्यावर्षी मान्सून आलाच नाही. याचा ताबडतोब परिणाम काय झाला त्याचे वर्णन व्हॅन ट्विस्ट या जुन्या डच व्यापाऱ्याच्या शब्दात उत्तम रीतीने देता येईल. त्याच्या गुजरातच्या त्रोटक वर्णनात त्याने दुष्काळाची हकीकत समाविष्ट केली आहे. हे वर्णन प्रथम १६३८ मध्ये बटाव्हिया येथे छापण्यात आले आणि नंतर ॲमस्टरडॅम येथे पुन्हा प्रसिद्ध करण्यात आले.[१] हे वर्णन रुक्ष आणि वस्तुनिष्ठ शैलीत लिहिलेले

---

१. व्हॅन ट्विस्ट पुस्तिकेच्या मुखपृष्ठावरून दिसते की, त्याचे अहमदाबाद, खंबायत, भडोच आणि बडोदा येथे एक ज्येष्ठ व्यापारी म्हणून वास्तव्य होते. १६३१ नंतरच्या डाग रजिस्टरमध्ये त्याचा प्रासंगिक उल्लेख आढळतो. १६३६ मध्ये एका विशेष कामगिरीसाठी त्याला विजापूर दरबारात पाठविले होते. त्यानंतर थोड्या कालाने त्याची मलाक्काचा गव्हर्नर म्हणून नियुक्ती झाली. तेथेच तो मरण पावला. बटाव्हिया येथे प्रसिद्ध झालेल्या त्याच्या पुस्तिकेची प्रत माझ्या पाहण्यात आली नाही. पण बिगिन एन्ड वुर्टगाँग मध्ये पुनर्मुदित झालेल्या या पुस्तिकेच्या मुखपृष्ठावर असे लिहिलेले आहे की, हे पुनर्मुदण बटाव्हिया येथे १६३८ मध्ये छापलेल्या आवृत्तीवरून केले होते. या दुष्काळाच्या इंग्रजांच्या हकिकती मंडी खं. २ परिशिष्ट अ मध्ये एकत्रित केल्या आहेत. इंग्लिश फॅक्टरीज खं. ४ मध्येही त्या आढळतात. अब्दुल हमीदच्या हकिकतीचे भाषांतर इलियट खं. ७ पृ.२४ वर आहे.

आहे. ज्याला देशाची उत्तम माहिती होती आणि लवकरच मोठ्या जबाबदारीच्या जागेवर निवड झाल्यामुळे ज्याची लायकी सिद्ध झालेली आहे, अशा एका माणसाने तयार केलेला तो एक व्यापारी दस्तऐवज आहे. या पार्श्वभूमीवर त्यात वर्णन केलेल्या भयंकर गोष्टींना जास्त बळकटी येते. तसेच त्या घडल्या असल्याचे इंग्रजांच्या तुटक तुटक हकिकतींवरून तसेच मुसलमान बखरकाराच्या आवेशपूर्ण लिखाणावरून निश्चित सिद्ध होते. व्हॅन ट्विस्ट म्हणतो, ‘‘इतका थोडा पाऊस पडला की पेरलेले बी नष्ट झाले आणि गवतही उगवले नाही. गुरे मरण पावली. शहरांत आणि खेड्यांमध्ये, शेतात आणि रस्त्यावर माणसे मोठ्या संख्येने मरून पडली होती. त्यामुळे इतकी दुर्गंधी सुटली की, त्या मार्गाने जाणे भयंकर होते. गवताच्या अभावी गुरे प्रेतांवर चरू लागली. माणसे जनावरांची मृत शरीरे खाऊ लागली. निराशेच्या भरात काही माणसे कुत्र्यांनी कुरतडलेल्या हाडांच्या शोधार्थ फिरू लागली.

दुष्काळ जसा वाढला तशी माणसांनी शहरे आणि खेडी सोडली आणि ती असहाय्यपणे भटकू लागली. त्यांची अवस्था ओळखणे फार सोपे होते. डोक्यात खोल गेलेले डोळे, ओठ पांढरे फटक आणि चिकट स्रावाने भरलेले, कातडे ओढलेले आणि त्यातून हाडे डोकावत असलेली, पोट रिकाम्या पिशवीसारखे खाली लोंबत असलेले; बोटाच्या सांध्याची हाडे आणि गुडघ्यांची हाडे बाहेर उठून दिसत असलेली. एखादा रडतो आहे आणि भुकेने ओरडतो आहे तर दुसरा जमिनीवर पसरलेला तडफडून मरतो आहे. कुठेही तुम्ही गेलात तरी तेथे प्रेतांशिवाय दुसरे काही तुम्हांला दिसले नसते.

माणसांनी त्यांच्या बायकामुलांचा त्याग केला. स्त्रियांनी स्वतःला गुलाम म्हणून विकले. काही कुटुंबांनी विष खाऊन एकत्र मृत्यू पत्करला. इतरांनी नदीत उड्या टाकून जीव दिला. आया आणि मुले नदीच्या काठावर गेली आणि एकमेकांचे हात धरून त्यांनी नदीत जलसमाधी घेतली. काहींनी शिळेपाके, कचऱ्यात टाकलेले मांस खाल्ले . इतरांनी माणसांची प्रेते फाडली आणि आतील भाग काढून स्वतःच्या पोटात भरला, होय, अजून पूर्णपणे मेलेली नाहीत अशी रस्त्यात पडलेली माणसेही इतर काही लोकांनी फाडून खाल्ली; माणसे जिवंत माणसांना खाऊ लागली. त्यामुळे रस्त्यातदेखील आणि त्यापेक्षाही जास्त रस्त्यावरील प्रवाशांत खून होण्याचा आणि माणसांकडून खाल्ले जाण्याचा धोका निर्माण झाला....

दररोज भयंकर अनर्थ घडत होता. आईने आपल्या एकुलत्या एका मुलाला मारून शिजवून खाल्ले. हे कळल्यावर एखाद्या रानटी मनुष्यालादेखील दया आणि आश्चर्य वाटले असते. पण यापेक्षाही जास्त एखाद्या ख्रिश्चन मताच्या माणसाला वाटले असते, जेव्हा त्याला कळले असते, की नवऱ्यांनी बायकांना मारून खाल्ले होते, बायकांनी नवऱ्यांना आणि मुलांनी आईबापांना... पण प्रत्येक गोष्ट तपशीलवार वर्णन करणे कंटाळवाणे होईल. लक्षावधी माणसे भुकेने मरण पावली.[१] त्यामुळे संपूर्ण प्रदेश न पुरलेल्या प्रेतांनी भरून गेला होता आणि त्या प्रेतांच्या दुर्गंधीने संबंध वातावरण दूषित झाले होते. अहमदाबादहून येणाऱ्या आमच्यापैकी काही डच लोकांना काही माणसे शेकोटी पेटवून बसलेली दिसली. त्या शेकोटीवर हात आणि पाय भाजण्यात येत होते. हे दृश्य भयंकर दिसत होते. यापेक्षाही वाईट गोष्ट म्हणजे सुसूंत्र नामक खेड्यात माणसांचे मांस खुल्या बाजारात विकले जात होते. हा भयंकर दैवी प्रकोप मुख्यत्वेकरून गरिबांना जाणवला. कारण त्यांच्याजवळ काही साठवण नव्हती.''

यानंतर मागील प्रकरणात चर्चिलेल्या किंमतीचे तपशील या हकीकतीत दिलेले आहेत आणि त्यापुढे १६३१ च्या हंगामाचे वर्णन आहे. या हंगामात सुरुवातीला पाऊस चांगला होता आणि किंमती उतरू लागल्या होत्या. पण व्हॅन ट्विस्ट पुढे म्हणतो की, ''हीच परिस्थिती टिकली नाही आणि दैवी प्रकोप अजून संपला नव्हता असे दिसून आले. परमेश्वराने टोळधाड, घुशी, उंदीर आणि इतर प्राणी पाठविले आणि त्यामुळे कोवळ्या प्रचंड पिकांचे नुकसान झाले. त्यानंतर सतत पडणाऱ्या पावसामुळे पिके तयार होत असताना शेतातच धान्याची खूप नासाडी झाली. नद्यांच्या पुरामुळे शहरांचे, खेड्यांचे आणि ग्रामीण भागाचे प्रचंड नुकसान झाले आणि किंमती पूर्वी कधी नव्हत्या इतक्या वाढल्या. याप्रमाणे दुष्काळ सबंध वर्षभर टिकला. त्यानंतर साथीचे रोग आणि ताप यांची लागण झाली. त्यामुळे क्वचितच निरोगी मनुष्य आढळणे शक्य होते. मृत शरीरे रस्त्यात विखुरलेली होती. दिवसेंदिवस प्रेते घरात पडलेली होती. कारण ती वाहून नेण्यासाठी लागणारे पैसे देता येणे शक्य नव्हते. चितेसाठी लाकूड मिळू शकत नव्हते. म्हणून न जळलेली प्रेते पुरण्यात आली किंवा नदीत फेकून देण्यात आली. अशा भयंकर संकटांपासून परमेश्वर ख्रिस्ती देशांचे रक्षण करो.''

---

१. ही संख्या शब्दशः घ्यावयाची नाही. मृत्युसंख्या अगणित होती हे दर्शविण्यासाठी हा शब्दप्रयोग केलेला आहे.

आता कालबाह्य झालेल्या हिंदुस्थानी दुष्काळाच्या या प्रकाराचा ज्यांनी अभ्यास केलेला आहे, त्यांना वरील हकीकतींनी मुख्य गोष्टींचे आश्चर्य वाटणार नाही. कौटुंबिक जीवनाचा विध्वंस, शेतीच्या भांडवलाचा नाश, दिशाहीन वणवण, खुषीची गुलामगिरी, आत्महत्येमुळे किंवा निव्वळ उपासमारीने झालेली प्राणहानी, नरमांस भक्षण- ही सर्व वैशिष्ट्ये अशा प्रकारच्या अनर्थांच्या हिंदुस्थानी आणि परदेशी हकिकतींत आढळतात. व्हॅन ट्विस्ट दुष्काळनिवारणाच्या सरकारी प्रयत्नांबद्दल काहीच बोलत नाही हे लक्षात घेण्यासारखे आहे. पण त्या प्रयत्नांचे स्वरूप आणि व्याप्ती यांची कल्पना हिंदुस्थानी हकिकतींवरून आपण करू शकतो. सार्वजनिक पाकशाळा उघडण्यात आल्या होत्या. कर परत देण्यात आले. मोफत मदत देण्यासाठी पैसा मंजूर करण्यात आला. पण नोंदलेल्या वस्तुस्थितीवरून असे दिसते की, या उपायांचा परिणाम फारसा झाला नव्हता. अन्नाची प्रत्यक्ष कमतरता हा दुष्काळाचा प्रभावी घटक होता आणि परिस्थितीचे स्वरूप पाहता, ही कमतरता या उपायांनी भरून काढता येणे शक्य नव्हते. उपलब्ध असलेल्या धान्याच्या साठ्याचे वाटप करण्यात सुधारणा करता येणे शक्य होते पण देशात धान्य आणणे या उपायांनी शक्य झाले नव्हते. हे उपाय अपुरे होते हे उघड आहे. पण आणखी काय करता येणे शक्य होते, हे सुचविणेदेखील सोपे नाही. १६३१ आणि ३२ च्या पत्रव्यवहारांतील प्रासंगिक उल्लेखांवरून असे दिसते की, इंग्रज व्यापाऱ्यांनी पर्शियातून मोठ्या प्रमाणात धान्य मागविले होते. पण जहाज वाहतुकीच्या पद्धतीमुळे येथून होणाऱ्या पुरवठ्यावर फार मर्यादा पडल्या; सिंध हा खुद्द दुष्काळपिडित होता; मलबार किनाऱ्यावर लागणाऱ्या धान्यापैकी बराच मोठा भाग नेहमीच आयात केला जात होता; पूर्व किनाऱ्यावर उपासमार होत होती आणि या परिस्थितीला तोंड देण्यासाठी समुद्रमार्गाने धान्य आयात करण्याची व्यवस्था जगातले सर्वोत्तम आणि सर्वात परोपकारी शासन करू शकले असते की नाही याबद्दल शंका वाटते. उत्तरेत जास्तीचे धान्य होते. पण आपण पाहिल्याप्रमाणे त्याची खुष्कीच्या मार्गाने वाहतूक करण्याचा खर्च अतिशय प्रचंड होता आणि या आणीबाणीच्या परिस्थितीत आवश्यक तेवढ्या पुरेशा संख्येने ओझ्याची जनावरे चारा किंवा पाणी यांच्याशिवाय देशातून धान्य घेऊन कशी गेली असतील हा एक प्रश्नच आहे.

दुष्काळाचे हे संकट तत्कालीन परिस्थिती लक्षात घेता अटळच मानले पाहिजे. म्हणून हे संकट टाळण्यात अपयश आल्याबद्दल मोगल शासनाला दोष देणे योग्य होणार नाही. पण प्रत्यक्ष योजण्यात आलेले उपाय अपुरेच नव्हे तर

सावकाशीचे होते आणि लोकांचे पुढारी या परिस्थितीत अशाप्रकारे वागले की दुर्दशा कमी होण्याऐवजी वाढली होती. या विधानांना पीटर मुंडीचा आधार आहे. सुरत ते बऱ्हाणपूर मार्गावरील परिस्थितीचे वर्णन केल्यानंतर या संकटावर कुठलाही उपाय योजण्यात आला नव्हता, यावर तो भर देतो. तो म्हणतो, "श्रीमंत आणि वजनदार लोकांनी सर्व गोष्टी जबरदस्तीने स्वत:च्या ताब्यात घेतल्या होत्या." खास निरीक्षक हे निदर्शनास आणतो की, उत्तरेकडून आलेली मदत कुचकामाची होती. कारण धान्य यावयाच्या मार्गावर बऱ्हाणपूर येथे मोगल सैन्याचा तळ होता. सिरोंजजवळच्या प्रदेशात धान्याचा खूप मोठा साठा होता. "पण गरीब गुजरातमध्ये धान्याची आत्यंतिक गरज असून तो कधी जवळचा वाटला नाही आणि सर्व धान्य राजाच्या लष्करासाठी बऱ्हाणपूरला पाठविण्यात आले." ही शेवटची अडचण अर्थातच तात्पुरती होती. १६३१ च्या अखेरीच्या सुमारास बंजारा किंवा धान्य नेणारे लोक गुजरातकडे येऊ लागले होते. समुद्रमार्गाने येणाऱ्या मालाचीही मदत मिळत होती आणि या वेळेपासून पुढे असे दिसते की, किमती जरी नेहमीपेक्षा बऱ्याच जास्त असल्या तरी कमी झालेल्या लोकसंख्येच्या गरजा नेहमीच्या व्यापारातून भागण्यासारख्या होत्या.

उद्योग आणि व्यापार यांवर संकटांचा जो तात्काळ परिणाम झाला होता, त्याची माहिती इंग्रजांच्या तत्कालीन पत्रव्यवहारांवरून मिळू शकते. सुरत येथे नीळ दुर्मिळ होणार हे ऑक्टोबर ३० च्या सुमारास कळून चुकले होते आणि अहमदाबादऐवजी आग्रा येथे तिची खरेदी करण्याच्या व्यवस्थेचे काम सुरू झाले होते. याच महिन्यात जहाजाकडे जाणाऱ्या मालाचे 'देशातील गरीब भुकेल्या लोकांच्या हल्ल्यापासून' रक्षण करण्यासाठी विशेष खबरदारी घेण्याची आवश्यकता निर्माण झाली होती. नोव्हेंबरमध्ये मसुलीपट्टम येथे कापसाचा माल दुर्मिळ झाला होता आणि सोने व इतर आयातीच्या किंमती घसरल्या होत्या. तर कापूस आणि नीळ यांच्या तुटवड्यामुळे सुरतेच्या दलालांजवळ त्या वेळी कधी नव्हे तो खरेदीला लागणाऱ्या रकमेपेक्षा जास्त पैसा शिल्लक होता. म्हणून ते मकास्सारहून तांदूळ आयात करण्याची सूचना करीत होते आणि इंग्रज जहाजांना लागणाऱ्या धान्यात कपात करीत होते. या वेळेपर्यंत मद्य मिळेनासे झाले होते. कारण मद्य तयार करणारे कलाल 'विणकर, धोबी, रंगारी इ. प्रमाणे आणि इतर हजारो लोकांप्रमाणे ज्या भागात अधिक सुबत्ता होती, त्या भागात गेले होते. त्यामुळे पुढील वर्षी मायदेशी पाठविण्याच्या मालाची व्यवस्थित भरपाई करण्याबाबत आमचे जवळ जवळ हालच आहेत. डिसेंबरमध्ये अर्मागानचे वृत्त असे होते की, कापसाची किंमत चौपट

झाल्यामुळे निकृष्ट दर्जाचे कापड तयार झाले होते आणि वर्षाच्या शेवटच्या दिवशी सुरतेहून असे लिहिण्यात आले की, कारागीर हजारोंच्या संख्येने त्यांच्या वस्त्या सोडून जात आहेत आणि वाटेवरच्या शेतात मरत आहेत. सोन्याच्या किमती उतरत होत्या, कारण गरीब लोक सोने विकत होते आणि श्रीमंत लोक ते खरेदी करू शकत नव्हते. गुजरातेत निळीचे पीक नेहमीच्या $^{१}/_{२०}$ आले होते आणि जुना टाकाऊ माल बाजारात उपलब्ध होता. कापूस आणि सूत यांची किंमत दुप्पट झाली होती. बेदरकार चोरांच्या टोळ्या हिंडत असल्याने रस्ते सुरक्षित नव्हते. निरोप घेऊन जाणाऱ्या दूतांचा देखील खून होण्याचा धोका होता. दुष्काळ आणि त्याच्या जोडीला दक्षिणेतील युद्ध यांनी सर्व व्यापाराची चौकट उद्ध्वस्त करून टाकली होती.

नवीन वर्षातदेखील खुष्कीच्या वाहतुकीच्या वाढत्या खर्चाबद्दल आपण ऐकतो. अंतर्देशीय जकातनाक्यांवर सोरामीठ साखर म्हणून दाखवू नये अशी सूचना आढळते. कारण मग जीवनोपयोगी खाद्य म्हणून ते अडकवून ठेवण्यात आले असते आणि लबाडी उघडकीला आली असती. इंग्लंडहून येणाऱ्या जहाजांना प्रवासात तांदूळ दडवून ठेण्याचा सल्ला देण्यात आला होता. पण या वेळेपर्यंत दलाल परिस्थितीला शरण गेले होते असे दिसते आणि त्यांचा पत्रव्यवहार अगदीच त्रोटक आहे. जूनमध्ये पावसामुळे आशा निर्माण झाली आणि पुन्हा व्यवहार सुरू झाले होते. 'खरेदी केलेल्या प्रत्येक तुकड्यासाठी विणकरांना एक शेर धान्य देण्यात आल्यामुळे भडोच आणि बरोडा येथे कापड येऊ लागले होते आणि इंग्लंडला जहाजाने पाठविण्यासाठी माल मिळण्याची आशा वाटू लागली होती. सप्टेंबरमध्ये मात्र नीळ आणि कापूस यांची किंमत विलक्षण वाढली हेती. तर अन्नधान्यांच्या किमती सर्वोच्च बिंदूला जाऊन पोहोचल्या होत्या. (सुमारे ६ पौंड धान्याला १ रुपया). हिवताप, ज्वर आणि साथीचे रोग प्रत्येक घरात पसरले होते. इंग्रज व्यापाऱ्यांची देखील यातून सुटका नव्हती. कारण ऑक्टोबरमध्ये एक त्यांचे अध्यक्ष सोडले तर इतर प्रत्येकजण एकतर आजारी होता किंवा मरण पावला होता. त्या नंतरच्या महिन्यात अध्यक्ष मरण पावला. 'जगाचा बगिचा असलेल्या' गुजरातचे ओसाड प्रदेशात रूपांतर झाले. तेथे अगदी थोडे शेतकरी किंवा कारागीर शिल्लक राहिले होते. नीळ गोळा करण्यासाठी माणसे नसल्यामुळे ती जमिनीवर पडून सडत होती. ज्या ठिकाणी दररोज कापसाच्या पंधरा गाठी निर्माण होत होत्या, तेथे आता महिन्याला जेमतेम तीन गाठी निर्माण होत होत्या. त्यावेळी लिहिणाऱ्या एका डच दलालाला आगामी तीन वर्षे तरी व्यापाराची आशा वाटली नाही. १६३१ हे वर्ष या उद्ध्वस्त वातावरणातच समाप्त झाले.

१६३२ च्या सुरुवातीला दुर्दशेची ही लाट ओसरू लागली. व्हॅन ट्विस्टच्या वर्णनावरून असे दिसून येईल की, १६३१ ची संकटे पूर्वीच्या वर्षातील संकटांपेक्षा अधिक स्थानिक स्वरूपाची होती. म्हणून जवळच्या प्रदेशातून मालाचा पुरवठा होऊ शकत होता आणि बाहेरून धान्य आल्याबरोबर किमती उतरू लागल्या. दुष्काळाचा अनर्थ संपला असला तरी उद्योग आणि व्यापार यांची पुन्हा जडण घडण व्हायला कित्येक वर्षे लागणार होती. या पुनर्घटनेच्या मंद प्रगतीचा आलेख इंग्रज व्यापाऱ्यांच्या अहवालावरून काढता येतो. १६३२ च्या फेब्रवारीमध्ये भडोच येथे गहू मिळू लागला होता. पण सुरतेला आलेल्या गव्हाचा मक्ता गव्हर्नरने आणि एक दोन व्यापाऱ्यांनी घेतला होता. या वर्षी पूर्व किनाऱ्यावर भरपूर पाऊस पडला आणि सुरतेहूनही पावसाबद्दल काही तक्रारी आल्या नाहीत. पण वर्षअखेरीला नीळ, कापसाचा माल आणि इतर वस्तूंच्या किमती महागच होत्या. तर आयात केलेला माल जवळ जवळ पडून होता. नोव्हेंबर १६३३ मध्ये किमती इतक्या जास्त होत्या की इंग्लडंमध्ये नफा मिळण्याची काहीच आशा नव्हती. ऑक्टोबर १६३४ मध्ये देखील ज्याचा फायदेशीर व्यापार करता येईल असा कुठलाच माल हिंदुस्थानात मिळाला नाही. पूर्व किनाऱ्यावरसुद्धा व्यापाराच्या दृष्टीने किमती फारच जास्त होत्या. पण त्या वर्षी पिके चांगली आल्यामुळे परिस्थिती पुन्हा नेहमीसारखी होईल अशी अपेक्षा होती. डिसेंबरमध्ये सुरत येथील दलालांनी कंपनीला लिहिले की, झालेले नुकसान अगणित होते आणि पुन्हा व्यापार प्रस्थापित कसा करायचा हे त्यांना कळत नव्हते आणि परिस्थितीतून बाहेर येण्यासाठी पाच वर्षे तरी लागतील असा त्यांनी अंदाज केला. पण १६३४ मध्ये पाऊस अतिशय उत्तम झाला. कारागीर परतू लागले होते आणि शहरांमधील वस्ती पुन्हा वाढू लागली होती. पुढे दिलेला उतारा मागील प्रकरणात काही अंशी उद्धृत केलेला आहे. पण त्याची पुनरुक्ती करायला हरकत नाही.

"खेडी हळू हळू भरतात तरी त्यामुळे त्यांची प्रगती होते. जर सर्व प्रकारच्या गव्हर्नरांच्या आत्यंतिक क्रूरपणापासून आणि लोभीपणापासून गरीब लोकांची सुटका झाली आणि जुलमातून डोके वर काढण्यास त्यांना एक वर्ष सवड मिळाली तर स्वत:ची गुरेढोरे बाळगू शकतील आणि जमिनीतून इतके भरपूर धान्य काढू शकतील, की सर्व प्रकारच्या वस्तूंची सुबत्ता होईल आणि आपल्या वडिलांची कर्तव्ये पार पाडण्याची क्षमता मुलांच्या अंगी येण्यासाठी वेळेशिवाय कुठल्याच गोष्टीची कमतरता राहणार नाही."

हे शेवटचे वाक्य लक्षात ठेवण्याजोगे आहे. तज्ज्ञ शेतकरी आणि कारागीर यांच्या मृत्यूमुळे कामातील कौशल्याचा दर्जा खालावला होता. अशा प्रकारच्या दुष्काळांचा एक दूरगामी स्वरूपाचा परिणाम होता. या कारणामुळेच गुजरातेतील कापडाचा लौकिक बऱ्याच वर्षांपर्यंत कमी झाला होता. व्यापाराची ही जी पुनर्घटना झाली, ती निरनिराळ्या ठिकाणी सारख्याच वेगाने झाली नाही. सप्टेंबर १६३५ पर्यंत अहमदाबाद आणि बडोदा या ठिकाणी वखारी पुन्हा प्रस्थापित करण्यासाठी पावले उचलण्यात आली. पण भडोच येथे अजून विणकरांची चांगली वस्ती झाली नव्हती. आणि तेथे वेगळी वखार काढण्याचा विचार रद्द करण्यात आला. डिसेंबर १६३५ मध्ये सुरतेच्या दलालांनी लिहिलेल्या पत्रात व्यापाराचे पुनरुज्जीवन झाल्याची खूण आढळते. या पत्रात त्यांनी कळविले, की धान्याच्या स्वस्ताईमुळे आणि शहरातील रहिवासी परत आल्यामुळे किमती हळूहळू उतरू लागल्या होत्या आणि त्यांनी नवीन सुरुवात करण्यासाठी भांडवल उभारण्याचा निर्णय घेतला होता. पण त्यांना पाहिजे असलेला सर्व माल गुजरातमध्ये मिळू शकत नव्हता. म्हणून पुरेसा माल मिळविण्यासाठी ते आपले कार्यक्षेत्र सिंध आणि उत्तर हिंदुस्थानपर्यंत वाढवीत होते. जानेवारी १६३५ मध्ये पर्शियाला पाठविण्यासाठी माल देण्यास हिंदी व्यापारी तयार होते आणि दुष्काळापूर्वी होती तशी व्यापारी उलाढाल सुरू झाल्याची नोंद या काळाच्या पत्रव्यवहारांपासून पुढे आढळते. मार्चपर्यंत धान्याच्या किमती नेहमीपेक्षादेखील खाली गेल्या होत्या. एप्रिलमध्ये धान्य आणि कच्चा कापूस सुरतेहून मच्छलीपट्टमला पाठविण्यात आला. तेथे गोवळकोंड्याच्या १६३५ मधील अवर्षणाचे परिणाम जाणवत होते. बडोद्याला आता चांगले कापड तयार होत होते. पण भडोच 'मोडलेले' होते. कारण सप्टेंबरमध्ये लिहिलेल्या एका पत्राप्रमाणे 'लोक पळून गेले आहेत किंवा मृत्यू पावले आहेत आणि आता रोजगाराच्या अभावामुळे लोक परत येण्यास घाबरत आहेत.' १६३७ सालातला पत्रव्यवहार तत्कालीन घटनांवर फारच थोडा प्रकाश टाकतो. पण १६३८ च्या डिसेंबरमध्ये एका दलालाने लिहिले, की देश दुष्काळातून सावरला होता. माल भरपूर प्रमाणात मिळत होता आणि व्यापाराला भावी काळ अतिशय आशादायक होता. तेव्हा आपण असे म्हणू शकतो की, लोकसंख्या कमी असली, कामातील कौशल्य कमी झाले असले आणि त्यामुळे कापडाच्या आणि इतर मालाच्या दर्जावर परिणाम होत असला तरी १६३९ च्या सुमारास गुजरात पुन्हा भरभराटीला आला होता. मालाच्या दर्जाच्या बाबतीत हळूहळू सुधारणा होत होती आणि भडोचदेखील थोडे बहुत प्रगती करू लागले होते. पण परदेशात गमावलेला

मालाचा लौकिक परत मिळाला नाही आणि युरोपियन बाजारपेठांमध्ये प्राधान्यामुळे मिळालेल्या फायद्याला गुजरात निश्चितपणे मुकला होता.

दक्षिणेतील या दुष्काळाची कुठलीही तपशीलवार हकीकत देता येत नाही. कारण युरोपियन वखारी तिथे अस्तित्वात नव्हत्या. पण तेथेही दुष्काळाची तीव्रता गुजरातमधल्या इतकी होती, असे दर्शविणारे उल्लेख आढळतात. 'बादशाहनामा' हा ग्रंथ १६५० च्या सुमारास लिहिला गेला. मोगल साम्राज्यातील सर्वसाधारण परिस्थितीला अपवाद म्हणून गुजरातबरोबर दक्षिणेतील चार प्रांतांचे वर्गीकरण या ग्रंथात केले आहे. शहाजहानच्या कारकिर्दीच्या पहिल्या वीस वर्षांत बादशाही महसूल मोठ्या प्रमाणात वाढला. पण या पाच प्रांतांत तो स्थिर राहिला किंबहुना त्यात घटच झाली. हे दर्शविण्यासाठी लेखकाने आकडेवारी दिली आहे आणि या पाच प्रांतांतील महसूल कमी होण्याचे कारण १६३०–३२ चा दुष्काळ हे होते. असे त्याने विशेषकरून सांगितले आहे. जेव्हा १६५३ मध्ये राजपुत्र औरंगजेब दक्षिणेचा व्हाईसरॉय झाला तेव्हा त्याला आढळले की, महसुलाची मागणी कमी केलेली होती तरी ती अद्याप अतिशय डोईजड होती आणि बादशाही खजिन्यात भरणा करणे तर दूरच राहिले पण त्याच्या अधिकारातील स्थानिक शासनासाठी- देखील लोक पैसा देऊ शकत नव्हते. यावरून दक्षिणेतील एक पिढी तरी दारिद्र्यात खितपत पडली होती असे दिसते.

१६३० च्या दुष्काळाच्या कारणांचे आणि परिणामांचे हे सिंहावलोकन बरेच प्रदीर्घ झाले आहे. पण हिंदुस्थानच्या इतिहासात असे दुष्काळ वारंवार आढळून येतात त्यामुळे ते आवश्यक वाटते. निरनिराळ्या ठिकाणच्या दुष्काळांचा विस्तार आणि तीव्रता यात बराच फरक होता. पण आपल्याला याबद्दल जी माहिती आहे त्यावरून असे म्हणता येईल की, या दुष्काळांचे परिणाम कमी–जास्त प्रखरतेने झाले असले तरी त्यांचे स्वरूप सर्वत्र सारखेच होते. एकदा अन्नधान्य अपुरे असल्याचे माहीत झाले किंवा तसा संशय आला आणि जेथे ते पुरेशा प्रमाणात बाहेरून आणता येत नाही असे दिसले, तेथील लोक स्थलांतर करण्याचा प्रयत्न करतील हे निश्चित आहे आणि तत्कालीन परिस्थितीत अशा स्थलांतराचा परिणाम केवळ 'अन्नाच्या शोधात दिशाहीन वणवण' करण्यातच झाला होता. दुष्काळात घरदार सोडून बाहेर पडण्याची प्रथा इतकी रूढ झाली होती की सध्याच्या शतकात देखील अशा स्थलांतराची पहिली चिन्हे म्हणजे तत्काळ मदतीची आवश्यकता असल्याचा हमखास पुरावा मानण्यात आला होता.[१]

---

१. पहा: रिपोर्ट ऑफ दि इंडियन फेमिन कमिशन १९०१ पृ. १४.

स्थलांतर, रोगराई आणि प्राणहानी यांमुळे एखाद्या खेड्याचे, शहराचे किंवा जिल्ह्याचे आर्थिक जीवन एकदा उद्ध्वस्त झाले, की ते पुन्हा नव्याने लवकर सुरू करता येत नाही आणि ही पुनरुज्जीवनाची प्रक्रिया वेगाने होण्यासाठी आवश्यक असलेले मदतीचे विधायक उपाय योजल्याची माहिती तत्कालीन साहित्यात कुठेही आढळत नाही. अन्नासाठी भटकणाऱ्या लोकांपैकी जिवंत राहिलेले लोक साहजिकच अनुकूल हंगाम सुरू झाल्यावर परत येत असत आणि जीवनाचे रहाटगाडगे पुन्हा हळूहळू सुरू होत असे. पण जीवनाची पुन्हा उभारणी करणे ही कंटाळवाणी आणि कष्टप्रद प्रक्रिया होती आणि आपण गुजरातमध्ये पाहिल्याप्रमाणे 'गव्हर्नरच्या क्रूरपणामुळे आणि लोभीपणामुळे' ही प्रक्रिया अधिकच लांबण्याची शक्यता होती. भांडवलाचे नुकसान, विशेषत: शेतकऱ्यांची जनावरे नष्ट होणे, उद्योगांतील कौशल्य आणि ज्ञान यांची पातळी खालावणे या गोष्टी अर्थशास्त्रज्ञाच्या थेट जिव्हाळ्याच्या आहेत. सामाजिक इतिहासकाराचे लक्ष मात्र निरनिराळ्या प्रमाणावर वारंवार घडणाऱ्या जीवितहानीकडे आणि त्यातून निर्माण होणाऱ्या तीव्र मानवी दु:खाकडे अधिक वेधले जाईल.

प्रकरण सात : आधारग्रंथ

विभाग १: दुष्काळांच्या यादीचे संदर्भ पुढीलप्रमाणे :-१६१४-१५ करिता इलियट खं. ६ पृ. ३४६; *तुझुक* खं.१ पृ.३३०, १६१८-१९ करिता *हेग ट्रान्स्क्रिप्टस्* खं. १ पृ.१६२; *फरिया य सौसा* खं. ३ पृ.२९८ आणि मेथवोल्ड पृ.९९३. १६३५ करिता *डाग रजिस्टर* २२ मार्च, १० जून व ३१ ऑक्टोबर १६३६, १६४० करिता पूर्वोक्त ठिकाणी ३१ मार्च १६४१. १६४१ करिता त्याच ग्रंथात २६ डिसेंबर १६४१, २० जून, ३ नोव्हेंबर १६४२. १६४२ करिता त्याच ग्रंथात (कोरोमांडेल) १५ फेब्रुवारी व १६ ऑक्टोबर १६४३. १६४५-४६ करिता *इंग्लिश फॅक्टरीज* खं. ८, पृ. ४६, ५४, ६८-७४, १६३, १९८. १६४७ करिता त्याच ग्रंथात खं. ८ पृ. १५७, १९२, १६४८ करिता त्याच ग्रंथात खं. ८ पृ. २४६, २५९. १६५० करिता त्याच ग्रंथात खं. ८ पृ ३२२ खं. ९ पृ.१०,२९,८२. १६५८ करिता त्याच ग्रंथात खं. १० पृ. १९६,२१०. १६५९-६० करिता त्याच ग्रंथात खं. १० पृ. २५७, २६३, ३०६, ४०१, ४०७; *डाग रजिस्टर* १३ जानेवारी, १७ फेब्रुवारी आणि १६ मे १६६१; इलियट खं. ७ पृ. २६३.

विभाग २: १६३० च्या दुष्काळाच्या व्यापकतेसाठी पहा: *इंग्लिश फॅक्टरीज* खं. ४ आणि इतरत्र; मंडी खंड २. पृ. ५५ व त्या नंतरची पाने, इलियट

खं. ७ पृ. २४ या दुष्काळाची हकीकत *इंग्लिश फॅक्टरीज* खं. ४ मध्ये सर्वत्र विखुरलेली आहे. व्हॅन ट्विस्ट हकीकत प्र. ३ मध्ये आहे. दुष्काळ निवारणाच्या उपायांसाठी पहा–इलियट खं. ७ पृ. २४; *एथरिज* पृ. ३९, ६३; मंडी खं. २, पृ. ४९,५०,५६. उद्योग आणि व्यापार यावरील दुष्काळाच्या परिणामांचे संकलन *इंग्लिश फॅक्टरीज* खं. ४ मधून केले आहे. परिस्थितीत सावकाश झालेल्या सुधारणेसाठी पहाः त्याच ग्रंथात खंड ४ व ५ दक्षिणेतील दुष्काळाची माहिती बादशाहनामा खं. २, पृ.७१० आणि सरकारलिखित औरंगजेब खंड १ पृ. १७० व त्या नंतरची पाने येथून घेतलेली आहे.

◆◆◆

प्रकरण : आठ
शासनाचा आर्थिक परिणाम

१. परदेशी व्यापाऱ्यांची हिंदुस्थानातील स्थिती

आता आपल्याला आपल्या विषयाच्या अखेरच्या भागाकडे वळले पाहिजे आणि आपल्या कालखंडातील सरकारी आणि व्यापारी संस्थांचे आर्थिक महत्त्व काय होते याचा अभ्यास केला पाहिजे. विविध शासनांच्या कार्यपद्धतीसंबंधीचे आपले ज्ञान मुख्यत्वेकरून डच आणि इंग्रज व्यापाऱ्यांच्या लिखाणावर अवलंबून आहे. म्हणून या व्यापाऱ्यांचे तत्कालीन राज्यांमध्ये काय स्थान होते याची माहिती करून घेणे महत्त्वाचे आहे. सध्याच्या काळात असे व्यापारी हिंदुस्थानात अस्तित्वात नाहीत. यामुळे तर ही माहिती अधिक महत्त्वाची ठरते. जर एखाद्या परदेशी व्यापाऱ्यांच्या कंपनीने, समजा एखाद्या अमेरिकन किंवा जपानी कंपनीने, आधुनिक काळात कलकत्ता किंवा मुंबई येथे शाखा काढायचे ठरविले तर त्यातून निर्माण होणारे त्यांचे हक्क आणि जबाबदाऱ्या यांची माहिती अगोदरच स्पष्टपणे झालेली असेल. कचेऱ्या किंवा गुदामे यासाठी जागा घेण्याकरिता त्यांना अधिकृत परवानगीची आवश्यकता पडणार नाही, तसेच त्यांच्या विशिष्ट धंद्यांशी संबंधित असलेले जकातीचे दर, बंदरातील खर्च किंवा वाहतुकीचे खर्च याबद्दल प्राथमिक वाटाघाटी करण्याचे त्यांना कारण पडणार नाही. बंदरे आणि शहरे त्यांना खुली राहतील. पण त्यांनी इथे धंदा प्रस्थापित केला, या एकाच गोष्टीमुळे हिंदुस्थानी कायद्याचा अंमल त्यांच्यावर आपोआप चालू होईल. दिवाणी किंवा फौजदारी न्यायालयांच्या सर्वसाधारण अधिकारक्षेत्रातून ते वगळले जाणार नाहीत. जकातीचे दर आणि इतर सर्व बाबतींत अस्तित्वात असलेल्या नियमांचे पालन करण्याचे कायदेशीर बंधन त्यांच्यावर राहील. ही व्यवस्था सध्याच्या काळी जितकी सोयीची तितकीच साहजिक वाटते. पण निदान आशियात तरी ही व्यवस्था अगदी अलीकडे निर्माण झाली आहे. ज्या काळासंबंधी मी लिहितो आहे, त्या काळात शहरे आणि बंदरे सर्वसाधारणपणे परदेशी व्यापाऱ्यांच्या वसाहतीकरिता खुली नव्हती. अशाप्रकारच्या वसाहतींना काही विशिष्ट संकेतांमुळे किंवा करारांमुळे परवानगी मिळत होती. अधिकाऱ्यांचे व्यापाऱ्यांशी असलेले संबंध कुठल्याही सर्वसाधारण कायद्यावर आधारलेले नव्हते तर अशा संकेतावर आधारित होते. कधी कधी असे सांगण्यात आलेले आहे की, परदेशी व्यापाऱ्यांना मिळालेल्या सर्व सवलती, या

युरोपातून सर्वप्रथम आलेल्या व्यापाऱ्यांनी जबरदस्तीने मिळविल्या होत्या. पण याबाबतीत सत्य परिस्थिती अशी आहे की, अशा प्रकारच्या सवलती आशियातील व्यापाऱ्यांना युरोपियन जहाजे हिंदी महासागरात प्रवेश करण्यापूर्वीपासूनच मिळत होत्या आणि नवीन आलेल्या व्यापाऱ्यांनी अगोदरच अस्तित्वात असलेल्या या सवलतींचा फायदा घेतला.

परदेशी व्यापाऱ्यांची ही विशेष व्यवस्था केवळ आशियापुरतीच मर्यादित होती. या व्यवस्थेचे स्वरूप दोन उदाहरणांवरून स्पष्ट होईल. या उदाहरणांची नोंद कागदपत्रात आढळते. एक उदाहरण मलाक्का या अति पूर्वेकडील सर्वात मोठ्या बंदरासंबंधीचे आणि दुसरे कालिकतसंबंधीचे आहे. कालिकत हे पोतुगिजांच्या आगमनाने परिस्थिती बदलण्यापूर्वी हिंदुस्थानातले सर्वात मोठे बंदर होते. जेव्हा १५११ साली अल्बुकर्क मलाक्काला पोचला, तेव्हा त्या शहरात अगोदरच पुष्कळ परदेशी व्यापारी वसाहती होत्या. प्रत्येक राष्ट्राचे लोक त्यांच्या स्वत:च्या कायद्याप्रमाणे आणि रितीरिवाजाप्रमाणे राहत होते. प्रत्येक राष्ट्रांच्या वसाहतींत एक त्यांचा स्वत:चा असा प्रमुख माणूस होता. तो त्याच्या राष्ट्राच्या लोकासंबंधी गव्हर्नरची कर्तव्ये बजावीत होता. अल्बुकर्कच्या आगमनाने या परदेशी जमातींमध्ये मतभेद निर्माण झाले. चिनी आणि जावानीज लोकांनी त्यांचे स्वागत केले. पण हिंदुस्थानच्या पश्चिम किनाऱ्यावरून आलेल्या मुस्लिमांनी आणि मलायातील त्यांच्या सहधर्मीयांनी पोर्तुगीज वसाहतीच्या स्थापनेला कट्टर विरोध केला. त्यांच्या तेथील राजावर असलेल्या वर्चस्वामुळे शत्रुत्वाला सुरुवात झाली. दोन्ही पक्षांतील वितुष्टाचे कारण काय होते, याची नोंद कुठे आढळत नाही. पण ते कारण मूलत: व्यापारविषयक होते, हे उघड आहे. पूर्व आणि पश्चिमेकडील जहाजांवरील मालाची अदलाबदल करणारे मलाक्का हे बंदर होते. चिनी आणि जावानीज लोक तेथे पूर्वेकडील माल विक्रीला आणत होते, तेव्हा पश्चिमेकडील व्यापारी खरेदीसाठी तेथे आले तर ते त्यांना हवेच होते, पण हिंदी मुस्लिमांचा पोतुगिजांशी पूर्वीचा तंटा तर होताच आणि त्याशिवाय पश्चिमेकडील व्यापाराची मक्तेदारी काहीही करून कायम राखण्याचा त्यांचा प्रयत्न होता. पोर्तुगिजांना मल्लाक्का येथे व्यापारी वसाहत प्रस्थापित करण्यासाठी तेथील राजाची परवानगी घेणे जरूर होते. त्या इतर परदेशी व्यापाऱ्यांशी ते स्पर्धा करणार होते, त्यांचा पोर्तुगीज वसाहतीला साहजिकच विरोध होता आणि त्यामुळे त्यासंबंधी करार करण्याच्या पोतुगिजांच्या वाटाघाटी

अयशस्वी झाल्या. अखेरीला शस्त्राच्या बळावर अल्बुकर्कने आपली वसाहत प्रस्थापित केली. शहर पोतुगिजांच्या ताब्यात गेले आणि परदेशी व्यापाऱ्यांना मिळणाऱ्या जुन्या सवलती हळूहळू नाहीशा झाल्या.

यापूर्वी काही वर्षे कालिकत येथील परिस्थिती बहुतांशी अशीच होती. जेव्हा तेथे पोर्तुगिजांनी वसाहत स्थापन करण्याचा प्रयत्न केला, तेव्हा राजाच्या किंवा झामोरिनच्या प्रजाजनांनी त्यांना पाठिंबा दिला. हे लोक पूर्वेकडील माल आयात करण्याचा उद्योग करीत होते. पण लाल समुद्राकडील निर्यात व्यापार अरब आणि इजिप्शियन व्यापाऱ्यांच्या हातात होता. त्यांनी पोर्तुगिजांना विरोध केला. मलाक्काप्रमाणेच येथेही माल आयात करणारे व्यापारी नवीन गिऱ्हाईक म्हणून पोतुगिजांचे स्वागत करीत होते, तर निर्यात करणारे व्यापारी आपले सर्व बळ खर्ची घालून नवीन स्पर्धकांना तेथे प्रवेश करू देत नव्हते. या ठिकाणी सुद्धा निर्यात करणाऱ्यांचाच अधिकाऱ्यांवर प्रभाव होता. त्यामुळे कुठलाही करारमदार होण्याची शक्यता नाही, हे पोर्तुगिजांना आढळून आले. आता हे अरब आणि इजिप्शियन व्यापारी कालिकतच्या झामोरिनच्या अधिपत्याखाली नव्हते. त्यांचा स्वत:चा तेथे राहणारा गव्हर्नर होता. अशाप्रकारे स्थानिक कायद्याच्या कक्षेबाहेरची आणि स्वयंशासित अशी ही एक परदेशी व्यापारी वसाहत होती. अशाप्रकारच्या स्वयंशासित परदेशी व्यापारी वसाहती मलाक्का येथे पुष्कळ होत्या.

ज्या ठिकाणी परदेशीयांचे व्यापारविषयक प्रादेशिक हक्क मान्य झाले होते, असे सोळाव्या शतकाच्या सुरुवातीला मलाक्का हे केवळ एकच भारतीय बंदर नव्हते. कारण बार्बोसाच्या वर्णनावरून असे दिसते की, किनाऱ्यावरील विस्तृत भूप्रदेशात अशा प्रकारची परिस्थिती होती. मलबारमध्ये पूर्व किनाऱ्यावरील चेट्टी 'स्वत:चा कारभार स्वत: पाहतात, त्यांच्या गुन्ह्यांची चौकशी राजा करीत नाही, त्यांची स्वतंत्र न्यायदानाची पद्धत आहे आणि राजाला ती समाधानकारक वाटते' असे आपल्या वाचनात येते. याच प्रदेशात परदेशी मुसलमानांचा 'शहरात स्वत:चा एक मुस्लिम गव्हर्नर आहे. तो त्यांच्यावर सत्ता गाजवतो आणि त्यांना शिक्षा करतो. त्यात राजा हस्तक्षेप करीत नाही. फक्त त्याला काही गोष्टींसंबंधी राजाला माहिती द्यावी लागते.' कयालमध्येही, समुद्रातून मोती काढणारा मुस्लिम शेतकरी 'राजाच्या हस्तक्षेपाशिवाय मुस्लिमांचा न्यायनिवाडा करतो आणि निर्णय अंमलात आणतो.' आणि सर्वसाधारणपणे बार्बोसाच्या हकिकतीवरून असे दिसते की, पोतुगिजांच्या

प्रभावामुळे देशातील प्रथा बदलण्यापूर्वी हिंदुस्थानच्या किनाऱ्यावर व्यापाऱ्यांचे प्रादेशिक हक्क अस्तित्वात होते. ही व्यवस्था अर्थातच युरोपहून आलेल्या पहिल्या व्यापाऱ्यांच्या परिचयाची होती. आणि काहीही खळखळ न करता डच आणि इंग्रज व्यापाऱ्यांनी हिंदुस्थानात आणि पूर्वेकडील बेटांमध्ये ही व्यवस्था स्वीकारली असे आपल्याला आढळून येते. म्हणून अशाप्रकारची विशेष सवलत देणारी व्यवस्था त्यांनी हिंदुस्थानात आणली असे म्हणणे इतिहासाला धरून नाही.

पोर्तुगिजांनी हिंदुस्थानात स्थापन केलेल्या पहिल्या वसाहती आशियातील या परंपरेला धरून होत्या असे मानता येणार नाही. कारण या वसाहती केवळ व्यापारी नसून त्यांच्यात आणखी पुष्कळ गोष्टी होत्या. पोतुगिजांच्या सुरुवातीच्या मोहिमांचे प्रमुख, प्रादेशिक सवलतींचा आग्रह धरीत आणि त्या जर मिळाल्या नाहीत तर शस्त्रांच्या बळावर प्रदेश काबीज करीत; पण असे करताना पोर्तुगालच्या राजाचे प्रतिनिधी म्हणून ते कारवाई करीत होते, व्यापारी म्हणून नव्हे. त्यांच्या काही नंतरच्या वसाहती, हुगळीसारख्या, आशियातील वसाहतींच्या परंपरेत अधिक बसणाऱ्या होत्या. पण याबाबतदेखील त्यांच्या साम्राज्याच्या दबावामुळे त्यांचे काम सुलभ झाले होते. काफीखान या बखरकाराने लिहिले आहे की, 'हुगळी येथे सुरुवातीला पोर्तुगिजांना फक्त गुदामांसाठी आणि घरांसाठी जमीन देण्यात आली होती. त्यांच्या वसाहतीला मूक संमती देण्यात आली होती. त्याचा फायदा घेऊन त्यांनी आपली मर्यादा ओलांडली आणि त्यांच्या वसाहतींमध्ये सार्वभौम हक्क प्रस्थापित केले.' हे विधान एकंदरीने बरोबर आहे असे मला वाटते. आशियात असलेल्या त्यांच्या नाविक सत्तेच्या जोरावरच पोर्तुगिजांनी आपल्या वसाहतींना सार्वभौमत्व प्राप्त करून घेतले होते.

अगदी सुरुवातीच्या डचांच्या वसाहती मात्र केवळ व्यापारी स्वरूपाच्या होत्या आणि आशियात अस्तित्वात असलेल्या परंपरेनुसार त्या प्रस्थापित करण्यात आल्या होत्या. अगोदरच्या एका प्रकरणात जलपर्यटन आणि वखार यामध्ये केलेला फरक या वसाहतींच्या संबंधात आपण लक्षात ठेवणे महत्त्वाचे आहे. व्यापारी जलपर्यटनाच्या मूळ कल्पनेप्रमाणे जहाज, विक्रीचे आणि खरेदीचे व्यवहार पूर्ण होईपर्यंतच बंदरात थांबत असे. त्यावेळी कुठलाही कायम स्वरूपाचा करार करण्याची आवश्यकता नव्हती. जास्तीत जास्त म्हणजे जकातीच्या आणि बंदरातील खर्चाच्या संबंधी एक तात्पुरता करार केला की काम भागत होते आणि म्हणूनच हाउटमनच्या नेतृत्वाखाली पहिल्या डच मोहिमेची हकीकत जावामधील

परदेशी वसाहतींबद्दल कुठलीच प्रत्यक्ष माहिती देत नाही. कारण ही मोहीम म्हणजे एक व्यापारी जलपर्यटनच होते. मात्र या हकिकतीतून आशियाच्या इतर बंदरांमध्ये परदेशी लोकांना मिळतात तशा प्रकारचे हक्क चिनी व्यापाऱ्यांना मिळाले असावेत असे ध्वनित झाले आहे.[१] अशा प्रकारचे विशेष हक्क डचांना मिळण्याचा त्यांनी केवळ व्यापारी जलपर्यटन गैरसोयीचे आढळल्याने जेव्हा वखारी उघडण्याचे ठरविले असते तेव्हा उद्‌भवला असता. जेव्हा कुठल्याही बंदरात डच व्यापाऱ्यांची वसाहत करण्याचे ठरले असते, तेव्हा तेथील अधिकाऱ्यांच्या संदर्भात त्यांचे स्थान कोणते हे निश्चित व स्पष्ट स्वरूपात ठरवावे लागले असते. कारण डच जहाजे बंदरात नसताना, त्या बंदरातील भूप्रदेशावर राहिलेल्या थोड्या डच व्यापाऱ्यांच्या रक्षणाची जबाबदारी अधिकाऱ्यावर राहिली असती. हाउटमननंतरच्या मोहिमांच्या प्रसिद्ध झालेल्या हकिकती अपूर्ण आहेत आणि पहिली डच वखार प्रस्थापित झाल्याची माहिती मला मिळू शकलेली नाही. पण डचांचे प्रतिनिधी अचिन येथे सप्टेंबर १६०२ पूर्वी राहत होते, हे निश्चित आहे आणि बॅन्टमलाही इतर काही दलालांच्या नेमणुका त्यावर्षी डिसेंबरमध्ये झाल्या होत्या. सुरुवातीपासून डचांना विशेष प्रादेशिक हक्क मिळाले होते, असे मानण्यास खूपच जागा आहे. कारण अगदी सुरुवातीला वखारींसाठी अस्तित्वात असलेले नियम १६०३ मध्ये तयार केलेले होते. वखारींच्या अधिकाऱ्यांनी या नियमात स्वायत्त अधिकारक्षेत्राची तरदूत केलेली होती आणि शिक्षा देण्याचे अधिकार निश्चितपणे प्रदान केले होते. एक नवीन गोष्ट म्हणून नव्हे तर पूर्वीपासून असलेली प्रथा म्हणूनच ही तरतूद केलेली होती. म्हणून १६०३ मध्ये बहुधा त्यापूर्वीही काही काळ, अरबांना शतकापूर्वी हिंदुस्थानात ज्या प्रकारचे विशेष अधिकार मिळत होते, त्या प्रकारचे अधिकार डच उपभोगत होते. त्यांची वखार किंवा वसाहत, यापूर्वीच एक परदेशीय स्वयंशासित जमात म्हणून नांदत होती. इंग्रजांच्या पहिल्या गलबतांच्या कप्तानने अचिन येथे केलेल्या करारात अंतर्गत स्वयंशासनाची अट निश्चितपणे घातली होती. त्यामुळे सुरुवातीच्या इंग्रज वसाहतींच्या स्वरूपाबद्दल संशय घेण्यास जागा नाही. नंतरच्या गलबतांसाठी इंग्लंडमध्ये देण्यात आलेल्या सूचनांमध्ये अचिन कराराचा एक सोयीस्कर उदाहरण म्हणून उल्लेख करण्यात आला होता.

---

१. हाऊटमनच्या जलपर्यटनाच्या जर्नलमध्ये बॅन्टमचे वर्णन आहे. त्यात चिनी व्यापाऱ्यांची वेगळी वसाहत होती, असा उल्लेख आहे. पण त्यांच्या दर्जाचा काही तपशील दिलेला नाही (हाऊटमन १ पृ. १०८) पण बटाव्हिया येथील चिनी वसाहतीचा कॅप्टन म्हणून डच एका चिन्याला मानत होते, या गोष्टीवरून जावांतील चिन्यांच्या अगोदरच्या वसाहती स्वयंशासित होत्या, असे

याच पद्धतीचा अवलंब हिंदुस्थानच्या दोन्ही बाजूंना करण्यात आला होता. १६०६ मध्ये पुलिकत येथे वसाहत स्थापन करण्याचा डचांनी प्रयत्न केला. पण यावेळी पोर्तुगिजांनी त्यांना विरोध केला. त्यामुळे करार होऊ शकला नाही. तेथून मग जहाज मच्छलीपट्टमला गेले. तेथे प्रथम स्थानिक अधिकाऱ्यांशी आणि नंतर गोवळकोंड्याच्या राजाशी डचांनी वाटाघाटी केल्या आणि करार करण्यात आल्यावर त्यानुसार वसाहती स्थापन करण्यात आल्या. त्यानंतर थोड्याच वर्षांनी अशाच प्रकारच्या वाटाघाटी आणखी दक्षिणेत हिंदू अधिकाऱ्यांशी झाल्या आणि त्यातून तेगनापट्टम आणि पुलिकत येथील वसाहती निर्माण झाल्या. कालिकतशीही करार झाला होता, पण त्यानुसार कारवाई मात्र झाली नव्हती. पूर्व किनाऱ्यावरील अनुभवाचा उपयोग करून सुरतेच्या डच वसाहतीसंबंधी कराराच्या अटींचा मसुदा करण्यात आला. त्यात पुन्हा वसाहतीतील लोकांना गुन्ह्याबद्दल शिक्षा करण्याचा अधिकार राखून ठेवण्यात आला होता. वसाहतींच्या स्वायत्ततेचे हे एक ठळक वैशिष्ट्य होते. मोगल साम्राज्यात मात्र याबाबत इंग्रजांनी पुढाकार घेतला होता. पण या ठिकाणची परिस्थिती आशियातील सागरी प्रदेशातील परिस्थितीपेक्षा वेगळी होती. बॅन्टम आणि अचिन येथील राजांप्रमाणे कालिकत, मच्छलीपट्टम आणि पुलिकत येथील अधिकारी व्यापारी वसाहतीच्या विशेष प्रादेशिक हक्काच्या पद्धतीशी परिचित होते. पण मोगल बादशहाचा दृष्टिकोन मध्य आशियातील लोकांप्रमाणे होता. तेथे अशाप्रकारच्या कल्पनांची माहिती असण्याची शक्यता नव्हती. म्हणून त्याच्या साम्राज्यात कुठल्याही प्रकारच्या विशेष सवलती नेहमीची पद्धत म्हणून मिळणे शक्य नव्हते. सुरतेला पोचलेल्या पहिल्या इंग्रज जहाजाचा कप्तान हॉकिन्स हा होता. त्याला सांगण्यात आले की, केवळ व्यापार करण्याची परवानगी त्याला स्थानिक अधिकाऱ्यांकडून मिळेल. पण वखारीच्या स्थापनेसाठी खुद्द बादशहाची परवानगी घ्यावी लागेल. म्हणून त्यादृष्टीने बादशाही 'तहाच्या अटी' ठरविण्याकरिता हॉकिन्स आग्रा येथे गेला. पण त्याची मुत्सद्देगिरी असफल झाली, हे आपण पाहिलेच आहे. इंग्रजांची पहिली वसाहत १६१२ साली स्थापन झाली. त्यावेळी बेस्ट आणि अल्डवर्थ यांनी स्थानिक अधिकाऱ्यांशी करार केला होता आणि त्यांच्या समजुतीप्रमाणे त्या करारावर बादशहाचे अधिकृत शिक्कामोर्तब झाले होते. पण ही त्यांची समजूत चुकीची ठरल्यावर त्यांनी आणखी वाटाघाटी केल्या. त्याचा प्रदीर्घ वृत्तांत थॉमस रोच्या जर्नलमध्ये दिलेला आहे. दीर्घकाळापर्यंत त्याने निश्चित स्वरूपाचा करार करण्याचा आग्रह धरला. अखेरीला त्याला एक सवलत मिळून त्याचे समाधान झाले. ही सवलत म्हणजे मूलत: एक करारच होता.

पण त्याचे स्वरूप त्याची मूळ मागणी पूर्ण करणारे नव्हते. वसाहतीमधील इंग्रजांनी आपल्या धर्मानुसार व कायद्यानुसार राहावे, त्यात कुठलाही हस्तक्षेप होणार नाही, असे एक कलम या करारात होते. हे कलम आपल्या सध्याच्या विवेचनाच्या संदर्भात महत्त्वाचे आहे. कारण या कलमामुळे विशेष प्रादेशिक हक्क इंग्रजांना प्राप्त झाले होते.

वरीलप्रमाणेच हे दाखविता येईल की, डच आणि इंग्लिश या दोन्ही कंपन्यांच्या हिंदुस्थानातील वसाहती करारांवर आधारलेल्या होत्या. या करारानुसार व्यापाऱ्यांना व्यापारविषयक काही सवलती मिळाल्या होत्या. तसेच वसाहतीतील आपल्या राष्ट्रांच्या लोकांवर सत्ता गाजविण्याचा संपूर्ण अधिकार मिळालेला होता. पण डच आणि इंग्रज यांचे हिंदुस्थानातील स्थान मलाक्का किंवा कालिकत या ठिकाणच्या आशियातील परदेशीयांसारखेच होते. या विधानाच्या पुष्ट्यर्थ पुरेसे विवेचन झाले आहे. आधुनिक व्यापाऱ्यांना हिंदुस्थानचा कायदा जसा बंधनकारक असतो तसा त्या वेळच्या व्यापाऱ्यांना नव्हता. अधिकाऱ्यांशी ठरलेल्या अटींप्रमाणे ते देशात राहत होते आणि व्यापार करीत होते आणि या अटी पाळणे दोन्ही बाजूंवर बंधनकारक होते. हा मुद्दा प्रत्यक्ष व्यवहारात फार महत्त्वाचा आहे. कारण या काळच्या कागदपत्रात मोठ्या संख्येने आढळून येणाऱ्या काही व्यवहारांचे स्वरूप तो स्पष्ट करतो. प्रत्यक्ष परिस्थितीची माहिती असल्याखेरीज या व्यवहारांचा उलगडा होणे शक्य नाही. हिंदुस्थानच्या विविध प्रांतातील अधिकाऱ्यांनी अनेक प्रसगी कराराचे उल्लंघन केले होते. आणि जेव्हा एखादे राज्य करार मोडते तेव्हा त्याचा परिणाम युद्धात होतो. एखाद्या दुसऱ्या वखारीतील मूठभर डच किंवा इंग्रज हे अर्थातच त्या प्रदेशातील मोगल बादशहाविरुद्ध किंवा गोवळकोंड्याच्या राजाविरुद्ध युद्ध पुकारू शकत नव्हते. पण समुद्रावर मात्र ते वेळ प्रसंगी यशस्वीपणे युद्ध करू शकत होते. कारण हिंदुस्थानातील राज्यांनी आरमार बाळगले नव्हते, हे आपण पाहिलेच आहे आणि अशाप्रकारे सूडाची कृत्ये म्हणून वर्णन केलेल्या प्रसंगांनी व्यापाराचा नेहमीचा ओघ खंडित झाल्याचे आपल्याला वेळोवेळी आढळून येते. असे प्रसंग म्हणजे हिंदुस्थानी मालकीच्या जहाजावर केलेले हल्ले होते आणि हे हल्ले व्यापार करण्यास भाग पाडण्यासाठी योजलेले उपाय होते. हे उपाय म्हणजे युद्धाची कृत्येच होती असे मानले पाहिजे. शासनाने कराराचा भंग केला होता, त्यामुळे परदेशी व्यापाऱ्यांचे नुकसान झाले होते आणि त्या नुकसानीचा बदला शस्त्राच्या बळावर त्यांनी घेतला होता. त्यांचे हे कृत्य आंतरराष्ट्रीय नीतिमत्तेच्या तत्त्वांना धरून होते आणि म्हणून समर्थनीय होते, असे त्यांना वाटत

होते. युद्धाच्या इतर कृत्यांप्रमाणेच ती कृत्येदेखील युद्धकौशल्यासाठी प्रामुख्याने पारखली पाहिजेत आणि याबाबतीत डच हे निश्चितपणे श्रेष्ठ होते.

इंग्रजांनी घेतलेल्या अशा प्रकारच्या सूडाचे उदाहरण म्हणून १६२३-२४ मधील घटनांचा उल्लेख करता येईल. या घटनांची स्पष्ट हकीकत १६२२-२३ आणि १६२४-२९ च्या इंग्लिश फॅक्टरीतील 'इन इंडियाच्या' खंडांना दिलेल्या प्रस्तावनांमध्ये आढळून येते. अनावश्यक तपशील वगळल्यास परिस्थिती अशी होती की, करारातील अटींचा भंग करून त्यांच्यावर अन्याय करण्यात आला होता, असे सुरतेच्या इंग्रज दलालांना वाटत होते. म्हणून त्यांनी लाल समुद्रातून किंमती माल घेऊन परतणारी गुजरातची काही जहाजे बळकावण्याचे ठरविले आणि जोपर्यंत अन्याय दूर होत नाही तोपर्यंत ती जहाजे गहाण म्हणून ताब्यात ठेवण्याचा निर्णय घेतला, ही कारवाई त्यांनी यशस्वीपणे पार पाडली. ही कृती करून त्यांनी मोगल साम्राज्याशी उघड उघड शत्रुत्व केले होते, यात काहीच शंका नाही, याचा परिणाम मोगल अधिकाऱ्यांनी ताबडतोब माघार घेण्यात झाला. नवीन करार करण्यात येऊन त्यावर शिक्कामोर्तब झाले. पूर्वीच्या नुकसानाची भरपाई करण्यात आली तसेच पुढील व्यवहारासाठी अनुकूल अटी ठरविण्यात आल्या. हिंदुस्थानी जहाजे त्यांच्या मालकांना परत करण्यात आली आणि चार जहाजांचे इंग्रजी आरमार इंग्लंड, पर्शिया आणि सुमात्राकडे रवाना झाले, पण हा नाटकाचा केवळ पहिला अंक होता. इंग्रजी आरमार निघून गेल्यावर इंग्रजांजवळ प्रतिकाराचे कुठलेही साधन राहिले नाही, हे पाहताच मोगलांनी शत्रुत्वाला पुन्हा सुरुवात केली आणि १६२४ च्या आरंभी निरनिराळ्या वखारी जप्त केल्या. पुन्हा वाटाघाटी करण्यात आल्या; अखेरीला पुन्हा नवीन करारमदार झाले. या करारान्वये पूर्वी मिळवलेले बरेचसे इंग्रजांनी गमावले. पण त्यांची व्यापार करण्याची परवानगी आणि वसाहतींच्या स्वायत्ततेचा हक्क मात्र त्यांनी कायम राखला. यावर प्रतिकाराची आणखी कारवाई करण्याचा इंग्रजांनी विचार केला पण नंतर तो रद्द केला. म्हणून १६२४ चा करार अस्तित्वात राहिला आणि परत काही वर्षेपर्यंत अशा प्रकारचा त्रास झाला नाही. हिंदुस्थानी जहाजे बळकावण्यात सुरतेच्या इंग्रजांनी अत्याचार केला, असा दोष त्यांना देण्यात आलेला आहे. पण जर त्यांच्या कृतीला युद्धाचे कृत्य मानले तर त्यांची कारवाई निःसंशय योग्य होती. त्यांनी परिस्थितीचे अचूक निदान केले नाही, यात त्यांचा दोष आहे. त्यांचे सर्व सामर्थ्य केवळ त्यांच्या आरमारी जहाजात होते, हे वास्तविक त्यांना कळायला हवे होते. व्यापाराच्या

निकडीमुळे सर्व काळ त्यांना जहाजे बंदरात ठेवणे शक्य नव्हते. त्यामुळे मोगलांशी त्यांनी शत्रुत्व पत्करणे शहाणपणाचे नव्हते. कारण जहाजांच्या गैरहजेरीत मोगलांचे सामर्थ्य त्यांच्यापेक्षा कितीतरी पटींनी जास्त होते, हे उघड आहे. हाच दृष्टिकोन त्यावेळी गोव्यात राहत असलेल्या देला व्हेल या इटालियन प्रवाशाने घेतला होता. त्याची माहिती त्याला पोतुगिजांकडून मिळाली होती. त्यामुळे इंग्रजांना अनुकूल असे त्याने लिहिले नाही. पण सर्वसाधारणपणे या प्रश्नावर त्याने पुढील मत व्यक्त केले होते.

माझ्यापुरता विचार केला तर मी असे म्हणेन की, इंग्रज या प्रकरणात शहाणपणाने वागले नाही, कारण परदेशातून आलेल्या मूठभर नवीन लोकांना त्या देशातील बलाढ्य राजाशी टक्कर देणे व त्याच्यावर मात करणे शक्य होत नाही. अशा प्रकारचे मतभेद निर्माण झाल्यावर ते समजुतीच्या शब्दांनी व त्या राजाशी सलोख्याने वागून सोडविणे हाच सर्वोत्तम मार्ग आहे. जर अन्यायाचे परिमार्जन होत नसेल तर उघड लढाईला सुरुवात करण्यापूर्वी त्याच्या सत्तेखालील प्रदेशातून बाहेर जाऊन सुरक्षितपणे त्याच्याशी युद्ध करणे हे श्रेयस्कर आहे. पण जेथे त्यांचे असंख्य लोक आहेत आणि जेथे त्या राजाची सत्ता दुसऱ्या कोणापेक्षाही जास्त आहे, अशा त्याच्या देशातच युद्ध करण्यात अर्थ नाही.

समकालीन तटस्थ दृष्टिकोन असा होता की, या प्रकारचा प्रतिकार करणे योग्य होते, पण प्रतिकूल परिस्थितीचा विचार न करता इंग्रजांनी प्रतिकार केला. हा त्यांचा मूर्खपणा होता. या प्रसंगी इंग्रजांनी केलेली कारवाई आणि त्यानंतर काही वर्षांनी अशाच एका प्रसंगी झालेली डचांची वर्तणूक यातील विरोध दर्शविता येईल. त्यांच्यावरील जुलमामुळे गोवळकोंड्याच्या राजाचा प्रतिकार करणे डचांना भाग पडले. त्यांनी प्रथम मच्छलीपट्टम येथील वखार काढून घेतली. नंतर पुलिकत येथील त्यांच्या तळावरून शत्रूच्या बंदराची नाकेबंदी केली. हा उपाय यशस्वी ठरला. नाकेबंदी करणाऱ्या नाविकदलाच्या प्रमुखाशी गोवळकोंड्याच्या अधिकाऱ्यांनी वाटाघाटी सुरू केल्या. मच्छलीपट्टमच्या गव्हर्नरला पदावरून दूर करण्यात आले. राजाच्या हुकमानुसार डचांना त्यांचा व्यापार पुन्हा प्रस्थापित करण्यासाठी परत बोलावण्यात आले. जेथून कारवाई करता येईल असे सोयीस्कर ठिकाण गोवळकोंड्याच्या प्रदेशाबाहेर डचांच्या ताब्यात होते, हे या प्रसंगी डचांना मिळालेल्या यशाचे कारण होते. गोवळकोंड्याच्या राजाजवळ आरमार नव्हते आणि म्हणून मच्छलीपट्टम हे बंदर सर्वस्वी पूलिकतच्या अधीन होते. तेथे मूठभर

लढाऊ बोटीदेखील किनारा ताब्यात ठेवण्यासाठी पुरेशा होत्या. स्वत: कुठलाही धोका न पत्करता शत्रूच्या मर्मस्थानी आघात करण्याची ताकद डचांजवळ होती आणि ही सुरत येथील इंग्रजाजवळ नव्हती, म्हणून कराराच्या अटी पाळण्यात डचांनी गोवळकोंड्याच्या राजाला भाग पाडले.

पुलिकत येथील किल्ला डचांना या प्रसंगी फारच उपयोगी पडला. हिंदुस्थानात प्रादेशिक सत्ता स्थापन करण्यात युरोपियन लोक हळू हळू प्रगती करीत होते. या प्रगतीची दुसरी पायरी म्हणून पुलिकतच्या या किल्ल्याचा निर्देश करता येईल. ज्याप्रमाणे व्यापारी जलपर्यटनातून वखारींची स्थापना झाली, त्याप्रमाणे वखारींच्या स्थापनेतून किल्ल्यांची निर्मिती झाली. कारण ज्या वखारींना कुठलेही संरक्षण नव्हते, त्या वखारींतील लोकांच्या सुरक्षिततेची किंवा ज्या अटींवर त्या वखारी स्थापन झाल्या, त्या पाळल्या   जातीलच याची शाश्वती नव्हती. व्यापारी इतिहासाच्या अभ्यासकांच्या दृष्टीने पुलिकतची स्थापना ही विशेष महत्त्वाची आहे. कारण एका युरोपिय कंपनीच्या व्यापाऱ्यांनी ताब्यात घेतलेला हा हिंदुस्थानातील पहिला किल्ला होता आणि या किल्ल्यामुळे अर्मागॉन आणि मद्रास येथील किल्ले घेता आले. पुलिकतच्या किल्ल्याच्या स्थापनेची कुठलीही सुसंगत हकीकत मला माहिती नाही. पण समकालीन कागदपत्रांवरून असे दिसते की, कुठल्याही जाणीवपूर्वक आखलेल्या धोरणापेक्षा केवळ अपघातानेच हा किल्ला डचांना मिळाला होता. दुसऱ्या प्रकरणात आपण पाहिल्याप्रमाणे डचांना लवकरच कळले की, कृष्णेच्या त्रिभुज प्रदेशातील त्यांच्या पहिल्या वखारीतून जेथे त्यांना व्यापार करावयाचा होता, अशा सर्व बाजारपेठांत माल पाठविणे शक्य नव्हते. म्हणून ते आणखी दक्षिणेकडे वसाहतीसाठी जागा पाहू लागले. पहिल्या प्रथम त्यांनी एका नायकाला किंवा प्रमुखाला तेगनापट्टमवर वसाहतीची परवानगी मागितली. त्या नायकाने त्यांना एक किल्ला देण्याची तयारी दर्शविली. पण त्यांनी किल्ला नाकारला आणि त्याच्या संरक्षणाखालीच वसाहत करणे पसंत केले. दुसऱ्या शब्दांत डचांनी त्या वेळी तरी केवळ वखारीवर समाधान मानले[१] होते. एक किंवा दोन वर्षांनी पुलिकतपर्यंत व्यापार वाढविण्याची त्यांना इच्छा झाली आणि तेथे वसाहत करण्यासाठी त्यांनी चंद्रनिलीच्या राजाशी करार केला. या करारातल्या अटी

---

१. नायकाने किल्ला का देऊ केला असावा याचे स्पष्टीकरण मी पाहिलेल्या कागदपत्रात आढळत नाही. पण पोर्तुगीजांनी जवळच्या प्रदेशात घालून दिलेले उदाहरण डच गिरवतील असे त्याला बहुधा वाटले असावे. मुद्दा हा की, किल्ला देऊ केला होता आणि तो नाकारण्यात आला.

तेगनापट्टम येथील कराराच्या नमुन्याबरहुकूमच होत. तेव्हा सुरुवातीला पुलिकत येथे डचांची फक्त वखारच होती. तिचे रूपांतर होण्यास एस.थोम येथील पोतुगिजांचे शत्रुत्व प्रामुख्याने कारणीभूत झाले. एस. थोम येथील पोतुगिजांची वसाहत काहीशी बेकायदेशीर स्वरूपाची होती.[१] १६१२ मध्ये पोर्तुगिजांनी पुलिकतवर हल्ला केला आणि डचांना हाकलून लावले. डचांचे संरक्षण करण्याची जबाबदारी तेथील राजावर होती आणि तो ती पार पाडण्यास उत्सुक होता. पण आक्रमकांविरुद्ध निर्णायक कारवाई करण्याइतपत त्याची परिस्थिती मजबूत नव्हती. याचा परिणाम शेवटी इतकाच झाला की, त्याने डच दलालाशी आणखी एक करार केला. या करारान्वये स्थानिक अधिकाऱ्यांच्या खर्चाने एक किल्ला बांधण्यात येणार होता आणि त्याच्या काही भागात ते अधिकारी आणि काही भागात डच राहणार होते. परंतु स्थानिक अधिकाऱ्यांनी करारातील त्यांचा भाग पाळला नाही आणि किल्ल्याचे बांधकाम अर्धवटच सोडले. डच दलालाने कंपनीच्या खर्चाने बांधकाम पूर्ण केले. आता अर्थातच संयुक्त ताबा घेण्याच्या बाबतीत अटळपणे संघर्ष निर्माण झाला. अखेरीला हिंदुस्थानी सैन्य काढून घेण्यात आले आणि १६१६ मध्ये केलेल्या करारानुसार किल्ल्याचा ताबा फक्त डचांना देण्यात आला. त्यांनी किल्ल्याचे नाव. 'फोर्ट गेलड्रिया' असे ठेवले. काही काळपर्यंत तो केवळ एक किल्ला होता. त्यात जास्त काही नव्हते. तेथे राहिलेला मेथवोल्ड आपल्याला सांगतो की, डच येथील तद्देशीय रहिवाशांवर कुठलाच सार्वभौम हक्क बजावीत नव्हते. त्यांच्याकडून कर वसूल करीत नव्हते; तसेच कुठलेही कायदे त्यांनी लागू केले नव्हते. पोतुगिजांशी सामना देणे आणि आपले व्यापारी व्यवहार करणे यातच त्यांनी समाधान मानले होते. जसा काळ लोटला तशी त्यांनी अधिकाधिक सत्ता हाती घेतली हे खरे आहे, पण ज्या किल्ल्यामुळे अशी सत्ता त्यांना प्राप्त झाली, तो किल्ला कुठल्याही धोरणामुळे नव्हे तर केवळ परिस्थितीमुळे त्यांच्या ताब्यात

---

१. पोर्तुगीज ज्या अनेक ठिकाणी प्रत्यक्ष परवानगी दिली होती, त्यापेक्षा जास्त सत्ता वापरीत होते. त्यापैकी एस. थोम हे एक ठिकाण होते असे मला वाटते. कौटो (xi ४९) पश्चिम किनाऱ्यावरील पोर्तुगीजांचे प्रदेश आणि एस्. थोम यात फरक करतो. तो म्हणतो की, एस. थोम ही राजाची 'मालमत्ता' नव्हती पण त्याच्या प्रजाजनांची वस्ती तेथे होती आणि त्याच्या राज्याच्या कायद्यांचा येथे अंमल होता. मेथवोल्ड (९९४) म्हणतो की तेथे पोर्तुगीजांचे शासन होते. पण असे असले तरी काही बाबतीत ते नायकावर अवलंबून होते. ते त्यांनी मान्य केले पाहिजे. शहरामध्ये निश्चितपणे पोर्तुगीजांची सत्ता होती. पण शहराच्या प्रदेशाचे सार्वभौम अधिकार त्यांच्याकडे नव्हते.

आला होता, हेही तितकेच खरे आहे. सुरुवातीला त्यांनी चंद्रगिरीच्या राजाचे संरक्षण मागितले. हे संरक्षण पोर्तुगीजांविरुद्ध त्यांना हवे होते. नंतर पायरीपायरीने किल्ला त्यांच्या ताब्यात आला आणि त्यामुळे संपूर्ण हिंदुस्थानात एक नवी वहिवाट सुरू झाली.

पुलिकत हातात असल्याने मच्छलीपट्टमच्या संघर्षात डचांना कसा फायदा झाला, हे आपण यापूर्वी पाहिलेच आहे. १६२६ मध्ये सुरतेवर नियंत्रण ठेवण्यासाठी असाच बंदरी किल्ला मिळविण्याची डच कंपनीला इच्छा झाली. त्याच सुमारास पोतुगिजांविरुद्ध मुंबई घेण्याचा इंग्रज विचार करीत होते.[१] या योजना पुढे रद्द करण्यात आल्या. पण पूर्व किनाऱ्यावर अर्मागान येथे बांधलेला इंग्रजांचा पहिला किल्ला हा पुलिकतच्या नमुन्याबरहुकूमच होता. गोवळकोंड्याच्या राजाला जरब बसविण्यासाठी आणि व्यापाराच्या सोयीसाठी तो बांधला होता. अर्मागॉननंतरचा मद्रासचा किल्लाही याच उद्देशाने बांधला होता. त्याचा एक संस्थापक ॲन्ड्र्यू कोगन याने पुढीलप्रमाणे लिहिले आहे :

"हिंदुस्थानातील मालमत्ता सुरक्षित ठेवण्यासाठी एखादे ठिकाण मजबूत करण्याचा आदेश कंपनीने दिला पाहिजे.[२] कारण तशी गरज सारखी भासत आली आहे. कारण आपल्याला सतत त्रास होत नाही का? आणि तुमच्या मालमत्तांवर करण्यात आलेल्या बऱ्या वाईट मागण्या तुम्ही पुरविल्या नाहीत का? आणि अखेरीला पोर्तुगीज आणि डच यांच्याशी सतत सलोखा राहील याची खात्री आहे का? नाही, आता जे सलोख्याचे संबंध आले हे त्यांच्या स्वार्थाकरिता त्यांनी ठेवलेले आहेत. हे सर्व विचारात घेतल्यावर अशी एखादी जागा मजबूत करण्याची योजना पहिल्यांदा प्रत्यक्षात आणणे अत्यंत आवश्यक आहे. त्यामुळे हे सर्व फायदे मिळतील. तुमच्या बहुतांश मालमत्तेच्या सुरक्षिततेची हमी तुम्हाला मिळेल. पण जर कोणी तुमची खोडी काढली तर त्याचा तुम्हांला प्रतिकार करता येईल."

---

१. काही वर्षांपूर्वी गुजरातच्या किनाऱ्यावर किल्ला असावा या कल्पनेचे रोला आकर्षण वाटत होते. पण खर्च फार येईल म्हणून ती कल्पना त्याने सोडून दिली. (रो ३४४)

२. 'मालमत्ता' या शब्दाचा अर्थ आधुनिक काळातल्याप्रमाणे केवळ स्थावर मालमत्ता इतकाच मर्यादित झाला नव्हता. सर्वसाधारण मालमत्ता या व्यापक अर्थाने तो वापरला जात होता. हा जुना अर्थ कायद्याच्या भाषेत, वैयक्तिक मालमत्तेच्या संदर्भात टिकून राहिला आहे.

अशा प्रकारे डच आणि इंग्रज कंपन्यांनी पूर्व किनाऱ्यावर किल्ले ताब्यात घेतले.[३] मद्रास येथील किल्ला स्थापन केल्यानंतर दहा किंवा पंधरा वर्षांनी सुरतेच्या इंग्रजांना पुन्हा तोच कित्ता गिरवावा असे वाटले. त्यात त्यांचे दोन प्रमुख उद्देश होते. एक म्हणजे हिंदी अधिकाऱ्यांवर अवलंबून राहण्याची त्यांची इच्छा नव्हती आणि दुसरा म्हणजे पुलिकतला जसे डचांना पोतुगिजांपासून संरक्षण हवे होते तसे येथे इंग्रजांना डचांपासून पाहिजे होते. १६५३ मध्ये मुंबईचा ताबा घेण्याबद्दलच्या योजनेसंबंधी आपण ऐकतो. १६५८ मध्ये सुरत येथील इंग्रज वखारीच्या अध्यक्षाला मुंबई, वसई किंवा इतर कोणत्याही सोयीस्कर जागेसाठी वाटाघाटी करण्याचा कंपनीने अधिकार दिला. आपल्या विचाराधीन काळात या प्रयत्नामधून निश्चित असे काहीच निष्पन्न झाले नाही. पण त्यानंतर थोड्याच वर्षांनी इंग्रजांचे बस्तान मुंबईत बसले आणि डचांनी कोचिनचा किल्ला ताब्यात घेतला. यावेळपासून पुढे हिंदुस्थानच्या किनाऱ्यावरील युरोपियनांच्या व्यापारी ठाण्यांचा किल्ला हा एक आवश्यक घटक होऊन बसला. भोवतालच्या प्रदेशावर प्रभुत्व मिळविण्यासाठी पुढे पावले उचलण्यात आली. पण तो भाग या पुस्तकाच्या कक्षेबाहेरचा आहे.

व्यापारी जलपर्यटन ते वखार आणि वखार ते किल्ला असा व्यापारी धोरणाचा जो पायरीपायरीने विकास झाला, त्याचे वर्णन येथपर्यंतच्या परिच्छेदात करण्याचा मी प्रयत्न केला आहे. सोळाव्या शतकातील युरोपियन व्यापाऱ्यांच्या कल्पनेची धाव नेहमीच्या व्यापारी जलपर्यटनापलीकडे गेलेली नव्हती. पण पूर्वेकडील बाजारपेठांमधल्या विशिष्ट परिस्थितीमुळे वखारी स्थापन करण्याची आवश्यकता निर्माण झाली आणि जेव्हा वखारी अस्तित्वात आल्या तेव्हा राजकीय व शासकीय परिस्थितीमुळे किनाऱ्यावर किल्ले बांधणे अटळ होऊन बसले, पण डच आणि इंग्रज व्यापारी वखारीत राहत असोत किंवा किल्ल्यात, त्यांनी हिंदुस्थानी कायद्याचा अंमल कधीच मान्य केला नाही किंवा तसे करण्याची त्यांना जरूर पडली नाही. अधिकाऱ्यांशी केलेल्या करारान्वये त्यांनी स्वयंशासित वसाहती निर्माण केल्या. या अधिकाऱ्यांची वर्तणूक ते त्यांच्या अधिकार क्षेत्राबाहेर राहून पाहू शकत होते. हिंदुस्थानातील राज्यांमधील प्रजाजनांशी त्यांचे कुठलेच राजकीय सामरस्य नव्हते. म्हणून सरकार आणि प्रजाजन यांच्यामधील संबंधाचे त्यांचे निरीक्षण नि:पक्षपाती आणि स्वतंत्र साक्षीदाराच्या मताइतके महत्त्वाचे होते. म्हणून ते आपल्या ज्ञानातील

---

३. डॅनिश लोकांनी देखील ट्रान्सक्यूबार येथे किल्ला घेतला होता. पण त्यांनी तो कोणत्या परिस्थितीत घेतला याची तपशीलवार माहिती मला मिळालेली नाही.

महत्त्वाची त्रुटी भरून काढतात. कारण त्याकाळचे हिंदुस्थानी साहित्य हे जवळ जवळ संपूर्णपणे अधिकृत दृष्टिकोनातून लिहिलेले आहे. म्हणून परिस्थितीचे एकांगी चित्र त्यात दिसते. त्यात वारंवार परंपरागत पद्धतीने केलेली राजाची स्तुती आढळते. दरबाराच्या किंवा राजधानीच्या आश्रयाने अस्तित्वात असलेल्या संस्थांच्या हकिकतीसाठी या साहित्यावर आपल्याला अवलंबून राहावे लागते. पण या संस्था प्रत्यक्ष काम कशा करीत होत्या आणि शहरांमध्ये आणि खेड्यांत जनतेचे त्याच्यासंबंधी मत काय होते याची माहिती मिळविण्यासाठी आपल्याला डच आणि इंग्रज यांच्या लिखाणाकडेच वळले पाहिजे.

आणखी एक प्राथमिक विचार येथे सांगितला पाहिजे. यापुढील चर्चेमध्ये निरनिराळ्या हिंदुस्थानी शासनांची केवळ अर्थशास्त्रज्ञाच्या दृष्टिकोनातून मी तपासणी केलेली आहे आणि सतराव्या शतकातील हिंदुस्थान हा सर्वसामान्य माणसाच्या दृष्टीने नरक असला पाहिजे, असे मानण्याइतके पुरेसे प्रतिकूल निष्कर्ष माझ्या चर्चेतून मी काढलेले आहेत. हे निष्कर्ष संपूर्ण आशियालाच लागू पडणारे आहेत, असा युक्तिवाद कदाचित करण्यात येईल. पण आशियातील राज्यांमध्ये जहांगीर व शहाजहान यांच्या शासनाला तुलनेने बरेच वरचे स्थान दिले पाहिजे. चीनपेक्षा ते निकृष्ट होते हे निश्चित. पण अनेक देशांच्या प्रवाशांनी आणि व्यापाऱ्यांनी लिहून ठेवलेल्या पुराव्यांवरून मोगल साम्राज्याची गणना पर्शिया आणि जपान यांच्या बरोबरीच्या पातळीवर तर पश्चिमेकडील तुर्कांच्या साम्राज्याच्या, दक्षिणेतील अचिनच्या आणि पूर्वेकडील आराकान, पेगू किंवा सयाम यांच्यापेक्षा पुष्कळच वरच्या पातळीवर करायला पाहिजे. निरनिराळ्या देशांतील राजकीय व सामाजिक पद्धतींच्या तुलनात्मक मूल्याची चर्चा करणे हा माझा उद्देश असता तर मी या विषयावर अधिक विस्ताराने लिहिले असते. पण या पुस्तकात फक्त हिंदुस्थानचाच विचार केलेला आहे. म्हणून वरील सर्वसामान्य विधान करणे पुरेसे आहे. हिंदुस्थानातील शासनपद्धतींचे मी केलेले वर्णन अतिशय प्रतिकूल असल्यामुळे वस्तुस्थितीला धरून नाही, असे ज्या वाचकांना वाटेल, त्यांनी वर उल्लेखिलेल्या राष्ट्रांमधील परिस्थितीचा स्वत:च अभ्यास करावा असा मी त्यांना सल्ला देईन.

२. हिंदुस्थानातील शासनाच्या पद्धती

ज्या माहितीचा आपल्याला अभ्यास करायचा आहे तिचे स्वरूप मागील विभागात थोडक्यात दिग्दर्शित केलेले आहे. या अभ्यासाचा निष्कर्ष असा

निघतो की, तत्कालीन हिंदुस्थानात शासन हा पावसानंतर देशाच्या आर्थिक जीवनावर परिणाम करणारा सर्वात महत्त्वाचा घटक होता. राष्ट्रीय उत्पन्नाचे इतक्या मोठ्या प्रमाणावर वाटप करण्याची सत्ता शासनाकडे होती, की त्याची आता आपल्याला कल्पना करता येणार नाही. जमिनीच्या संबंध उत्पन्नाचा अर्धा भाग निरनिराळ्या सरकारांच्या ताब्यात येत होता आणि त्याची विल्हेवाट करण्यात येत होती. ही विल्हेवाट अशा पद्धतीने करण्यात येत होती की, उत्पादकांजवळ जेमतेम जगण्यापुरते किंवा त्यापेक्षा जास्त उरत होते. आणि त्या उत्पन्नाचा जास्तीत जास्त हिस्सा मिळविण्यासाठी अनुत्पादक वर्गाची शक्ती खर्च होत होती. याची प्रतिक्रिया उत्पादनावर अपरिहार्यपणे प्रतिकूल होत होती. उत्पादकांना कुठलेच उत्तेजन मिळत नव्हते. कारण त्यांच्या उत्पादनात वाढ झाली तरी त्यातील बराच भाग त्यांच्याकडे शिल्लक राहत नव्हता. लायक आणि बुद्धिमान माणसांना उत्पादनाच्या व्यवसायात कुठलेही प्रोत्साहन मिळत नव्हते. ही माणसे उत्पन्नाच्या वितरणाच्या झगड्यात होणाऱ्या मोठ्या लाभाकडे साहजिकच आकर्षित झाली होती. शेतकरी होण्यापेक्षा चपराशी होणे चांगले होते. हिंदुस्थानातील लोकांची बुद्धी आणि शक्ती सरकारची चाकरी करण्यात खर्च होत असल्याबद्दल टीकाकारांनी आश्चर्य व्यक्त केले आहे. पण ज्या अनेक शतकात दुसरा कुठलाही व्यवसाय शक्य नव्हता, त्या शतकांच्या इतिहासात या प्रवृत्तीचे स्पष्टीकरण टीकाकारांना आढळून येईल. म्हणून आपण तत्कालीन शासनाचे स्वरूप आणि कार्यपद्धती यांचा तपशीलवार अभ्यास केला पाहिजे. सध्याच्या काळासंबंधी आपण लिहीत असतो, तर इतक्या तपशिलात जाण्याची गरज पडली नसती. म्हणून प्रथम तत्कालीन शासन पद्धतीची रूपरेषा देण्याचा मी प्रयत्न करणार आहे. आणि नंतर त्यांच्या प्रत्यक्ष कार्यपद्धतीचा अधिक विस्ताराने विचार करणार आहे.

तत्कालीन सर्व शासने हुकूमशाही पद्धतीची होती. राजकीय अधिकार किंवा प्रभाव असलेली एकही सार्वजनिक संस्था किंवा चळवळ त्या काळी आढळत नाही. राज्याची राजधानी हे सत्तेचे केंद्र होते आणि तत्त्वत: कुठलीही गोष्ट राजाच्या हुकमानेच केली जात होती. प्रत्यक्षात एखादा दुय्यम अधिकारी राजाच्या नावाने ती गोष्ट करीत असे. लिखित कायदा, सध्याच्या अर्थाने त्या काळी अस्तित्वात नव्हता, सरकारी हुकूम किंवा नियम यांचा प्रसार करणारी किंवा त्यात एकसूत्रीपणा

आणणारी कुठलीही सार्वजनिक यंत्रणा तेव्हा नव्हती. धार्मिक बंधने सोडली तर राजाची सत्ता अनियंत्रित होती. आज दिलेला हुकूम उद्या रद्द करण्याचा कर्तुमूअकर्तुम अधिकार त्याला होता.[१] राजाच्या हुकमाची कायदेशीर अथवा साधकबाधक चर्चा करणाऱ्या संस्था अस्तित्वात नसल्या तरी प्रत्येक राज्यात राजाच्या हुकमाची अंमलबजावणी करण्यासाठी शासकीय यंत्रणा होती. दरबारातील मंत्र्यांच्या हाताखाली स्थानिक अधिकाऱ्यांच्या श्रेणी होत्या. या अधिकाऱ्यांवर मंत्र्यांचे नियंत्रण होते. त्यांचे प्राथमिक काम महसुलाची वसुली हे असले तरी मंत्र्यांकडून आलेल्या सर्व आज्ञांचे त्यांना पालन करावे लागे. त्यांची निष्ठा प्रजाजनांशी नसून राजाशी होती. म्हणून हुकूमशाही आणि नोकरशाही यांची युती राजकारभारात झाली होती. असे म्हणणे योग्य ठरेल. यापैकी कुठलाही एक घटक राज्यकारभारात प्रभावी होणे राज्याच्या वैयक्तिक स्वभावधर्मावर अवलंबून होते. उदाहरणार्थ, जहांगीर बादशहाचा तपशिलात विशेष शिरण्याचा स्वभाव नव्हता. म्हणून त्याच्या कारकिर्दीत स्थानिक अधिकाऱ्यांना व्यापक सत्ता प्राप्त झाली होती. गोवळकोंड्यात असा काही काळ होता की, ज्यावेळी राजाला अजिबात महत्त्व नव्हते; दरबारातील पर्शियन मंत्र्यांच्या एका गटाकडेच अनियंत्रित सत्ता होती. हिंदू राजांच्या प्रदेशातील परिस्थिती तेथील नायक किंवा सरदार यांच्या व्यक्तिमत्त्वाप्रमाणे ठिकठिकाणी निरनिराळी असलेली आढळते. यापैकी काही सरदार राजाशी एकनिष्ठ असत तर कित्येकदा काही जवळ जवळ स्वतंत्रपणे कारभार करीत असत, मूळ हुकम कुठूनही आला असला तरी ज्यांच्याशी प्रत्यक्ष संबंध होता, त्या स्थानिक अधिकाऱ्यांची आज्ञा पाळणे हे प्रजाजनांचे कर्तव्य होते. एखादा विशिष्ट हुकूम राजाने काढला असेल, मंत्र्याने किंवा एखाद्या दुय्यम अधिकाऱ्याने काढला असेल तर हुकूम कुणी काढला याच्याशी व्यापारी, शेतकरी किंवा कारागीर यांना काहीच कर्तव्य नव्हते. त्यांच्या दृष्टीने हरघडी संबंध येणाऱ्या स्थानिक अधिकाऱ्यांना महत्त्व होते. व्यक्तींनी किंवा जमातींनी स्थानिक अधिकाऱ्यांच्या जुलमावरून यशस्वीपणे तक्रारी केल्याची उदाहरणे कागदपत्रांत आढळतात. पण चौकशीतून लाचलुचपतीने किंवा वशिल्याने निर्दोष सुटून पुन्हा आपल्या पदावर रुजू झालेल्या अधिकाऱ्यांची उदाहरणे तितकीच आढळतात. एकंदर माहितीवरून असे दिसते की, स्थानिक अधिकाऱ्यांना रयतेवर जुलूम करणे नेहमीच शक्य होते आणि

१. इस्लामचा धार्मिक कायदा तत्त्वत: हिंदुस्थानच्या बऱ्याचशा भागात लागू होता. पण त्यामुळे प्रत्यक्ष व्यवहारात राजाच्या स्वातंत्र्यावर बंधने पडत नव्हती. (पेल्सार्ट हस्तलिखित पान २१)

अशा जुलूमाविरुद्ध केलेल्या तक्रारीची दाद लागणे संशयास्पद होते.[१] याप्रकारे जनतेचे कल्याण काही अंशी स्थानिक अधिकाऱ्यांच्या चारित्र्यावर काही अंशी त्यांच्यावरील नियंत्रणाच्या कार्यकक्षमतेवर आणि काही अंशी सत्ताधारी राजाच्या ध्येयधोरणावर अवलंबून होते.

नियंत्रणाच्या बाबतीत दोन वेगळ्या पद्धती अस्तित्वात होत्या. काही ठिकाणी सार्वजनिक काम मक्त्याने देण्यात येत होते. म्हणजे एखादा अधिकारी त्याच्या पदाकरिता काही ठरावीक रक्कम देण्यास तयार असे आणि या रकमेपेक्षा जो काही जास्तीचा महसूल तो गोळा करीत असे, तो त्याला स्वतःसाठी ठेवता येत होता. या पद्धतीला हिंदुस्थानच्या अधिकृत परिभाषेत 'पक्का अधिकार' असे म्हटले आहे. आपल्या विचाराधीन काळात ही पद्धत दक्षिण हिंदुस्थानात जवळ जवळ सर्वत्र प्रचलित होती असे असे दिसते [२]. मोगल साम्राज्यात या पद्धतीला पर्याय म्हणून 'प्रत्यक्ष' शासनाची पद्धत रूढ करण्याचा अकबराचा उद्देश होता. पण तेथेही ठेक्याची पद्धत त्वरेने प्रचारात येऊ लागली होती असे मला वाटते. प्रत्यक्ष शासनाला हिंदुस्थानी लोक 'कच्चा' किंवा 'कम अधिकार' असे म्हणत. या अधिकारावरील माणसाला ठरावीक पगार मिळत असे आणि जमा केलेला सर्व महसूल तो वरिष्ठांकडे भरत असे. तत्कालीन हिंदुस्थानात पगार देण्याच्या रितीवरून या पद्धतीचे दोन प्रकार झाले होते. आधुनिक काळातल्याप्रमाणे खजिन्यातून रोख पगार देण्याची पद्धत अकबराला पसंत होती. पण त्याच्यानंतर आलेल्या राजकर्त्यांनी जहागिरीच्या

---

१. प्रकरण ५ मध्ये वर्णिलेला व्ही.जी. व्होरा याचा अनुभव स्थानिक जुलमाविरुद्ध केलेल्या यशस्वी तक्रारीचे उदाहरण म्हणून देता येईल. त्याच्याबरोबर विरुद्ध उदाहरण त्याच प्रकरणाच्या नंतरच्या विभागात दिलेले आहे. या प्रसंगी एका गव्हर्नरला शिक्षा करण्यासाठी दरबारात बोलावले होते. पण लाच देऊन आणि वशिला लावून त्याने आपली सुटका करून घेतली होती आणि पुन्हा आपल्या पदावर रुजू झाल्यावर त्याच्यावर आरोप करणाऱ्यांचा सूड घेण्याची त्याने धमकी दिली होती. शहाजहानच्या तुरुंगाचे वर्णन करताना मनूची आपल्याला सांगतो की, महिनोन्महिने कोणाचीही तक्रार त्याच्याकडे येत नसल्यामुळे त्याचा कारभार फार चांगला होता असे तो वृद्ध बादशहा म्हणत असे. पण यावरून त्याच्या अधिकाऱ्यांविरुद्ध कोणाचीही तक्रार नव्हती असे अनुमान करणे त्या काळाच्या अभ्यासकांना पटण्यासारखे नव्हते.
(मनूची खं. २ पृ. १९)

२. 'इंडिया ॲट दी डेथ ऑफ अकबर' मध्ये दक्षिणेत कर वसुलीचे काम ठेक्याने देण्याची पद्धत असल्याचे अनुमान अप्रत्यक्ष पुराव्यावरून मी काढले आहे. पुढील विभागात उपयोगात आणलेली माहिती त्यावेळी मला मिळालेली नव्हती. ही पद्धत १७ व्या शतकाच्या सुरुवातीलाच प्रचलित होती असे या माहितीवरून दिसते.

स्वरूपात पगार देण्याची जुनी हिंदुस्थानी पद्धत ठोकळमानाने स्वीकारली होती. जहागीर म्हणजे पगार आणि भत्ते यांच्या बदल्यात एखाद्या विशिष्ट प्रदेशातील महसूल वसूल करण्याचा दिलेला अधिकार होता. नेमणूक केलेला अधिकारी जणू काही तो प्रदेश स्वत:च्याच मालकीचा आहे. अशाप्रकारे त्याची व्यवस्था बघत असे. त्या प्रदेशातून तो महसुलाच्या रूपाने ठरलेली रक्कम वसूल करण्याचा प्रयत्न करीत असे. काही बाबतीत तो ठरलेल्या रकमेपेक्षाही बरीच जास्त रक्कम वसूल करू शकत असे. महसुलीची नेमणूक इतर काही उद्देशांकरिता करण्यात येत होती. या नेमणुकांना सर्वसाधारणपणे 'धर्मादाय' असे म्हणता येईल, अशाप्रकारच्या व्यवस्थेमध्ये देवालय किंवा मशिदीच्या रखवालदारांना किंवा एखाद्या कुटुंबाला किंवा एखाद्या व्यक्तीला उदरनिर्वाहाकरिता किंवा पूर्वीच्या सेवेचे बक्षीस म्हणून जमिनीचा एखादा पट्टा नेमून देण्यात येत होता. मोगलांच्या काही प्रांतात अशा धर्मादाय नेमणुकांची संख्या खूपच मोठी होती. शेवटचा प्रकार म्हणजे मोठ्या प्रदेशाचा कारभार, सरदारांच्या किंवा जमीनदार म्हणून ओळखल्या जाणाऱ्या स्थानिक महत्त्वाच्या व्यक्तींच्या हातात सोपविण्यात येत होता. जोपर्यंत हे लोक ठरलेला महसूल सरकारी खजिन्यात भरत होते, तोपर्यंत त्याच्या हातातील विशिष्ट प्रदेशावर ते खूपच सत्ता गाजवू शकत होते. जमीनदाराचा प्रत्यक्ष दर्जा जवळपास शेतकऱ्यासारखाच होता. पण जमीनदारांच्या ठेक्याची मुदत सर्व-साधारणपणे जास्त होती आणि राजाच्या हुकुमावरून त्याची नेमणूक ताबडतोब रद्द होऊ शकत असली तरी माझ्या माहितीप्रमाणे जमीनदाराचे स्थान हे सहसा आनुवंशिक होते. अशाप्रकारे हिंदुस्थानी शेतकरी पाच वेगळ्या प्रकारच्या अधिकाऱ्यांपैकी एकाला कर देण्यास बांधलेला होता. कर वसूल करणारे पाच अधिकारी म्हणजे महसुलाचा ठेकेदार पगारी अधिकारी, जमिनीचा तात्पुरता ताबा असलेले जहागीरदार, दीर्घकालीन आणि बहुदा कायमचा करवसुलीचा मक्ता असलेली खाजगी व्यक्ती किंवा संस्था आणि शेवटी जमीनदार हे होते. हे पाचही अधिकारी शेतकऱ्याचे एक प्रकारे मालक होते. त्यांची सत्ता इतकी मोठी होती आणि वरिष्ठांचा हस्तक्षेप होण्याची शक्यता इतकी कमी होती, की ज्या मालकाच्या हाताखाली शेतकरी येत असे, त्याच्या मर्जीवर शेतकऱ्याचे भवितव्य सर्वस्वी अवलंबून होते.

शासनातील प्रगतीमुळे ठेक्याची पद्धत जवळ जवळ कालबाह्य झाली आहे. त्यामुळे तिच्या स्वरूपासंबंधी थोडी माहिती देणे जरूर आहे. ही पद्धत केवळ हिंदुस्थानातच होती असे नाही, तर एकेकाळी ती जगात सर्वत्र होती असे म्हणता येईल. लंडन येथील जकातीच्या ठेकेदारांशी इंग्लिश कंपनीचे नियमित व्यवहार

होते, तर इंग्रज दलालांचे सुरत आणि मसुलीपट्टम येथील ठेकेदारांशी व्यवहार होते, याचे स्मरण येथे होईल. या पद्धतीचे अस्तित्व दोन गोष्टीत सूचित करते. एक म्हणजे तपशीलवार नियंत्रणातील अडथळे आणि दुसरी म्हणजे कारभारातील सुधारणेपेक्षा त्याच्या आर्थिक बाजूला दिलेले महत्त्व. शासनातील अगदी खालच्या श्रेणीपर्यंतच्या नोकरांवर नियंत्रण ठेवण्यात येणाऱ्या अडथळ्यांचे मुख्य कारण दळणवळणाची अपुरी साधने हे होते. प्रशासन कलेतील प्रगतीचे मुख्य श्रेय अधिकाऱ्यांवरील देखरेखींच्या पद्धतीत झालेल्या विकासाला दिले पाहिजे आणि हा विकास आधुनिक काळातील टपाल, तारायंत्रे आणि प्रवासाची साधने यांमुळे घडून आला. जोपर्यंत दूर अंतरावर असलेल्या दुय्यम अधिकाऱ्यांशी संपर्क साधता येत नव्हता, तोपर्यंत त्याच्या कामावर सख्त देखरेख ठेवणे अशक्य होते. आणि प्रत्यक्षात ही अशक्य गोष्ट शक्य करण्याच्या भरीला शासन पडले नाही. उलट ठरावीक महसुलाचा नियमित भरणा कसा होईल यावर शासनाने लक्ष केंद्रित केले होते. ही गोष्ट दूरदर्शीपणाची द्योतक आहे. याचवेळेस हेही सांगितले पाहिजे की, शासनात सुधारणा करण्याचा विचार हा मुळात आधुनिक काळातील आहे. सध्या हिंदुस्थानी कलेक्टरचा हुद्दा समर्पक आहे की नाही याबद्दल परदेशी निरीक्षक प्रश्न उपस्थित करू शकेल. पण तत्कालीन हिंदुस्थानात कलेक्टरचे पहिले कर्तव्य पुरेशा रकमेचा भरणा खजिन्यात करणे याबद्दल कुठलाच प्रश्न नव्हता आणि काही झाले तरी ठरावीक रक्कम भरण्यास कलेक्टरला बांधून घेणे आणि जोपर्यंत तो ही रक्कम भरतो आहे तोपर्यंत इतर बाबतीत त्याला बरेच स्वातंत्र्य देणे हाच काही विशिष्ट परिस्थितीत महसूल वसूल करण्याचा परिणामकारक मार्ग होता, हे आपल्याला सहज कळून येईल.

आधुनिक प्रशासकाला सर्वसाधारण बाबतीत ठेकेदाराची पद्धत लागू करणे हितावह ठरणार नाही. पण या पद्धतीचे प्रत्यक्ष परिणाम फार निराळे होऊ शकतात. पूर्वीपासून चालत आलेली आर्थिक पद्धती सुव्यवस्थित करताना हिंदुस्थानात आलेल्या पहिल्या इंग्रज अधिकाऱ्यांना खूपच प्रत्यक्ष अनुभव मिळाला. त्यांच्या अनुभवांचे निष्कर्ष एका वाक्यात सारांशरूपाने देता येतील. हे वाक्य आता अगदीच सामान्य वाटेल. ठेकेदाराची निवड काळजीपूर्वक केली, त्याने द्यावयाच्या रकमा माफक प्रमाणात ठरविल्या आणि त्याची मुदत त्याला काही रचनात्मक धोरण आखता येईल इतपत पुरेशी दीर्घ ठेवली, तर ठेकेदारीच्या पद्धतीतील दोष बरेचसे कमी होतील. पण याउलट केवळ आर्थिक कारणासाठी थोड्या मुदतीसाठी ठेका दिला तर लोकांवर फार मोठा जुलूम होण्याची शक्यता असते. कारण

अशावेळी ताबडतोब जास्तीत जास्त रक्कम वसूल करण्यापलीकडे ठेकेदार दुसरे काहीच पाहत नाही. महसुलाच्या ठेक्यांच्या वार्षिक लिलाव करण्याची प्रथा गोवळकोंड्याच्या राज्यात होती, हे आपण पुढे पाहणार आहोत. शासनाने आतापर्यंत आखलेली ही अत्यंत जुलमी पद्धत होती. देशातल्या इतर भागातील शेतकऱ्यांवरही अशाच प्रमाणात जुलूम होत असला पाहिजे, असे आपल्याला म्हणता येणार नाही. पण जेथे ठेकेदारीची पद्धत अस्तित्वात होती तेथे पिळवणुकीचा मोठा धोका होता हे लक्षात घेतले पाहिजे.

नेमून दिलेल्या जमिनीच्या पट्ट्यात जमीन कसणारा शेतकरी त्या नेमणुकीच्या स्वरूपावरून सुदैवी किंवा दुर्दैवी असण्याची शक्यता होती. जेव्हा नेमणूक दीर्घकालीन असे आणि नेमलेला ठेकेदार काही विधायक धोरण ठरवीत असे, तेव्हा शेतकऱ्यांची परिस्थिती तुलनेने बरी असायची. सोळाव्या शतकातील बनारसजवळची फरीत खानची जहागिरी किंवा आपल्या विचाराधीन काळाच्या अखेरीला शाहिस्तेखानाच्या अंमलाखालील बंगाल, ही अशा प्रकारच्या नेमणुकीची उदाहरणे होत. पण जेव्हा नेमणुकांत वारंवार बदल होत होता, तेव्हा तात्पुरता ताबेदार शेतकऱ्यांची जास्तीत जास्त पिळवणूक करण्याचा प्रयत्न करीत होता. जहांगीरच्या कारकिर्दीत अशी उदाहरणे खूप आढळतात. हॉकिन्सच्या शब्दात असा ठेकेदार 'गरिबांना खोड्यात घालून त्यांचे हाल करीत असे व त्यांच्याकडून असेल नसेल ते सारे लुबाडत असे. गरिबांना कुठल्या क्षणी त्याच्या तावडीतून सुटका होईल असे वाटत असे.[१] ज्या शेतकऱ्यांची जमीन ठेकेदारीत किंवा जहागिरीत समाविष्ट नव्हती तो एका तऱ्हेने सुदैवी होता. कारण मालकाला त्याची पिळवणूक करण्यास सरळ सरळ उत्तेजन मिळत नव्हते. पण प्रत्यक्षात कडक नियंत्रणाच्या अभावी पिळवणूक होतच होती. या विषयावरील आपली माहिती सदोष असली तरी, जुन्या परंपरागत जमीनदार कुटुंबाकडे जे शेतकरी जमीन कसत होते, त्यांची परिस्थिती सर्वात चांगली होती, असे दिसते. या शेतकऱ्यांचे जीवन अगदी सुखाचे होते असे म्हणता येणार नाही. पण पुढील विभागात दिलेल्या बर्नियरच्या वर्णनावरून असे आढळते की, अधिकाऱ्यांच्या किंवा

१. हॉकिन्सने केलेले ठेकेदारीच्या पद्धतीचे खोचक वर्णन 'पूर्चाज' खंड १. प्र. ३ पृ. २२१आणि 'अर्ली ट्रॅव्हल्स' पृ. ११४ वर आढळेल. फरीद खानच्या हाताखालील शेतकऱ्यांच्या सुस्थितीचे वर्णन इलियट खं. ४ पृ. ३१३ वर आणि शाहिस्तेखानाच्या बंगालमधील औदार्याचे वर्णन सरकार यांच्या स्टडीज (पृ. १५५व त्यानंतरची पाने) मध्ये भाषांतरित केलेल्या बखरीत आहे. ही वर्णने स्तुतिपर असल्याने त्यात बरीच वजावट करायला पाहिजे. पण सर्वत्र चाललेली पिळवणूक आणि या अनुकूल प्रदेशातील शेतकऱ्यांची सुस्थिती यातील विरोध सहज कळून येतो.

ठेकेदारांच्या हाताखाली शेतकऱ्यांच्या पिळवणुकीपेक्षा जमीनदाराकडील शेतकऱ्यांची पिळवणूक कमी होत होती.

शेतकऱ्यांचा संबंध मुख्यत्वेकरून जमीन महसूल वसूल करणाऱ्यांशी येत होता, तर उत्पादन व वाहतूक यावरील असंख्य कर वसूल करण्यासाठी उभारलेल्या यंत्रणेशी व्यापारी आणि कारागीर यांचा संबंध येत होता. जकात वसूल करण्यासाठी सामान्यपणे ठेकेदारीची पद्धत अंगीकारलेली दिसते. कारण सिंध, गुजरात तसेच पूर्व किनाऱ्यावर ही पद्धत अस्तित्वात होती, असे आढळते. याबाबतीत ठेकेदारांच्या हाती इतकी सत्ता होती की पिळवणूक होणे जवळ जवळ अटळ होते. उत्पादन व वाहतूक यांवरील करांसंबंधी एका वाक्यात काही सांगणे अशक्य आहे. या विषयाचा विचार पुढील प्रकरणात करण्यात येईल. इथे एवढेच सांगितले म्हणजे पुरेसे होईल की, असे कर जवळ जवळ सार्वत्रिक होते आणि त्यांची आकारणी स्थानिक अधिकाऱ्यांच्या हाती सोपविण्यात आली होती आणि व्यापारी व कारागीर यांची भरभराट या अधिकाऱ्यांच्या मर्जीवर अवलंबून होती.

उत्पादनावर शासनाचा इतका व्यापक प्रभाव होता की तसा प्रभाव सध्याच्या ब्रिटिश हिंदुस्थानात आढळणे शक्य नाही, हे वरील वर्णनावरून दिसून येईल. या विषयाची अधिक तपशीलवार चर्चा पुढील विभागांमध्ये केली आहे. दक्षिणेतील प्रदेशात सर्वत्र प्रचलित असलेल्या ठेकेदारीच्या प्रत्यक्ष कार्यपद्धतीच्या वर्णनापासून आपल्याला सुरुवात करता येईल.

३. दक्षिणेतील ठेकेदारीची पद्धत

गोवळकोंड्यातील आपल्या कालावधीत असलेल्या शासनपद्धतीचे सर्वात परिपूर्ण वर्णन 'कोरोमांडेल किनाऱ्यावरील राजा कोटेबिपा याच्या कारकिर्दीचे वर्णन' या लिखाणात आढळते. पीटर व्हॅन डेन ब्राईकच्या प्रवास वर्णनाच्या नंतरच्या आवृत्यांमध्ये हे वर्णन सामाविष्ट केलेले आहे.[१] मजकुराच्या मांडणीवरून

---

१. हे वर्णन प्रवासवृत्ताच्या १६३४ मध्ये प्रसिद्ध झालेल्या आवृत्तीत नाही. ही आवृत्ती लेखक हॉलंडला परतल्यावर लगेच प्रसिद्ध झाली होती. बिगिन एन्डे वूर्टगांगच्या खंड २ पुनरावृत्तीत पान ७७ वर हे वर्णन प्रथम आले. १६४८ च्या स्वतंत्र पुनर्मुद्रणातही हे दिलेले आहे. याचे हस्तलिखित शिल्लक राहिलेले दिसत नाही. 'कोटेबिपा' हा कुतूबशहाचा अपभ्रंश आहे, हे उघड दिसते. कुतूबशाहीपेक्षाही कुतूब-इल्-मुल्क हे अधिक बरोबर आहे. ती गोवळकोंड्याच्या राजघराण्याची पदवी होती.

असे दिसते की, हे वर्णन वेगळ्या लेखकाने लिहिलेले आहे. अंतर्गत पुराव्यांवरूनही ही गोष्ट सिद्ध होते. कारण हा लेखक किनाऱ्यावरील प्रदेशात सहा वर्षे राहिला होता, तर व्हॅन डेन ब्राईक हा तेथे फक्त काही आठवडेच होता. बहुधा कोरोमांडेलच्या अधिक तपशीलवार वर्णनाने व्हॅन डेन ब्राईकच्या हकिकतीला पूर्णता येईल असे वाटल्याने संपादकाने या वर्णनाचा अंतर्भाव केला असावा. लेखकाचे नाव दिलेले नाही. पण चौल येथे अहमदनगर आणि पोर्तुगीज यांच्यातील 'गेली दोन वर्षं चाललेल्या' युद्धाचा उल्लेख आहे. त्यावरून लिखाणाचा काळ ठरविता येतो. त्या प्रदेशात असे एकच युद्ध झाले. ते १६१२ आणि १६१४ च्या दरम्यान झाले. हे वर्णन एका डच दलालाने लिहिले होते, असे मानण्यास जागा आहे. हा दलाल १६०८ ते १६१४ या सुमारास पेटापोली (निझामपट्टम) येथे होता. त्याच्या कामासाठी त्याला खेड्यापासून प्रवास करावा लागत होता, असे त्याच्या हकिकतीवरून दिसते. म्हणून शासनाचा दैनंदिन कारभार ज्याने जवळून पाहिला होता अशा माणसाचा अनुभव त्याच्या हकिकतीत आपल्याला आढळतो.

या डच दलालाने केलेल्या गोवळकोंड्याच्या वर्णनाप्रमाणे त्यावेळी गोवळकोंड्याच्या दरबारातील सत्ता प्रामुख्याने पर्शियनांच्या हाती होती. हे लोक अत्यंत स्वाभिमानी होते. ते सहसा स्थानिक स्वरूपाच्या पदांवर काम करीत नसत. ठेकेदारांचे प्रमुख म्हणून किंवा दुय्यम अधिकाऱ्यांवर देखरेख करणारे म्हणून ते काम करीत होते. गोवळकोंड्याचे राज्य निरनिराळ्या जिल्ह्यांत विभागले होते. प्रत्येक जिल्हावार एकेक गव्हर्नर[१] नेमलेला असून महसूल गोळा करणे हे त्याचे मुख्य काम होते. जास्तीत जास्त रक्कम देणाऱ्याला गव्हर्नरचे पद ठेक्याने वर्षाच्या करारावर देण्यात येत होते. बहुतेक स्थानिक गव्हर्नर ब्राह्मण किंवा बलीय होते. हे लोक हिंदुस्थानातले 'सर्वात लबाड आणि हलकट लोक' होते. दरबारातील त्यांच्या वरिष्ठांना ते सुंदर सुंदर भेटी देत असत. त्यामुळे गरिबांच्या तक्रारी राजापर्यंत पोचणे कधी शक्यच नव्हते. शेतकऱ्यांकडून गोळा केलेली महसुलाची रक्कम या वर्णनाच्या

१. गव्हर्नर हाच शब्द मी कायम ठेवतो, कारण समकालीन लेखकांनी तोच नेहमी वापरलेला आहे. पण त्याचा अर्थ जवळ जवळ जिल्हाधिकारी असा होता. मोगल प्रांताच्या प्रमुखाचे वर्णन सहसा व्हाईसरॉय म्हणून किंवा शाहीसुभा या हिंदुस्थानी पद्धतीने करण्यात येते. ज्या मुख्य स्थानिक अधिकाऱ्याशी पोर्तुगीजांचा संबंध आला त्याचे वर्णन त्यांनी गव्हर्नर डॉ असे केलेले आढळते. पोर्तुगीज दुभाष्यांकडूनच हा शब्द डच आणि इंग्रज यांनी उचलला होता यात शंका नाही. मोगल साम्राज्यात गव्हर्नरला अमील म्हणण्यात येत असे. अमील हा प्रांताच्या व्हाईसरॉयचा दुय्यम अधिकारी होता.

लेखकाला आश्चर्य वाटण्याइतकी मोठी होती. तो नेहमी म्हणतो, 'जेव्हा मी राज्यातून प्रवास करीत होतो तेव्हा इतक्या मोठ्या रकमा कुठून मिळविता आल्या याचे मला आश्चर्य वाटे. कारण लोक अगदी गरीब आहेत आणि अत्यंत हालात जगत आहेत' इतर ठिकाणी तो गव्हर्नरांच्या कठोरपणाबद्दल, कराराप्रमाणे रकमेचा भरणा करण्यात त्यांना येणाऱ्या अडचणींबद्दल आणि त्यातून निर्माण होणाऱ्या देशातील दारिद्र्याबद्दल लिहितो. तत्कालीन आर्थिक व्यवस्थेचे उदाहरण म्हणून पेटापोली हा जिल्हा आपल्याला घेता येईल. या ठिकाणचा महसुलाचा ठेका ५५ हजार पगोडा करिता होता, पण तो प्रत्यक्ष गव्हर्नरला एक हजार पगोडा जास्त घेऊन पोटभाड्याने दिला होता. यापैकी ८ हजार पगोडा दुय्यम अधिकाऱ्यांच्या पगाराकरिता खर्च करण्याची परवानगी गव्हर्नरला देण्यात आली होती. पण याच खर्चासाठी गव्हर्नरने जमिनीवर वेगळा कर लावला होता. त्याचे ५ हजार पगोडा उत्पन्न होत होते. पगाराचा हिशोब रोख करण्यात येत असला तरी प्रत्यक्षात बहुतांश पगार धान्याच्या आणि हलक्या मिठाच्या स्वरूपात देण्यात येत होता. पगार देताना या मालाची किंमत प्रत्यक्ष किंमतीपेक्षा १/३ जास्त लावली जात होती आणि अशाप्रकारे फायदा मिळविण्यात येत होता. महसुलाची आकारणी कशी केली जात होती या संबंधी ही हकिकत काही सांगत नाही. इतर वर्णनातही या मुद्द्यावर मौन पाळलेले आहे. म्हणून महसुलाच्या आकारणीचे प्रमाण काय होते याचे अनुमान गव्हर्नरांच्या गरजेवरून आपल्याला करावे लागते. गव्हर्नरांनी ठरलेल्या रकमेचा भरणा केला पाहिजे यासंबंधी शिस्त अतिशय कडक होती. ठरलेली वार्षिक रक्कम एका वर्षाच्या आत तीन हप्त्यांत द्यावी लागत होती. यात चूक झाली तर फटक्यांची शिक्षा देण्यात येत असे. काही बाबतीत हप्ते चुकविणाऱ्या गव्हर्नरांना मिळालेल्या शिक्षेमुळे कायमची दुखापत झाली होती, याची वैयक्तिक माहिती असल्याचे हा लेखक सांगतो. दरबारातील पर्शियन अधिकाऱ्यांकडून कर्ज काढून रक्कम भरली तर फटक्यांची शिक्षा टाळता येत असे. हे पर्शियन अधिकारी जबर व्याजाने पैसे देण्याचा धंदा करीत असत. एखादा गव्हर्नर अडचणीत आहे असे कळले तर दरमहा ५% व्याज आकारण्याची त्यांना 'लाज वाटत नव्हती' अशाप्रकारे ते 'त्यांचे शेवटच्या थेंबापर्यंत शोषण करीत असत'.

अँटनी स्कोरर या दुसऱ्या एका डच व्यापाऱ्याने १६१५ मध्ये मच्छलीपट्टमहून मायदेशी पाठविलेल्या संक्षिप्त अहवालाने वरील वर्णनाला बहुतांशी पुष्टी मिळते. हा अहवाल सर्व महत्त्वाच्या बाबतीत त्यानंतर थोड्याच काळाने लिहिलेल्या विल्यम

मेथवोल्डच्या हकिकतीशी मिळताजुळता आहे. पूर्व किनाऱ्यावर पुष्कळ वर्षे नोकरी करून इंग्लंडला परत आल्यानंतर मेथवोल्डने आपली हकिकत लिहिली आहे. मेथवोल्डच्या मते गोवळकोंड्याच्या राजाचे प्रजानन हे भरमसाठ भाडे देणारे त्याचे भाडेकरी होते... राजापासून सर्व कारभार ठेकेदारीने दिला आहे. काही प्रमुख माणसांनी राजापासून सर्व शासन ठेक्याने घेतले आहे. ते अधिक भाडे घेऊन खालच्या अधिकाऱ्यांना मक्त्याने दिले आहे. या खालच्या अधिकाऱ्यांनी त्यांच्यापेक्षा अधिक कनिष्ठ अशा खेड्यापाड्यातील लोकांना इतके जास्त जबर भाडे घेऊन ठेका दिला आहे की, त्या दरिद्री आणि दुर्दैवी लोकांना काय हालअपेष्टा सहन कराव्या लागतात, याची कल्पना करणेही दुःखद आहे. कारण जर त्यांच्या मिळकतीतून ते भाडे देऊ शकले नाहीत तर ते त्यांच्या शरीरातून वसूल करण्यात येते. कधी कधी त्यांना मरेस्तोवर मारण्यात येते. ते स्वतः जिवंत राहिले नाहीत तर त्यांची बायका-मुले, वडील, भाऊ आणि इतर सर्व नातेवाइकांनी भाडे द्यावे, नाही तर यातना सहन कराव्या. कधी कधी असेही घडते की जर प्रमुख वरिष्ठ अधिकाऱ्याने राजाला रक्कम दिली नाही तर त्यालाही राजाकडून अशीच शिक्षा मिळते. बासबेल रॉ (इंग्रज मच्छलीपट्टमला व्यापार करीत असताना तेथे असलेला गव्हर्नर) याने पूर्ण रक्कम दिली नाही म्हणून त्याला काठ्यांनी पाठीवर, पायावर आणि पोटावर इतके जबरदस्त मारण्यात आले की, अखेर त्या माराने तो मरण पावला. पण असे असले तरी शासन या अधिकाऱ्यांकडे कायमचे ठेक्याने होते, असे नाही. दरवर्षी जुलैमध्ये ठेक्यांचा लिलाव होत असे आणि जो राजाला जास्तीत जास्त रक्कम देण्याचे कबूल करील त्याला ठेका देण्यात येई. याचा परिणाम असा होई की, प्रत्येक गव्हर्नर आपल्या ठेकेदारीच्या काळात गरीब रहिवाशांवर अत्याचार करून, त्यांचे शक्य तितके शोषण करून जास्तीत जास्त रक्कम वसूल करीत असे. कारण त्याच्या अधिकाऱ्याच्या मुदतीत, त्याच्या प्रदेशात तो एका छोट्या राजाप्रमाणे राज्य करीत असे.

मागील विभागात मी सांगितल्याप्रमाणे ही शासनाची पद्धत आतापर्यंतच्या शासनपद्धतींमध्ये सर्वात जुलमी होती. वार्षिक मुदत, अधिकारपदांचा लिलाव, महसुलाचे हप्ते भरण्यास चुकलेल्यांना देण्यात येणाऱ्या अमानुष शिक्षा, राजधानीत चालणारे शोषण व जबर व्याजाने दिलेली कर्जे या सर्व गोष्टींमुळे हा शासनाचा प्रकार जनतेला आणि उत्पादकांना अक्षरशः नागविणारा होता. कुठलाही श्रीमंत माणूस

आपली श्रीमंती बाहेर दिसू देत नव्हता आणि चांगल्या रीतीने राहू शकत नव्हता, कारण तसे केले तर गव्हर्नरने त्याला लुबाडून त्याचा सत्यानाश केला असता, असे डच दलालाने वर्णन केले आहे. त्याबद्दल आश्चर्य वाटण्याचे कारण नाही. डचांनी केलेल्या वर्णनातील अचूकपणाची खात्री इतर अनेक निरीक्षकांच्या प्रासंगिक लिखाणावरून पटते. दरबारातील परिस्थितीसंबंधी आपण एका ठिकाणी असे वाचतो की, राज्याचा 'चॅन्सेलर' आणि इतर बडे लोक इंग्रजांकडून लाच मिळावी या उद्देशाने त्यांच्या एका अर्जाविरुद्ध कारवाई करीत होते. 'लाच देऊन या भागात कुठलेही काम होईल. या देशाची अवस्था इतकी वाईट आहे की, येथे न्याय व सत्य यांचा मागमूसही नाही. श्रीमंतांच्या क्रौर्याविरुद्ध गरिबांना न्याय मिळत नाही आणि ते आत्यंतिक हालात दिवस कंठतात'. यानंतर थोड्याच काळाने घडलेली हकिकत अशी की, दरबारातील अधिकाऱ्यांनी राजाला अंधारात ठेवले होते आणि त्याचा असा समज झाला होता की, ज्या मागणीसाठी निकराने प्रयत्न चालू होता ती मागणी पूर्ण करण्यात आली आहे. डच कागदपत्रांमध्ये एका स्थानिक अधिकाऱ्याविरुद्ध राजाकडे तक्रार प्रत्यक्ष पोचली असतानाही तो देणग्या देऊन आणि वशिला लावून कसा हातोहात सुटला, याचीही माहिती आढळते. हा अधिकारी पुन्हा आपल्या पदावर रुजू झाल्यावर त्याने तक्रार करणाऱ्यांचा सूड उगविला. स्थानिक अधिकाऱ्यांचा कारभार अतिशय कडक असल्याची अनेक वर्णनांवरून खात्री पटते. जमिनीची मशागत केल्याबद्दल एका खेड्यातील प्रमुखाचे पेटापोलीच्या गव्हर्नरने स्वतःच्या हाताने दोन तुकडे केले होते. हा प्रकार १६३२ साली घडला. अशा प्रकारच्या आणि इतर अत्याचारांमुळे देश बंडाला उद्युक्त झाला होता. यानंतर थोड्याच काळाने मच्छलीपट्टम येथे मालाचा तुटवडा पडला. त्याचे कारण गव्हर्नरचा लोकांवरील असह्य जुलूम हेच होते. देशातील जास्तीचे सर्व उत्पन्न कसोशीने वसूल करण्याशिवाय गोवळकोंड्यातील गर्व्हनर दुसरा विचारच करू शकत नव्हता, अशी याबाबतीत वस्तुस्थिती दिसते. म्हणून महसुलाची कुठलीही बाब तो जास्तीत जास्त रक्कम देणाऱ्याला ठेक्याने देत असे. सोने आणि चांदीच्या व्यवहारात एकदम मक्तेदारी प्रस्थापित झाली याचेही कारण गव्हर्नरची वरील कार्यपद्धतीच होती, असे मच्छलीपट्टम येथील इंग्रज दलालांनी सांगितले आहे. ते म्हणतात, 'हे जबरदस्त भाडे देणाऱ्या ठेकेदाराचे राज्य आहे. नवीन महसूल वसूल करण्याचा नवा मार्ग जो सांगेल त्याचेच फक्त प्रमुख ठेकेदार किंवा कंत्राटदार स्वागत करतो'. मागील एका विभागात उल्लेखिलेल्या प्रसंगाचे

स्पष्टीकरण यावरून मिळते. त्याप्रसंगी डचांवर ठेकेदारीचे बंधन लादण्यात आले होते आणि ही ठेकेदारी ज्या सिंडिकेटकडे होती तिच्या परवानगीशिवाय डचांच्या जागेत कोणीही जाऊ शकत नव्हता. डच हे नफा मिळवत होते आणि गोवळकोंड्यात कुठलाही नफा अधिकाऱ्यांच्या खिशात जाण्यासाठीच मिळत होता. वेगवेगळी शहरे आणि खेडी, कंपनीच्या किंवा कधी कधी स्वत:च्या खासगी फायद्यासाठी डच आणि इंग्रज यांनी ठेक्याने घेतली होती, हे उल्लेखनीय आहे. यावरून ठेकेदारी पद्धतीने संबंध देश पोखरला होता, या मेथवोल्डच्या विधानाची सत्यता पटते. गव्हर्नरने जबर भाडे देण्याचे कबूल करून महसूल भरण्याचा ठेका घेतला होता. आणि ती जबाबदारी त्याच्या अधिकार क्षेत्रातील असंख्य बारीकसारीक ठेकेदारांवर त्याने सोपविली होती. ही पद्धत किती जुलमी होती याचे प्रत्यंतर अखेरीला खुद्द मच्छलीपट्टमचा ठेका घेण्यासंबंधी झालेल्या पत्रव्यवहारांवरूनही दिसते. या बंदरात सतत येणाऱ्या अडचणींमुळे हॉलंडचे अधिकारी इतके वैतागले होते की, १६२६ साली येथील कारभाराचा ठेका घेण्याचा त्यांना मोह झाला. पण बटाव्हियाच्या गर्व्हनर जनरलने ही सूचना फेटाळून लावली. कारण गोवळकोंड्याच्या शासनाला द्यावयाची रक्कम वसूल करण्यासाठी डच व्यापाऱ्यांनी तेथील रयतेवर जुलूम करावा, ही कल्पना त्याला पसंत नव्हती. पौर्वात्य देशांतील डचांच्या शासकीय कार्यक्षमतेचा परिचय असणाऱ्या अभ्यासकांना हा निर्णय महत्त्वाचा वाटेल.

मी वर दिलेले प्रसंग आपल्या विचाराधीन काळात निरनिराळ्या वेळी घडलेले आहेत आणि या काळाच्या आरंभी गोवळकोंड्याच्या राज्यात प्रचलित असलेल्या शासनपद्धतीत शेवटपर्यंत काही बदल झालेला नव्हता, असे वरील प्रसंगावरून दिसते. शेजारच्या विजापूरच्या राज्यातील कारभारासंबंधी व्यापार-विषयक कागदपत्रांतून फारच थोडी माहिती मिळते. पण जेवढी माहिती मिळते त्यावरून तेथेही गोवळकोंड्यातल्या सारखेच शासन अस्तित्वात होते असे दिसते. त्यांच्या नजीकच्या वरिष्ठ अधिकाऱ्याने सक्ती केल्याखेरीज स्थानिक गव्हर्नर राजाच्या हुकमाचे पालन करीत नसत. एक मोठा गव्हर्नर तीन वर्षांत एक लाख पगोडा देण्याचा करार करून वेंगुर्ला येथे कसा आला आणि थोडे दिवस लोकांची विलक्षण पिळवणूक केल्यानंतर, त्यापेक्षा २५% जास्त रक्कम देण्यास तयार असलेल्या गव्हर्नरच्या बदल्यात त्याची कशी उचलबांगडी करण्यात आली याची हकिकत डचांच्या एका अहवालात दिलेली आहे. अशा प्रसंगावरून दक्षिणेच्या पश्चिम भागातील लोक पूर्व

भागातील लोकांपेक्षा अधिक चांगल्या परिस्थितीत होते, असे अनुमान काढता येत नाही. विजापूरच्या हिंदू प्रजेची बुद्धीपुरस्सर मुस्कटदाबी करण्याचे महमद आदिलशहाचे धोरण होते. या विधानाला प्रा. जदुनाथ सरकार यांचा आधार मिळतो.

डच कागदपत्रांतील अनेक उल्लेखांवरून दक्षिणेतील हिंदू प्रदेशांमध्ये पुलिकत पासून ते किमान मेगापट्टमपर्यंत महसुलाची वसुली ठेकेदारीने देण्याची पद्धत सर्रास चालू होती असे आढळते. निदान काही वेळा तरी या ठेकेदारांची मुदत कमी होती. कारण तंजोरचा नायक दरमहा नवीन गव्हर्नर नेमत होता, (ही नि:संशय अतिशयोक्ती आहे.) असे आपण वाचतो. ही गव्हर्नरची जागा तंजोरमध्ये तसेच पुलिकत येथेही लिलावात जास्तीत जास्त रक्कम बोलणाऱ्याला मिळत होती. वेळोवेळी या प्रदेशात जुलूम आणि पिळवणूक होत असल्याचे आपण ऐकतो. अधिकाऱ्यांचा जुलमामुळे कायल येथील व्यापार नष्ट झाला होता. पुलिकतच्या भोवतालचे जिल्हे नीच आणि धूर्त अधिकाऱ्यांच्या ताब्यात असल्याने तेथील लोकांना पिळवणुकीपासून अजिबात संरक्षण नव्हते असे वर्णन आढळते. याच प्रदेशातील पुष्कळ कारागीर गव्हरर्नरने पैशासाठी केलेल्या अतिरिक्त मागण्यामुळे परागंदा झाले होते. कराचा विलक्षण बोजा आणि पिळवणूक यामुळे तंजोरमधील शेकडो विणकर चांगली वागणूक मिळेल या आशेने इतर ठिकाणी पळून गेले होते. अशा प्रकारच्या माहितीचा विचार करता हिंदू व मुस्लिम यांच्या शासन पद्धतींमध्ये फरक करणे कठीण आहे. पण केंद्रीय सत्ता म्हणजे मुख्य राज्यकर्ता जर कमकुवत असेल तर लोकांचे हाल आणखी वाढत होते. अशा परिस्थितीत अनेक शहरांमध्ये एकाच वेळी दोन किंवा अधिक गव्हर्नर्स, राजधानीतील परस्पर विरोधी सत्ताधारी पक्षांनी नेमले होते असे आपण वाचतो. डचांनी ठेकेदारीने वेळोवेळी घातलेली खेडी नायकाच्या सैन्याने हल्ला करून लुटली होती. कारण नायक त्या खेड्यांवर स्वत:चा काही हक्क सांगत होता असेही आपल्या वाचण्यात येते. अशा प्रकारच्या घटनांवर कोणाचाही इलाज चालत नव्हता. एका प्रसंगी एक खेडे जाळून टाकण्यात आले. पिके कापून घेण्यात आली आणि रहिवाशांना हाकलून लावण्यात आले. तेव्हा डचांनी चंद्रगिरीच्या राजाकडे तक्रार केली, पण याचा परिणाम काय झाला? तर राजाने त्यांना एक गुळमुळीत पत्र पाठविले. त्यात त्याने लिहिले की, त्यांच्या राज्यातील व्यापाऱ्यांचे नुकसान तो अशाप्रकारे होऊ देणार नाही आणि पुन्हा अशा

प्रकारची लुटालूट करू नये असे त्याने नायकाला सांगितले आहे. व्यक्ती तितक्या प्रकृती असतात यात मला शंका नाही. काही नायक आणि काही गव्हर्नर हे इतरांपेक्षा कदाचित जास्त वाईट होते. पण या संबंध प्रदेशात सर्वत्र अशा प्रकारची शासनपद्धती प्रचलित होती की, जुलूम आणि पिळवणूक ही जवळ जवळ अटळ गोष्ट होऊन बसली होती. राजदरबारातील लोक सांगत की पैसा उभारला पाहिजे. स्थानिक अधिकाऱ्यांना तो कोठून तरी मिळवावा लागत होता आणि व्यापारी व उत्पादकांना तो देणे भाग पडत होते. अशाप्रकारची पद्धत एकदा प्रस्थापित झाली की ती आपोआप कठोर बनत जाते. कारण पैसे देणारा कुठलाही उपाय नाकारला जात नाही आणि वेळोवेळी अशा नव्या युक्त्या शोधून काढण्यात येतात. याचा अपरिहार्य परिणाम लोकांचे जीवन खालावण्यात होतो आणि जेमतेम उदरनिर्वाहापुरते मिळवून ते कसेबसे जगतात. देशात क्रांती करून परिस्थिती बदलणे हा एक पर्याय शक्य असतो. अन्यथा एखादा प्रबल आणि परोपकारी हुकूमशहा निपजल्याखेरीज शासनपद्धतीत शांततापूर्ण सुधारणा होण्याची आशा नसते.

देशात एकंदर उत्पादनावर शासन किती प्रमाणात हक्क सांगत होते यासंबंधी आपले आधारग्रंथ काहीच निर्देश करीत नाहीत हे तर सांगितलेच आहे. त्यांचे मौन महत्त्वपूर्ण आहे. गव्हर्नरला त्याच्या जिल्ह्यासाठी जबर भाडे द्यावे लागत होते. तेव्हा त्याला जिल्ह्यातील निरनिराळ्या खेड्यांतून तसेच जबर भाडे वसूल करणे क्रमप्राप्त होते. त्याचप्रमाणे या व्यवहारातून फायदा मिळवावा अशी गव्हर्नर आणि ठेकेदार या दोघांचीही इच्छा होती आणि कबूल केलेल्या रकमा भरल्या नाहीत तर स्वतःचा जीव गमावण्याचा धोका त्यांनी पत्करला होता. अशा प्रकारच्या परिस्थितीत महसुलाचे कुठलेही प्रस्थापित प्रमाण प्रत्यक्ष व्यवहारात शिल्लक राहणे शक्य होते असे वाटत नाही. ठेकेदाराची गरज आणि लोभ हे या प्रक्रियेतील महत्त्वाचे घटक होते आणि जमिनीची मशागत बंद होणे किंवा शेतकऱ्यांनी बंडाला उद्युक्त होणे किंवा परागंदा होणे ही एकच मर्यादा महसूल वसुलीच्या मोहिमेला पडत होती. ठेक्यांच्या अल्प मुदतीमुळे कुठलेही रचनात्मक धोरण अशक्य होते आणि म्हणून एकंदर दक्षिण हिंदुस्थानचा विचार करता १७ व्या शतकाच्या पूर्वार्धात प्रचलित असलेल्या शासनपद्धतीमुळे बहुतांश लोक उपासमार किंवा बंडखोरी यांच्या सीमारेषेवर जगत होते असा निष्कर्ष काढणे योग्य होईल असे मला वाटते.

४. मोगल साम्राज्यातील प्रशासकीय बदल

उत्तर हिंदुस्थानकडे आपण वळलो तर सतराव्या शतकाच्या आरंभी, मोगल शासनाच्या प्रत्यक्ष कार्यपद्धतीत एक प्रकारची अनिश्चितता आपल्याला आढळते. आपल्या साम्राज्याच्या बऱ्याच मोठ्या भागात अकबराने एक महसुलाची पद्धत रूढ केलेली होती. आजच्या मानाने ती नि:संशय कडक असली तरी तत्त्वत: बहुतांशी न्याय्य होती. पण या पद्धतीला सूक्ष्म देखरेखीची फार आवश्यकता होती. पण या पद्धतीच्या निर्मात्याच्या म्हणजे अकबराच्या आयुष्यातच तिची तत्त्वे प्रत्यक्षात आणणे अशक्य झाले होते, असे दर्शविणारे दाखले उपलब्ध आहेत. पण याचवेळी एक प्रशासक म्हणून अकबराची कार्यक्षमता आपण कमी लेखता कामा नये. त्याच्या थोर योग्यतेच्या प्रस्थापित मूल्यमापनाच्या स्वतंत्र पुराव्याने पुष्टी मिळते. त्याचे नियम केवळ कागदोपत्री शिल्लक राहिले होते, या मताचा स्वीकार करता येणे शक्य नाही. ते नियम संपूर्णपणे नाही तरी बऱ्याच मोठ्या प्रमाणात प्रत्यक्षात आले होते, असा निष्कर्ष काढणे अधिक सयुक्तिक होईल. पूर्वीपासून चालत आलेले सत्तेचे पुष्कळ दुरुपयोग बंद झाले होते तरी काही अपवाद शिल्लक राहिले होतेच. जुनी पिळवणूक थांबली तरी बेजबाबदार दुय्यम अधिकाऱ्यांनी जुलमाच्या नव्या पद्धती शोधल्या असण्याची शक्यता होती. अकबराने प्रस्थापित केलेल्या शासनपद्धतीचा अधिकृत इतिहास 'ऐने-अकबरीत' आढळतो. हा ग्रंथ, प्रत्यक्षात असलेल्या परिस्थितीचा अचूक मार्गदर्शक आहे असे मानता कामा नये. तसेच केवळ तात्त्विक सिद्धांत प्रतिपादन करणारा तो ग्रंथ आहे असेही समजणे चुकीचे होईल. कुठल्या दर्जाचे शासन प्रस्थापित करण्याचा अकबराचा प्रयत्न होता याचे अधिकृत दिग्दर्शन करणारा तो ग्रंथ आहे. अकबराने घालून दिलेल्या नियमाबर-हुकूमच सर्वत्र नेमका महसूल आकारला जात होता आणि गोळा करण्यात येत होता, असे समजणे योग्य होणार नाही. पण या नियमांची त्यानंतरच्या राज्यकर्त्यांनी घालून दिलेल्या नियमांशी आपल्याला तुलना अवश्य करता येईल. अशा तुलनेवरून शासनाच्या दर्जातील फरक उघड होईल, तर शासनाचा दर्जा आणि प्रत्यक्ष व्यवहारात होणारी अंमलबजावणी यातील फरक किती मोठा होता याचा अंदाज इतिहासातील निरनिराळ्या काळात प्रासंगिक निरीक्षणांवरून आपल्याला घेता येईल. जहांगीर किंवा शहाजहान यांच्या कारकिर्दीतील उत्तरार्धापेक्षा किंवा औरंगजेबाच्या जवळ जवळ सर्व कारकिर्दीपेक्षा प्रशासक म्हणून अकबराची

कारकीर्द श्रेष्ठ होती, हे निर्विवाद आहे.[१] आणि म्हणून शासनाचा हाच दर्जा १६०० पेक्षा १६६० मध्ये अधिक त्रासदायक ठरला असता असे अनुमान काढले तर योग्य होईल आणि मधल्या काळामध्ये जुन्या शासनापेक्षा अधिक अवजड असे नवे शासन अस्तित्वात आले होते असे जेव्हा आपल्याला आढळते तेव्हा बहुजन समाजासाठी आपल्या विचाराधीन असलेल्या काळात हा वाढत्या दारिद्र्याचा आणि हालअपेष्टांचा काळ होता हा निष्कर्ष अपरिहार्य ठरतो.

अकबराची शासनपद्धती त्याच्या संपूर्ण साम्राज्यात सर्वत्र एकसारखी नव्हती.[२] अकबराच्या शासनाचा आराखडा पुढीलप्रमाणे होता. साम्राज्याची विभागणी प्रांतांमध्ये (सुभा), प्रांतांची जिल्ह्यांमध्ये (सरकार) आणि जिल्ह्यांची उपविभागांमध्ये (महाल) केलेली होती. शेवटचा उपविभाग किंवा महाल हा साधारणपणे, पण सर्वत्र नव्हे परगणा म्हणून ओळखल्या जाणाऱ्या पूर्व प्रस्थापित स्थानिक प्रदेशाइतका होता. कर आकारणीच्या पद्धती प्राथमिक परिस्थितीला अनुरूप अशा होत्या. एकाच प्रांतात किंबहुना एकाच जिल्ह्यात निरनिराळ्या पद्धती

---

१. प्रशासक म्हणून जहाँगीरचा दर्जा काय होता हे तुझुकमधील त्याच्या स्वत:च्या विधानांवरून आणि रो व इतर समकालीन लेखकांच्या माहितीवरून कळण्यासारखे आहे. या बादशहाने कारभाराचे कटकटीचे काम सोडून चैनीचे आयुष्य स्वीकारले आणि न्यायाची जागा जुलूमजबरदस्तीने घेतली. त्यावेळेपर्यंत आग्र्याचा जो व्यापारी ऱ्हास झाला त्याचा मागोवा पेल्सार्टने घेतला आहे. (पृ.२) शहाजहानची कार्यक्षमता वयोमानानुसार कमी झाली होती, हे मत साधार आहे असे मला वाटते. अर्थात यासंबंधीचा पुरावा आपण देत बसलो तर आपले लिखाण कुठल्या कुठे भरकटत जाईल. 'प्रत्यक्ष माणूस राजाला मान देतो पण कोणीही त्याची आज्ञा पाळत नाही' असे आपल्याला १६३६ मध्ये सांगण्यात आले आहे. दररोज उच्च अधिकाऱ्यांची नियुक्ती करण्यात येत होती. आणि त्यांना कामावरून दूर करण्यात येत होते, असे १६४५ मध्ये आपण वाचले 'वातकुक्कुट जरा वारा आला की फिरतो तसे बादशहाचे मन' चंचल झाले आहे. असे त्यानंतर एक वर्षाने आपल्या वाचनात येते. (इंग्लिश फॅक्टरीज खं.५ पृ. २०४,खं. ७ पृ. ३०२ खं. ८ पृ. ५१) मनूचीने केलेल्या बादशहाच्या अनुकूल वर्णनावर (खं. १ पृ. १८८) काळाचा परिणाम झाला आहे हे उघड आहे. त्याचे औरंगजेबाच्या कारवायांचे मार्मिक वर्णन (खं. २ पृ.३८२) या गोष्टीचा उत्कृष्ट पुरावा आहे.

२. काश्मीरमधील प्रचलित नसलेल्या पद्धतीचा उल्लेख मजकुरात गाळलेला आहे. हाच प्रदेश आता अफगाणिस्थान म्हणून ओळखला जातो. या पद्धती इतक्या गुंतागुंतीच्या होत्या आणि इतक्या थोड्या लोकसंख्येशी निगडित होत्या की त्यांची चर्चा येथे केली नाही तरी चालण्यासारखे आहे.

अस्तित्वात होत्या. दूरच्या प्रांतामधील उदा. बंगाल[३] वऱ्हाड, खानदेश आणि सिंध येथे जेव्हा हे प्रांत जिंकले तेव्हा प्रचलित असलेल्या पद्धतीच कायम ठेवण्यात आल्या. सिंधमध्ये पिकांची प्रत्यक्ष विभागणी पारंपरिक पद्धतीनेच करण्यात येत होती. तर इतर तीन प्रांतात अधिक सोपे आणि अधिक जलद असे पर्याय योजिले होते. पण त्यांचा निश्चित स्वरूपाचा उल्लेख कुठेही आढळत नाही. मुलतान ते बिहार या उत्तरेकडील पठारात तसेच राजपुताना, माळवा आणि गुजरातच्या मोठ्या भागात अकबर आणि तोडरमल यांच्या नावाने ओळखल्या जाणाऱ्या विशिष्ट पद्धतीनुसार महसूल आकारला जात होता. या पद्धतीचे तांत्रिक नाव 'झब्त' असे होते. पण जवळ जवळ प्रत्येक प्रांतामध्ये असे काही प्रदेश होते की, जेथे वेगवेगळ्या पद्धती अस्तित्वात होत्या असे मानण्यास जागा आहे. यापैकी बहुसंख्य प्रदेशात जमीनदार म्हणून एकत्रितरित्या वर्णन करण्यात आलेल्या जमिनींच्या प्रमुखांचे किंवा इतर स्थानिक वजनदार आसामींचे अस्तित्व होते. आणि त्यांचे अस्तित्व हा या प्रदेशाच्या महसूल व्यवस्थेतील एक निर्णायक घटक होता आणि त्यांना महसुलाची एकूण रक्कम गोळाबेरजेने वसूल करण्याची आणि काही ठिकाणी अकबराच्या महसूल पद्धतीतील दरापेक्षा कमी दराने महसूल घेण्याची परवानगी देण्यात आली होती. एकंदर उत्पादनाच्या बदलत्या हिश्शाऐवजी प्रत्येक पिकाची पेरणी केलेल्या जमिनीच्या प्रत्येक क्षेत्राच्या घटकासाठी ठरावीक रोख दर ठरविणे, हे या पद्धतीचे मुख्य तत्त्व होते. यामुळे सरकारला नेमकी किती रक्कम द्यावी लागेल हे शेतकऱ्याला अगोदरच कळत होते आणि वेगवेगळ्या महसुलाच्या दरांना तसेच इतर परिस्थितीला अनुलक्षून तो पिकांच्या पेरणीची व्यवस्था करू शकत होता. एकदा हे

---

३. बंगालसंबंधीची परिस्थिती काहीशी अस्पष्ट आहे. १८ व्या आणि १९ व्या शतकाच्या सुरुवातीच्या काळाच्या प्रदीर्घ चर्चांची (अस्कोलीमध्ये सारांशरूपाने दिलेल्या) सुरुवात तोडर (तुरिल) मलने १५८२ मध्ये केलेल्या महसुलाच्या व्यवस्थेपासून झालेली आहे. पण त्याने केलेल्या कामगिरीचे स्वरूप अद्याप स्पष्ट करण्यात आलेले नाही. तिचे वर्णन करणाऱ्या ऐन मधील (भाषांतर खं.२पृ. १२२) उताऱ्यावरून काही अर्थबोध होत नाही. हस्तलिखिते असंबद्ध आहेत, ज्यातून काही अर्थबोध होईल असे त्यापैकी एकही मला आढळले नाही. पूर्वी अस्तित्वात आलेलीच व्यवस्था अकबराने चालू ठेवली असे मानण्यास मात्र जागा आहे आणि आकडेवारीच्या तक्त्यावरून असे दिसते की, तोडरमलने बंगालमध्ये काहीही कामगिरी केली असली तरी त्याच्या नावाशी निगडित असलेली महसुलाची पद्धती त्याने सुरू केलेली नव्हती. महसूल पद्धतीतील गुपितांचे हिंदुस्थानी अधिकारी कटाक्षाने रक्षण करीत होते. त्यावेळी म्हणजे १८व्या शतकात शिल्लक राहिलेली काही हस्तलिखिते हेतुत: खोटी ठरविण्यात आली असणे शक्य आहे.

दर ठरले की, दर हंगामात मशागत केलेल्या जमिनीची मोजणी व नोंद करणे एवढेच काम महसुलाच्या आकारणीसाठी शिल्लक राहत होते. दर आणि जमिनीचे क्षेत्रफळ कळले की प्रत्येक शेतकऱ्याकडून किती सारा वसूल करायचा ते ठरविण्यासाठी अगदी सोपा हिशेब करावा लागत होता. स्थानिकरित्या तपासणी करून एकंदर सरासरी उत्पादनाच्या एकतृतीयांश उत्पादनाच्या सरासरी किंमतीवर एकदाच हे दर कायमचे ठरविले जात होते. महसुलाच्या मागणीची वरची पातळी आताच्या मानाने त्यावेळी खूपच जास्त होती. पण इतर बाबतीत झब्तची पद्धती खूपच निर्दोष मानता येईल. या पद्धतीच्या प्रत्यक्ष अंमलबजावणीतील अडचणी या केवळ ते काम करणाऱ्या नोकरांच्या दर्जामुळे निर्माण झाल्या होत्या. प्रत्येक शेतातील, दर हंगामात झालेल्या, उत्पादनाची नोंद ठेवणे हे कष्टाचे आणि खर्चाचे काम होते. महसुलाच्या भरीला या खर्चाचा बराचसा भार शेतकऱ्यांवरच पडला होता असे दिसते. पण मोजणी करणाऱ्या अधिकाऱ्यांना शेतकऱ्यांची पिळवणूक करण्यास वाव होता, हा या पद्धतीतील खरा आक्षेप होता. त्याशिवाय यापेक्षा वरच्या दर्जाचे अधिकारी शेतकऱ्यांवर आणखी जास्तीच्या रकमा लादणार नव्हते. याबद्दल काहीच शाश्वती नव्हती.

अकबराने या महसूल पद्धतीविषयी दिलेल्या आदेशांवरून दिसते की, त्याने दोन सर्वसाधारण तत्त्वांना विशेष महत्त्व दिले होते. एक म्हणजे महसुलाची पद्धत काहीही असली तरी, अधिकाऱ्यांना जमिनीच्या नेमणुका करून देण्यापेक्षा रोख पगार देण्यात यावे, अशी त्यांची इच्छा होती आणि दुसरे म्हणजे जेथे शक्य असेल तेथे वैयक्तिक शेतकऱ्यांशी त्यांनी साक्षात संपर्क साधून व्यवहार करावा, अकबराच्या नंतरच्या राज्यकर्त्यांबद्दल आपली माहिती अनेक बाबतीत अपूर्ण आहे. पण ही दोन तत्त्वे पुढील अर्धशतकात महसुलाच्या कारभारातून अस्तंगत झाली होती; असे दाखवता येईल. जमिनीच्या नेमणुका वाढल्या, ठेकेदारीची पद्धत प्रचारात आली आणि जागच्या जागी महसुलाची वसुली करण्याची प्रथा पडल्याने खेड्यापाड्यातून जुलमाला ऊत आला. वरील तीन बदल सामान्य शेतकऱ्याची परिस्थिती कशी होती हे दर्शवितात. याशिवाय लागवडीचा प्रदेश वाढविण्याकरिता शेतकऱ्यांवर दबाव आणला जात होता, असा पुरावा मिळतो. पण शेतकऱ्यांना आर्थिक दृष्ट्या ही गोष्ट शक्य नव्हती आणि अखेरीला महसुलाच्या आकारणीचे प्रमाण एकंदर उत्पादनाच्या एकतृतीयांश ऐवजी एक द्वितीयांश इतके वाढविण्यात आल्याचे आपल्याला आढळते. वरील सर्व उपायांचा एकत्रित परिणाम काय झाला

हे अचूक आकडेवारीत देता येणार नाही. पण वस्तुस्थिती अशी दिसते की, अकबराने शेतकऱ्यांसाठी थोडीशी सूट ठेवली होती ती सरकारी खजिन्यात किंवा अधिकाऱ्यांच्या खिशात गडप झाली होती आणि बहुतांश शेतकऱ्यांना जेमतेम उपजीविका होईल इतकेच उत्पन्न मिळत होते. या बदलासंबंधीचे पुरावे आता दिले पाहिजेत.

जमिनीच्या नेमणुका करून देणे ही अधिकाऱ्यांना वेतन देण्याची जुनी पद्धत होती, हे लक्षात ठेवले पाहिजे. ही पद्धत बंद करायचा अकबराने प्रयत्न केला, पण तो संपूर्ण यशस्वी झाला नाही. जेव्हा त्याचा वैयक्तिक दबाव नाहीसा झाला तेव्हा ही पद्धत पुन्हा पूर्वीप्रमाणे चालू झाली. जहांगीराच्या आठवणीमध्ये अशा नेमणुकांचे उल्लेख वारंवार आढळतात. त्यावरून त्याच्या कारभारात असे प्रसंग नित्य घडत होते, असे दिसते. विल्यम हॉकिन्सच्या जहांगीराच्या दरबारातील अनुभवांवरून हाच निष्कर्ष काढता येतो. रोख पगार देण्याची पद्धत सर्रास प्रचलित असती तर परदेशी प्रवाशांच्या बाबतीत ती निश्चित पाळली गेली असती. पण बादशहाचा अधिकारी म्हणून नियुक्ती झाल्याबरोबर नेमणूक मिळविण्याच्या धडपडीत त्याला सामील व्हावे लागले. या धडपडीचे सुस्पष्ट वर्णन त्याने केले आहे. त्याच्या वर्णनावरून असे दिसते, की त्या काळी नेमणुका वारंवार बदलल्या जात होत्या. एखाद्या माणसाची 'नेमणूक झाली की सहा महिन्यातच ती काढून घेण्यात येई व दुसऱ्याला देण्यात येई'. म्हणून आपल्या तात्पुरत्या नेमणुकीतून जास्तीत जास्त उत्पन्न मिळविण्याची नेमलेला अधिकारी पराकाष्ठा करीत होता. नेमुणकांत वारंवार बदल होत असल्याचे आणि दर वर्षाला नेमणुका रद्द होत असल्याचे टेरीने देखील लिहिले आहे. हॉकिन्सची भाषा अतिशयोक्त असली तरी त्याच्या हकिकतीत बरेच तथ्य आहे, हे नाकारता येत नाही.

नेमणुका देण्याची पद्धत शहाजहानने तशीच पुढे चालू ठेवली होती, असे पीटर मंडीने केलेल्या गंगेच्या खोऱ्यातील प्रवासाच्या वर्णनावरून दिसते. या प्रदेशात आढळलेल्या असंख्य नेमणुकांचा उल्लेख त्याने आपल्या प्रवासवर्णनात केलेला आहे. त्याच्या माहितीप्रमाणे त्यावेळी नेमणुकात वारंवार बदल होत नव्हते. तीन ते चार वर्षांच्या अंतराने नेमणुका बदलल्या जात होत्या. पण याच काळात गुजरातमध्ये त्या वारंवार बदलत असल्याचे व्हॅन ट्विस्टने लिहिले आहे आणि व्यापारविषयक पत्रव्यवहारांतील प्रासंगिक उल्लेखांवरून असे दिसते की, बादशहाचे दुर्लक्ष झाले की नेमणुका वारंवार बदलल्या जात होत्या आणि त्यापासून शेतकऱ्यांना

वाढत्या प्रमाणात धोका निर्माण होत होता. शहाजहानच्या कारकिर्दीत फार मोठ्या प्रमाणावर महसुलाच्या नेमणुका करण्यात आल्या होत्या, हे स्पष्ट आहे. १६५० च्या सुमारास मोगल साम्राज्याची लक्षपूर्वक लिहिलेली हकीकत अब्दुल हमीदच्या बादशहानाम्यात दिली आहे. त्यात एकूण महसूल ८८० करोड दाम दाखविला आहे. खालसा किंवा बादशाही खजिन्यात आलेला महसूल केवळ १२० करोड होता म्हणजे जवळ जवळ ७/८ महसूल नेमणूक झालेल्यांना किंवा इतर मध्यस्थांना मिळत होता. औरंगजेबाच्या कारकिर्दीत तर हे प्रमाण यापेक्षाही जास्त होते. असे आकडेवारीवरून दिसते. म्हणून सामान्य शेतकरी हा कर वसुली करणाऱ्या अधिकाऱ्यापेक्षा बेचनदाराच्या ताब्यात होता.

जमीन महसुलाच्या वसुलीचे काम ठेकेदारीने दिल्याचे एकही उदाहरण अकबराच्या नंतरच्या वर्षात मला आढळलेले नाही. केवळ पुराव्यांचा अभाव हा निर्णायक होऊ शकत नाही. पण वैयक्तिक शेतकऱ्यांशी प्रत्यक्ष संबंध ठेवण्याच्या अकबरप्रणीत तत्त्वाच्या संदर्भात तो महत्त्वाचा आहे. मोगल साम्राज्यातील ठेकेदारीचे पहिले उदाहरण व्हॅन रावेन्स्टाईनच्या १६१५ सालच्या गुजरातच्या वर्णनात आढळते. त्यात निरनिराळ्या 'राज्यांचा' (किंवा जिल्ह्यांचा) ठेक्याने देण्यासाठी अधिकृत लिलाव झाल्याचा उल्लेख आहे. याच सुमारास लिहिताना रो 'सुरतेचा नवा गव्हर्नर या ऐवजी नवा ठेकेदार' असे म्हणतो आणि पटण्याच्या व्हाईसरॉयशी झालेल्या त्याच्या मुलाखतीची नोंद असे दर्शविते की, १६१६ च्या सुमारास प्रांतातील कारभार सर्वसाधारणपणे ठेकेदारीच्या पद्धतीने चालला होता. मुलाखतीत त्याला असे सांगण्यात आले की, 'प्रत्येक प्रांताचे सरकार बादशहाला वार्षिक भाडे देते. त्याच्या पटण्याच्या सरकारतर्फे तो राजाला ११ लाख रुपये देत होता. इतर सर्व फायदा होई तो त्याचा होता. त्यापैकी त्याला वाटेल ते घेण्याचा अधिकार राजाने त्याला दिला होता. ही पद्धत सार्वत्रिक होती की नाही याबद्दल प्रत्यक्ष पुरावा मला मिळालेला नाही. पण गुजरात हा साम्राज्याचा असा एक भाग होता की ज्याबद्दल आपल्याला बरीच तपशीलवार माहिती आहे आणि तेथे ही पद्धत शहाजहानच्या करकिर्दीत प्रचलित होती, हे निश्चित. खंबायत आणि सुरत येथील कारभार ठेक्याने १६३६ साली दिला होता, असे बटाव्हिया जर्नल्सवरून दिसते. यापैकी सुरतेचा ठेकेदार पाच लाखाने तोट्यात होता आणि ही रक्कम 'या वा त्या मार्गाने' वसूल करण्याची अपेक्षा तो बाळगून होता. शेतकरी त्याच्या असह्य पिळवणुकीविरुद्ध तक्रार करीत होते आणि नांगरटीखालील जमीन कमी होत

चालली होती. दोन वर्षांनंतर सुरतेच्या इंग्रजांनी कळविले की, स्थानिक गव्हर्नरला नुकतेच मेझर मुल्कने (मुइझ्झ–उल–मुल्क उर्फ मीर मुसा) कारभारातून दूर केले आहे. सुरतेचा ठेका जास्त भाड्याने देऊन त्याने त्याची उचलबांगडी केली. त्यानंतरच्या एका पत्रावरून हे स्पष्ट होते की, ही ठेकेदारी जवळचा प्रदेश, टांकसाळ आणि जकात यांनाही लागू होती. या गोष्टीच्या व्यवहारात राजाचा कुठलाही मंत्री ढवळाढवळ करीत नव्हता. पण मीर मुसा आपला करार पाळू शकला नाही. ३१ लाखांचे कर्ज अंगावर घेऊन त्याने आपली जागा सोडली. ही रक्कम तो राजाला देणे लागतो. हिशेब पूर्ण करण्यासाठी त्याला दरबारात बोलावले. पण तो रक्कम देऊ शकत नाही, हे माहीत आहे. त्याने रक्कम बुडविल्यामुळे राजाने दुसरी काहीतरी तरतूद करण्याचा विचार केला. त्याने कारभार पाहण्यासाठी काही अधिकारी नेमले. त्यांना वार्षिक काही भत्ता मंजूर केला आणि या प्रदेशातून, टांकसाळीतून आणि जकातीपासून जे काही उत्पन्न होईल ते सर्व राजाच्या खात्यात भरण्याचे काम त्यांचे आहे. सुरतेच्या दलालांनी पुढे लिहिले की, राजाच्या अधिकाऱ्यांच्या हाती प्रत्यक्ष कारभार गेल्याने काम वाढले आणि दिरंगाई होऊ लागली तरी त्यांना आणि इतर व्यापाऱ्यांना अतिशय आनंद झाला. डच दलालांनीही अशाच प्रकारचे वृत्त बटाव्हियाला पाठविले. प्रत्यक्ष कारभार करण्याची पद्धती डच आणि इंग्रज या दोघांनीही इतक्या तपशीलवारपणे आपल्या पत्रव्यवहारांत विशद केलेली आहे की, त्यांच्या दृष्टीने ती एक नवीनच घटना होती, असे दिसते. या काळात ठेकेदारीची पद्धत फक्त गुजरातपुरतीच मर्यादित होती असे मानण्याचे कारण नाही. सिंधमधील लाहरी बंदराचा कारभारही १६४० मध्ये ठेकेदारीने देण्यात आला होता आणि अशा प्रकारचा पुरावा इतर प्रांतांच्या बाबतीत नोंदलेला आढळत नसला तरी अपूर्ण साधनांच्या आधारावर कुठल्याही प्रकारचा निष्कर्ष काढता येत नाही. ज्या प्रांतांची आपल्याला माहिती मिळते तेथे ठेकेदारी पद्धत अस्तित्वात होती. पण साम्राज्याच्या इतर भागातील परिस्थितीची कुठलीच तपशीलवार माहिती आपल्याला नाही. जहाँगीराच्या कारकिर्दीच्या अखेरीला बेचनदार आपली जमीन ठेक्याने देत होते. ती जमीन 'शेतकरी किंवा करोरी यांना दिल्याने चांगल्या किंवा वाईट पिकामुळे येणारी सर्व जबाबदारी त्यांच्यावर पडत होती.'

महसूल अधिकाऱ्यांच्या नेमणुकीच्या अटींमधील बदल केंद्रीय सत्तेची ताकद खच्ची करण्याच्या दृष्टीनेच केले जात होते, हे आतापर्यंत आपण पाहिले. त्यामुळे बहुतांश शेतकऱ्यांचे जीवन, जास्तीत जास्त पैसे जमा करणे एवढाच त्यांचा मुख्य उद्देश होता अशा अधिकाऱ्यांच्या मर्जीवर सर्वस्वी अवलंबून होते, हे उघड आहे. या

बदलांबरोबरच शासन पद्धतीत महसुलाची आकारणी करण्याबाबत क्रांती झाली होती. त्यामुळे बेचनदारांना आणि ठेकेदारांना आपल्या मागण्या वाढविणे सुकर झाले होते. या क्रांतीची नोंद तत्कालीन बखरींतून मिळालेली नाही. पण अकबराच्या नियमांची औरंगजेबाने कारकिर्दीच्या सुरुवातीच्या वर्षात दिलेल्या आदेशांशी तुलना केल्यावर अशी क्रांती घडल्याचे सिद्ध होते. अकबराने घालून दिलेल्या नियमांप्रमाणे, त्याने अगोदर मंजूर केलेल्या दरानुसार प्रत्येक वैयक्तिक जमिनीचा महसूल आकारणे आवश्यक होते. त्याने महसुलाची जागच्या जागी त्वरीत वसुली प्रथा स्पष्टपणे बंद केली होती. या प्रथेनुसार खेड्याचा प्रमुख संपूर्ण खेड्याकरिता एक ठोक रक्कम देण्याचा करार करीत असे. या पद्धतीमुळे दंडेली करणाऱ्या जुलमी लोकांना अनावश्यक सत्ता प्राप्त होते, अशी अकबराने टीका केली होती.[१] आपल कारकिर्दीच्या आठव्या वर्षापासून (१६६५-६६) अंमलात आणण्यासाठी औरंगजेबाने दिलेल्या हुकूमांवरून असे दिसते की, अकबराने ज्या गोष्टींना, पद्धतीला मनाई केली होती तीच पद्धत यावेळी नेहमीचा व्यवहार होऊन बसली होती. सर्वसाधारण परिस्थितीचा विचार करून कर आकारणी करणारे अधिकारी दरवर्षी ठोकळमानाने एक रक्कम सुचवीत होते. आणि ज्या खेड्यात किंवा त्यापेक्षा मोठ्या प्रदेशात त्यांची सूचना मान्य केली जात नव्हती, तेथेच फक्त अकबराची पद्धती ते लागू करीत होते. शेतकऱ्यांची पिळवणूक केली जाण्याचा धोका हाच अकबराच्या पद्धतीवरील मोठा आक्षेप होता, हे वर स्पष्ट केलेले आहेच आणि या पद्धतींचा धमकी देण्यासाठी उपयोग केला तर हा धोका प्रत्यक्ष निश्चित उद्भवतो, हे मनुष्य स्वभावाचे सामान्य ज्ञान असणाऱ्या कोणालाही कळेल. म्हणून सर्रास वार्षिक आकारणी ही नेहमीची कामाची पद्धत झाली होती, असा निष्कर्ष काढल्यास चुकीचे होणार नाही, खेड्यासाठी एकदा ठोक रक्कम द्यायचा ठराव झाला की लहानसहान शेतकऱ्यांना, खेड्याच्या मागणीच्या एकूण रकमेचा त्यांचा जो योग्य हिस्सा होता, त्यापेक्षा जास्त रक्कम द्यावी लागत होती. अशाप्रकारे जो धोका निर्माण होईल अशी भीती अकबराला वाटत होती, तो या शेतकऱ्यांच्या बाबतीत खरा ठरला होता. संपूर्ण खेडे आकारणी करणाऱ्या अधिकाऱ्यांच्या प्रत्यक्ष अधीन झाले होते आणि वैयक्तिक शेतकरी त्यांच्यापैकी बलिष्ठ लोकांच्या मुठीत

१. या कायद्याच्या किंवा नियमाच्या प्रसिद्ध झालेल्या भाषांतरातून (ऐन खं.२ पृ.४५) नेमका अर्थ व्यक्त होत नाही. मूळ मजकुरात खेड्याच्या प्रमुखाला 'महसुलाची रक्कम ठेवण्याचा अधिकार' देण्यासंबंधी काही उल्लेख नाही. मूळ मजकुरात इतकेच आहे की, 'खेड्यातील प्रमुखाशी महसुलांचा तात्काळ ठराव (नसाक) त्याने करू नये'.

गेले होते.

कर आकारणी अधिकाऱ्यांवरील दबावही मध्यंतरी वाढला होता, असे दिसते. त्यांचे नजीकचे वरिष्ठ, मग ते ठेकेदार असोत किंवा बेचनदार असोत, स्वत:साठी जास्त रकमेची मागणी करीत होते आणि त्याचवेळी शासनाच्या गरजाही वाढत होत्या. या दोन्ही मागण्या पूर्ण करणे हे कर आकारणी अधिकाऱ्यांचे काम होते. शहाजहानच्या एकंदर वागणुकीमुळे आणि अभिरुचीमुळे सार्वजनिक खर्चात प्रचंड वाढ झाली, यात काहीच शंका नाही. याबाबतीत त्याचे स्तुतिस्तोत्र गाणाऱ्या एका बखरकाराचा उतारा उद्धृत केला तरी पुरेसा होईल. या कारकिर्दीच्या खर्चाशी तुलना करता पूर्वीच्या कारकिर्दीमधील खर्चाचे प्रमाण सध्याच्या एक चतुर्थांश देखील भरणार नाही.[१] आणि असे असूनही या राजाने फार थोड्या काळात इतकी प्रचंड संपत्ती जमा केली, की ती मिळविण्यास पूर्वीच्या राजांना अनेक वर्षे लागली असती. जास्तीच्या उत्पन्नाचा साठा केला जात असताना जरी खर्चात मोठी वाढ झाली असली तरी त्याचा अर्थ एकतर नवे कर बसविले होते किंवा मूळच्याच साधनातून जास्तीचे उत्पन्न मिळविले जात होते. नवीन कर बसविल्याचे आपल्या ऐकिवात नाही आणि किरकोळ स्वरूपाच्या करांचे उत्पन्न प्रांतिक किंवा स्थानिक खर्चांसाठी वापरले जात होते. म्हणजे वाढलेल्या मागण्या या जमीन महसुलातूनच भागविल्या जात होत्या, हे उघड आहे.

जमीन महसूल वाढविण्याचा पहिला साधा उपाय म्हणजे लागवडीखालील प्रदेशाचा विस्तार करणे हा होता आणि हा उपाय जारीने अंमलात आणला जात होता, हे वर उद्धृत केलेल्या स्तुतिस्तोत्रावरून दिसते. कारण जे अधिकारी लागवडीखालील जमिनीचा विस्तार करण्यात यशस्वी झाले होते त्यांना खास बढती मिळाली होती, असे वर्णन त्यात आहे. पण या अधिकाऱ्यांनी कुठल्या स्वरूपाचा दबाव शेतकऱ्यावर आणला होता त्याचे अधिक स्पष्टीकरण औरंगजेबाने १६५८ साली दिलेल्या आदेशांवरून मिळते. या आदेशांमध्ये महसूल अधिकाऱ्यांची तत्कालीन कार्यपद्धती कशी होती याचे पुढील शब्दांत वर्णन केले आहे.

'वर्षाच्या सुरुवातीला प्रत्येक शेतकऱ्याची परिस्थिती काय आहे याची शक्य तेवढी माहिती गोळा करा. ते शेती करतात की नाही याची माहिती मिळवा. जमिनीची लागवड करण्याची साधने त्यांच्याजवळ असतील तर आमिषे दाखवून

---

१. हे प्रमाण अतिशयोक्त आहे. पण खर्चातील प्रचंड वाढीबद्दल वाद नाही.

आणि प्रेमळ अभिवचनांनी त्यांना शेती करण्यास उद्युक्त करा आणि त्यांची कुठलीही इच्छा पूर्ण करण्याची तयारी दाखवा. पण शेतीची साधने उपलब्ध असून आणि हंगाम अनुकूल असूनही जर ते शेती करत नसले तर तुम्ही त्यांना निकड लावली पाहिजे आणि धमकावले पाहिजे आणि जबरदस्तीचा आणि चाबकाचा उपयोग केला पाहिजे.'

दुसऱ्या शब्दात सांगायचे तर लागवडीचे प्रमाण शेतकऱ्याने ठरवायचे नसून आकारणी अधिकाऱ्याने ठरवायचे होते. ते जास्तीत जास्त असले पाहिजे असा त्याचा आग्रह होता आणि त्याचा आग्रह प्रत्यक्षात आणण्यासाठी आवश्यकता पडल्यास फटक्यांचा उपयोग करण्याचाही त्याला अधिकार होता. या निर्बंधाची जर अकबराने या विषयासंबंधी दिलेल्या सूचनांशी तुलना केली तर दोघांनीही कुठल्या गोष्टीला महत्त्व दिले होते, त्यातील फरक स्पष्ट होतो. अकबराने मित्रत्वाने केलेल्या व्यवस्थेवर भर दिला होता तर औरंगजेबाने चाबकाच्या फटकाऱ्यावर.

जास्तीत जास्त मोठा प्रदेश लागवडीखाली आणण्यावर दिलेला भर सोडला तर महसुलाचे उत्पन्न वाढविण्यासाठी आणखी योजलेला उपाय म्हणजे सरकारी शेतसाऱ्याचे प्रमाण एकंदर उत्पन्नाच्या १/२ पर्यंत वाढविण्यात आले होते. पूर्वी सरकारी मागणी १/३ इतकी होती. म्हणजे या मागणीत ५० टक्के वाढ झाली होती. ही वाढ ताबडतोब सर्वत्र लागू करण्यात आली नाही. कारण औरंगजेबाच्या १६६८च्या आदेशांमध्ये हे नवे प्रमाण प्रस्थापित झाले होते असे म्हटले असले तरी काही प्रदेशात किंवा काही विशिष्ट वर्गातील शेतकऱ्यांना जुना कमी दरच लागू होता असेही त्या आदेशावरून दिसते. अर्थात कलेक्टरने किंवा बेचनदाराने उत्पादनाच्या १/२ साऱ्याचीच मागणी सर्वसामान्यपणे करावी असाच त्या आदेशांचा मुख्य रोख होता. मागणीचे हे नवे प्रमाण सर्वत्र लागू करण्यात आल्याचा पुरावा मला कुठल्याही बखरीत आढळलेला नाही. पण हा बदल शहाजहानच्या[१] कारकिर्दीच्या आरंभी अंमलात आला असावा, असे मला वाटते. कारण गुजरातमधील अधिकाऱ्यांनी अर्ध्या किंवा अर्ध्यापेक्षा जास्त उत्पादनाची मागणी केली होती, अशी व्हॅन ट्विस्टने १६३८ पूर्वी लिहिताना नोंद केली आहे. शेतीची सुधारणा आणि महसुलाची वसुली याकडे पूर्ण लक्ष देण्यात येत आहे. या बखरकाराच्या वाक्यात महसुलाचे

१. पुढील विभागात दिलेल्या काही आकड्यांवरून जहाँगीरने आपल्या अखेरच्या वर्षांमध्ये हा वाढीव दर दोन प्रांतात अंमलात आणला असवा, अशी शक्यता दिसते. पण त्या आकड्यांचे अनेक अर्थ काढता येतील.

वरील नवे प्रमाण कदाचित अभिप्रेत असावे. या बखरकाराचा उतारा यापूर्वी आपण उद्धृत केलेला आहेच. उत्पादनाच्या ५० टक्के महसूल हे सर्वसाधारण प्रमाण मनूची आणि औरंगजेबाच्या काळातल्या इतर लेखकांना पूर्णपणे परिचित होते आणि तेच नंतरच्या शतकातील महसूलविषयक नियमातही आढळते. तेव्हा तो केवळ एक तात्पुरता उपाय होता, असे मानता येणार नाही आणि ज्याअर्थी उत्पादनाच्या संदर्भात हे प्रमाण स्पष्ट करण्यात आले होते, त्याअर्थी किंमतीच्या पातळीतील बदलांशी ते संबंधित नव्हते.

सामान्य शेतकऱ्याच्या परिस्थितीत यामुळे झालेला बदल आपल्याला खालील शब्दांत वर्णन करता येईल.

(१) सरकारला असलेले त्याचे देणे त्याच्या एकंदर उत्पादनाच्या १/३ पासून १/२ पर्यंत वाढले होते.

(२) जेवढी जमीन तो कसू शकत होता त्यापेक्षा जास्त जमिनीकरिता त्याला या दराने कर द्यावा लागत होता. म्हणजे प्रत्यक्षात उत्पादनाच्या १/२ पेक्षा जास्त कर त्याला द्यावा लागणार होता.

(३) संबंध खेड्याच्या महसुलाची रक्कम खेड्यातील वैयक्तिक शेतकऱ्यांमध्ये वाटली जात होती. ही विभागणी खेड्यातील जी बडी धेंडे करीत होती, त्यांच्या वाट्याला आलेल्या महसुलातील काही भागही त्याला द्यावा लागत होता.

(४) यापूर्वी उल्लेखिलेल्या शासकीय बदलांमुळे आणखी जास्तीचे कर बसण्याची शक्यता बरीच वाढलेली होती.

सर्वसाधारण शेतकऱ्याची परिस्थिती किती खालावलेली होती याचे संपूर्ण ज्ञान होण्यासाठी, महसूल जरी ठोक उत्पादनावर आकारला जात असला तरी तो प्रत्यक्षात निव्वळ उत्पादनातून द्यावा लागत होता ही गोष्ट लक्षात घेतली पाहिजे. म्हणजेच जमिनीच्या मशागतीचा व स्वतःच्या आणि कुटुंबाच्या पालनपोषणाचा खर्च दिल्यानंतर उरलेल्या उत्पादनातून हा महसूल द्यावा लागत होता. माझ्या एका पूर्वीच्या ग्रंथात[१] मी दाखविले आहे की, ठोक उत्पादनाचा अर्धा भाग एका 'प्रातिनिधिक' कार्यक्षम शेतकरी कुटुंबाच्या पालनपोषणाकरिता लागू होता. यात प्रतिकूल हंगामात होणारे नुकसान भरून काढण्यासाठी लागणारी तरतूदही गृहीत धरली आहे. यावरून उत्पादनाचा अर्धा भाग महसूल म्हणून द्यावा लागल्यास शेतकऱ्याजवळ सामान्यपणे

१. इंडिया ॲट दी डेथ ऑफ अकबर प्र.४

जेमतेम उदरनिर्वाहापुरते उत्पन्न उरत होते, असे दिसते. त्याच्या जीवनात कुठलाही उपभोग किंवा आनंद शिल्लक राहत नव्हता आणि थोडेसे जरी कुठे नुकसान आले तरी त्याचे आयुष्य उद्‌ध्वस्त होऊ शकत होते. अकबराच्या महसूलपद्धतीप्रमाणे जमिनीच्या ठोक उत्पादनाची विभागणी पुढीलप्रमाणे होती. आवश्यक खर्चासाठी १/२ भाग, सरकारी करासाठी १/३ आणि १/६ किंवा त्यापेक्षा थोडे जास्त उत्पादन शेतकऱ्याच्या सुखसोयींसाठी किंवा प्रतिकूल हंगामासाठी राखून ठेवले होते. पण शहाजहानच्या अंमलाखाली उत्पादनाचा अर्धा भाग उदरनिर्वाहासाठी लागत होता आणि उरलेला अर्धा भाग सरकारी महसूल आणि इतर मध्यस्थांच्या मागण्या भागविण्यासाठी खर्च होत होता. म्हणजे शेतकऱ्याजवळ अखेरीला काहीच शिल्लक राहत नव्हते. अलीकडच्या अनुभवावरून पाहता, शेतीचा उद्योग चालू राहण्यासाठी किमान जेवढे उत्पन्न आवश्यक होते तेवढे तरी अकबर शेतकऱ्यांपाशी ठेवत होता, पण शहाजहान तेवढेही ठेवत नव्हता. आणि केवळ सरकारी नियमांचाच विचार केला तर शेतीचा उद्योग हा लोकांना नकोसा वाटणे अगदी साहजिक होते. आणि ज्या शेतकऱ्यांना जीवन अशाप्रकारे दु:सह झाले होते, ते शेतीची कामे सोडून निर्वाहासाठी दुसऱ्या साधनांकडे वळत होते.

हा बदल आपल्या विचाराधीन काळाची अखेर होण्यापूर्वीच घडू लागला होता, याचा प्रत्यक्ष पुरावा मिळतो. औरंगजेबाच्या हुकूमनाम्यातील तपशीलवार तरतुदींवरून असे दिसते की, शेतकरी इतक्या मोठ्या प्रमाणावर आपला कामधंदा सोडून जात होते की त्यामुळे सरकारदेखील फार बुचकुळ्यात पडले होते. १६५८च्या सुमारास आलेल्या अनुभवांवर आधारलेल्या बर्नियरच्या 'लेटर टू कोलबर्ट' मध्ये ही वस्तुस्थिती स्पष्टपणे प्रतिबिंबित झालेली आहे. या पत्रात मोगल अधिकाऱ्यांच्या कठोरपणावर टीका करून तो पुढे म्हणतो,

'अशाप्रकारे अनेक शेतकरी आत्यंतिक जुलमाने हताश होऊन देशत्याग करतात आणि शहरात किंवा छावण्यांमध्ये अधिक सुसह्य जीवन मिळेल काय याचा शोध घेतात. ओझे वाहणारे, पाणी भरणारे आणि घोड्याच्या मोतद्दारांचे नोकर म्हणून ते काम करतात. कधी कधी ते एखाद्या राजाच्या प्रदेशातून पळून जातात. तेथे जुलूम कमी आढळतो आणि अधिक सुसह्य जीवन जगता येते.'

यानंतर पुढे तो म्हणतो की,

'जुलमामुळे जमिनीची मशागत करणारा शेतकरी आपले दरिद्री घर सोडून थोडे सुखाचे दिवस येतील या आशेने कुठल्यातरी जवळच्या राज्यात आसरा घेतो

किंवा सैन्यात जातो व तेथे सैनिकाची चाकरी पत्करतो. जबरदस्ती केल्याशिवाय जमिनीची मशागत क्वचितच करण्यात येते आणि पाणी वाहून नेणारे कालवे किंवा नाले दुरुस्त करण्याची इच्छा आणि शक्ती असलेला कोणीही मनुष्य आढळत नाही. त्यामुळे संपूर्ण देशात शेतीची परिस्थिती अत्यंत वाईट आहे आणि बराच मोठा भाग पाणी पुरवठ्याच्या अभावी पडीक झाला आहे. घरे देखील मोडकळीला आली आहेत. कारण नवी धरणे बांधणारे किंवा जुन्या डगमगणाऱ्या घरांची दुरुस्ती करणारे फारच थोडे लोक शिल्लक आहेत. शेतकऱ्याच्या मनात साहजिकच असा प्रश्न उभा राहतो. जुलमी हुकूमशहासाठी मी कशाला खर्च करू? कारण तो उद्या येईल आणि माझ्याजवळची सर्व चीजवस्तू लोभीपणाने हिसकावून घेऊन जाईल आणि माझे हालाखीचे जीवन जगण्यापुरतेही तो माझ्याजवळ ठेवणार नाही. मग मी कशासाठी राबू?, टिमारियट्स[१] गव्हर्नर आणि महसुलाचे ठेकेदार त्याच्या पुरता असा विचार करतात. 'या जमिनीची उपेक्षित दशा पाहून आपल्या मनात अस्वस्थता निर्माण होण्याचे काय कारण? आणि सुपीक करण्यासाठी आम्ही आपल्या पैसा आणि वेळ का खर्च करावा? कारण ही जमीन कोणत्याही क्षणी आमच्या हातून काढून घेतली जाईल. आणि आमच्या कष्टाचे फळ आम्हांला किंवा आमच्या मुलांना मिळणार नाही. म्हणून शेतकरी जरी उपाशी मेला किंवा परागंदा झाला तरी आपण या जमिनीतून जास्तीत जास्त शक्य तेवढा पैसा मिळवला पाहिजे. आणि जेव्हा हुकूम होईल तेव्हा या जमिनीचे हे वैराण वाळवंट आपण सोडून गेले पाहिजे.'

हे उतारे प्रदीर्घ असले तरी ते महत्त्वाचे आहेत. कारण सरकारी नियम आणि इतर अप्रत्यक्ष पुराव्यांवरून काढलेल्या निष्कर्षाप्रमाणेच प्रत्यक्ष वस्तुस्थिती होती हे या उताऱ्यातील वर्णनावरून दिसते. तात्काळ मिळणाऱ्या लाभाकडे अधिकाऱ्यांचे असलेले लक्ष, शेतकऱ्यांशी होणारी कठोर वागणूक, सक्तीची मशागत, शेतीकडे झालेले दुर्लक्ष, इतर कामधंद्यासाठी शेतकऱ्यांनी केलेला शेतीचा त्याग, देशात हळू हळू पसरणारे दारिद्र्य या सर्व गोष्टी कुठल्याही परदेशी निरीक्षकाचे लक्ष वेधून घेण्यास पुरेशा होत्या. बर्नियरची वृत्ती अतिशयोक्ती करण्याकडे होती असे कधीतरी म्हटले जाते. पण त्याने दिलेली प्रत्येक घटना शासनात झालेल्या बदलांमुळे अपरिहार्यपणे निर्माण झालेली आहे. अर्थात त्या घटनेला दिलेले महत्त्व हे त्यांचे

---

१. टिमारियट याचा अर्थ तुर्की साम्राज्यात लष्करातील हुद्द्यावर नेमणूक झालेला अधिकारी (Dictionnairdel Academie. S.V.) याची तुरळक वर्णने मी पाहिली आहेत त्यावरून हा हुद्दा जवळ जवळ मोगल साम्राज्यातील बेचनदारासारखाच होता आणि मजकुरात वापरलेल्या या शब्दाचा अर्थ 'बेचनदार, गव्हर्नर आणि ठेकेदार' असा घेण्यास हरकत नाही.

स्वत:चे आहे. बर्नियरचे केलेले प्रत्यक्ष निरीक्षण आणि अप्रत्यक्ष पुराव्यांवरून आपण काढलेले निष्कर्ष हे एकमेकांशी जुळणारे आहेत आणि शहाजहानच्या कारकिर्दीच्या अखेरीला मोगल साम्राज्याची आर्थिक परिस्थिती अतिशय वाईट होती असा निष्कर्ष या दोन्ही प्रकारच्या पुराव्यांवरून काढता येतो. कारण देशातील प्रमुख उद्योगांवर करांचा असह्य बोजा होता आणि उत्पादन करण्यात काहीच अर्थ राहिला नव्हता. कारण उत्पादकाचे जीवन हेच मुळात मातीमोल झाले होते.

आपल्या विचाराधीन काळाच्या सुरुवातीला मोगल साम्राज्यात असलेल्या प्रदेशासंबंधी आपण विचार केला. शहाजहानने दक्षिणेत मिळविलेल्या प्रदेशासंबंधी आता थोडक्यात विचार करणे आवश्यक आहे. अहमदनगरच्या राज्याचे स्वातंत्र्य कायम राखण्याचा झगडा चालू असताना मलिक अंबर याने अकबराच्या पद्धतीवर आधारलेली महसुलाची पद्धती अंमलात आणली. पण राज्याचा पाडाव झाल्यानंतर ती टिकून राहिली नाही. १६३० च्या दुष्काळात हा प्रदेश अक्षरश: होरपळून निघाला आणि त्यानंतर २० वर्षे तेथील परिस्थिती अत्यंत शोचनीय होती. महसुलाची मागणी अगदी कमी झाली असूनही ती प्रत्यक्ष जमा होणाऱ्या महसुलापेक्षा खूपच जास्त होती. १६५३ मध्ये जेव्हा राजपुत्र औरंगजेब दख्खनचा व्हाईसरॉय झाला तेव्हा त्याला असे आढळले की, पूर्वी अहमदनगर राज्यात असलेल्या प्रदेशाच्या उत्पन्नातून स्थानिक शासनाचा खर्च देखील भागत नव्हता. 'महसूल वाढावा यासाठी शेतीचा विस्तार करा' असे आदेश बादशहाने पुन:पुन्हा पाठविले आणि मुर्शिद कुलीखान या औरंगजेबाच्या महसूल अधिकाऱ्याच्या नेतृत्वाखाली कारभाराची पुनर्रचना करण्यात आली. त्याने अकबराच्या कर आकारणीच्या पद्धती पुन्हा सुरू केल्या. त्याचा परिणाम काय झाला हे आपल्या काळाच्या कक्षेत येत नाही. पण अकबराचे महसूलविषयक नियम या प्रदेशातील दोन प्रमुख प्रशासकांनी आदर्श म्हणून स्वीकारावेत ही गोष्ट महत्त्वाची आहे. शिवाजीने आपल्या राज्यात लागू केलेल्या महसूल पद्धतीचे स्फूर्तिस्थान अकबराच्या पद्धतीतच आढळते. महसुलाचे प्रमाण मागणीप्रमाणे नंतर २/५ पर्यंत वाढले असले तरी सुरुवातीला एकंदर उत्पादनाच्या १/३ इतका महसूल आकारून शिवाजीने अकबराचे अनुकरण केले होते, ही गोष्ट उल्लेखनीय आहे.

शिवाजीचे राज्य (किंवा स्वराज्य) आणि ज्या प्रदेशातून तो उत्पन्न वसूल करीत होता, पण ज्यावर राज्य करीत नव्हता असा प्रदेश यात फरक करणे महत्त्वाचे आहे. त्याने स्वत:च्या प्रजाजनांना पुष्कळ चांगले वागवले, पण तो तसे करू शकला

याचे कारण शेजारच्या राज्यातील रयतेकडून मोठे उत्पन्न वसूल करण्याची ताकद त्याच्यात होती. मोगल प्रदेशातील चौथाई[1] आणि सरदेशमुखीची वसुली ही आपल्या काळाच्या कक्षेबाहेरील घटना आहे. पण अगोदरच कराच्या भाराखाली दडपल्या शेतकऱ्यांची परिस्थिती जास्तीच्या वसुलीने आणखी बिकट झाली इतके म्हटले तरी पुरेसे आहे. मोगल साम्राज्याचा आर्थिक नाश जवळ आणण्यास शिवाजीने अवलंबिलेली वसुलीची पद्धती बऱ्याच अंशी कारणीभूत झाली यात संशय नाही. पण पुढे आलेल्या पुराव्यांवरून असे दिसते की, मराठ्यांचा उदय झाला त्यापूर्वीच मोगल साम्राज्याच्या आर्थिक दुर्दशेला सुरुवात झाली होती आणि त्यातून ओढावलेल्या राष्ट्रीय दिवाळखोरीचे मुख्य कारण जमीन महसुलातील वाढ आणि तिच्या आकारणीसाठी व वसुलीसाठी योजलेल्या शासकीय पद्धती हेच होते. याबद्दल माझ्या मनात तिळमात्र संदेह नाही.

मोगल अमदानीतील जमिनीच्या प्रशासनातील चर्चा पूर्ण करण्यापूर्वी आधुनिक भाडेपट्टीच्या पद्धतीसंबंधी चार शब्द सांगितले पाहिजेत. केवळ जमीन ताब्यात ठेवण्याच्या हक्कासाठी द्यावयाची रक्कम ज्या अर्थाने भाड्याचा उल्लेख अकबराच्या महसूलविषयक नियमात कुठेही आढळत नाही. त्याचा महसूल जमिनीच्या ताब्यावर आकारला जात नसून मशागतीवर आकारला होता. पडीक जमिनीवर कसलाही कर आकारला जात नव्हता. ज्या जमिनीची लागवड केली जात होती, तिच्या उत्पादनातील हिस्सा घेण्याची त्याची पद्धत मूलतः पारंपरिक होती. औरंगजेबाच्या काळातही ही पद्धत प्रामुख्याने अस्तित्वात होती. पण त्याचबरोबर या पद्धतीला एक पर्यायही निर्माण झाला होता. या पर्यायी पद्धतीप्रमाणे शेतकरी त्याच्या ताब्यातील जमिनीकरिता अधिकाऱ्यांच्या संमतीनुसार ठरावीक वार्षिक रक्कम देऊन महसूल भरू शकत होता. या रकमेचा त्या जमिनीतून त्याला मिळणाऱ्या प्रत्यक्ष उत्पन्नाशी काही संबंध नव्हता. ही पद्धत 'खराज-इ-मुवाझाफ'

---

१. चौथाई हा दक्षिणेतील एक पूर्वीपासून चाललेला एक हुद्दा किंवा अमदानी होती. यासंबंधी काही १६ व्या शतकातील उल्लेख बेलगाडोमध्ये (चौथो) आढळतात. त्यावरून असे दिसते की, चौथाई म्हणजे मुळात एकंदर उत्पादनाच $^{१}/_{४}$ हिस्सा देणे. पण प्रत्यक्षात हे प्रमाण बदलत होते आणि मराठ्यांच्या अमदानीत या शब्दाचा अर्थ महसुलाच्या $^{१}/_{४}$ असा करण्यात येत होता, सरदेशमुखी म्हणजे महसुलाच्या १०% इतका कर किंवा जास्तीची मागणी होती. १६५८ इतक्या आधी शिवाजीने दक्षिणेतील मोगल प्रदेशात चौथाईचा हक्क मिळविला होता असे मनूची (खं.२ पृ. २५) सांगतो. पण सरकार यांच्या शिवाजी (पृ.६२) या ग्रंथात प्रस्तुत व्यवहाराची जी व्यवस्थित हकीकत दिली आहे. तिच्याशी मनूचीचे विधान विसंगत वाटते.

म्हणून ओळखली जात होती. तिच्यातील तपशीलवार तरतुदी औरंगजेबाच्या हुकूमनाम्यात दिलेल्या आहेत. त्यावरून असे दिसते की, या पद्धतीला बरेच महत्त्व प्राप्त झाले होते. हिची सुरुवात कशी झाली याची हकिकत मला मिळालेली नाही. पण यापूर्वी वर्णन केलेल्या आकारणीच्या जुलमी तंत्राकडे या पद्धतीचा प्रसार होण्याचे बरेचसे श्रेय जाते. महसुलाचा भरणा जमिनीच्या मशागतीवर अवलंबून नसल्यावर जमीन कसण्याची जबरदस्ती करण्याची आवश्यकताच राहत नव्हती आणि अखेरीला त्यांचा परिणाम कितीही निराशाजनक होणार असला तरी वर्षाचे करार करणे अधिकाऱ्यांना आणि शेतकऱ्यांना त्यावेळी तरी सोयीचे होते. कारणे काही असली तरी ही पद्धत औरंगजेबाच्या अमदानीच्या सुरुवातीला अस्तित्वात होती आणि ती अकबरकालीन महसूलव्यवस्था आणि ब्रिटिश सत्ता प्रस्थापित झाली, त्यावेळी प्रचलित असलेल्या महसुलाच्या पद्धती यांचा सांधा जोडण्याचे कार्य करते. जेव्हा मोगलांच्या बेचनदार किंवा अधिकारी यांचे ब्रिटिश काळात जमीनदारात रूपांतर झाले तेव्हा साहजिकच त्याला मिळत असलेल्या महसुलाच्या ठरावीक रकमेचे रूपांतर आधुनिक काळातील अर्थानुसार भाड्यात झाले.

५. मोगल जमीनमहसुलाची आकडेवारी

आपल्या विचाराधीन कालावधीत मोगल साम्राज्यात महसुलाचा शेतकऱ्यावरील बोजा इतका वाढला की, त्यामुळे उत्पादनावर गंभीरपणे परिणाम झाला, असा निष्कर्ष दोन वेगळ्या प्रकारच्या पण परस्परसंबंधित पुराव्यांवरून आपण गेल्या प्रकरणात काढला आहे. उपलब्ध असलेल्या महसुलाच्या मागण्यांच्या आकडेवारीवरूनही कराच्या बोजात झालेली वाढ स्पष्ट दिसून येते. या विषयाचा संपूर्ण विचार करण्यासाठी या आकडेवारीचे निरीक्षण करणे आवश्यक आहे. पण या आकडेवारीचा अर्थ लावताना तपशिलाच्या अनेक अडचणी उपस्थित होतात. त्या अडचणींची चर्चा केवळ तांत्रिक स्वरूपाची होईल. ज्यांना या विषयाचा पुढे आणखी अभ्यास करायचा आहे त्या वाचकांना या चर्चेत रस वाटेल म्हणून तपशीलवार आकडे आणि त्यांचे स्पष्टीकरण परिशिष्ट 'ग' मध्ये दिलेले असून तेथे फक्त सर्वसाधारण निष्कर्ष दिलेले आहेत. हे निष्कर्ष सिद्ध झाले आहेत असे मला वाटते. अर्थात जी हस्तलिखिते मी वापरली आहेत त्यांचे पाठशुद्ध संपादन आतापर्यंत झालेले नाही, त्यामुळे त्यांच्यावर आधारलेले निष्कर्ष अंतिम स्वरूपाचे मानता येणार नाहीत, अशी सूचना येथे देणे आवश्यक आहे.

अर्धशतकापेक्षा जास्त काळातील आकडेवारीच्या माहितीची तुलना आपल्याला येथे करावयाची आहे. पण ती करण्यापूर्वी या आकडेवारीत वापरलेला चलनाचा घट पुरेसा स्थिर होता काय, याची चौकशी आपण केली पाहिजे. कारण किंमतीतील सर्वसाधारण वाढ किंवा घट यामुळे शेतकऱ्यांच्या आर्थिक परिस्थितीत महत्त्वाचा फरक पडत असणार. चांदी आणि शेतीचे उत्पादन यांमधील मूल्याचे प्रमाण या काळात फारसे बदलले नव्हते, असा कामचलाऊ निष्कर्ष मागील एका प्रकरणात काढलेला आहे. जमीन महसूल जर फक्त चांदीमध्ये आकारला आणि वसूल केला जात असता तर हाच निष्कर्ष पुन्हा येथे देणे पुरेसे ठरले असते. पण वस्तुस्थिती अशी आहे की, ज्या आकारणीचा उपयोग आपल्याला करायचा आहे, त्या निश्चितपणे तांब्यात वसूल करण्यात आल्या होत्या आणि या काळात तांब्याची चांदीतील किंमत सुमारे ३०% वाढली होती हे आपण पाहिले आहे. त्यामुळे महसुलाची कुठलीही अधिकृत वाढ सोडली तरी महसुलाचा प्रत्यक्ष बोजा त्याप्रमाणात वाढला होता, असे अनुमान सकृद्दर्शनी करता येईल. पण अधिकृत नियमांचे अवलंबन केले तर असे दिसेल की हे अनुमान चुकीचे आहे. कारण दोन्हीपैकी कुठल्याही धातूत शेतकरी महसूल देऊ शकत होते आणि बाजारभावानुसार या धातूंमधील अधिकृत किंमतीचे दर बदलत नव्हते. शेतकरी सोने, चांदी, किंवा तांबे यापैकी कुठल्याही धातूत भरणा करू शकते होते. हे अकबराने सरकारी खजिनदारांना दिलेल्या सूचनांवरून स्पष्ट दिसते. १६६५ सालापर्यंत चांदीचा महसूल देता येत होता असे दिसते. कारण औरंगजेबाच्या तत्कालीन हुकुमान्वये ज्या ठिकाणी चालू अमदानीतील नाणी उपलब्ध नव्हती तेथे शहाजहानच्या काळातील रुपये घेण्याची परवानगी देण्यात आली होती. अकबराच्या काळी. अधिकृत दर रुपयाला ४० दाम हा होता. तो बदलला असल्याची नोंद मला कुठे आढळली नाही. शहाजहानच्या कारकिर्दीच्या बखरींमध्ये या दराचा वारंवार वापर करण्यात आलेला आहे आणि आपल्या काळाच्या अखेरीनंतर पुष्कळ वर्षांनी लिहिताना मनूची निश्चितपणे सांगतो की, पगाराचे रूपांतर करण्यासाठी त्याच्या काळातही जुना दर अद्याप वापरला जात होता. जोपर्यंत अधिकृत दरात बदल झालेला नव्हता तोपर्यंत बाजारात रुपयांची किंमत ४० दामपेक्षा कमी असताना शेतकरी तांब्यात ४० दाम खजिन्यात भरणे कधीही शक्य नव्हते. त्याने सरळ बाजारभावाने रुपया विकत घेतला असता आणि परिणामतः जरी त्याला त्याच्या तांब्यासाठी पूर्वीपेक्षा जास्त माल द्यावा लागत असला तरी त्याला रुपया घेण्यासाठी कमी तांबे द्यावे लागले असते आणि चांदी

आणि त्याच्याजवळील विक्रीचा माल यांच्या किंमतीतील प्रमाणावर त्याच्यावरील कराचा खरा बोजा अवलंबून राहिला असता आणि आपण पाहिल्याप्रमाणे या प्रमाणात बहुधा बदल झालेला नव्हता. आपण असे समजू शकतो की, तांब्याच्या किंमतीतील वाढ चालू असताना शेतऱ्यावरील बोजा वाढत होता. कारण साहजिकच आताच्या प्रमाणात त्याला बाजारात कमी भाव मिळाला असता, पण त्याचे हे नुकसान वाढत गेले नसते आणि जेव्हा या धातूची किंमत वरच्या पातळीवर स्थिर झाली असती तेव्हा मालाच्या रूपात त्याला द्यावी लागणारी रक्कम पूर्वी इतकीच राहिली असती. म्हणून ज्या मूल्याच्या परिमाणात आकडेवारी दिलेली आहे त्या परिमाणात झालेल्या बदलाचा विचार न करता आपल्याला निरनिराळ्या वर्षांच्या आकडेवारीची तुलना करता येईल. पण तांब्याच्या किंमतीत झालेल्या वाढीचा बोजा शेतकऱ्यांवर पडत होता असा पुरावा जर प्रकाशात आला तर त्यांची परिस्थिती या काळात खूपच खालावली होती या माझ्या प्रतिपादनाला पुष्टी मिळेल.

आणखी एक प्राथमिक विचार येथे सांगितला पाहिजे. उपलब्ध असलेल्या विविध तक्त्यांतील विसंगतीमुळे या आकडेवारीच्या महत्त्वासंबंधी कधीकधी शंका उपस्थित करण्यात येते. पण महसूल वार्षिकरीत्या आकारला जात होता आणि आताच्याप्रमाणे काही वर्षांच्या कालावधीकरिता आकारला जात नव्हता. ही गोष्ट वरील शंका उपस्थित करताना लक्षात घेतलेली नाही. म्हणून जर महसुलाचे दोन तक्ते अगदी तंतोतंत जुळणारे असले तर ते एकाच वर्षाचे आहेत, हे आपण ओळखले पाहिजे आणि एखाद्या जिल्ह्याच्या किंवा उपविभागाच्या नोंदीत प्रचंड फरक आढळले तरी त्याचे आश्चर्य वाटायला नको. कारण युद्ध, दुष्काळ किंवा बंड यामुळे एखाद्या विस्तृत प्रदेशाच्या आर्थिक परिस्थितीत एकदम बदल घडू शकतो हे आपण लक्षात घेतले पाहिजे. माझ्या मते या तक्त्यांचा उपयोग करण्याचा खरा मार्ग म्हणजे प्रत्येक तक्ता कोणत्या तारखेचा आहे हे निश्चित करणे–दुर्दैवाने यात कधी कधी अडचणी येतात आणि नंतर त्यांचा कालानुक्रम लावून त्यात काही सुसंगत हकीकत निष्पन्न होते की काय हे पाहणे. सध्याच्या विवेचनासाठी मी सहा तक्त्यांचा उपयोग केला आहे. पहिल्या तक्त्यात १५९४ च्या सुमाराची अकबराची महसुलाची मागणी दिलेली आहे. दुसरा तक्ता शहाजहानच्या राज्यारोहणाच्या वेळची मागणी देतो. तिसरा तक्ता १६४७ च्या किंवा एकदोन वर्षे आधीचा आहे. चौथ्या आणि पाचव्या तक्त्यांच्या तारखा निश्चित नाहीत. पण शहाजहानच्या

कारकिर्दीच्या अखेरच्या वर्षांशी ते संबंधित आहेत. तर सहावा १६६८ साली संपणाऱ्या एका बखरीतून घेतलेला आहे आणि औरंगजेबाच्या सुरुवातीच्या एका वर्षातील परिस्थिती तो दर्शवितो असे गृहीत धरायला हरकत नाही. पुढील पानावर दिलेल्या तक्त्यातून मी दक्षिणेतील प्रांत त्यांच्या सीमारेषा बदललेल्या असल्यामुळे, बंगालचा प्रांत कारण येथील महसुलाच्या सुरुवातीच्या नोंदी शासकीय माहितीशी उघड उघड विसंगत आहेत आणि सिंधचा लहानसा प्रांत कारण त्यासंबंधीचे आकडे संशयास्पद आणि अपुरे आहेत.

१५९४ साल आणि शहाजहानचे राज्यारोहण या काळात झालेल्या बदलांमुळे प्रथम पाहिले तर असे दिसते की, नऊ प्रांतांचा महसूल २९% वाढला होता. पण ही वाढ कुठल्याही प्रकारे सर्वत्र एकसारखी नव्हती. चार प्रांतांत ही वाढ २०% पेक्षा कमी होती आणि ती जमिनीची मशागत करण्याची जबरदस्ती केल्यामुळे झाली होती, असे म्हणता येणार नाही. कारण ही वाढ जमिनीच्या वाजवी विस्ताराच्या मुळेही झाली असण्याची शक्यता आहे. ज्या प्रांतामध्ये वाढ मोठी होती त्यापैकी अलाहाबाद आणि बिहार हे प्रांत शेतीच्या बाबतीत १५९४ च्या सुमारास अतिशय मागासलेले होते. या प्रांतातील महसुलात झालेली वाढ मुख्यत्वेकरून शेतीत झालेली सुधारणा दर्शविते असे म्हणता येईल. अजमेरमध्ये झालेली ४८% वाढ बहुधा शेतीचा दर्जा सुधारल्याचे चिन्ह मानता येईल. अकबराच्या वेळी या प्रांताचे शासन फारसे प्रभावी नव्हते. त्यावेळी महसुलाचे प्रमाण उत्पादनाच्या केवळ १/७ किंवा १/८ होते. जहांगीराने मोगल साम्राज्याची सत्ता तेथे प्रस्थापित केली, त्यामागील प्रकारच्या घटनांमध्ये महसूल वाढविणे हाच मुख्य हेतू होता.

मोगल महसुलाच्या मागणीतील वाढीचे प्रमाण

(१५९४ चा अकबराचा महसूल १०० दाखविला असून त्याप्रमाणात इतर आकडे दिलेले आहे.

प्रांत	अकबर	शहाजान				औरंगजेब	औरंगजेब
	१५९४ च्या सुमारास	राज्या-रोहण	१६४७ चा सुमार	अखेरीचा	अखेरीचा	१६६८ पूर्वी	१६६८ पूर्वी रकाना तीन मधील आकडे १०० च्या प्रमाणात
१	२	३	४	५	६	७	८
बिहार	१००	१३८	१७६	१७३	१७५	?	?
अलाहाबाद	१००	१४६	१९४	२०२	२१४	२०८	१४२
औंध	१००	११४	१४७	१३६	१५५	१५७	१३८
आग्रा	१००	१५१	१६५	१५८	१९६	१९३	१२८
मालवा	१००	११९	१७०	१७४	१६६	१८१	१५२
गुजरात	१००	११७	१२२	११७	१०५	१०२	८७
अजमेर	१००	१४८	२१२	२१३	२२९	२२४	१५१
दिल्ली	१००	११०	१६८	२०५	२००	१९६	१७८
लाहोर	१००	१४७	१६१	१६०	१५३	१६२	११०
मुलतान	१००	?	१८७	१४७	१४४	१६४	?
एकूण	१००	१२९	१६६	१७०	१७५	१७५	१३६ (आठ प्रांत)

टीप : परिशिष्टात दर्शविल्याप्रमाणे रकाना तीनमधील मुलतानच्या आकड्यांबद्दल आणि रकाना सातमधील बिहारच्या आकड्यांबद्दल शंका आहे. म्हणून या दोन रकान्यांच्या बेरजेचे प्रमाण काढताना या प्रांताचे आकडे विचारात घेतलेले नाहीत.

आग्रा आणि लाहोर मोठी वाढ दाखवितात तर त्यामध्ये वसलेले आणि बहुधा आर्थिक परिस्थितीतही या दोन प्रांताच्यामध्ये असलेले दिल्ली हे सर्वात कमी वाढ दाखविते, ही विसंगती शिल्लक राहतेच. या प्रांताच्या आकड्यांची अनेक काल्पनिक स्पष्टीकरणे देता येतील, पण त्यापैकी एकाही स्पष्टीकरणाला मला निश्चित आधार सापडलेला नाही आणि पुढील पुरावा प्रकाशात येईपर्यंत ही विसंगती कायम राहील. जरी काही प्रांतांतील मागणी वाढली असली आणि लाहोर व आग्रा येथे अतर्क्य वाढ झाली असली तरी एकंदरीने सर्व प्रांताचा विचार करता जहांगीरांच्या कारकिर्दीत महसुलामध्ये मोठी सार्वत्रिक वाढ झाली नव्हती असे म्हणता येईल.

आता शहाजहानच्या अमदानीकडे वळू, त्याच्या राज्यारोहणाच्या वेळी नऊ प्रांतांचा निर्देशांक १२९ होता. तो त्याच्या वारसाच्या सुरुवातीच्या वर्षाला १७५ पर्यंत वाढला. त्याच्या कारकिर्दीतच ही वाढ झाली होती असे दिलेल्या आकड्यांवरून सिद्ध होते. कारण त्याच्या काळातच निर्देशांक वाढीच्या पातळीपर्यंत गेलेला होता. या कारकिर्दीत झालेली वाढ मोजण्यासाठी शहाजहानच्या राज्यारोहणाच्या वेळेचे आकडे आधार म्हणून घेऊन औरंगजेबाच्या आकड्यांचा टक्केवारीने पुन्हा हिशोब करावा लागेल. एका वर्षी मुलतानचे आकडे आणि दुसऱ्या वर्षी बिहारचे आकडे संशयास्पद असल्यामुळे आठ प्रांतांकरिता अशा प्रकारचा हिशेब तक्त्याच्या शेवटच्या रकान्यात दिलेला आहे. या रकान्यातील पहिली उघड विसंगती म्हणजे गुजरातच्या महसुलात झालेली प्रत्यक्ष घट हे होय. पण गुजरातच्या १६३० मधील दुष्काळाचे जाणवणारे परिणाम हे तिचे समर्पक कारण होते. या परिणामांचे वर्णन अगोदरच्या एका प्रकरणात सविस्तर केलेले आहे. गुजरातचे आर्थिक जीवन पुन्हा उभारण्यासाठी एक पिढी खर्ची पडलेली होती. पण त्यानंतरसुद्धा अकबराने आकारलेल्या महसुलापेक्षा फार मोठी वाढ झालेली नव्हती. आठ प्रांतांत शहाजहानने केलेली वाढ ३६ टक्के येते. पण गुजरात जर वगळला तर उरलेल्या प्रांतांतील वाढ ४४ टक्के येते. आग्रा आणि लाहोर येथील कमी वाढ आणि त्यामानाने दिल्ली येथे झालेली जास्त वाढ या इतर काही विसंगती आहेत. पण ज्यांचे स्पष्टीकरण देता येत नाही अशा जहांगीरांच्या काळातील काही विसंगती यामुळे नष्ट होतात, हे लक्षात येईल. तेव्हा सामान्यपणे असे म्हणता येईल की, शहाजहानच्या काळात महसूल ४० ते ५० टक्क्यांनी वाढला होता. त्याच्या राज्यारोहणाच्या वेळी दिल्ली येथे महसूल कमी असूनही तो पुढे जास्त वाढला होता तर आग्रा व लाहोर येथे अतिशय जास्त असूनही तो कमी वाढला होता.

१५९४ नंतर जो प्रदेश आकारणीखाली आणण्यात आला त्याची आकडेवारी उपलब्ध नाही. वरील आकडेवारी अकबराच्या महसूल नियमांप्रमाणे नोंदण्यात आलेली होती, हे उघड आहे आणि अकबराची महसूल पद्धत रद्द झाल्याबरोबर ही आकडेवारीही नाहीशी झालेली आहे. त्यामुळे मशागत वाढल्यावर महसुलाचा बोजा किती वाढत होता याची तुलना करणे अशक्य आहे; पण ही उणीव लक्षात घेऊनही मी दिलेल्या आकडेवारीतून एक सुसंगत आणि संभाव्य चित्र उभे राहते, असे म्हटल्यास वावगे होणार नाही. जहांगीरच्या काळात, दोन प्रांत सोडले तर महसुलाचा भार फार मोठ्या प्रमाणात वाढला नाही. शहाजहानच्या अमदानीत हे दोन प्रांत आणि

दुष्काळग्रस्त गुजरात सोडला तर महसूल जवळ जवळ १/२ वाढला होता, मालाच्या किंमतीत वाढ झाल्याने ही महसुलातील वाढ झाली होती असे म्हणता येणार नाही. महसुलातील वाढीचे कारण काही अंशी लागवडीखालील जमिनीत झालेला विस्तार आणि काही अंशी आकारणीच्या दरातील वाढ हे होते. पण याचवेळी, शेतीचा विस्तार झाला याचा अर्थ आताच्याप्रमाणे, लोकसंख्येत किंवा साधनसंपत्तीत वाढ झाली होती, असा करता येणार नाही. जास्तीत जास्त जमीन लागवडीखाली आणण्याची शासनाने सक्ती केली होती आणि बर्नियरच्या म्हणण्याप्रमाणे शहाजहानच्या अखेरच्या वर्षात शेतीचे प्रमाण प्रत्यक्षात कमी झाले होते. तेव्हा महसुलातील वाढीचे एकमेव नसले तरी प्रमुख कारण शासकीय कारवाई हेच होते, असे म्हटले पाहिजे. आकारणीचा दर १/२ ने वाढविल्याचे आणि महसुलाची मागणीही त्याच प्रमाणात वाढल्याचे आपण पाहिले आहे. हा योगायोग नेहमीच अचूक ठरतो असे नाही, कारण नवीन दाराप्रमाणे प्रत्यक्षात गणिती हिशेबाने उत्पन्न क्वचितच मिळू शकते. पण सर्वसाधारणपणे असे म्हणता येईल की, शेतकऱ्यावरील कराचा बोजा वाढला होता, हे अधिकृत आदेशांवरून आणि समकालीन निरीक्षणांवरून दिसते आणि याचेच प्रतिबिंब महसुलाच्या उपलब्ध असलेल्या आकडेवारीत स्पष्टपणे पडलेले आहे.

महसुलाच्या मागणीपेक्षा वसुली प्रत्यक्षात कमी होत असते. यामुळे महसुलाच्या मागणीच्या या आकडेवारीवरून शेतकऱ्यांवर शासनाचा अतिशय दबाव होता, अशी अतिरंजित कल्पना होण्याची शक्यता आहे, असा आक्षेप कधी कधी घेण्यात येतो. प्रस्तुत विषयाची चर्चा पूर्ण करण्यापूर्वी या आक्षेपासंबंधी चार शब्द लिहिणे जरूर आहे. महसुलाची मागणी प्रत्यक्षात पूर्णपणे वसूल होत नाही, हे म्हणणे तत्कालीन परिस्थितीची माहिती असणाऱ्यांना निश्चितच मान्य होईल. पण महसुलाची मागणी करण्यात आली होती, हा मुख्य मुद्दा आहे. शहाजहानचा महसूल अनेक वर्षांच्या काळात पूर्णपणे वसूल करता येणे शक्य होते असे मला वाटतही नाही. पण मागणीची रक्कम वसूल होत नाही ही गोष्ट शेतकऱ्यावर तिचा किती मोठा बोजा पडला होता, हे सिद्ध करते. एखादा उत्साही दुय्यम अधिकारी महसूल पूर्णपणे वसूल करण्याची आशा बाळगणार नाही. पण निदान थकबाकी कमीत कमी राहावी, असा प्रयत्न झाडून साऱ्या देशात तो करू शकतो. कर चुकविणाऱ्यांच्या कुटुंबाची गुलाम म्हणून विक्री करणे यासारख्या तत्कालीन वसुलीच्या कठोर पद्धतीवरून हे निश्चित दिसते की लाच देऊन फारशी रक्कम वाचविता येत नव्हती. कारण लाच म्हणून द्यावी लागणारी रक्कमच मूळ

मागणीइतकी असायची. मी दिलेले आकडे महसुलाच्या प्रत्यक्ष जमा झालेल्या पैशाचे आहेत, असे मानणे चुकीचे ठरेल. दर हंगामात शेतकऱ्यांवर कराची टांगती कशी तलवार लटकत होती याची कल्पना या आकड्यांवरून फक्त करता येईल.

प्रकरण ८ : आधारग्रंथ

विभाग १ : परदेशी व्यापाऱ्यांच्या परिस्थितीचे वर्णन, मलाक्कासाठी पहा: *अल्बुकर्क* प्र. ३. पृ ९६, *बारोस* प्र.३ खं. ,२पृ.३३ आणि नंतरची पाने. कोरिआ. खं. २ पृ.५३ व नंतरची पाने. *कस्टर डेडा.* खं.३ व पृ.१७९ नंतरची पाने. तसेच *जर्नल आर.ए.एस.* १९२० पृ. ५१७ व नंतरची पाने. कालिकतसाठी पहा: कोरिआ खं.१, पृ. १८९ *कस्ट हेडा* खं. १, पृ.१११ आणि *बार्बोसा* खंड.२ पृ.७६. उरलेल्या किनाऱ्यासाठी पहा: त्यात ग्रंथात खं. २, पृ. ७३-१२२. हुगळीसाठी पहा. *इलियट* खं.७ पृ.२११ स्मिथ ते अकबर पृ. १३७ आणि *कंपोस* पृ.५० व नंतरची पाने. डच वखारींचे अगदी सुरुवातीचे उल्लेख *बिगिन एन्ड ए वूटगाग* मध्ये मला मिळाले आहेत. अचिनची वखार स्पिलबर्गच्या प्रवासवृत्तात पृ.४४ वर आहे. बॅन्टामची हार्मांझच्या प्रवासवृत्तात पृ.२३ वर आहे. वखारीसंबंधीचे पहिले नियम वार्षिक आणि डी. वीर्टच्या प्रवासवृत्तात छापलेले आहेत. इंग्रजांचा अचिन येथील करार *पुर्चाज* १ खं. ३ पृ.१५६ आणि फर्स्ट लेटरबुक पृ.६९ वर आहे. पूर्व किनाऱ्यावरील डचांचा सुरुवातीचा इतिहास टर्पस्ट्रॉच्या कोरोमांडेलमध्ये पृ.३५-१२३ वर आहे. डच मोगल कराराचा मसुदा टर्पस्ट्रॉच्या सुरतमध्ये ६व्या परिशिष्टात आहे.

मोगलांशी इंग्रजांनी केलेल्या वाटाघाटींसाठी पहा: पुर्चाज I खंड ३ २०६, २१० आणि १ खंड ४, पृ.४५८, ४६१, *लेटर्स रिसीव्हड* (खं.२ आणि खं.४ ची प्रस्तावना) रो सर्वत्र आणि *इंग्लिश फॅक्टरीज* खं. १, पृ. ३९, ४० इंग्रजांनी घेतलेल्या बदल्यासाठी पहा: त्याच ग्रंथात खं.१, खं.२ (प्रस्तावनांमध्ये संक्षेपाने माहिती दिलेली आहे.)खं.३, पृ. २४, २७ देलाव्हेल ४१८, डचांनी घेतलेल्या बदलाची माहिती हेग *ट्रान्स्क्रीप्ट्स* खं. १, पृ.२८४, २९१, २९८ आणि डाग रजिस्टर १६ जून १६२८ मधून घेतली आहे.

पुलिकत येथील किल्ल्याच्या इतिहासाचे संकलन खालील ठिकाणाहून केलेले आहे. *मेथवोल्ड* ९९४, टर्पस्ट्राचे कोरोमांडेल ८५ आणि नंतरची पाने, हेग *ट्रान्स्क्रीप्ट्स* खं. १ पृ. ६९, ८६ *व्हॅन डिज* २०-३५, *इलियाट* खं. २ पृ. ५३,

पश्चिम किनाऱ्यावरील किल्ल्यांच्या सुरुवातीच्या योजनांसाठी पहा: *हेग ट्रान्स्क्रीप्ट्स* खं.२ पृ. ७३,९५ इंग्लिश सरकार यांच्या स्टडीजमध्ये (पृ.१६८ व नंतरची पाने) देखील भाषांतरे दिलेली आहेत. अकबराच्या कार्यशक्तीसाठी पहा: डॉ. व्हिन्सेंट स्मिथ यांचे अकबर दी ग्रेट मोगल, सर्वत्र.

नेमणुकांच्या उल्लेखांसाठी पहा: त्याच ग्रंथात पृ. १३१ अकबरनामा (भाषांतर) खं.२, पृ ९५ तुझुकमध्ये सर्वत्र हॉकिन्सच्या हकिकतीसाठी पहा.पुर्चाज खं.१, पृ. ३ पृ. २२१ आणि अर्ली ट्रॅव्हल्स पृ.११४ हेरीचे विधान पहा पुर्चाज खं. २, प्र.९ पृ. १४८० शहाजहानच्या अमदानीतील पद्धतीसाठी पहा : मंडी खं. २ सर्वत्र वारंवार बदलासाठी पहा: त्याच ग्रंथात खं. २, पृ. ८५ आणि *व्हॅन क्रिस्ट* प्र.१८. आकडेवारीसाठी पहा; बादशहानामा खं. २, पृ. ७१० व नंतरची पाने.

गुजरातमधील ठेक्याची रॅव्हेंस्टीनची हकिकत *टर्पस्ट्रॉच्या* सुरतमध्ये सातव्या परिशिष्टात आहे. या विषयावरील *रोची* मते पृ. १२४ व २३९ वर तसेच पहा. *डाग रजिस्टर* ३१ ऑक्टोबर १६३६, २८ जानेवारी १६४२ (सुरत). *इंग्लिश फॅक्टरीज* खं. ६, पृ. १००, २७६ खं. ७, पृ. २३, २४ आणि पेल्सार्ट हस्तलिखित पान २०. शहाजहानच्या खर्चाचे वर्णन पहा: इलियट खं.७, पृ. १७१, १७२. उत्पादनाच्या १.२ मागणीचा उल्लेख पहा: व्हॅन ट्विस्ट XLi मनूची खं. २ पृ. ४५१ ओहिंग्टन पृ. १९७ आणि इतर लेखक. महसुलासंबंधी शेतकऱ्याच्या परिस्थितीची चर्चा *इंडिया ॲट दी डेथ ऑफ अकबर* (पृ.२९५ व नंतरची पाने) या ग्रंथात विस्ताराने केलेली आहेत. *सरकारच्या स्टडीज* मध्ये पृ. १७२, १८९, १९१ वर दिलेल्या औरंगजेबाच्या आदेशावरून शेतकरी परागंदा झाल्याचे अनुमान करता येते. या विषयावरील *व्हर्नियनचे* विवेचन- पृ. २०५ व नंतरच्या पानावर आहे.

दक्षिणेतील शासनपद्धतीसाठी पहा: सरकारचे औरंगजेब विशेषत: खं १ पृ. १७९, १८२ व त्यानंतरची पाने आणि शिवाजी पृ. ४७० तसेच कलकत्ता युनिव्हर्सिटी जर्नल (डिपार्टमेंट ऑफ लेटर्स) १९२१ मधील एस. सेन. यांचा लेख पृ. २३७ भाडेपट्टीसंबंधीचा उतारा वर उल्लेखिलेल्या औरंगजेबाच्या फर्मानावर आधारलेला आहे.

विभाग २ : हा विभाग म्हणजे मुख्यत्वेकरून *इंडिया ॲट दि डेथ ऑफ अकबर* या पुस्तकात काढलेल्या निष्कर्षांचा सारांश आहे. आणि नंतरच्या विभागात काढण्यात येणाऱ्या निष्कर्षांचे दिग्दर्शन यात केलेले आहे. तपशीलवार संदर्भ त्या त्या पुढील विभागात येणार असल्यामुळे येथे त्यांची पुनरुक्ती अनावश्यक आहे.

विभाग ३ : चौल येथील लढाईसाठी पहा: *फरिया य सौसा* खं. ३, पृ.१६८, १८५ वगैरे आणि लेटर्स रिसीव्हड खं. २ पृ. १५०, २३९, स्टोररने केलेले शासनाचे वर्णन पृ. ३,४ आणि नंतरच्या पानांवर. मेथवोल्डचे गोवळकोंड्याचे वर्णन पृ. ९९६ वर आहे. गोवळकोंड्यातील जुलमाच्या उदाहरणासाठी पहा: *इंग्लिश फॅक्टरीज* खं. २, पृ.४६, खं. ४ पृ.२२८, २३२ खं. ७, पृ. ४१, आणि *डाग रजिस्टर,* १२ मार्च १६२५, ३१ मार्च आणि २३ ऑक्टोबर १६३३, २३ नोव्हेंबर १६३६ आणि १४ मार्च १६३७. युरोपियन ठेकेदारांसाठी पहा: त्याच ग्रंथात ३१ ऑक्टोबर १६३६ आणि *इंग्लिश फॅक्टरीज* खं. ५ पृ. ४५, खं, ६, पृ. १८८, खं. ९, पृ.६ मसुलीपट्टमच्या ठेक्याचे वर्णन पहा : हेग ट्रान्स्क्रिप्टस खं.१ पृ. २६१, खं. २, पृ. ७३, खं.३, पृ. ९४ विजापूरमधील परिस्थितीच्या उल्लेखासाठी पहा *डाग रजिस्टर* ३० एप्रिल ११ जुलै १६६१. सरकार यांचे शिवाजी पृ. ३४ हिंदू प्रदेशातील शासनाचे पद्धतशीर वर्णन मला आढळलेले नाही. उल्लेख केलेल्या घटनांसाठी पहा: *इंग्लिश फॅक्टरीज* खं. ७ पृ.४९आणि *डाग रजिस्टर* १९ फेब्रुवारी १६४१, २३, २४ एप्रिल आणि १६ जुलै १६४२; २० नोव्हेंबर १६४३, २१ जून आणि २९ जुलै १६४४, १८ जानेवारी, १९ ऑगस्ट आणि १७ सप्टेंबर १६४५.

विभाग ४ : या विभागातील बराचसा भाग जर्नल आर.एस. मधील दोन लेखांवर आधारलेला आहे. (१) अकबराची जमीनमहसूल पद्धती, जानेवारी १९१८ (२) वरील महसूलपद्धतीचा विकास, जानेवारी १९२२ अकबराच्या पद्धतीचा मूळ आधार ऐने हा आहे. या काळात झालेले बदल औरंगजेबाच्या दोन फर्मानांवरून घेतलेले आहेत. त्यांचा मजकूर भाषांतरासह जर्नल. ए.एस. बी जून १९०६ मध्ये छापला आहे. अधिकृत प्रमाणाच्या आग्रहासाठी पहा: *बादशहानामा* खं. २ पृ. ७१२, ७१५ *मजलिस-उ-सलातीन* पृ.११५, ११८ आणि मनूची खं.२ पृ.३६३ आणि नंतरची पाने. बिहार आणि अलाहाबाद येथील शेतीच्या कमतरतेविषयाची चर्चा जर्नल युनायटेड प्रॉव्हिन्सेस हिस्टॉरिकल सोसायटी १९१९ मध्ये आहे. अजमेरच्या परिस्थितीसाठी पहा: ऐन (भाषांतर) खं. २, पृ.२६७.

विभाग ५: या विभागात चर्चिलेल्या आकडेवारीचे मूळ आधार परिशिष्ट 'अ' मध्ये दिलेले आहेत. कुठल्याही धातूत महसुलाचा भरणा करण्याच्या पर्यायासाठी पहा ऐन भाषांतर खं. २ पृ. ४९ आणि सरकारचे स्टडीज पृ. १९६ *फॅक्टरीज* खं. ३, पृ.१९८, अर्मगॉनची स्थापन त्याच खंडात आहे. (सर्वत्र विशेषत: पृ.१२८, १३४) मद्रासकरता पहा: खं. ५ पृ. ९० १६१ आणि खं. ६ प्रस्तावना व

पृ. १५६ पश्चिम किनाऱ्यावरील नंतरच्या योजनांसाठी पहा: खं. ९, पृ. १७०, खं, १० पृ. १५१, २०८ वगैरे.

अधिकृत प्रमाणाच्या आग्रहासाठी पहा: बादशहानामा खंड २ पृ.७१२, ७१५; मजलिस-उस्-सलातीन पृ.११५,११८ आणि मनूची खं. २ पृ. ३६३ आणि नंतरची पाने बिहार आणि अलाहाबाद येथील शेतीच्या कमतरतेविषयीची चर्चा जर्नल युनायटेड प्रॉव्हिन्सेस हिस्टॉरिकल सोसायटी १९१९ मध्ये आहे. अजमेरच्या परिस्थितीसाठी पहा: ऐन (भाषांतर) खं. २ पृ. २६७.

प्रकरण : नऊ
करपद्धती

१. सरकारी वसूलपद्धतीवर सर्वसाधारण दृष्टिक्षेप

या प्रकरणात आपल्याला जमीनमहसुलाव्यतिरिक्त, आपल्या विचाराधीन काळात अस्तित्वात असलेल्या इतर वसूल पद्धतींच्या आर्थिक स्वरूपाचा विचार करायचा आहे. मोगल साम्राज्यात आपल्याला आढळणाऱ्या वसूल पद्धतीच्या वर्णनापासून आपण सोयीस्करपणे सुरुवात करू शकतो. ज्याला आता आपण बादशाही किंवा केंद्रीय आणि प्रांतिक किंवा स्थानिक म्हणतो त्या आयव्ययातील फरक हा या पद्धतीचा गाभा आहे. बादशहा हा उत्पन्नाच्या संख्येने थोड्या पण ठळक बाबींवर अवलंबून होता आणि हे उत्पन्न त्याच्या मर्जीप्रमाणे तो खर्च करीत असे. तर प्रांतिक आणि स्थानिक अधिकारी ह्यांना त्यांच्या अधिकाराखालील प्रदेशातून त्यांच्या गरजांप्रमाणे कर वसूल करण्याचे खूपच स्वातंत्र्य मिळत होते. उपलब्ध असलेल्या माहितीचे स्वरूप असे आहे की, आपल्याला स्थानिक अर्थव्यवस्थेपेक्षा केंद्रीय अर्थव्यवस्थेबद्दल जास्त ज्ञान मिळते. बादशहाच्या उत्पन्नाच्या साधनांचा प्रचंडपणा हा १७ व्या शतकातील बखरकारांचा ठरावीक विषय आहे. तसेच देशात येणाऱ्या युरोपियन प्रवाशांचा देखील. पण स्थानिक अर्थव्यवस्थेच्या तपशिलांसंबंधी या दोन्ही वर्गातील लेखकांना फारसे आकर्षण असणे शक्य नव्हते. म्हणून त्याबद्दलची आपली माहिती मुख्यत्वेकरून व्यापारविषयक पत्रव्यवहारातील प्रासंगिक उल्लेखांवरून घेतलेली आहे.

महसूल, जकात, टांकसाळ, वारसाहक्क आणि नजराणे ही केंद्रीय उत्पन्नाची साधने होती. यांपैकी नजराण्याचे दोन प्रकार करता येतील. एक म्हणजे नेहमी मिळणारे नजराणे आणि दुसरा म्हणजे काही विशिष्ट प्रसंगी मिळणाऱ्या खास भेटी. उदा. मक्ते किंवा ज्याला ठोकळमानाने 'तारण' म्हणता येईल अशा गोष्टी. यांपैकी जमीनमहसुलाची चर्चा मागील प्रकरणात करण्यात येईल. उत्पन्नाच्या विशेष बाबीसंबंधी कुठलेही सर्वसाधारण बाबींचे विवेचन पुढील विभागात करण्यात येईल. उत्पन्नाच्या विशेष बाबीसंबंधी कुठलेही सर्वसाधारण विधान करता येणे शक्य नाही, ज्यामुळे पुष्कळ लाख रुपयांचे उत्पन्न मिळणारे होते. अशी १६३३ मधील निळीची

मक्तेदारी[1] किंवा १६३६ मधील लष्करी कारवाईनंतर गोवळकोंड्यावर लादलेली खंडणी ही अशाप्रकारच्या उत्पन्नांची उदाहरणे म्हणून पुरेशी आहेत. एकूण केंद्रीय उत्पन्न किती होते हे दर्शविणारे विश्वसनीय आकडे आपल्यापाशी नाहीत. पण जमीन महसूल हा त्याचा सर्वात महत्त्वाचा एकमेव घटक होता असे म्हणण्यास हरकत नाही. आपण मागील प्रकरणात पाहिले आहे की, जुन्या प्रांतांवरील त्याचा भार आपल्या विचाराधीन काळात ७५ टक्क्यांनी वाढला होता. त्याची एकूण बेरीज जोडलेल्या नवीन प्रदेशांमुळे आणखी वाढली होती. ही वाढ किती झाली होती याची साधारण कल्पना, बादशाहनामात दिलेला ८८० करोड हा आकडा ऐनेमध्ये दिलेल्या ३६३ करोड या आकड्याशी ताडून पाहिल्यास येऊ शकते.

जमीनमहसुलाचा बराच मोठा भाग सैन्याचा आणि सर्वसाधारण कारभाराचा नेहमीचा खर्च भागविण्यासाठी बाजूला काढून ठेवला जात होता, हे आपण पाहिले आहे. हे दोन खर्च वेगळे करता येत नाहीत. कारण लष्कराचा खर्च भागविणे ही जवळ जवळ महसुलाच्या सर्व नेमणुकांची अट होती आणि शासनाच्या सर्व शाखांचा कारभार लष्करी हुद्द्यावरील अधिकारी पाहत होते.[2] या दोन खर्चांच्या कलमांशिवाय केंद्राचा नेहमीचा खर्च म्हणजे मुख्यत: दरबाराचा खर्च होता. या खर्चात तोफखाना आणि इतर खास सैन्याचा खर्च तसेच बराच मोठा धर्मादाय व इतर चिल्लर गोष्टींवर होणारा खर्च समाविष्ट होता. केंद्रीय महसुलावर पडणारा विशेष स्वरूपाचा भार म्हणजे प्रामुख्याने लष्करी मोहिमांच्या आणि इमारतींच्या किंवा इतर उपयुक्त किंवा शोभिवंत बांधकामांच्या खर्चाचा होता. शहाजहानच्या कारकिर्दीत खर्चात प्रचंड वाढ झाली होती, याचे पुरावे सर्वत्र आढळतात, आणि विशेषत: गेल्या प्रकरणात उद्धृत केलेल्या एका बखरकाराच्या स्तुतिस्तोत्रावरूनही ही गोष्ट सिद्ध होते. त्या बखरकाराने तर खर्च चौपटीने वाढल्याचे सांगितले आहे. नेमका आकडा कदाचित अतिशयोक्त असेल पण युद्धे आणि इमारती यांचा इतिहास हाच मुळात या बादशहाच्या विलक्षण खर्चीक अंदाजपत्रकाचा पुरावा आहे. पुन्हा पुन्हा होणाऱ्या खर्चातील वाढीचे कारण पगारवाढ हेच असले पाहिजे. अकबराने आपल्या अधिकाऱ्यांना भरपूर पगार दिला होता, असे म्हणता येईल. पण

---

१. खजिन्यातून घेतलेल्या कर्जाच्या परतफेडीशिवाय मक्तेदारीची रक्कम ४ ते ६ लाख सांगितली जाते. (इंग्लिश फॅक्टरीज खं.४ पृ. ३२४)

२. येथे संक्षेपाने दिलेली मोगलांच्या शासकीय संघटनेची वैशिष्ट्ये 'इंडिया अॅट दी डेथ ऑफ अकबर' या ग्रंथाच्या प्रकरण २ व ३ मध्ये विस्ताराने दिलेली आहेत.

शहाजहानच्या काळात वरच्या दर्जाच्या अधिकाऱ्यांची संख्या आणि त्यांचे उत्पन्न या दोन्हीत विलक्षण वाढ झाल्याची दिसते. १५९४ च्या सुमारास १००० किंवा त्यापेक्षा जास्त घोडे बाळगू शकत असलेल्या 'दर्जा'च्या व्यक्ती ५८ पेक्षा जास्त नव्हत्या. मोगल अधिकाऱ्यांचा दर्जा पदरी असणाऱ्या घोडदलाच्या संख्येवर ठरविला जात होता. उदाहरणार्थ, '१००-घोडदलाच्या सेनापतीचे' स्थान आजच्या सैन्याच्या तुकडीच्या प्रमुखासारखे होते. इतकेच सांगणे आवश्यक आहे की, अधिकाऱ्याच्या दर्जाने दर्शविली जाणारी घोडदळाची संख्या प्रत्यक्षात आवश्यक असलेल्या संख्येपेक्षा खूपच मोठी होती. पण १६४७ च्या सुमारास हीच संख्या २१८ होती आणि त्यांच्या पगाराच्या दरात झालेली थोडी कपात लक्षात घेतली तरी या अर्धशतकात एकूण पगाराचा खर्च तिपटीने वाढला पाहिजे. साम्राज्याचा विस्तार झाला असला तरी वरच्या दर्जाच्या अधिकाऱ्यांच्या संख्येत झालेली ही वाढ समर्थनीय ठरत नाही, असे मला वाटते. या वाढीचे कारण बहुतांशी बादशहांची भपकेबाज वृत्ती आणि अर्थव्यवस्थेवरील नियंत्रणाचा अभाव हेच होते.

केंद्राचा एकंदर महसूल खूप मोठा असला तरी त्याचा बराचसा भाग अत्यंत खर्चीक अशा नोकरशाहीच्या पुन्हापुन्हा येणाऱ्या खर्चासाठी लावून दिलेला होता. तसेच नाममात्र सामर्थ्यापेक्षा ज्याचे संख्याबल कमी होते अशा लष्करासाठीही महसुलाचा बराच खर्च करण्यात येत होता. उरलेले उत्पन्न बादशहाच्या अखत्यारीत होते आणि त्याचा जास्तीत जास्त उपयोग आक्रमक युद्धांसाठी केला जात होता.[१] या आणि इतर योजनांसाठी पैसा पुरविण्याकरिता बादशाही खजिन्याच्या शाखा सर्व देशात ठिकठिकाणी ठेवण्यात आल्या होत्या आणि दिवाण नामक बादशाही अर्थखात्याचा अधिकारी प्रत्येक प्रांतात नेमलेला होता. खजिन्याच्या शाखांमध्ये भरलेला महसूल वापरण्याचा अधिकार व्हाइसरॉय किंवा स्थानिक गव्हर्नरला नव्हता. प्रांतातील खर्चासाठी बादशहाने मंजूर केलेल्या रकमांचा विनियोग करण्याचा अधिकार दिवाणाला होता. उरलेली शिल्लक विशिष्ट कालांतराने दरबारात किंवा निरनिराळ्या किल्ल्यांमध्ये ठेवलेल्या खास खजिन्यांत भरली जात

---

१. जास्तीचे उत्पन्न गोळा करून रोख रकमेच्या किंवा दागिन्यांच्या स्वरूपात खजिन्यात ठेवणे ही हिंदुस्थानी परंपरा होती. मागील प्रकरणात उल्लेखिलेला बखरकार सांगतो की, शहाजहानने ही परंपरा यशस्वीपणे चालविली. पण या उलट बर्नियर (पृ.२२३) म्हणतो की, त्याची संपत्ती ६ करोड रुपयांपेक्षा कमी होती. त्याच्या कारकिर्दीचा काळ लक्षात घेता ही रक्कम लहान होती. पण या लेखकाने मूल्यवान रत्ने व इतर किंमती वस्तू विचारात घेतल्या नाहीत. बखरकाराने बहुधा त्या घेतल्या असाव्यात. तेव्हा दोघांमधील तफावत फारशी मोठी नाही.

होती. बखरींमधील विखुरलेल्या उल्लेखांवरून असे दिसते की, प्रत्येक प्रांताने जास्तीचे उत्पन्न सरकारी खजिन्यात भरावे अशी अपेक्षा होती. आणि १६३० च्या दुष्काळानंतर विलक्षण तूट आल्याने शहाजहानने दक्षिणेतील अर्थव्यवस्थेकडे विशेष लक्ष पुरविले होते. पण काहीही असले तरी शिलकी उत्पन्नाचा विनियोग करण्याचा अधिकार सर्वस्वी केंद्र सरकारचा होता आणि हे उत्पन्न बादशहाच्या परववानगीशिवाय प्रांतिक किंवा स्थानिक गरजांसाठी खर्च करता येत नव्हते.

मग असा प्रश्न उद्‌भवतो की, या गरजा कशा भागविल्या जात होत्या? प्रांतातील शासकीय नोकरांचे वेतन जमीनमहसुलाच्या नेमणुका देऊन भागविले जात होते.[१] प्रत्येक अधिकारी स्वत:जवळ स्वखर्चाने सैन्य बाळगत होता. त्यातूनच पोलिसांच्या किंवा महसुलाच्या कामासाठी माणसे घेण्यात येत होती, असे मानण्यास हरकत नाही. कारकून किंवा नेहमीच्या कचेरीच्या कामासाठी लागणाऱ्या माणसांचा खर्च दिलेल्या नेमणुकांमधूनच भागविण्यात येत होता, असेही समजण्यास प्रत्यवाय नाही. अर्थात याला पुष्टी देणारा कुठलाही पुरावा मला आढळलेला नाही. पण अजून आपल्याला काही गोष्टी विचारात घ्यावयाच्या आहेत. पहिली म्हणजे वरिष्ठांना वारंवार किंमती नजराणे द्यावयाची पद्धती सक्तीची होती आणि दुसरी म्हणजे शासनाची नोकरी हा खासगी फायदा मिळविण्याचा राजरोस मार्ग मानला जात होता. या काळाच्या अखेरीस एकंदरीने पाहता मोगल अधिकारी गरिबीत होते कारण त्यांचे भपकेबाज जीवन आणि वाढलेले उत्पन्न यांचा जेमतेम ताळमेळ बसत होता. बर्नियरने वरिष्ठ अधिकाऱ्यासंबंधी लिहिले आहे की, 'त्यांच्यापैकी बहुतेकांची परिस्थिती ओढ-गरस्तीची होती. ते कर्जात बुडालेले होते. इतर देशातील सरदारांप्रमाणे खाण्यापिण्यातील चैनीमुळे त्यांचा सर्वनाश ओढवला नव्हता तर ठरावीक वार्षिक समारंभाच्या वेळी राजाला दिलेल्या मूल्यवान नजराण्यांमुळे आणि बायका, नोकरचाकर, उंट, घोडे, यांच्या प्रचंड गोतावळ्याच्या खर्चामुळे ते टेकीला आले होते.' अशा परिस्थितीत लष्करी किंवा शासकीय हुद्द्यावर असताना जास्तीत जास्त फायदा मिळविणे हाच विचार

---

१. या नेमणुका पूर्वी वर्णन केलेल्या प्रकारच्याच होत्या. त्यानुसार बेचनदार उत्पन्न मिळवू शकत होता. रोख रकमांच्या नेमणुकांही दिल्या जात होत्या. या रकमा सरकारी तिजोरीतून दिवाणाच्या हुकुमानुसार देण्यात येत असत. म्हणून जेव्हा औरंगजेब दक्षिणेचा सुभेदार होता तेव्हा जमिनीच्या मोठ्या नेमणुका त्याच्याकडे होत्या. पण त्याबरोबर ठरावीक रोख रक्कमही त्याला मिळत होती. (सरकार यांचे औरंगजेब प्र.१ पृ.१७९)

प्रामुख्याने त्यांच्या मनात असला पाहिजे, हे उघड आहे आणि स्थानिक महसुलाचे उत्पन्न वाढविण्यामागे देखील हीच कारणे होती. स्थानिक कर बसविण्याचा अधिकार सुभेदारांना किंवा गव्हर्नरांना दिला असल्यासंबंधी बादशहाचा कुठलाही हुकूम माझ्या पाहण्यात आलेला नाही. पण प्रत्यक्षात बादशाही खजिन्यात भरावयाच्या करांव्यतिरिक्त इतर स्थानिक कर हे अधिकारी रयतेकडून वसूल करत होते. याबद्दल भरपूर पुरावा उपलब्ध आहे आणि जनता खवळून बंडाला उद्युक्त होणार नाही किंवा बादशाही हस्तक्षेप होईल इतका मोठा गवगवा होणार नाही अशा मर्यादेपर्यंत स्थानिक गरजा भागविण्यासाठी म्हणा किंवा आपल्या खाजगी फायद्यासाठी म्हणा, स्थानिक कर बसवून महसूल वाढविण्याचे स्वातंत्र्य, या अधिकाऱ्यांना होते, असा निष्कर्ष काढला तर तो चुकीचा ठरणार नाही. या निष्कर्षामुळे व्यापारविषयक पत्रव्यवहारांतून उघड होणाऱ्या विविध प्रकारच्या परिस्थितीशी निगडित असलेले असंख्य कर बसविण्यात आले होते. यांपैकी बरेचसे कर अतिशय डोईजड स्वरूपाचे होते. गव्हर्नरची बदली झाल्यावर करांचे प्रमाण बदलत होते, अशी उदाहरणे आढळतात. त्यावरून वरील निष्कर्ष पक्का होतो.

यानंतरच्या विभागांमध्ये आपल्याला प्रथम जमीनमहसुलाव्यतिरिक्त इतर बादशाही उत्पन्नाच्या साधनांचा आणि नंतर स्थानिक किंवा प्रांतिक गरजांसाठी पैसे उभारण्याकरिता योजलेल्या उपायांचा विचार करायचा आहे. परंतु या विषयाच्या तपशिलात शिरण्यापूर्वी मोगल साम्राज्याच्या दक्षिणेकडील प्रदेशातल्या अर्थ-व्यवस्थेचे एकवार अवलोकन करू. या प्रदेशात महसुलाची वसुली ठेकेदारीने देण्याची पद्धत सर्वत्र प्रचलित असल्याने येथील अर्थव्यवस्था एकप्रकारे सोपी झाली होती. मुख्य ठेकेदाराने प्रत्यक्षात दिलेल्या रकमा म्हणजेच राजा आणि त्यांचे मंत्री यांच्या ताब्यात येणारा केंद्रीय महसूल होता. मुख्य ठेकेदार 'कारभारातील' किंवा जिल्ह्यातील महसुलाची कुठलीही बाब ठेक्याने देऊ शकत होता. कराराप्रमाणे ठरलेली रक्कम राजाला दिल्यानंतर त्याच्याजवळ महसुलाची जी रक्कम होती तिचा विनियोग तो स्वतःच्या मर्जीनुसार करू शकत होता. गेल्या प्रकरणातील उदाहरण येथे पुन्हा देता येईल. पेटापोलीचा गव्हर्नर वर्षभर अधिकारपदावर राहण्यासाठी ४८,००० पगोडा ही निव्वळ रक्कम देत होता. ही रक्कम त्याच्या अधिकाराखालील प्रदेशातून केंद्र सरकारला देण्यासाठी जमा होणारा महसूल दर्शविणारी रक्कम होती. याशिवाय लाच किंवा नजराणे यांच्या रूपाने वैयक्तिक मंत्री त्याच्याकडून आणखी काही उपटत असत ते वेगळेच. ही सर्व देणी दिल्यानंतर आवश्यक खर्चापेक्षा

जास्तीची अशी जी रक्कम गव्हर्नर जमा करू शकत होता, ती त्याच्यापाशीच राहात होती. म्हणून महसुलाच्या रूपाने जास्तीत जास्त रक्कम जमा करणे हेच त्याचे ध्येय होते. तसेच अधिकारपदाच्या थोड्या कालावधीत शासनाचा खर्च कमीत कमी ठेवण्याचा तो प्रयत्न करीत होता, असेही मी वर दिलेल्या हकिकतीवरून दिसते. अशा प्रकारे दक्षिण हिंदुस्थानातील वसूलपद्धती जशी सर्वात जास्त जुलमी होती तशी ती सर्वात अधिक सोपी होती.

२. मोगल बादशहाची उत्पन्नाची साधने

जमीनमहसूल सोडला तर बादशाही अंदाजपत्रकात अशा प्रकारचे अंदाजपत्रक तयार केले जात असल्यास-जमेच्या बाजूला चार नेहमीच्या बाजू होत्या. त्या म्हणजे जकात, टांकसाळ, वारसा आणि नजराणे. जकातीची वसुली सहसा जमीन महसुलाबरोबरच केली जात होती असे दिसते. कारण जिल्ह्याच्या गव्हर्नरकडे बंदराचे उत्पन्न वसूल करण्याचाही ठेका दिलेला असे, पण ही परिस्थिती सर्वत्र नव्हती. जेव्हा हॉकिन्स सुरतेला आला, तेव्हा बंदराची व्यवस्था दख्खनच्या सुभेदाराच्या ताब्यात होती तर जमिनीचे उत्पन्न वसूल करण्याचे काम गुजरातच्या सुभेदाराकडे होते असे त्याला आढळून आले. आयात आणि निर्यात यांवरील कर बादशहा ठरवीत होता. हे कर गोळा करण्याचे काम ठेक्याने देण्यात येत होते किंवा कधी कधी या करांच्या उत्पन्नाची नेमणूक करून देण्यात येत होती. ही व्यवस्था गव्हर्नरकडे किंवा इतर एखाद्या अधिकाऱ्याकडे सोपविली जात असे. हे कर फारच कमी होते. असे आपल्या वाचनात येते. सुरतेला १६०६ मध्ये या करांचे दर खालीलप्रमाणे होते. मालावर $२^{१}/_{२}$ टक्के, खाद्य पदार्थावर ३% आणि पैशावर २% पैशात मी नाणे पाडलेले किंवा न पाडलेले सोने आणि चांदी यांचा समावेश करतो. आपल्या विचाराधीन कालावधीत हे दर काही अंशी वाढले होते. पण या काळाच्या अखेरीला देखील ते ५% पेक्षा कमीच होते. सुरतेचे दरपत्रक प्रातिनिधिक मानता येईल. अशा परिस्थितीत परदेशी व्यापाराला शक्य तेवढे उत्तेजन देणे हे बंदरावरील ठेकेदाराच्या हिताचे होते. कारण त्याने शासनाला द्यावयाची मुख्य रक्कम ठरलेली असल्यामुळे त्यापेक्षा जितकी जास्त जकातीची रक्कम त्याच्याकडे जमा होईल, तो खर्च त्याचा नफा होता. अर्थात व्यापारात जर मोठ्या प्रमाणात घट झाली तर त्याचे प्रचंड नुकसान होण्याची शक्यता होती. म्हणून आपल्याला असे आढळते की, प्रत्यक्षात अधिकाऱ्यांची वृत्ती परदेशी व्यापाऱ्यांचे स्वागत करण्याकडे होती. पण कारभारातील सातत्याच्या अभावामुळे कुठल्याही

एका ठेकेदाराला याबाबतीत विधायक धोरण आखता येणे शक्य नव्हते. उदाहरणार्थ, एखाद्या बंदराला चाच्यांपासून संरक्षण हवे असे; पण असे संरक्षक उपाय योजण्याकरिता ताबडतोब खर्च करावा लागत होता आणि एखाद्या ठेकेदाराने असा खर्च केल्यास त्याचा फायदा त्याच्यानंतर येणाऱ्या ठेकेदाराला मिळण्याची शक्यता होती. व्यापाराच्या वृद्धीसाठी कुठलेही दूरदर्शी उपाय योजण्यात आल्याचे तत्कालीन इतिहासात आढळत नाही. याउलट ठेक्याची ठरावीक रक्कम वसूल करण्याच्या निकडीमुळे आणि तात्काळ नफा मिळविण्याच्या स्वाभाविक इच्छेमुळे निरनिराळ्या प्रकारचे गैरउपाय योजण्यात आले होते. यांपैकी काही उपाय दूरवरचा विचार केल्यास नि:संशय घातक होते.

आपल्या बंदराशी स्पर्धा करणाऱ्या दुसऱ्या बंदरापासून व्यापाऱ्यांना आमिष दाखवून आपल्याकडे ओढण्याची पद्धत हा यापैकी कदाचित सर्वात कमी अपायकारक असा उपाय होता. या प्रकारचे एक उदाहरण सर थॉमस रो याने दिले आहे. सुरतेला अडचण उत्पन्न झाली त्यावेळी इंग्रजांचा तेथील व्यापार खंबायत येथे नेमण्यात यावा या उद्देशाने खंबायतचे अधिकारी थॉमस रोकडे आले होते. पण त्याने या दोन्ही स्पर्धकांना एकमेंकाविरुद्ध यशस्वीपणे खेळवीत ठेवले. यानंतर काही काळाने गुजरातमधील निरनिराळ्या बंदरांमध्ये स्पर्धा झाल्याचे आपल्या कानांवर येते. अर्थात ही स्पर्धा व्यापाऱ्यांना मोठमोठी वचने देऊन आपल्याकडे आकर्षित करण्यापुरतीच मर्यादित होती आणि व्यापार हातचा जाईल या भीतीमुळे व्यापाऱ्यांचे शोषण करण्यावर बहुधा बंधने पडत होती असे दिसते. सुरत येथील जकातीच्या जुलमी पद्धतीमुळे अहमदाबादच्या हिंदुस्थानी व्यापाऱ्यांनी १६४७ मध्ये आपल्या भांडवलाच्या गुंतवणुकीचे स्थलांतर लाहिरी बंदर येथे केले होते. हे करताना त्यांनी व्यापाऱ्यांना खुला असलेला प्रस्थापित मार्ग चोखाळला होता. ठेकेदारांनी योजलेले काही उपाय उघड उघड घातक होते. ते म्हणजे जकात आकारण्यास विलंब करणे, मालाची किंमत जास्त लावणे आणि सक्तीची विक्री करण्यास भाग पाडणे, जकातनाक्यावरून माल सोडण्यास होणाऱ्या विलंबाचा इतका वारंवार उल्लेख करण्यात आलेला आहे की संपूर्ण हिंदुस्थानात सर्वत्र हा अनुभव येत असला पाहिजे. तसेच लाच उकळण्याच्या निश्चित हेतूने किंवा अधिकाऱ्यांच्या गैरकारवाईत सामील होण्यासाठी व्यापाऱ्यांवर दबाव आणण्याच्या उद्देशाने माल अडकवून ठेवण्यात येत असला पाहिजे यात शंका नाही. इंग्रज व्यापाऱ्यांनी अशा

प्रकारच्या विलंबाचे कारण अधिकाऱ्यांची 'जन्मजात दुष्ट सवय' असे दिले आहे. ते पुढे म्हणतात की, 'हे अधिकारी लाच घेतल्याशिवाय काहीही करणार नाहीत आणि लाच एकदा उकळली की ती नेहमीचीच पद्धत होते व कर म्हणून जबरदस्तीने वसूल करण्यात येते.' अशा प्रकारच्या खर्चाची बरीच मोठी पुरवणी सरकारने मंजूर केलेल्या करांना जोडण्यात येत होती, असा निष्कर्ष काढण्यास काहीच हरकत नाही.

मालाची किंमत जादा आकारण्याची युक्ती अधिक गंभीर स्वरूपाची होती. करांचे दरपत्रक किंमतीनुसार होते. दर वरिष्ठ अधिकारी ठरवीत होते. पण मालाची किंमत ठरविण्याचे काम त्या जागेवर असणाऱ्या अधिकाऱ्यांकडे सोपविले होते. हे अधिकारी जकात नाक्यातून जाणाऱ्या मालाची किंमत दुप्पट धरून मनात आले तर दुप्पट कर वसूल करीत होते. हा प्रकार सर्वत्र आढळत होता, असे नाही कारण लाहिरी बंदर. या लहानशा बंदरात ठरावीक किंमती मान्य करण्यात आल्या होत्या. पण सुरतेला ही लबाडी सर्रास चालत होती. तेथून एका इंग्रज व्यापाऱ्याने पुढीलप्रमाणे लिहिले.

''येथे गव्हर्नरची इच्छा हा कायदा आहे. तो त्याच्या मर्जीप्रमाणे मालाच्या किंमती ठरवितो. त्यामुळे असे घडते की, तुम्हाला वाटते की फक्त ३.१/२ टक्के कर द्यावयाचा आहे. पण जकातनाक्यावर तुमच्याकडून त्यापेक्षा दुप्पट वसूल करण्यात येते. कारण मालाची किंमत ज्या किंमतीला तो घेतला त्याच्या दुप्पट लावण्यात येते. मी आग्रा येथे ६१ रुपयांना एक मण या दराने नीळ विकत घेतली. पण तेथे मझेल मुल्कने तिचा दर ११० रुपये लावला. कारण (तो म्हणाला) पर्शियात तिची किंमत इतकीच होती. पण बदर लारी (लाहिरी) येथे असे नाही. कारण तेथे किंमती माहिती आहेत व दराच्या पुस्तकात लिहिलेल्या आहेत. प्रत्येक लोभी व अन्यायी गव्हर्नर तेथे आपल्या इच्छेप्रमाणे किंमती बदलत नाही किंवा नव्या लावत नाही.''

मालाची जादा किंमत लावण्याची पद्धत सुरत येथे १६१५ इतक्या आधीपासून असल्याची नोंद आहे. त्यानंतरही तिचा उल्लेख वारंवार आढळतो. मालाची किंमत दुप्पट केली जात होती. हे एका डच व्यापाऱ्याने १६४१ मधील दिलेल्या आकड्यांवरून दिसते. (१.१/२ रुपया किंमतीच्या सोरामिठाचे मूल्य ४ रुपये आणि ९ रुपये किंमतीच्या कापडाचे मूल्य १८ रुपये लावण्यात आले होते)

याचा उघड उघड असा परिणाम झाला की, अधिकृत दरपत्रकाप्रमाणे होणाऱ्या करापेक्षा प्रत्यक्षात लावल्या जाणाऱ्या जकातीचा बोजा फार मोठ्या प्रमाणात वाढला. कुठल्या दराने जकातीचा हिशोब करण्यात येणार याबद्दल अनिश्चितता असल्याने व्यापारात गंभीर स्वरूपाचा व्यत्यय निर्माण झाला असला पाहिजे.

जकातनाक्यावरून माल सोडण्याबाबत त्वरा करणे किंवा दिरंगाई करणे आणि मालाची किंमत जास्त किंवा कमी लावणे या गोष्टी सर्वस्वी ठेकेदाराच्या अखत्यारीत होत्या. त्यामुळे तो केवळ लाचच खाऊ शकत होता असे नव्हे तर जकातनाक्यावर आलेल्या मालाची सक्तीने विक्री करायला लावून त्यात फायदाही मिळवू शकत होता. १६१५ साली इंग्रज व्यापाऱ्यांनी अशी तक्रार केल्याचे आपल्याला आढळते की, गव्हर्नरने आणि जकात अधिकाऱ्याने त्यांचा माल ताब्यात घेतला होता आणि त्याची अजिबात किंमत दिली नव्हती किंवा अगदी थोड्या दराने किंमत चुकती केली होती. पस्तीस वर्षांनंतर याच व्यापाऱ्यांच्या वारसदारांनी असे कळविले की, त्यांचा माल, जकात अधिकाऱ्यांनी देऊ केलेली अपुरी किंमत घ्यावयाचे त्यांनी नाकारल्याने, दोन वर्षे किंवा त्यापेक्षाही अधिक काळ अडकवून ठेवण्यात आला होता. इतर आणखीही अशाच निरनिराळ्या हकिकती आढळतात. त्यावरून असे प्रसंग केवळ अपवादात्मक नव्हते, हे दिसून येते. अशा वेळी लाच देऊन व्यापारी आपली सुटका करून घेत होते. १६२० साली आयात केलेल्या पोवळ्याची कमी किंमतीला विक्री करण्याची अधिकाऱ्यांनी केलेली मागणी अशाच प्रकारे टाळण्यात आली. त्याकरिता 'गव्हर्नरला १००० रियल लाच देण्यात आली. १०० रियल दलालाला देण्यात आले आणि २००० मण शिसे आम्ही विकतो, त्या नेहमीच्या भावापेक्षा मणाला एक महामुदी कमी या किंमतीने राजपुत्राच्या कोठीवर [१] पाठविण्यात आले.' या ना त्या प्रकारे कर द्यावा लागत होता आणि मालाची जास्त लावलेली किंमत, सक्तीची विक्री आणि दिलेली लाच या गोष्टी लक्षात घेतल्या तर प्रत्यक्षात द्याव्या लागणाऱ्या रकमेपेक्षा शासनाच्या करांचे दर अगदीच क्षुल्लक होते असे दिसून येते. या अतिरिक्त खर्चात आपल्या विचाराधीन कालावधीत फारसा बदल झाल्याचे मला आढळत नाही. प्रत्येक ठेकेदाराच्या जास्त किंवा कमी लोभीपणानुसार त्या खर्चात थोडाबहुत फरक पडत होता इतकेच. १६१५ मधील व्यापाऱ्यांचे एक निवेदन उद्धृत केलेले आहे.

---

१. या बंदराच्या महसुलाचा बेचनदार यावेळी राजपुत्र शहाजहान हा होता.

त्यात वर्णन केलेल्या परिस्थितीपेक्षा वाईट परिस्थिती क्वचितच असण्याची शक्यता होती आणि या परिस्थितीत कुठलीही कायमची सुधारणा झाली नव्हती, असे दर्शविणारी एकही गोष्ट मला आढळलेली नाही.[२]

महसुलाचे साधन म्हणून टांकसाळी जकातीपेक्षा खूपच कमी महत्त्वाच्या होत्या. टांकसाळीदेखील ठेक्याने दिल्या असल्यामुळे त्यातून काही उत्पन्न होत होते, हे उघड होते. पण जोपर्यंत नाण्यांचा दर्जा कायम राखला जात होता तोपर्यंत त्यातून मिळणारा वाजवी नफा फार मोठा असणे शक्य नव्हते. टांकसाळीच्या व्यवस्थेवर बादशाही अधिकाऱ्यांचे सक्त नियंत्रण होते आणि आर्थिक महत्त्वापेक्षा त्यांचे राजकीय महत्त्व फार होते. नाणी पाडणे हा सार्वभौमत्वाचा विशेष अधिकार आणि सर्वात प्रत्यक्ष असा पुरावाही होता. म्हणून कुठलाही स्थानिक अधिकारी 'किंवा कुठलाही माणूस मग तो कोणी का असेना' 'बादशहाच्या खास हुकुमाशिवाय किंवा लेखी अधिकारपत्राशिवाय' नाण्यात बदल करण्यास धजावणे शक्य नव्हते. ही गोष्ट सहज समजण्यासारखी आहे. गुजरातमधील टांकसाळीची व्यवस्था तेथील जकातीच्या तुलनेने खूपच चांगली होती, असे व्यापारविषयक पत्रव्यवहारावरून दिसते. सुरतेला नाणी पाडण्यात होणाऱ्या विलंबाबद्दल तक्रारी करण्यात आल्या होत्या. पण स्थानिक टांकसाळीत तात्पुरते जास्त काम आल्यामुळे हा विलंब झाला होता असे स्पष्टीकरण मागील प्रकरणात दिलेले आहे. पण एवढी एक तक्रार सोडली तर टांकसाळीच्या व्यवस्थेबद्दल इतर कुठली तक्रार असल्याची कागदपत्रात नोंद नाही आणि त्या काळातील व्यापारी जमातीला खऱ्या नाण्यांचा लाभ मिळत होता असे म्हणण्यास काहीच हकरत नाही. देशाच्या अंतर्गत भागातील टांकसाळीच्या कामकाजाची कुठलीच समकालीन माहिती मला मिळालेली नाही. पण आपल्या अखेरीनंतर बंगालमधील राजमहाल येथील

---

२. उतारूंचे वैयक्तिक सामानदेखील जकात अधिकाऱ्यांच्या तावडीतून सुटत नव्हते. यावरून मी वर्णन केलेले सर्व गैरप्रकार सर्रास चालू होते असे अनुमान करता येईल. मॅन्डलस्लोच्या जर्नलच्या उपलब्ध असलेल्या आवृत्त्यांवर अवलंबून राहणे धोक्याचे आहे. कारण त्यांच्या संपादकांनी मूळ मजकुरात खूपच भर घातली आहे. पण पुढील उताऱ्यात (पृ.१२) सुरतेला त्याला स्वत:ला आलेला अनुभव त्याने दिला आहे असे दिसते. ''सुलतान किंवा गव्हर्नरच नव्हे तर खुद्द जकात अधिकारीदेखील व्यापाऱ्यांना आणि उतारूंना, त्यांनी स्वत:च्या खाजगी उपयोगांकरिता आणलेला माल आणि वस्तू विकण्यास भाग पडतात. या मालाच्या ते त्यांना योग्य वाटेल त्या किमती लावतात. या प्रमाणे माझ्या सामानात देखील सुलतानला एक पिवळ्या स्फटिकाची बांगडी आणि एक हिरा सापडला आणि या वस्तू माझ्याकडून विकत घेण्याची त्याला गरज भासली.''

टांकसाळीत होणाऱ्या विलंबाबद्दल व गैरप्रकारांबद्दल डच तक्रार करीत होते. त्यावरून गुजरातमधील टांकसाळीसारखी उत्कृष्ट व्यवस्था सर्वत्र होती, असा निष्कर्ष काढणे योग्य होणार नाही.

प्रजाजनांच्या मालमत्तेवर मोगल बादशहा वारसाहक्क सांगत होते, असे कुठलेही अधिकृत विधान मला आढळलेले नाही. युरोपियन प्रवाशांनी दिलेल्या हकिकतीत पुष्कळ मतमतांतरे आढळतात. काही म्हणतात की, अशा प्रकारचा वारसाहक्क सार्वत्रिक होता; काही सांगतात की, दरबारातल्या सरदारांच्या मालमत्तेपुरताच तो मर्यादित होता; तर इतर काहींच्या मते, श्रीमंत व्यापाऱ्यांच्या मालमत्तेलाही तो लागू होता. पण यासंबंधी निश्चित कायदेशीर व्यवस्था काय होती, हे अशा हकिकतींवरून कळणे शक्य नाही. पण वरील विधानांचा इतर आधारग्रंथात नोंदलेल्या प्रसंगांच्या अनुरोधाने विचार केला तर वारसाहक्का-संबंधीचा नियम हा सर्वस्वी वज्रलेप होता असे मानता येणार नाही. बादशहा आपल्या सरदारांच्या मालमत्तेवर हक्क सांगत होता, यात शंका नाही आणि कधी कधी हा हक्क व्यापाऱ्यांच्या मालमत्तेवर सांगण्यात येत होता. पण कुठल्याही मालमत्तेसंबंधी असे काही व्यावहारिक प्रश्न उपस्थित होत असावे की ती मालमत्ता काय किंमतीची होती आणि तिच्यावरील जप्ती टाळण्यासाठी किती मोठी लाच मिळणार आहे. औरंगजेबाने शहाजहानला लिहिलेल्या एका पत्रात हाच दृष्टिकोन व्यक्त झालेला आहे. या पत्रातील काही भाग बर्नियरने जपून ठेवला होता. त्यात औरंगजेबाने लिहिले आहे की 'एखादा उमराव (सरदार) किंवा श्रीमंत व्यापारी यांनी शेवटचा श्वास सोडताच किंवा किंबहुना कधी कधी त्यांचा प्राण पूर्णपणे जाण्यापूर्वीही त्यांच्या मालमत्तेला सील ठोकण्याची आणि त्यांच्या मालमत्तेची संपूर्ण माहिति देईपर्यंत अगदी क्षुल्लक दागिन्यापर्यंत सर्व चीजवस्तू कुठे ठेवली आहे, हे कळेपर्यंत त्यांच्या घरातील नोकरांना आणि इतर लोकांना कैदेत डांबून मारपीट करण्याची आपली पद्धत आहे. ही पद्धत फायद्याची आहे, यात शंकाच नाही, पण यातील क्रूरपणा आणि अन्याय आपण नाकारू शकतो काय? 'या उताऱ्यातील 'श्रीमंत व्यापारी' हा शब्दप्रयोग मी महत्त्वाचा समजतो. कारण त्यावरून असा अर्थ निघतो की, सरसकट सर्व व्यापाऱ्यांवर ही आपत्ती येत नव्हती, पण त्यातल्या यशस्वी लोकांच्या मालमत्तेवर जप्तीची टांगती तलवार सतत होती. औरंगजेबाने वर्णन केलेली क्रूरताही नवीन गोष्ट नव्हती. कारण जहांगीरच्या कारकिर्दीत पेल्सार्टने वर्णन केलेल्या खालील हकिकतीतही निर्दयपणाचे पुरेपूर दर्शन घडते.

लहान किंवा मोठ्या कुठल्याही सरदाराचा मृत्यू झाल्यानंतर लगेच किंवा कधी कधी त्याने शेवटचा श्वास सोडण्यापूर्वीच राजाचे हस्तक तेथे न चुकता हजर होतात. ते त्याच्या संबंध मालमत्तेची (ती लपवून ठेवली नसेल तर) मोजदाद करतात. मालमत्तेच्या यादीत ते शेवटच्या पैशापर्यंत इतकेच नव्हे तर बायकांचे कपडे आणि दागिने यांचीही नोंद करतात. राजा ही संपूर्ण मालमत्ता सर्वस्वी स्वत: गिळंकृत करतो. पण त्या मृतात्म्याने आयुष्यभर राजाची चांगली चाकरी केली असेल तर त्याच्या बायका मुलांना फक्त जेमतेम जगण्यापुरते देण्यात येते, जास्त नाही. कुणाला असे वाटेल की, त्या सरदाराची बायको, मुले किंवा मित्र, तो सरदार जिवंत असतानाच, कुटुंबाच्या निर्वाहाला पुरेल इतके धन कुठेतरी लपवून ठेवू शकत असतील. पण असे करणे फारच कठिण होते. कारण सरदारांच्या हालचाली, त्यांची सर्व चीजवस्तू , सर्वांना पुरेपूर माहीत असते. प्रत्येक राजवाड्यात एक दिवाण (नोकर) असतो. प्रत्येक गोष्ट त्याच्या हातातून जाते. त्याच्या हाताखाली पुष्कळ नोकर असतात. यांपैकी प्रत्येक नोकराकडे एक निश्चित असे काम सोपविलेले असते आणि त्या कामाचा त्याला जाब द्यावाच लागतो. (सरदार मेल्यावर) या सर्व नोकरांना प्रत्येकाला, पकडण्यात येते आणि रोख रक्कम व मालमत्ता कुठेकुठे ठेवली आहे, हे आपल्या पुस्तकांवरून व कागदपत्रांवरून त्यांना दाखवावे लागते. आणि त्यांच्या मालकाचे उत्पन्न कसे खर्च झाले याचा हिशेब द्यावा लागतो. त्यांनी दिलेल्या माहितीबद्दल काही संशय आला तर खरी माहिती मिळेपर्यंत या नोकरांचे हाल करण्यात येतात.'

या मार्गाने बादशाही खजिन्याला मिळणाऱ्या उत्पन्नाचा निश्चित अंदाज सांगता येत नाही. पण ते बरेच मोठे असले पाहिजे. प्रसिद्ध असफखान १६४१ मध्ये मरण पावल्यानंतर शहाजहानला १९करोड रुपये मिळाले, असे एक डच वृतान्त सांगतो. हा आकडा म्हणजे लोकांनी उठवलेली एक अफवा असावी. कारण बादशाहनामात दिलेल्या यादीवरून असफखानची मालमत्ता २.१/२ करोड रुपयांची भरते. पण काही असले तरी हा लाभ महत्त्वाचा होता आणि फादर सेबॅस्टियन मॅनरिक सांगतो की, मालमत्तेतील कुठलाही भाग देशाबाहेर जाऊ नये म्हणून सर्व रस्त्यांची नाकेबंदी करण्यात आली होती. इतकी प्रचंड मालमत्ता असलेले लोक अगदी थोडे असत, पण यापेक्षा लहान प्रमाणावरील संपत्तीचे मिळणारे उत्पन्न, औरंगजेबाने म्हटल्याप्रमाणे 'फायद्याचे' होते आणि जरी त्याने या पद्धतीवर टीका केली असली तरी प्रत्यक्षात त्याने ती रद्द केली नाही. मनूची आपल्याला सांगतो की, त्याच्या काळात अधिकृत वारसा सांगितला जात नसला

तरी सरकारला येणे असलेले कर्ज वसूल करण्याच्या निमित्ताने सरदारांच्या मिळकती सरकारदरबारी नियमितपणे जमा करण्यात येत होत्या.

व्यापारविषयक पत्रव्यवहारांतील काही सहज उल्लेखांवरून या पद्धतीच्या कामकाजावर थोडाबहुत प्रकाश पडतो. १६४६ मध्ये गरम कपडे दरबारात विकले जात नव्हते. कारण 'काही उमराव (सरदार) मेल्यामुळे राजाजवळ या कपड्यांचा भरपूर साठा जमा झाला होता.' असे आपल्या वाचनात येते. एका प्रसंगी हा वारसाहक्काचा कायदा देशात मरणाऱ्या परदेशी व्यापाऱ्यांच्या मालमत्तेलाही लागू करण्याचा प्रयत्न झाला. अहमदाबाद येथील इंग्रजांच्या प्रमुखाचा मृत्यू झाल्यावर कंपनीची चीजवस्तू कोणती होती याचा विचार न करता वखारीतील प्रत्येक वस्तूला सील ठोकण्यात आले होते. पण १६२४ मध्ये हा तंटा मिटविण्यात आला आणि इंग्रजांच्या मालमत्तेपुरता वारसाहक्काचा दावा सोडून देण्यात आला. १६४७ मधील एका घटनेवरून वारसाहक्काचा कायदा हिंदुस्थानी व्यापाऱ्यांची मालमत्ता जप्त करण्यासाठी वापरण्यात आला होता, असे दिसते. एका प्रमुख सिंधी व्यापाऱ्याची मालमत्ता जप्त करण्यात आली होती आणि त्याच्या भावाला वाईट वागणूक देण्यात आली. त्यामुळे त्या प्रदेशात खळबळ माजली होती; असे सांगण्यात आले, की राजाने त्याला १००,००० रुपये दंड केला आहे. तो टट्टा येथे भरला जात आहे. याशिवाय राजपुत्र आणि इतर मोठी माणसे आपली फी म्हणून आणखी किमान ५०,००० रुपये घेऊन जातील. सर्व लोक याविरुद्ध बोलत आहेत. (ते म्हणतात) आतापर्यंतच्या सर्व प्रथांमध्ये ही अत्यंत वाईट प्रथा आहे. कारण आता जर एखादा श्रीमंत व्यापारी किंवा दुसरा कोणीही सधन माणूस मेला की, त्याची संपत्ती जप्त करण्यात येईल. त्याला मुले किंवा भावंडे असली तरी त्यांना काही ठेवण्यात येणार नाही आणि मुले-भावंडे असताना राजाने कोणताही हक्क सांगणे योग्य नाही. स्थानिक गव्हर्नर मरण पावल्यावर त्याची सर्व मालमत्ता 'उमराव(सरदार) मेल्यावर जशी करतात' त्याच पद्धतीने राजाच्या अधिकाऱ्यांनी जप्त केली होती. असा उल्लेख याच पत्रात आहे आणि मी वर दिलेल्या पत्रातील शब्दप्रयोगांवरून असे दिसते की, बादशहाच्या सरदाराची किंवा अधिकाऱ्याची मालमत्ता जप्त करणे ही नेहमीच्या सरावाची गोष्ट होती. पण व्यापाऱ्यांच्या इस्टेटीवर हक्क सांगणे ही सिंधमधील लोकांच्या दृष्टीने नवीन गोष्ट होती आणि एक लाख रुपयांचा 'दंड' हा मालमत्ता जप्त करण्याचा एक अभिनव प्रकार होता, असे आता म्हणता येईल.[१] वारसाहक्काच्या

१. १६३५ पर्यंत सिंधमध्ये बहुधा श्रीमंत व्यापारी नव्हते. व्यापाराची मक्तेदारी असलेले पोर्तुगीजच फक्त येथे श्रीमंत गणले जात. आग्रा किंवा सुरतमध्ये असा प्रकार घडला असता, तर त्याबद्दल लोकांनी तक्रार केलीच असती, असे अनुमान यावरून करता येत नाही.

मागण्या बादशहातर्फे नवीन प्रदेशात लागू करण्यात येत असल्याचे यावरून दिसत असले तरी आपल्या विचाराधीन काळात या पद्धतीत फारसा बदल झाल्याचे मला आढळत नाही. या पद्धतीतून निर्माण होणाऱ्या अर्थिक अरिष्टांची विस्ताराने चर्चा करण्याची आवश्यकता नाही. राजाच्या अधिकाऱ्यांबद्दल असे म्हणता येईल, की ज्या करारान्वये ते बादशाही चाकरी करीत होते, त्या करारातच मरणोत्तर त्यांची मालमत्ता बादशहाकडे जावी असे कलम होते. शासनाची एकंदर परिस्थिती अशी होती की, हे अधिकारी पदावर असताना जनतेची पिळवणूक करून लुटीच्या मार्गाने उत्पन्न मिळविण्यास प्रवृत्त होत होते. म्हणून मरणोत्तर त्यांनी मिळविलेले उत्पन्न परत सरकारजमा व्हावे, या नियमात थोडे तथ्य होते. पण श्रीमंत व्यापाऱ्यासंबंधी अशी परिस्थिती नव्हती. त्यांना हा नियम लागू करण्याने व्यापाराचे नुकसान होत असले पाहिजे, ही गोष्ट उघड आहे. कारण मालकाच्या मृत्यूने मूळ धंदाच काहीसा तात्पुरता अस्थिर अवस्थेत असतानाच धंद्यातील संपूर्ण भांडवल सरकार दरबारी जप्त होण्याचा अचानक धोका उद्भवत होता. यामुळे कुठलाही उत्पन्नाचा उद्योग करणे अशक्य झाले असले पाहिजे. अशी जी उदाहरणे आढळतात त्यावरून हा धोका खरा होता असे दिसते. आणि मोगल साम्राज्याच्या आर्थिक परिस्थितीचा विचार करताना या धोक्याचे अस्तित्व लक्षात घेणे आवश्यक आहे. वारसाहक्काची मागणी करणे जोपर्यंत चालू होते तोपर्यंत शासनावर अवलंबून नसलेल्या श्रीमंत समाजाची स्थापना होणे किंवा भांडवलशाही उत्पादनधंद्याचा विकास होणे शक्य नव्हते.[१]

बादशाही उत्पन्नाचा शेवटचा प्रकार म्हणजे नजराणे. हे नजराणे शक्य त्या सर्व प्रसंगी बादशहाला देण्यात येत असत. ही पद्धत आशियात सर्वत्र होती, असे दिसते. काही ठिकाणी दिलेल्या नजराण्यांच्या किंमतीइतक्याच परतभेटी दिल्या जात होत्या. पण हा परतभेटीचा प्रकार मोगल साम्राज्यात किंवा दख्खनच्या राज्यात पाळला जात नव्हता. क्वचित कधी परत भेटीदाखल वस्तू दिलीच तर तिची किंमत तुलनेने अगदीच क्षुल्लक असे. शहाजहान बादशहाबद्दल लिहिताना मॅनरिकने अशी नोंद

१. हे परिच्छेद मुद्रणालयात छापले जात असताना बेनी प्रसाद यांचा 'हिस्टरी ऑफ जहांगीर' हा ग्रंथ मला मिळाला, त्यात (पृ.८५) ते लिहितात की, 'इंडिया ॲट दी डेथ ऑफ अकबर' मध्ये 'व्यापाऱ्यांची देखील मिळकत सरकारजमा होत होती, असे समजण्याची चूक' मी केली आहे. माझ्या त्या मागील पुस्तकात असे मी कुठे म्हटल्याचे मला आढळत नाही. पण पृ.५१ वर, श्रीमंत व्यापाऱ्यांनी मागे ठेवलेल्या मालावर बादशहा हक्क सांगत होता, असे मी लिहिले आहे. जो काही उपलब्ध पुरावा मजकुरात दिला आहे, त्यावरून हे विधान समर्थनीय ठरते. जर चूक कोणाची असेलच तर ती मुळात औरंगजेबाची आहे.

केली आहे की, त्याची समारंभपूर्वक तुला करण्याचे वेळी त्याला मिळालेले नजराणे, त्याने त्याप्रसंगी दिलेल्या देणग्यांपेक्षा किंवा केलेल्या खर्चांपेक्षा, किंमतीने खूपच जास्त होते. बटाव्हिया जर्नलमध्ये याप्रसंगीच्या जमाखर्चांची नोंद आढळते. त्यात बादशहाच्या जमेच्या बाजूला प्रचंड शिल्लक दिसते. उदाहरणार्थ, एक हत्ती, तांब्याचे मेणबत्त्यांचे प्रचंड झुंबर, तलम लोकरी कापडे, इतर विविध प्रकारच्या वस्तू आणि काही हजार रुपयांचा नजराणा अशा भेटीच्या बदल्यात फक्त एक घोडा व सन्मादर्शक पोशाख देण्यात आला होता. या परतभेटीची संपूर्ण किंमत फक्त ५२० रुपये होती. दुसऱ्या एका प्रसंगी इंग्रज व्यापाऱ्यांनी सुमारे रु १३,००० किंमतीचे नजराणे दिले होते त्याची परत भेट म्हणून त्यांना केवळ रु ३५०० किमतीच्या वस्तू मिळाल्या होत्या. अशा प्रकारे निव्वळ जमा खूप मोठी होती. जहांगीरच्या आठवणींवरून हेच अनुमान करता येते. त्यात मिळालेल्या अनेक नजराण्यांच्या किंमतीची नोंद केली आहे. ही पद्धत जाचक ठरल्याच्या परदेशी व्यापाऱ्यांच्या सतत तक्रारी होत्या. पण नजराण्यांच्या रूपाने जमा झालेली रक्कम हा बादशहाचा सरळ सरळ आर्थिक फायदा होता, असे मात्र समजता कामा नये. जे अधिकारी मोठे नजराणे देत ते लवकर बढती मिळण्याच्या आशेनेच आणि नियमित सैन्यभरतीची व्यवस्था नसल्याने किंवा कुठल्याही एका विशिष्ट दर्जाच्या नोकरांच्या संख्येवर मर्यादा नसल्याने, अशा प्रकारच्या नजराण्याच्या व्यवहारात प्रत्यक्ष मिळालेल्या नजराण्याच्या किंमतीपेक्षा अधिक जास्त सापेक्ष खर्च होण्याचा संभव होता. परदेशी व्यापारी देखील नजराण्यांच्या मोबदल्यात काहीतरी सवलत मिळण्याची अपेक्षा करीत होते. आताच वर ज्या प्रसंगाचा उल्लेख केला आहे, त्यावेळी व्यापारी दृष्टिकोनातून बऱ्याच मूल्यवान अशा अनेक सवलती डचांनी मिळविल्या होत्या. सध्या वर्षासनाच्या मोबदल्यात सरकारला ताबडतोब रक्कम मिळते. या आधुनिक वसूलपद्धतीशी, नजराणे देण्याच्या पद्धतीचे, थोडेबहुत साम्य असल्याचे, सर्वसाधारणपणे पाहिल्यास, दिसून येते. पण या दोन पद्धतीत महत्त्वाचा फरक हा होता की, पूर्वी वर्षासन मिळेलच याची शाश्वती नव्हती. सवलती कुठल्याही क्षणाला रद्द होण्याची किंवा बढती मिळाल्यावर लगेच एखादा अधिकारी नोकरीवरून तत्काळ बडतर्फ होण्याची धास्ती होती. अखेरीला साकल्याने विचार करता, नजराण्यांच्या प्रथेमुळे मोगल साम्राज्याचा फायदा झाला की तोटा झाला, हे ठरविणे कठीण आहे. डोळ्यांना दिसणारे उत्पन्न ताबडतोब त्यातून मिळत होते; पण त्याबरोबर अनेक सापेक्ष खर्चही त्यातून निर्माण होत असत. आणि तत्कालीन अर्थव्यवस्थेचा विचार करता, या पद्धतीतून उत्पन्न मिळत होते ही वस्तुस्थितीच तिच्या अस्तित्वाला कारणीभूत होती.

साम्राज्याच्या महसुलाच्या साधनांचा विचार पूर्ण करण्यासाठी ऐनेमधील आकडेवारीत दिलेल्या काही थोड्या नोंदीचा उल्लेख करायला पाहिजे. या नोंदीवरून असे दिसते की, हे संकीर्ण उत्पन्न जमीनमहसूल या मथळ्याखालीच हिशोबात धरण्यात येत होते. या सर्व नोंदी बंगालबद्दलच्या आहेत. 'बाजार' 'मीठ' 'वाहतूक कर' आणि अशाप्रकारच्या बाबींच्या सुमारे वीस नोंदी त्यात आढळतात. या सर्व लहान लहान रकमांच्या नोंदी आहेत. पण या सर्व नोंदी बंगालसंबंधीच्या असल्या तरी ज्याचा वारसा केवळ अकबराला मिळाला, त्या पूर्वीच्या राज्यातील मागण्यात त्या दर्शवितात, असे मत मी व्यक्त केले आहे. साम्राज्याच्या अर्थव्यवस्थेसंबंधी या मागण्यांवरून काहीही अनुमान करता येणार नाही. बंगालच्या बाहेर अशाप्रकारच्या करांची फक्त तीनच उदाहरणे मला आढळली आहेत. एक म्हणजे वऱ्हाडच्या एका खेड्यातील रस्त्याचा कर दुसरे पंजाबमधील अटक येथील तरीचा कर आणि तिसरे उदाहरण म्हणजे गुजरात प्रांतातील समुद्रावरील जकात. यांपैकी शेवटच्या उदाहरणावरून असे दिसते की, जकात ही गुजरातमध्ये जमीन महसुलाच्या खात्यात घेतली जात होती आणि पहिल्या दोन उदाहणांवरून असे दिसते की, आंतर्देशीय जकात या दोन बाबतीत बादशाही खजिन्यात भरली जात होती. ज्या तपशीलवार पद्धतीने ही आकडेवारी दिलेली आहे. त्याचा विचार केला तर ही दोन उदाहरणे सर्वसामान्य पद्धती अपवाद होती असा निष्कर्ष काढावा लागेल. अशाप्रकारे बंगालच्या व्यतिरिक्त, अकबराच्या साम्राज्यात, आतापर्यंत वर्णन न केलेल्या करांची अशी ही दोनच उदाहरणे होती, की ज्यांचे उत्पन्न वेगळ्या खात्यात सरकारी तिजोरीत भरण्यात येत होते. जमीन महसुलाच्या ज्या बेरजा दर्शविल्या आहेत, त्यात संकीर्ण उत्पन्नाच्या काही बाबींचा समावेश झाला असण्याची शक्यता आहे. पण आकडेवारीची सूक्ष्म तपासणी करता असे आढळते की, असे घडले असले तरी, या संकीर्ण बाबींची रक्कम अगदीच क्षुद्र होती.[१] म्हणून साम्राज्याच्या महसुलाचा आतापर्यंत घेतलेला आढावा, सर्वस्वी नसला तरी बऱ्याच अंशी पूर्ण आहे, असे म्हणता येईल. श्रीमंत लोकांच्या मालमत्तेतून पाहिजे तितकी संपत्ती बादशहा घेऊ शकत होता. व्यापारातून मिळणारा त्याचा प्रत्यक्ष महसूल म्हणजे जकात आणि टांकसाळीतू होणारे उत्पन्न होते आणि त्याच्या राज्यातील जमिनीच्या एकंदर उत्पादनापैकी पहिल्यांदाच १/३ व नंतर १/२ कर

१. युनायटेड प्रॉव्हिन्सेस हिस्टॉरिकल सोसायटीच्या १९१९ च्या जर्नलमध्ये लिहिलेल्या अकबराच्या साम्राज्यातील शेतीविषयक आकडेवारी या लेखात या प्रश्नाचा मी ऊहापोह केला आहे.

जमीनमहसूल म्हणून तो वसूल करीत होता. कारागिरांचे व सामान्य व्यापाऱ्यांचे उत्पन्न आणि कर दिल्यानंतर शेतकऱ्यांपाशी राहिलेले उत्पन्न इतकेच फक्त स्थानिक आणि प्रांतिक गरजा भागविण्यास उपलब्ध होते.

३. प्रांतिक आणि स्थानिक उत्पन्नाची साधने

आपल्या आधारग्रंथावरून असे दिसते की, प्रांतिक किंवा स्थानिक अधिकाऱ्यांना लागणारा महसूल केंद्रीय करांना एक पुरवणी जोडून किंवा स्वतंत्रपणे कर लादून वसूल करता येत होता. तर या अधिकाऱ्यांचे उत्पन्न नजराणे, दंड आणि लाच यामुळे वाढविता येते होते. स्थानिक कारणाकरिता नियमित महसुलाला आणखी जास्तीचे जोडण्याची पद्धत हिंदुस्थानात अजूनही परिचित आहे. औरंगजेबाने ही पद्धत थांबविण्याचे प्रयत्न करण्याचा हुकूम दिला होता. यावरून ती त्याच्या काळी प्रचलित होती हे सिद्ध होते. जकातीच्या संबंधातील अशाच प्रकारच्या व्यवहाराचे एक उदाहरण गोवळकोंडा राज्यातील देता येईल. हे उदाहरण मुळातच ऐतिहासिक महत्त्वाचे आहे. १६०६ साली जेव्हा मच्छलीपट्टम येथे व्यापार करण्यासंबंधी वाटाघाटी करण्यास डचांनी सुरुवात केली, तेव्हा राजाच्या करांच्या सर्वसाधारण प्रमाणाविषयी काहीच अडचण उपस्थित झाली नव्हती. कारण त्या करांचे दर माफक होते. पण स्थानिक अधिकाऱ्यांनी कापडाच्या निर्यातीवर १६% इतक्या जास्त कराची मागणी केली. हा कर त्यांना स्वत:ला मिळायला पाहिजे असे त्यांनी सांगितले. डचांनी हा प्रश्न दरबारापुढे नेला आणि त्यांच्या बाबतीत निर्यातीवरील कर ४% ठरविल्याचा राजाचा हकूम मिळविला. या हुकूमामुळे इतर प्रजाजन आणि परदेशी व्यापारी देत असलेल्या १२% या कापडाच्या मालावरील जास्तीच्या करातून छप्पा-दलाल[१] म्हणून ओळखल्या जाणाऱ्या त्यांची सुटका झाली. या उदाहरणात आपल्याला असे आढळते की, केंद्रीय शासनाची मागणी त्याचवेळी स्थानिक उद्देशाने कर लावल्यामुळे चौपट झाली होती. पुढील काही वर्षांतील घटनांवरून असे दिसते की, राजाने डचांना दिलेली सूट स्थानिक अधिकाऱ्यांना पसंत नव्हती आणि त्यांनी त्याचे झालेले नुकसान भरून काढण्याचे निरनिराळे उपाय योजले होते या बंदरात सतत चाललेल्या तणातणीबद्दल आपण वाचतो, इथे पुरेसे स्पष्टीकरण या प्रसंगामुळे आपल्याला मिळते. अनेक प्रांतिक

१. याचा अर्थ शिक्का मारण्याची (छाप म्हणजे शिक्का किंवा ठसा) आणि दलालीची (दलाल म्हणजे एजंट) (फी शुल्क) हा उघड आहे.

आणि स्थानिक कर स्वतंत्रपणे आकारण्यात येत होते. यांपैकी काही कर रद्द करण्यासंबंधी अधिकृत हुकूम काढण्यात आले होते. त्यावरून ह्या करांची संख्या आणि स्वरूप यासंबंधी कल्पना करता येते. गादीवर आल्यानंतर जहांगीराने काढलेल्या आज्ञापत्रात 'प्रत्येक प्रांताच्या आणि जिल्ह्याच्या' बेचनदाराने स्वत:च्या फायद्यासाठी रयतेवर लादलेल्या करांच्या बोजाचा निषेध केला होता. यावरून अशाप्रकारच्या अतिरिक्त करांचा किती प्रचंड सुळसुळाट झाला होता हे उघड होते. त्यानंतर सुमारे ७० वर्षांनी औरंगजेबाने याच विषयावर अधिक तपशीलवार आदेश दिला होता.[१] त्याच्या आदेशाच्या मूळ मजकुरात तपशिलाचा थोडा फरक आहे. पण प्रा. सरकार सहा मुख्य मथळ्याखाली चोपन्न अतिरिक्त करांची यादी देतात. ही यादी संपूर्ण असल्याबद्दल खात्री नाही. पण सर्वसामान्य लोक ज्यात भाग घेतील अशा प्रत्येक प्रकारच्या व्यवहराचा यात समावेश झाला आहे असे दिसते. उदा. खरेदी किंवा विक्री, मालाची वाहतूक किंवा उतारूंचा प्रवास अशाप्रकारे इतर अनेक व्यवहार, तसेच याशिवाय मुलाचा जन्म किंवा सीमारेषेची आखणी या सारख्या प्रसंगांचा उल्लेख या यादीत आढळतो. या पद्धतीसंबंधीचा समकालीन दृष्टिकोन शियाबुद्दीन तालीश याच्या बखरीतील प्रा. सरकार यांनी भाषांतरित केलेल्या खालील उताऱ्यात व्यक्त झाला आहे.

हिंदुस्थान आणि त्याची बंदरे मुसलमानांनी ताब्यात घेतल्यापासून तर शहाजहानच्या कारकिर्दीच्या अखेरपर्यंत गुलाब विकणाऱ्यापासून तर माती विकणाऱ्यापर्यंत, तलम कापड विकणाऱ्यापासून तर जाडेभरडे कापड विकणाऱ्या-पर्यंत, प्रत्येक व्यापाऱ्यांकडून हसिल (महसूल) वसूल करण्याची, नवीन आलेल्या लोकांकडून आणि फेरीवाल्यांकडून घटपट्टी (महसूल) वसूल करण्याची आणि प्रवासी, व्यापारी इतकेच नव्हे तर घोड्यांच्या मोतद्दाराकडून जकात[२] वसूल करण्याची प्रथा आणि नियम चालू होता, सादीने म्हटल्याप्रमाणे 'सुरुवातीला पिळवणूक लहान प्रमाणात होती, पण प्रत्येक पिढीने त्यात भर घालून ती वाढत गेली.' शेवटी अखेरीला सर्व प्रांतांमध्ये आणि विशेषत: बंगालमध्ये अशी पाळी

१. प्रा. सरकार यांच्या 'लेक्चर्स ऑन मुघल ॲडमिनिस्ट्रेशन' (पृ.१२० व त्यानंतरची पाने) या ग्रंथात औरंगजेबाच्या सवलती दिलेल्या असून त्याची चर्चा केली आहे.

१. व्यापारविषयक पत्रव्यवहारात जकात या शब्दाचे कधी कधी जंगत असे रूप आढळते. हा कर म्हणजे मुस्लिम कायद्यानुसार मान्य केलेला आयकर होता. पण तत्कालीन लोकांमध्ये याचा अर्थ काही ठरावीक काळानंतर आकारण्यात येणारा कर असा नसून अनिश्चित अंतराअंतरावर आकारण्यात येणारा कर असा होता.

आली की, व्यापारी त्यांचा धंदा आणि घरेदारे सोडून देशोधडीला लागले. ते म्हणू लागले- 'या काळातील जुलमापासून आम्ही पळून जाऊ. अशा ठिकाणी जाऊ की, जेथे काळही आम्हांला शोधू शकणार नाही.'

राज्यकर्ते महसुलाच्या लोभाने व्यापाऱ्यांना मुळीच स्वस्थता लागू देत नव्हते. रस्त्यावर आणि तरींवर अशी परिस्थिती येऊन ठेपली की कुठल्याही स्वाराला दिनार दिल्याशिवाय आणि कुठल्याही दिरहम[१] दिल्याशिवाय पुढे जाऊ दिले जात नव्हते. नदीतील जलमार्गावर वाऱ्याने जर करवसुली करणाऱ्यांच्या कानात जाऊन सांगितली की, मोडकी बोट चालली आहे तर ते लगेच नदीला लगाम घालतील फाटक्या-तुटक्या आणि शिवलेल्या चिंध्यापेक्षाही खराब कपड्यांवर जास्त जकात घेतली नाही तर ती त्यांना दयाळूपणाची परमावधी वाटत होती. आणि न शिजवलेल्या धान्यांपेक्षा शिजवलेल्या धान्यांवर कमी कर आकारला तर ते कृत्य त्यांना आत्यंतिक कनवाळूपणाचे वाटत होते. दिल्लीतले सम्राट प्रेषिताचे नियम पाळण्याचा आणि त्याच्यावरील श्रद्धा बळकट करण्याचा प्रयत्न करीत होते. पण त्यांच्यापैकी एकानेही वरील बेकायदेशीर सवयी बंद करण्याचा प्रयत्न केला नाही; उलट त्यांच्याकडे कानाडोळाच केला.

लेखकाच्या भाषेतील कल्पनातरम्यता मान्य केली तर ही हकीकत बहुतांशी खरी आहे असे मानायला हरकत नाही. प्रत्येक गोष्टीवर कर होता आणि काळ लोटला तशी ही पद्धत अधिकच तीव्र होत गेली. शियाबुद्दीन पुढे म्हणतो की, 'औरंगजेबाने ही वाईट पद्धत बंद केली.' पण त्याचे विधान उतावीळपणाचे होते, असे पुढे सिद्ध झाले आणि अठराव्या शतकामध्ये बंगाल प्रांतात प्रत्यक्ष आकारण्यात येत असलेल्या संकीर्ण करांच्या याद्यांचे नंतरच्या मोगल बादशहांनी सूट दिलेल्या करांच्या याद्यांशी साम्य असल्याचे आढळून येते.

औरंगजेबाने रद्द केलेले कर आणि त्यापूर्वी अकबराने रद्द केलेले कर यांची तुलना केल्यास त्यात तंतोतंत साम्य आढळते. पण ही गोष्ट आणखी पूर्वीच्या, किमान फिरोजशाह या बादशहाच्या काळासंबंधी सांगता येईल अशाप्रकारे केंद्रीय सत्ता आणि स्थानिक अधिकारी यांच्यांत पूर्वीपासून संघर्ष असल्याचा पुरावा मिळतो. केंद्रीय शासन अधूनमधून करांचा बोजा कमी करण्याचा प्रयत्न करीत होते.

---

१. दिनार आणि दिरहम-पारंपरिक मुस्लिम नाणी, त्यांचे निश्चित मूल्य काय होते, हे या उताऱ्यात अप्रस्तुत आहे. उतारा अलंकारिक भाषेत आहे.

तर स्थानिक अधिकारी त्यांची पैशाची गरज भागविण्यासाठी कर कायम ठेवीत होते. इतकेच नव्हे तर कर वाढवीत होते. त्यांची ही गरज खाजगी होती की सार्वजनिक स्वरूपाची होती, या प्रश्नाची चर्चा करण्यात हशील नाही. कारण ही दोन्ही क्षेत्रे प्रत्यक्ष व्यवहारात परस्परात इतकी मिसळलेली होती की ती स्पष्टपणे वेगळी करता येणे कठीण होते. पण करांचा उद्देश खाजगी असो अथवा सार्वजनिक असो, या संघर्षाचा निकाल स्थानिक अधिकाऱ्यांच्या बाजूने लागत होता, असाच निष्कर्ष काढावा लागेल. कारण स्थानिक अधिकारी प्रत्यक्षात रद्द झालेले कर जबरदस्तीने वसूल करणे चालूच ठेवीत होते. फक्त बादशहाचा वैयक्तिक हस्तक्षेप होईल इतक्या थरापर्यंत प्रकरण जाणार नाही, याची ते दखल घेत होते. लोकांच्या सहनशक्तीच्या मर्यादेबाहेर लोभ आणि जुलूम गेला तर बादशहाचा हस्तक्षेप होण्याची शक्यता होती, हे अनेक उदाहरणे देऊन दाखविता येईल. पण लोकांना जुलूम सहन करण्याची सवय झाली होती. त्यामुळे त्यांची सहनशक्ती संपुष्टात येईपर्यंत फार मोठ्या प्रमाणात पिळवणूक करता येणे शक्य होते.

कारागीर, किरकोळ विक्रेते किंवा ग्राहक यांच्याकडून वसूल केल्या जाणाऱ्या करासंबंधी आपल्याला फारच थोडी तपशीलवार माहिती मिळते. परदेशी व्यापाऱ्यांच्या धंद्यावर या लोकांचा फारसा प्रत्यक्ष परिणाम होत नव्हता आणि आपली बरीचशी माहिती या परदेशी व्यापाऱ्यांच्या वृत्तांतावरून आपण घेतली आहे. निर्यातीच्या व्यापारात त्यांना महत्त्व प्राप्त झाले तेव्हाच हे लोक परदेशी व्यापाऱ्यांच्या नजरेत भरले. वेळोवेळी निरनिराळ्या प्रकारच्या मक्तेदारींची प्रस्थापना झाली तेव्हा असे घडले होते. अंतर्गत वाहतुकीवरील कराच्या संबंधी परिस्थिती वेगळी होती. कारण हे कर इंग्रज आणि डच यांच्याकडून वसूल केले जात होते आणि या पद्धतीच्या नेहमीच्या व्यवहारासंबंधी त्यांचा अनुभव पुरावा म्हणून मानता येईल. व्यापारविषयक पत्रव्यवहारांत या करांचा विषय वारंवार येतो. तेथे त्यांचा उल्लेख 'रहदारी' किंवा 'जगत' असा केलेला आहे.[१] हे कर वसूल करताना सतत संघर्ष निर्माण होत होता. त्यावरून असे दिसते की, हे कर चुकविण्याचा प्रयत्न करणाऱ्या परदेशीयांनाच नव्हे तर एक अपरिहार्य गोष्ट म्हणून मुकाट्याने हे कर देणाऱ्या हिंदुस्थानी लोकांना देखील व्यापार करताना त्यांची खरोखरची अडचण भासत होती. १६१५ इतक्या अगोदर अहमदाबादहून सुरतेला

१. जगत किंवा जकात यांसाठी मागील टीप पहा. रहदारी म्हणजे मुळात प्रवासातील रखवालदारांना देण्यात येणाऱ्या रकमा असाव्यात. पण या काळात त्यांचा अर्थ प्रवासातील कर असा होता. मग रखवालदार बरोबर दिलेले असोत किंवा नसोत.

निर्यातीसाठी आणलेल्या मालावर तीन वेगवेगळे कर आकारण्यात आले होते. अशी इंग्रजांनी तक्रार केल्याचे आपल्याला आढळते. यानंतर थोड्याच वर्षांनी बऱ्हाणपूर येथे आणि तेथून सुरतेच्या मार्गावर आकारलेल्या करांविरुद्ध इंग्रजांनी तक्रार केली होती. १६२४ मध्ये सुरतेला झालेल्या करारानुसार खुष्कीच्या मार्गावर कुठलीही जकात, बादशहाच्या नियंत्रणाखाली असलेल्या ठिकाणी मागण्यात येऊ नये असे ठरले होते. आणि जहांगीराने फर्मान काढून त्यावर शिक्कामोर्तबही केले होते. तरी देखील नेहमीप्रमाणेच जकात वसूल करण्यात आली होती. म्हणून १६२७ मध्ये बादशहाकडून अधिक परिणामकारक हुकूम मिळविण्यासाठी व्यापाऱ्यांनी लाहोरला सूचना पाठविल्या. 'नाहीतर राजाचे फर्मान मिळविण्यासाठी आम्ही यापुढे लाच देणार नाही' असे त्यांनी सांगितले. पण तरीसुद्धा कर वसूल केले जातच होते. १६४४ मध्ये एक शिष्टमंडळ दरबारात पाठविण्यात आले. यावेळी ते जकात टाळण्याकरिता गेले नव्हते, तर तिच्या आकारणीसाठी मालाचे योग्य ते मूल्यमापन व्हावे यासंबंधी बादशहाचा हुकूम मिळविण्यासाठी गेले होते. वेळोवेळी विशिष्ट प्रदेशांमध्ये जकात माफ केली होती असे आपण वाचतो. पण ही करमाफी वैयक्तिक अधिकाऱ्यांनी स्वतःच्या अधिकारात दिलेली होती आणि ते अधिकारपदावरून दूर होताच ती सवलत रद्द झाली होती. अशी सार्वत्रिक सवलत मिळविण्यासाठी १६५० साली पुन्हा प्रयत्न करण्यात आले होते. पुन्हा एक फर्मान काढण्यात आले. मधून मधून त्या फर्मानाचा परिणाम होत होता. पण एका प्रवाशाच्या काफिल्यात पूर्वीइतकाच कर द्यावा लागत होता. वैयक्तिक अधिकारी बादशहाच्या हुकुमांकडे लक्ष देत नव्हते. आपल्या विचाराधीन काळाच्या अखेरीला बऱ्हाणपूर येथे आणि मोगल साम्राज्यात इतरत्रदेखील अजूनही जकात द्यावी लागत होती.

डचांचा अनुभव असाच होता. सुरतेच्या रस्त्यावर आकारण्यात येणारी जकात आणि कर यांपासून त्यांना सूट देणारे बादशाही फर्मान १६३४ मध्ये त्यांनी मिळविले होते. पण सात वर्षांनंतर पुन्हा असा नवीन हुकूम मिळविण्याचा प्रयत्न करावा का नाही याची चर्चा डच व्यापारी करीत होते. जुने फर्मान निरुपयोगी ठरले होते. कर अद्याप वसूल केले जातच होते. म्हणून स्थानिक अधिकाऱ्यांशी मिळते घेणेच योग्य होईल असा त्यावेळी विचार करण्यात आला. पण १६४३ मध्ये एक नवे फर्मान मिळविण्यात आले त्याचा थोडाबहुत परिणाम झाला. कारण आग्रा येथे ते फर्मान देण्यात आले असूनही तेथील अधिकाऱ्यांनी त्याकडे दुर्लक्ष केले होते. पण बादशहाकडे प्रत्यक्ष तक्रार करून भरलेला कर परत मिळविण्यासाठी हुकूम

घेण्यात आला. याचवेळी हिंदुस्थानच्या दुसऱ्या बाजूला अशा प्रकारच्या तक्रारी वारंवार केल्या जात होत्या. रेशमावरील कर अगोदरच जास्त होते आणि बंगालमध्ये नवा व्हाइसरॉय आल्यावर त्यात आणखी फार मोठी वाढ करण्यात आली. पण याउलट ओरिसामध्ये व्यापाराची वाढ व्हावी यासाठी उत्सुक होते आणि कर ३/४ ने कमी करण्यात आले होते. पण थोड्याच काळाने ते पुन्हा वाढविण्यात आले. कराच्या बोजात वाढ झाल्यामुळे हिंदुस्थानी व्यापारी मालाची वाहतूक करण्यास नकार देत होते, असे आपल्याला सांगण्यात येते.

बादशहाने सूट दिली असतानाही वाहतुकीचे कर जबरदस्तीने वसूल करण्यात येत होते हे वरील अनुभवांवरून उघड दिसते आणि ज्यांनी अशाप्रकारची सूट मिळविली नव्हती त्या हिंदुस्थानी लोकांना तर हे कर डोईजड झाले असले पाहिजेत असा निष्कर्ष काढणे प्राप्त आहे. या पद्धतीच्या अस्तित्वाबद्दल मोगल शासनाला दोष देता येणार नाही. कारण ही पद्धत कुठल्याही प्रकारे केवळ मोगलांच्या अधिकारांतील प्रदेशापुरतीच मर्यादित नव्हती आणि वास्तविक स्वतंत्र असलेल्या प्रदेशात या करांचे प्रमाण अधिक जास्त होते आणि त्यांची वसुली वारंवार केली जात होती असे मानण्यास जागा आहे. ज्या हिंदू राजांचा किंवा सरदारांचा प्रदेश मोगल साम्राज्यात होता, त्यांना बादशहाने दिलेल्या सवलती लागू पडत नव्हत्या. इंग्रजांच्या तक्रारीबद्दल सुरतेला जी पहिली आणि शेवटची तडजोड करण्यात आली त्यांची तुलना करता ही गोष्ट स्पष्ट होते. पहिल्या तडजोडीच्या वेळी मोगल तात्पुरते असाहाय्य होते. म्हणून इतर ठिकाणांबरोबरच धैताच्या राजाच्या प्रदेशातही कर माफ करण्यात आले होते. पण दुसऱ्या वेळी मोगल हे स्वतःचे मुखत्यार होते. तेव्हा त्या प्रदेशाचा समावेश करण्यात आला नव्हता आणि सवलत फक्त 'या राज्याच्या ताब्यात असलेली ठिकाणे' यापुरतीच मर्यादित होती. सरदारांच्या किंवा राजाच्या ताब्यातील प्रदेश वगळण्याच्या हेतूनेच उघडउघड असा शब्दप्रयोग करण्यात आला होता. याआधी काही वर्षे धैता येथे करांची सूट मिळावी म्हणून केलेल्या विनंतीला राजपुत्र (शहाजहान) राजाच्या करवसुलीत हस्तक्षेप करू शकत नव्हता, असे उत्तर देण्यात आले होते. कारण या करवसुलीतूनच तो खंडणी देत होता हे मोगलांना माहीत होते. म्हणून करमाफीच्या बाबतीत मोगल साम्राज्यातील प्रदेश आणि हिंदू राजांचे प्रदेश यात फरक करण्यात येत होता. आणि नंतरच्या वर्षांमधील निरनिराळ्या प्रसंगांवरून असे दिसते की, जसा काळ लोटला तसे इंग्रजांना कळून चुकले की, सरदारांनी विशेषतः राजपुतान्यातील सरदारांनी केलेल्या कराच्या मागण्या आणि मोगल अधिकाऱ्यांच्या मागण्या यात मूलतःच फरक होता.

पण प्रवासातील कर केवळ सरदारच आकारीत होते असे नव्हे तर खेडेगावातील लोकही तो कधी कधी वसूल करीत होते. १६३७ मध्ये आग्र्यापासून थोड्याच मैलावर अशाच प्रकारची मागणी करण्यात आली होती आणि नंतर झालेल्या चकमकीत एक इंग्रज व्यापारी ठार झाला होता. खेडूत लोकांनी बंडखोरी करून स्वत:च्या अधिकारात जकात वसूल केल्याच्या निरनिराळ्या ठिकाणी घडलेल्या घटनांचा उल्लेख पीटर मंडीने केला आहे. मोगल साम्राज्यातील प्रदेशापेक्षा त्याच्या हद्दीबाहेरील प्रदेशात ही पद्धत अधिक जुलमी होती. गोवळकोंड्याच्या राज्यात प्रवेश करताच परिस्थितीत झालेल्या बदलामुळे थिवेना चकित झाला होता. ६९ मैलांच्या प्रवासात त्याला सोळा जकात नाक्यांवरून जावे लागत होते. विजापूरमध्ये करवसुलीची पद्धत अगदी कठोर असल्याचे मनूची सांगतो. ज्या करांना स्थानिक लोक 'जंकन'[१] म्हणत होते, अशा करांमध्ये सूट मिळविण्यासाठी मच्छलीपट्टम येथील इंग्रजांनी अनेक फर्माने प्राप्त केली होती आणि दक्षिणेतील हिंदू प्रदेशात या करांची मागणी वारंवार त्रासदायक ठरत होती. म्हणून खुष्कीच्या वाहतुकीवरील करांची पद्धती ही मोगलांची नसून हिंदुस्थानी लोकांची निर्मिती होती आणि शासकीय अधिकारावर असलेला किंवा तो अधिकार वापरणारा[२] कोणीही देशाच्या कुठल्याही भागात हे कर वसूल करू शकत होता असे मानल्यास चुकीचे ठरणार नाही. प्रवासाचा मार्ग बदलल्याबद्दल एका इंग्रज दलालाने दिलेल्या स्पष्टीकरणात या करपद्धतीचे मूळ कदाचित आपल्याला आढळून येईल. जॉन पार्करने १६२२ मध्ये लिहिले, 'हांडियाच्या मार्गाने येण्याचे मी ठरविले होते. पण मला असे कळले की, या प्रदेशाचा राजा पूर्वी फक्त जकात घेत होता. पण अलीकडे तो व्यापारी आणि उतारू यांच्याजवळ जे काही आढळेल ते लुबाडून घेतो. या आठ दिवसांत एका व्यापाऱ्याचे माल लादलेले आठ उंट लुबाडण्यात आले आणि त्याला व आणखी तीन माणसांना ठार मारण्यात आले.' लुबाडण्यापासून ते धमकावून पैसे उकळण्यापर्यंत आणि नंतर प्रवासी कर आकारण्यापर्यंत झालेला विकास हा

१. चुंगम म्हणजे जकात या तमिळ शब्दाचे जंकन हे रूप आहे. उत्तरेत आणि पश्चिमेत ज्यांना 'रहदारी' म्हटले आहे अशा सर्वसाधारण प्रकारच्या करांचा उल्लेख पूर्व किनाऱ्यावरील पत्रव्यवहारांत या शब्दाने करण्यात आलेला आहे.

२ मौर्य साम्राज्यामध्ये 'सरहद्दीवर प्रवासी कर नाकारून आणि शहराच्या वेशीवर मालावरील जकात वसूल करून व्यापाऱ्याला शिक्षा करण्यात येत होती.' (केंब्रिज हिस्टरी ऑफ इंडिया खं. १ पृ.४७८)

स्वभाविकच आहे. आणि कधीमधी पुन्हा मूळ पद्धती अंगीकारण्याची प्रवृत्ती अगदी अलीकडच्या काळातही अपरिचित नाही. या पद्धतीचे मूळ काही असले तरी ती सर्वत्र पसरलेली होती. त्यामुळे तिच्यावर पुन:पुन्हा बंदी घातली असतानाही आणि सूट दिली असतानाही ती सातत्याने चालूच राहिली. लोकांना प्रवासी कर देण्याची सवय जडली होती आणि हा कर घेण्यास अधिकृतरित्या बंदी घातली असली तरी लोक कराच्या मागणीला परिणामकारक विरोध करीत नव्हते. व्यापारावर या करांचा बोजा किती प्रमाणात पडत होता हे वरील परिस्थितीत सांगता येणे अशक्य आहे. कारण शेजारच्या प्रदेशात मालावर कर भरलेला असला तरी नंतर कोणीही कितीही रकमेच्या कराची मागणी करू शकत होता. करांच्या काही रकमा माफक होत्या. तर इतर काही उघड उघड फार जास्त होत्या. एका ठिकाणी प्रत्येक बैलगाडीला २ रु. असा दर घेतल्याचे आपण वाचतो, तर दुसऱ्या ठिकाणी ६५रु; निरनिराळ्या जकातीच्या दरांमध्ये खूपच फरक पडत होता. मागणीतील अनिश्चितता आणि ती मागणी करताना होणारा जुलूम आणि अत्याचार ही या पद्धतीतील खरी वाईट गोष्ट होती. कुठल्याही विशिष्ट प्रवासात किती रक्कम कररूपाने द्यावी लागेल याचा अंदाज व्यापारी करू शकत नव्हते आणि अपेक्षित नफा, प्रवासात उद्‌भवणारा हा अचानक खर्च भरून काढण्याइतका जास्त असल्याखेरीज मालाची वाहतूक केली जात नव्हती. अखेरीला व्यापाऱ्याने प्रत्यक्ष दिलेला कर ग्राहकाकडूनच वसूल केला जात होता. पण करवसुलीच्या अनिश्चित कार्यपद्धतीमुळे व्यापारात घट झाली होती आणि व्यापाऱ्यांप्रमाणेच ग्राहक आणि उत्पादक यांचे नुकसान झाले असले पाहिजे.[१]

वाहतुकीवरील कर बादशाही हिशेबात जमा झाले नसले तरी काही बाबतीत बादशाही खजिन्याचा या करांमुळे अप्रत्यक्ष फायदा झाला होता, याचा उल्लेख केला पाहिजे. धैताच्या राजाचा यापूर्वीच उल्लेख केला आहे. राजा वसूल करत असलेल्या करांच्या बाबतीत शहाजहान हस्तक्षेप करायला तयार नव्हता. कारण राजा बादशहाला देत असलेली खंडणी तो वसूल करत असलेल्या करांच्याद्वारेच त्याला

१. इतर शहरांपेक्षा अहमदाबाद येथील कर अधिक माफक आणि स्थिर होते, असे गुजरात रिपोर्ट (पान १९) वरून दिसते. तेथील व्यापार-उदिमाच्या विस्ताराचे आणि भरभराटीचे श्रेय लेखकाने स्थानिक करपद्धतीला दिले आहे. बहुधा इतर काही शहरातही मधून मधून काही वेळा कर कमी होते. पण अशी परिस्थिती एकंदरीने अपवादभूतच होती.

मिळत होती. बेचनदारांनी त्यांनी नेमून दिलेल्या प्रदेशात आकारलेल्या करांच्या बाबतीतही हाच दृष्टिकोन स्वीकारण्यात आला होता, असे काफीखान या इतिहासकाराच्या काही उल्लेखांवरून दिसते. हा लेखक आपल्याला असे सांगतो की, १६६० च्या दुष्काळात औरंगजेबाने वाहतुकीवरील व इतर काही कर रद्द केले होते; पण अधिकारी आणि बेचनदार यांनी ते कर वसूल करण्याचा शिरस्ता चालू ठेवला होता. याचे कारण काही अंशी ते बादशहाच्या हुकुमाला मान देत नव्हते हे होते आणि काही अंशी, ''दुर्लक्षामुळे किंवा अविचाराने किंवा फायदा मिळविण्याच्या हेतूने महसूल अधिकाऱ्यांनी, दिलेल्या हुकुमाच्या विरुद्ध जहागीरदारांच्या तनख्याच्या हिशेबातून (या करांची) रक्कम कापली होती. त्यांच्या तनख्याच्या कागदपत्रात या करांची रक्कम नोंदलेली होती. या निमित्ताने जहागीरदारांनी रहदारी आणि इतर अनेक रद्द झालेले कर वसूल करणे चालूच ठेवले, इतकेच नव्हे तर त्यांनी हे कर वाढविले. हुकुमाचा भंग झाल्याच्या बातम्या सरकारच्या कानांवर जाताच गुन्हेगारांना शासन करण्यात आले.'' ....पण काही काळानंतर हे अधिकारी पुन्हा आपल्या पदावर रुजू झाले. त्यामुळे 'जास्तीचे लावलेले बहुतेक कर रद्द करण्याकरिता केलेला नियम प्रत्यक्षात आला नाही.'

वरील उताऱ्याची भाषा बरीचशी तांत्रिक आहे. तिचे स्पष्टीकरण खालीलप्रमाणे देता येईल. काही एक विशिष्ट उत्पन्न मिळेल अशा जमिनीची नेमणूक अधिकाऱ्याला करून दिली जात होती. त्या जमिनीतून जास्त उत्पन्न मिळावे, यासाठी तो अधिकारी प्रयत्न करीत होता. पण त्याचे वरिष्ठ शासकीय अधिकारी त्याला जास्त उत्पन्न मिळू नये असा प्रयत्न करीत होते आणि तो किती महसूल गोळा करीत होता याची नोंद (तनखाचे कागदपत्र) ठेवीत होते. त्यामुळे त्याने जास्तीची वसूल केलेली रक्कम त्यांना मागता येत होती. नेमलेल्या अधिकाऱ्याने किंवा बेचनदाराने जर वाहतुकीवर कर आकारला असला तर त्याची नोंद हिशेबात केली जाई. मग बेचनदार असा युक्तिवाद करू शकत होता की, त्याने वसूल केलेले कर अधिकाऱ्यांना मान्य होते आणि म्हणून लोकांकडून ते सक्तीने वसूल करण्याचा अधिकार त्याला होता. प्रत्यक्षात बेचनदार आणि हिशेब ठेवणारे अधिकारी यांच्यांत सतत तणातणी होती व वाहतूककर हे त्यांच्यामधील तंट्याचे केवळ एक कारण होते. पण त्यावर दोघेही अक्कलहुशारी खर्च करीत होते.

यासंबंधी एका माहीतगार हिंदुस्थानी व्यक्तीचे मत काय होते, हे दर्शविणारा मजकूर काफीखानाने पुढे दिला आहे. तो येथे उद्‌धृत करण्यासारखा आहे.[१] 'विशेषत: रहदारीचा' तो म्हणतो, 'एक अतिशय तापदायक आणि प्रवाशांची पिळवणूक करणारा कर म्हणून प्रामाणिक व सज्जन लोकांनी धिक्कार केला आहे. पण या करापासून फार मोठी रक्कम मिळविली जाते. साम्राज्याच्या बहुतेक भागात, व्यापारी व गरीब व गरजू प्रवाशांकडून फौजदार आणि जहागीरदार जबरीने आणि जुलमाने पूर्वी कधी नव्हता इतका कर वसूल करतात. याची कुठलीही चौकशी केली जात नाही, हे पाहून, बादशाही अधिकारी प्रवाशांकडून घेत असलेल्या करापेक्षा जास्त कर जमीनदार आपल्या हद्दीतील रस्त्यांवर घेतात व प्रवाशांचे शोषण करतात. हळूहळू अशी वेळ येऊन ठेपली आहे की, वखारीतून किंवा बंदरापासून निघालेल्या मालावर तो ठरलेल्या ठिकाणी पोचेपर्यंत मूळ किंमतीच्या दुप्पट कर प्रवासात द्यावा लागतो. कर वसूल करण्याऱ्यांच्या आणि जमीनदारांच्या दुष्टपणामुळे आणि जुलमामुळे, शांतपणे वाहतूक करणाऱ्या हजारो प्रवाशांची मालमत्ता, अब्रू आणि जीवन यांची वाताहत होत आहे.'

इतर बहुतेक बखरकारांप्रमाणे काफीखान ग्राहक आणि प्रवासी यांच्या दृष्टिकोनातून लिहितो. पण त्याने डची आणि इंग्रज यांच्या पत्रव्यवहारांचा उल्लेख केलेला आहे. त्यावरून असे दिसते की, वाहतुकीवरील करांच्या संपूर्ण पद्धतीवर त्याने केलेली टीका तत्कालीन व्यापाऱ्यांच्या मताशी जुळणारी होती. या करांच्या बाजूने इतकेच म्हणता येईल की, त्यांचा भार लोक सहन करीत होते आणि परिणामत: त्यामुळे अधिकाऱ्यांचा फायदा होत होता.

व्यापार-उदिमावर आकारल्या जाणाऱ्या इतर करांसंबंधी आपल्याला फार कमी तपशीलवार माहिती आहे, हे यापूर्वीच सांगितले आहे. कारागीर आणि लहानसहान व्यापारी यांच्याकडून वसूल केले जाणारे कर ठरावीक पद्धतीचे होते, असे मानणे स्वाभाविक होईल. पण कुठल्याही धंद्यात विशेष लक्षणीय वाढ झाली की, शासनाकडून किंवा अधिकाऱ्यांकडून जास्त कराची मागणी केली जात होती,

---

१. खाफीखानाचा स्वत:चा अनुभव आपल्या विचाराधीन काळानंतरचा आहे. जेथे तो वर्तमानकाळात लिहितो तेथे बहुधा अठराव्या शतकाच्या सुरुवातीचा काळ त्याला अभिप्रेत असावा. त्यावेळी शासनाच्या विघटनाचा आरंभ झाला होता आणि स्थानिक गैरकारभाराला आळा घालण्याची शासनाची ताकद कमी झाली होती. शहाजहानच्या काळापेक्षा त्याने लिहिले तेव्हा परिस्थिती नि:संशय वाईटच होती; पण कारभाराची पद्धत मात्र तीच होती.

हे दर्शविणारा पुरेसा पुरावा उपलब्ध आहे. निळीवर बादशहाची मक्तेदारी १६३३ मध्ये स्थापन झाली होती, हे आपण पाहिले आहे. त्यावेळी उत्पादनावर जवळ जवळ ३३ टक्के कर लावण्यात आला होता. बाजारातील किंमत सुमारे रु २७ असताना उत्पादकांना निळीची विक्री रु १८ या भावाने करावी लागत होती. यापूर्वीचा गुजरातमधील प्रांतिक कर आणखी जास्त होता. १६ रुपये किंमतीच्या निळीवर हा कर १० रुपयेपर्यंत होता. पण याबाबतीत असे म्हणता येईल की, वाटाघाटींना अनुकूल सुरुवात व्हावी म्हणून सुरुवातीलाच कराची मागणी जास्त करण्यात येत होती आणि प्रत्यक्षात मिळालेली रक्कम बहुधा बरीच कमी असावी. पुढे आपण असे वाचतो की, सोरामिठाचा निर्यात व्यापार वाढू लागल्यावर १६५५ साली बादशहाने त्याची मक्तेदारी स्वत:कडे घेतली होती. त्यापूर्वी दहा वर्षे याच पदार्थांवर नवा कर बसविण्यात आला होता, असे एक डच अहवाल म्हणतो. याच संदर्भात बंगालमध्ये मीर जुमलाने बसविलेला कर लक्षात घेता येईल. डाक्का येथील धान्याच्या व्यापाऱ्यांना त्याने एकत्र बोलाविले आणि त्यांच्याकडून ५०,००० रुपयांची मागणी केली. या मागणीचे कारण त्याने असे सांगितले की, त्याच्या छावणीच्या प्रदीर्घ मुक्कामामुळे व्यापाऱ्यांनी ज्याला जास्तीचा नफा म्हणता येईल तो दुपटीने मिळविला होता, व्यापाऱ्यांनी फक्त १०,००० रुपये देऊ केले. त्यांना अत्यंत निर्दयपणे मारण्यात आले. पण त्यांनी जास्त रक्कम देण्यास नकार दिला, त्यांचे म्हणणे असे होते की, ते केवळ किरकोळ विक्री करणारे व्यापारी होते. त्यांच्या दोन पुढाऱ्यांना नंतर पकडण्यात आले आणि हत्तींच्या पुढे टाकण्यात आले. मरणाच्या भीतीने त्यांनी २५,००० रुपये दिले व आपली सुटका करून घेतली. यानंतर शहरातील सावकारांनी तीन लाख रुपये दिले. त्यासाठी अशाप्रकारे जालीम उपाय योजण्याची जरूर भासली नाही. व्यापाराचा कुठलाही थोडा फायदेशीर विस्तार झाला की, नवे कर लादले जाण्याची भीती होती, हे वरील घटनेवरून दिसून येते. त्यामुळे कुठलाही व्यापारविषयक किंवा वितरणाचा उद्योग सुरू करण्याचा उत्साह मारला जात असला पाहिजे, यात शंका नाही.[१]

---

१. डाग रजिस्टरमधील ३ सप्टेंबर १६६३ च्या नोंदी मीर जुमलाने बंगालमध्ये मिळविलेल्या प्रसिद्धीचा उल्लेख आढळतो. एका पत्रात त्याच्या मृत्यूचा, 'मृत्यूशी त्याच्या शेवटच्या शत्रूशी' झालेल्या सामन्याचा उल्लेख आढळतो. त्यातील मजकूर पुढीप्रमाणे आहे. " अगदी खालच्या थरातून हा माणूस वर आला होता. त्याने तत्कालीन प्रमुख लोकांमध्ये स्थान मिळविले होते. त्याचा दरारा इतका होता की त्याचा मालक मोगल बादशहादेखील त्याला घाबरून होता. त्याचा आता मृत्यू झाला आहे. पण त्याबद्दल कोणी विशेष शोक करीत नाही. उलट प्रत्येकाला त्याच्या मृत्यूने आनंदच झाला आहे, असे दिसते."

या विषयाची चर्चा पूर्ण करण्यापूर्वी आयातमालावरील कर, देशी मालावरील अबकारी कर आणि मिठावरील कर या महसुलाच्या तीन बाबींविषयी चार शब्द सांगणे उचित ठरेल. आपल्या आधारग्रंथात वाहतुकीवरील कर आणि आयात केलेल्या मालावरील नगरपालिकेचा कर या दोहोंमध्ये फरक केलेला नाही. कदाचित हिंदुस्थानी लोकांचा दृष्टिकोन तसाच असेल. परंतु शहरात विक्रीसाठी आणलेल्या मालावरील कर हा महसुलाचा सर्वमान्य प्रकार होता. १६ व्या शतकामध्ये विजयनगरमध्ये हा कर आकारला जात होता. शहराच्या वेशीतून कर भरल्याशिवाय कुठलाही माल आत येऊ शकत नव्हता. डोक्यावरील ओझ्यांवरदेखील कर लावला जात होता. शहराच्या कारभारासंबधी अकबराने केलेल्या नियमातदेखील शहराच्या कोतवालाचा किंवा गव्हर्नरचा कर आकारण्याचा अधिकार स्पष्टपणे मान्य केलेला आहे. म्हणून आपल्याला असे म्हणता येईल की, नगरपालिकांनी लावलेला आयातमालावरील कर हा तत्कालीन करपद्धतीचा एक भाग होता आणि प्रत्यक्षात त्याचे प्रमाण निरनिराळ्या शहरात तेथील नगरशासकांच्या मर्जीवर अवलंबून होते.

अकबरी कराबद्दल कुठलीही सर्वसाधारण पद्धती अस्तित्वात असल्याचे आढळत नाही. आणि अशी पद्धती मुस्लिमांच्या धार्मिक कायद्याच्या अंमलबजावणीशी विसंगत ठरली असती. दारूच्या विक्रीवरील बंदी जहांगीराने सक्तीने अमलात आणली नव्हती. परंतु त्याच्यानंतर आलेल्या बादशहाने ती काटेकोरपणे अमलात आणली. दारूची विक्री करणे किंवा ती तयार करणे यासाठी जबरदस्त शिक्षा देण्यात आल्याचा उल्लेख पिटर मंडी १६३२ च्या आपल्या जर्नलमध्ये करतो. अलाहाबादजवळ बेकायेदशीरपणे चोरून दारू मिळत होती. परंतु त्याच्या पूर्वेकडे कितीही पैसा दिला तरी ती मिळत नव्हती. कारण तेथे 'सक्त दारुबंदी होती आणि दारू बाळगणाऱ्या माणसाला मृत्यूची शिक्षा होती आणि ज्या घरात दारू सापडत होती ते घर नष्ट करण्यात येत होते'. मात्र हाच लेखक पुढे लिहितो की, 'नशिले मद्य, ज्या ताड वृक्षांपासून तयार करण्यात येत होते, त्या झाडांचा ठेका सुरतेच्या गव्हर्नरने घेतलेला होता. या प्रदेशात १६३०च्या सुमारास दारू गाळण्याचा धंदा हा प्रतिष्ठित धंदा होता आणि जरी बादशहाचा सक्त हुकूम असला तरी त्याची तामील करणे स्थानिक शासनावर अवलंबून होते आणि वरील उदाहरणांवरून स्पष्ट होते की, स्थानिक अधिकारी दारूच्या विक्रीला परवानगी देऊन त्यापासून महसूल मिळवीत होते.'

मोगलांच्या अमदानीत मिठावर कर होता, यात काहीच शंका नाही. पण कराचे दर काय होते याची नोंद कुठे आढळत नाही. फक्त पंजाबमधील मिठाच्या

खाणीवरील कराचे दर उपलब्ध आहेत आणि अकबराच्या वेळी तेथील कर मूळ किंमतीच्या दुपटीपेक्षाही बराच जास्त होता. हा कर 'दिवाणाला' दिला जात होता, असे सांगण्यात येते. हा काहीसा संदिग्ध असा शब्दप्रयोग आहे. पण त्याचा अर्थ बहुधा 'साम्राज्याच्या अधिकाऱ्याला' असा असावा. राजस्थानातील मिठागरे त्यावेळी स्थानिक सरदारांच्या ताब्यात होती. ऐनेमध्ये त्यांच्यासंबंधी काहीच उल्लेख केलेला नाही. गुजरात व कच्छचे रण यांमधील मिठावर स्थानिक सरदारांनी कर बसविले होते. बंगालमधील, साम्राज्याच्या महसुलाच्या तक्त्यांमध्ये मिठावरील काही करांचा समावेश केलेला आहे. पण पूर्वी सांगितल्याप्रमाणे या तक्त्यांचा तत्कालीन शासकीय परिस्थितीशी फारच थोडा संबंध आहे. सर्वसाधारणपणे असा निष्कर्ष काढता येईल की, जरी मिठावर कर असला तरी करपद्धतीत कुठलाही एकसूत्रीपणा नव्हता आणि कर सहसा स्थानिकरीत्या किंवा प्रांतिकरीत्या आकारले जात होते. केंद्रीय बादशाही सत्तेद्वारा आकारले जात नव्हते. आधुनिक हिंदुस्थानच्या अंदाजपत्रकात मिठावरील कराला महत्त्व आहे. आपल्या विचाराधीन काळात व्यापार व उद्योगांच्या बहुतेक सर्व शाखांना स्पर्श करणारे असंख्य प्रकारचे कर आकारले जात होते. आणि काही नगरपालिकांद्वारा आकारली जात असलेली जकात सोडली तर तत्कालीन करांपैकी मिठावरील कर हाच आजतागायत शिल्लक राहिलेला आहे.

करांशिवाय नजराणे, दंड आणि लाच यांच्याद्वारे स्थानिक अधिकाऱ्यांना फार मोठे उत्पन्न मिळत होते. यापैकी पहिल्या बाबीसंबंधी तपशीलवार वर्णन करण्याची जरुरी नाही. नजराणे देण्याची पद्धतही जवळ जवळ सार्वत्रिक आणि बंधनकारक होती आणि तिच्यासंबंधी गेल्या प्रकरणात जे सांगितले ते सर्व दर्जाच्या अधिकाऱ्यांना लागू पडणारे आहे. दंडासंबंधी डचांच्या व्यापारी अहवालावरून हे स्पष्ट होते की, ज्या अधिकाऱ्यांनी दंड केला असेल त्यांच्या खिशातच दंडाची रक्कम जात होती. आग्रा येथील परिस्थितीसंबंधी प्रामुख्याने पेल्सार्टने लिहिले आहे की, गुन्हेगार गरीब नसले तर त्यांना क्वचितच ठार मारण्यात येत होते. श्रीमंत गुन्हेगारांची मालमत्ता गव्हर्नर आणि कोतवाल यांच्या घशात जात होती. या 'निर्दय आणि अन्यायी अधिकाऱ्यांपुढे' येणाऱ्या गुन्हेगारांबद्दल पेल्सार्टने फार कळवळून लिहिले आहे. 'या अधिकाऱ्यांचे डोळे लोभाने लालचावलेले होते; भक्ष्यासाठी लांडग्याप्रमाणे त्यांची तोंडे वासलेली होती; प्रत्येक जण पैसे घेण्यासाठी हात पसरून उभा असे; कारण पैसे दिल्याखेरीज कोणालाही दयामाया दाखविली जात नसे.' याचप्रमाणे गुजरात रिपोर्टवरून असे दिसते की, केवळ किरकोळ

गुन्ह्यांकरिताच दंड करण्यात येत होते असे नाही तर खून, चोरी, दरोडा अशा गुन्ह्यांकरिताही दंडाची शिक्षा देण्यात येत होती. या सर्व दंडाची रक्कम गव्हर्नरच्या खिशात जात होती. म्हणून अशा गुन्ह्यांना मृत्यूची सजा दिली तर गव्हर्नरचा काही फायदा होणार नव्हता. याप्रमाणे दंड आणि लाच यांमध्ये फारसा फरक करता येत नव्हता आणि रिपोर्टवरून असे दिसते की, सशस्त्र लुटारूंच्या टोळ्या गव्हर्नरांच्या मूक संमतीनेच प्रमुख शहरांच्या अवतीभोवती वावरत असत. लुटारूंकडून मिळणारी लाच आणि पोलिसी खर्चात बचत या दोन्ही गोष्टींमुळे गव्हर्नरचा फायदाच होत असे. शहरातील नागरिकांचेही अधिकारीवर्ग उद्दामपणे शोषण करीत होता. कुठलाही खोटानाटा आळ घेऊन दंड किंवा लाच पुरविणारे पुष्कळ लोक उपलब्ध असत. यासाठी कलागती करणारे किंवा बातम्या पुरविणारे पुष्कळ लोक उपलब्ध असत. पेल्सार्ट म्हणतो की, आग्रा शहरात असे चुगलखोर लोक माश्यांप्रमाणे घोंगावत होते. याबाबतीत मुस्लिम कायद्यातील तरतुदींवर अवलंबून राहता येत नव्हते. कायद्याचा अर्थ लावणारा काझी कोर्टात न्यायनिवाड्यासाठी बसत असे. पण प्रत्यक्षात अंतिम सत्ता गव्हर्नरच्या हातात होती. हाच लेखक म्हणतो त्याप्रमाणे 'पोपला कोण वाळीत टाकणार? आणि गव्हर्नरच्या निर्णयाविरुद्ध कोण आव्हान देणार? गव्हर्नरच्या निर्णयाविरुद्ध अपिल करता येणे शक्य होते आणि वीरजी व्होरासारखा अतिशय श्रीमंत माणूस अशा बादशहापुढे केलेल्या अपिलात यशस्वी होऊ शकतो, हे मागील एका प्रकरणात आपण पाहिले आहेच. त्याप्रसंगी वीरजी व्होराने किती पैसा खर्च केला हे आपल्याला माहिती नाही. पण तो यशस्वी झाला होता यावरून फारशी संपत्ती नसलेल्या माणसांनादेखील स्थानिक अधिकाऱ्यांच्या पिळवणुकीपासून लगेच संरक्षण मिळाले असते असे अनुमान करणे चुकीचे होईल. म्हणून यापूर्वी केलेले अनुमानच माझ्या मते बरोबर ठरेल आणि ते म्हणजे कुठल्याही प्रकारचा कर वसूल करताना, मग तो व्यक्तींवरील किंवा लोकसंख्येच्या एखाद्या वर्गावरील कर असो वरून हस्तक्षेप होईल इतपत बभ्रा होऊ न देण्याची दक्षता अधिकाऱ्यांना बाळगावी लागत होती. एकदा ही मर्यादा त्यांनी सांभाळली की, लोकांकडून पैसे वसूल करण्यासाठी त्यांना सारे रान मोकळे होते आणि कर वसूल करण्याकरिता अधिकारी ज्या पद्धती वापरीत होते, त्या आजच्या लोकमताला मानवणाऱ्या तर नव्हत्याच पण अर्थशास्त्रज्ञाच्या दृष्टिकोनातून त्या नि:संशय घातकही होत्या.

प्रकरण नऊ : आधारग्रंथ

विभाग १ : मोगलांच्या अर्थव्यवहारांच्या पद्धतीचे समकालीन संपूर्ण वर्णन मला आढळलेले नाही. जी माहिती मी दिलेली आहे ती बखरींमधून विखुरलेल्या विधानांवर आणि सरकार यांच्या औरंगजेबावर आधारलेली आहे. महसुलाच्या बाबी मनूचीमध्ये (खं. २ पृ.४१५) स्पष्टपणे दिलेल्या आहेत. पण त्यांच्या यादीत आपल्या विचाराधीन काळाच्या नंतर काही बाबींची भर घालण्यात आलेली होती. जमीनमहसुलाच्या ठोक उत्पन्नासाठी पहा : *ऐन* (भाषांतर) खं.२ पृ.११५ आणि *बादशाहनामा* खं. २, पृ ७१० व त्यानंतरची पाने. दरबारातील खर्चाच्या स्वरूपाची माहिती *ऐनच्या* पहिल्या पुस्तकावरून मिळू शकते. पगाराची तुलना *ऐन* (भाषांतर) खं.१, पृ.३०८८ व त्यानंतरची पाने. आणि *बादशाहनामा* खं. २, पृ. ७१७ व त्यानंतरची पाने. यावर आधारलेली आहे. जास्तीचा महसूल भरण्यासंबंधी पहा: सरकार यांचे औरंगजेब खं.१, पृ.१७१ व त्यानंतरची पाने. अधिकाऱ्यांच्या दारिद्र्यासाठी पहा: बर्नियर पृ. २१३. दक्षिणेतील वसूलपद्धतीचे संदर्भ प्रकरण ८ च्या शेवटी दिलेले आहेत.

विभाग २: सुरतेच्या जकातीसाठी पहा: हॉकिन्सचे *अर्ली ट्रॅव्हल्स* पृ. १७१, *पूर्चाज* प्र. ४ पृ. ४२३ आणि थिवेना पृ.७. बंदरमधील स्पर्धेसाठी पहा: रो. पृ. ४५, ५७, ८२ आणि *इंग्लिश फॅक्टरीज* खं. ३, पृ. १९२, खं.८, पृ. १३४. वारंवार होणाऱ्या विलंबाच्या उदारहरणांसाठी पहा: लेटर्स रिसीव्हड खं.४ पृ. ७८ आणि इंग्लिश फॅक्टरीज खं.१ पृ.१३७, खं.२, पृ. ३११, खं. ३, पृ. २९, खं. ८ पृ. ३०२ तसेच स्कोरर पान ८. मालाची जादा किंमत लावल्याचे उल्लेख सर्वत्र आढळतात. दिलेल्या उदाहरणासाठी पहा: *इंग्लिश फॅक्टरीज* खं. ५, पृ. २४४, *लेटर्स रिसीव्हड* खं. ४, पृ.७८, रो. पृ. १५२, *डाग रजिस्टर* ३१ जुलै १६४१ जकात अधिकाऱ्यांनी केलेल्या सक्तीच्या विक्रीच्या उदाहरणासाठी पहा: *लेटर्स रिसीव्हड* खं. ४ पृ. ७८, *इंग्लिश फॅक्टरीज* खं. १, पृ. १८७ खं, ८ पृ. ३०२.

सुरत येथील टांकसाळीच्या उल्लेखासाठी पहा: *इंग्लिश फॅक्टरीज* खं. ४, पृ.१०३, खं. ५, पृ १८ खं. ६ पृ. ८४, खं. ७ पृ. २३, खं. ८ पृ. १८५, खं.१०, पृ.१२०. राजमहाल येथील गैरप्रकारांची माहिती *डाग रजिस्टर* ३ सप्टेंबर १६६३ आणि नंतरच्या काही वर्षांतील पुष्कळ नोंदीमध्ये दिलेली आहे. मोगलांच्या वारसाहक्काच्या मागणीसाठी पहा: पूर्चाज खं. १, प्र ३ पृ.२१८, खं. २, प्र.९ पृ.

१४८०, रो. पृ.११० आणि त्यानंरची पाने, *बर्नियर* पृ. १६४, २०४ आणि इतरत्र पहा: या विषयावरील औरंगजेबाच्या पत्रासाठी बर्नियर पृ. १६७ जहांगीरच्या पद्धतीच्या भाषांतरित वर्णनासाठी *पेल्सार्ट* हस्तलिखित पान २१. असफखानच्या मालमत्तेसाठी *डाग रजिस्टर* ४ सप्टेंबर १६४२, इलियट, खं. ७, पृ.६८ आणि मॅनरिक ix xi औरंगजेबाच्या दृष्टिकोनासाठी *इलियट* खं. ७, पृ.१६१. मनूची खं. २, पृ. ४१५ व त्या नंतरची पाने. व्यापारविषयक पत्रातील उल्लेखासाठी *इंग्लिश फॅक्टरीज* खं. २, पृ.१२५, खं. ३ पृ. २९, खं.८ पृ.७, १०२, ११९

नजराणे देण्याच्या पद्धतीचा बहुतेक लेखकांनी उल्लेख केला आहे. मूळ मजकुरात उल्लेखिलेले उतारे पुढील ठिकाणचे आहेत. मॅनरिक ixiv आणि *डाग रजिस्टर* (सुरत), २७ एप्रिल १६४३, १८ जानेवारी आणि ९ जून १६४५, साम्राज्यांच्या संकीर्ण महसुलाचा तपशील ऐने (भाषांतर) खं. २ मध्ये मिळेल.

विभाग ३ : महसुलावर कर वसूल करण्यासंबंधी माहिती- पहा; *सरकार* यांचे स्टडीज पृ.१९४, पहा-मच्छलीपट्टम येथील स्थानिक करासाठी *टर्पेस्ट्राचे* कोरोमांडेल खं. २ आणि रेनेव्हिल खं.५, पृ. १७९ व त्यानंतरची पाने, जहांगीरच्या स्थानिक करावरील बंदीसाठी *तुझुक* खं. १, पृ. ७, औरंगजेबाच्या हुकूमाच्या चर्चेसाठी सरकार यांचे ॲडमिनिस्ट्रेशन पृ.१२०, या करांच्या सातत्यासंबंधी माहिती नंतरच्या पुष्कळ ग्रंथांत आढळते. विशेषत: टेलरचे डाक्का पृ. १९७, वाहतूक व प्रवासी करांसंबंधी निर्देश केलेले उतारे पुढील ग्रंथांतील आहेत. *लेटर्स रिसीव्हड* खं.४, पृ.७९, *इंग्लिश फॅक्टरीज* खं. १, पृ. ८८, ३३१, खं.३ पृ.२८, १७६, २७३, खं.७, पृ.१६०, खं.८, पृ.५८, ७१,१०८, ३०१,३२०, खं.९ पृ. १०, २६, ३८, ८४,खं.१०, पृ.६३ आणि *डाग रजिस्टर* २४ फेब्रुवारी १६३४, ३१ मार्च व २० मे १६४१; २७ एप्रिल व १२ डिसें १६४३ (सुरत); १७ एप्रिल १६४३, ५ जानेवारी १६४५ (कोरोमांडेल) पहा : मोगलांशिवाय इतर अधिकाऱ्यांनी आकारलेल्या करासाठी *इंग्लिश फॅक्टरीज* खं. १, पृ.३३१, खं.२, पृ.३३१; खं.२ पृ. ९६, ३१०, खं.५ , पृ. १७, खं.६ पृ.९३,१५०, २५८, खं.७ पृ.३०६, खं.९, पृ.२३५, मंडी खं. २ पृ.१११, ११९; थिवेनॉ पृ. २७९; मनूची खं.२ पृ. १७१; *लेटर्स रिसीव्हड* खं. ५, पृ. १२८, काफीखानच्या हकिकतीसाठी इलियट खं. ७ पृ.२४६-२४८.

इतर करांसंबंधी उल्लेखिलेल्या मक्तेदारीची चर्चा प्रकरण ४ मध्ये केलेली आहे. पहा: सोरामिठावरील कराच्या उल्लेखासाठी *इंग्लिश फॅक्टरीज* खं. १०, पृ.

१५ आणि *डाग रजिस्टर* (कोरोमांडेल) १९ ऑगस्ट १६४५, मीर जुमलाने लादलेल्या करांसाठी त्याच ठिकाणी २९ नोव्हेंबर १६६१; शहरातील करांच्या नोंदीसाठी *सीवेल* पृ. ३६४ व त्यानंतरची पाने आणि ऐन (भाषांतर) खं. २ पृ. ४२; अबकारी कायद्यासाठी मंडी खं. २, पृ. ३२, ९७, १३४ आणि मिठावरील करासाठी ऐने (भाषांसाठी) खं. २, पृ. २४२, २४९, ३१५. दंड व लाच यासंबंधीचे उतारे पुढील ग्रंथातून घेतले आहेत. *पेल्सार्ट* (हस्तलिखित पाने २२, २४) आणि *गुजरात रिपोर्ट* पाने २०, २१.

◆◆◆

प्रकरण : दहा

सारांश आणि समारोप

मला मिळालेल्या माहितीच्या आधाराने, जहांगीर आणि शहाजहान यांच्या अमदानीतील हिंदुस्थानच्या आर्थिक परिस्थितीची चर्चा मी यापूर्वीच्या प्रकरणांमध्ये केलेली आहे. या काळातील आर्थिक परिस्थितीत झालेल्या परिवर्तनांचे मूल्यामापन करण्याचे व राष्ट्रीय उत्पन्नाचा एक ठोकळ ताळेबंद तयार करण्याचे काम तेवढे आता शिल्लक राहिले आहे. राष्ट्रीय उत्पन्न वाढत होते की कमी होत होते आणि या उत्पन्नाचे वाटप करण्याची पद्धती समानतेच्या आधुनिक तत्त्वाच्या जवळ जात होती की, त्या तत्त्वांपासून दूर जात होती, या प्रश्नांची उत्तरे शोधावयाची आहेत. हॉलंड व इंग्लंडमधील मोठ्या व्यापारी कंपन्यांचे प्रतिनिधी हिंदुस्थानात आले आणि त्यांनी देशाच्या अत्यंत उत्पादनक्षम भागात आपला हळूहळू शिरकाव करून घेतला, ही एक ठळक गोष्ट प्रथमदर्शनीच लक्षात येते. या घटनांचे अंतिम महत्त्व लक्षात घेऊनही बारकाईने विचार करता अर्थशास्त्रज्ञाला तत्कालीन शासकीय बदलांना ताबडतोब जास्त महत्त्व द्यावे लागते. या बदलांमुळे उत्पन्नाचे वाटप करण्याच्या पद्धतीतील दोष अधिक तीव्र झाले आणि त्यांची उत्पादक उद्योगांवर एकत्रित आणि ठळक प्रतिक्रिया झाली होती. एका बाजूला बाजारपेठेतील दलालांच्या कार्यक्षमतेत वाढ झाल्यामुळे हिंदुस्थानचा फायदा झाला होता; पण दुसऱ्या बाजूला आर्थिक बांडगुळे वाढल्यामुळे देशाची उत्पादनशक्ती नष्ट होत होती; काही प्रदेशांचा आणि उत्पादनाच्या काही वर्गांचा बाहेरून नव्या सवलती मिळाल्यामुळे फायदा झाला होता. पण एकंदर देशाचा विचार करता, अंतर्गत शक्तीच्या प्रभावामुळे लोकांच्या दारिद्र्यात भरच पडत होती. आणि या प्रक्रियेत अखेरीला हिंदुस्थानचे नुकसानच झालेले होते, याबद्दल माझ्या मनात शंका नाही.

देशावर प्रभाव गाजवणाऱ्या शक्तीपैकी डच कंपनी ही सर्वात जास्त महत्त्वाची होती. हिंदुस्थानच्या पूर्व बाजूला डचांनी उद्योगात प्रथमपासून पुढाकार मिळविला आणि आपले व्यापारातील प्रभुत्व आपल्या विचाराधीन कालखंडात सातत्याने कायम राखले. पश्चिम किनाऱ्यावर इंग्रज प्रथम आले होते व त्याचा त्यांना फायदा मिळाला होता, पण डचांनी त्यांना झपाट्याने मागे टाकले. एकमेंकाची स्पर्धा करणाऱ्या या दोन संघटनांचे अस्तित्व हिंदुस्थानच्या दृष्टीने निःसंशय उपकारक होते. वेळोवेळी झालेला प्रचंड तोटा लक्षात घेता आपल्या विचाराधीन कालावधीत

इंग्रजांना मिळालेला नफा अगदीच तुटपुंजा होता. पण हिंदुस्थानच्या व्यापारात आपले स्थान टिकविण्यात ते यशस्वी ठरले होते आणि प्रामुख्याने आपले स्थान टिकविण्यासाठी त्यांनी केलेल्या प्रयत्नांमुळेच डचांच्या व्यापारी मक्तेदारीच्या मगरमिठीतून देश वाचला होता. अशा प्रकारची मक्तेदारी डचांनी आशियाच्या इतर भागांत प्रस्थापित केली होती.

हिंदुस्थानातील तत्कालीन परिस्थिती अशी होती की, त्यामुळे आयात व्यापाराचा मोठा विकास होण्यास आडकाठी येत होती. देशातील बहुसंख्य लोक इतके गरीब होते की, त्यावेळी मिळणाऱ्या परदेशी वस्तूंमध्ये त्यांना अजिबात रस नव्हता. मध्यम वर्ग संख्येने अगदी कमी होता आणि अधिकाऱ्यांची धाड पडेल या भीतीने तो भपकेबाज खर्च करण्यास परावृत्त झाला होता. राजदरबार आणि त्यांच्यावर अवलंबून असलेले सरदार हे परदेशी मालाचे गिऱ्हाईक होते. पण या ग्राहकांची संख्या फारच कमी होती. आणि त्यांची मागणी नावीन्याची आवड आणि लहरीपणा यांवर अवलंबून होती. आयात होणाऱ्या मालात जेथे स्पर्धा होती तेथे हिंदुस्थानी ग्राहकांचा फायदा होत होता; पण जेथे मक्तेदारी होती तेथे त्यांचे नुकसान होत असे. नवीन निर्यातीच्या बहुतेक मालाची रक्कम मूल्यवान धातूंच्या रूपाने घेतली जात होती. चांदी आणि सोने यांची जास्तीची आयात एकंदर देशाचा विचार करता लोकांच्या ग्रहणक्षमतेपेक्षा जास्त नव्हती आणि जरी बंगालमध्ये व्यापाराचा अचानक विकास झाल्यामुळे बाजारभाव किनाऱ्यावर इतरत्र असलेल्या दरांच्या पातळीवर आलेले होते तरी सोन्या-चांदीच्या आयातीमुळे किंमतीच्या सर्वसाधारण पातळीत कुठलाच विशेष बदल झालेला नव्हता.

निर्यातीच्या बाबतीत डच आणि इंग्रज यांच्या व्यापाराचा मुख्य परिणाम हिंदुस्थानी उत्पादकांच्या नीळ, सुती कापड, सोरामीठ, कच्चे रेशीम आणि विविध तऱ्हेच्या इतर कमी महत्त्वाच्या मालाला नव्या आणि मोठ्या बाजारपेठा मिळण्यात झाला होता. हिंदुस्थानी व्यापाऱ्यांनी या परदेशी बाजारपेठेत माल खपवण्याचे कुठलेही परिणामकारक प्रयत्न केले नव्हते. तर गेल्या शतकातील पोतुगिजांच्या या बाबतीत केलेल्या प्रयत्नांना फार मर्यादित यश मिळाले होते. जपानमध्ये झालेला हिंदुस्थानी रेशमाचा आणि पश्चिम युरोपात झालेला सुती कापडाचा आणि सोरामिठाचा प्रचंड प्रमाणावरील खप या तत्कालीन व्यापार विश्वातील निश्चितपणे नव्या घटना आहेत. पश्चिम युरोपात निळीचा वापरही इतक्या मोठ्या प्रमाणात वाढला होता की तेथील निळीच्या व्यापाराबद्दलही असेच म्हणता येईल. मिरीच्या

निर्यातीमध्ये तात्पुरती घट झाली होती, हे इथे लक्षात घेतले पाहिजे. पण त्यामुळे झालेले नुकसान नवीन व्यापाराच्या लहानशा भागापेक्षा मोठे होते, असे मानता येणार नाही. या व्यापारामुळे हिंदुस्थानला होणारा प्रत्यक्ष फायदा काही विशिष्ट प्रदेशापुरता मर्यादित होता. ज्या ठिकाणी वाढत्या प्रमाणात उत्पादन करता येणे शक्य होते आणि विशिष्ट वर्गातील लोकांना फायदेशीर कामधंदा देता येणे शक्य होते असे प्रदेश होते. या प्रदेशांच्या उत्पन्नात झालेली वाढ प्रचंड होती असे म्हटले तर अतिशयोक्ती होणार नाही. पण देशाच्या एकंदर लोकसंख्येच्या संदर्भात विचार करता या वाढीमुळे देशाच्या उत्पन्नात फारसा फरक पडत नव्हता.

हिंदुस्थानात असलेल्या मूल्यवान धातूंच्या सतत मागणीमुळे युरोपियन व्यापाऱ्यांना आशियातील वाहतूकव्यापारात फार मोठा भाग घ्यावा लागला होता. त्यांच्या याबाबतीतील उद्योगांमुळे आशियाच्या इतर भागांशी असलेल्या निर्यात व्यापारात मोठ्या प्रमाणात वाढ झाली असणे शक्य आहे, पण मला ही गोष्ट संभवनीय वाटत नाही. मात्र जहाजबांधणी आणि जहाजवाहतुकीच्या उद्योगात महत्त्वाचे बदल घडून आले होते हे निश्चित आहे. या बदलांचा मुख्य परिणाम पोर्तुगीज जहाजमालकांवर झाला. गेल्या शतकात त्यांना मिळालेला बराचसा धंदा त्यांच्या हातून गेला. हिंदुस्थानी जहाज मालकांनाही यामुळे नुकसान पोहोचले होते. या नुकसानाचे प्रमाण निरनिराळ्या प्रदेशांत वेगवेगळे होते. पण गुजरातमध्ये सर्वात जास्त नुकसान झाले होते. याउलट निर्यात करणाऱ्या हिंदुस्थानी व्यापाऱ्यांचा, जहाजाने अधिक कायम सोय उपलब्ध झाल्यामुळे फायदा झाला होता. स्पर्धेमुळे या वाहतुकीचे दरदेखील कमी ठेवण्यात आले होते.

युरोपियन उद्योगांचे तत्कालीन परिणाम अशाप्रकारे स्थानिक आणि अपुऱ्या स्वरूपाचे होते. नीळ आणि कापूस पिकवणाऱ्यांना –विणकऱ्यांना, रेशीम आणि सोरामिठाच्या उत्पादकांना, खुष्कीच्या वाहतूक व्यवसायाला आणि माल निर्यात करणाऱ्या व्यापाऱ्यांना युरोपियन व्यापाऱ्यांच्या उद्योगामुळे फायदा झाला होता, याबद्दल प्रश्नच नाही. त्यांच्या व्यवहारामुळे मिरीचे उत्पादक, जहाजमालक आणि जहान बांधणारे यांच्या व्यवसायावर विपरीत परिणाम झाला असण्याची शक्यता आहे. पण या व्यवसायांचे महत्त्व वर दिलेल्या इतर अनेक व्यवसायांपेक्षा एकंदरीने खूपच कमी होते. म्हणून हिंदुस्थानच्या दृष्टीने तोट्यापेक्षा फायदा जास्त झाला होता. पण माझ्या मते एकूण राष्ट्रीय उत्पन्नात फार मोठी वाढ घडून येईल इतका हा फायदा मोठा फायदा नव्हता. याशिवाय आणखी एक फायदा असा होता की, नव्या व्यापारी

संघटना प्रस्थापित झाल्यामुळे पश्चिम युरोपातील बाजारपेठांशी हिंदी उत्पादकांचा नजीकचा संबंध आला होता. या काळाच्या उत्तरार्धात अशी परिस्थिती होती की, हिंदुस्थानात विक्रीसाठी जो काय माल असेल तो लंडन, पॅरिस व ॲम्स्टरडॅम येथील बाजारपेठांत निश्चित पाठविला जात होता. कंपन्यांमधील स्पर्धेमुळे विक्रेत्यांना या मालाची चांगली किंमत मिळत होती. अशाप्रकारे परदेशांशी संबंध वाढल्यामुळे त्यावेळी बराच मोठा फायदा झाला होता आणि भविष्यात आणखी फायदा होण्याची शक्यता होती.

याउलट देशांतर्गत परिस्थिती मात्र व्यापाराला घातक ठरत होती. निरनिराळ्या सरकारांनी उत्पादकांवर लादलेल्या करांच्या मागण्या इतक्या जबरदस्त होत्या की शासकीय कारभार हा राष्ट्रीय उत्पन्नाच्या वाटपातील मोठा घटक होता, असे म्हणण्यात मुळीच अतिशयोक्ती नाही. सरकारी करांच्या बोजामुळे उत्पादकाजवळ जेमतेम उदरनिर्वाहापुरते किंवा थोडे जास्त उत्पन्न शिल्लक राहत होते, असे सामान्यपणे म्हणता येईल, जर जास्त उत्पन्न उरलेच तर ते अनुत्पादक मार्गांनी खर्चल्या जाणाऱ्या शक्तीला किंवा बुद्धिमत्तेला उत्तेजन देण्यात वाया जात होते. दक्षिण हिंदुस्थानात राज्यकारभार हळूहळू याच दिशेने चालला होता आणि त्यात झालेले बदल फारसे महत्त्वाचे नव्हते. उत्पादकांवरील बोजा सारखा वाढत होता. कारण स्थानिक अधिकाऱ्यांना उत्पन्नाचे निरनिराळे मार्ग शोधून काढण्यास आणि त्या मार्गांनी जास्तीत जास्त उत्पन्नाची मागणी करण्यास सबळ कारणे होती. पैसा मिळविण्याच्या या निरनिराळ्या सबबी अगोदरच सर्वांना माहीत झाल्या होत्या. पण मूळ शासन पद्धतीत काहीच बदल झाला नव्हता. आपल्या विचाराधीन काळाच्या आरंभीदेखील शासनपद्धती इतकी कडक होती की, उत्पादकांवरील बोजा जास्त वाढविल्यास त्याची परिणती उपासमार किंवा बंड यांच्यात झाली असती. उत्तरेत मात्र या पद्धतीत निश्चित बदल घडून आला होता. अकबराचे आर्थिक धोरण आधुनिक दृष्टीने पाहिले तर कडक होते. पण त्याची कार्यवाही विषमपणे किंवा विध्वंसकपणे करण्यात येत नव्हती. त्याच्या वारसांच्या काळात या धोरणाला मुरड घालण्यात आली आणि उत्पादनावरील सरकारी करांमध्ये मोठी वाढ झाली. त्याचबरोबर कारभाराची पद्धती खालावल्यामुळे हळूहळू उत्तरेतही दक्षिणेतल्यासारखीच आर्थिक परिस्थिती निर्माण झाली होती. या बदलांचा परिणाम देशातील निर्माणशक्तीचा ओघ उत्पादक मार्गांकडून अनुत्पादक मार्गांकडे वळण्यात झाला, हे प्रत्यक्ष समकालीन पुराव्यांवरून दिसून येते. या प्रक्रियेचा सार्वत्रिक आणि एकत्रित परिणाम अपरिहार्यपणे झाला आणि माझ्या मते ही घटना

अर्धशतकाच्या आर्थिक इतिहासातील सर्वात महत्त्वाची आहे. जवळ जवळ संपूर्ण हिंदुस्थानात अशी परिस्थिती निर्माण झाली की, उत्पादनावर मिळणारे उत्पन्न कमी कमी होत जाऊन अखेरीला उत्पादक व्यवसायात कुठलेही पुरेसे उत्तेजन शिल्लक राहिले नाही. सर्व बुद्धी आणि शक्ती इतरांच्या उत्पन्नातील हिस्सा मिळविण्यासाठी खर्च होऊ लागली होती. अखेरीला निर्माण झालेल्या राष्ट्रीय दिवाळखोरीकडे जाण्याचाच हा मार्ग होता.

ज्या पुराव्यांचा मी अभ्यास केला, त्यातून निघालेले निष्कर्ष वरीलप्रमाणे आहेत. हे चित्र पूर्ण आहे की नाही का पुराव्यात आढळत नाहीत अशा आणखी काही महत्त्वाच्या घटना घडल्या होत्या, असा एक प्रश्न उपस्थित करता येईल. उत्पादन आणि वाहतूक या विभागासंबंधी या प्रश्नाचे उत्तर निश्चित ठामपणे देता येईल. डच आणि इंग्रज यांच्या व्यापारी कर्तृत्वाच्या इतिहासात आपल्याला तत्कालीन व्यापाराचे संपूर्ण दर्शन घडते. प्रत्येक मालाच्या व्यापाराची आणि वाहतुकीच्या प्रत्येक साधनाची चर्चा त्यात आढळते. ही चर्चा आणि त्यानुसार आणि त्यानुसार प्रत्यक्ष प्रयोग करून तपासणी करण्यात आलेली होती. हे कार्य केवळ ठरावीक पद्धतीनेच करणाऱ्या धोपटमार्गी लोकांनी केले नव्हते, तर कुठल्या मार्गाने जास्त फायदा मिळेल, याचा उत्साहाने शोध घेणाऱ्या कर्तबगार व लायक लोकांनी केले होते. म्हणून त्या काळातील आर्थिक महत्त्वाची कुठलीही गोष्ट त्यांच्या नजरेतून सुटण्याची शक्यता फार कमी होती. परदेशी वस्तूंचा व्यापार हा तर प्रामुख्याने परदेशी व्यापाऱ्यांच्याच हातात होता. तेव्हा आयात केलेल्या परदेशी मालाच्या रूपासंबंधीदेखील वरीलप्रमाणेच निष्कर्ष काढता येईल. मूल्यवान धातूंचा उपयोग कमी करण्याची गरज असल्याने शक्य त्या मार्गाने आयात व्यापार वाढविणे त्यांना आवश्यक होते. याबाबतीत त्यांना मिळालेले मर्यादित यश परदेशी वस्तूंच्या सर्व व्यापाराच्या बाबतीत खरे मानता येईल. हिंदुस्थानी मालाच्या हिंदुस्थानातील खपाबाबत त्यांची कुठेही नोंद झालेली नाही, असे बदल झाले असण्याची शक्यता आहे. किनाऱ्यावरील व्यापारांच्या विविध शाखांशी डच आणि इंग्रज परिचित होते. पण ते अद्याप देशाच्या अंतर्गत भागातील खुष्कीच्या व्यापारात मोठ्या प्रमाणात पडलेले नव्हते. म्हणून त्यांच्या पत्रव्यवहारात अनुल्लेखित असे काही बदल अंतर्गत व्यापारात झालेले असण्याची शक्यता आहे. पण अशा कुठल्याही प्रकारच्या महत्त्वपूर्ण परिवर्तनांची कल्पना करणे कठीण आहे. मला त्या काळातील बखरी किंवा जर्नल्समध्ये अशा परिवर्तनांचा पुसटसा सुगावाही कुठे लागलेला नाही. राहणीमानात कोणताही लक्षणीय बदल झाल्याची चिन्हे आढळत नाहीत. लोकांची

क्रयशक्ती मुळातच इतकी कमी होती की राहणीमानात बदल झालेला नव्हता, असे गृहीत धरणेच अपरिहार्य आहे. काही विणकर, सोरामीठ तयार करणारे किंवा नीळ पिकवणारे थोडे सुस्थितीत असतील, म्हणजे थोडे जास्त अन्न खात असतील किंवा कपड्यांवर आणि भांड्यावर थोडा जास्त खर्च करत असतील असा तर्क आपण करू शकतो. त्याप्रमाणे बहुसंख्य शेतकऱ्यांचे जीवन खडतर होते हेही अनुमान आपण करू शकतो. पण यापलीकडे कल्पनेच्या राज्यात अधिक प्रवास करण्यास आपल्याला आधार मिळत नाही.

लोकांचे राहणीमान निकृष्ट होते आणि त्यांची क्रयशक्ती कमी होती, या गोष्टी मात्र प्रत्यक्ष पुराव्याने सिद्ध झालेल्या आहेत. म्हणून ज्या आर्थिक पद्धतीतून ही वस्तुस्थिती निर्माण झाली तिच्या अगदी खालच्या मर्यादेत छोट्या प्रमाणात विचार करणे हाच कदाचित या विवेचनाचा समारोप करण्याचा उत्तम मार्ग होईल. आपण असे समजू की, एक स्वयंपूर्ण अशी जमात आहे. त्यात जवळ जवळ सारखे उत्पन्न मिळविणारे पाच उत्पादक आहेत आणि काही उत्पादन न करणारा एक ग्राहक आहे. त्याचे वर्णन आपल्याला पोलिसमन किंवा एक परोपजीवी मनुष्य असे करता येईल. या छोट्याशा समाजात उत्पन्नाचा $^{१}/_{६}$ भाग त्या परोपजीवी माणसाला किंवा पोलीसमनला दिला पाहिजे. हा साधा हिशोब आहे आणि जर समानतेच्या कायद्याच्या ऐवजी शहाजहानच्या अमलाखालील महसूल पद्धती आपण इथे लागू केली तर प्रत्येक उत्पादकाला १/६ ऐवजी १/२ उत्पन्न द्यावे लागे आणि ज्या पोलिसमनचे किंवा परोपजीवी माणसाचे उत्पन्न प्रत्येक उत्पादकाच्या उत्पन्नापेक्षा पाचपटीने जास्त होईल आणि त्यांची परिस्थिती इतर बाबतीत सुसह्य असेल तर प्रत्येक उत्पादकाला त्या पोलीसमनची जागा मिळविण्याचा जबरदस्त मोह उत्पन्न होईल आणि जर या छोटा समाजाला आपण सुमारे ४० लाख [१] या आकड्यांनी गुणले तर हा आपल्या विचाराधीन काळातील हिंदुस्थानच्या आर्थिक परिस्थितीचा आराखडा आपल्याला मिळतो. बहुतांश शेतकरी आणि सर्वप्रकारचे कारागीर जवळ जवळ सारख्याच आर्थिक पातळीवर जगत होते. कामातील कौशल्य किंवा दैव यामुळे थोडाबहुत वैयक्तिक फरक पडत असेल; पण ठरावीक पातळीच्या खाली किंवा वर ते सारख्याच प्रमाणात जात होते असे म्हटल्यास चुकीचे होणार नाही. म्हणून संपूर्ण समाज हा एकजिनसी होता, असे आपण म्हणू शकतो.

---

१. म्हणजे २० ते २५ दशलक्ष घरे (कुटुंबे) होतात. त्या काळातील हिंदुस्थानच्या लोकसंख्येचे प्रमाण सुमारे हेच होते असे मी समजतो.

उत्पादकांशी परोपजीवींचे प्रमाण किती होते हे अचूकपणे ठरविता येणे शक्य नाही. पण मी घेतलेला आकडा बहुधा अतिशयोक्त असावा असे मला वाटते.[२] शहरे किंवा लष्कर यांची या काळात फार मोठी वाढ झाली नव्हती. काही स्थानिक ठिकाणी प्रगती झाली असती तरी इतर ठिकाणच्या परागतीने तिची बरोबरी झाली होती. लोकसंख्येचा फार मोठा भाग शेतकऱ्यांनी व्यापला होता. यात शंका नाही आणि कारागिरांचे लोकसंख्येतील प्रमाणही बरेच मोठे होते. पण त्यांचे निश्चित संख्यात्मक प्रमाण ठरविण्याच्या भरीला न पडता आपल्याला असे म्हणता येईल की तुलनेने मोठ्या संख्येने असलेले उत्पादक त्यांच्या ठोक उत्पन्नाचा अर्धा भाग संख्येने लहान असलेल्या आर्थिक परोपजीवींच्या पोषणाकरिता देत होते. परोपजीवींचा हा वर्ग मात्र आर्थिकदृष्ट्या एकजिनसी नव्हता, कारण सर्वात मोठ्या सरदारापासून ते सर्वात कनिष्ठ गुलामापर्यंत सर्व प्रकारचे लोक या वर्गात होते. प्रत्यक्षात बहुतेक परोपजीवी लोकांचे राहणीमान उत्पादकांसारखेच होते आणि त्यांच्यातील काही अल्पसंख्य लोकच जास्तीच्या उत्पन्नाचा हिस्सा मिळावा म्हणून सक्रिय झगडत होते. अशाप्रकारे फार प्रचंड उत्पन्न अतिशय थोड्या स्पर्धकांमध्ये विभागले जात होते. उत्पन्न शिल्लक टाकले तर ते मरणोत्तर जप्त होण्याची शक्यता होती, म्हणून मिळालेला नफा ताबडतोब खर्च केला जात होता. अशाप्रकारे मिळणाऱ्या उत्पन्नामुळे अमर्याद चैनीचे विलासी जीवन जगणे सरदारांच्या बाबतीत अपरिहार्य झाले होते. त्यांच्या ऐषारामाने परदेशी प्रवासी विलक्षण थक्क झाले होते. अशाप्रकारे देशातील शिलकी उत्पन्न अनुत्पादक मार्गांनी उधळले जात होते. समाजातील खालच्या दर्जाचे परोपजीवी लोक उत्पादकांच्याच पातळीवरील जीवन जगत होते. पण काही महत्त्वाच्या बाबतीत त्यांची परिस्थिती उत्पादकांपेक्षा चांगली होती. उदाहरणार्थ, जर वाईट हंगामात धान्य पिकले नाही तर चपराशाला आपल्या पगारात नेहमीपेक्षा कमी अन्न विकत मिळत असे. पण शेतकऱ्याला मात्र आपली बायकामुले गुलाम म्हणून विकावी लागत होती. त्या काळात घडलेल्या शासकीय बदलांच्या परिणामांमुळे ही विषमता इतकी वाढली की अखेरीला उत्पादकाला जीवन जगणे अशक्य झाले. नैसर्गिक आपत्तींशी त्यालाच प्रामुख्याने झगडावे लागत होते. पण त्यानंतर मिळणाऱ्या उत्पन्नातील फारच थोडा भाग त्याच्याकडे शिल्लक राहत होता आणि बराचसा भाग काही थोड्या परोपजीवी लोकांना सुरक्षित जीवन जगण्यासाठी उपयोगी पडत होता.

२. गृहीत धरलेले प्रमाण १:५ असे आहे. पण १९११ च्या शिरगणतीच्या आकड्यांवरून हे प्रमाण नऊ उत्पादकांना एक परोपजीवी असे येते.

लोकसंख्येतील अनुत्पादक वर्ग प्रामुख्याने शहरे किंवा छावण्या यामध्ये आढळून येत होता तर उत्पादनाचे कार्य मुख्यत: खेड्यांमध्ये केले जात होते. म्हणून वेगळ्या दृष्टिकोनातून असे म्हणता येईल की, तत्कालीन आर्थिक पद्धती शहरातील लोकसंख्येला जीवनावश्यक खर्चापेक्षाही कमी खर्चात जगण्याची साधने उपलब्ध करून देत होती. पिकांची रेलचेल ही अद्यापही हिंदुस्थानात परिचित अशी गोष्ट आहे. आवश्यक रोख रकमेचा भरणा करण्यासाठी हंगामातील उत्पादनाचा प्रमाणाबाहेर मोठा भाग काही थोड्या आठवड्यांतच बाजारपेठेत विकावा लागतो. ज्या बाजारपेठात आपल्या मर्जीनुसार माल विकता येईल, तेथे मिळणाऱ्या किंमतीपेक्षा फारच कमी किंमत सक्तीने केलेल्या विक्रीत मिळते. ज्या काळाचा आपण विचार करीत आहोत, त्यावेळी आत्ताच्यापेक्षा मालाचा वारंवार होणारा फाजील पुरवठा अधिक तीव्र होता.[१] कारण एकूण उत्पादनांपैकी विक्रीच्या मालाचे प्रमाण खूपच जास्त होते आणि सरकारी कर न भरल्यास होणारी शिक्षा फारच कडक होती. त्यामुळे प्रत्येक पिकाच्या वेळी नाण्यांची तातडीने जरूर भासत होती आणि ज्या व्यापाऱ्यांकडे नाण्यांचा साठा होता. ते स्वत:च्या शर्तीवर माल खरेदी करू शकत होते. मात्र त्यांना पुढील पिकाच्या वेळी पुन्हा जवळ पैसा असावा म्हणून मालाची लगेच विक्री करावी लागत होती. शहरी लोकसंख्या त्यावेळी तुलनेने कमी होती आणि या परिस्थितीमुळे त्यांना अन्नधान्य आणि इतर मालाचा पुरवठा खुल्या बाजारातील किमतीपेक्षा कमी किमतीने मिळत होता. हिंदुस्थानी शहरातील अन्नधान्याची स्वस्ताई ही परदेशी प्रवाशांना चकित करणारी एक पहिली गोष्ट होती आणि तिचे श्रेय ते देशातील प्रदेशाच्या सुपिकतेला देत होते. पण महसूल पद्धतीची कार्यवाही हा खेड्यातील उत्पन्नाच्या बऱ्याच मोठ्या भागाचे शहरात स्थलांतर होण्याच्या प्रक्रियेतील तितकाच महत्त्वाचा घटक होता यात शंका नाही.

अशा प्रकारची अर्थव्यवस्था आपल्या विचाराधीन काळाच्या अखेरीला कोसळण्याच्या बेतात होती. स्वत: उघडेनागडे असलेले विणकर दुसऱ्यांना कपडे पुरविण्यासाठी कष्ट करीत होते. स्वत: उपाशी असलेले शेतकरी शहरातील आणि

---

१. महसूल रोख किंवा धान्यामध्ये भरला जात असला तरी हे विधान बरोबर आहे. खजिन्यात चांदीची आवश्यकता होती आणि जरी काही प्रांतात धान्याच्या रूपाने महसूल मिळत असला आणि ते धान्य स्थानिक गरजांसाठी दिले जात असले तरी खजिन्यात चांदीचा भरणा करण्यासाठी त्याचा बहुतेक भाग विकला जात असला पाहिजे. किमती ठरविताना व्यापारी ही गोष्ट लक्षात घेत असावेत. तत्कालीन नियमाप्रमाणे रोज भरणा करावा लागत होता; पण त्याला स्थानिक अपवाद होते.

गावातील लोकांना पोसण्यासाठी राबत होते. हिंदुस्थान हा एक घटक मानला तर या देशातील जीवनोपयोगी जिन्नस सोने आणि चांदीच्या बदल्यात देण्यात येत होते किंवा दुसऱ्या शब्दांत मौल्यवान खड्यांच्या बदल्यात अन्न देण्यात येत होते. पुरुष आणि स्त्रिया एका हंगामापासून दुसऱ्या हंगामापर्यंत उपासमारीच्या काठावर जगत होते. जोपर्यंत अन्नाचा पुरवठा होत होता, तोपर्यंत हे लोक कळा काढीत होते. पण हा पुरवठा पुष्कळदा बंद होत होता आणि असा तो बंद झाला की गुलामांना व्यापारी हेच त्यांच्या आशेचे एक स्थान होते. कारण याला असलेले पर्याय म्हणजे नरमांस भक्षण, आत्महत्या किंवा उपासमार. वाढत्या राहणीमानाबरोबरच उत्पादनात वाढ करणे हा या जाचातून सुटण्याचा एकमेव मार्ग होता. पण जास्त उत्पादनासाठी दंड करणाऱ्या आणि जास्त खरेदी म्हणजे पिळवणुकीची एक नवी संधी मानणाऱ्या शासनाच्या तत्कालीन पद्धतीमुळे हा मार्ग पूर्णपणे बंद झालेला होता. या जाचक पद्धतीचा विस्तार आणि तीव्रता मी ज्या काळाबद्दल लिहिले आहे, त्या काळात प्रामुख्याने दिसून येते. यानंतरच्या शतकात ही अर्थव्यवस्था अखेरीला कोसळून पडली. नंतर क्रमाक्रमाने बदल होत जाऊन नवीन अर्थव्यवस्था अस्तित्वात येण्यासाठी योग्य ती वेळ येऊन ठेपली.

परिशिष्टे

परिशिष्ट 'अ'

डच आणि इंग्रज यांच्या कंपन्या

युरोपियन व्यापारी कंपन्यांची घटना आणि व्यवस्थापन हे विषय भारताच्या आर्थिक इतिहासावरील पुस्तकाच्या कक्षेबाहेरचे आहेत. पण आपल्या विचाराधीन काळातील व्यापाराचे संदर्भ आणि आधारभूत ग्रंथ समजून घेण्याच्या दृष्टीने या विषयांची थोडीशी माहिती असणे आवश्यक आहे. हे आधारस्तंभ म्हणजे या कंपन्याची दप्तरे होत. त्या काळातील तपशिलाशी आजचा सर्वसामान्य वाचक परिचित असणे शक्य नाही. त्या दृष्टीनेही वरील कंपन्यांच्या कारभाराची ओळख करून घेणे जरुरीचे आहे. तपशिलाचे काही स्पष्टीकरण आवश्यक आहे. तीन शतकांच्या कालावधीत विविध शब्दांच्या अर्थात झालेल्या बदलांमुळे तर ही गरज आणखी वाढली आहे. 'कंपनी' हाच शब्द घ्या. या शब्दाचा अर्थ इतका बदलला आहे की आपली चुकीची कल्पना होण्याची शक्यता आहे. जर 'शेअर होल्डर्स' असा अर्थ घेतला तर तो काही बाबतींत दिशाभूल करणारा आहे आणि भांडवल व नफा असे म्हटले तरी ते तितकेच धोक्याचे होणार आहे.

मर्यादित कर्ज असलेल्या संयुक्त भांडवली कंपन्यांचा विकास ही एक प्रदीर्घ प्रक्रिया आहे. ज्यावेळी इ.स. १६०० या वर्षाच्या शेवटच्या दिवशी 'काही साहसी लोक' ईस्ट इंडिज मधील व्यापाराचा शोध घेण्यास एकत्रित झाले, त्यावेळी ही प्रक्रिया इंग्लंडमध्ये नुकतीच सुरू झालेली होती. त्या तारखेला कुठलाही कंपनी कायदा अस्तित्वात नव्हता, या कार्यपद्धतीचे कुठलेही प्रस्थापित मार्ग नव्हते, हिशोबाचे कुठलेही मान्य झालेले नियम नव्हते. कंपनी ही त्यावेळी सर्वस्वी नवीन गोष्ट नसली तरी तिचे वर्णन आधुनिक अर्थाने देखील 'साहस' असे करणेच योग्य होईल. जे घडले ते असे. काही व्यापारी एकत्र आले आणि ज्याचा त्यांना काहीही अनुभव नव्हता, अशा व्यापारी साहसात पैसा गुंतविण्याचे त्यांनी ठरविले. राजाकडे अर्ज करून त्यांना पेटंटचे पत्र किंवा आत्ताच्या भाषेत म्हणजे सनद मिळविली आणि त्या सर्वांची त्यायोगे एक कंपनी तयार झाली. त्यामुळे त्यांना कायदेशीर स्थान प्राप्त झाले, त्यांच्या कारभाराचे नियम ठरविण्यात आले आणि त्यांना काही विशेष सवलती देण्यात आल्या त्यातील उल्लेखनीय सवलत म्हणजे काही वर्षे

व्यापार करण्याची मक्तेदारी. बादशहाच्या सनदेप्रमाणे यातील पहिले व्यापारी हे कंपनीचे संस्थापक सभासद झाले. पण कंपनीचे हे स्वरूप पुढे टिकले नाही. सनदेप्रमाणे कंपनीचे एका संघात रूपांतर झाले आणि तिचे सभासद हे एकमेकांचे सोबती किंवा बंधू म्हणून ओळखले जाऊ लागले. कंपनी एक स्वायत्त संस्था होऊन तिचे सदस्य स्वतंत्र नागरिक गणले जाऊ लागले. ठरावीक मार्गांनी म्हणजे वाडवडलार्जित मालमत्ता असेल तर नोकरी असेल तर किंवा ज्याला दंड म्हणण्यात येत होते त्याची रकम भरून कंपनीत प्रवेश मिळविता येत होता. भांडवल घातलेच पाहिजे अशी सक्ती सदस्यांवर नव्हती. कंपनीच्या सदस्यांना तिच्या व्यापारात भाग घेण्याची मुभा किंवा अधिकार होता, पण तसे त्यांच्यावर बंधन नव्हते.[१] जे भांडवल गुंतवत होते तेच सदस्य कंपनीच्या व्यापारी साहसात भाग घेत होते. कंपनीला स्वत:चे असे स्थिर भांडवल नव्हते. ज्या भांडवलावर व्यापार केला जात होता ते कंपनीच्या अस्थिर किंवा बदलत्या सभासद मंडळाचे होते. एका विशिष्ट हेतूने व काही थोड्या कालावधीपुरत्याच पहिल्या व्यापारी सफरी सुरुवातीला करण्यात आल्या म्हणून 'अस्थिर' हा शब्द इथे समर्पक ठरतो. मूळ व्यापारी साहस हे केवळ एकाच सफरीचे होते. जे काही भांडवल जमा झाले होते ते सर्व जहाजे व माल यावर खर्च करण्यात आले होते. जहाजे परत आल्यावर ती निकालात काढण्यात आली आणि ती योजना गुंडाळण्यात आली. अशाप्रकारे एकामागून एक बारा सफरी करण्यात आल्या. प्रत्येक सफरीसाठी जोखीम घेणाऱ्या सभासदांनी वेगळे भांडवल पुरविले होते. सफरीच्या समाप्तीनंतर मिळालेल्या नफ्याबरोबर ते त्यांना परत करण्यात आले.

वेगवेगळ्या सफरी करण्याची ही पद्धत अत्यंत गैरसोयीची ठरली. याचे मुख्य कारण आशियातील बाजारपेठांत असलेली परिस्थिती हे होते. दुसऱ्या प्रकरणात स्पष्ट केल्याप्रमाणे आशियातील बाजारपेठांत दलाल किंवा प्रतिनिधी नेमणे, आयात केलेला माल संधी मिळताच विकून टाकणे आणि जहाजांच्या आगमनापूर्वी निर्यातीसाठी माल गोळा करणे या सर्व गोष्टी आवश्यक होत्या. म्हणून इ.स. १६१३ साली संयुक्त भांडवल निर्माण करण्यात आले. इ.स.१६१६ पर्यंत

१. कुठलीही व्यापार योजना ही कंपनीच्या चालू सभासदांपुरती मर्यादित नव्हती. १६०७ साली कोर्टाने निकाल दिला होता की जर 'चवथ्या सफरी' साठी 'जुन्या साहसी व्यापाऱ्यांनी' जर पैसा पुरविला नाही तर राजाच्या इतर नागरिकांना भांडवल देण्याची परवानगी देण्यात यावी. (कोर्ट मिनिट्स १३ मे १६०७) अशा भांडवल पुरविणाऱ्या नागरिकांना योग्य कालावधीत कंपनीचे सभासद म्हणून प्रवेश देण्यात येत असावा.'

सर्व व्यापार या भांडवलावर करण्यात आला. इ.स. १६१६ ते १६४० या काळात आणखी दोनदा संयुक्त भांडवल गोळा करण्यात आले. इ.स. १६४० च्या सुमारास इंग्रजांना सुरुवातीला वाटणारे व्यापाराचे आकर्षण नाहीसे झाले. कारण डचांची स्पर्धा अतिशय जोरदार आणि यशस्वी ठरली होती. व्यापारातला फायदा कमी झाला होता. पहिल्या चार्लसने कोर्टीन असोसिएशन नामक प्रतिस्पर्धी संघटनेला उत्तेजन दिले होते आणि इंग्लंडमधील राजकीय परिस्थितीमुळे प्रदीर्घ काळापर्यंत व्यापारी योजनांमध्ये भांडवल गुंतवणूक ठेवणे इष्ट नव्हते. नवे संयुक्त भांडवल पुरेसे जमा झाले नाही आणि इ.स. १६४२ मध्ये पुन्हा पूर्वीप्रमाणे एकेका सफरीची पद्धती (आता तिला साधारण पद्धती असे म्हणण्यात येते) सुरू करण्यात आली. या वर्षाच्या उत्तरार्धात चौथे संयुक्त भांडवल उभारण्यात आले. पण भांडवलाची रक्कम फारच अपुरी पडली. इ.स. १६४६ मध्ये दुसरी सर्वसाधारण सफर करण्यात आली. इ.स. १६५० मध्ये आतापर्यंत कंपनीच्या बाहेर असलेले काही व्यापारी कंपनीत सामील झाले आणि त्यातून 'एकत्रित संयुक्त भांडवल' निर्माण झाले. हे भांडवल देखील थोड्याच वर्षांत संपुष्टात आले. इ.स. १६५५ मध्ये भांडवल जमा होऊ शकले नाही आणि काही काळापर्यंत व्यापार बहुतांशी खुला होता. म्हणजे तो वैयक्तिक व्यापारी करीत होते. पण इ.स. १६५७ मध्ये नवी सनद मंजूर झाल्यामुळे पुन्हा भांडवल जमा होऊ लागले आणि साडेसात लाख स्टर्लिंग रकमेचे नवे सर्वसाधारण भांडवल उभारण्यात आले. यापैकी फक्त अर्धे भांडवल उपयोगात आणण्यात आले. पूर्वीच्या योजनांसारखी ही योजना नव्हती. कारण ही अनिश्चित मुदतीची होती आणि कंपनीच्या भागभांडवलाची लंडनमध्ये नियमित विक्री होऊ लागल्याने ही योजना कायम स्वरूपाची झाली. कंपनीचे सभासद भांडवल परत मिळविण्याची वाट न पाहता स्वत:चे भाग भांडवल बाजारात विकू लागले. अशाप्रकारे कंपनीचे भाग भांडवल अस्तित्वात आले.

कंपनीने स्वीकारलेल्या कार्यपद्धतीमुळे आपल्या विचाराधीन कालावधीत नेमका किती लाभांश देण्यात आला होता याचा हिशोब करणे कठीण आहे. जेव्हा थेम्समध्ये एक किंवा अधिक जहाजे परत येत असत तेव्हा संबंधित सभासदांमध्ये 'विभागणी' (तत्कालीन शब्दप्रयोग) करण्यात येत होती. ही विभागणी कधी रोख रकमेत तर कधी मिरी, नीळ, सुती कापड किंवा जो काही माल हातात असेल त्या मालाच्या रूपात केली जात होती. अशी विभागणी अनिश्चित काळानंतर केली जात होती. काही बाबतीत निश्चित किती काळापर्यंत भांडवल प्रत्यक्षात वापरलेले होते हे आपल्याला माहिती नाही. मात्र हे निश्चित आहे की पहिली दहा किंवा बारा

वर्षे एकेका सफरीद्वारा केलेला व्यापार फार नसला तरी बराच फायदेशीर ठरला होता.[१] तर पहिल्या संयुक्त भांडवलावर केलेला व्यापार, त्यात मिळालेल्या कमी फायद्यामुळे उल्लेखनीय ठरला होता. संयुक्त भांडवलाच्या दुसऱ्या व तिसऱ्या सफरीत फारच कमी फायदा झाला आणि चौथ्या वेळी तर अर्धे भांडवल बुडाले. कंपनीच्या दप्तरातील याचा तपशील खालीप्रमाणे आहे.

पहिली आणि दुसरी या दोन्ही सफरी अखेरीला एकत्रित करण्यात आल्या होत्या आणि मूळ ९५% भांडवलात जादा भर पडली होती. ज्या काळात हे भांडवल वापरण्यात आले, त्या कालमर्यादित जादा भांडवलाचेही वितरण करावे लागले. लाभांशाचा वार्षिक दर केवळ एकूण काळावरच नव्हे तर आपण भांडवल पहिल्यांदा परत घेतो की नाही, की प्रत्येक विभागणीच्या वेळी काही प्रमाणात परत घेतो, या गोष्टींवर आणि इतर अनेक घटकांवर अवलंबून असतो. तिसऱ्या आणि पाचव्या सफरी संयुक्त करण्यात आल्या होत्या. या सफरींमध्ये २३४% उत्पन्न झाले. पण चौथ्या सफरीत जवळजवळ १००% नुकसान झाले, कारण बोटी समुद्रात बुडाल्या, फायद्याची कुठलीही सरासरी काढताना ही वस्तुस्थिती लक्षात घेतली पाहिजे. नंतरच्या सात सफरींमुळे (सहावी ते बारावी) मिळालेली 'चढ किंवा वाढ' १२० ते २२०% या दरम्यान होती आणि हे उत्पन्न समाधानकारक मानण्यात आले होते. ही गोष्ट त्यानंतर पहिल्या संयुक्त भांडवलाकरिता जमा झालेल्या प्रचंड भाग भांडवलावरून (४००,००० पौंड) दिसून येते. इथपासून डचांची स्पर्धा वाढू लागल्यामुळे फायद्याची भरती ओसरू लागली. चार वर्षांच्या काळात या संयुक्त भांडवलात ८७% चढ झाली. पण दुसऱ्या वेळी फक्त १२% आणि तिसऱ्या वेळी ३५% फायदा झाला. शेवटच्या दोन वेळचा फायदा एकत्र धरल्यास आधुनिक पद्धतीप्रमाणे हिशेब केल्यावर वार्षिक लाभांश सुमारे २% आसपास येतो. याचा परिणाम होऊन नवीन योजनांसाठी भांडवल उभारताना अडचणी अनुभवास आल्या. चौथ्या संयुक्त भांडवलातील अर्धे भांडवल अखेरीला बुडीत गेले. त्यामुळे या अडचणी आणखी वाढल्या आणि जरी एकत्रित संयुक्त भांडवलाची योजना काहीशी यशस्वी (यात एकूण १०५% लाभ झाला) झाली, तरी सुमारे १६१५ पासून १६५५ पर्यंत कंपनीचा कारभार व्यापारीदृष्ट्या वास्तविक यशस्वी ठरला नव्हता असे निश्चित म्हणता येईल.

---

१. हिस्टरी ऑफ युरोपियन कॉमर्स विथ इंडिया (पृ.९२) या त्याच्या ग्रंथामध्ये मॅंकफियरसनने वेगवेगळ्या सफरींमधील वार्षिक उत्पन्नाची रक्कम सुमारे २०% पेक्षा कमी काढली आहे. त्याच्या मते 'पत्करलेल्या धोक्याच्या मानाने हा फायदा अगदीच अपुरा होता.'

'कंपनी' या शब्दाचा आधुनिक अर्थ काही बाबतीत डच कंपनीला लागू होता. कारण सुरुवातीपासून ज्याला स्थिर भांडवल म्हणता येईल अशी ५५०,००० पौंडाची रक्कम या कंपनीजवळ होती. म्हणून भागधारकांना तिने दिलेल्या रकमा आधुनिक लाभांशाशी तुलना करता येण्यासारख्या होत्या. अर्थात या रकमा त्यांना कधी कधी रोख, तर कधी रोख्यांच्या, तर कधी मसाल्यांच्या रूपात दिल्या जात होत्या. फायद्याचे प्रमाण नेमके ठरविताना ही गोष्ट लक्षात घेतली पाहिजे.[१] डच कंपनीची घटना, मात्र वैशिष्ट्यपूर्ण होती. भागधारकांचा व्यवस्थापक मंडळावर काहीच ताबा नव्हता. हे व्यवस्थापक मंडळ गुंतागुंतीचे होते. ही कंपनी बनविण्यासाठी वेगवेगळ्या संघटना एकत्र आल्या होत्या. त्यापैकी प्रत्येक संघटनेने आपले वैशिष्ट्य कायम राखण्याचा प्रयत्न केला होता. त्यामुळे प्रमुख बंदराच्या ठिकाणी कंपनीचे वेगवेगळे 'चेंबर्स' निर्माण झाले होते. प्रत्येक चेंबरमध्ये अनेक संचालक होते. हे संचालक सुरुवातीला नियुक्त केलेले होते. त्यानंतर रिकाम्या झालेल्या जागा इतर संचालकांच्या शिफारसीनुसार प्रांतिक सरकारतर्फे भरण्यात येत होत्या. केंद्रीय सत्ता सतरा लोकांच्या 'कॉलेज'कडे होती. यात प्रत्येक चेंबरचे ठरावीक प्रमाणात प्रतिनिधी असत. या 'कॉलेज'च्या सभासदांचा उल्लेख 'दी सेव्हन्टीन' असा नेहमी केला जात होता. कॉलेज कंपनीचे धोरण ठरवीत होते. हे धोरण प्रत्येक चेंबर स्वतःच्या अधिकारातील बंदरात अंमलात आणत होते. वार्षिक गलबतांचा आकार व साधनसामग्री कॉलेज ठरवीत होते व ही गलबते प्रत्येक चेंबरमध्ये वाटून देत होते. प्रत्येक चेंबर आपल्याला मिळालेली जहाजे पाठवून व्यापारासाठी माल आणत होते. म्हणजे प्रत्यक्षात कंपनीचा संपूर्ण कारभार एका अल्पसंख्य मंडळाच्या (कॉलेज)हातात होता. मंडळातील रिकाम्या जागेवर नेमणुका करून त्याचे सातत्य कायम राखण्यात येत होते. कॉलेजमध्ये गंभीर वाद उपस्थित झाल्यास तो केंद्रीय सरकारकडे (स्टेटस् जनरल) नेण्यात यावा, अशी तरतूद सनदेत होती. पण संचालक हे सर्वसत्ताधीश असून ते भागधारकांना अजिबात जुमानत नव्हते व सरकारला केवळ नाममात्र जबाबदार होते, हे कंपनीच्या इतिहासकाराचे म्हणणे समर्थनीय आहे. कंपनीचे हिशेब प्रसिद्ध केले जात नव्हते. इंग्लिश कंपनीच्या सर्वसाधारण सभेप्रमाणे (जनरल कोर्ट) सभासदांच्या किंवा भागधारकांच्या सभा घेण्यात आल्या नव्हत्या. आणि कॉलेजच्या सभांचा कुठलाही

---

१. मूळ सनदेतील अटींप्रमाणे भागधारकांना दर तीन वर्षांनी हिशेब तयार झाल्यानंतर आपले भांडवल परत घेण्याचा अधिकार होता. पण बाजारात भाग भांडवलाची जास्त किंमतीने विक्री होऊ लागल्यानंतर व्यवहारात या तरतुदीला काहीच महत्त्व उरले नव्हते.

अहवाल ठेवण्यात येत नव्हता. त्यामुळे कंपनीचे धोरण आणि उद्देश यासंबंधीचे आपले ज्ञान अपुरे आहे. नंतरच्या वर्षांतील कंपनीचा आर्थिक व्यवहार संशयास्पद होता आणि लाभांशाच्या काही रकमा भांडवलातून देण्यात आल्या होत्या. पण आपल्या विचाराधीन काळात वाटण्यात आलेला नफा खरोखर मिळविण्यात आला होता, याबद्दल शंका घेण्यास जागा दिसत नाही.

डच कंपनीचा आरंभीचा नफा फार जास्त होता. निरनिराळ्या लेखकांनी दिलेले आकडे परस्पर विसंगत आहेत. पण १६०५ ते १६०९ पर्यंतचा सरासरी लाभांश वर्षाला निश्चितपणे ३५ टक्के तर होताच पण कदाचित थोडा जास्तही असावा. १६१० ते १६१९ या काळात, कंपनीची साधनसामुग्री प्रामुख्याने मसाल्याच्या बेटांमध्ये मक्तेदारी मिळविण्याच्या झगड्यात वापरली जात होती. आणि म्हणून या वर्षांमध्ये नफ्याचे वाटप सरासरीने २१ टक्के किंवा दुसऱ्या एका हकिकतीप्रमाणे २८% होते. १६२० ते १६६९ या पाच दशकातील लाभांशाची टक्केवारी वर्षाला १२,२० $^३/_४$, २९,१७ आणि १४ $^३/_४$ अशी सरासरीने होती. बहुतेक वर्षांमध्ये लाभांशाच्या रकमा देण्यात आल्या, पण या रकमांमधील फरक खूप होता. लंडनच्या बाजारातील व्याजाचे दर या काळाच्या काही भागात ७ ते ९ टक्के होते.[१] हे लक्षात घेतले तर डच कंपनीचा फायदा फार जास्त झाला नसला तरी समाधानकारक होता, असे म्हटल्यास चुकीचे होणार नाही. राष्ट्रीय दृष्टिकोन असे ज्याला म्हणता येईल ते या कंपनीचे एक महत्त्वाचे वैशिष्ट्य होते.[२] अस्तित्वात असलेल्या सर्व व्यापारी योजना एकत्रित करून सरकारच्या पुढाकाराने ही कंपनी स्थापन झालेली होती. महत्त्वाच्या बंदराचे कार्यकारी मंडळ प्रतिनिधित्व करत होते. मंडळाला डच सरकारतर्फे परदेशी राज्यकर्त्यांशी करारमदार करण्याचा अधिकार

१. १६०९ मध्ये इंग्लिश कंपनी ९ टक्के किंवा त्यापेक्षा कमी दराने कर्ज मिळेल काय याची चौकशी करीत होती. १६१० मध्ये कंपनीला १० टक्के व्याजाने कर्ज मिळत होते. पण तिने ९ टक्के दराने कर्ज घेतले. (कोर्ट मिनिट्स १३ फेब्रुवारी १६०९, २४ जानेवारी १६१४) दहा वर्षांनंतर कंपनी ७ ते ८ टक्के व्याज देत होती. (त्याच ग्रंथात २५ ऑगस्ट १६२४) १६३५ मध्ये हा दर ६.१/२ ते ७ टक्के होता. (त्याच ग्रंथात १ फेब्रुवारी १६३५)

२. लंडन व हॉलंडमध्ये वेळोवेळी केलेल्या वाटाघाटींच्या वर्णनात डच कंपनीचे सामर्थ्य स्पष्टपणे दिसून येते. उदाहरणार्थ, इंग्लिश कंपनी व्यापार बंद करण्याचा विचार करत होती. त्यावेळी संमिश्र सभासदांच्या सभेत डचांनी केलेल्या नुकसानाची भरपाई होण्याची आशा फार कमी होती, असे मत नोंदवण्यात आले. कारण हॉलंडचे सरकार आणि डच कंपनीचे संचालक यांच्यात इतकी सरमिसळ आहे की खटल्याच्या वेळी पक्षकार व न्यायाधीश असे दोन्हीही तेच असतील. (कोर्ट मिनिट्स२० जुलै १६२७)

देण्यात आला होता. १६०९ मध्ये पहिल्या गव्हर्नर जनरलची नेमणूक झाली. त्याचे स्थान सरकारी अधिकाऱ्यासारखे होते. आशियातील धोरण ठरविण्याचे त्याला संपूर्ण स्वातंत्र्य होते. इंग्रज आणि डच सरकारांमधील प्रदीर्घ वाटाघाटींवरून दोन्ही कंपन्यांच्या स्थानातील मोठा फरक स्पष्ट होतो. सरकारी कागदपत्र वाचल्यानंतर माझे असे मत झाले की, पहिल्या जेम्सला पूर्वेकडील व्यापाराचे संरक्षण करणे महत्त्वाचे वाटत असले तरी आवश्यक वाटत नव्हते. या उलट डच सरकार आणि डच कंपनी या एकच संस्था असल्याप्रमाणे त्यांचा कारभार होता आणि कंपनीचे उद्देश प्राप्त करण्यासाठी सरकार कुठलाही धोका पत्करायला तयार होते. अंबोइनाच्या प्रकरणात सरकारने कंपनीच्या अधिकाऱ्यांच्या कृतीचा धिक्कार केला, हे खरे आहे. पण त्यांच्या मुत्सद्द्यांचे सारे प्रयत्न इंग्रजांचे समाधान करण्यापेक्षा जे काही मिळाले होते ते कायम राखण्याकडेच होते आणि त्यात ते यशस्वी झाले हेच इतिहास सांगतो. इंग्लिश कंपनीला दोन स्टुअर्ट राजांकडून फक्त उत्तमोत्तम अभिवचने मिळत होती. त्यापेक्षा अधिक काही मिळाले याचा भरवसा नव्हता. 'सरकार आपल्या मागे आहे.' या विश्वासाने डच कंपनी कारभार करीत होती. सरकारने तिला खूप सत्ता प्रदान केली होती. कंपनी ही त्याचवेळी डच सरकारच्या अंतर्गत एक शक्ती होती आणि ही शक्ती इतकी जबरदस्त होती की सरकारला तिच्याशी संबंध तोडण्याचे धाडस करणे शक्य नव्हते.

डच कंपनीला असलेले राष्ट्रीय महत्त्व हा तिच्या व्यापारी यशाचा महत्त्वाचा घटक होता. पण केवळ याच कारणामुळे डच हे त्यांच्या इंग्रज प्रतिस्पर्ध्यांपेक्षा श्रेष्ठ ठरले होते, असे म्हणता येणार नाही. राष्ट्रीय पाठिंब्याखेरीज डचांचे श्रेष्ठत्व, त्यांची अग्रेसरता, त्यांचे आर्थिक सामर्थ्य, त्यांचे कुशल प्रशासन आणि त्यांच्या नोकरवर्गाची उच्च दर्जाची कार्यक्षमता या गोष्टींवर अवलंबून होते. व्यापारातील डचांची अग्रेसरता ही उघड वस्तुस्थिती आहे. इंग्रजांची पहिली जहाजे जावाला पोचली, त्यापूर्वी सहा महिने अगोदर डच येथील बाजारात स्थिर झालेले होते. ज्या महत्त्वाच्या बंदरांना इंग्रज म्हणून भेट देत होते, त्या प्रत्येक ठिकाणी डच हे एक गिऱ्हाईक म्हणून उत्तम प्रकारे सर्वांना माहिती होते. त्यांचे आर्थिक सामर्थ्य प्रामुख्याने त्यांच्या प्रचंड स्थिर भांडवलातून निर्माण झाले होते. प्रत्येक सफरीसाठी पैसे जमविणाऱ्या इंग्रजांची परिस्थिती याच्या नेमकी विरुद्ध होती. म्हणून मसाल्याच्या बेटांवर ताबा मिळविण्याच्या झगड्यात इंग्रजांची बिकट आर्थिक परिस्थिती डचांना निश्चितपणे अनुकूल ठरली. आणखी एक गोष्ट अशी की, पूर्वेकडे एक मजबूत केंद्रीय शासन पाहिजे, ही आता सहज सुचणारी कल्पना, डचांना फार

लवकर त्यावेळी सुचली. १६१० नंतरच्या महत्त्वाच्या वर्षांमध्ये त्यांच्या संपूर्ण साधनसंपत्तीचा व्यापारासाठी विनियोग करण्याची सूत्रे जावा येथील त्यांच्या गव्हर्नर जनरलच्या हातात होती. या उलट इंग्रज जहाजांचे कप्तान आणि त्यांचे दलाल यांच्यात नेहमी मतभेद होत असत आणि ते मिटविण्यासाठी त्यांना लंडनला धाव घ्यावी लागत होती. डचांना अनुकूल अशा परिस्थितीत आखणी भर म्हणजे अत्यंत करारी आणि प्रभावी अशा जान पायटरझून कोएन या थोर माणसाचा उदय. याने प्रथम जावा येथील वखारींचा संचालक आणि नंतर गव्हर्नर जनरल या नात्याने शतकापूर्वी होऊन गेलेल्या अल्बुकर्क प्रमाणेच, पूर्वेतील समुद्रावर असामान्य प्रभुत्व प्रस्थापित केले. मसाल्याची बेटे आणि अतिपूर्वेतील प्रदेश येथील व्यापाराची मक्तेदारी मिळविण्यात डचांना सुरुवातीला जे यश मिळाले तो वरील सर्व अनुकूल परिस्थितीचाच परिपाक होता, असे दिसून येईल.

या मक्तेदारीवरच या काळाच्या उर्वरित कालखंडात डचांना मिळालेले व्यापारातील यश अवलंबून होते. पण त्यांचा निर्दोष व कुशल कारभार हाही या यशाचा महत्त्वाचा घटक होता. बटाव्हिया येथील त्यांची कौन्सिल अत्यंत कार्यक्षम असल्याचे कागदपत्रांवरून दिसून येते. खालच्या दर्जाच्या अधिकाऱ्यांची साखळी व्यवस्थित तयार केलेली काटेकोर अशी होती. तैवान, अंबोइना, पुलिकत किंवा सुरत या प्रत्येक केंद्रात एक प्रमुख अधिकारी होता आणि तो त्याच्या हाताखालील विविध वखारींबाबत कौन्सिलला प्रत्यक्ष जबाबदार होता. मधून मधून बटाव्हियाहून उच्च अधिकारी कारभाराच्या तपासणीसाठी येत होते. या तपासणीचा उद्देश शिस्त राखणे व गैरप्रकार कमी करणे हा तर होताच पण अधिक फायदेशीर मार्गांनी व्यापाराचा विकास व विस्तार करण्याचा हेतूही त्यामागे होता. याच काळात इंग्रजांच्या वखारी त्यामानाने फार लहान प्रदेशात पसरलेल्या होत्या. पण त्यांच्यावर सुरत व बॅन्टम या दोन ठिकाणच्या कौन्सिलचा अंमल होता. बरेचवेळा या दोन कौन्सिलांमध्ये मतभेद होत असत. लंडन येथील कंपनीच्या मुख्य कचेरीतून हे मतभेद दूर करणारे आदेश येईपर्यंत बराच काळ लोटत होता आणि या दिरंगाईत व्यापाराचे गंभीर नुकसान होत असे. या कौन्सिलांनी राखलेली शिस्त फारच शिथिल होती, असे म्हणता येईल. एक प्रशिक्षित आणि शिस्तबद्ध संघ म्हणून डच आपला व्यापार करीत होते. पण इंग्रजांचे व्यापारातील यश हे प्रामुख्याने काही व्यक्तींचे कर्तृत्व होते. तीन शतके लोटल्यानंतर नोकरवर्गाची तुलना करणे फार कठीण आहे. पण दोन्ही कंपन्यांची दप्तरे अभ्यासल्यानंतर माझे मत असे झाले की, याबाबतीत डच हे सामान्यतः इंग्रजांना वरचढ होते. डचांसारखीच उत्कृष्ट शिस्त

इंग्रजांमध्ये असती तर तेही तितकेच चांगले कर्तृत्व दाखवू शकले असते की नाही हे मात्र सांगता येणार नाही.

इंग्रजांच्या संघटनेतील शिस्तबद्धतेचा अभाव हा सर्वात जास्त खाजगी व्यापाराच्या विषयात स्पष्टपणे आढळून येतो. हा विषय कागदपत्रांत इतके वेळा आलेला आहे की त्याचे थोडेसे स्पष्टीकरण आधुनिक वाचकांसाठी करणे आवश्यक आहे. कंपनीने नेमलेल्या दलालांच्या कामाचा आणि ज्ञानाचा फायदा मिळविण्याचा कंपनीला हक्क होता पण हे दलाल स्वत:चा वेळ आणि बुद्धी स्वत:करिता पैसा मिळविण्यासाठी वापरत होते. असा प्रकार नेहमी होत असे आणि तो कंपनीचे कमी-जास्त गंभीरपणे नुकसान करणारा होता. कंपनीच्या दृष्टिकोनातून दलाल करीत असलेला हा खाजगी व्यापार आयात, निर्यात व स्थानिक व्यापार या तीन वर्गातला होता. परतणाऱ्या दलालांनी व जहाज कंपन्यांनी युरोपला आयात केल्यास तिच्यावर आक्षेप घेता येत नव्हता. आणि काही विशिष्ट अपवाद सोडले तर मायदेशी परतताना व्यक्तींना काही प्रमाणात माल नेण्याची परवानगी अधिकृतरीत्या देण्यात आलेली होती. पण या मर्यादेचे बंधन पाळले जात नव्हते. वैयक्तिरीत्या टनावारी माल नेला जात होता व त्यामुळे कंपनीच्या जहाजावरील जागा भरून जात होती आणि त्यामुळे कधीकधी बाजारपेठेत कंपनीच्या मालाची विक्री करताना व्यत्यय निर्माण होत होता.[१] अशा प्रकारच्या कंपनीच्या हुकुमांच्या उल्लंघनाची फारच सौम्यपणे दखल घेतली जात होती. कंपनी अशा व्यक्तींशी वाटाघाटी करत होती, कधी कधी त्यांनी आणलेला माल चांगल्या किंमतीला विकत घेत होती; कधी केवळ त्यावर वाहतुकीचे दर आकारत होती तर कधी अशा व्यक्तींना दंड आकारण्यात येत होता. दंडाची रक्कम संबंधित व्यक्तीने कंपनीची नोकरी कशाप्रकारे बजावली होती, याचा विचार करून ठरविली जात होती. अशा तऱ्हेची पद्धत सार्वत्रिक होती हे कोर्ट मिनिट्स चाळल्यानंतर कोणालाही दिसून येईल. खासगी आयात करणे हा वास्तविक नफेबाजीचा व्यवहार होता. या व्यवहारातील नफ्याचा हिस्सा कंपनीला द्यावा लागत होता. पण ज्या दलालाने कंपनीची सेवा उत्तमप्रकारे केली असेल तो फायद्याचा बराच मोठा भाग स्वत:करिता ठेवू शकत होता.

---

१. उदाहरणार्थ, कॅप्टन वेंडल याने ४० टन माल मायदेशी आणला होता. त्यामुळे त्या वर्षासाठी उपलब्ध असलेल्या जहाजावरील जागेपैकी बरीच जागा व्यापली गेली होती. (कोर्ट मिनिट्स १८ डिसेंबर १६२६)

खाजगी निर्यातीमुळे कंपनीच्या परदेशातील व्यापारावर अर्थातच परिणाम होत असे. पण या निर्यातीतून स्थानिक व्यापारात वापरण्यासाठी भांडवल मिळत होते. म्हणून ही निर्यात बंद करण्यात आली होती, असे मला वाटते.[१] बाहेर जाणाऱ्या दलालांना ज्या 'साहसासाठी' त्यांना नेमले होते, त्यात भांडवल गुंतविण्याची परवानगी देण्यात येत असे. हा मार्ग साहजिकच फायद्याचा होता. पण यशस्वी खाजगी व्यवहारातील फायदा इतका मोठा होता की जो माणूस अगदी थोडी रक्कम घेऊन गेला असेल तो पूर्वेकडे व्यापार केल्यावर, त्या काळात बरीच मोठी संपत्ती ठरेल इतकी रक्कम घेऊन मायदेशी परतत होता, केवळ खरेदी आणि विक्री जरी पुरेशी प्रमाणावर केल्यास स्थानिक बाजारावर तिचा परिणाम होत असला तरी हा या व्यवहाराचा सर्वांत कमी आक्षेपार्ह भाग होता. पण काही दलाल त्यांच्या खाजगी धंद्यासाठी कंपनीचे भांडवल वापरीत होते; काही त्याच उद्देशाने कंपनीच्या खात्यावर पैसे उधार घेत होते. कंपनीच्या बोटी वैयक्तिक व्यापाऱ्यांचा माल नेण्यासाठी वापरल्या जात होत्या, व्यवहार अशाप्रकारे हाताळले जात होते की, फायदा व्यक्तींना मिळत होता आणि नुकसान मात्र कंपनीला सोसावे लागत होते. स्थानिक व्यापाऱ्यांशी गुप्त भागीदारी केली जात होती. त्यामुळे दलालांच्या ज्ञानाचा फायदा जो खरोखरी कंपनीला मिळायला पाहिजे होता, तो या व्यापाऱ्यांना मिळत होता. हा सर्व प्रकार अत्यंत घृणास्पद होता आणि कंपनीचा कारभार शिस्तबद्ध व व्यवस्थित असता तर हा प्रकार केव्हाच बंद करण्यात आला असता. १६३४ मध्ये एका व्यापाऱ्याची बॅन्टम येथील कौन्सिलचा अध्यक्ष म्हणून निवड झाली. त्याने अनुचित असे प्रकार बंद करण्याची कारवाई करण्यासाठी परवानगी मागितली. पण ती नाकारण्यात आली आणि त्याला असा सल्ला देण्यात आला की, त्याचा अधिकार त्याने 'फार कठोरपणे व कडवटपणे' वापरू नये. याबाबतीत सत्य परिस्थिती अशी दिसते की, कंपनी देत असलेल्या पगाराचे व खर्चाचे प्रमाण लायक व कर्तबगार व्यापाऱ्यांना आकर्षित करण्यास अपुरे ठरत होते. म्हणून खाजगी व्यापार करून फायदा मिळविणे हा व्यापाऱ्यांशी करण्यात येणाऱ्या कराराचा एक भाग होता,हे संचालकांनी मान्य केले होते. अशा प्रकारच्या खाजगी व्यापाराकडे ते काणाडोळा करीत होते व हा व्यापार शक्य तितकाच मर्यादित राहील, असा प्रयत्न करीत होते. पण हा प्रयत्न उघडउघड निरर्थक होता.

---

१. मजकुरात दिल्याप्रमाणे पारा हा खाजगी निर्यातीचा आवडता पदार्थ होता. १६३० मध्ये या मालाची लंडनमधील किंमत वाढविण्यात आली. कारण सफरीवर जाणाऱ्या खलाशांनी व इतर लोकांनी याची मोठ्या प्रमाणात खरेदी केली होती. (कोर्ट मिनिट्स २२ ऑक्टोबर १६३०)

डचांचा कारभार इंग्रजांपेक्षा कडक होता आणि त्यात अशा प्रकारच्या कुठल्याही तडजोडीला वाव नव्हता. डच कंपनीच्या प्रकाशित झालेल्या कागदपत्रांवरून असे दिसते की, निदान आपल्या विचाराधीन काळाच्या अखेरपर्यंत तरी अशा तऱ्हेच्या गैरप्रकारामुळे कंपनीचे थोडे फारच नुकसान झाले होते. अठराव्या शतकात लिहिणाऱ्या रायनालने डच व्यापाऱ्यांच्या सचोटीवर व काटकसरीवर फार भर दिला आहे आणि ठामपणे असे म्हटले आहे की, १६५० सालापूर्वी एकाही डच व्यापाऱ्याने उल्लेखनीय अशी संपत्ती मिळविली नव्हती. पण या वर्षानंतर ऐषआराम व लाचलुचपत झापाट्याने वाढली असाही तो आरोप करतो. १६०३ साली खासगी व्यापारावर संपूर्णपणे बंदी घातली असली तरी कंपनीच्या कागदपत्रांवरून असे दिसते की या प्रश्नावर सतत झगडा चाललेला होता. १६१० इतक्या अगोदर खाजगी माल शोधून तो जप्त करण्यात आल्याचे आपल्या कानांवर येते. अशा प्रकारचा कठोर उपाय पूर्वेकडील इंग्रज अधिकाऱ्यांनी कधीही योजला होता, असे मला वाटत नाही. यानंतर वीस वर्षांनी ॲमस्टरडॅमहून पाठविण्यात आलेल्या आदेशांवरून असे दिसते की ही वाईट प्रथा वाढत चालली होती आणि डच दलाल इंग्रज मध्यस्थांकरवी व्यवहार करीत होते, असे आपण ऐकतो. इ.स. १६४० नंतर मोठ्या प्रमाणात खाजगी व्यापार चालू होता असे टॅव्हेर्नियर सांगतो. पण त्याचे डचांशी भांडण झाले होते. त्यामुळे त्याने अतिशयोक्ती केली असणे शक्य आहे. पण त्याचवेळी तो हेही सांगतो की काही प्रसंगी गुन्हेगारांना कडक शिक्षा करण्यात आली होती. खाजगी व्यापाराची पद्धत वाढत होती. हे बटाव्हिया येथून इ.स. १६५३ साली काढलेल्या हुकमावरून स्पष्ट होते. कारण त्यात अशा व्यापाराची माहिती देणाऱ्याला जप्त केलेल्या मालातील हिस्सा देण्याचे अभिवचन दिलेले होते. तीन वर्षांनंतर प्रचंड प्रमाणात खाजगी व्यापार केल्याबद्दल दोन उच्च अधिकाऱ्यांवर खटला भरण्यात आला होता, असे कळते. इ.स. १६६४ नंतर पुढे या विषयाकडे मुख्य कचेरीत वाढते लक्ष देण्यात येत होते, असे बटाव्हिया जर्नलवरून दिसते. वरील प्रसंगावरून असे दिसते की, डच व्यापारी हळूहळू मोहाला बळी पडत होते. हाच निष्कर्ष इ.स.१६७६ च्या हुकमावरून काढता येईल. या हुकमात ॲमूस्टरडॅम येथील संचालकांनी खाजगी व्यापारावरील बंदीचा पुन: उच्चार केला होता. कारण खाजगी व्यापार हा 'कंपनीच्या शरीरातील एक भयंकर रोग आणि कीड आहे. दुसरे काही नाही. इतके हुकूम काढले असतानाही व सूचना दिल्या असतानाही हा रोग वाढतोच आहे.' या हुकुमातील मजकुरावरून असे कदाचित म्हणता येईल की यावेळेपर्यंत खाजगी व्यापार डच व्यापाऱ्यांमध्ये निश्चितपणे प्रस्थापित झाला होता. पण अगोदरच्या वर्षात डच कंपनीला तिच्या इंग्लिश

प्रतिस्पर्ध्यापेक्षा फार मोठ्या प्रमाणात, नोकर व अधिकारी वर्गाच्या सेवेचा उत्तमप्रकारे लाभ मिळाला होता. हे रायनालचे विधान व तदनुषंगिक इतर पुरावा ग्राह्य मानण्यास हरकत नाही.

हा खाजगी व्यापार आणि कुठल्याही कंपनीत काम न करणाऱ्या युरोपियन लोकांनी केलेला व्यापार यांत फरक केला पाहिजे. कारण अशा लोकांचाही कधी कधी 'खाजगी व्यापारी' असा उल्लेख करण्यात येतो. पण अशा युरोपियनांचा या काळातील व्यापार हा महत्त्वाचा नव्हता. बटाव्हिया येथे आणि आशियातील इतर काही ठिकाणी राहणारे स्वतंत्र डच लोक होते. पण ज्या कंपनीच्या वसाहतीत ते राहत होते, त्या कंपनीचे त्यांच्या व्यापारावर सक्त नियंत्रण होते आणि कंपनीच्या व्यापाऱ्यांना त्यांची अडचण होत नसून बहुधा मदतच होत होती. या काळातील अखेरची थोडी वर्षे सोडली तर इंग्लिश कंपनीला वैयक्तिक इंग्रज लोकांकडून काहीच त्रास झाला नव्हता. काही वर्षे (१६५५ च्या सुमारास) असलेल्या खुल्या व्यापाराचा एक परिणाम असा झाला की, कंपनीच्या प्रत्यक्ष अधिकाराखाली नसलेल्या वैयक्तिक व्यापाऱ्यांची एक वसाहत पूर्व किनाऱ्यावर प्रस्थापित झाली आणि १६५८ च्या पुढे या स्वतंत्र व्यापाऱ्यांना व्यापारविषयक पत्रव्यवहारांत महत्त्वाचे स्थान मिळण्यास सुरुवात झाली.

◆◆◆

परिशिष्ट 'अ' चे संदर्भ ग्रंथ

संयुक्त भांडवली मंडळीचा सुरुवातीचा इतिहास स्कॉटिश भाषेमध्ये अभ्यासता येईल. इंग्लिश कंपनीची पहिली कायदेशीर अधिकारपत्रे पुर्चाज (खं.१, प्र३ पृ.१३९) मध्ये दिलेली आहेत. त्यांचा नंतरचा इतिहास प्रामुख्याने *कोर्ट मिनिट्स* मध्ये पाहिला पाहिजे. वेगवेगळ्या सफरीमुळे होणारा तोटा जार्डेन (पृ.३०४) व इतर लेखकांनी स्पष्ट केलेला आहे. भाग-भांडवल अखेरीला प्रस्थापित झाल्याची नोंद *इंग्लिश फॅक्टरी* (खं. १०,पृ.११३) मध्ये आहे. याच ग्रंथमालेच्या अगोदरच्या खंडांच्या प्रस्तावनेमध्ये कंपनीच्या स्थानासंबंधीच्या प्रमुख गोष्टी दिलेल्या आहेत. तर आर्थिक परिणामांचे परीक्षण नोव्हेंबर १६५४ च्या *कोर्ट मिनिट्समध्ये* केलेले आहे. डच कंपनीच्या घटनेसंबंधी मी प्रामुख्याने *व्हॅन डर श्चिजने* दिलेल्या माहितीचा अवलंब केला आहे. त्याने १० व्या प्रकरणात संपूर्ण सनद दिलेली आहे. तिच्या कार्यवाहीची चर्चा *व्हॅन लूनमध्ये* आहे. (पृ.६१ व त्यानंतरची पाने) दिलेल्या लाभांशाच्या रकमा रेनेव्हिले खं.१ प्रस्तावना आणि सुरुवातीच्या काही वर्षांतील तफावतींसह *मॅक फियर्सनच्या अॅनल्स ऑफ कॉमर्स* (खं.४ पृ.४८८) मध्ये आहेत. यापैकी कुठल्याही तक्त्यात न दर्शविलेल्या फार मोठ्या रकमांचा एडमंडसन (पृ. १२४) उल्लेख करतो. गव्हर्नर जनरलचे अधिकार स्पष्ट करणारे हुकूम बी जंग (प्र.३ पृ.१३०) मध्ये आहेत. इंग्रज आणि डच यांच्यातील प्रदीर्घ वाटाघाटींची सर्वसाधारण माहिती कॅलेंडर टेटपेपरवरून मिळू शकते.

इंग्रजांमधील खाजगी व्यापाराचे दुष्परिणाम *कोर्ट मिनिट्स* आणि इंग्लिश *फॅक्टरीजमध्ये* सर्वत्र दिलेले आहेत. कंपनीची स्थापना झाल्यावर थोड्या वर्षांतच खाजगी व्यापार बोकाळला होता, असे रोच्या (पृ.४४२) विधानांवरून दिसते. खाजगी व्यापार बंद करण्याच्या उत्साहाला कंपनीने स्पष्टपणे मोडता घातला. ही घटना ३ जानेवारी १६३४ च्या *कोर्ट मिनिट्समध्ये* आहे. डचांमधील खाजगी व्यापारासंबंधी रायनॉलचा दृष्टिकोन खं.१ पृ.१९१ वर आहे. त्यावरील मूळ बंदीसाठी पहा: *डी. जंग* पृ. २०६. माल जप्त केल्याच्या सुरुवातीच्या प्रसंगासाठी पहा: टर्पस्ट्रॉचे कोरोमांडेल पृ. १४४. १६२२ च्या आदेशांसाठी पहा: *हेग ट्रान्स्क्रिप्ट्स* खं. २, पृ. ९५, ९७. इंग्रजांनी केलेल्या मदतीसाठी पहा: *इंग्लिश फॅक्टरीज* खं. ४, पृ. १६६ आणि सर्वत्र. *टॅव्हर्नियरची* हकिकत पहा: खं.१, पृ.३११ खं. २. पृ.४३-५०, पृ.३२७ व

त्यानंतरची पाने. नंतरच्या हुकमांसाठी पहा : डाग रजिस्टर ३१ डिसेंबर १६५३, ६ नोव्हेंबर १६५३ , ६ नोव्हेंबर १६५६ आणि डी जंग प्र. ६ पृ. १६३. इंग्लिश कंपनीच्या नोकरीत नसलेल्या खाजगी व्यापाऱ्यांसाठी पहा: *इंग्लिश फॅक्टरीज* खं. १०, पृ. १४९ आणि त्यानंरच्या नोंदी.

परिशिष्ट 'ब'

डचांनी युरोपला केलेली आरंभीची निर्यात

कोरोमांडेल किनाऱ्यावरील डचांच्या व्यापारी उद्योगाची माहिती प्रकाशित झालेली आहे. डॉ. टर्पस्ट्राने दिलेली त्यांच्या व्यापाराची हकीकत १६१० साली खंडित होते. तिथपासून १६२४ साली बटाव्हिया जर्नल्सची मालिका सुरू होईपर्यंत या माहितीत खंड पडलेला आहे. १६१० ते १६२४ या काळात युरोपला केलेल्या निर्यातीची थोडीबहुत कल्पना हॉलंडमध्ये सुरक्षित ठेवलेल्या काही बिलांमधील खालील उताऱ्यांवरून करता येते. या उताऱ्यांची छायाचित्रे हेग येथील सार्वजनिक नोंदणी कार्यालयातून मला पाठविण्यात आलेली आहेत. किंमती गिल्डर्समध्ये (५/६ रुपये) दिलेल्या आहेत. अपूर्णांकातील नोंदी मी वगळल्या आहेत आणि इंग्लिश पौंड व यार्ड यांमध्ये रूपांतर करताना परिमाणे पूर्णांकात धरलेली आहेत.

(१) मच्छलीपट्टमहून हॉलंडला बहुधा १६१५-१६ मध्ये पाठविलेल्या ब्लॅक बिअर (Swarte Beer) या जहाजावरील मालाचे बिल. (Kol. Archief, Porelf.O.)

खुद्द बिलाच्या पहिल्या पानावर तारीख टाकलेली नाही. पण आतील प्रत्येक पानाच्या अग्रभागी 'ॲनो १६१६: मच्छलीपट्टमन' असे शीर्षक दिलेले आहे. ही शीर्षके ॲमस्टरडॅम येथे दिलेली असावीत. आणि त्यांतील वर्ष हे माल येऊ पोचण्याचे वर्ष असावे असे मी समजतो. इंग्रजांच्या नोंदीवरून आपल्याला माहिती मिळते की, व्हाईट बिअर हे दुसरे एक जहाज १६१६ मध्ये हॉलंडला जायला निघणार होते. (लेटर्स रिसीव्हड खं.४ पृ. ३४) आणि ब्लॅक बिअर हे १६१५ मध्ये उशिरा निघाले असण्याची शक्यता आहे. या वर्षी हॉलंडला सरळ गेलेल्या कुठल्याही जहाजाचे नाव इंग्रजांच्या नोंदीत आढळत नाही.

माल	गट्ठे	परिमाण	गिल्डरमध्ये किंमत
नीळ	४५०	२८०० मण = ७३,०००पौंड	२३,९९२
सुती धागा	१५५	९५८ ३/४ मण = २५,०००पौंड	१२,६८९
गिनिया कापड	६६	१,३२२ तुकडे = सुमारे ६६,००० यार्डस	७,७७८
बंगालचे रेशमी	१	१३५ तुकडे (लांबी दिलेली नाही)	७१६
कापड (नमुना)			
(टॅफॅसिलेस)		बेरीज	४५,१७५
अधिक माल बांधणे, जहाजावर चढवणे व निर्यातीचा खर्च			४,५५३
		मालाची किंमत	४९,७२९

निळीच्या आणि सुताच्या गठ्ठ्यांची नोंद ६ १/४ मणाप्रमाणे केली आहे. मणाचे वजन दिलेले नाही. मच्छलीपट्टमचा नेहमीचा सुमारे २६ पौंडाचा मण धरून गठ्ठ्याचे वज १६५ १/२ पौंड होईल. तर नंतरच्या बिलांमध्ये गठ्ठ्यांचे वजन १५० डच पौंड किंवा १६३ सोळा औंसी पौंड दिलेले आहे. नेहमीचा स्थानिक मण प्रमाणभूत पौंडात दिलेले आकडे काढले आहेत असे अनुमान करता येईल.

गिनिया कापडाचे तुकडे १०० कोबिडोज किंवा ७० एल्सप्रमाणे दिलेले आहेत. ॲम्स्टरडॅमचा एल हा सुमारे. ०.६८ मीटरच्या बरोबरीचा होता. म्हणून 'कोबिडो' हा उघडच अष्टा किंवा सुमारे १८ इंचाचा गज आहे, सुरतेचा मोठा कोवाड[१] नाही. 'टॅफॅसिलेस' म्हणजे ज्यांना इंग्रज टॅपसिल्स म्हणतात ते बहुधा होते. रेशीम आणि कापड या दोन्ही मालांना हे नाव लागू पडते. या नमुन्याच्या गठ्ठ्यातील मालाचे नेमके स्वरूप काय होते याबद्दल शंका आहे.

२. मच्छलीपट्टमहून १६१९ मध्ये हॉलंडला गेलेल्या ब्लॅक बिअर या जहाजावरील मालाचे बिल. हॉलंडकरिता माल नेण्यासाठी ब्लॅक बिअर मच्छलीपट्टम येथे १६१९ येथे १६१८ च्या जुलैमध्ये आले असे इंग्रजांची नोंद दर्शविते. (इंग्लिश फॅक्टरीज, खं.१ पृ.१४०) बहुधा जे जहाज मान्सूननंतर

---

१. या मापांसाठी परिशिष्ट 'ड' पहा.

प्रवासाला निघाले असावे आणि नंतरच्या वसंतऋतूत ते ॲमस्टरडॅम येथे पोचले. मूळ बिलावर १६१९ ही तारीख दिली नाही. पण मुखपृष्ठावर ती दिलेली आहे. ती ॲमस्टरडॅम येथे टाकली असावी असे मी समजतो.

माल	परिणाम	गिल्डरमधील किंमत
नीळ	६९३ गट्ठे = सुमारे ११३,००० पौंड(१६औंसी)	४६,८३३
मेण	१३५२८ पौंड डच = सुमारे १४,७५० पौंड (१६औंसी)	३,३४०
दालचिनी	४८ गट्ठे = सुमारे ७८०० पौंड (१६औंसी)	९००
टाकणखार	८ गट्ठे = ४२०० पौंड (१६ औंसी)	१,३२९
धागा	३० गट्ठे = सुमारे ४९०० पौंड (१६ औंसी)	१,५४८
गिनिया कापड	१०,४०६ तुकडे = २४६,००० यार्ड	४६,५८३
बंगाल कापड	१८० तुकडे (दिलेले नाही)	६,४७४
	२९४ तुकडे (दिलेले नाही)	१,७५०
इतर कापड	१७० तुकडे (दिलेले नाही)	३५५
जाजमे	५० तुकडे (दिलेले नाही)	७८४
संकीर्ण माल	------	५९६
		१,१०,४९२
	भराव, माल बांधणे, भरणे आणि जकात यांचा खर्च	११,१९२
	मालाची नेमकी किंमत	१,२१,६८४

बिलात दिलेली बेरीज १,२२,०८४ f इतकी आहे. पण एकूण ४०० f ची चूक त्यावर लिहून ठेवली आहे. बहुधा ॲमूस्टरडॅम येथे ती लिहिली असावी.

पहिल्यापेक्षा या बिलातील माल जास्त विस्तृत प्रदेशातील होता. पण तो मुख्यत: नीळ, गिनिया कापड, नमुने आणि इतर वस्तू यांचाच होता. दालचिनी सिलोनमधून आणि मेण व टाकणखार बंगालमधून आला होता, असे गृहीत धरण्यास हरकत नाही.

गिनीया कापडाचे तुकडे यावेळी ठरावीक आकाराचे नव्हते. पण प्रत्येक गठ्ठ्यातील माल अष्टामध्ये दिलेला आहे.त्यावरून मी त्याच यार्डातील हिशेब केला आहे. याची किंमत प्रत्येक तुकड्यामागे ठरविली नसून ७० अष्टामागे ठरविली होती. बहुतेक तुकडे लांबीत यापेक्षा कमीच होते.

इतर कापडांची लांबी दिलेली नाही. पण बंगालचे कापड उघडच फार उत्तम प्रतीचे होते. त्याची बिलातील किंमत प्रत्येक तुकड्याला ३६ f तर गिंगहॅमची ५ f ते ७ f होती.

३ मे १६२१ मध्ये मच्छलीपट्टमहून हॉलंडला गेलेल्या मेडेनब्लिक या जहाजावरील मालाचे बिल (Kol. Archief, Portef. T.)

इंग्रज कागदपत्रांत मेडेन (ब्लिक मे १६२१ मध्ये जवळ जवळ माल भरून तयार होते असा उल्लेख आहे. जहाज निघाल्याची तारीख बिलावरच दिलेली आहे.

माल	परिणाम	गिल्डरमधील किंमत
नीळ	४५२ गठ्ठे = सुमारे ७३,९०० पौंड (सोळा औंसी)	३१,४७३
हिरे	----	२७,०९४
गिनिया कापड	१२३४८ तुकडे = सुमारे ३०८, ७५० याईस	५७,६६६
बंगाल गिंगहॅम	८० तुकडे (लांबी दिलेली नाही)	३८४
		१,१६,६१७
	भराव, माल बांधणे, चढवणे आणि जकात यांचा खर्च	११,८७७
	मालाची किंमत	१,२८,४९४

गिंगहॅमचे ८० तुकडे सोडले तर इतर सर्व माल स्थानिक होता. गिनिया कापडाचे बिल नं.२ मधल्याप्रमाणेच केलेले होते.

४. ऑक्टोबर १६२१ मध्ये मच्छलीपट्टमहून हॉलंडला गेलेल्या नायेरडेन या जहाजावरील मालाचे बिल (Kol. Archief, Protef.V)

बिलावर तारीख दिलेली आहे. ती इंग्लिश फॅक्टरीज खं. १ पृ.२९७ आणि ३०३ मधील नोंदींनी पक्की झालेली आहे.

या कागदपत्रांवरून असे दिसते की, हा माल प्रामुख्याने प्रायोगिक स्वरूपाचा होता. त्यापैकी मुख्य माल मिरीचा होता आणि तो मलबारहून तेगनापट्टमद्वारा खुष्कीच्या मार्गाने मिळविला होता.

माल	परिमाण	गिल्डरमधील किंमत
मिरी	सुमारे १५६००० पौंड (१६औंसी)	३६,४५७
सोरा मीठ	सुमारे ४७५०० पौंड (१६औंसी)	२,९६४
सोरा मीठ शुद्ध केलेले	सुमारे ८७००पौंड (१६औंसी)	११७०
हिरे	---	१३२६
टाकणखार	सुमारे ६५० पौंड (१६औंसी)	१७५
सुताचा धागा	सुमारे ५४०० पौंड (९१६ औंसी)	२३९०
गिनिया कापड	६५,००० यार्ड्स	११९१८
मूरीज	९०० तुकडे (लांबी दिलेली नाही)	३१५४
बिटिलेस	१०० तुकडे= १२०० यार्ड्स	१२००
	किरकोळ खर्च आणि काही लहान सहान चुकांची रक्कम	२,०००
	मालाची किंमत	६२,७५४

मिरी 'खूपच महाग' होती आणि व्यापाराची ही शाखा महत्त्व पावू शकली नाही. कापसाच्या मालापैकी मूरीज (उत्तम प्रतीचे सूती कापड) नमुन्याच्या धर्तीवर पाठविले होते, असे मला वाटते. पण त्याचा कुठलाही तपशील दिलेला नाही. बिटिलेस (दक्षिणेतील मलमल) हे फार महाग होते. एका यार्डाला एक गिल्डर किंमत पडत होती.

५. मच्छलीपट्टमहून बहुधा सप्टेंबर १६२२ मध्ये गेलेल्या डॉर्ड रेच या जहाजावरील मालाचे बिल (Kol. Arch. Portef x) या बिलावर तारीख नाही. पण इंग्लिश फॅक्टरीज (खं.२, पृ.१४७) मध्ये उल्लेखिलेल्या सफरीशी ते संबंधित आहे असे दिसते. या जहाजावर मुख्यत्वेकरून मलबारची मिरी (२,००,००० पौंड), सोरामीठ (१,८०,००० पौंड) नीळ (६०,००० पौंड) आणि सूत (५५,०००) पौंड हा माल होता. या शिवाय अचिनची पुनर्निर्यातीची मिरी ३५,००० पौंड होती. कापडाच्या मालात ३,२५,००० यार्ड गिनिया कापड, २७२० तुकडे (सुमारे २२,००० यार्ड) परकॅलेस आणि इतर प्रकारच्या कापडाचे ६०० तुकडे होते.

६. मछलीपट्टमहून बहुधा ऑक्टोबर १६२४ मध्ये गेलेल्या स्कूद होवन या जहाजावरील मालाचे बिल. (Kol. Arch. Protef DDi)

बिलाची तारीख ऑगस्ट १६२४ आहे. पण ऑक्टोबर मध्ये एक पुरवणी जोडण्यात आली होती. या जहाजात मिरी नेली नव्हती. पण थोड्या प्रमाणात नीळ, सूत आणि सोरामीठ त्यात होते. सुमारे १००,००० यार्ड गिनिया कापड, जवळ जवळ ३०,००० यार्ड मूरीज, सुमारे ३००० यार्ड परकॅलेस् आणि तितकेच यार्ड सालेमपोअर (एक सामान्य सुती कापड) हा कापसाचा माल होता.

सुरतेहून हॉलंडला परस्पर पाठविलेल्या मालाची बिले ब्रेडे या दोन बोटी हॉलंडला गेल्या. प्रत्येकावरील मालाच्या बिलाची नक्कल सुरक्षित ठेवण्यात आलेली आहे. (Kol. Arch porlef A.A.DDi EE. प्रत्येक बिलाच्या एका प्रतीवर तारखा दिल्या आहेत.

या जहाजांवर प्रामुख्याने नीळ आणि सोरामीठ हा माल होता आणि सूत, लाख, टाकणखार व इतर माल थोड्या प्रमाणात होता. कापडाच्या मालाचे तुकडे पुढीलप्रमाणे होते. गिनिया कापड (१५२०), मेन्टॅसेस (९२४०), बाफ्ताचे प्रकार (२९२८), सेमिआनोज (२००), कॅसास (मलमल) (१२०), गिनिया कापडाचे तुकडे नेहमीप्रमाणे लांब होते. प्रत्येक तुकडा ५० एल्स् किंवा सुमारे ३७ याईस इतका होता. मेन्टॅसेसचे वर्णन मला आढळलेले नाही. पण तपशीलवार नोंदीवरून असे दिसते की, हे तुकडे लहान असावेत. कारण एका गठ्ठ्यात बाफ्ताचे १२० तुकडे मावत होते. त्यांच्या किंमतीवरून (२० तुकड्यांना ८ रुपये) ते फार कमी प्रतीचे होते असे दिसते. हे तुकडे युरोपकरिता खरेदी केलेले नसून आफ्रिकेकरिता खरेदी केले होते, काही गठ्ठे नमुन्याचे होते आणि इतर काही हॉलंडकरिता असा निर्देश केलेले होते. कापडाचा बराचसा माल आफ्रिकेतील व्यापाराकरिता होता. असा तर्क करायला हरकत नाही आणि निरनिराळ्या नमुन्याचा माल इतर बाजारपेठांत चाचणी घेण्यासाठी होता.

१६२५ वीस्प आणि डोड्रेज या दोन जहाजांची बिले उपलब्ध आहेत. त्यांच्यावर तारखा नाहीत. पण २८ जून १६२५ च्या डाग रजिस्टरमधील टिपेवरून असे स्पष्ट होते की, गांबरूनजवळील नाविक युद्धात भाग घेतल्यानंतर त्या वर्षीच्या एप्रिलमध्ये त्यांनी केलेल्या प्रवासाशी ती संबंधित आहेत. या दोन्ही जहाजांवर सर्वात मूल्यवान माल म्हणजे पहिले फलित होते. नीळ आणि सोरामीठ यांनी

बहुतांश जागा व्यापली होती. वीस्प या जहाजावर नमुन्याच्या कापडांच्या मालाचा एकच गठ्ठा होता. डोड्रेजवर मेन्टॅसेसचे ६,००० तुकडे, गिनिया कापडाचे १००० तुकडे, सेमिआनोजचे २०० आणि कॅसास (बंगालचे असे वर्णन केले) चे ८०० होते. मेन्टॅसेस संबंधीची माझी कल्पना जर बरोबर असेल तर पूर्वीच्या वर्षाप्रमाणेच या जहाजांवरील मालही मुख्यत्वेकरून आफ्रिकेकरिताच होता. काही नमुन्याचा माल युरोपकरिता होता.

परिशिष्ट 'क'

मोगल महसुलाची आकडेवारी.

१७ व्या शतकातील बखरकार कधी कधी त्यांच्या हकिकतीच्या अखेरीला मोगल साम्राज्यात समाविष्ट असलेल्या प्रांतांची यादी आणि त्यांच्या लेखनाच्यावेळी त्या प्रांतामध्ये आकारल्या जात असलेल्या महसुलाची आकडेवारी देतात. अशा प्रकारचे आकडे दस्तुर-उल-अमल असे ज्याचे वर्णन करण्यात आले आहे, त्या हस्तलिखित कागदपत्रांमध्ये आढळतात. तसेच ब्रिटिश म्युझियममध्ये उपलब्ध असलेल्या आणि 'अधिकृत हस्तलिखिते' या शीर्षकाखाली वर्गीकरण केलेल्या पुष्कळ नमुन्यांमध्ये ही आकडेवारी आढळते. या साधनांवरून मोगल साम्राज्यातील दहा प्रांतांसंबंधी माहितीचा पुढील तक्ता मी संकलित केला आहे. आकडे लाख दामांचे आहेत. तत्कालीन विनिमयाच्या अधिकृत दराप्रमाणे लाख म्हणजे २५०० रुपये.

हा तक्ता पूर्ण साम्राज्याची माहिती देत नाही. जिथे मोगलांची सत्ता वाढत होती, ते दक्षिणेतील प्रांत यातून वगळले आहेत. या प्रांतांना दिलेली नावे बदललेली आहेत आणि वेळोवेळी त्यांच्या सीमाही बदलल्या आहेत.[१] तेव्हा कुठलीही उपयुक्त तुलना करावयाची झाल्यास त्या विशिष्ट काळी प्रचलित असलेल्या शासकीय व्यवस्थेच्या तपशीलवार माहितीवर ती अवलंबून राहील. दुसरे म्हणजे बंगाल यातून वगळलेला आहे. कारण आकड्यांच्या मालिकेतील सुरुवातीचे आकडे समाधानकारकपणे मिळत नाहीत. या प्रांताच्या ऐनमध्ये दिलेल्या

१. पहा. बादशाहनामा खं. २ पृ.७१०,७१४

महसुलाच्या यादीत औरंगजेबाच्या कारकिर्दीपर्यंत मोगल शासनाबाहेर असलेल्या मोठ्या प्रदेशांचा समावेश करण्यात आलेला आहे आणि मोगलांनी तो प्रदेश जिंकण्यापूर्वी महसुलाची मागणी त्यात दिलेली आहे. त्या काळी जो काही प्रदेश त्याच्या अधिकाराखाली असेल त्यातून जास्तीत जास्त महसूल वसूल करण्यात अकबर समाधान मानीत होता, असे माझे मत आहे. १६०५ मध्ये जहांगीरने या प्रदेशातील महसुलाची व्यवस्था करण्याचा हुकूम सोडला होता. पण त्याचा परिणाम काय झाला याची नोंद आढळत नाही. आणि १६५८ पर्यंत महसुलाच्या यादीत कुठलीही पुनर्रचना झाल्याची माहिती आपल्याला मिळत नाही.[२] तिसरे म्हणजे सिंधचा लहान प्रांत त्यांनी वगळला आहे. कारण त्या प्रांतासंबंधी आकडेवारी ऐनमध्ये दिलेली आकडेवारी धरून फार मोठ्या चुका आहेत. शेवटी काबूल, कंदाहार आणि काश्मीर या प्रांतांचाही विचार केलेला नाही. त्यांच्या स्वतःच्या महसूलपद्धती होत्या. अशाप्रकारे दहा प्रांत उरतात. अकबराच्या साम्राज्याचा व त्याच्या वारसदाराच्या शासनाचा हे दहा प्रांत उतरतात. अकबराच्या साम्राज्याचा व त्याच्या वारसदारांच्या शासनाचा हे दहा प्रांत म्हणजे मुख्य गाभा होता.

---

२. जहांगीरचे हुकूम तुझूक (खं.१पृ.२२) मध्ये आहेत. १६५८ च्या पुनर्रचनेची चर्चा अस्कोली (पृ.२३) मध्ये केली आहे.

निरनिराळ्या काळातील महसुलाची मागणी (लाख दाममध्ये)

प्रांत		१५९४		शहाजहान			औरंगजेब
	मूळचे अ	सुधारित ब	राज्यारोहन क	१६४७ ड	अखेरची इ	अखेरची फ	१६६८ पूर्वी ग
बिहार	२२,१९	२२७०	३१,२७	४०,००	३९,४३	३९,६९	(७२,१८)
अलाहाबाद	२०,८३	२१,००	३०,७०	४०,००	४२,४३	४४,९६	४३,६७
औंध	२०,१७	२०,३४	२३,२२	३०,००	२७,९५	३१,५२	३२,०१
आग्रा	५४,६२	५४,४७	८२,२५	९०,००	८६,१२	१,०७,१९	१,०५,१७
माळवा	२४,०७	२३,५१	२८,००	४०,००	४०,८३	३८,९९	४२,५५
गुजरात	४३,६८	४३,२७	५०,६४	५३,००	५३,६५	५०,७०	४४,०१
अजमेर	२८,८४	२८,३४	४२,०५	६०,००	६०,२९	६५,१२	६३,६९
दिल्ली	६०,१६	५९,५६	६५,६१	१,००,००	१,२२,२९	१,१९,३५	१,१६,८४
लाहोर	५५,९५	५५,९१	८२,५०	९०,००	८९,३०	८५,४०	९०,७०
मुलतान	१५,१४	१४,९५	(४०,००)	२८,००	२१,९८	२१,६२	२४,५३
एकूण बेरीज	३,४५,६५	३,४४,०५	४,७६,२४	५,७१,००	५,८४,२७	६,०४,६१	६,३५,३५

टीप : खाली दिल्याप्रमाणे चौकोनी कंसातले आकडे संशयास्पद आहेत. ज्या बेरजांमध्ये हे आकडे घेतले आहेत, त्या तशाच दाखविल्या आहेत. मजकुरातील टक्केवारी काढताना हे आकडे सुधारून घेतले आहेत.

आकड्यांचा पहिला संच (रकाना अ) ऐन मधील (खं.२ भाषांतराचा) तक्त्यांमधून सरळ घेतलेला आहेत. जर्नल ऑफ दि युनायटेड प्रॉव्हिन्सेस हिस्टॉरिकल सोसायटी १९१९ यात मी दाखविले आहे की, या आकड्यांमध्ये खूप मोठ्या चुका आहेत. त्या चुका दुरुस्त करण्याची प्रक्रिया मी तपशीलवार वर्णिली आहे. या प्रक्रियेनुसार सुधारलेले आकडे रकाना ब मध्ये दिलेले आहेत. जिल्हा किंवा उपविभाग यांच्या संदर्भात ज्या चुका महत्त्वाच्या असल्या तरी त्यांमुळे प्रांतिक

बेरजांमध्ये फारसा फरक पडत नाही. रकाना ब मधील आकडे मजकुरातील टक्केवारीला आधार म्हणू न मी घेतलेले आहेत.

रकाना क मधील आकडे इलियटच्या हिस्टरीमधून (खं. ७, पृ.१३८) घेतलेले आहेत. हे आकडे असलेला मजलिस-उस्-सलातीन (त्यातील कालगणनेनुसार) १६२८ साली पूर्ण झालेला होता. जहांगीराच्या कारकिर्दीपर्यंतचा आणि ती कारकीर्द समाविष्ट असलेला हा हिंदुस्थानचा इतिहास आहे आणि शहाजहानच्या राज्यारोहणाबरोबर त्यातील ऐतिहासिक विभाग संपतो. महसुलाच्या आकड्यांची नेमकी तारीख दिलेली नाही. पण कुठल्याही परिस्थितीत ते १६२८ च्या पूर्वीचे असले पाहिजेत. संदर्भावरून असे दिसते की, ते जहांगीराच्या कारकिर्दीच्या अखेरच्या काळातील आहेत आणि शहाजहानला मिळालेला महसुलाचा वारसा ते दर्शवितात. मुलतानचा प्रांत वेगळा झालेला नाही. 'मुलतानसह सिंधचा प्रांत थथा आणि भाक्कर' असा उल्लेख त्यात आहे. इतर काही कागदपत्रातील सिंधबद्दलचे आकडे संशयास्पद आहेत. ४० लाखांपैकी मुलतानसाठी किती रक्कम होती हे मला सांगता येणार नाही. म्हणून हा प्रांत मी मजकुरातून वगळला आहे आणि एकूण महसुलाच्या वाढीची टक्केवारी काढताना त्याचा महसूल लक्षात घेतलेला नाही. ज्या वर्षाच्या नोंदीचे आकडे आहेत त्यावर्षी मुलतान आणि सिंध हा एक घटक धरून महसुलाचा ठेका देण्यात आला होता अशी कल्पना करता येईल.

मूळ मजकुरात स्पष्ट केल्याप्रमाणे त्या रकान्यातील आश्चर्यकारक आकडे आग्रा आणि लाहोरचे आहेत. मला असा संशय आहे की, या दोन्हीच्या बाबतीत किंवा एकाच्या बाबतीत सहा ऐवजी चुकीने आठ हा सुरुवातीचा आकडा पडला आहे. जर मूळ हस्तलिखित स्कॅम् संकेतलिपीत असेल तर अशी चूक घडणे अगदी साहजिक आहे. ही शंका मला तपासून पाहता आली नाही. कारण मजलिस-उस्-सलातीनचे जे एकमेव हस्तलिखित या देशात मला मिळाले, ते सर हेन्री इलियट यांच्याकरिता तयार केलेली प्रत हे होय. ही प्रत आता ब्रिटिश म्युझियममध्ये (०४.१९०३) आहे. अपेक्षेप्रमाणे इलियटच्या भाषांतरातील आकडे त्याने वापरलेल्या साधनांशी जुळणारे आहेत. हे आकडे रॅकममध्ये दिलेले नसून शब्दांत दिलेले आहेत. पण नक्कल करणाऱ्यांच्या जवळ रॅकम् होते आणि त्याने मालकाच्या सोयीकरिता ते शब्दांत व्यक्त केले होते. असे घडले असण्याची शक्यता आहे. नकलेचा हा अखेरचा भाग लेखनातील अनेक चुकांनी भरलेला आहे. तेव्हा

आकड्यात झालेल्या चुकांचे आश्चर्य वाटायला नको. पण हा मुद्दा मूळ हस्तलिखित पाहिल्यावरच स्पष्ट होईल. पण ते कुठे मिळेल हे मला माहीत नाही. या नकलेत एक विचित्र गोष्ट आढळते. लाहोरचा महसूल 'नजराणा' (हाल) म्हणून दर्शविला आहे. हा शब्द इतर नोंदींच्या बाबतीत वापरलेला नाही. म्हणून अशी शक्यता आहे की, लाहोरचा आकडा हा इतर आकड्यांपेक्षा नंतरच्या काळातला आहे. पण ही केवळ नकलकाराचीही चूक असू शकेल.

रकाना 'ड' मधील आकडे बादशाहनामामधून (खंड २ छापील मजकुराची ७१० व त्यानंतरची पाने) घेतले आहेत. इतर आकडेवारी अपूर्णांकात असली तरी हे आकडे बखरकाराने पूर्णांकात दिले आहेत. एखाद्या विशिष्ट वर्गाचे नेमके आकडे देण्याऐवजी तत्कालीन महसुलाची सर्वसाधारण कल्पना देण्याचा या बखरकाराचा हेतू असावा. ही बखर १६४७ साली समाप्त होते आणि त्यात दिलेली साम्राज्याच्या आकडेवारीची माहिती या वर्षाशी किंवा त्या पूर्वीच्या एक दोन वर्षांशी संबंधित असावी असे मला वाटते. बखरीतील मजकूर विश्वसनीय वाटतो. कारण निरनिराळ्या बाजूंच्या बेरजा जमतात आणि त्याच्या काळातील वाढीचे स्पष्टीकरण देण्याचा लेखक प्रयत्न करतो. तसेच गुजरात आणि दक्षिणेतील प्रांतांत महसूल जास्त नव्हता याचे कारण १६३०-३२ मधील दुष्काळ हे होते असे तो सांगतो.

'इ' आणि 'फ' रकान्यातील आकडे ब्रिटिश म्युझियममधील हस्तलिखितांवरून घेतले आहेत. या हस्तलिखितांचे संपादन केलेले नाही. पहिल्या रकान्यातील आकडे 'ॲडिशनल ६५८८' मधून आणि दुसऱ्या रकान्यातील आकडे 'ओरिएंटल १७७९ आणि ओरिएंटल १८४२' मधून घेतले आहेत. मला वाटते की, शेवटचे हस्तलिखित १७७९ वरून नकलून घेतले आहे. त्यात काही प्रासंगिक चुका झाल्या आहेत. ही हस्तलिखिते 'अधिकृत हस्तलिखिते' (ऑफिशल मॅन्युअल) या नावाखाली यादीत नोंदलेली आहेत. या यादीतील बहुतेक हस्तलिखिते म्हणजे बंगालमधील ब्रिटिश अधिकाऱ्यांच्या उपयोगासाठी १८ व्या शतकात तयार करण्यात आलेल्या नकला आहेत आणि बंगालशी संबंधित असलेली काही हस्तलिखिते खरी नसावीत असा संशय घेण्यास जागा आहे. हिंदुस्थानच्या इतर भागांसंबंधीची माहिती बरीच अचूक आहे याबद्दल शंका घेण्याचे काही कारण मला दिसत नाही. मी जी हस्तलिखिते वापरली आहेत, त्यात औरंगजेबाच्या कारकिर्दीतील कुठल्यातरी एका काळातील महसूल दिलेला आहे आणि नंतर तुलनेसाठी शहाजहानच्या महसुलाचे आकडे दिले आहेत. त्यांच्या

तारखा दिलेल्या नाहीत, (किंवा दिलेल्या असल्या तरी त्या मला सापडलेल्या नाहीत.) पण हे आकडे शहाजहानच्या कारकिर्दीच्या उत्तरार्धाशी संबंधित असावेत असे एकंदर परिस्थितीवरून गृहीत धरायला हरकत नाही. आकडेवारीच्या मोठ्या संख्येतून हे दोन संच मी निवडले आहेत. याचे कारण त्यात कुठेही उघड उघड चुका नाहीत किंवा खंड पडलेला नाही. ते तुलनेने सुवाच्य आहेत. हे आकडे रॅकम संकेतलिपीत दिलेले आहेत.

रकाना 'ग' मधील आकडे इलियटच्या हिस्टरीमधून (खं.पृ.१६४) घेतलेले आहेत. ज्या बखरीत ते आढळले त्या बखरीतील वर्णन औरंगजेबाच्या कारकिर्दीच्या दहाव्या वर्षाच्या पुढे ते जात नाही आणि हे आकडे या दहा वर्षांपैकी कुठल्यातरी एका वर्षाशी संबंधित आहेत असे मला वाटते. पण त्यांचा प्रत्यक्ष काळ ही फार महत्त्वाची गोष्ट नाही. कारण अगोदरच्या दोन रकान्यांशी ते इतके मिळते जुळते आहेत की मध्यंतरीच्या काळात जरी महसुलात काही बदल झाला असला तरी तो बदल फार मोठा नव्हता हे स्पष्ट होते. या विधानाला बिहार प्रांत हा अपवाद आहे. पण पूर्वीचे आणि नंतरचे आकडे पाहता या प्रांताकरिता केलेली ७२ करोड रकमेची नोंद संशयास्पद मानली पाहिजे. ही रक्कम ७२ करोड अशी स्पष्टपणे (आकड्यात नव्हे, तर शब्दात) मीरत-इ-जहान्नुमा या बखरीच्या, इंडिया ऑफिसमधील हस्तलिखितात (पर्शियन १२६) दिलेली आहे. पण महसुलात झालेली वाढ ही अतिशय मोठी आहे आणि औरंजेबाच्या कारकिर्दीतील मी पाहिलेले आकडे जरी पुढे झालेली सर्वसाधारण वाढ दाखवीत असले तरी बिहारचा महसूल ५० करोडपेक्षा जास्त असल्याचे दर्शवीत नाही. एक तर हा आकडा चुकीचा असेल किंवा जो करार पाळता आला नव्हता अशा करारात ठरलेली ती रक्कम असेल किंवा पुढील काही कागदपत्रांमध्ये गोंडवन म्हणून वेगळा दाखवलेला दक्षिणेकडील डोंगराळ प्रदेशाचा महसूल तात्पुरता बिहारच्या आकड्यात समाविष्ट करण्यात आला होता, अशीही एक शक्यता आहे. या अनिश्चित परिस्थितीमुळे मजकुरात दिलेली टक्केवारी काढताना मी हा आकडा वगळलेला आहे.

ऐनच्या छापील प्रतीत आणि मी पाहिलेल्या हस्तलिखित प्रतीत वापरलेली संकेतलिपी ही सर्वसाधारण अरेबिक लिपी आहे. त्यामुळे अडचण निर्माण होत नाही. ज्या काही हस्तलिखितांमधून मोठे आकडे घेतले आहेत. त्यातील संकेतलिपी रॅकम ही असल्याने तिचे वाचन करणे अवघड आहे. मात्र हस्तलिखितांत करोड व लाख हे आकडे अगदी स्पष्टपणे लिहिले असल्याचे मला

आढळले आहे. तर हजार आणि त्याखालचे आकडे अगदी किरटे आणि गिचमिड लिहिले आहेत. त्यामुळे ते सुवाच्च नाहीत. आपल्या सध्याच्या उद्देशाकरिता लाख दामपेक्षा कमी असलेले आकडे लक्षात घेणे अनावश्यक आहे. म्हणून लहान आकड्यांकडे मी संपूर्णपणे दुर्लक्ष केलेले आहे. त्यामुळे वर दिलेल्या. संख्यांमधील उजवीकडच्या आकड्यांमध्ये चुका असण्याची शक्यता आहे. पण जेव्हा आपण करोड व अरब यांच्या संदर्भात विचार करतो आहोत तेव्हा लाख हा आकडा अगदीच शुल्लक वाटतो.

प्रस्तुत हस्तलिखितांपैकी काहींमध्ये दोन किंवा तीन प्रकारे महसुलाचा उल्लेख केलेला आहे. तो म्हणजे जमा, दामी, हसिल कामिल आणि हसिल सानवत (किंवा हसिल अमाली) या प्रकारे होय. हे सर्व तांत्रिक शब्द आहेत, हे उघड आहे. कारण कधीमधी आपल्याला असे शीर्षक आढळते की 'काफियत दामी वा हसिलात' म्हणजे 'दामी व हसिल यांची नोंद ' हसिल रुपयात दिले जात होते व दामी हे नावावरून दिसते, त्याचप्रमाणे दाममध्ये दिले जात होते. हसिल कामिल याचा अर्थ 'ठरावीक महसूल' व 'हसिल सानवत (अमली)' याचा अर्थ प्रचलित महसूल' असा नेहमी करण्यात आला आहे. पण या शब्दांचा समकालीन अर्थ मला आढळले नाही. महसुलाची प्रत्यक्ष आकारणी चांदीत केली जात नसून तांब्यात केली जात होती व आकारलेली रक्कम दोहोंपैकी कुठल्याही धातूत देण्यात येत होती, हे ऐनेवरून स्पष्ट होते. नंतरच्या हस्तलिखितांत जमा दामीचा उल्लेख ज्या स्थानी केला आहे, त्यावरून मूळ आकडा असा अर्थबोध होतो, असे दिसते. ऐनेमधील आकड्यांप्रमाणे, जमा दामी म्हणजे आकारणी काढणाऱ्या स्थानिक अधिकाऱ्यांनी कळविलेली महसुलाची एकंदर मागणी होय, या गृहीत कृत्यावर माझे विवेचन मी आधारलेले आहे. काही विशिष्ट हिशेबाच्या प्रक्रियेनुसार जमा दामी पासून हसिलची रक्कम काढण्यात येत होती, ही प्रक्रिया कोणती ते मला कागदपत्रांत कुठेही आढळलेले नाही. जमा दामी म्हणजेच मूळ आकारणी याचा अधिकृत परवाना मी देऊ शकत नाही. पण अकबराच्या वेळी महसूल निश्चितपणे तांब्यात आकारला जात होता. तशाच पद्धतीने तांब्यातील आकारणी पुढे चालू राहिली असल्याची शक्यता मला फार वाटते. पुढे तांब्याऐवजी चांदी हा महसुलाच्या आकारणीचा आधार किंवा प्रमाण झाले. पण शासकीय कारणांसाठी आवश्यक असलेले रुपयातील आकडे महसूल कचेऱ्यात बसलेल्या या आधारावरून न काढता पूर्वीच्या पद्धतीच्या आधारावर काढत असले पाहिजेत आणि नंतरच्या हस्तलिखितांतील तांब्याचे समान प्रमाण रुपयाच्या आधारावर

काढण्यात आले होते, असे मला वाटते. हासिलवरून प्रत्यक्ष कशाचा बोध होतो हा प्रश्न काहीसा मनोरंजक आहे आणि उपलब्ध हस्तलिखितांचा अभ्यास केल्यानंतर तो कदाचित सोडवता येईल. पण मी जे गृहीतकृत्य वर मांडले आहे त्यातून हा प्रश्न निर्माण होत नाही. त्यानुसार आपल्या संपूर्ण विचाराधीन काळात जमादामी हाच वस्तुस्थितीचा पाया मानलेला आहे.

या परिशिष्टात वापरलेल्या काही आकड्यांचा विचार थॉमसने 'दि रेव्हीन्यू रिसोर्सेस ऑफ मोगल एम्पायर' या पुस्तकात केलेला होता आणि आकडेवारीच्या तपशिलातील फरक दाखविणे येथे उपयुक्त ठरेल. थॉमसने प्रामुख्याने एकूण महसुलाचा विचार केला होता आणि सर्व प्रांत लक्षात घेतले होते. म्हणून मी दिलेल्या दहा प्रांतांच्या बेरजांशी त्याच्या बेरजा जुळत नाहीत. सुलतानचे आकडे सोडले तर ऐनेमधून त्याने घेतलेले आकडे रकाना अ मधील आकड्यांशी बहुतांश जुळणारे आहेत. हस्तलिखितांत मुलतानचे आकडे ३८४० किंवा १५१४ असे दिले आहेत. थॉमसने यापैकी पहिला आकडा घेतला आहे. तर पूर्वी उल्लेखिलेल्या चाचण्या मी लावल्यामुळे मला दुसरा आकडा घ्यावा लागला आहे. थॉमसने रकाना 'क', 'इ', 'फ' किंवा 'ग' यातील आकड्यांचा वापर केलेला नाही. त्याने रकाना 'ड' मधील आकड्यांचा उपयोग केला आहे आणि त्यात कुठलीही तफावत नाही. याउलट मी त्याच्या १६५४ च्या किंवा 'बर्नियरच्या परतीच्या' वेळच्या आकड्यांचा उपयोग केलेला नाही. तसेच आपल्या विचाराधीन काळाच्या बाहेरील, त्याच्यानंतर आकड्यांचाही मी उपयोग केलेला नाही. १९५४ चे म्हणून थॉमसने दिलेले आकडे दोन हस्तलिखितांतून (ब्रिटिश म्युझियम ॲडिशनल ६५९८, ६५९९) घेतलेले आहेत. पण प्रत्यक्षात त्यांचा आधार एकच आहे. प्रत्येकात महसुलाची दोन माहितीपत्रके आहेत. क्रमाने पहिले असलेले थॉमसने घेतले आणि दुसऱ्याचा 'उदाहरणादाखल' उपयोग केला. (पृ.३३ वरील त्याची तळटीप) पण असा फरक करण्यासाठी मजकुरात मला कुठलाही आधार आढळत नाही आणि हस्तलिखितांत दिलेल्या तारखेशी कुठले माहितीपत्रक (दोन्हीपैकी एक असले तर) संबंधित आहे हा प्रश्न शिल्लक राहतोच. त्या तारखेबद्दलही एक अडचण आहे. हस्तलिखिताच्या सुरुवातीला 'दस्तुर–उल–अमल म-ह-म-ली[१]

_____

१. स्वरचिन्हे दिलेली नाहीत आणि नेमक्या या स्वरूपाचा शब्द शब्दकोशात किंवा शब्दसंग्रहात मला सापडलेला नाही. संयोग चिन्हे इतकेच दर्शवितात की तेथे एखादा अर्धस्वर असावा. महमिल किंवा मुझम्मल अशा प्रकारच्या शब्दांवरून या शब्दाचा अर्थ प्रचलित किंवा चालू असा असावा, असे वाटते.

हसब-उल-हुकूम औरंगजेबाच्या (पदव्यांसह) कारकिर्दीच्या तिसऱ्या वर्षात व हिजरी सन १०६५ मध्ये असे वर्णन आहे. या दोन तारखा जुळत नाहीत. थॉमसच्या म्हणण्याप्रमाणे नंतरची तारीख १६५४-५५ ए.डी. ही आहे. आणि त्यावरून औरंगजेबाच्या राज्यारोहणाची अधिकृत तारीख १६५२-५३ ही येते. पण ही तारीख इतकी अगोदरची होती, यासाठी कुठलाही आधार मला सापडत नाही. कारण नेहमी ही तारीख शहाजहानच्या पदच्युतीपासून म्हणजे १६५८ पासून अधिकृतरीत्या धरली जाते. जरी तारीख कोणतीही असली तरी हस्तलिखितांतील महसुलाच्या माहितीपत्रकाला ती लागू करता येईल की नाही, याबद्दल माझ्या मनात शंका आहे. शीर्षकाचा अर्थ एवढाच असावा की, त्या वर्षात काढलेल्या हसब-उल-हुकम प्रमाणे (फर्मानपेक्षा कमी अधिकृत अशा आदेशाचे तांत्रिक नाव)दस्तुर तयार करण्यात आला होता, त्यात दिलेले आकडे नंतरच्या वर्षातील असण्याची ही शक्यता आहे. १६५४ चे म्हणून हे आकडे धरले तर शहाजहानच्या कारकिर्दीत महसुलात फार मोठी वाढ झाली होती. ह्या मूळ लिखाणातील निष्कर्षाला बळकटी मिळते. पण या आकड्यांच्या काळासंबंधी अनिश्चितता असल्याने ते मला विचारत घेता आले नाहीत.

बर्नियरचे आकडे पॅरिसमध्ये छापले जाण्यापूर्वी त्यात चुका निर्माण होण्याचा संभव फार मोठा होता. म्हणून जे आधार मी वापरले आहेत, त्यांच्याबरोबरीने बर्नियरच्या आकड्यांना महत्त्व देणे इष्ट होणार नाही. दहा प्रांतांसाठी रुपयातील आकड्यांची त्याची बेरीज ६,०५,७७ दाम इतकी आहे. ही 'फ' रकान्याच्या जवळपास येते. पण निरनिराळ्या आकड्यात बरीच तफावत आहे. भाषांतराच्या किंवा हिशोबाच्या चुकांमुळे ती निर्माण झालेली आहे. थिवेनाचे आकडे थॉमसने दिलेले आहेत. पण त्यांचे कोष्टक तयार केलेले नाही. रुपयांचे किंवा दामांचे लिव्हरमध्ये रूपांतर करताना वापरलेल्या प्रमाणामुळे या आकड्यांमध्ये आणखी अनिश्चितता निर्माण झालेली आहे. लिव्हरची नेहमीची किंमत धरून त्याच्या आकड्यांची बेरीज दहा प्रांताकरिता ५,९१,६० दामच्या बरोबरीची आहे. पण याबाबतीत देखील वैयक्तिक आकड्यासंबंधी अडचणी निर्माण होतात. बर्नियरच्या बाबतीत दिलेली कारणे इथेही लागू पडतील. या प्रवाशांनी दिलेले आकडे त्या काळातील महसुलाच्या मागणीचा प्रचंडपणा सिद्ध करण्यास उपयोगी पडतील. पण त्यांच्या तपशिलात इतकी अनिश्चितता आहे की, बखरी आणि इतर हिंदुस्थानी कागदपत्र यांच्यातील आकडेवारीच्या बरोबरीने त्यांचा उपयोग करता येणार नाही.

परिशिष्ट 'ड'

चलन, वजने आणि मापे

आपल्या विचाराधीन काळाच्या व्यापारविषयक कागदपत्रांचा अभ्यास करता एक लहानशी अडचण सतत भासते. ती म्हणजे तत्कालीन लेखकांनी वापरलेल्या घटकांची विविधता. या अडचणीतून मार्ग काढण्याची एक सोयिस्कर पद्धत म्हणजे सर्वसाधारण उपयोगाकरिता पैशाचा एक घटक, वजनाचा दुसरा घटक व लांबीचा आणखी कुठलातरी एक घटक निवडणे ही होय. म्हणून माझ्या लिखाणात मी सामान्यपणे, मोगल रुपया, १६ औंसी पौंड त्याच्या अनेक पटीत आणि इंग्लिश यार्ड या घटकांचा अवलंब केला आहे. या प्रमाणांशी इतर सामान्य घटकांचा संबंध काय होता, हे या परिशिष्टात पाहावयाचे आहे.

चलन

आपल्या विचाराधीन काळात रुपयाची रचना बदलली नाही; रुपयात चांदीचे १७५ कण होते. म्हणून धातूच्या रूपात तो आज प्रचलित असलेल्या १८० कणांच्या (त्यांपैकी १६५ दाणे चांदीचे आहेत) नाण्याबरोबरीचा होता किंमतीच्या अनेक परिमाणातील रुपये त्यावेळी प्रचलीत होते. पण कुठल्याही विशिष्ट वेळी चालू नाणे (चलनी म्हणून ओळखले जाणारे) प्रमाण मानले जात होते आणि जुनी नाणी (खजाना म्हणून ओळखी जाणारी) किंमतीत विविध प्रकारची घट करून स्वीकारली जात होती. झिजलेल्या नाण्यांच्या किंमतीत देखील घट होत होती. अर्थातच हिंदुस्थान आणि लंडन यांच्या दरम्यान कुठलीही विनिमयाची नियमित बाजारपेठ उपलब्ध नव्हती. पण हिशेबाच्या सोयीकरिता दलाल प्रथम रुपयाचे रूपांतर २ शिलिंग ६ पेन्समध्ये व नंतर २ शिलिंग ३ पेन्समध्ये करीत होते. या काळातील रुपयाच्या क्रयशक्तीची चर्चा प्रकरण ५ मध्ये केली आहे.

प्रमाणभूत रुपयापेक्षा वजनाने २०% जास्त असलेले नाणे जहांगीराने पाडले होते. पुढे दिलेल्या मणातील वाढीची बरोबरी करण्यासाठी त्याने असे केले होते. या आकाराची काही नाणी आधुनिक संग्रहात आढळतात. परंतु प्रमाणभूत वजनांची नाणी त्यांच्यापेक्षा संख्येने खूपच जास्त आहेत. म्हणून या बदलामुळे कायमचा परिणाम झाला नव्हता. रुपयाशिवाय सर्वसामान्यपणे आढळणारे पैशाचे घटक पुढीलप्रमाणे आहेत. मात्र प्रत्येक घटकाची किंमत विनिमयात बदलत होती हे लक्षात ठेवले पाहिजे.

नाव	धातू	कुठे वापरला जात होता	रुपयांच्या संदर्भातील किंमत
गिल्डर किंवा फ्लोरीन	हिशोबातील पैसा	डच हिशोब आणि कागदपत्र	५/६ रुपया ही ठरविली होती
रिअल ऑफेट	चांदी	स्पॅनिश : पूर्वेत सर्वत्र माहिती असलेला	२ रुपये
महामुदी	चांदी	दक्षिण गुजरात	पहिल्यांदा २/५ नंतर ४/९ पर्यंत वाढली.
दाम (किंवा पै)	तांबे	मोगल साम्राज्य	सुरुवातीला १/४० रुपया नंतर १/२० पर्यंत वाढली
पै (अर्धा दाम)	तांबे	मोगल साम्राज्य	१/८० रुपया नंतर सुमारे १/६० पर्यंत वाढली
पगोडा नवीन	सोने	दक्षिण हिंदुस्थान आणि पूर्व किनारा	सुमारे ३ रुपयापासून ते ३ ।। रुपयापर्यंत वाढली
पगोडा जुना	सोने	दक्षिण हिंदुस्थान आणि आणि पूर्व किनारा	४ रुपयापेक्षा कमी होती ती ५ रुपये किंवा त्यापेक्षा जास्त वाढली
फॅनम	सोने	दक्षिण हिंदुस्थान आणि आणि पूर्व किनारा	बदलत्या कागदपत्रात पुष्कळ फॅनम्सचा उल्लेख आहे.

गिल्डर्स : गिल्डर्स (किंवा गुल्डन किंवा फ्लोरीन f या चिन्हाने दर्शविले जातात) ही नाणी पूर्वेकडे सामान्यपणे प्रचारात नव्हती. पण डचांचे हिशेब या नाण्यात ठेवले जात होते. स्थानिक चलने पारंपरिक दराने गिल्डर्समध्ये रूपांतरित केली जात होती. म्हणून हिंदुस्थानच्या संबंधात त्यांचे वर्णन हिशेबातील पैसा असेच करणे उत्तम होईल. गिल्डरमध्ये २० डच पेनी असत आणि रुपयांची किंमत डचांनी ठरावीक दराने २४ पेनी ठरविली होती. या किंमतीनुसार गिल्डर रुपयाचा ५/६ भाग होता. बटाव्हिया जर्नल्स मध्ये पैशाच्या रकमा दोन्ही चलनात दिलेल्या आहेत. त्यातील असंख्य नोंदीवरून हाच दर असल्याचे दिसून येते. डच दप्तरामध्ये गिल्डर्सची एकूण बेरीज 'सोन्याचा टन' अशी दिलेली आहे. याचा शब्दश: अर्थ घेता कामा नये. याचा अर्थ १००,००० गिल्डर्स असा आहे.

रिअल ऑफ एट : या काळात पूर्वेतील सर्वात अधिक प्रचारात असलेले युरोपियन नाणे म्हणजे स्पॅनिश रिअल ऑफ एट हे होते. हे दोन रुपयांच्या बरोबरीचे मानता येईल. पण जेथे टांकसाळीत चांदी वापरली जात नव्हती तेथे या प्रकारात तात्पुरता फरक संभवत होता.

महामुदी : गुजरात जेव्हा स्वतंत्र राज्य होते त्या काळात महामुदी येथील मुख्य नाणे होते. १५७२-७३ मध्ये अकबराने गुजरात जिंकला. त्यावेळी त्याने अहमदाबाद येथे रुपयाचे नाणे प्रचारात आणले. पण सुरतेला महमुदीची नाणी त्यानंतर काही काळपर्यंत चालू होती. राजा प्रताप शाहनेही त्याच्या बागलाणच्या प्रदेशातील मुल्हेरच्या किल्ल्यात ही नाणी पाडली होती. त्याचा हा प्रदेश तापीच्या काहीसा दक्षिणेला होता. सुरतेला ही नाणी पाडणे बंद झाल्यावर या एकाच प्रदेशात ही नाणी पाडली जात होती, असे दिसते. मुल्हेर येथील टांकसाळीचा उल्लेख फिंचने १६१० साली आणि नंतर सुरतेच्या एका पत्रात १६१९ मध्ये केलेला आहे. १६२२ साली नाण्यांची सुरक्षित वाहतूक करण्याची हमी राजाकडून घेण्यात आली होती. ही नाणी पाडणे १६३६ पर्यंत चालू होते. आपल्या विचाराधीन काळाच्या सुरुवातीला गुजरातच्या उत्तरेत अगोदरच रुपया प्रचारात आला होता. पण सुरत आणि भडोच या दक्षिणेतील शहरांमधील व्यवहार महामुदीत चालू होते आणि इंग्रज दलाल त्यांच्या हिंशोबांच्या या नाण्यांचा सातत्याने उपयोग करीत होते. विनिमयाचा दर, अर्थातच सतत बदलत होता. पण सुरतेला वखार प्रस्थापित झाली तेव्हा नेहमीचा दर ५ महामुदींना २ रुपये असा होता आणि १६५० नंतरपर्यंतही हा दर इंग्रजांच्या हिशोबात कायम राखण्यात आला होता. योग्य दर ९ महामुदींना ४ रुपये असल्याची प्रासंगिक विधाने आपल्याला आढळतात आणि त्या प्रमाणात सुरतेचे हिशेब चुकीचे असल्याच्या तक्रारीही आढळतात. ही वाढ इंग्लिश कंपनीने १६५१ साली मान्य केली होती. त्यावेळी हिशेब जुळविण्यासाठी २ शिलिंग ३ पेन्सला एक रुपया व १ शिलिंगला एक महामुदी असे दर ठरविण्यात आले होते. या दरानुसार महामुदी हा रुपयाचा ४/९ भाग झाला होता.

दाम आणि पै : पै हा शब्द या काळातील विविध प्रकारची नाणी दर्शविण्यासाठी वापरला जात होता. मोगल साम्राज्याच्या ज्या भागाचा विचार चालू आहे, त्यातील ते सर्वात जास्त प्रचारात असलेले तांब्याचे नाणे होते, असे मानता येईल. ३२४ कण वजनाच्या मोठ्या नाण्याला 'दाम' हे अकबराने दिलेले नाव होते. त्याच्या काळात विनिमयाचा दर ४० दामला एक रुपया असा होता. पण या नाण्याला उत्तर हिंदुस्थानात पै म्हटले जात होते, हे आपल्याला माहीत आहे. '३० पै चा एक शेर' असा शब्दप्रयोग वापरलेला आपल्याला नेहमी आढळतो. अकबराच्या वजनाच्या प्रमाणाचे वर्णन

यावरून मिळते. ३० दामांचा एक शेर असा दर अकबराने ठरविलेला होता. या उलट सुरतमध्ये पै हे नाणे दामच्या बरोबरीचे नव्हते तर अर्ध्या दामच्या किंवा अधेल्याच्या बरोबरीचे होते. कारण आपल्या विचाराधीन काळाच्या आरंभी एका महामुदीला ३२ पै व एका रुपयाला ८० पै असा दर होता. ही तांब्याची नाणी केवळ नाममात्र किंवा शोभेचे नव्हती. त्यांच्यातील धातूच्या वजनाच्या आधारावर ती प्रचारात होती. चांदीच्या तुलनेने त्यांच्या किंमतीत झालेली वाढ प्रकरण ५ मध्ये चर्चिलेली आहे. लाहोर आणि कलकत्ता येथील वस्तुसंग्रहालयातील याद्यांवरून असे दिसते की, सर्वसामान्य नाण्यांचे वजन या काळात बदलले नव्हते. औरंगजेबाच्या अमदनीत मात्र ते कमी करण्यात आले होते. रुपयाचे आधुनिक विभाग (आणा व पै) उत्तर व पश्चिम हिंदुस्थानातील उपलब्ध असलेल्या हिशोबात आढळत नाही. त्या हिशोबांमध्ये फक्त रुपया (किंवा महामुदी) आणि पै यांच्या उल्लेख आहे. मात्र आणा हा हिशेबातील पैशाचा परिचित घटक होता. बंगाल व बिहारमधील हिशोबात तो आढळतो. पण ते नाणे चलनात नव्हते.

पगोडा : ही सोन्याची नाणी हिंदी लोकांना 'हूण' म्हणून माहिती होती. युरोपियन त्यांना 'पगोडा' म्हणत असत. ही नाणी गोवळकोंडा व बिजापूर या राज्यात तसेच दक्षिणेकडील हिंदू प्रदेशात चलन म्हणून वापरात होती. या काळात या नाण्यांचे 'जुनी' व 'नवी' असे दोन प्रकार प्रचारात होते. पहिल्या प्रकारातील नाणी त्याकाळी पाडली जात होती. नाण्यात समाविष्ट असलेल्या धातूच्या आधारावर ही नाणी प्रचारात होती. दुसऱ्या प्रकारातील नाणी पाडली जात नव्हती. ती काल्पनिक किमतीच्या आधारावर वापरली जात होती.

नवे पगोडा : ही नाणी गोवळकोंडा व बिजापूर येथील निरनिराळ्या हिंदू टांकसाळीत तसेच अधिकाऱ्यांच्या परवानगीने सुरू करण्यात आलेल्या डच आणि इंग्लिश टांकसाळीत पाडली जात होती. १६२१ साली नवा पगोडा १.१/२ स्पॅनिश रिअलच्या किंवा जवळ जवळ तीन रुपयांच्या बरोबरीचा होता. 'अर्मागान पगोडा' हा उघड उघड 'नवा' होता तो १६३३ मध्ये १.३/५ रीअल बरोबरीचा किंवा जवळ जवळ त्याच किंमतीचा होता. या क्रमाने रिअल ५ शिलिंगच्या बरोबरीचा व त्या दराने नवा पगोडा सुमारे ६ शिलींग ८ पेन्स किंमतीचा होता. नंतर नवा पगोडा ८ शिलींगच्या किंमतीचा धरला जात होता. यावरून चांदीच्या तुलनेने सोन्याचा भाव वाढत होता, असे अनुमान करता येते. १६५१ मध्ये कंपनीने रुपयाची किंमत २ शिलिंग ६ पेन्स व नव्या पगोड्याची ८ शिलिंग ठरविली होती. त्यावरून या काळाच्या शेवटच्या दशकातील नव्या पगोड्याची किंमत सुमारे ३.१/२ रुपये असल्याचे आपल्याला काढता येईल.

आधीच्या वर्षात, याउलट ही किंमत ३ रुपये होती. सोन्याची चांदीतील किंमत या काळाच्या अखेरीनंतरही वाढतच गेली होती, ही गोष्ट सुपरिचितच आहे.

जुना पगोडा : निरनिराळ्या पगोडांमध्ये धातूचे नेमके प्रमाण किती होते याबद्दलचा नाणेविषयक तपशील मला मिळू शकला नाही. पण टॅव्हेर्नियरच्या माहितीवर अवलंबून राहणे याबाबतीत सुरक्षित होईल, असे वाटते. त्याने दक्षिण हिंदुस्थानातील प्रवासात विस्तृत प्रमाणावर व्यापार केला होता आणि अशाप्रकारच्या प्रश्नावर त्याच्याकडून चूक होण्याचा संभव फार कमी आहे. टॅव्हेर्नियरच्या माहितीनुसार, जुने पगोडा हे विजयनगरच्या साम्राज्यातील अविशिष्ट नाणे होते. त्याची मूळ किंमत नव्या पगोड्याइतकीच होती. पण (त्याच्या काळात) या जुन्या पगोडांचा भाव सुमारे एक रुपयाने जास्त येत होता. याचे कारण काही विशेष व्यवहार, विशेषत: महसुलाचा भरणा, या विशिष्ट नाण्यातच करावा लागत होता. तो पुढे सांगतो की, जुना पगोडा वितळविणे तत्कालीन रूढीप्रमाणे निंद्य समजले जात होते. जुन्या पगोड्याची नाणी पाडणे बंद होऊ नये यासाठी सराफकट्ट्याचे व्यापारी गोवळकोंड्याच्या राजाला मोठी वार्षिक रक्कम देत होते. जर ही हकीकत खरी असेल तर नव्या पगोड्याच्या तुलनेने जुन्या पगोडाच्या किंमतीत अधिक वाढ झाली असेल अशी अपेक्षा आपण करू शकतो. किंमतीतील वाढीमुळे ती नाणी वितळविणे किंवा निर्यात करणे यावर मर्यादा पडली असली तरी पण नेहमी सामान्यपणे गहाळ होणाऱ्या नाण्यांमुळे प्रचारात असलेल्या नाण्यांच्या प्रमाणात घट झाली असेल. म्हणून अशाप्रकारे जोपर्यंत त्यांची मागणी चालू राहील तोपर्यंत नाण्यांचे व्यापारी सातत्याने फायद्याची अपेक्षा करू शकत होते. आपल्याला वस्तुस्थिती अशी आढळते की, नव्या नाण्यांच्या संदर्भात जुन्या नाण्यांची किंमत वाढत होती आणि चांदीच्या संदर्भात जुन्या नाण्याची किंमत देखील वाढत होती. १६३२ च्या सुमारास हे प्रस्थापित प्रमाण १२४ नव्या नाण्यांना १०० जुनी नाणी असे होते. पण १६५१ साली नेहमीचा दर १३० पेक्षा जास्त आणि १६५६ मध्ये तो १४५ पेक्षा जास्त होता.[१] जेव्हा नवा पगोडा ६ शिलिंग ८ पेन्सचा होता तेव्हा इंग्रज व्यापाऱ्यांनी जुन्या पगोड्याची किंमत ८ शिलिंग ४ पेन्स घेतली होती आणि नवा पगोडा ८ शिलिंग असताना ती १० शिलिंग घेतली होती. हा नंतरचा दर चुकीचा असल्याचे मान्य करण्यात आले होते. मोगल चलनाच्या संदर्भात या काळात जुना

---

१. १६६७ साली मदोपोलमहून इंग्लिश कंपनीला लिहिलेल्या पत्रावरून असे दिसते की, स्थानिक अधिकाऱ्यांनी जवळ जवळ जुन्या पगोडांची मक्तेदारी मिळविली होती आणि या जास्त किंमती नाण्यात महसुलाचा भरणा करण्याचा आग्रह धरून हे प्रमाण सक्तीने १७० पर्यत वाढविले होते.

पगोडा ४ रुपयापासून ते ५ रुपयापेक्षा जास्त इतका किंमतीने वाढला.

पगोडाच्या सुट्या चलनात फार मोठा फरक पडत होता. निरनिराळ्या वेळी किंवा ठिकाणी फॅनम नामक लहान सोन्याच्या नाण्यात पगोडाचे १२,१५, १६, १८, २४, आणि ३२ भाग पडत होते. तर तांब्यातील त्याची चिल्लर मोठ्या प्रमाणात बदलत होती. जेव्हा दर या घटकांच्या संदर्भात दिले जाते तेव्हा या घटकांना महत्त्व येत होते आणि अशा दरपत्रकांचा त्यातील घटकांच्या संदर्भात अर्थ लावला पाहिजे.

वजने

आपल्या विचाराधीन काळात वजनाचा कुठलाही सार्वत्रिक घटक हिंदुस्थानात प्रचलित नव्हता. एक प्रमाणभूत घटक म्हणून १६ औंसी पौंड आपण घेतला पाहिजे. हा पौंड इंग्रज दलालांनी वापरला होता. आणि मध्यंतरीच्या काळात त्याच्यात बदल झालेला नाही. पण इतर युरोपीय राष्ट्रातील लेखकांनी वापरलेले पौंड (किंवा लिव्हर्स) आणि हा पौंड यात फरक करण्याची दक्षता आपण घेतली पाहिजे. काही पौंडांच्या बाबतीत हा फरक फारच मोठा होता. या पौंडामध्ये सर्वात महत्त्वाचा म्हणजे डचांच्या व्यापारविषयक दप्तरात वापरलेला पौंड होय[१]

डच पौंड : या काळात हॉलंडमध्ये अनेक वेगवेगळे पौंड प्रचलित होते. डच कंपनीच्या मूळ सनदेमध्ये अशी अट होती की सर्व मसाल्यांची विक्री ॲम्स्टरडॅम पौंडानुसार करण्यात यावी. या पौंडाचे वजन ०.४९४ किलोग्रॅम किंवा जवळ जवळ १.०९ पौंड होते.[२] बटाव्हिया जर्नलसमधील तत्सम मधील विविध वजनांची तपासणी केल्यावर असे दिसते की, मसाल्याकरिता ठरवून दिलेला पौंड डच दलाल त्यांच्या पूर्वेकडील सर्व व्यवहारांमध्ये सर्रास वापरत होते. डच वजनांचे १६ औंसी पौंडात रूपांतर करण्यासाठी त्यांच्यात ९% वाढ करणे आवश्यक आहे. पण नेहमीच्या वाचनात १/१० मिळविला की दिलेल्या परिणामाच्या जवळपास जाता येते.

---

१. छापील बटाव्हिया जर्नलसमध्ये पौंडाची दोन संक्षिप्तरूपे दिलेली आहेत. मला वाटले त्याप्रमाणे काही अभ्यासकांना वाटण्याची शक्यता आहे की, ही दोन रूपे दोन निरनिराळे घटक सूचित करतात. पण प्रकाशकांकडे चौकशी करता असे कळले की, या दोन्ही चिन्हांची अदलाबदल होऊ शकते आणि त्याचा अर्थ एकच आहे.

२. हा आकडा स्टेरिंग आणि व्हॅन वायजिनेच्या 'फस्ट ॲण्ड प्रेझेंट मेझरस्, वेट्स ॲण्ड कॉईन्स' या पुस्तकातून घेतला आहे. या पुस्तकाची प्रत मला स्वतःला मिळविता आलेली नाही. हा संदर्भ कळविल्याबददल डॉ. डब्ल्यू आर. बिसचॉप यांचा मी आभारी आहे.

या काळातील फ्रेंच लिव्हर हा वजनाने डच पौंडापेक्षा किंचित कमी होता. पण सर्वसाधारणपणे तो त्याच्या बरोबरीचाच मानायला हकरत नाही.

या काळातील टन हा वजनाचा घटक मानणे धोक्याचे आहे. कारण प्रत्येक वेळी नाही तरी सहसा तो जहाजावरील मालाची जागा दर्शवितो. एका टनाने सुमारे ६० घनफूट जागा सूचित होते.[१] डच लास्ट संबंधीची हे तितकेच खरे आहे. हा १२० घनफूटांच्या किंवा २ टनांच्या (मापाने) बरोबरीचा होता. एका ठिकाणी आपल्याला असे आढळते की, १५८ लास्ट तांदूळ ४७४,२०० डच पौंड वजनाचा होतो. यावरून तांदळाचा एक लास्ट ३२७० सोळा औंसी पौंड होतो. दुसऱ्या एका ठिकाणी एका वेगळ्या प्रकारचा तांदळाचा एक लास्ट ३२५० पौंडाच्या बरोबरीचा होता व मिरीचा एक लास्ट २६१६ पौंड वजनाचा होता, अशी माहिती मिळते. क्विंटल किंवा किंटल हा घटक पोतुगिजांच्या पूर्वेत सर्वत्र वापरला होता. तो १३० पौंडाचा होता.

हिंदुस्थानातील वजनाचा मुख्य घटक मण त्या नावाने आता परिचित आहे.[१] आपला ज्या मणांशी संबंध आहे ते सर्व ४० शेराचे होते पण शेरांच्या वजनात फार तफावत आढळते. अकबराच्या काळापासून पुढे मोगल साम्राज्यातील मणाला एक

---

१. सतराव्या शतकात टन हळूहळू सोळा औंसी पौंडाच्या कोष्टकात आला. या शतकाच्या आरंभीच्या शालेय पुस्तकांत हंड्रडवेटपेक्षा जास्त मोठे वजन वापरले नव्हते. पण अखेरीला टनाला मान्यता मिळाली. वजनाचे सर्वसामान्य परिमाण म्हणून व्यापाऱ्यांनी त्याचा स्वीकार केला असल्याबददल निश्चित माहिती नाही. पण शाळांमध्ये बाजारातील परिमाणांचे अनुकरण होत असणे शक्य आहे आणि काही विशिष्ट उताऱ्यांत टन हा शब्द लोखंड, शिसे किंवा इतर जड मालाचे वजन सूचित करतो. पण या काळात त्याचा नेहमीचा उपयोग मापाचा घटक म्हणून होत होता. या विषयावर कुठेही मला विवेचन केलेले आढळलेले नाही. मी प्रदर्शित केलेली मते, या शतकातील व्यापारी व शैक्षणिक पुस्तकांच्या निरीक्षणावर आधारलेली आहेत.

२. कधी कधी ३८, ४१ किंवा ४२ शेरांच्या मणाचे उल्लेख आढळतात. पण हा फरक काही विशिष्ट व्यवहारात किंवा काही विशिष्ट प्रकारच्या व्यवहारात दिलेल्या व्यापारी सवलती दर्शवितो, असे मला वाटते. विक्रेता मणात एक शेर जादा देत असेल किंवा विकत घेणारा मणात एक शेर कमी घेत असेल. यालाच आधुनिक व्यापारी २ $^{१}/_{२}$ ०/० सूट असे म्हणत असतील. काही वेळा ६० शेराच्या मणाचाही उल्लेख करण्यात आला आहे. पण येथे लेखक तो नेहमी वापरत असलेल्या शेराच्या संदर्भात कुठल्यातरी अपरिचित मणाचे स्पष्टीकरण देत आहे, असे वाटते. २० पैशाचा एक शेर या आधारावर व्यापार करणाऱ्या गुजराती व्यापाऱ्याने अकबराचा मण ६० शेरांचा होता असे म्हणणे साहजिक होते. कारण असे ६० शेर मिळून अकबराचा एक मण होत असे, ही वस्तुस्थिती आहे.

शास्त्रीय आधार होता असे म्हणता येईल. कारण दाम नामक तांब्याच्या नाण्यांच्या विशिष्ट संख्येच्या वजनाइतके शेराचे प्रमाण निश्चित ठरविण्यात आले होते. अकबराचा स्वत:चा शेर ३० दामांचा होता. म्हणून अकबरी मणाचे वजन १२०० दाम (प्रत्येक दाम सुमारे ३२४ दाण्यांचा) किंवा सुमारे ५५ $^{१}/_{२}$ पौंड होते. पण इंग्रज दलाल त्याचे वजन नेहमी ५५ पौंड धरत होते. आणि प्रत्यक्षात कदाचित हे बरोबर होते. कारण विक्रेत्याची वजने काहीशा झिजलेल्या नाण्यांवर अवलंबून असण्याची शक्यता होती. डचांनी हा मण त्यांच्या ५० पौंडांच्या बरोबरीचा मानला होता. यावरून त्याचे वजन ५४.$^{१}/_{२}$, १६ औंसी पौंडाइतके येत होते. पण पूर्णांकातील संख्यांच्या वारंवार केलेल्या उपयोगामुळे तुल्यबळ परिमाणे त्यांच्या केवळ सूक्ष्म अचूकतेसाठी ठरविली नव्हती तर काही अंशी ती व्यवहारातील सोयीसाठी निवडली होती अशी मला शंका येते.

१६१९ मध्ये एका धर्मोपदेशकाने जहांगीरला असे सांगितले होते, की हिंदू धर्मग्रंथाप्रमाणे शेराचे वजन ३६ दाम असायला पाहिजे. त्याबरोबर जहांगीरने संपूर्ण साम्राज्यात हे प्रमाण लागू केले. १६२० मध्ये पाटणा येथे जहांगीरी माणसासंबंधी आपण वाचतो आणि बऱ्हाणपूर येथे १६२२ मध्ये शेराचे वजन ३६ पैसे असल्याचे आपल्याला कळते. यावरून जहांगीरच्या हुकमाचा सर्वदूर परिणाम झाला होता असे दिसते. या मणाचे वजन सुमारे ६६ पौंड असावे. शहाजहानने नवे परिमाण चालू केल्यानंतरही काही वर्षे हा मण बंगालमध्ये प्रचारात होता असे दिसते. कारण १६३६ साली हुगळी येथे आणि १६४२ मध्ये बाळासोर येथे सुमारे ६६ पौंडाचा मण प्रचारात असल्याचा उल्लेख डचांच्या दप्तरात आढळतो. पण १६४५ मध्ये पिली या बंदरात शहाजहानी मण वापरण्यात येत होता. १६३२ मध्ये पाटणा येथे ३७ पैसे शेर या दराने मण वापरला जात होता असे मंडीला आढळले. एका शेरास एक पैसा हा व्यापारी सूट असलेला ही जहंगीरी मण असावा किंवा ते एक स्थानिक परिमाण असण्याचीही शक्यता आहे. १६२० मध्ये याच बाजारपेठेत ३० पैशाचा अकबरी शेर आणि ३४.१/२ पैशाचा एक शेर ह्यूजेसला आढळत होता.

शहाजहानने आपला शेर ४० दामचा ठरविला होता. त्यामुळे त्याचा मण जवळ जवळ ७४ पौंडाचा भरत होता. हा मण केव्हा प्रचारात आला, यासंबंधीचे निश्चित विधान मला आढळलेले नाही. पण आग्रा येथे तो १६३४ मध्ये वापरात होता. कारण एका डच कागदपत्रात ६७ पौंडी मणाचा म्हणजे

जवळ जवळ ७४ पौंडी मणांचा उल्लेख आहे. आपल्या विचाराधीन कालखंडातील उरलेल्या काळात हा मण सिंध ते बंगालपर्यंतच्या निरनिराळ्या ठिकाणी आपल्याला आढळतो. पण त्याचा वापर हा सार्वत्रिक नव्हता आणि आग्रा येथे विशेषत: नीळ अकबरी मणानेच खरेदी केली जात होती. ही गोष्ट महत्त्वाची आहे.[१] या ठिकाणी हे सांगितले पाहिजे की, ८२ पौंडांचा वर असलेला 'प्रमाणित' मण हा अगदी आधुनिक आहे. आणि त्या काळात तो सर्वस्वी अपरिचित होता.

आतापर्यंत मी अधिकृत मोगल मणासंबंधी लिहिले आहे, गुजरातची स्वत:ची वेगळी पद्धत होती. या काळाच्या आरंभी तेथे दोन मण प्रचलित असल्याचे आपण वाचतो. एक २७ पौंडाचा आणि दुसरा ३२१/२ पौंडाचा होता. पण जवळ जवळ सर्व महत्त्वाचे व्यवहार दुसऱ्या मणातच केले जात होते. हा मण नेहमी ३३ पौंडांचा धरला जात होता आणि १८ पैशाच्या शेरावर तो आधारलेला होता असे त्याने वर्णन केले आहे.[२] डच पौंडात हा मण कधी ३० तर कधी ३०१/२ पौंडाचा होता. यापैकी नंतरचा मण हा वस्तुस्थितीशी अधिक जवळ होता. पण पहिला मण पूर्णांकामुळे अधिक पसंत केला जात होता---- हा स्थानिक किंवा गुजराती शेर १८ पैशांपासून २० पैशांपर्यंत बदलला. हा बदल मेथवोल्डच्या १६३६ च्या दैनंदिनीत खालीलप्रमाणे नोंदलेला आहे. "१२ फेब्रुवारी बादशहाच्या हुकमामुळे त्याने त्या उद्देशाने पाठविलेल्या फर्मानावरून पूर्वी सर्वकाळ १८ पैसे वजनाचा असलेला या ठिकाणचा (सुरत) शेर आता २० पैसे करण्यात आलेला आहे. त्याप्रमाणे सर्व वजने पुन्हा बदलण्यात आली आहेत. अहमदाबादमध्ये एक वर्षापेक्षा जास्त काळापूर्वीच हा बदल झालेला आहे आणि तो मण ४० शेरांचा असून प्रत्येक शेर ४० पैसे वजनांचा आहे.[३]" वजनात झालेल्या सुधारणांवरून हा हुकूम अंमलात

१. आग्र्याच्या बाजारपेठेत नीळ हा एकमेव अपवाद नव्हता. कारण लाल रंगासंबंधीच्या एका व्यवहाराबद्दल लिहिताना १६५५ मध्ये एका दलालाने असे कळविले की वापरलेला शेर "४० पैशाचा आहे आणि आम्हांला पूर्वी सांगण्यात आले होते त्याप्रमाणे ३६ पैशाचा नाही. ती पद्धत तीन वर्षांपूर्वीच बदलली आहे." (इंग्लिश फॅक्टरीज खं.१० पृ.१८) दुसऱ्या शब्दात जहागीरी शेर लाल रंगाकरिता १६५२ पर्यंत कायम होता.

२. गुजरातचा लहान मण हा दक्षिणेतील मण होता. खाली उल्लेख केल्याप्रमाणे किनाऱ्यावर तो प्रचारात होता.

३. २२ ऑक्टोबर १६३४ च्या डाग रजिस्टरमधील नोंदीवरून असे दिसते की, जुना मण १६३४ मध्ये अहमदाबाद येथे अजून वापरात होता. तेव्हा या शहरातील बदल १६३४-३५ च्या हिवाळ्यात करण्यात आला असला पाहिजे.

आला होता असे दिसते. या वेळेपासून इंग्रजांच्या कागदपत्रांत गुजरातचा मण ३७ पौंडांचा किंवा त्या जवळपास धरण्यात आलेला होता. तर डचांनी तो ३४ $^{१}/_{२}$ पौंडाचा म्हणजे किंचित जास्त धरला होता. सुरतेच्या दलालांनी कधी कधी शहाजहानी बद्दल 'दुप्पट मण' असे लिहिले आहे. शब्दप्रयोग त्यांच्या दृष्टिकोनातून अचूक आहे.

सुरतेपासून दक्षिणेकडे आणि पूर्व किनाऱ्यावर मच्छलीपट्टमपर्यंत वरती मणाच्या वजनात अधिकृत हस्तक्षेप झाला नव्हता आणि तो सुमारे २६ पौंडाच्या बरोबरीचा होता. (एखादा पौंड कमी जास्त असेल) निझामापट्टम येथे मण २७ पौंडांचा मसुलीपट्टम आणि कालिकत यथे २६ पौंडाचा, दाभोळ, तेगनापट्टम आणि मद्रास येथे २५ पौंडाचा होता. या प्रदेशात कँडी किंवा बिहार सामान्यपणे २० मणांचा होता.

पर्शियातील दलाल ज्या वजनांना मण म्हणत असत, ती वजने वर उल्लेखिलेल्या मणांपेक्षा खूपच लहान होती हे येथे लक्षात घेतले पाहिजे. तबरीझ येथे मण फक्त ६ पौंड ५ औंसाचा तर इस्पहन येथील मण-इ-शाही किंवा बटमन् १२$^{१}/_{२}$ पौंडांचा होता.

हिंदुस्थानातील प्रचलित असलेले प्रमुख मण खालीलप्रमाणे कोष्टकात देता येतील.

नाव	पौंडातील अंदाजे वजन		शेराचे दामातील वजन	प्रचलित प्रदेश	काळ
	१६ औंसी	डच			
अकबरी	५५	५०	३०	उत्तर हिंदुस्थान	१६१९ पर्यंत
जहांगिरी	६६	६०	३६	उत्तर हिंदुस्थान काळापर्यंत	१६२० पासून सुमारे १६३४ पर्यंत पण बंगालमध्ये १६४२ किंवा त्यानंतरच्या
शहाजानी (किंवा दुप्पट मण)	७४	६७ { ६८ }	४०	उत्तर हिंदुस्थान	सुमारे १६३४ पासून
गुजरात जुना	३३	३० { ३०.$^{1}/_{2}$ }	१८	गुजरात	१६३४–३५ पर्यंत
गुजरात नवा	३७	३४.$^{1}/_{2}$	२०	गुजरात	१६३५–३६ पासून
दक्षिणेतील	२६(+१)	२४(+१)	–	दक्षिण हिंदुस्थान आणि पूर्व किनारा	आपल्या विचाराधीन संपूर्ण कालखंडात

चिनी वजनांच्या प्रमाणातील थोडे ज्ञान आवश्यक आहे. ही वजने सुमात्राच्या पूर्वेकडील सर्व बाजारपेठांमध्ये प्रचलित होती. त्या बेटांमध्ये ही वजने त्याच्या 'मलारा' या नावाने प्रचलित होती. त्यातील सर्वात मोठे परिमाण 'पिकुल' हे होते. ते १३३$^{1}/_{3}$ पौंडाचे होते. याच्या खालचे वजन कॅटी हे १$^{1}/_{3}$ पौंडाचे होते. १०० कॅटीज मिळून एक पिकुल होत असे. या घटकांमध्ये फार थोडा बदल झालेला आढळतो. पण मसाल्याच्या व्यापाराचा अभ्यास करताना बांदा बेटावरील कॅटी हे वजन बरेच मोठे म्हणजे जवळ जवळ ६ पौंडाचे होते आणि जायपत्री व जायफळ यांचे वजन या परिमाणात करीत असत ही गोष्ट लक्षात ठेवणे महत्त्वाचे आहे.

घनफळाची मापे

या काळाच्या कागदपत्रांमध्ये घनफळाच्या कुठल्याही मापांचा प्रामुख्याने उल्लेख आढळत नाही. म्हणून या शीर्षकाखाली एवढेच सांगणे आवश्यक आहे की, टन या शब्दाचा अर्थ सामान्यपणे ६० घनफूट जागा व्यापण्यासाठी लागणाऱ्या मालाचे प्रमाण असा होतो आणि त्याचप्रमाणे लास्ट या शब्दावरून सुमारे १२० घनफूट जागा सूचित होते.

लांबीची मापे

गज, कोवाड, आणि हस्ता : या काळाकरिता प्रमाणभूत मानता येईल असे कुठलेही लांबीचे हिंदुस्थानी माप नाही. आणि मध्यंतरीच्या काळात ज्यात बदल झालेला नाही असा इंग्लिश यार्ड आपण प्रमाण म्हणून घेतला पाहिजे. उत्तर हिंदुस्थानात प्रचलित असलेल्या लांबीच्या मापांना 'गज' म्हणत असत. निरनिराळ्या गजांमध्ये मोठी तफावत होती. आपल्या इलाही गजाद्वारे अकबराने त्यांना प्रमाणभूत स्वरूप देण्याचा प्रयत्न केला. अबुल फजलने दिलेल्या तपशिलाप्रमाणे हा इलाही गज सुमारे ३१ इंचांचा असायला पाहिजे होता. पण प्रत्यक्षात तो एकाच इंचाने जास्त लांब असल्याचे आढळते. इलाही गज उत्तरेत वापरला जात होता. पण त्याचा उपयोग सार्वत्रिक नव्हता. जहांगीराने मण आणि रुपया यात केलेल्या बदलाबरोबर गजही २०% वाढविला. हा ४० इंचाचा गज १६२० मध्ये आपल्याला पाटणा येथे आढळतो. पण या गजाचा उपयोग फार मोठ्या प्रमाणावर होत होता हे दर्शविण्याइतपत उल्लेख मला आढळले नाहीत. लाहोरच्या प्रमाणाशी जुळवून घेण्याकरिता आग्रा येथे वापरात असलेल्या गजात १६४६ च्या सुमारास शहाजहानने थोडीशी कपात केली. या काळात गजात करण्यात आलेले इतर कुठलेही अधिकृत बदल माझ्या वाचनात आलेले नाहीत. पण १६४७ मध्ये आग्रा येथे अद्याप ३२ इंच गजच वापरात होता.

गुजरातमध्ये दोन मापे वापरात होती. त्यापैकी मोठे माप जवळ जवळ यार्डाइतके होते. ते सुरत येथे लोकरीच्या मालाकरिता वापरण्यात येत होते तर अहमदाबाद येथे याच कामासाठी इलाही गज वापरला जात होता. पण सुती कापडासाठी यार्डाच्या ३/४ पेक्षा थोडे लहान असलेले छोटे माप वापरण्यात येत होते. हे माप पश्चिम किनाऱ्यावर सर्वत्र वापरले जात होते. लांबी काही असली तरी गज १६ गिरीहमध्ये किंवा २४ तसूजमध्ये विभागला जात होता. या दोन्ही प्रकारची विभागणी व्यापारविषयक पत्रव्यवहारात उल्लेखिलेली आढळते.

पश्चिम किनाऱ्यावर पोर्तुगिजांनी बाजारात वापरात असलेल्या गजाला 'कोवाडो' हे माप लागू केले. कोवाडो हा शब्द १८ इंची गजाकरिता त्यांनी वापरला होता आणि इंग्रजांनी वापरलेला शब्द (कोवाड, कोव्हेट वगैरे) याच शब्दाचे अपभ्रंश आहेत. गुजरातमधील कापडाच्या तुकड्यांच्या वापरात वापरला जाणारा कोवाड जवळ जवळ ३/४ यार्ड होता असे मानणे चुकीचे होणार नाही. सिंधमध्ये १७ स्थानिक कोवाड मिळून गुजरातचे २० ३/४ कोवाड होत असत असे आपल्याला सांगण्यात येते. यावरून सिंधमध्ये कोवाडची लांबी ३२ १/२ इंच येते. म्हणून तेथे कोवाड हा शब्द इलाही गजाकरिता वापरला जात होता असे अनुमान करता येईल. आग्रा येथे देखील या शब्दाने इलाही गजाचा उल्लेख करण्यात येत होता असे मला वाटते. पण ही गोष्ट पुरेशी स्पष्ट नाही. पाटणा येथे ४० इंचाचा जहांगीरी कोवाड होता, हे यापूर्वी सांगितलेच आहे.

पूर्व किनाऱ्यावर आपल्याला खरा हिंदुस्थानी १८ इंची गज किंवा हात हे लांबीचे प्रमाण आढळते. याचे वर्णन इंग्रजांनी हस्त आणि डचांनी अष्टा असे केले आहे. याची लांबी सहसा अर्धा यार्ड किंवा त्यापेक्षा किंचित जास्त होती. किनाऱ्यावरील कागदपत्रांत कोवाडचा वारंवार उल्लेख आढळतो. पण तेथे या शब्दाने वेगळे परिमाण सूचित होत नसून हस्ताचा समानार्थी शब्द म्हणूनच त्याचा उल्लेख केला आहे. परिशिष्ट 'ब' मध्ये याचे उदाहरण दिलेले आहे. यात १०० कोविडो ७० डच एल्सच्या बरोबर धरले आहेत. सालेमपोर कापडाची ठरावीक लांबी कधीकधी १६ यार्डस् तर कधी ३२ कोवाडस् अशी दिलेली आहे. इतरही अनेक प्रासंगिक उल्लेखांनी याचा उपयोग सिद्ध होतो.

व्यावहारिक महत्त्वाची मापे खालीलप्रमाणे आहेत.

पूर्व किनाऱ्यावर –हस्त (किंवा कोवाड) सुमारे १८ इंच

गुजरातमध्ये – कोवाड जवळ जवळ २७ इंच

सिंधमध्ये –कोवाड (इलाही गज) सुमारे ३२ इंच

उत्तर हिंदुस्थानात – इलाही गज (किंवा कोवाड) सुमारे ३२ इंच

उत्तर हिंदुस्थानात –जहांगीरी गज (किंवा कोवाड) सुमारे ४० इंच

याचा नेमका विस्तार अनिश्चित आहे. पण हे माप फार काळपर्यंत टिकले नाही.

कोर्ग आणि तुकडा : मालाच्या तुकड्यांच्या व्यापारातील व्यवहारात सामान्यत: यार्ड किंवा कोवाड किंवा हस्त यांच्या संदर्भात केले जात नव्हते तर ते कोर्ग किंवा तुकडा या मापाने केले जात होते. कोर्ग (किंवा वीस) म्हणजे २० तुकडे. या व्यापाराचा विस्तार किती होता हे समजून घेण्यासाठी तुकड्याची नेहमीची लांबी किती होती याची माहिती असणे आवश्यक आहे. गुजरातच्या सुती कापडाचा युरोपशी जो व्यापार होता, त्या संबंधात ही माहिती बरीचशी अचूकपणे मिळू शकते. कारण मोठ्या प्रमाणात निर्यात केले जाणारे कापड हे काही थोड्या प्रसिद्ध प्रकारांतलेच होते आणि जरी विणकरांच्या वैयक्तिक स्वभाववैचित्र्यामुळे निरनिराळ्या तुकड्यात फरक पडत असला तरी तो फरक सामान्यत: यार्डांचा नसून इंचांचा होता. निर्यात केलेल्या काही कापडांची प्रमाणभूत लांबी खालीलप्रमाणे होती.

गुजरातचे बाफ्ता - १४ ते १५ यार्ड

गुजरातचे दस्ता - सुमारे १२ यार्ड

समानाची सेमिआनोज - सुमारे १० यार्ड

सिंधचे जूरीज - १२ ते १५ यार्डच्या दरम्यान

आग्रा येथील मर्कूली- सुमारे १५ यार्ड

औंधमध्ये खरेदी केलेल्या दरियाबाद कापडाच्या लांबीसंबंधी निश्चित माहिती मला आढळली नाही. पण १६६२ साली इंग्लिश कंपनीने गुजरातेत या कापडाची नक्कल करण्याचे ठरविले तेव्हा आखून दिलेला आकार १३ ते १४ यार्ड लांब व ३/४ यार्ड रुंद असा होता. अशाप्रकारे सुरतेहून जहाजाने पाठविलेल्या मालातील तुकड्यांची सर्वसाधारण लांबी प्रत्येकी १५ यार्डापेक्षा थोडी कमी होती, असे मानता येईल. दत्तीज, छोटे जुरीज किंवा सेमिआनोज या प्रकारच्या कापडांचे तुकडे त्यात किती प्रमाणात होते यावर १५ यार्डपेक्षा कमी असलेली लांबी अवलंबून होती. या हिशेबाने १,००,००० तुकडे म्हणजे १ $^{१}/_{४}$ ते १ $^{१}/_{२}$ दशलक्ष यार्ड कापड होते. आग्रा येथील गझीज कापड मोठ्या प्रमाणात ज्या मालात होते, त्याला हा आकडा लागू पडणार नाही. कारण हे कापड ३० यार्डापेक्षा जास्त लांबीच्या तुकड्यांमध्ये तयार केले जात होते. पण अशा प्रकारचे कापड या काळात पाठविण्यात आले असल्याची नोंद मला कुठे आढळलेली नाही. गझीज कापडाच्या युरोपला होणाऱ्या निर्यातीने या काळात कधी मोठे स्वरूप धारण केले नाही.

पूर्व किनाऱ्यावर हा विषय अधिक गुंतागुंतीचा होता. येथून युरोपियन जहाजांवरून जाणारा माल प्रामुख्याने लाँगक्लॉथचा होता. वर उल्लेखिलेल्या गझीजप्रमाणे त्याची लांबी जास्त म्हणजे सहसा ३५ ते ४० यार्ड इतकी होती.[१] १६५७ मध्ये लंडनहून पाठविलेल्या मागणीत कंपनीने अशी तक्रार केली होती की, बऱ्याच तुकड्यांची लांबी ३६ यार्ड इतकी कमी होती. त्यानंतर एक वर्षाने लांबी ३७ ते ३८ यार्ड असावी अशी सूचना देण्यात आली होती कारण अंदाजे हिशेब करण्यासाठी या आकड्यांचा उपयोग करता आला असता, याच मागणीपत्रावरून असे दिसते की, सालेमपोअरची लांबी १६ यार्ड, मूरीजची ९ यार्ड परकॅलसची सुमारे आठ यार्ड आणि पांढऱ्या गिंघॅमची सुमारे २१ यार्ड होती असे मानता येईल.

उत्तर आफ्रिकेतील व्यापारासाठी पाठविलेल्या मालात मुख्यत्वेकरून फेट्याचे कापड होते. या कापडाचे तुकडे सरासरी १२ यार्ड लांबीचे होते. ‘निग्रोंचे डोक्याला बांधायचे फडके’ (डच शब्द निग्रो स्क्लेडेन (negro scloeden) फक्त ४ यार्ड लांबीचे होते. पण ज्याला गिनि कापड म्हणतात, त्यातील बरेचसे लाँगक्लॉथ होते आणि ते नेहमी अठरा इंची गजाच्या किंवा हस्ताच्या मापाने बिलात लावण्यात येत होते. जावा, सुमात्रा आणि त्यापलीकडील प्रदेशात निर्यात होणाऱ्या कापडाची विविधता फार मोठी होती. त्यासंबंधी उपलब्ध असलेल्या अल्प माहितीवरून कुठलीही अचूक सरासरी काढता येणे कठीण आहे. काही सर्वसामान्य प्रकारचे कापड सुती कापडाच्या लांबीइतके होते. अगदी थोडे कापड त्यापेक्षाही लांब होते. पण बऱ्याच मोठ्या संख्येचे कापडाचे तुकडे लांबीला खूपच कमी होते. त्यांची लांबी ८ यार्डापासून तर ज्याला हातरुमाल म्हणता येईल त्या तुकड्याइतकी कमी होती. बहुधा दक्षिणेकडे सामान्यतः जाणाऱ्या मालाची सरासरी लांबी १५ यार्डपेक्षा खूपच कमी होती. पण ती किती कमी होती, हे नेमके हिशेब करून सांगता येणार नाही.

---

१. ओ. सी. १६५६ ला जोडलेल्या १६३९ वर्षाच्या बिलामध्ये तीनदा पाठविलेल्या लाँगक्लॉथच्या मालातील तुकड्यांची व कोवाड ची संस्था दिलेली आहे. त्यांची सरासरी प्रत्येकी ६२.$^{१}/_{२}$, ७१ व ७२ कोवाड अनुक्रमे येते. कोवाड म्हणजे अर्धा यार्ड या हिशेबाने या तिन्ही वेळच्या मालाची सरासरी लांबी ३१.$^{१}/_{२}$, ३५.$^{१}/_{२}$ व ३६ यार्ड इतकी येते. यापैकी पहिली लांबी ठरावीक प्रमाणापेक्षा खूपच कमी असून इतर दोन्ही त्याच्या जवळपास येतात.

गासड्या, पार्सल, बंडले, गठ्ठे इत्यादी

या काळातील व्यापाराची बरीचशी माहिती गासड्या व इतर प्रकारच्या गठ्ठ्यांच्या संदर्भात देण्यात आलेली आहे. त्यामुळे गठ्ठ्यांच्या महत्त्वाची थोडीबहुत कल्पना असणे इष्ट होईल. ज्या गठठ्यांचे सरासरी किंवा प्रमाणभूत वजन नोंदलेले मला आढळले आहे, ते खालीलप्रमाणे आहेत. काही बाबतीत दिलेली वजने निव्वळ आहेत तर काही बाबतीत गठ्ठे बांधण्यासाठी लागणाऱ्या वस्तूंच्या वजनाचा त्यात समावेश आहे. पण ही गोष्ट अर्थात अंदाजाने ठरवावयाची आहे.

जिन्नस	ठिकाण	गठठ्यातील माल	वाहतुकीचे साधन	दप्तर
नीळ	आग्रा	२२० पौंड फक्त	उंट	(इंग्रज दप्तर)
नीळ	आग्रा	२३०-४० पौंड	उंट	(डच दप्तर)
नीळ	गुजरात	१४८ पौंड फक्त	दिलेले नाही	(इंग्रज दप्तर
नीळ	गुजरात	१४५-१५५ पौंड	दिलेले नाही	(डच दप्तर)
साखर	गुजरात	२९६ पौंड	दिलेले नाही	(डच दप्तर)
सोरा मीठ	गुजरात	२९५ पौंड	दिलेले नाही	(डच दप्तर)
रेशीम	बंगाल	१४३ पौंड	दिलेले नाही	(डच दप्तर)
सुताचा धागा	कोरोमांडेल	१६५ पौंड	दिलेले नाही	(डच दप्तर)
सुताचा धागा	सुरत	१८८ पौंड	दिलेले नाही	(डच दप्तर)
तुकड्याचा माल	आग्रा	११० तुकडे सुती कापड	म्हैस	(डच दप्तर)
तुकड्याचा माल	गुजरात	१०० तुकडे बाफ्ता	दिलेले नाही	
तुकड्याचा माल	गुजरात	२०० तुकडे बैरामिस ६ यार्ड	दिलेले नाही	(डच दप्तर)
तुकड्याचा माल	पूर्व किनारा	२५ तुकडे लाँग क्लॉथ (३६ यार्ड)	दिलेले नाही	(डच दप्तर)

गठ्ठ्याचा आकार सोयीनुसार ठरविला जात होता. हे लक्षात घेतले पाहिजे. जेव्हा समुद्राच्या काठावर गठ्ठे बांधण्यात येत असत. तेव्हा त्यांची वाहतूक आधुनिक यांत्रिक उपकरणांशिवाय करण्यात येत होती, ही शक्यता लक्षात घेता गठ्ठ्यांचे वजन मर्यादित ठेवण्यात येत असले पाहिजे, असे गृहीत धरायला हरकत नाही. वरील

कोष्टकात दिलेले साखर व सोरामीठ यांच्या गठ्ठ्यांचे वजन ही मर्यादा दर्शविते, असे मला वाटते. गठ्ठे कुठल्याही परिस्थितीत ३०० पौंडापेक्षा जास्त वजनाचे नसावेत, असे यावरून दिसते. आकाराने मोठ्या असलेल्या सुती धाग्यासारख्या वस्तूंचे गठ्ठे हे वजनाने यापेक्षा कमी असण्याचीच शक्यता होती. खुष्कीच्या मार्गाने आणलेला माल वाहतुकीच्या साधनांना सोयीस्कर अशारीतीने बांधला जात होता. दोन गठ्ठ्यांचे एक ओझे होईल आणि ते बैलाच्या किंवा उंटाच्या पाठीवर लादता येईल अशी गठ्ठे बांधण्याची सर्वसाधारण पद्धत होती. बैलाच्या पाठीवरील ओझे सुमारे ३०० पौंडाचे होते[१] आणि गुजरातची नीळ आणि बंगालचे रेशीम याच्या गठ्ठयाचा आकार या वाहतुकीच्या पद्धतीशी सुसंगत होता. आग्र्याहून निळीची वाहतूक नेहमी उंटावरून होत असे. उंटावरील ओझे सुमारे ५०० पौंड होते आणि दिलेली वजने उंटावरील अर्ध्या ओझ्याची आहेत. झेथे खुष्कीच्या मार्गाने मालाची वाहतूक केली जात होती, तेथे गठ्ठे सुमारे प्रत्येकी १५० पौंडाचे होते असे समजायला हरकत नाही. जेव्हा उंटावरून वाहतूक केली जात होती तेव्हा मात्र गठ्ठे प्रत्येकी जवळ जवळ २५० पौंडाचे असण्याची शक्यता होती. पण जेव्हा समुद्राच्या किंवा नदीच्या काठावर गठ्ठे पुन्हा बांधण्यात येत असत तेव्हा ते बहुधा जास्तीत जास्त ३०० पौंडाचे होते. कापडाच्या मालाच्या बाबतीत जेथे वजन दिलेले नाही तेथे असे दिसून येईल की सुमारे १००० पासून ते १५०० यार्डपर्यंत सुती कापडाचे निरनिराळ्या वजनाचे गठ्ठे बांधण्यात येत होते.

हिंदुस्थानच्या बाहेर बांधण्यात येणाऱ्या गठ्ठ्यांपैकी फक्त दोनच प्रकारच्या गठ्ठ्यांचा उल्लेख आवश्यक आहे. एक म्हणजे मिरीचे पोते आणि दुसरे म्हणजे

---

१. टॅव्हेर्नियर (खंड १ पृ. ३९) बैलाचे ओझे ३०० ते ३५० लिव्हर्स व मंडी (खं. २ पृ. ९८) २.१/२ हंड्रेडवेट किंवा २८० पौंड फक्त इतके देतो. पृ. ९५ वर तो चार 'मोठे मण' ओझे धरतो. हे मण एकतर जहांगीर (=२६५ पौंड) किंवा शहाजहानी (=२९६ पौंड) असावे. मण लंडन मापाने १६ गॅलनचा किं वा २ बुशेन्सचा असल्याचेही तो सांगतो. पण त्याला कुठले लंडनचे माप अभिप्रेत आहे याबद्दल मी साशंक आहे. या काळी गव्हाचा नेहमीचा गॅलन ट्रॉयचे ८.१/२ पौंड किंवा १६ औंसी ७ पौंड याच्या बरोबरीचा होता. यावरून मण ११२ पौंडाचा होतो. तेव्हा एकतर तो दुसरे कुठले तरी इंग्लिश परिमाण वापरत होता किंवा त्याच्या हिशोबात काही तरी चूक होती. (इंग्लंडमध्ये धान्यासाठी वापरण्यात येणारी मापे आणि वजने यांची चर्चा सर सी.एम.वॅटस यांच्या ब्रिटिश वेटस् ॲण्ड मेझर लंडन १९१० या पुस्तकात केलेली आहे.) उत्तर हिंदुस्थानात बैलाचे ठरलेले ओझे अजूनही चार मण किंवा सुमारे ३३० पौंड आहे.

जायपत्रीचे पार्सल. मिरीचे पोते बॅन्टम येथे जवळ जवळ ६२ पौंडाचे होते. जायपत्रीच्या पार्सलांच्या (Suckle)[१] वजनात मात्र खूपच तफावत होती. बटाव्हिया जर्नलमधील अनेक नोंदींवरून या पार्सलांचे वजन १२० ते १४० पौंडाच्या दरम्यान होते असे दिसते.

परिशिष्ट 'ड' चे आधारग्रंथ

या परिशिष्टात ज्या प्रश्नांचा विचार करण्यात आलेला आहे, त्यांची निश्चिती, व्यापारविषयक कागदपत्रांतील असंख्य प्रासंगिक विधानांची तपासणी करूनच होणे आवश्यक आहे. या कागदपत्रांची संपूर्ण यादी देण्याचा मी प्रयत्न केलेला नाही. पण पुढे दिलेले संदर्भ मी काढलेल्या निष्कर्षांचे समर्थन करण्यास पुरेसे ठरतील अशी मला आशा आहे.

चलन : रुपयाकरिता, पहा: *ऐन* (भाषांतर) खं.१ पृ.१६-३५. निरनिराळ्या नाण्यांवर दिलेल्या सुटींसाठी, पहा: *इंग्लिश फॅक्टरीज* खं. १, पृ.११३, २३६, २४८. जहांगीराच्या मोठ्या रुपयांचा उल्लेख पेल्सार्ट ११ मध्ये आहे. पण त्याचे फ्रेंच भाषांतर अगदी अचूक नाही. गिल्डरच्या समान मूल्यांकनासाठी पहा : *डाग रजिस्टर* २१ जून १६३४, ३१ जुलै १६४२ आणि १७ फेब्रुवारी १६५९. रियलकरिता पहा : *इंग्लिश फॅक्टरीज* खं. १ पृ,८,१८७, ३१४. मुल्हेर येथील टांकसाळीच्या उल्लेखासाठी पहा : पूर्चाज खं.१ प्र. ४, पृ.४२४ आणि *इंग्लिश फॅक्टरीज* खं.१, पृ.९१, खं.२ पृ.२५, खं.५ पृ.२२५. महामुदीच्या किंमतीसाठी, पहा: *लेटर्स रिसीव्हड* खं.१ पृ.३४, *इंग्लिश फॅक्टरीज* खं.६ पृ. ९१, खं. ७ पृ. २५६ आणि *कोर्ट मिनिट्स* ९ मे १६५१.

तांब्याच्या मोगल नाण्यांकरिता पहा : *ऐन* (भाषांतर) खं.१ पृ.३१, गुजरातच्या पैशाकरिता, पहा : *लेटर्स रिसीव्हड* खं.१ पृ.३३ आणि *इंग्लिश फॅक्टरीज* खं.१, पृ.२६९. आण्याकरीता पहा: त्याच ठिकाणी खं.१ पृ, १९४,

---

१. (suckle) हे (Ticul) वजनात (हॉबसन-जॉबसन एस.व्ही.कॅटी) चे चुकीचे रूप आहे हा अंदाज डच कागदपत्रांवरुन निर्णायकपणे खोटा ठरतो. ३१ मे १६५७ या तारखेला बटाव्हिया जर्नलमध्ये नोंदलेल्या बिलावरुन (suckle) हे एक पार्सल किंवा गठठा असल्याचे सिद्धहोते. या बिलात (suckle) च्या आणि इतर पार्सल बांधण्यासाठी लागणाऱ्या सामानाच्या खर्चाचा जायपत्रीच्या किंमतीशिवाय वेगळा उल्लेख केला आहे.

खं.६ पृ.३१६. पगोडाची चर्चा हॉबसन-जॉनसन एस.व्ही मध्ये आहे. पहा: नवीन पगोडाच्या किमतीतील बदलाकरिता. *इंग्लिश फॅक्टरीज* खं.१ पृ. २६२, खं.४ पृ.३००, खं.९ पृ.१५, २१, खं.१०, पृ.३३ आणि कोर्ट मिनिट्स ९ मे १६५१. जुन्या पगोडाकरिता टॅव्हर्नियर खं. २, पृ.९० व त्यानंतरची पाने आणि *इंग्लिश फॅक्टरीज* खं.४, पृ.८०. त्यांच्या किंमतीतील वाढीसाठी त्याच ग्रंथात खं.४ , पृ.२९१, ३०० खं.९, पृ.५१, खं.१०, पृ.४२, १०३. फॅनम आणि रोखसाठी *हॉबृसन-जॉबृसन* एस. व्ही. बॉवरी पृ.११४ आणि *स्कोरर* मध्ये सर्वत्र.

वजने : ॲमस्टरडॅम पौंडाचा डच कंपनीने स्वीकार करावा असे आदेश सनदेच्या ४० व्या कलमात दिलेला होता. तो व्हॅन डर श्चिज प्र.१२ मध्ये छापलेला आहे. लिव्हरची चर्चा *ला ग्रॅन्डे सायक्लोपेडिया एस. व्ही.* मध्ये आहे. जहाज वाहतुकीच्या टनाच्या आकाराचा विचार *इंडिया ॲट दी डेथ ऑफ अकबराच्या* परिशिष्ट ड मध्ये केलेला आहे. लास्ट या शब्दाचा उपयोग डाग रजिस्टरमधील अनेक उताऱ्यांवरून घेतला आहे. विशेषत: *डाग रजिस्टर* १९ फेब्रुवारी १६४१, १४ नोव्हेंबर १६४४, ८ जून १६४५.

अकबराच्या मणासाठी पहा : *इंडिया ॲट दी डेथ ऑफ* अकबर पृ.५३. पुर्चाज खं. १, प्र, ३, पृ. २१८. *डाग रजिस्टर* २१ जून १६६४. जहांगीराने केलेल्या बदलाची नोंद *तुझुक* खं. २, पृ.१०८ मध्ये आहे. त्याच्या मणाच्या उल्लेखासाठी पहा : *इंग्लिश फॅक्टरीज* खं. १पृ.१९९, खं.२, पृ.२३० पेल्सार्ट पृ.११ *डाग रजिस्टर* ८ फेब्रुवारी १६३४, २० जून १६३६, ५ जानेवारी १६४५ (कोरोमांडेल) पिंपळी येथील बदलासाठी, पहा : *इंग्लिश फॅक्टरीज* खं.७ पृ.७२ पाटणा येथील वजनांसाठी पहा : त्याच ग्रंथात खं.१, पृ.१९३ आणि मंडी खं.२, पृ. १५६. शहाजहानी मणाची पहिली नोंद *डाग रजिस्टर* २२ ऑक्टोबर १६३४ मध्ये मला आढळली आहे. अकबरी मणाचा निळीसाठी वापर चालूच असल्याचा उल्लेख, पहा : टॅव्हर्नियर खं.१, पृ.३८ *इंग्लिश फॅक्टरीज* खं. ७ पृ.८४, खं.८, पृ.२०२

गुजराती मणाकरिता पहा : *लेटर्स रिसीव्हड* खं. १ पृ.३४, खं.५, पृ.१०६, खं.६, पृ.१६७. *इंग्लिश फॅक्टरीज* खं.१, पृ.६०, डाग रजिस्टर १४ मे १६३३, २४ फेब्रुवारी १६३४. त्यातील बलाबद्दलची *मेथवोल्डची* नोंद इंग्लिश फॅक्टरीजमध्ये (खं.५ पृ.१५६) आहे. पहा : दक्षिणेतील मणांकरिता स्कोररमध्ये सर्वत्र, *इंग्लिश फॅक्टरीज* खं.१, पृ.१५३, २५५, २८९, खं.८, पृ. २१६ आणि *लेटर्स रिसीव्हड*

खं.१, पृ.३१९, कँडी करिता *इंग्लिश फॅक्टरीज* खं.१ पृ.२६२, ३०४,खं.४, पृ.७३. पर्शियन मणांकरिता लेटर्स रिसीव्हड खं.५, पृ.१९४,२३७,२४८,२८८. आराकानच्या मागणीसाठी *डाग रजिस्टर* ६ फेब्रुवारी १६३६, १८ फेब्रुवारी १६३७ चिनी वजनांकरिता कॅटी आणि पिकुल या शीर्षकाखाली हॉबसन-जॉबसन. तसेच *डाग रजिस्टर* १५ मार्च १६३७. बांदा कॅटी साठी त्याच ठिकाणी २७ सप्टेंबर १६२६ आणि पुर्चाज खं.१, प्र.३, पृ.२०३.

मापे : गजासाठी ऐन (भाषांतर) खं.२, पृ.५८-६१ *इंग्लिश फॅक्टरीज* खं.१,पृ.१९२, २३६, खं.८, पृ. १९०, गुजरातच्या मापांसाठी त्याच ग्रंथात खं.१ पृ. २१, खं.३, पृ.३५५, खं.६, पृ २४१ आणि *लेटर्स रिसीव्हड* खं.१, पृ.३४ सिंधकरिता *इंग्लिश फॅक्टरीज* खं.५, पृ.१२९, पूर्व किनाऱ्याकरिता पुर्चाज खं.१, प्र ४, पृ.३९१, *लेटर्स रिसीव्हड* खं.६, पृ.७१, *डाग रजिस्टर* १३ फेब्रुवारी १६३७, मास्टर खं.१ पृ.२७२. कापडाच्या तुकड्यांच्या लांबीच्या उल्लेखासाठी पहा: बाफ्ताकरिता *लेटर्स रिसीव्हड* खं.१,पृ.२९, ७४, *इंग्लिश फॅक्टरीज* खं.३, पृ.२४७, खं.४ पृ.८ दत्तीकरिता त्याच ग्रंथात खं.१, पृ.६२, खं.४, पृ.८, सेमिआनोजकरिता त्याच ग्रंथात खं.६ पृ.१३४ आणि *लेटर्स रिसीव्हड* खं.४,पृ.२३९ सिंधच्या मालाकरिता *इंग्लिश फॅक्टरीज* खं.५, पृ.१२९, खं.६, पृ.१३६, खं.८, पृ. ७८ मर्कुलीजकरिता त्याच ग्रंथात खं.६, पृ. ३११, खं,७ पृ.१२३ आणि गझीजकरिता त्याच ग्रंथात खं.७, पृ.७

लाँग क्लॉथ आणि किनाऱ्यावरील इतर कापडाच्या तुकड्यांच्या आकारासाठी पहा: *लेटर्स बुक* खं.२, पृ. १३, १९६ उत्तर आफ्रिकेतील मालाच्या आकारासाठी पहा : *लेटर्स रिसीव्हड* १ पृ. २९, खं.४, पृ.३५ गिनियाला पाठविलेल्या मालाच्या आकारासाठी, पहा: *डाग रजिस्टर* १३ फेब्रुवारी १६३७ आणि डचांची निरनिराळी बिले. आशियातील व्यापारासाठी लागणाऱ्या कापडाच्या आकाराची उदाहरणे पुढील ठिकाणी आढळतील *इंग्लिश फॅक्टरीज* खं.४, पृ.२०४, खं.५, पृ.२९७, *डाग रजिस्टर,* १५ मार्च १६२७, २९ डिसेंबर १६४४, १४ मे १६४५.

गठ्ठे वगैरे : गठ्ठ्यांच्या आकाराच्या उल्लेखासाठी पहा : आग्र्याच्या निळीच्या गठ्ठ्यांकरिता *इंग्लिश फॅक्टरीज* खं.७, पृ.८४, *डाग रजिस्टर* २० मे १६४१ आणि २० जून १६४२, गुजरातच्या निळीच्या गठ्ठ्याकरिता ओ.सी.१६५६ (बिल), डाग रजिस्टर २० मे१६४१. आणि ३ जुलै १६४३. साखरेच्या गठ्ठ्यांसाठी त्याच

ठिकाणी २० मे १६४१ सोरामिठाच्या गठ्ठ्यासाठी त्याच ठिकाणी २०जून १६४२. रेशमासाठी त्याच ठिकाणी २० मे १६४१. सुतासाठी त्याच ठिकाणी ४ डिसेंबर १६३४. कापडाच्या तुकड्यांसाठी त्याच ठिकाणी १४ मार्च १६३७, २० मे १६४१ आणि ओ.सी. १६५६ (बिल).ओझ्याच्या जनावरांसाठी *इंग्लिश फॅक्टरीज* खं. १, पृ.७३-७६, खं,२, पृ.१२३.

निळीच्या पोत्यासाठी, पहा : *पूर्चाज* खं. १ प्र ३, पृ.१६१ आणि *डाग रजिस्टर* २१ ऑगस्ट १६३१. जायपत्रीच्या पार्सलांसाठी पहा: त्याच ठिकाणी २९ सप्टेंबर १६२८, ७ मे १६३७ आणि नंतरच्या अनेक नोंदी.

परिशिष्ट 'इ'

आधारग्रंथांची यादी

टीप: मजकुरातील टिपात वापरलेली ग्रंथांची संक्षिप्त रूपे किंवा सूचक शब्द यांच्या अकारविल्हे क्रमानुसार ही यादी तयार केलेली आहे.

आग्रा अकौंट्स – द अकौंट्स ऑफ द डच फॅक्टरी अॅट आग्रा, १६३७-३९ दी हेग पब्लिक रेकॉर्ड्स, ऑफिसमधील डब्ल्यू. गेल्येनसीन डी जंग संग्रहातील क्र. १२० आणि १२३.

ऐन – दी ऐने– अकबरी लेखक : अबुल फजल-इ-अल्लामी. पर्शियन आवृत्ती संपादक : एच ब्लॉचमॅन आणि भाषांतरकार ब्लॉचमॅन व जॅरेट दोन्ही एशियाटिक सोसायटी ऑफ बेंगॉलकरिता छापलेली आहेत.

अकबरनामा – दी अकबर –नामा लेखक : अबुल फजल-इ-अल्लामी पर्शियन आवृत्ती आणि भाषांतर : एच् बिव्हिरीज. दोन्ही एशियाटिक सोसायटी ऑफ बेंगॉलकरिता छापलेली आहेत.

अल्बुकर्क– कॉमेंटरीओज डो ग्रँडे आफोन्सो डाल्बुकर्क तिसरी पोर्तुगीज आवृत्ती लिस्बन, १७७४.

अस्कोली– अर्ली रेव्हेन्यू हिस्टरी ऑफ बेंगाल अॅण्ड दि फिक्त रिपोर्ट १८१२. लेखक : एफ. डी. अस्कोली. ऑक्सफर्ड, १९१७.

बादशाहनामा – दी बादशहा-नामा. लेखक : अब्द अल् –हमीद. लहावरील बिब्लीओथेका इंडिका, एशियाटिक सोसायटी ऑफ बेंगॉलकरिता मुद्रित.

बेन्स – हिस्टरी ऑफ दि कॉटन मॅन्युफॅक्चर इन ग्रेट ब्रिटन लेखक: एडवर्ड बेन्स. लंडन,१८३५

बार्बोसा – दि बुक ऑफ ड्यूआर्ट बार्बोसा. हॅक्ल्यूट सोसायटी करिता एम. लाँगबर्थ डेम्स द्वारा भाषांतरित. (लिस्बन रॉयल अॅकॅडमी ऑफ सायन्सेसने प्रसिद्ध केलेल्या कोलेकाओ डी नोटिसिआस, पॅरा अ हिस्टोरिया इ. जिओग्राफिआ डास नाकोएस अल्ट्रामरिनासच्या क्र.७ खं. २ मध्ये पोर्तुगीज संहिता आहे)

बारोस – डा आशिया (डिकॅडास) लेखक : जे. डी. बारोस लिस्बन, १७७७ वगैरे.

बिगिन एन्ड वूर्टगाँग – बिगिन एन्ड वूर्टगाँग व्हॅन डी वीरीनीगडे नेदरलँडचे जिओक्ट्रोयीर्ड ऊस्ट इंडिश्चे कंपनी. अॅमस्टरडॅम १६४६

बर्नियर – ट्रॅव्हल्स इन दि मोगल एम्पायर १६५६-५८ लेखक: एफ, बर्नियर, सुधारित आवृत्ती संपादक : ए.कॉन्स्टेबल. लंडन. १८९१.

बॉवरी– ए.जिऑग्रॉफिकल अकौंट ऑफ दि कंट्रीज राऊंड दी वे ऑफ बेंगॉल. लेखक : टी. बॉवरी संपादन : सर रिचर्ड टेंपल हॅक्ल्यूट सोसायटी करिता.

कॅलेंडर एस्.पी. – कॅलेंडर ऑफ स्टेट पेपर्स कलोनियल सिरीज, ईस्ट इंडिया वगैरे, १५१६-१६३४ लेखक: ई, सेन्सबरी लंडन, १८६२ वगैरे.

केंब. मोड. हिस्ट. – दि केंब्रिज मॉडर्न हिस्टरी खं.१-४ केंब्रिज १९०२.

कॅंपोस - हिस्टरी ऑफ दी पोर्तुगीज इन बेंगाँल. लेखक: जे.जे.ए. कॅंपोस. कलकत्ता, १९११.

कॅस्टन हेडा – हिस्टोरिया डो डेस्कोब्रिमेंटो ई क्वॉक्वीस्टा डा इंडिया, लेखक : एफ,एल. कॅस्टनहेडा, लिस्बन,१८३३.

कोरिआ – लेंडास डा इंडिया. लेखक: जी. कोरिआ लिस्बन, १८५८.

कोर्ट मिनिट्स – (१) कॅलेंडर ऑफ दि कोर्ट मिनिट्स ऑफ दि. ई. आय. को. लेखक: ई.बी. सेन्सबरी. ऑक्सफर्ड १९०७ वगैरे (२) इंडिया ऑफिस दप्तरातील कोर्ट मिनिट्सचे हस्तलिखित (उल्लेखिलेल्या नोंदीच्या तारखा मी दिलेल्या आहेत. कॅलेंडर आणि मूळ दप्तर यांचे संदर्भ म्हणून त्या सारख्याच उपयोगी पडतील.)

कौटो– डा आशिया (डिकॅडास) लेखक: डी.डी.कोटो, लिस्बन १७७७ वगैरे.

कनिंगहॅम– ग्रोथ ऑफ इंग्लिश इंडिस्ट्री ॲण्ड कॉमर्स. लेखक : डब्ल्यू. कनिंगहॅम. ३ री आवृत्ती लंडन १९०३.

डाग रजिस्टर – डाग रजिस्टर गेहौडेन इंट कॅस्टील बटाव्हिया १६३४–१६८१ (डच अधिकाऱ्यांनी ठेवलेले अधिकृत जर्नल) बटाव्हिया ॲण्ड द हेग) १८९६–१९१९ (उद्‌धृत केलेल्या नोंदीच्या तारखेनंतर एखादे नाव, उदा. सुरत आले असेल तर त्याचा अर्थ त्या शासकीय केंद्राशी संबंधित विभागात ती नोंद सापडेल. फारच थोडे खंड विभागशः तयार केलेले आहेत. उद्‌धृत केलेल्या उताऱ्यासाठी तारीख ही सामान्यपणे मार्गदर्शक ठरते.)

डेल्गाडो – ग्लोसरीओ युसो– एशियाटिको. लेखकः एस.आर.डेल्गाडो. कोईंब्रा १९१९–२१.

डॅनियल्स – दि अर्ली इंग्लिश कॉटन इंडस्ट्री. लेखक : जी डब्ल्यू डॅनियल्स. मँचेस्टर १९२०.

डेनव्हर्स – दी पोर्तुगीज इन इंडिया लेखकः एफ. सी.डेनव्हर्स लंडन १८९४,

डी.जंग– डी ओपकोमस्ट व्हॅन हेट नेदरलॅण्डश्च गिझग इन उष्ट इंडिया लेखक : जे के.जे. डी.जंग ॲमस्टरडॅम आणि द हेग १८६२

डी लायेट – डी इंपिरिओ मॅग्नी मोगोलिस् लेखक : जे..डी लायेट लीडन १६६३.

देला व्हेल – द ट्रॅव्हल्स ऑफ पाएट्रो देलाव्हेल टू इंडिया. हॅक्ल्यूट सोसायटी करिता इ.ग्रे. द्वारा संपादित.

डच इन मलबार – मद्रास सरकारच्या दप्तरातून निवडलेले उतारे. डच रेकॉर्डस् क्र.१३ : द डच इन मलबार, मद्रास, १९११.

अर्ली ट्रॅव्हल्स– अर्ली ट्रॅव्हल्स इन इंडिया. संपादन : डब्ल्यू. फॉस्टर ऑक्सफर्ड, १९२१. (यात फिंच, मिल्डेन हॉल, हॉकिन्स, फिंच, विदिंग्टन, कोरियाट आणि टेरी यांची प्रवासवृत्ते समाविष्ट आहेत)

एडमंडसन – हिस्टरी ऑफ हॉलंड. लेखकः जी एडमंडसन. केंब्रिज १९२२.

इलिआस – डट व्हूरस्पल व्हॅन डेन अस्ट्रेन इंगलश्चेन उर्लांग लेखक. जे. इ. इलिआस. दि हेग, १९२०.

इलियट – दि हिस्टरी ऑफ इंडिया ॲज टोल्ड बाय इट्स ओन हिस्टॉरियन्स. सर एच्. एम्. इलियट यांच्या कागदपत्रांवरून लंडन, १८६७–७७.

इंग्लिश फॅक्टरीज – द इंग्लिश फॅक्टरीज इन इंडिया. लेखक : डब्ल्यू फॉस्टर ऑक्सफर्ड १९०६ वगैरे (१६१८ पासून पुढे ज्या वर्षाची ते हकीकत देतात त्यावरून हे खंड ओळखले जातात. त्यांचा संदर्भ संक्षेपाने देण्यासाठी मी त्यांना आकडे दिलेले आहेत.१ म्हणजे १६१८-२१ हा खंड आणि १० म्हणजे १६५५-६० हा खंड)

एथरिज– रिपोर्ट पास्ट फेमिन्स इन दी बॉम्बे प्रेसिडेन्सी लेखक : ए.टी. एथारिज, मुंबई १८६८.

फॅक्टरी रेकॉर्ड्स – इंडिया ऑफिस रेकॉर्ड्स पहा.

फरिया य सौसा – दि पोर्तुगीज एशिया. लेखक : एम्. डी. फरिया य सौसा भाषांतर : जे. स्टिव्हन्स. लंडन, १६९५

फर्स्ट लेटर बुक – ईस्ट इंडिजमध्ये व्यापार करणाऱ्या व्यापाऱ्यांची कंपनी आणि गव्हर्नर यांचे रजिस्टर ऑफ लेटर्स इत्यादी १६००-१९ लंडन, १८९३, (हे मुख्य नाव मुखपृष्ठावरून घेतलेले आहे. मुखपृष्ठावर 'दि फर्स्ट लेटर बुक ऑफ दि ईस्ट इंडिया कंपनी' असे नाव आहे.)

फ्रायर – ए न्यू अकौन्ट ऑफ ईस्ट इंडिया अॅण्ड पर्शिया लेखक : जे फ्रायर हॅक्ल्यूट सोसायटीकरिता डब्ल्यू क्रूकद्वारा संपादित.

गुजरात रिपोर्ट – डच हस्तलिखित १६३० पूर्वीच्या वर्षांशी संबंधित गुजरातमधील विविध बाजारपेठांचा अहवाल. दी हेग येथील डब्ल्यू. गेलेन्सेन डी जंग संग्रहातील क्र.२८.

हेग रेकॉर्ड्स – यावरून हेग येथील डच पब्लिक रेकॉर्ड ऑफिसमधील वसाहतींच्या दप्तरखान्यातील अप्रकाशित कागदपत्रांचा निर्देश होतो.

हेग ट्रान्सक्रिप्ट्स – 'ट्रान्सक्रीप्ट्स फ्रॉम अर्काईव्हज् अॅट दी हेग' नामक इंडिया ऑफिसमधील डच कागदपत्रांच्या नकलांच्या मालिका. या तीन मालिकांना मी रोमन आकडे दिलेले आहेत. I म्हणजे 'लेटर्स फ्रॉम दी लिस्ट' II म्हणजे 'लेटर्स फ्रॉम दी डच कंपनी टू दी ईस्ट' आणि III म्हणजे 'लेटर्स फ्रॉम दि गव्हर्नर जनरल टू हिज सबॉर्डिनेट्स.

हे– ही रीबस् ईआपोनीसिस्, इनडिसीस एट परव्हानिस लेखक : जॉन हे अँटवर्प, १६०५.

हॉब्सन-जॉब्सन– ए ग्लॉसरी ऑफ कलोक्विअल अँग्लो इंडियन वर्ड्स

ॲण्ड दि फ्रेजेस. नवी आवृत्ती संपादक :डब्ल्यू. क्रूक लंडन १९०३.

हाऊटमॅन– डी अर्स्टे स्किपवार्ट दर नेदरलँड्स नार उस्ट–इंडि ओंडर कॉर्नेलिस डी हाऊटमंट, १५९५–९७ (केपला वळसा घालून केलेल्या पहिल्या डच सफरीचे लॉडेवायकसचे प्रवासवृत्त) लिन्सशोटन–व्हरीगींग करिता. जी.पी. रौफाएर आणि जे. डब्ल्यू. इझरमॅन द्वारा संपादित, १९१५.

इंपीरियल गॅझेटीयर– दि इंपिरियल गॅझेटिअर ऑफ इंडिया ऑक्सफर्ड १९०.

इंडिया ऑफिस रेकॉर्ड्स– या दप्तरांचे वर्णन 'ए गाइड टू दि इंडिया ऑफिस रेकॉड्स' या डब्ल्यू फॉस्टरच्या पुस्तकात आढळून येईल. लंडन १९१९. ज्या कागदपत्रांच्या मालिकेतून मी उतारे दिलेले आहेत, त्या पुढीलप्रमाणे– 'ओरिजिनल कॉरस्पॉन्डन्स' 'कोर्ट मिनिट्स' 'फॅक्टरी रेकॉर्ड्स' आणि 'लेटर बुक्स' 'गाईड' मध्ये या सर्व मालिका अधिक तपशीलवारपणे वर्णन केलेल्या आहेत.

जॉर्डेन– ईस्ट इंडिजला जॉर्डेनने केलेल्या प्रवासाचे वर्णन. हॅक्ल्यूट सोसायटीकरिता डब्ल्यू फॉस्टरद्वारा संपादित.

जर्नल ए.एस. बी. – दि जर्नल ऑफ दि रॉयल एशियाटिक सोसायटी ऑफ बेंगॉल कलकत्ता

जर्नल आर. ए. एस.– दि जर्नल ऑफ दि रॉयल एशियाटिक सोसायटी ऑफ ग्रेट ब्रिटन अॅण्ड आयर्लंड, लंडन.

लेटर बुक्स – इंडिया ऑफिस रेकार्ड पहा.

लेटर्स रिसीव्हड –लेटर्स रिसीव्हड बाय दि ईस्ट इंडिया कंपनी फ्रॉम ईयस् सर्व्हंट्स इन दि ईस्ट (१६०२–१७) लंडन १८९६–१९०१.

लिन्सशोटन– जॉन ह्यूगेन व्हॅन लिन्शोटनने ईस्ट इंडिजला केलेला प्रवास हॅक्ल्यूट सोसायटीकरिता. ए.सी.बर्नेल आणि पी.ए. थैलेद्वारा भाषांतर संपादित.

(लिन्सशोटन–व्हेरिंगीग करिता १९१० मध्ये एच.कर्नने संपादित केलेली डच आवृत्ती देखील मी वापरली आहे. मी दिलेले प्रकरणांचे संदर्भ दोन्ही पुस्तकांना लागू पडतात.)

लिस्बन ट्रान्स्क्रीप्टस् – इंडिया ऑफिसमधील पोर्तुगीज दप्तरांचे भाषांतर आणि नकला. मी दिलेले सर्व संदर्भ 'बुक्स ऑफ दि मान्सून्स' नामक मालिकेच्या भाषांतराचे आहेत.

मजलिस–उस–सलातीन– या बखरीतील उतारे इलियटमध्ये आहेत. मला आढळलेले एकमेव हस्तलिखित ब्रिटिश म्युझियममधील डॉ. १९०३ हे आहे.

मेन्डेस्लो – व्हॉयेजेस ॲण्ड दि ट्रॅव्हल्स इन टू दि ईस्ट इंडिज लेखक : जे.ए.डी.मेन्डेस्लो. भाषांतर : जॉन डेव्हिस : दुसरी आवृत्ती, लंडन १६६९ (मूळ ग्रंथात मी पाहिलेला नाही. या 'भाषांतरात' बरेचसे संपादकाचेच लिखाण आहे. आधारग्रंथ म्हणून त्याच्या महत्त्वाच्या चर्चा डॉ. विन्सेन्ट स्मिथ यांनी जर्नल आर.ए.एस. एप्रिल १९१५ मध्ये केली होती.)

मॅनरिक –फ्रे सेबॅस्टियन मॅनरिकचे मूळ इटिनेरॅरिओ मला पहावयास मिळाले नाही. मी दिलेले सर्व संदर्भ सर. इ. मॅक्लॅगन यांनी जर्नल ऑफ दि पंजाब हिस्ट्रॉरिकल सोसायटी १९११ खं.१ पृ.८३, १५१ मध्ये प्रकाशित केलेल्या काही प्रकरणांच्या भाषांतराचे आहेत.

मनूची– स्टोरिआ डो मोगोर. लेखक : एन. मनूची भाषांतर : डब्ल्यू आयर्विन, लंडन १९०७.

मास्टर– दि डायरीज ऑफ स्ट्रेनशॅम मास्टर, १६७५–८० संपादन: सर रिचर्ड टेंपल, लंडन १९११.

मेथवोल्ड– याचा संदर्भ रिलेशन्स ऑफ दि किंगडम् ऑफ गोवळकोंडा ॲण्ड आदर नेबरिंग नेशन्स या डब्ल्यू. मेथवोल्डच्या लिखाणाशी आहे. हे लिखाण पुर्चाज हिज पिलग्रिमेजमध्ये छापलेले आहे. ४ थी आवृत्ती लंडन. १९२६.

मिडलटन – दि व्हायेज ऑफ सर हेन्री मिडलटन टू बॅन्यट ॲण्ड दि मालुको आयलंडस्. हॅक्ल्यूट. सोसायटीकरिता. दि. कॉर्नि द्वारा संपादित.

मंडी– दि ट्रॅव्हल्स ऑफ पिटर मंडी टिल युरोप ॲण्ड एशिया १६०८– १६६७ हॅक्ल्यूट सोसायटीकरिता सर रिचर्ड टेंपलद्वारा संपादित.

ओरिजनल कॉरस्पॉन्डन्स – इंडिया ऑफिस रेकॉर्ड पहा.

ओहिंग्टन– ए व्हायेज टू सुरत इन दि इयर १६८९. लेखक : जे. ओहिंग्टन लंडन, १६९६.

पेल्सार्ट – डच इ. आय. कंपनीमधील वरिष्ठांच्या माहितीसाठी १६२६ मध्ये एफ. पेल्सार्टने आग्रा येथील जीवनाची लिहिलेली हकीकत. (रेमॉन स्ट्रॅन्टी) एम. थिवेना याने प्रसिद्ध केलेल्या (पॅरिस १६६३) रिलेशन डी. डायव्हर्स व्हॉयेजेस क्यूरिएक्समध्ये याचे फ्रेंच भाषांतर समाविष्ट आहे. पण ते फारच संक्षिप्त असून काही ठिकाणी चुकीचे आहे. समकालीन डच हस्तलिखितांच्या छायाचित्रांचा मी

अवलंब केला आहे.

पुर्चाज – पुचार्ज हिज पिलिग्राईमस् लेखक : एच. पुर्चाज (दिलेले संदर्भ मूळ पान क्रमांकांचे आहेत. हे पान क्रमांक पुनर्मुद्रणाच्या समासात दिलेले आहेत. हे पुनर्मुद्रण हॅक्ल्यूट सोसायटीतर्फे प्रकाशित ग्लास्गो, १९०५)

पुर्चाज हिज पिलिग्रिमेज करिता मेथवोल्ड खाली पहा.

पायरार्ड – दि व्हॉयेज ऑफ फ्रेंक्वाईस पायरार्ड ऑफ लिव्हल टु दि ईस्ट इंडिज, हॅक्ल्यूट सोसायटीकरिता ए. ग्रे. द्वारा भाषांतरित आणि संपादित.

रायनाल – ए फिलॉसॉफिकल अ‍ॅण्ड दि पोलिटिकल हिस्टरी ऑफ दि सेटलमेंटस् अ‍ॅण्ड दि ट्रेड ऑफ दि युरोपियन्स इन दि ईस्ट अ‍ॅण्ड दी वेस्ट इंडिज. (रायनालच्या) फ्रेंचवरून जे. जस्तामोंड द्वारा भाषांतरित. एडिबर्ग, १७७६.

रिएलीआ – रजिस्टर ऑफ डी जनरेल रिझॉल्यशन व्हॅन हेट कॅस्टील बटाव्हिया, लेडन अ‍ॅण्ड दि हेग, १८८२-८५.

रेनेव्हिल– रीक्यूइल डेस व्हॉयेजेस --- रोएन, १७२५ (काही जास्तीच्या मजकुराबरोबर बिगिन एन्ड वूर्टगाँगचे भाषांतर)

रो – दि एम्बसी ऑफ सर थॉमस रो-- १६१५-१९. हॅक्ल्यूट सोसायटीकरिता डब्ल्यू. फॉस्टर द्वारा संपादित.

सरकारचे अ‍ॅडमिनिस्ट्रेशन – मुगल अ‍ॅडमिनिस्ट्रेशन. लेखक : जदुनाथ सरकार, कलकत्ता, १९२०,

सरकारचे औरंगजेब –हिस्टरी ऑफ औरंगजेब. लेखक : जदुनाथ सरकार, कलकत्ता १९१२ वगैरे.

सरकारचे शिवाजी – शिवाजी अ‍ॅण्ड हिज टाईम्स. लेखक : जदुनाथ सरकार, कलकत्ता, १९१९

स्कोरर – कोर्ट वरहेल व्हॅन डी कस्ट व्हॅन कोरोमांडेल, कोरोमांडेल किनाऱ्याची संक्षिप्त हस्तलिखित हकीकत, ही १६१६ मध्ये हॉलंडला पोचली. (ओव्हरगेकोमेन ब्राईव्हेन,)१६१६ : अर्स्टे वुएक; हेग रेकॉर्ड्स)

स्कॉट – कॉन्स्टिटट्यूशन अ‍ॅण्ड द फायनान्स ऑफ इंग्लिश, स्कॉटिश अ‍ॅण्ड दि इरिश जॉईंट स्टॉक कंपनीज टु १७२०. लेखक: डब्ल्यू.आर.स्कॉट. केंब्रिज १९१०.

सी वेल– ए फरगॉटन एम्पायर. लेखक : आर. सीवेल, लंडन १९००

स्मिथचे अकबर – अकबर दि ग्रेट मोगल, लेखक : व्ही. ए. स्मिथ दुसरी

आवृत्ती, ऑक्सफर्ड १९१९.

टॅव्हर्नियर – ट्रॅव्हल्स इन इंडिया लेखक : जे.बी. टव्हर्नियर संपादक : व्ही. बॉल लंडन, १८८९.

टेलरचे डाक्का – स्केच ऑफ दि टोपोग्राफी ॲण्ड दि स्टॅटिस्टिक्स ऑफ डाक्का. लेखक : डॉ.जे.टेलर, कलकत्ता, १८४०.

टर्पस्ट्राचे कोरोमांडेल– डी व्हेस्टिगिंग व्हॅन डी नेदरलँडर्स नान डी कस्ट व्हॅन कोरोमांडेल. लेखक : एच. टर्पस्ट्रा. ग्रोगिंग जेन, १९११.

टर्पस्ट्राचे सुरत– डी आपकोमस्ट वेस्टर-कार्टीइरन व्हॅन डी उस्ट इंडिश्चे कंपेनी. (सुस्ते, अरेबी, पर्झाई) लेखक : एच. टर्पस्ट्रा दि हेग, १९१११८.

थिवेना – लेस व्हॉयेजेस डी.एम. (जीन) डी थिवेन ऑक्स इंडिज ओरिएन्टेन्स. ॲमस्टरडॅम, १७२७ (मेल्वीझेडेच थिवेनाच्या प्रवास वर्णनाच्या संग्रहासाठी पेल्सार्टखाली पहा.)

थॉमस – दि रेव्हेन्यू रिसोर्सेस ऑफ दि मोगल एम्पायर इन इंडिया, लेखक : ई. थॉमस, लंडन. १८७१.

तुझुक – जहांगीराच्या आठवणी. भाषांतर : ए. रोजर्स, रॉयल एशियाटिक सोसायटीकरिता एच. बिवव्हरीज द्वारा संपादित. लंडन, १९०९-१४.

व्हॅन डिज्क– झेस् झारेन युईट हेट लेव्हन व्हॅन वेम्मर व्हॅन बर्चेस. लेख : एल.सी.डी. व्हॅन. डिज्क, ॲमस्टरडॅम, १८५८.

ब्हॅलेंटीजन औंड एन. न्यू ऊस्ट इंडियन. एफ. व्हॅलेंटनजन, ॲमस्टरडॅम १७२४-२५.

व्हॅन डर श्चिज– गेश्चिएडेनिस डर स्टिचिंग व्हॅन डी व्हेरींगडे ओ. आय कंपनी. लेखक: जे. ए.व्हॅन न्विज. दुसरी आवृत्ती. लेडेन १८५७.

व्हॅन लून– दि फॉल ऑफ दि डच रिपब्लिक, लेखक: एच, डब्ल्यू. व्हॅन लून लंडन, १९१३.

व्हॅन ट्विस्ट – जनरेल बेसश्चरीज व्हींगे इंडेन. लेखक: जे. व्हॅन ट्विस्ट ॲमस्टरडॅम १६४८.

व्हाईट वे– दि राईज ऑफ दि पोर्तुगीज पॉवर इन इंडिया, लेखक : आर. एस. व्हाईट वे. लंडन १८९९.

www.ingramcontent.com/pod-product-compliance
Lightning Source LLC
LaVergne TN
LVHW022354220825
819400LV00033B/798